महापर्व

स. शं. देसाई

मेहता पब्लिशिंग हाऊस

Please contact us at **Mehta Publishing House,** Pune 411030.

✆ +91 020-24476924 / 24460313 / Mob. No. 9545000513

Email : production@mehtapublishinghouse.com

Website : www.mehtapublishinghouse.com

◆ *या पुस्तकातील लेखकाची मते, घटना, वर्णने ही त्या लेखकाची असून त्याच्याशी प्रकाशक सहमत असतीलच असे नाही.*

MAHAPARVA by S. S. DESAI

महापर्व : स. शं. देसाई / ऐतिहासिक कादंबरी

Email : author@mehtapublishinghouse.com

मराठी पुस्तक प्रकाशनाचे हक्क : मेहता पब्लिशिंग हाऊस, पुणे.

प्रकाशक : सुनील अनिल मेहता, मेहता पब्लिशिंग हाऊस,
१९४१, सदाशिव पेठ, माडीवाले कॉलनी, पुणे - ४११०३०.

मुद्रक : ट्रिनिटी अ‍ॅकॅडमी फॉर कॉर्पोरेट ट्रेनिंग लिमिटेड

मुखपृष्ठ : अनिल उपळेकर

प्रकाशनकाल : द्वितीय आवृत्ती - जानेवारी, १९९१ / पुनर्मुद्रण : फेब्रुवारी, २०२१

किंमत : ₹ ४५०

P Book ISBN 9788171611058
E Book ISBN 9789353175610
E Books available on : amazonkindle Apple Books Google Play Books

---

प्रस्तावना

'चंबळेच्या पलीकडे' ही माझी पहिली ऐतिहासिक कादंबरी प्रकाशित झाल्याला पाच वर्षे होऊन गेली. आज 'महापर्व' ही दुसरी ऐतिहासिक कादंबरी प्रकाशित होत आहे.

मराठी ऐतिहासिक कादंबरी आजकाल टीकेचा विषय होऊन राहिली आहे. ती उदंड वाढत आहे व तिने कादंबरीचा प्रवाह पुच्छगतीने फिरविला असल्याचे सांगून एकोणिसाव्या शतकाच्या उत्तरार्धात मराठीत निर्माण झालेल्या ऐतिहासिक कादंबरीशी तिची तुलना करण्यात येत आहे. या विधानाचे खंडन मी यापूर्वी केले आहे व माझी 'चंबळेच्या पलीकडे' ही कादंबरी तथाकथित ऐतिहासिक कादंबऱ्यांहून कशी वेगळी आहे ते सिद्ध करण्याचा प्रयत्न केला आहे.

कला ही परिवर्तनशील असून तिच्यात वरचेवर बदल किंवा उत्क्रांती होत असते. कलेतील या उत्क्रांतीच्या सिद्धान्ताला लेखनकलाही अपवाद नाही. मराठी ऐतिहासिक कादंबरी पाश्चिमात्य ऐतिहासिक कादंबरीच्या अनुकरणाने एकोणिसाव्या शतकाच्या उत्तरार्धात मराठीत जन्मास आली; परंतु तत्कालीन कादंबरीशी सांप्रतच्या कादंबरीची तुलना कशी करता येईल? तिच्या विकासाच्या मार्गात काही टप्पे पडले आहेत आणि ते सर्वसाधारणपणे मध्ययुगीन, अद्‌भुतरम्यवादी व वास्तववादी असे तीन मानले जातात.

मध्ययुगीन पाश्चिमात्य ऐतिहासिक कादंबरीचा जन्म फ्रान्सच्या प्रोव्हांस (Provence) परगण्यात झाला. ती सुरुवातीला 'प्रोव्हेंसल' कादंबरी म्हणून ओळखली जात होती. नंतर तिला 'Romance of Chivalry' हे नाव पडले. या कादंबरीला 'Romance of Chivalry' म्हणण्याचे कारण की, भटक्या सरदारांच्या

धाडसांवर त्या आधारलेल्या असत. सर्वांटिशची 'Don Quixote' ही 'लाक्षणिक' कादंबरी म्हणजे प्रस्तुत कादंबरीचा आदर्श म्हणून समजला जातो. काही पाश्चिमात्य टीकाकारांचे असे मत आहे की, सर्वांटिशने 'Romance of Chivalry'ला प्रतिष्ठा मिळवून दिली, कारण त्याच्या पूर्वी हा साहित्यप्रकार पाश्चिमात्य साहित्यात हलका मानला जात असे.

अठराव्या शतकाच्या उत्तरार्धात युरोपात अद्‌भुतरम्यवादाचा उदय झाला आणि 'Romance of Chivalry'मध्ये स्थित्यंतर होऊन ती अधिक लोकप्रिय झाली. त्याचे श्रेय सर वॉल्टर स्कॉट यांना दिले जाते. 'Historical Novel' हे आधुनिक नाव तिला इंग्लंडमध्ये याच काळात पडले. अठराव्या शतकाच्या उत्तरार्धात स्कॉटने जी ऐतिहासिक कादंबरी लिहिली ती अद्‌भुतरम्यवादी ऐतिहासिक कादंबरी म्हणून मानली गेली. तिचा प्रभाव एकोणिसाव्या शतकाच्या उत्तरार्धापर्यंत टिकला, कारण लवकरच युरोपात वास्तववादी संप्रदाय सुरू झाला. फ्लोबेर्त, झोला, टॉलस्टॉय वगैरे कादंबरीकारांनी वास्तववादी ऐतिहासिक कादंबरी लिहिली; परंतु युरोपियन साहित्यसृष्टीतून अद्‌भुतरम्यवाद जरी अस्तंगत झाला असला, तरी या संप्रदायाच्या काळात निर्माण झालेल्या साहित्याचे अनुकरण भारतामध्ये होण्यात बराच काळ लोटला. ते नेहमीचेच आहे. युरोपियन साहित्यात निर्माण होणाऱ्या वादांचे अथवा संप्रदायांचे भारतामध्ये आगमन होईस्तोवर ते वाद अथवा संप्रदाय तिकडे शिळे झालेले असतात. तरीही मराठीत आज जे ऐतिहासिक कादंबरी साहित्य निर्माण होत आहे, त्याची तुलना एकोणिसाव्या शतकातील कादंबरी साहित्याशी करता येणार नाही. याचा अर्थ असा नव्हे की, आजकाल मराठीत निर्माण होत असलेल्या सगळ्याच कादंबऱ्या वास्तववादी आहेत. काही कादंबरीकार अद्यापही अद्‌भुतरम्य सृष्टीत वावरत आहेत; परंतु या कादंबरीकारांनी लिहिलेल्या कादंबऱ्यांची तुलना 'चंबळेच्या पलीकडे' अथवा 'महापर्व' या दोन्ही कादंबऱ्यांशी करता येणार नाही.

आदर्श वास्तववादी ऐतिहासिक कादंबरी म्हणून टॉलस्टॉयच्या 'War and Peace' या कादंबरीकडे अंगुलिनिर्देश केला जातो. ही कादंबरी तत्पूर्वी लिहिल्या गेलेल्या ऐतिहासिक कादंबऱ्यांहून सर्वस्वी वेगळ्या प्रकारची होती. तिच्या वेगळेपणाचे विवरण टॉलस्टॉयने तिच्या प्रस्तावनेत केले आहे. तो म्हणतो,

"प्रस्तुत कादंबरी छापखान्यात धाडताना मला काही गोष्टींचा खुलासा करावयाचा आहे. माझ्या आयुष्यातील उत्कृष्ट अशी पाच वर्षे या कादंबरीच्या लेखनासाठी मी खर्च केली आहेत. 'But what is War and Peace? It is not a novel, still less it is a poem, still less a historical chronicle. War and Peace is what the author wanted and could express in the form in which it is expressed...' (पण 'युद्ध आणि शांतता' हा कोणता साहित्यप्रकार आहे? ती

रूढ अर्थाने कादंबरी नव्हे, काव्य नव्हे आणि ऐतिहासिक बखर तर नव्हेच. तर प्रस्तुत लेखकाला जे काय सांगायचे अथवा व्यक्त करायचे होते, ते त्याने 'युद्ध आणि शांतते'च्या लिखाणाच्या माध्यमातून सांगितले आहे.)''

टॉलस्टॉयच्या मतप्रणालीनुसार 'युद्ध आणि शांतता' ही कादंबरी नव्हे, काव्य नव्हे आणि बखरही नव्हे. मग ती आहे तरी काय? त्याचा अंतर्भाव कोणत्या साहित्यप्रकारात करावा, हा जो संभ्रम त्याला पडला त्याचा उलगडा त्याला स्वतःलाच करावा लागला. त्याला त्याची गणना कादंबरीमध्ये करावी लागली, कारण हा साहित्यप्रकार इतिहासामध्ये बसू शकत नव्हता. तरीही टॉलस्टॉय आपल्या प्रस्तावनेत पुढे म्हणतो :

"But the artist must not forget that representation of historical events as formed among the people, is not based on fancy but on historical documents to the extent to which, the historians have been able to group them; therefore though the artist understands and represents these persons and events differently, he must like the historians, be guided by historical material. Wherever historical persons in my novel speak and act, I have not invented but have made use of material of which during my work, a whole library has been formed, the books of which I do not find it necessary to cite here but to which I can always refer."

(परंतु कलावंताने एक गोष्ट दृष्टिआड करता कामा नये, ती ही की, त्याला ऐतिहासिक घटनांचे जे चित्रण करायचे असेल ते त्याने इतिहासाला इमानी राहून केले पाहिजे. त्याच्या कल्पनासृष्टीला अथवा इच्छेला येथे वाव नसतो. एखाद्या कलावंताच्या कल्पनासृष्टीत एखाद्या ऐतिहासिक व्यक्तीची प्रतिमा कदाचित रूढ प्रतिमेहून वेगळी असण्याची शक्यता आहे; परंतु त्याला आपल्या स्वातंत्र्याचा येथे उपयोग करता येणार नाही. त्याने इतिहासकाराप्रमाणे ऐतिहासिक साधनांच्या मार्गदर्शनानुसार ही व्यक्ती आणि इतर ऐतिहासिक प्रसंग चित्रित केले पाहिजेत. माझ्या कादंबरीतील पात्रे जी भाषा बोलतात आणि कृती करतात ती भाषा आणि कृती माझ्या कल्पनासृष्टीतील नसून इतिहासाधिष्ठित आहे. प्रस्तुत कादंबरी लिहिण्याकरता मी जी साधने गोळा केली, त्यांचे एक ग्रंथालयच निर्माण झाले आहे. सदरहू ग्रंथांचा मी येथे नामनिर्देश करू इच्छित नाही; परंतु मला त्यांचा उपयोग झाला हे मात्र येथे नमूद करणे अगत्याचे आहे.)

टॉलस्टॉयने 'युद्ध आणि शांतता' ही कादंबरी लिहिण्यासाठी किती परिश्रम केले त्याचा ऊहापोह माझ्या 'कोंदणातील हिरे' या पुस्तकातील 'टॉलस्टॉय'च्या

व्यक्तिरेखेत आला असल्याने, त्याची पुनरुक्ती मी या प्रस्तावनेच्या विस्तारभयास्तव करू इच्छित नाही.

माझी 'चंबळेच्या पलीकडे' ही पहिली कादंबरी प्रकाशित झाली, तेव्हा मराठीत प्रकाशित झालेल्या आणि होत असलेल्या परंपरागत ऐतिहासिक कादंबऱ्यांत ती बसू शकत नव्हती, म्हणून काही समीक्षकांनी तिचा अंतर्भाव बखरीमध्ये केला; परंतु मराठ्यांच्या इतिहासातील ज्या कालखंडाच्या पार्श्वभूमीवर ही कादंबरी अधिष्ठित आहे, त्या कालखंडाचे आलोडन ज्यांनी केले आहे, त्यांना मात्र या कादंबरीत ग्रथित केलेल्या ऐतिहासिक घटना इतिहासनिष्ठ आहेत हे मान्य करावे लागेल.

'चंबळेच्या पलीकडे' ही कादंबरी इतिहासनिष्ठ आणि वास्तववादी असली, तरी एखाद्या साहित्यकृतीच्या अनुकरणाने ती लिहिलेली नाही, हे कुठलाही जाणकार सांगू शकेल; परंतु दुर्दैवाची गोष्ट अशी की, मराठ्यांच्या इतिहासाचे आलोडन केलेली जाणकार मंडळी आज फार विरळा म्हणणे क्रमप्राप्त आहे. या संदर्भात प्रस्तुत कादंबरीच्या काही वाचकांची मला जी पत्रे आली, त्यांपैकी एक-दोन पत्रांचा मला येथे उल्लेख करावासा वाटतो. उदाहरणार्थ, मुंबई शहरातील एका माध्यमिक शाळेचे मुख्याध्यापक श्री. के. जी. कुलकर्णी हे आपल्या पत्रात म्हणतात : 'आज महाराष्ट्रातील विद्यार्थ्यांना असल्या कादंबऱ्यांची गोडी नाही; पण ती लावावयास पाहिजे, नाही तर भविष्यकाळ भेसूर आहे असे वाटावयास लागते. मी एका शाळेचा मुख्याध्यापक आणि मराठीचा शिक्षक आहे. आज मुलांच्या पुढे योग्य पुस्तकेही नाहीत, तर ती काय वाचणार आणि त्यांना नावे तरी का ठेवा, असे माझे मत आहे.' हे झाले एका शिक्षकाचे मत. आता एक विद्यार्थी काय म्हणतो पाहा : 'कादंबरी दोनच दिवसांपूर्वी मिळाली. सबंध दिवस बसून ती वाचली. कादंबरी अत्यंत सुंदर आहे आणि आपल्या प्रकाशकांच्या अपेक्षेपेक्षा कादंबरीचे स्वागत झाले; पण आपली कादंबरी संपविल्यावर दोन प्रश्न माझ्यासमोर उभे राहिले, ते येथे लिहितो. आपण त्यांची उत्तरे द्याल अशी अपेक्षा करतो.' :

(१) पूर्वी झालेल्या चुका पुन्हा होऊ नयेत, किंबहुना त्या टाळण्यासाठीच इतिहास लिहिला जातो; असे असताना राज्यकर्ते ऐतिहासिक घटनांपासून बोध का घेत नाहीत? (२) आपण कादंबरीत हिंदुस्थान म्हणजे कोणता भाग गृहीत धरला आहे? (उत्तर भारत हाच हिंदुस्थान असा आपल्या लिहिण्याचा उद्देश आहे काय?)

आपण आता संताजी-धनाजी यांच्या जीवनावर व स्वामिनिष्ठ बाजी प्रभू अशा दोन कादंबऱ्या लिहाव्यात अशी नम्र विनंती आहे.'

या विलक्षण तरुण पत्रलेखकाचे नाव भाई मकरंद कारेकर हे असून तो रत्नागिरी जिल्ह्यातील एका दूरच्या भागातील आहे. आज हा विद्यार्थी कॉलेजमध्ये असेल किंवा पदवीधरही झाला असेल; परंतु ग्रामीण भागातील असूनही त्याने

इतिहासाविषयी चोखंदळ वृत्ती दाखवून आपल्या शंका विचारल्या, त्याबद्दल मला त्याचे कौतुक करावेसे वाटते.

वानगीदाखल प्रस्तुत दोन पत्रांतील काही भाग उद्धृत केला. 'चंबळेच्या पलीकडे'संबंधी पुष्कळ पत्रे माझ्या संग्रही आहेत. ती बहुतांशी शिक्षणक्षेत्रातील व्यक्तींनी आणि विद्यार्थ्यांनी लिहिलेली आहेत. या सर्व पत्रांवरून निर्विवादपणे एक गोष्ट मला आकलन झाली की, ज्या महाराष्ट्राने इतिहास घडविला त्या महाराष्ट्राचा संपूर्ण इतिहास मराठी वाचकांना अद्याप अज्ञात आहे.

सर्वसाधारणपणे अशी समजूत आहे की, पानिपतच्या लढाईनंतर मराठ्यांचे साम्राज्य रसातळास गेले. ही समजूत आमच्या इतिहासकारांनी इंग्रजी लेखकांचे विचार ग्राह्य मानून आपल्या लिखाणातून प्रसृत केली; परंतु ती चुकीची आहे. मराठ्यांचे साम्राज्य पानिपतच्या लढाईनंतरच्या तीस-बत्तीस वर्षांतच अस्तित्वात आले; परंतु दुर्दैवाची गोष्ट ही की, मराठी सत्तेच्या पुनरुत्थानाचा हा तेजस्वी आणि देदीप्यमान इतिहास मराठीत उपलब्ध नाही. 'चंबळेच्या पलीकडे' या कादंबरीत तो सुसूत्रपणे सांगण्यात आला आहे.

'महापर्व' या कादंबरीची कथादेखील 'चंबळेच्या पलीकडे'हून वेगळी नाही. मराठ्यांच्या स्वातंत्र्ययुद्धाचा रोमहर्षक इतिहास या कादंबरीत रंगविण्यात आला आहे; परंतु 'चंबळेच्या पलीकडे'तील इतिहासाप्रमाणे हा इतिहासदेखील मराठी वाचकांना अद्याप उपलब्ध झालेला नाही. तो विखुरलेला इतिहास या कादंबरीत ग्रथित करण्यात आला आहे.

संभाजी महाराजांच्या हत्येनंतर शिवाजी महाराजांनी स्थापन केलेले हिंदवी स्वराज्य मोगल सैनिक आपल्या घोड्यांच्या टापांखाली तुडवीत होते. या कठीण काळात महाराष्ट्राचे शौर्य, चिकाटी आणि जिद्द कसोटीस लागली. मराठ्यांना चिरडून टाकण्यासाठी औरंगजेब पाव शतकाहून अधिक काळ दख्खनमध्ये ठाण मांडून होता. कुणीही जेता इतका प्रदीर्घ काळ आणि इतके प्रचंड सैन्य घेऊन एका देशात जितांचे दमन करण्यासाठी राहिल्याचा पुरावा आढळत नाही. औरंगजेबाचे लढाऊ सैन्य चार-पाच लक्ष जरी असले, तरी तितकेच बिगर लढाऊ लोक या सैन्याबरोबर होते. म्हणजे सुमारे दहा लक्ष मोगल महाराष्ट्रात वीस-पंचवीस वर्षे धुमाकूळ घालीत होते. या प्रचंड सैन्याला महाराष्ट्राने अत्यंत धैर्याने, धीमेपणाने आणि निधड्या छातीने जो सामना दिला, त्याला जगाच्या इतिहासात तोड नाही. दहा लक्ष लोकांनी सतत पंचवीस वर्षे महाराष्ट्रात जो अनर्थ माजविला, त्याचा विचार केला की, महाराष्ट्राच्या लढाऊ बाण्याबद्दल मन थक्क झाल्यावाचून राहत नाही. महाराष्ट्रापासून जिंजीपर्यंतच्या हजारो मैलांच्या टापूत मोगल आणि मराठे यांचे तुमुल युद्ध चालू होते.

पहिल्या आणि दुसऱ्या महायुद्धांच्या इतिहासाची दोन पुस्तके मी लिहिली आहेत. नेपोलियनच्या रशियावरील स्वारीचा इतिहासही मला माहीत आहे. गेल्या दोन्ही महायुद्धांत जर्मन सैन्याने व्यापलेल्या प्रदेशातील जनतेचा प्रतिकार कसा कोलमडून पडला आणि ती कशी हवालदिल झाली, तो इतिहास मशहूरच आहे. नेपोलियन तीन लक्ष सैन्य घेऊन रशियाच्या स्वारीवर गेला आणि तीन महिन्यांच्या आत मॉस्को शहर घेऊन माघारी परतला; परंतु ही मोहीम जगाच्या इतिहासाला कलाटणी देणारी म्हणून मानली जाते. असे जर असेल, तर मराठ्यांनी औरंगजेबाशी जो यशस्वी सामना दिला तो सामना हिंदुस्थानचे भवितव्य ठरविणारा आहे असे मानता येईल की नाही? औरंगजेबाने मराठ्यांना जर चिरडून टाकले असते, तर हिंदुस्थानचे काय झाले असते?

मी जेव्हा जगातील काही पराक्रमी लोकांच्या इतिहासाशी मराठ्यांच्या इतिहासाची तुलना करतो, तेव्हा मराठ्यांच्या इतिहासासारखा तेजस्वी इतिहास निर्माण करणारे फारच थोडे लोक मला आढळून येतात; परंतु दुर्दैवाची गोष्ट ही की, महाराष्ट्राचा हा अभूतपूर्व आणि देदीप्यमान इतिहास लिहिणारा प्रतिभाशाली इतिहासकार अद्याप जन्मास आलेला नाही.

औरंगजेब हा एक हट्टी व आढ्यतेखोर बादशहा होता. जे अशक्य ते शक्य करण्याची त्याची ईर्षा. त्याच्या सुदैवाने त्याची महत्त्वाकांक्षा बहुतांशी फलद्रूप झाल्याने आणि आपल्या कर्तुमकर्तुम् सामर्थ्यावर त्याचा विश्वास बसल्याने मराठ्यांना चिरडून टाकण्याची मोहीम त्याने हाती घेतली. मराठ्यांचा इतिहास, त्यांचे मानसशास्त्र आणि त्यांचा स्वभाव यांचा अभ्यास करण्याची आवश्यकता त्याला भासली नाही. तो स्वतःला पंडित म्हणवून घेत असे. इतिहासाचे परिशीलन त्याने केले होते, असा पुरावा उपलब्ध आहे आणि तरीही सत्तेच्या उन्मादाच्या भरात मराठ्यांवरची मोहीम त्याने हाती घेतली. त्याने मराठ्यांना चुचकारून त्यांना आपल्या अंकित करण्याचे तंत्र अवलंबिले असते, तर त्यात तो यशस्वी होऊन आपले अफाट साम्राज्य अबाधित राखू शकला असता; परंतु विवेक हा शब्दच मुळी त्याला ठाऊक नव्हता.

सुविख्यात चिनी प्रवासी ह्युएनत्संग याने सुमारे तेराशे वर्षांपूर्वी मराठ्यांविषयी लिहून ठेवले आहे. तो म्हणतो –

"The natives are tall and haughty and supercelious in character. Whoever does them a service may count on their gratitude, but he that offends them will not escape their revenge. If anyone insults them they will risk their lives to wipe out that affront...In battle they pursue the fugitives but do not sly those who give themselves up. When a general has lost a battle instead of punishing him corporally they make him wear woman's clothes and by that force him to sacrifice his own life."

(महाराष्ट्रीय हे उंचेपुरे आणि स्वभावाने गर्विष्ठ व स्वाभिमानी आहेत. त्यांच्या कुणी उपयोगी पडल्यास ते त्याच्याविषयी मनातून नेहमीच कृतज्ञता बाळगतील. मात्र, त्यांचा कुणी अपमान केल्यास ते त्याचा बदला घेतल्यावाचून राहणार नाहीत. त्यांची कुणी कुरापत काढली तर ते आपल्या जिवाची पर्वा न करता त्याच्यावर तुटून पडतील. लढाईत ते पळपुट्या शत्रूचा पाठलाग करतील; परंतु शरणागताला ठार करणार नाहीत. त्यांचा एखादा सेनापती लढाईतून पळून आला, तर ते त्याला शारीरिक शिक्षा करणार नाहीत; पण त्याला बांगड्या अर्पण करून रणक्षेत्रावर परत जाऊन लढतालढता धारातीर्थी देह ठेवण्यास लावतील.)

शिवाजी महाराजांनी हिंदवी स्वराज्याची उभारणी करण्यापूर्वी मराठ्यांची कर्तबगारी दख्खनमधील सुलतानशाह्यांच्या वृद्धीस कारणी लागली. हे सर्व सुलतान औरंगजेबाहून शहाणे आणि धोरणी असल्याने मराठ्यांना आंजारून-गोंजारून त्यांनी त्यांच्याकडून आपल्या शाह्यांचा विस्तार करून घेतला; परंतु स्वराज्यामध्ये स्वातंत्र्याची गोड फळे चाखल्यावर मराठ्यांना पुन्हा पारतंत्र्यात लोटण्याची कुणाला छाती झाली नाही. औरंगजेबाच्या बलाढ्य सत्तेला त्यांनी सत्तावीस वर्षे जी झुंज दिली, त्याचे इंगित मराठ्यांच्या स्वातंत्र्यप्रियतेत आहे. त्यांनी सत्तावीस वर्षांच्या स्वातंत्र्ययुद्धात ज्या झंझावाती घोडदौडी केल्या त्याची वर्णने युरोपियन लेखकांनी केली आहेत. उदाहरणार्थ, आंग्ल इतिहासकार Vincent Smith हा 'Akbar the Great Moghul' या अकबराच्या चरित्रात अकबराचे सैन्य आणि मराठ्यांचे घोडदळ यांची तुलना करताना म्हणतो –

"Akbar's military organization was intrinsically weak although it was better than that of his happy go lucky neighbours. His army would not have stood for a moment against the better kinds of European troops. Whenever his officers ventured to attack the portuguese settlements they failed disastrously. **If Akbar had the misfortune to encounter the Maratha light horse, it is possible that he might not have fared much than his great grandson did."**

(अकबराच्या सैन्याची रचना मूलतःच कमकुवत होती. मात्र, त्याच्या खुशालचेंडू शेजाऱ्यांच्या सैन्याहून त्याचे सैन्य चांगले होते हे खरे. त्याचे सैन्य उत्कृष्ट युरोपियन सैन्यासमोर टिकाव धरू शकले नसते, हे त्याच्या सैन्याने पोर्तुगीज ठाण्यांवर हल्ला केला असता त्याला जी माघार घ्यावी लागली, त्यावरून सिद्ध होते आणि त्याच्या

दुर्दैवाने मराठा घोडदळाशी जर त्याच्या सैन्याची गाठ पडली असती, तर याच्या नातवाच्या (औरंगजेबाच्या) सैन्याने जो पराक्रम केला, त्याहून या सैन्याने मोठा पराक्रम केला असता असे वाटत नाही.)

म्हणजे औरंगजेबाचे सैन्य अकबराच्या सैन्याहून विशेष चांगले नव्हते, हे प्रस्तुत उताऱ्यावरून सिद्ध होते आणि नंतर मनाला चुटपुट लागते ती ही की, मुसलमानांच्या आगमनापूर्वी मराठे जर संघटित असते आणि शिवाजी महाराजांसारखा महान नेता जर त्यांना त्या वेळी लाभला असता, तर भारताचा इतिहास आज वेगळा झाला असता.

'Mediaeval India under Mohamadan Rule' ग्रंथाचे लेखक Stanley-Lane-Poole मराठ्यांविषयी प्रस्तुत ग्रंथात म्हणतात : "To fight such people was to battle with the air or to strike blows upon water. The Moghul might hold as much as ground as his camp and cities covered, but the rest of the Deccan was in the hands of the Marathas."

(अशा लोकांशी युद्ध करणे म्हणजे वाऱ्याशी लढणे अथवा पाण्यावर वार करण्यासारखे होते. मोगलांच्या हाती फक्त त्यांच्या छावणीच्या आजूबाजूचा मुलुख आणि शहरे तेवढी होती. दख्खनच्या उर्वरित प्रदेशावर मराठ्यांचा कब्जा होता.)

आता मराठ्यांचे राज्य घेणारा एक इंग्रज मुत्सद्दी माउन्ट स्टुअर्ट एल्फिन्स्टन हा 'History of India' या आपल्या ग्रंथात मराठा घोडदळाच्या तुफानी हल्ल्याचे वर्णन कसे करतो पाहा :

"Nothing can be more magnificent than this sort of charge. Even the slow advance of such a sea of horsemen has something in it more than usually impressive, and when they move on at speed the thunder of the ground, the flashing of their arms, the brandishing of their spears, the agitation of their banners rushing through the wind, and the rapid approach of such countless multitude produce sensation of grandeur which the imagination cannot surpass.

Their mode is to charge the front and the flanks at once; and the manner in which they perform this manoeuvre has sometimes called forth the admiration of their European antagonists. These chages though grand are ineffectual against regular troops, unless they catch them in a moment of confusion, or when they have been thinned by the fire of cannon."

(अशा प्रकारच्या हल्ल्यांहून आणखी काही भव्य असू शकेल असे वाटत नाही. या समुद्ररूपी घोडदळाची गती मन थक्क करणारी असते आणि ते ज्या वेळी घोड्यांना टाच देतात, तेव्हा घोड्यांच्या टापांचा जमिनीवर होणारा आवाज, त्यांची तळपती हत्यारे, त्यांचे लखलखते भाले, हवेत फडकणाऱ्या त्यांच्या पताका आणि या मानवरूपी महासागराचे वायुवेगाने होणारे आगमन मनावर असा काही परिणाम करते की, याहून आणखी काही भव्य असू शकेल का, असा संभ्रम पडतो.

एकाच वेळी समोरून आणि दोन्ही बाजूंनी तुटून पडण्याचे त्यांचे तंत्र असते. त्यांच्या त्या हल्ल्यांबद्दल त्यांच्या युरोपियन शत्रूंना त्यांचे कौतुक वाटते; परंतु कवायती फौजांपुढे त्यांचे हल्ले यशस्वी होत नाहीत. फक्त त्यांच्यामध्ये गोंधळ माजला अथवा तोफांच्या भडिमाराने ते गारद झाले तरच ते हल्ले यशस्वी होतात.)

इटालियन प्रवासी निकोलाय मानुश्शी यानेही मराठ्यांच्या युद्धतंत्राचे वर्णन आपल्या 'Storia de Mogor' या ग्रंथात केले आहे. मानुश्शी औरंगजेबाच्या सैन्यात तोफखान्यावर गोलंदाज म्हणून आणि वैद्य म्हणून नोकरीला होता. तो म्हणतो की, 'औरंगजेबाचे दरसाल एक लक्ष सैन्य मरण पावत आहे आणि हत्ती, घोडे, बैल, उंट वगैरे भारवाहक जनावरे जी मृत्युमुखी पडतात, त्याची गणतीच नाही. अब्जावधी रुपयांचा चुराडा करून आणि लक्षावधी माणसांचे बलिदान करून औरंगजेबाने हे प्रदीर्घ युद्ध चालू ठेवले आहे आणि ते केवळ वैयक्तिक प्रतिष्ठेसाठी, कारण त्याला माहीत आहे की, आपण मराठ्यांशी समेट करून जर माघारी परतलो, तर आपला 'आलमगीर' हा किताब नामशेष होऊन आपले साम्राज्यही रसातळास जाईल.' औरंगजेबाच्या अखेरच्या दिवसांतील स्थितीचे वर्णन 'Mediaeval India under Mohamadan Rule' या ग्रंथात असे केले आहे.

"प्रेमास पारख्या झालेल्या एकलकोंड्या आयुष्याचा शेवट जवळ आला होता. अखेरच्या काही वर्षांत प्रत्येक गोष्टीत अपयश दृग्गोचर होत होते. बादशहाच्या गैरहजेरीत उत्तरेत सर्वत्र अंदाधुंदी माजली होती. दख्खन तर ओस पडलेच होते. मराठा घोडदळाच्या टापांखाली तुडवली गेलेली शहरे आणि जाळली गेलेली खेडी याशिवाय अन्य काही दृष्टोत्पत्तीस येत नव्हते. मोगल सैन्याचे नैतिक धैर्य खचल्याने ते गर्भगळित झाले होते. मराठे इतके निर्भय बनले होते की, ते बादशहाच्या छावणीवर बेधडकपणे हल्ले चढवून त्याच्या टिवल्या-बावल्या करीत होते. त्यांनी मोगलांमध्ये एवढी दहशत निर्माण केली होती की, हत्यारी माणसांच्या पहाऱ्याविना कुणीही बादशहाच्या छावणीतून बाहेर पडण्यास धजत नसे."

मराठ्यांनी मोगलांवर हा जो वचक निर्माण केला, त्याचे श्रेय संताजी आणि धनाजी या जोडगोळीला दिले पाहिजे. त्यातल्या त्यात संताजीचाच पराक्रम या बाबतीत अधिक उठून दिसतो. मोगलांना जेरीस आणण्याचे एक स्वतंत्र युद्ध-तंत्र

संताजी घोरपडे यांनी निर्माण केले होते. आपल्या निधनापूर्वी त्यांनी मोगलांची हाडे पुरतीच मऊ केली होती.

संताजी घोरपडे यांच्यासारखे भीमकाय पराक्रमी महावीर इतिहासात क्वचितच जन्मास येतात; परंतु अशा या नरशार्दूलाच्या नशिबी सामान्य मारेकऱ्यांकरवी मृत्यू यावा, हा नियतीचा क्रूर खेळ म्हटला पाहिजे. संताजींना हे देहान्त प्रायश्चित्त मिळण्यास जे कारण घडले, ते काय, तर त्याच्याकडून स्वामीला उलटा जबाब मिळाला, हे. राजा कधी चुकत नसतो आणि त्याच्या चुकांची कुणी उजळणी केली, तर त्याला शिक्षा झाल्यावाचून राहत नाही. राजाच्या चुकांचे पाढे वाचण्याचा प्रमाद संताजीच्या हातून घडला, त्याबद्दल त्याला घोर प्रायश्चित्त मिळाले. त्याचे सेनापतिपद गेले आणि त्याच्या शत्रूच्या मारेकऱ्यांकडून त्याचा खून झाला; परंतु राजाचा अपमान केल्याबद्दलच्या बंडखोरीतून त्याची अद्यापही मुक्तता झालेली दिसत नाही. त्याच्या पार्थिव देहावर ज्या ठिकाणी अंत्यसंस्कार घडला, त्या जागेवर त्याची स्मृती म्हणून कुणी एक चिराही उभारलेला नाही आणि एकाही मराठी शाहिराला त्याच्या अतुल पराक्रमाची स्तोत्रे गाण्यास स्फूर्ती झालेली नाही. संताजीचा पराक्रम एवढा थक्क करणारा आहे की, असा वीर खरोखरच होऊन गेला का, असा संभ्रम कालौघात पुढच्या पिढ्यांच्या माणसांना पडल्यावाचून राहणार नाही.

संताजीच्या अतुल पराक्रमाचा जेव्हा मी विचार करतो, तेव्हा पाश्चिमात्य साहित्यात अधूनमधून ज्याचे नाव आढळते, त्या व्हॅलेंस्टेइन (Wallenstein) या जर्मन योद्ध्याशी मला संताजीची तुलना करावीशी वाटते. 'हब्स्बर्ग' घराण्यातील जर्मन सम्राट 'फेर्डिनांड' दुसरा याच्या सिंहासनाला जेव्हा धोका निर्माण झाला, तेव्हा व्हॅलेंस्टेइन त्याच्या रक्षणार्थ पुढे सरसावला. त्याने स्वतः सैन्य उभारून फेर्डिनांडच्या शत्रूंचा अनेक यशस्वी लढायांमध्ये पराभव केला; परंतु फेर्डिनांडच्या मनात व्हॅलेंस्टेइनविषयी असूया निर्माण होऊन तो त्याच्या मर्जीतून उतरला. हा पराक्रमी योद्धा आपणास पदच्युत तर करणार नाही ना, अशी भीती त्याला वाटू लागली आणि त्या भीतीच्या पायी त्याने मारेकरी घालून व्हॅलेंस्टेइनचा खून केला.

व्हॅलेंस्टेइनचा पार्थिव देह नष्ट झाला; परंतु त्याचा पराक्रम अमर राहिला. अनेक युरोपियन लेखक-कवींनी त्याच्या पराक्रमाचे पोवाडे गायले. त्यात जर्मन कविश्रेष्ठ 'शीलर' याचे व्हॅलेंस्टेइनच्या जीवनावर आधारित शोकांतिक काव्यनाट्य (Opera) श्रेष्ठ मानले जाते.

व्हॅलेंस्टेइन आणि संताजी या दोघांच्या जीवनचरित्रात मोठे साम्य आहे. दोघेही राजासाठी लढले आणि राजापायी सामान्य मारेकऱ्यांकडून मारले गेले; परंतु व्हॅलेंस्टेइनला युरोपियन साहित्यात अजरामर करणारा 'शीलर'सारखा असामान्य प्रतिभेचा कवी भेटला, तर संताजी घोरपडे उपेक्षित राहिले.

शेवटी 'भद्रकाली' म्हणून विशेषनाम प्राप्त झालेल्या महाराणी ताराबाईंच्याही पराक्रमाविषयी येथे थोडा ऊहापोह करणे आवश्यक आहे. ताराबाई भारतीय साहित्यात तर अमर झाल्या आहेतच; परंतु पोर्तुगीज साहित्यातही त्यांच्या कर्तबगारीचा उल्लेख ज्युलियु दांताश (Julio Dantas) या नावाच्या लेखकाने आपल्या ग्रंथात केला आहे.

राजाराम महाराजांच्या अकाली निधनानंतर मराठ्यांचा प्रतिकार कोलमडून पडण्याच्या बेताला आला होता. अशा आणीबाणीच्या प्रसंगी ताराबाईंचे खंबीर नेतृत्व जर मराठ्यांना लाभले नसते, तर ते औरंगजेबास नामोहरम करू शकले असते की काय, याची शंका आहे. महाराणी ताराबाई यांनी औरंगजेबाशी रणांगणात आणि मुत्सद्देगिरीतही यशस्वीपणे दोन हात केले. त्यांनी कुणाचीच गय केली नाही. मोठमोठ्या सरदारांना आणि मुत्सद्द्यांना त्यांनी वठणीवर आणले. त्यांच्या कारकिर्दीची सात वर्षे म्हणजे मराठ्यांच्या इतिहासातील एक अत्यंत आणीबाणीचा कालखंड म्हणून समजला जातो.

ताराबाईंनी मराठ्यांच्या युद्ध-तंत्रातही क्रांतिकारक बदल केला. त्यांच्यापूर्वी मराठे, शिवाजी महाराजांनी निर्माण केलेल्या गनिमी युद्ध-तंत्राचा अवलंब करीत. ताराबाईंनी मोगलांशी समोरासमोर लढण्याच्या तंत्राचा अवलंब केला. या बाबतीत मानुश्शी म्हणतो,

"These Maratha leaders and their troops move in these days with much confidence, because they have cowed the Moghul commanders and inspired them with fear. At the present time they possess artillery, musketry, bows and arrows, with elephants and camels for all their baggage and tents... In short they are equipped and move about just like armies of the Moghul. A few years ago they did not march about this fashion." (Storia de Mogor, Vol. III, Pg. 505-506)

(हे मराठे सरदार आणि त्यांचे सैन्य सांप्रत मोठ्या आत्मविश्वासाने वावरत असून, मोगल सरदारांवर त्यांनी मोठाच वचक बसविला आहे. त्यांच्यापाशी तोफखाना, बंदुका, धनुष्य व बाण वगैरे शस्त्रास्त्रे असून आपले डेरे आणि इतर सामान वाहून नेण्यासाठी हत्ती आणि उंट या भारवाहक जनावरांचा ते उपयोग करतात. थोडक्यात सांगायचे झाल्यास त्यांचा सरंजाम आजकाल मोगल सैन्यासारखा असून, त्यांच्या हालचालीही मोगलांसारख्याच आहेत. काही वर्षांपूर्वी त्यांच्या लष्करी हालचाली अशा नव्हत्या.)

मानुश्शीने मराठ्यांच्या लष्करी हालचालींचे हे जे वर्णन केले आहे ते सन

१७०२ ते १७०७ या दरम्यानच्या काळातील आहे. या वर्णनावरून मराठे भारी तोफखाना वापरत असल्याचे सिद्ध होते. शिवाजी महाराजांच्या वेळी मराठे तंबू, राहुट्या यांचा उपयोग करत नसत, केवळ ताराबाईंच्या कारकिर्दीपासून त्यांच्यात या सुधारणा झाल्या.

अखेर मराठी ऐतिहासिक कादंबरीसंबंधाने येथे थोडे निरूपण करणे अगत्याचे आहे. मराठीत ऐतिहासिक कादंबरीला उधाण आले आहे, असा मराठी टीकाकारांचा आणि समीक्षकांचा दावा आहे. या विधानाला माझा आक्षेप आहे. सामाजिक कादंबरीच्या मानाने ऐतिहासिक कादंबरीची निर्मिती मराठीत विशेष झालेली नाही. किंबहुना मला असे सांगायचे आहे की, सर वॉल्टर स्कॉट यांनी जितक्या उत्कृष्ट ऐतिहासिक कादंबऱ्या लिहिल्या, त्याच्या निम्म्यानेही चांगल्या ऐतिहासिक कादंबऱ्या मराठीत उपलब्ध नाहीत. वास्तववादी ऐतिहासिक कादंबरी मराठीत आता कुठे निर्माण होत आहे. महाराष्ट्र हा इतिहास जगलेला खड्गहस्त प्रांत असून भारतातील कुठल्याही प्रांताच्या इतिहासाहून महाराष्ट्राचा इतिहास देदीप्यमान आहे, तेव्हा मराठ्यांचा हा तेजस्वी इतिहास कादंबरीरूपाने मराठी वाचकांना उपलब्ध झाला, तर मराठी साहित्याच्या समृद्धीत मोलाची भर पडल्यावाचून राहणार नाही. प्रतिभाशाली आणि कष्टाळू कादंबरीकारांना हे विशाल क्षेत्र खुले आहे. मराठ्यांचा तेजस्वी इतिहास शब्दांकित करू शकणारे मोठे सोडाच; परंतु सामान्य इतिहासकारही आज मराठीत नाहीत; त्यामुळे मराठी वाचकांना दुधाची तहान ताकावर भागवावी लागत आहे. ज्या महाराष्ट्राने स्फूर्तिदायक इतिहास निर्माण केला, त्या महाराष्ट्रात एकही मोठा इतिहासकार निर्माण होऊ नये हे पाहून मन खिन्न झाल्यावाचून राहत नाही. तरीही मराठी कादंबरीकार इतिहास बिघडवितात असा आरोप केला जात आहे. त्या टीकेला सर वॉल्टर स्कॉट यांच्या पुढील उद्‌गारांनी उत्तर देणे सयुक्तिक ठरेल.

"Better a superficial book, which brings well and strikingly together the known and acknowledged facts, than a dull boring narrative, pausing to see further into a milestone at every moment than the nature of the milestone admits."

(एखाद्या कंटाळवाण्या रटाळ वृत्तान्तापेक्षा ज्यात ज्ञान आणि सर्वमान्य माहिती ठळकपणे संकलित करण्यात आली आहे, असे सामान्य पुस्तक फार चांगले!)

सर वॉल्टर स्कॉट यांनी आपल्या ऐतिहासिक कादंबऱ्यांनी आपल्या वाचकांना इतिहासाभिमुख करून इतिहास हा विषय लोकप्रिय केला, हे मशहूरच आहे. त्यांच्या टीकाकारांनी आणि इतिहासलेखकांनी त्यांच्या कादंबऱ्यांबद्दल नाके मुरडली; परंतु त्यांच्या इतिहासाच्या सेवेचे चीज इंग्लंडकडून झाल्याविना राहिले नाही. 'रॉयल अकादमी'ने त्यांची इतिहासाचे प्राध्यापक म्हणून नेमणूक केली आणि नंतर

त्यांना 'डॉक्टरेट'चा बहुमानही प्राप्त झाला.

असो. मराठ्यांच्या इतिहासातील एका तेजस्वी कालखंडाचा सुसूत्र इतिहास मी प्रस्तुत कादंबरीतून मराठी वाचकांना सादर करीत आहे. मराठ्यांच्या स्वातंत्र्ययुद्धाचा हा कादंबरीच्या माध्यमाद्वारा निवेदन केलेला इतिहास मराठी वाचकांना आवडल्यावाचून राहणार नाही, याबद्दल मी निःशंक आहे. गेली चार-पाच वर्षे या कृतीसाठी मी जे परिश्रम केले ते साकार झाले म्हणून माझे अंतःकरण तृप्त झाले आहे. माझ्या आयुष्यातील हा एक कृतार्थतेचा क्षण आहे असे मी मानतो, कारण मराठ्यांच्या प्रदीर्घ स्वातंत्र्ययुद्धाचा इतिहास लिहिण्याची संधी मला मिळाली.

एखाद्या माणसाच्या जीवनात असे काही क्षण येतात की, त्याबद्दल त्याला स्वतःलाच विस्मय वाटल्यावाचून राहत नाही. मराठ्यांच्या इतिहासातील एक भव्य पार्श्वभूमी असलेले, रोमहर्षक प्रसंगांनी भरलेले नाट्य शब्दांकित करण्याचा मान मला मिळणार आहे, याची मी चार-पाच वर्षांपूर्वी स्वप्नातही कधी कल्पना केली नव्हती.

अखेर या कामास हस्ते परहस्ते ज्यांची मला मदत झाली त्यांचे आभार मानले पाहिजेत. शिवाजी विद्यापीठाचे कुलगुरू डॉक्टर आप्पासाहेब पवार यांचा मराठ्यांच्या इतिहासाचा गाढा व्यासंग मशहूरच आहे; त्यामुळे अशा कार्याला त्यांचा नेहमीच आशीर्वाद असतो. त्यांच्याखेरीज कोल्हापुरातील एक पत्रकार आणि माझे स्नेही श्री. बाळ साटम आणि कोल्हापूर नगरपालिकेचे माजी अध्यक्ष कै. वसंतराव निगडे यांच्याही सद्भावनेचा येथे आवर्जून उल्लेख केला पाहिजे.

श्री. साटम आणि कै. वसंतराव निगडे या दोघांनी मला ही कादंबरी लिहिण्याची विनंती केल्याने मी हे कार्य हाती घेतले. कै. वसंतराव निगडे यांनी तर ही कादंबरी कोल्हापूर नगरपालिका स्वखर्चाने प्रकाशित करील असे एका सभेत जाहीरपणे सांगितले होते; परंतु ही कादंबरी प्रकाशित झालेली बघण्यास आज ते हयात नाहीत म्हणून वाईट वाटते. ही कादंबरी प्रकाशित करण्याचे श्रेय कोल्हापूर नगरपालिकेला जरी लाभले नसले, तरी कोल्हापुरातील एक धडाडीचे तरुण प्रकाशक श्री. अनिलकुमार मेहता यांनी ती कामगिरी उचलली, याबद्दल ते कौतुकास पात्र आहेत.

– स. शं. देसाई

१

चांगोजी काटकर देवडीत येरझारा घालीत होते. त्यांच्या डोक्यात विचारांचे एकच थैमान सुरू होते. 'घात. घात. वज्राघात!' ते पुटपुटत होते. 'राजे, तुम्ही हे काय केलंत! स्वकीयांचा आणि स्वजनांचा सल्ला ठोकरून देऊन तुम्ही कबजी बावाच्या आहारी गेलात. त्यांच्या आग्रहास्तव संगमेश्वरी जाऊन राहिलात आणि गनिमांच्या दगाबाज सापळ्यात जाऊन अडकलात. हा घात तुमचा नाही, आमचा नाही, तो स्वराज्याचा आणि थोरल्या महाराजांच्या पवित्र सिंहासनाचा आहे.'

देवडीतील दिवट्यांच्या लालसर प्रकाशात चांगोजी काटकरांची चर्या भयंकर संतप्त वाटत होती. त्यांच्या अंतःकरणात उठलेल्या वादळाचं प्रतिबिंब त्यांच्या चर्येवर दृग्गोचर झालं होतं. देवडीच्या चतकोर जागेत एखाद्या कळसूत्री बाहुल्याप्रमाणे ते इकडून तिकडे आणि तिकडून इकडे फिरत होते. त्यांच्या येरझारांना आता गती आली होती.

रायगडाचा किल्लेदार म्हणून संभाजी महाराजांच्या अटकेची वार्ता त्यांना सर्वप्रथम कळविण्यात आली होती, कारण राजधानीच्या आणि राजघराण्यातील माणसांच्या रक्षणाची जिम्मेदारी त्यांच्याकडे होती. ती जबाबदारी लढाईचे नेतृत्व करणाऱ्या एखाद्या कसलेल्या सेनापतीच्या जबाबदारीहून कमी महत्त्वाची नव्हती, कारण संभाजी महाराजांनी आपल्या अल्प कारकिर्दीत जेवढा अतुल पराक्रम केला, तेवढेच प्रमाद त्यांच्या हातून घडले असल्याने, त्यांच्या गिरफदारीची वार्ता प्रसृत होताच त्यांच्या हितशत्रूंना हर्षवायू होऊन त्यांच्या हातून त्या भरात 'राजिका'सारखा अनर्थ घडण्याचा संभव होता. ते संकट संभाजी महाराजांच्या गिरफदारीच्या संकटाहून

मोठे होते.

चांगोजी काटकरांच्या अंतश्चक्षूंसमोर ते संभाव्य संकट ढोलीतील घुबडाप्रमाणे आपले काळे पंख फडफडून उठले. त्यांचे अंग एकदम शहारले, ते भयचकित झाले. जुन्या स्मृती जाग्या झाल्या. तो रक्तरंजित इतिहास त्यांच्या अंतश्चक्षूंसमोर उभा राहिला. संभाजी महाराजांच्या कारकिर्दीची सुरुवात हत्याकांडाने झाली होती. भिंतीत चिणून मेलेल्यांचे, कडेलोट झालेल्यांचे व हत्तीच्या पायी गेलेल्यांचे आत्मे विकट हास्य करीत असल्याचा भास चांगोजी काटकरांना झाला. त्या मृतात्म्यांच्या प्रियजनांनी महाराजांच्या गिरफदारीची वार्ता कळताच आनंद साजरा करून बंडाळी माजविल्यास आश्चर्य करण्याचे कारण नव्हते. चांगोजी काटकरांना त्या भावी अराजकाची कल्पना आली. तो अनर्थ टाळण्याकरता आपण त्वरित हालचाल केली पाहिजे हे त्या थोरल्या महाराजांच्या जुन्या सहकाऱ्याने आणि महाराजांच्या पवित्र सिंहासनाच्या अभिमान्याने ताडले आणि ही महान जबाबदारी पेलण्याची ताकद त्यांच्या अंगी होती म्हणूनच नाही का रायगडाचे किल्लेदार म्हणून त्यांची नेमणूक करण्यात आली होती? त्यांच्या सचोटीवर, पराक्रमावर आणि कर्तबगारीवर महाराजांचा पूर्ण विश्वास होता.

थोरल्या महाराजांच्या मृत्यूनंतर संभाजी महाराजांनी आपल्या प्रतिस्पर्ध्यांचा पाडाव करून रायगडाचा कबजा केला, तेव्हा त्यांनी गडाचे दरवाजे उघडून संभाजी महाराजांचे स्वागत केले होते, कारण संभाजी महाराज कसेही असले तरी थोरल्या महाराजांच्या नंतर राज्याचे धनीपण त्यांच्याकडे आले पाहिजे ही त्यांची रास्त समजूत होती. त्या वेळी राज्याच्या सेवकांच्या मनात निष्ठेबाबत जी दोलायमान अवस्था निर्माण झाली होती, तीत ते अढळ खडकाप्रमाणे संभाजी महाराजांच्या बाजूने उभे राहिले होते आणि संभाजी महाराजांनी त्यांच्या या निष्ठेची तशीच बूज राखली होती. रायगडाची किल्लेदारी त्यांनी त्यांच्याकडे कायम ठेवली होती. शीघ्रकोपाच्या भरात संभाजी महाराजांनी अनेकांना दुखावले होते, अनेकांचा पाणउतारा केला होता; परंतु त्यांच्या वाटेला मात्र ते कधीच गेले नव्हते. चांगोजी काटकरांच्या अंतश्चक्षूंसमोर संभाजी महाराजांच्या अल्प कारकिर्दीचा तेजस्वी आणि भव्य कालपट दारूकामाच्या आतषबाजीप्रमाणे उभा राहिला. संभाजी महाराज म्हणजे एक अग्निशिखा होती. त्यांचा पराक्रम सहस्त्ररश्मी भास्कराच्या तेजासमान देदीप्यमान होता. स्वराज्याच्या क्षितिजावर उगवलेला तो उग्र मंगल तारा होता की, जो आपल्या अपूर्व तेजाची झळाळी दाखवून अनंत आकाशात अंतर्धान पावत होता.

संभाजी महाराजांच्या आठवणीने कर्तव्यकठोर चांगोजी काटकरांचा कंठ रुद्ध झाल्यावाचून राहिला नाही. त्यांनी आपल्या उजव्या हाताची तर्जनी व मधले बोट यांनी डोळे चटकन दाबले.

संगमेश्वरहून संभाजी महाराजांच्या गिरफदारीची वार्ता घेऊन आलेले हरकारे चांगोजी काटकरांच्या कळसूत्री हालचालीकडे उत्कंठापूर्ण नजरेने एकटक पाहत राहिले होते. त्या उग्र चर्येच्या नेकजात सेवकाच्या डोक्यात कशाचे काहूर उठले आहे, त्याची त्यांना कल्पना आली होती. चिरागदानाच्या लालसर प्रकाशात किल्लेदाराच्या चर्येवर वारंवार प्रतिबिंबित होणाऱ्या भावांचे ते निरीक्षण करीत होते. अकस्मात गडावरील पहारेकऱ्यांनी दिलेल्या 'हुश्शाऽऽर'च्या इशाऱ्याने चांगोजी काटकर एकदम भानावर आले. त्यांची दृष्टी हरकाऱ्यांकडे गेली. ते चपापून म्हणाले,

"तुम्ही अजून इथं?" त्यांच्या स्वरात दिलगिरी होती.

"जाण्याचा हुकूम झाला नाही, सरकार." हरकारे म्हणाले.

"तुम्ही जा. विश्रांती घ्या; पण महाराजांच्या गिरफदारीची कुणाशीच वाच्यता करू नका."

"जी सरकार, आम्ही आपल्या आज्ञेबाहेर नाही." हरकारे म्हणाले व चांगोजी काटकरांना मुजरा करून ते देवडीबाहेर पडले.

सरत्या पौषाच्या कडाक्याच्या थंडीत अख्खी राजधानी चिडीचिप झाली होती. अरबी समुद्रावरून वाहणारे पहाटेचे चावरे वारे अंगाला झोंबत होते. अशा थंडीत घराबाहेर पडणे कुणाला नकोसे वाटणे स्वाभाविक होते; परंतु चांगोजी काटकरांना घराबाहेर पडण्याशिवाय गत्यंतर नव्हते; कारण संभाजी महाराजांच्या गिरफदारीमुळे निर्माण झालेल्या परिस्थितीला ते एकटे तोंड देऊ शकत नव्हते. त्यांना सल्ला हवा होता, मदत हवी होती.

चांगोजी काटकरांनी आपल्या झग्यावरून हात फिरविला, कमरेची तलवार चाचपून बघितली, डोईचे पागोटे नीट बसविले आणि मांडणीवरील मशाल उचलून ते देवडीबाहेर आले. देवडीवरील लोकरीची बुर्णूस पांघरलेल्या करड्या चर्येच्या पहारेकऱ्याने त्यांना कुर्निसात केला. उत्तररात्री मशाल घेऊन देवडीबाहेर पडणाऱ्या किल्लेदाराकडे नजर जाताच त्या कर्तव्यदक्ष पहारेकऱ्यास आश्चर्य वाटणे स्वाभाविक होते. 'तुमच्या सोबतीला मी येऊ का?' असे त्याला आपणास विचारायचे आहे हे त्याच्या चर्येवरील भावांवरून चांगोजी काटकरांनी ताडले; पण चांगोजींना सोबत नको होती. त्यांनी पहारेकऱ्यास खुणेनेच जागच्या जागी राहावयास सांगितले आणि ते चालते झाले.

कृष्ण पक्षातील क्षयी चंद्रकोर निरभ्र आकाशात दृग्गोचर झाली होती, आकाशाच्या निळ्या छताला लुकलुकणाऱ्या हिरकण्यांच्या कोंदणात ती शोभून दिसत होती. अकस्मात एक तेजस्वी तारा खाली तुटून पडला. विद्युत्पात व्हावा तद्वत. चांगोजी काटकर जागच्या जागी थबकले; 'अशुभ! अशुभ! देवा, आमच्या ताटात काय

वाढून ठेवलेस!' चांगोजी काटकर असह्य होऊन पुटपुटले. मागच्या पावली परत जावे असा विचार त्यांच्या मनाला स्पर्शून गेला; परंतु त्यांना माघारी फिरता येत नव्हते. अशुभाला सामोरे जाण्यावाचून गत्यंतर नव्हते. मन घट्ट करून ते चालू लागले. थोड्याशा अंतरावर एका पहारेकऱ्याने त्यांना हटकले; परंतु त्यांची ओळख पटताच त्याने त्यांना मुजरा केला. त्या मुजऱ्याचा स्वीकार करून ते पुन्हा चालावयास लागले.

चांगोजी काटकर त्या वाड्यासमोर येऊन उभे राहताच, देवडीवरील पहारेकरी त्यांना सामोरा आला. पहाटेच्या समयी किल्लेदारांचे आकस्मिकपणे आगमन झाल्याचे पाहून कोणता तरी गंभीर प्रसंग उद्भवला आहे हे त्या पहारेकऱ्याने ताडले. त्याने मुजरा करताच चांगोजी काटकर त्याला म्हणाले,

"जा, हवालदारांना उठव, मी आलोय म्हणून त्यांना सांग." ती आज्ञा कानी पडताच पहारेकरी त्वरेने वाड्यात निघून गेला. हवालदार येसाजी कंक यांच्या आगमनाची वाट पाहत चांगोजी काटकर त्यांच्या वाड्याच्या देवडीत उभे होते. संभाजी महाराजांच्या गिरफदारीची वार्ता हवालदारांना कशी विदित करावी हे त्यांना कळत नव्हते. काही वेळाने सखलाद पांघरलेले येसाजी कंक देवडीत प्रवेश करते झाले. पहाटेच्या गाढ झोपेतून उठविल्यामुळे त्यांच्या उत्कंठित चर्येवर अद्याप सुस्ती रेंगाळत असलेली दिसत होती. मशालीच्या लालसर प्रकाशात त्यांनी चांगोजी काटकरांकडे प्रश्नार्थक नजरेने बघितले. देवडीवरील पहारेकऱ्यास चांगोजी काटकरांनी दार लावून घेण्याची खूण केली. नंतर ते म्हणाले,

"घात झाला, येसाजीराव!"

ते शब्द देवडीतील गारठलेली गाढ स्तब्धता कापून गेले. येसाजी कंक स्तंभित होऊन चांगोजी काटकरांच्या चर्येकडे पाहतच राहिले. त्यांना त्यांच्या बोलण्याचा बोध झाला नव्हता.

"महाराज तांब्राच्या हाती लागले." चांगोजी काटकर घोगऱ्या आवाजात म्हणाले.

ते शब्द कानी पडताच येसाजी कंकांच्या हृदयाचा एकदम थरकाप उडाला. "काय? महाराज तांब्रास हस्तगत झाले?"

"होय येसाजीराव, महाराज तांब्रास हस्तगत झाले. संताजीराव घोरपडे व बहिर्जीराव घोरपडे या दोघा बंधूंनी ही बातमी आम्हांला कळविण्यासाठी संगमेश्वरहून हरकारे रवाना केले होते. ते मघाशीच इकडे येऊन दाखल झाले. मला काहीच सुचेना; माझं डोकं सुन्न झालंय म्हणून तुमच्याकडे येण्याची त्वरा केली. काहीतरी तातडीचा निर्णय घ्यायला हवा, येसाजीराव."

"पण हे कसं घडलं?" संभाजी महाराजांच्या अटकेच्या आकस्मिक बातमीने

येसाजी कंकांना जो धक्का बसला होता, तो अजून ओसरला नव्हता.

"महाराज निवडक माणसांसह संगमेश्वरला कबजीच्या वाड्यात होते हे तुम्हाला माहीत आहे. शेख निजामाची माणसं त्यांच्या पाळतीवर होती. त्यांनी ही वार्ता त्याला कळविताच तो यत्किंचितही वेळ न गमावता दोन हजार कसलेले स्वार व एक हजार पायदळ घेऊन गुप्तपणे संगमेश्वराला रवाना झाला. महाराजांची अशी समजूत असावी की, आंबाघाटासारखा दुर्गम आणि जंगलमय घाट संगमेश्वरच्या वाटेवर असल्याने शत्रू संगमेश्वरला येण्याचे धाडस करणार नाही; परंतु शेख निजाम हा जिद्दीचा सरदार. बादशहाला हवा असलेला गनीम आपण पकडून दिला, तर तो आपले कोटकल्याण करील, गाजीमध्ये आपला लौकिक होईल अथवा या धाडसात आपण दगावलो गेलो तर शहीद म्हणून आपली कीर्ती होईल व त्यामुळे बादशहा आपल्या मुलाबाळांचे कोटकल्याण करील, या महत्त्वाकांक्षेने प्रेरित होऊन तो महाराजांना पकडण्याच्या मोहिमेवर निघाला."

"पण महाराजांचे गुप्तहेर शत्रूच्या पाळतीवर असता शेख निजाम संगमेश्वराला कसा पोहोचला?" येसाजी कंक यांनी पृच्छा केली.

"महाराजांचे गुप्तहेर सर्वत्र शत्रूची बातमी काढण्यासाठी हिंडत होते. त्यांनी शेख निजाम सैन्य घेऊन संगमेश्वरला येत असल्याची बातमी महाराज व कबजीबावा या दोघांनाही कळविली; परंतु त्या बातमीवर त्यांचा विश्वास बसला नाही. त्यांना कसली भूल पडली कुणास ठाऊक! बातमी घेऊन आलेल्या गुप्तहेरांची त्यांनी उलट थट्टाच केली; त्यामुळे शेख निजाम कोणताच विरोध न होता संगमेश्वराला जाऊन पोहोचला." चांगोजी काटकर आपला संताप गिळीत खिन्न मनाने म्हणाले.

"पण शेख निजाम संगमेश्वराला पोहोचल्यावर तरी महाराजांनी त्याचा प्रतिकार केला की नाही?" येसाजी कंक म्हणाले.

"महाराजांनी खानाचा प्रतिकार केला; पण बैल गेला आणि झोपा केला अशी गत झाली. संगमेश्वराहून आलेले हरकारे म्हणतात की, खानाने आपले सर्व सैन्य गावाबाहेर ठेवून गावाची नाकेबंदी केली आणि निवडक दोनशे माणसे घेऊन तो गावात शिरला. त्याने कबजीबावाच्या वाड्यास वेढा घातला व महाराज आणि कबजीबाबा या दोघांना शरण येण्याचा हुकूम धाडला; पण महाराजांनी शरणागतीचा हुकूम धुडकावून लावून ते कबजीबावासह मोगलांवर चालून आले; परंतु दुर्दैव हात धुऊन त्यांच्या पाठीस लागले होते. ऐन धुमश्चक्रीत बाण लागून कबजीबावाचा हात जायबंदी झाला. महाराज पराक्रमाची शिकस्त करून गनिमाची मुंडकी मारीत त्यांच्या कोंडीतून बाहेर पडण्याची शिकस्त करीत होते. तोच 'मी मागे राहिलो' ही घायाळ कबजीची हृदयाला ठाव घेणारी आरोळी त्यांना ऐकू आली. कबजींना जखमी स्थितीत मोगलांच्या हाती लागू देण्यास महाराजांचे धन्याचे मन तयार

होईना. त्यांनी घोडा मागे खेचला; दुर्दैव त्यांचे! मोगल त्याचीच वाट पाहत होते. त्यांनी एकदम महाराजांची व त्यांच्या बरोबर असलेल्या मूठभर सैनिकांची कोंडी केली. तांब्रांची असंख्य झुंड त्यांच्यावर तुटून पडली. महाराजांचे रक्षण करणारे शूर शिलेदार गनिमास मारतामारता ठार झाले–''

''मग?'' येसाजी कंकांची उत्कंठा शिगेस पोहोचली होती.

''ती हातघाईची चढाई चालू असता मोगल सैनिक जखमी कबजीच्या मुसक्या आवळण्यात गुंतले होते. महाराज मोगलांची कोंडी फोडून आपणाकडे येत असल्याचे कबजींनी पाहिले. त्याबरोबर त्यांच्या जिवाचा एक आकांत उडाला, ते प्राण कंठात आणून ओरडले, ''महाराज, पळा.''

''ती आरोळी महाराजांना ऐकू आली. महाराजांनी घोडा मागे वळवून त्याला टाच दिली. ते विजेच्या चपळाईने मोगलांचे कडे तोडून हां हां म्हणता पसार झाले.''

''वाऽऽ वाऽऽ!'' संभाजी महाराजांच्या पराक्रमाने स्तिमित होऊन येसाजीच्या तोंडून तो सहजोद्‌गार बाहेर पडला.

''पण गनीम सगळीकडे पसरलेला होता. त्यांच्यामधून आपणास सुरक्षितपणे बाहेर पडता येणार नाही हे महाराजांनी ताडले. ते घोड्यावरून उतरले व जवळच्या एका मंदिरात शिरले. तिथे मुक्कामास असलेल्या साधूंना त्यांनी जेव्हा सांगितले की, शत्रू माझा पाठलाग करीत आहे, तेव्हा साधूंनी प्रसंगावधान राखून महाराजांना साधूचा पोशाख पेहरावयास सांगितले. महाराजांनी भगवी कफनी व गळ्यात रुद्राक्षांची माळ घालून कपाळाला भस्माचे पट्टे ओढले. त्या पोशाखात ते साधूंच्या घोळक्यात बेमालूमपणे मिसळून गेले. इकडे शेख निजामाचे सैनिक चवताळलेल्या लांडग्याप्रमाणे त्यांचा तपास करीत होते. मंदिरापासून थोड्याशा अंतरावर त्यांना महाराजांचा घोडा दिसला. घोड्याच्या पायात सोन्याचा तोडा होता. मोगल सैनिकांनी तो पाहिला; त्यावरून त्यांनी ताडले की, महाराज जवळपास कुठंतरी असावेत.''

''अरेरे!'' येसाजी कंक उद्‌गारले.

''मोगल सैनिक महाराजांचा तपास करीत मंदिरात घुसले. त्यांनी तिथल्या साधूंची कसून झडती घेतली. महाराजांना ते ओळखू शकले नसते; परंतु त्यांचे दुर्दैव आड आले. साधूचा पोशाख करण्याच्या गडबडीत ते गळ्यातील मोत्याचा कंठा काढण्यास विसरले, कफनीच्या आत असलेला तो मौल्यवान कंठा पाहून मोगल सैनिकांना जवळजवळ हर्षवायूच झाला. असा भारी किंमतीचा कंठा राजेरजवाडे यांच्याशिवाय आणखी कोण घालणार? मोगल सैनिकांनी महाराजांना तिथल्या तेथे गिरफदार केले व ते त्यांना घेऊन गेले.''

येसाजी कंकांच्या तोंडून उसासा बाहेर पडला.

"तदनंतर महाराजांचे काय झाले ते कळले नाही. ते पकडले गेल्याची बातमी संताजी व मालोजी घोरपडे या बंधुद्वयांना कळताच, त्यांनी त्वरित इकडे हरकारे रवाना केले. मागाहून ते दोघे इकडे निघणार असल्याचे हरकाऱ्यांकडून कळले; परंतु पुढचा विचार काय ते तुम्हाला विचारण्यासाठी मी आलोय, हवालदार."

"आता विचार करण्यास सवड कुठं आहे, चांगोजीराव. राजाराम महाराजांना कैदेतून मुक्त करून राज्यावर आणणे हा एकच उपाय आता उरला आहे. संभाजी महाराजांची तांब्राच्या अटकेतून मुक्तता होण्याची सुतराम आशा नाही." येसाजी कंक म्हणाले.

"माझंही तेच मत आहे; परंतु महाराणी येसूबाई यांचा सल्ला घ्यायला नको का? महाराजांच्या गैरहजेरीत त्या राज्याच्या मुखत्यार म्हणून वागतात, हे आपणाला विसरता येत नाही." चांगोजी काटकर यांनी शंका व्यक्त केली.

"महाराणी येसूबाई यांचा सल्ला आताच घेणे इष्ट नाही. त्या मनाने दिलदार आणि समंजस असल्या, तरी स्त्रीमनाला कप्पे फार; त्यांच्या मनात आणखी काही असले, तर आपणाला काहीच करता येणार नाही. राजाराम महाराजांना गादीवर आणण्यास ही नामी संधी आहे. ही संधी हुकली तर त्या दुर्दैवी राजपुत्राच्या नशिबात कारावासावाचून आणखी काही नाही. त्यांच्यावर निष्कारण अन्याय झाला आहे. त्याचे परिमार्जन आपण केले पाहिजे चांगोजीराव." येसाजी कंक आवेशयुक्त स्वरात म्हणाले.

चांगोजी काटकरांना येसाजी कंकांचे म्हणणे पटले. राजाराम महाराजांना संभाजी महाराजांनी निष्कारण कारावासात ठेवले म्हणून त्यांच्याविषयी सगळ्यांनाच सहानुभूती वाटत होती. चांगोजी काटकर त्याला अपवाद नव्हते. ते येसाजी कंक यांना म्हणाले,

"तुमच्या म्हणण्याबाहेर मी नाही, येसाजीराव; पण राजाराम महाराजांची मुक्तता करण्याआधी राजधानीतील बंदोबस्त कडक केला पाहिजे. मोक्याच्या जागी आपल्या विश्वासातील माणसे ठेवायला हवीत आणि ते काम रायगडाचे हवालदार या नात्यानं तुमचं आहे. तुम्ही राजधानी ताब्यात घेतल्यावाचून राजाराम महाराजांची मुक्तता करणे धोक्याचे आहे."

राजधानी ताब्यात घेतल्यावाचून राजाराम महाराजांना मुक्त करणे धोक्याचे असल्याचा जो विचार चांगोजी काटकर यांनी व्यक्त केला, तो येसाजी कंक यांना पटला. राजाराम महाराजांना मुक्त करून गादीवर आणण्याचा विचार आपण करीत आहोत हे महाराणी येसूबाई व त्यांचे अनुयायी यांना कळले तर ते कदाचित आपला बेत हाणून पाडतील आणि तदनंतर जी परिस्थिती उद्भवेल ती आपणास प्रतिकूल होऊन आपणास कदाचित तुरुंगवासात खितपत पडावे लागेल हे येसाजी कंक

यांच्या ध्यानी येण्यास उशीर लागला नाही. ते चांगोजी काटकर यांना म्हणाले,

"राजाराम महाराजांची मुक्तता करण्यापूर्वी राजधानी ताब्यात घेण्याची तुमची सूचना दूरदर्शीपणाची आहे, चांगोजीराव. आपण प्रथम तसेच करू या. तुम्ही आत्ताच्या आता तुमची विश्वासातली माणसे मोक्याच्या ठिकाणी रवाना करा. मी हे काम तुमच्यावर सोपवितो."

पहाट व्हायला आली होती. सूर्योदयाला आता फार वेळ नव्हता. तत्पूर्वी राजधानी ताब्यात घेणे अगत्याचे होते. चांगोजी काटकर येसाजी कंकांचा निरोप घेऊन आपल्या देवडीकडे परतले. त्यांनी आपल्या हाताखालच्या अधिकाऱ्यांना बोलावून घेतले व त्यांना गडावर मोक्याच्या जागी पहारे बसविण्याचा हुकूम केला. त्यांच्या या हुकुमाचा त्यांच्या अधिकाऱ्यांना काही केल्या बोध होईना. मोगल सैन्य करवीरच्या परिसरात आले असून रायगडाच्या रोखाने ते चाल करण्याचा बेतात असल्याची वार्ता गुप्तहेरांनी आणली होती. हे जरी खरे असले, तरी हे सैन्य रायगडाच्या टापूत येऊन दाखल झाल्याची बातमी नव्हती. तशात मोगलांच्या संभाव्य हल्ल्यापासून राजधानीचे रक्षण करण्याची कडेकोट तयारी कित्येक दिवसांपूर्वीच करण्यात आली होती. गडावर दाणागोटा आणि दारूगोळा मुबलक होता, किमान एक वर्ष तरी राजधानी मोगलांना तोंड देण्यास समर्थ होती. अशा स्थितीत किल्लेदारांनी राजधानीत मोक्याच्या ठिकाणी पहारे बसविण्याची आज्ञा त्या पहाटेच्या वेळी तातडीने केल्याचे पाहून गडावरील अधिकारी गूढात पडणे स्वाभाविक होते; परंतु त्या गूढाची उकल करण्याची ती वेळ नव्हती. करड्या शिस्तीच्या किल्लेदाराची आज्ञा त्वरित अमलात आणण्यावाचून गत्यंतर नव्हते. हुकुमाच्या अंमलबजावणीत कुचराई झाल्यास कडक शिक्षा भोगावी लागणार होती. चांगोजी काटकरांच्या हुकुमाची त्वरित तामिली होऊन गडावर ठिकठिकाणी हत्यारी सैनिकांचे पहारे बसलेले दिसू लागले. इतके होईस्तोवर सूर्योदय झाला.

रायगडाचा किल्ला सूर्योदय नेहमीच पाहत आला होता; परंतु त्या दिवशीचा सूर्योदय वेगळा होता. मराठी दौलतीच्या इतिहासातील एक महान संकटपरंपरा तो बरोबर घेऊन येत असल्याचा साक्षात्कार रायगडाच्या वास्तूला त्या दिवशी झाला. रायगडाच्या वैभवाला आणि स्वातंत्र्याला राहू-केतूची दुष्ट बाधा झाल्याचे दुश्चिन्ह तो सूर्योदय दर्शवीत होता.

सकाळी प्रातर्विधी आटोपल्यावर मुखमार्जन करून सूर्याला नमस्कार करण्याचा चांगोजी काटकर यांचा परिपाठ होता. त्या सकाळीही ते सूर्याला प्रणाम करण्यासाठी तटावर गेले. त्यांनी भक्तिभावाने दोन्ही कर जुळवून सूर्याचे स्तवन करण्यास प्रारंभ केला.

"सूर्यनारायणा, तू अखिल जगताचा स्वामी. थोरल्या महाराजांनी अलोट द्रव्य

खर्चून दुरुस्त केलेल्या या वास्तूवर तुझी पहिली कृपादृष्टी होते; या वास्तूच्या जीवनात ज्या कैक बऱ्यावाईट घटना येथे घडल्या त्यांचा तू साक्षीदार आहेस. आज ही वास्तू एका स्थित्यंतरातून जात आहे. मी एक संकल्प मनात बाळगून कार्यास सुरुवात केली आहे. तेव्हा तुझी कृपादृष्टी माझ्यावर असू दे. या वास्तूच्या कायदेशीर वारसदाराला गादीवर आणण्याचा जो संकल्प मी मनात बाळगला आहे, तो यशस्वी होऊ दे. तो यशस्वी झाला की, मी कायमचा अज्ञातवासात जाईन, कारण ते कठोर कर्तव्य पार पडल्यावर मला नव्या राजवटीत अधिकारावर राहण्याची इच्छा नाही. तरी देवा, माझ्या आयुष्यातील हे शेवटचे महान कार्य निर्विघ्नपणे पार पडू दे.''

चांगोजी काटकर यांनी उचंबळलेल्या अंतःकरणाने सूर्यास तीनदा मान लववून प्रणिपात केला आणि मग ते मागे फिरले. त्यांनी मोतद्दारास घोडा तयार करण्याची आज्ञा केली व ते पोशाखास लागले. पोशाख होईस्तोवर मोतद्दाराने घोडा तयार करून देवडीच्या दारात आणून हजर केला. त्यावर आरूढ होऊन ते हवालदार येसाजी कंक यांच्या वाड्याकडे निघाले. हवालदार त्यांचीच मार्गप्रतीक्षा करीत होते. दोघांही वीरांनी आपला मोहरा कैदखान्याकडे वळविला.

किल्लेदार आणि हवालदार दोघेही एकाच वेळी प्रातःकाळी कैदखान्यासमोर हजर होताच तिथल्या नोकरांना आश्चर्य वाटल्यावाचून राहिले नाही. ते मुजरा करून हुकुमाची वाट पाहत राहिले.

''जा, राजाराम महाराजांना मुक्त करून बाहेर घेऊन या.'' हवालदार येसाजी कंक कैदखान्यावरील मुख्य अधिकाऱ्यास हुकूम देत म्हणाले. त्या हुकुमाची अंमलबजावणी त्वरित झाली. राजाराम महाराजांना मुक्त करून बाहेर आणण्यात आले. येसाजी कंक व चांगोजी काटकर या दोघांनी महाराजांना मुजरा केला आणि त्यांना घेऊन ते आतल्या दिवाणखान्यात गेले. त्यांनी दार लावून घेऊन पहारेकऱ्यास बाहेर जाण्याची खूण केली.

''आज सकाळीच येणं केलंत?'' राजाराम महाराजांनी गोंधळलेल्या नजरेनं येसाजी कंक व चांगोजी काटकर यांच्याकडे पाहून म्हटले.

संभाजी महाराजांच्या गिरफदारीचा वार्ता राजाराम महाराजांना कशी विदित करावी ते त्या कर्तव्यदक्ष वयोवृद्ध अधिकाऱ्यांना कळेना; परंतु ती बातमी त्यांना कळविण्याशिवाय गत्यंतर नव्हते. येसाजी कंक घसा साफ करून रुद्ध स्वरात म्हणाले,

''महाराजांना एक अशुभ वार्ता विदित करण्याचे कटू कर्तव्य पार पाडण्यासाठी आम्ही आलो आहोत–''

''ती कोणती?'' राजाराम महाराजांनी काळजीच्या स्वरात पृच्छा केली.

''संभाजी महाराज तांब्राच्या हाती लागले.'' चांगोजी काटकर यांच्या तोंडून ते

शब्द कसेबसे बाहेर पडले.

"काय?" राजाराम महाराजांनी भेदरलेल्या स्वरात म्हटले.

"होय महाराज, वार्ता खरी आहे." येसाजी कंकांनी दुजोरा दिला आणि मग चांगोजी काटकर यांनी संभाजी महाराजांच्या गिरफदारीची हकिकत राजाराम महाराजांना विदित केली. ती हकिकत ऐकत असता राजाराम महाराजांची चर्या क्षणोक्षणी पालटत होती. दुःख, भीती आणि निराशा यांनी त्यांचा सुंदर चेहरा झाकोळून गेला होता. त्यांचे डोळे अश्रूंनी डवरून आले होते.

संभाजी महाराजांच्या अधिकारग्रहणानंतर क्रोधाच्या भरात त्यांच्या हातून जे हत्याकांड घडले, त्यात राजाराम महाराजांच्या मातोश्री सोयराबाई यांचा शोचनीय अंत झाला आणि राजाराम महाराज यांच्या नशिबी बेअन्यायाने कारावास आला असला, तरी संभाजी महाराजांनी त्यांना प्रेमानेच वागविले होते. त्यांच्या सुखात आणि ऐषआरामात त्यांनी कोणतेच न्यून पडू दिले नव्हते. त्यांच्या पहिल्या पत्नी प्रतापराव गुजर यांच्या कन्या जानकीबाई यांचे निधन झाल्यावर संभाजी महाराजांनी त्यांचे आणखी तीन विवाह केले होते. तिन्हीही संबंध थोरा-मोठ्यांकडील होते. असा शूर आणि प्रेमळ भाऊ मोगलांसारख्या क्रूर शत्रूच्या हातास लागलेला पाहून राजाराम महाराजांसारख्या भावनाप्रधान, कोवळ्या आणि अननुभवी तरुणाच्या मनावर भयंकर आघात होणे स्वाभाविक होते. त्यांना कशाची काळजी वाटत होती, तर ती राज्याच्या भवितव्याची. मराठ्यांचा सर्वांत मोठा आणि प्रबळ शत्रू जो औरंगजेब बादशहा त्याने रायगडास वेढा घालण्यासाठी सैन्य रवाना केल्याची बातमी होती. अशा मातब्बर शत्रूशी मुकाबला कसा करायचा ही सर्वांत मोठी काळजी करण्याची गोष्ट होती.

"महाराज," चांगोजी काटकर घोगऱ्या आवाजात म्हणाले, "रायगडाची किल्लेदारी थोरल्या महाराजांनी माझ्याकडे सुपूर्द केली. मी निःपक्षपातीपणाने स्वामिसेवा केली. संभाजी महाराजांची सेवा म्हणजे अग्निदिव्य. त्यातून मी सहीसलामत बाहेर पडलो. महाराज तांब्राचे हाती लागले, आता मला किल्लेदारीचे सुख नाही. मी स्वामिसेवा पुष्कळ वर्षे केली आहे. आता आपली रजा घ्यावी म्हणतो; परंतु तत्पूर्वी मला एक कर्तव्य पार पाडायचे आहे–"

"ते कोणते चांगोजीराव?" राजाराम महाराजांनी पृच्छा केली.

"आपल्या मुक्ततेचे महाराज. सुदैवाने येसाजीरावांची त्याला अनुमती आहे. किंबहुना त्यांचाच हा पुढाकार आहे असे म्हटले तरी चालेल. संभाजी महाराज तांब्राच्या कैदेतून सुटतील तेव्हा सुटतील, तोपर्यंत राज्यकाराची धुरा आपण वाहिली पाहिजे."

"ते कसं शक्य आहे चांगोजीराव? मी राज्यसूत्रे हाती घेतली तर वहिनीसाहेबांना

काय वाटेल, राजमंडळाला काय वाटेल?''

''त्याची फिकीर आपण करू नये महाराज.'' येसाजी कंक म्हणाले, ''आपला निर्णय राजमंडळाला मान्य झाल्यावाचून राहणार नाही, याची आम्हांला खात्री आहे.''

''राजमंडळाच्या अनुमतीची मातबरी मला वाटत नाही. मला मातबरी वाटते ती वहिनीसाहेबांच्या अनुमतीची.'' राजाराम महाराज निश्चयी स्वरात म्हणाले.

''आपल्या निश्चयाआड आम्ही येणार नाही; परंतु स्वराज्याच्या हितासाठी आम्हांला हे कटू कर्तव्य पार पाडले पाहिजे. वहिनीसाहेबांची अनुमती मिळाली तर आपण राज्यसूत्रे हाती घेण्यास तयार आहात का?'' येसाजी कंक किंचित गंभीर होत म्हणाले.

येसाजी कंक यांच्या स्वरात झालेला बदल राजाराम महाराजांना जाणवला. शिवाजी महाराजांच्या त्या एके काळच्या सहकाऱ्यांचा आग्रह त्यांना धुडकावता आला नाही. ते म्हणाले,

''वहिनीसाहेबांची अनुमती मिळाली तर राज्यसूत्रे हाती घेण्यास मी तयार आहे येसाजीराव.''

ते ऐकताच येसाजी कंक व चांगोजी काटकर या दोघांनी सुटकेचा श्वास सोडला. राजाराम महाराजांनी राज्यसूत्रे हाती घेण्यास नकार दिल्यास त्या दोघांची स्थिती मोठी चमत्कारिक होणार होती. राजाराम महाराजांना गादीवर आणण्यासाठी त्यांनी जो राज्यक्रांतीचा कट उभारला होता तो कोसळून पडणार होता आणि तसे घडले, तर महाराणी येसूबाई यांच्या अनुयायांच्या हातून त्यांचे काय होणार होते, ते सांगणे कठीण होते. कदाचित त्यांना हत्तीच्या पायीही दिले जाण्याचा संभव होता.

राजाराम महाराजांचा निरोप घेऊन येसाजी कंक व चांगोजी काटकर हे दोघे बंदिखान्याबाहेर पडले. ते त्वरित महाराणी येसूबाई यांच्या वाड्याकडे निघाले.

अनिष्ट घटनांची चाहूल लोकांना लवकर लागते. पहाटेलाच चौकाचौकांत सुरू झालेली सशस्त्र सैनिकांची गस्त, किल्लेदार चांगोजी काटकर व हवालदार येसाजी कंक यांनी प्रातःकाळीच घेतलेली राजाराम महाराजांची भेट आणि संगमेश्वराहून आलेल्या हरकाऱ्यांच्या आगमनाची वार्ता रायगडासारख्या छोट्या राजधानीत फार वेळ गुप्त राहू शकली नव्हती. लोकांमध्ये त्या घटनांविषयी कुजबूज सुरू झाली होती. काहीतरी अघटित घडले असल्याचे त्यांनी ताडले होते आणि मग वार्ता पसरली की, संभाजी महाराजांना मोगलांनी संगमेश्वरी पकडले. ती अनिष्ट वार्ता येसाजी कंक व चांगोजी काटकर यांचे महाराणी येसूबाई यांच्या वाड्यात आगमन होण्यापूर्वीच तिकडे जाऊन थडकली होती. त्या बातमीने वाड्यात एकच आकांत

उडाला, दासदासी आणि सारा सेवकवर्ग शोकसागरात बुडून गेला. महाराणी येसूबाई मोठ्या धीराच्या. कवी कलशाच्या संगतीमुळे संभाजी महाराजांची वागणूक बेताल बनली असली, तरी महाराणी येसूबाई यांनी धीर सोडला नव्हता. महाराजांवर आपण नियंत्रण ठेवू शकत नाही, याची पूर्णतया कल्पना आल्याने त्यांनी मन घट्ट केले होते. काहीतरी अनिष्ट घडणार असल्याची सूचक कल्पना त्यांच्या अंतर्मनात डोकावून गेली होती आणि म्हणून त्यांनी पुष्कळ दिवसांपासून आगामी संकटाला तोंड देण्याची मानसिक तयारी केली होती. संभाजी महाराजांना संगमेश्वरी अटक झाल्याची वार्ता महाराणी येसूबाई यांना प्रातःकाळीच कळली आणि घटकाभराने हवालदार येसाजी कंक व किल्लेदार चांगोजी काटकर हे दोघे दर्शनास आल्याची वर्दी त्यांना देण्यात आली. थोरल्या महाराजांच्या त्या वृद्ध आणि अनुभवी सेवकांना मुलाखतीसाठी तिष्ठत ठेवणे त्यांना इष्ट वाटले नाही. त्यांनी लगबगीने जामानिमा केला आणि मुलाखतीसाठी त्या दिवाणखान्यातील जाळीच्या पडद्याआड येऊन दाखल झाल्या. चांगोजी काटकर व येसाजी कंक या दोघांनी त्यांना अदबीने उठून उत्थापन दिले व लवून मुजरा केला.

"आज प्रातःकाळीच येणं केलंत; काही अघटित घडलं नाही ना?" महाराणींनी धीरगंभीर आवाजात पृच्छा केली.

चांगोजी काटकर व येसाजी कंक या दोघांच्या तोंडून शब्दच फुटला नाही. काय बोलावं आणि काय सांगावं हेच त्यांना समजत नव्हतं; परंतु बोलणं आवश्यक होतं. संभाजी महाराजांच्या गिरफदारीची वार्ता महाराणींना विदित करण्याचं कर्तव्य त्यांना पार पाडायचं होतं.

"तुम्ही एवढ्या घाईनं इकडं का येणं केलं त्याची अटकळ मी केली आहे." येसूबाई दिवाणखान्यात पसरलेल्या गंभीर स्तब्धतेचा भंग करीत म्हणाल्या, "महाराज पकडले गेले हे आम्हांला विदित करण्यासाठी तुम्ही इकडे तातडीनं आलात, होय ना?"

ते धीरोदात्त सहजोद्‌गार कानी पडताच येसाजी कंक व चांगोजी काटकर या दोघांनी एकमेकांकडे स्तिमित होऊन बघितलं. महाराणींच्या स्वरात घबराटीची सूक्ष्म छटाही नव्हती.

"होय मातुश्री, महाराजांच्या गिरफदारीची दुःखद वार्ता आपणास विदित करण्याचे कटू कर्तव्य पार पाडण्यासाठी आम्हांला सकाळीच इकडे यावे लागले." येसाजी कंक म्हणाले.

"आता पुढचा विचार काय?" येसूबाईंनी पृच्छा केली.

"रायगडाचा हवालदार या नात्यानं मला या परिस्थितीतून निर्माण होणाऱ्या प्रसंगाला तोंड देण्यासाठी आवश्यक ती हालचाल करणे क्रमप्राप्त होते." येसाजी

कंक म्हणाले.

"तुम्ही काय केलंत, हवालदार?" येसूबाईंनी पृच्छा केली.

"आम्ही राजाराम महाराजांची मुक्तता केली आहे. महाराज तांब्राच्या हाती लागल्यानं राजाराम महाराजांची मुक्तता करणं अपरिहार्य झालं." चांगोजी काटकर म्हणाले.

"तुमच्या कर्तव्यात तुम्ही कसूर केली नाही हे पाहून आम्ही समाधान पावलो. राजसिंहासन विमुक्त ठेवता येत नाही. जा, भावोजींच्या अधिकारग्रहणाची तयारी करा." येसूबाई म्हणाल्या. त्या उद्‌गारांनी येसाजी कंक व चांगोजी काटकर या दोघांचा ऊर भावनावेगाने भरून आला. केवढं थोर अंतःकरण! ते दोघे मनातून म्हणाले. पतीच्या अटकेच्या बातमीने यत्किंचितही विचलित न होता राज्यरक्षणाच्या कळकळीनं सावत्र दिराच्या अधिकारग्रहणाची तयारी करा म्हणून आदेश देणाऱ्या त्या धीरोदात्त आणि कर्तव्यदक्ष राणीच्या औदार्याला आणि कर्तव्यनिष्ठेला तोड नव्हती. येसूबाईंच्या त्या उत्तुंग वर्तनाने ते दोघे भारावून गेले.

"राजाराम महाराज राज्यसूत्रे हाती घेण्यास तयार नाहीत मातुश्री." चांगोजी काटकर म्हणाले, "तो अधिकार युवराजांच्या वतीने आपला आहे असं त्यांचं प्रांजळ मत आहे."

"त्यांना जाऊन सांगा की, ही जबाबदारी त्यांनी पत्करली पाहिजे. युवराज अद्याप लहान आहेत. शास्त्रनियमानुसार त्यांना राज्यावर बसविता येत नाही आणि मी बाईमाणूस आहे. महाराजांनी जरी राज्याची मुखत्यारी माझ्याकडे सोपविली असली, तरी परिस्थितीत फरक पडला आहे." येसूबाई म्हणाल्या.

प्रसंग पडला तर राजाराम महाराजांसाठी आपणाला महाराणी येसूबाई यांच्याशी संघर्ष करावा लागेल, या तयारीने येसाजी कंक व चांगोजी काटकर हे दोघे आले होते; परंतु येसूबाईंनी त्या दोघांना आपल्या औदार्यानं लाजविलं होतं. त्या वर्तनानं त्या दोघांचं मन गहिवरून आलं. त्यांनी येसूबाईंना लवून मुजरा करून दिवाणखान्यातून निर्गमन केलं.

येसाजी कंक व चांगोजी काटकर या दोघांनी राजाराम महाराजांना महाराणी येसूबाई यांचा आदेश विदित केला. त्यांचा अव्हेर त्यांना करता आला नाही. ते अधिकारग्रहणास तयार झाले. त्यांनी राज्यारोहणास संमती दिली नाही, ते मंचकारोहणास कबूल झाले. युवराज हयात असता राज्यारोहण करणे त्यांना इष्ट वाटले नाही.

ꣿ

२

संभाजी महाराजांच्या गिरफदारीनंतर आठ दिवसांनी राजाराम महाराजांचा मंचकारोहण समारंभ विशेष गाजावाजा न होता घरगुती स्वरूपात पार पडला. या समारंभास सर्व सरदार आणि मानकरी मुत्सद्दी उपस्थित होते. राजाराम महाराजांनी राज्यकारभार हाकण्यासाठी नवीन राजमंडळ स्थापन केले. संभाजी महाराजांनी ज्या सरदारांना आणि मुत्सद्द्यांना कैदेत टाकले होते, त्यांची त्यांनी मुक्तता केली.

संभाजी महाराज शेख निजाम हैदराबादी याच्या हाती लागले, तेव्हा औरंगजेबाचा मुक्काम अकलूज येथे होता. संभाजी महाराजांच्या अटकेची वार्ता रायगडाला कळविण्याकरिता संगमेश्वरहून निघालेले हरकारे जिवाच्या आकांताने दौडत निघाले होते, तेव्हा शेख निजामाचे दूतही द्रुतगतीने अकलूजचा मार्ग आक्रमण करीत होते. शेख निजाम बादशहास कळवीत होता की, 'संभाजी, त्याचा कबिला आणि कवी कलश यांच्यासह माझ्या हातास लागला असून त्याला घेऊन मी आपल्या भेटीस येत आहे.' ती वार्ता औरंगजेबास भर दरबारात कळली, तेव्हा त्याचा आणि त्याच्या उमरावांचा आनंद गगनात मावेना. 'मराठा गनीम नष्ट झाला, आपण आता दिल्लीस सुखाने माघारी परतू' या सुखस्वप्नात औरंगजेब आणि त्याचे उमराव मशगूल झाले. औरंगजेबाने शेख निजामास निरोप धाडला की, 'तू अकलूजपासून दोन कोसांवर येऊन थांब, मी तुला बहादूरवाडी येथे येऊन भेटतो.'

हा निरोप पाठविल्यावर औरंगजेबाने नायब कोतवाल मुहिदुद्दीन खान यास आज्ञापत्र धाडले की, शेख निजाम हैदराबादी हा मराठा गनीम संभाजी व त्याचा पंतप्रधान कवी कलश या दोघांना कैद करून घेऊन माझ्या भेटीस येत आहे. तरी शेख निजाम हैदराबादी याच्या स्वागताची जंगी तयारी कर आणि त्याला सामोरा जा.

बादशहाच्या आज्ञेप्रमाणे नायब कोतवाल मुहिदुद्दीन खान याने शेख निजामाच्या स्वागताची तयारी केली व तो आपल्या लवाजम्यासह त्याच्या सामोरा रवाना झाला.

त्या दरम्यान संभाजी महाराजांच्या गिरफदारीची वार्ता औरंगजेबाच्या छावणीत आणि आजूबाजूच्या टापूत वणव्यासारखी पसरली. त्या बातमीने मोगल सैनिकांना आणि बादशहाच्या अनुयायांना जवळजवळ हर्षवायूच झाला. त्या भरात त्यांनी शहाजणी वाजवून आकाश अक्षरशः डोक्यावर घेतले. सर्वत्र आनंदाचे साम्राज्य पसरले. गनीम हातास लागला म्हणून अल्लाचे आभार मानण्यासाठी मशिदीत प्रार्थना झाल्या. मोगल सैनिकांनी बादशहाची स्तुतिस्तोत्रे गायिली आणि त्याला उदंड आयुष्य इच्छिले.

सतत पाच दिवसांपर्यंत हा आनंदोत्सव चालू होता. काही मोगल सैनिकांची

संभाजी महाराजांना बघण्याची आतुरता इतकी शिगेला पोहोचली की, त्यांना पकडून घेऊन येणारा विजयी वीर शेख निजाम कधी येतो असे त्यांना झाले. ती हुरहुर आणि जिज्ञासा इतकी जबरदस्त होती की, काहींच्या झोपा त्यामुळे पार उडाल्या आणि औरंगजेब अकलूजहून बहादूरवाडीस निघाला, तेव्हा त्याच्या अनुयायांनी त्याचा जागोजागी सत्कार करून त्याच्याविषयीची भक्ती प्रकट केली. त्यांनी त्याचा जयघोष करून त्याच्यावर स्तुतिसुमनांचा वर्षाव केला. त्या पाच दिवसांत त्यांनी दिवसा 'ईद' आणि रात्री 'शबेबरात' साजरी केली. अखेर, बादशहा व शेख निजाम या दोघांची बहादूरवाडी येथे ठरल्याप्रमाणे भेट होताच, त्या पाच दिवसांच्या आनंदोत्सवास भयंकर उधाण आले. त्यात औरंगजेबही सामील झाला.

वास्तविक औरंगजेब हा वयोवृद्ध, अनुभवी आणि कसलेला योद्धा. आपल्या पाशवी सामर्थ्याने त्याने सबंध उत्तर हिंदुस्थान पादाक्रांत केला होता. अनेक बलाढ्य राज्ये त्याने हां हां म्हणता धुळीस मिळविली होती; परंतु त्याने आतापर्यंत जे विजय संपादन केले, त्या विजयाहून त्याला संभाजी महाराजांच्या गिरफदारीचा विजय मोठा वाटल्याने, त्याने हा विजय साजरा करण्यासाठी आपल्या सैनिकांना आणि अनुयायांना मूक संमती दिली होती. त्या आनंदाच्या भरात त्याने शेख निजाम याला 'मुकर्रब खान' हा किताब बहाल करून त्याला 'एकवीस हजारी' मनसब दिली.

औरंगजेब हा एक असा बादशहा होता की, तो आपल्या शत्रूला कधीच दयामाया दाखवीत नसे. हातास लागलेल्या शत्रूचा जितका छळ करता येईल, तितका छळ करण्यात त्याला आनंद वाटत असे. अशा परिस्थितीत संभाजी महाराजांच्या वाट्याला काय येणार होते त्याचा अंदाज करणे कठीण नव्हते. वास्तविक संभाजी महाराजांचा गुन्हा काय तर त्यांनी शाहजादा अकबर याला आश्रय दिला हा; परंतु शरणागताला अभय देण्याचा राजधर्म औरंगजेबाच्या धर्मनीतीत बसत नव्हता. म्हणून तो संभाजी महाराजांच्या हातून घडलेल्या त्या गुन्ह्याचे पारिपत्य करण्यासाठी अफाट सैन्य घेऊन जातीने त्यांच्यावर चालून आला होता. संभाजी महाराज गिरफदार होताच त्याला धन्यता वाटली आणि ती त्याला का वाटू नये? संभाजी महाराजांना पकडण्यासाठी म्हणूनच नाही का तो जातीने दख्खनच्या स्वारीवर आला होता? आता त्याने आपल्या नेहमीच्या स्वभावाप्रमाणे संभाजी महाराजांचा जितका छळ करता येईल तितका करण्याचे ठरविले. त्याने आपल्या हाताखालच्या लोकांना आज्ञा दिली की, संभाजी व त्यांच्याबरोबर पकडले गेलेले इतर लोक यांच्या अंगावर 'तख्ता कुलाह' (इराणमधील गुन्हेगारांची उंच आणि निमुळती टोपी) हा विदूषकी पोशाख चढवा.

त्या आज्ञेची त्वरित तामिली झाली. संभाजी महाराज व त्यांचे सोबती यांच्या

डोक्यावर निमुळत्या लाकडी टोप्या बसविण्यात आल्या; परंतु ही विटंबना तेवढ्यावरच संपली नाही. नंतर सगळ्यांना उंटावर बसवून ढोल व शहाजणी वाजवीत बादशहाच्या छावणीत नेण्यात आले. तेथे त्यांचा आणखी छळ करण्यात आला, सामान्य गुन्हेगारांप्रमाणे मारझोड करण्यात आली.

पाच-सहा दिवसांनी औरंगजेबाने आपला दरबार भरविला. अमीर उमराव, सरदार, मानकरी, झाडून सारे दरबारात उपस्थित होते. औरंगजेबाने आज्ञा केली की, संभाजी व त्याचे सोबती यांची धिंड काढत त्यांना दरबारात घेऊन या. औरंगजेबाची आज्ञा म्हणजे काळ्या दगडावरची रेघ; तीत बदल होणे कठीण! त्या आज्ञेची अंमलबजावणी करण्यात आली. संभाजी महाराज व त्यांचे सोबती यांची धिंड काढत त्यांना दरबारात आणण्यात आले. त्यांना तख्तासमोर उभे करण्यात आले, तेव्हा औरंगजेब तख्तावरून खाली उतरला आणि गालिच्याच्या कोपऱ्यावर गुडघे टेकून त्याने मराठा गनीम हस्तगत झाला म्हणून कृतज्ञता व्यक्त करून, परवरदिगार अल्लाचे आभार मारले. गहिवरलेल्या अंतःकरणाने त्याने हाताची ओंजळी करून अल्लाची प्रार्थना केली आणि मग डोके जमिनीला टेकले. योग्य कर्माची फळे देणाऱ्या परवरदिगारचे बाहू वर करून त्याने पुनश्च आभार मानले. अकस्मात दरबारात एक चमत्कार घडला. बादशहाच्या डोळ्यांतून अश्रुधारा वाहू लागल्या. तो चमत्कार बघून सारा दरबार तटस्थ झाला.

संभाजी महाराज मोठ्या निर्भयतेने औरंगजेबाच्या त्या नाटकी अभिनयाचे निरीक्षण करीत होते. त्यांची दृष्टी उपरोधाने ओतप्रोत भरलेली होती. त्यांच्या बेदरकार चर्येवर भीतीचा किंवा अपमानित वृत्तीचा लवलेशही दिसत नव्हता. त्यांची नजर आव्हानयुक्त होती. ते औरंगजेबास सुनवीत होते की, मी तुला कस्पटासमान लेखतो. हातास लागलेल्या शत्रूचा छळ आणि अपमान करण्यात पुरुषार्थ नाही, ते भेकडाचे कृत्य आहे.

उपरोध आणि निर्भयता यांनी ओतप्रोत भरलेल्या संभाजी महाराजांच्या नजरेला नजर भिडविण्याचा हिय्या औरंगजेबास झाला नाही. मात्र, महाराजांचा तो बेडरपणा आणि बेफिकिरी पाहून त्याचा क्रोध आतल्या आत खदखदत होता.

इतक्यात कवी कलशाचे शीघ्र कवित्व जागृत झाले. औरंगजेबाचा नाटकी अभिनय पाहून त्याच्याही मनात उपरोधाच्या उकळ्या फुटल्या होत्या. त्याने संभाजी महाराजांना नेत्रपल्लवी करून म्हटले, "महाराज, तुम्हाला पाहून बादशहा आपला दिमाख आणि वैभव पार विसरून गेला. त्या भरात तो तुम्हाला ताजिमा देण्यासाठी तख्तावरून खाली उतरला आहे."

कवी कलश हा जसा पंडित होता, तसाच तो उत्तमपैकी कवीही होता. त्याचे हातपाय आणि सर्व अवयव शृंखलाबद्ध होते. डोळे आणि जीभ वगळता अन्य

कुठल्याही अवयवाची त्याला हालचाल करता येत नव्हती; तरीही त्याचे वागणे धीरोदात्त होते.

कवी कलशाने भर दरबारात औरंगजेबाचा अधिक्षेप करणारी कविता म्हणताच तो क्रोधाने लालेलाल झाला. त्याच्या डोळ्यांतून रागाच्या नुसत्या ठिणग्या बाहेर पडू लागल्या. सारा दरबारही स्तंभित झाला. उमरावांच्या चर्येवर भीतियुक्त कुतूहल दृग्गोचर झाले, कारण बादशहाचा अपमान आणि तोही भर दरबारात करणे म्हणजे प्रत्यक्ष मृत्यूला पाचारण करण्यासारखे होते.

औरंगजेबाचा क्रोध त्याच्या अंतर्यामी घुमसतच राहिला; परंतु वरकरणी आपली चर्या शांत ठेवण्याचा त्याने बहाणा केला. त्याने आपल्या दुभाष्याला खूण करून संभाजी महाराजांना काही प्रश्न विचारण्याचा हुकूम केला. त्या हुकुमाबरोबर दुभाष्या पुढे सरसावला. औरंगजेबाने संभाजी महाराजांना प्रश्न केला,

"शाही तख्ताचा तुमच्याकडून अपमान झाला हे तुम्हाला कबूल आहे की नाही?"

"नाही." संभाजी महाराज निश्चयी स्वरात म्हणाले, "माझ्या हातून कुणाचाच अपमान झालेला नाही. उलट बादशहाकडून माझा अपमान झाला आहे. मी सार्वभौम राजा असता चोर-दरोडेखोरांना ज्या रीतीनं पकडून आणतात, त्याप्रमाणे मला या दरबारात आणण्यात आलं आहे. हे कृत्य सुसंस्कृत माणसाचं नसून जंगली माणसाचं आहे."

संभाजी महाराजांचा तो बाणेदार जबाब ऐकून अख्खा दरबार स्तिमित झाला. बादशहाला असा खणखणीत आणि बेडर जबाब देणारा शत्रू त्यांनी तत्पूर्वी कुणी बघितला नव्हता. त्या जबाबाने औरंगजेबही क्षणभर स्तंभित झाल्यावाचून राहिला नाही; पण त्याने चटकन आपली चर्या गंभीर केली. तो संभाजी महाराजांना म्हणाला,

"तुम्ही सार्वभौम राजे आहात हे मला मान्य नाही, कारण मी हिंदुस्थानचा सम्राट असता माझ्या साम्राज्यात अन्य सार्वभौम राजा असू शकत नाही. जो माझ्या सत्तेविरुद्ध बंड करतो तो शिक्षेस पात्र ठरतो–"

हे ऐकताच संभाजी महाराजांचा चेहरा क्रोधाने आरक्त झाला. ते ताडकन म्हणाले,

"तुमची सत्ता मी मानीत नाही. आमच्या पिताजींनीही ती मानली नाही."

"तुम्ही आणि तुमच्या पिताजींनी माझी सत्ता मानली नाही म्हणून तुमचा बंदोबस्त करण्यासाठी मला इकडे यावं लागलं." औरंगजेब शांतपणे म्हणाला, "या देशात माझ्या सत्तेला आव्हान देणारी दुसरी स्वतंत्र सत्ता असूच शकत नाही."

"आपण हिंदुस्थानचे सम्राट आहोत असे जर तुम्हाला वाटत असेल, तर तो

तुमचा भ्रम आहे. तुमची सत्ता या देशातील कुठल्याही राजाने मुकाट्याने मान्य केलेली नाही. तुमच्या सत्तेला आव्हान देणाऱ्यांना तुम्ही निर्दयपणे चिरडून टाकलेत.'' संभाजी महाराज दात-ओठ खात म्हणाले, ''आम्ही तुम्हाला त्रिवार सांगतो की, तुमची सत्ता आम्ही मानीत नाही, मानीत नाही, मानीत नाही.'' संभाजी महाराजांची ती त्रिवार घोषणा मेघगर्जनेप्रमाणे सबंध दरबारात घुमली.

''माझं सार्वभौमत्व जर तुम्हाला मानायचं नसेल, तर तुम्हाला माझ्या राज्यात जगता येणार नाही.'' औरंगजेब शांतपणे म्हणाला.

''त्याची वाच्यता तुम्ही करण्याची आवश्यकता नाही. मी तुमच्या हातास लागलो, तेव्हाच त्याची मी खूणगाठ बांधिली. माझे जगणे यापुढे तुमच्या इच्छेवर अवलंबून आहे हे न जाणण्याइतका का मी दुधखुळा आहे?''

''तुम्हाला ठार मारण्याची माझी इच्छा नाही. माझ्या हातून निरपराध माणसांची हत्या कधीच घडत नसते. तुम्ही माझे सार्वभौमत्व मान्य केलेत, तर मी तुम्हाला जीवदान देईन; इतकेच नव्हे तर, तुमचं शौर्य लक्षात घेऊन तुम्हाला माझ्या सैन्यात मनसबदारीही देईन. मला तुमच्यासारखी शूर माणसं आवडतात.''

औरंगजेबाशी वितंडवाद घालण्यात अर्थ नाही हे जाणून संभाजी महाराज गप्प बसले. ते पाहून औरंगजेबाला वाटले की, ते हरले; त्यांना आपणास शरण यायचे आहे. तो म्हणाला,

''माझी शर्त तुम्हाला मान्य आहे असे मी गृहीत धरतो.'' ते ऐकून संभाजी महाराज औरंगजेबाच्या नजरेला नजर भिडवीत म्हणाले,

''मी तुमची शर्त मान्य केली असं तुम्ही बिलकूल समजू नका. मी तुम्हाला अगोदरच सांगून टाकले आहे की, मी मराठ्यांचा सार्वभौम राजा आहे. जिवाची भीक मिळविण्यासाठी मी तुमचे मांडलिकत्व पत्करले तर माझी स्वातंत्र्यप्रिय प्रजा माझी छीऽऽथू करील. माझ्या तख्ताच्या स्वातंत्र्यासाठी माझ्या प्रजेनं जे बलिदान केलं आहे, त्याला तोड नाही. मी तुमचं मांडलिकत्व पत्करलं तर माझ्या राज्याच्या स्वातंत्र्यासाठी ज्या असंख्य वीरांनी रक्त सांडलं, त्यांचा विश्वासघात केल्याचं महत्पाप माझ्या हातून घडेल.''

संभाजी महाराजांचे ते निर्भय आणि बाणेदार वर्तन पाहून दरबारातील सारे लोक त्यांच्याकडे कौतुकमिश्रित आदराने पाहत राहिले होते; फक्त औरंगजेब तेवढा मनातून रागाने चरफडत होता. आपणासमोर निर्भयपणाने वागण्याचे धैर्य संभाजी महाराजांना कसे झाले, त्याचेच त्याला मनातून आश्चर्य वाटत होते, कारण केवढाही बलाढ्य शत्रू असला, तरी तो आपणासमोर चळचळा कापतो हा त्याचा आतापर्यंतचा अनुभव होता; परंतु संभाजी महाराज त्याला अपवाद ठरले होते. ते शरण येण्याची चिन्हे बिलकूल दिसत नव्हती. त्यांना देहान्त प्रायश्चित्त देण्याचा

विचार त्याच्या मनात पक्का झाला; परंतु त्यात आपला पराभव आहे हे त्याला माहीत होते. म्हणून तो म्हणाला,

"राजे, तुम्ही अपराधी आहात. तुम्ही स्वतःला सार्वभौम राजे समजता; परंतु या देशातील कुठल्याही राजाचं सार्वभौमत्व मी मान्य केलेलं नाही हे तुम्हाला माहीत आहे."

"नाही." संभाजी महाराज निर्धाराने म्हणाले, "तुमचे सार्वभौमत्व मी मानीत नाही हे मी अगोदरच सांगून टाकले आहे; त्यामुळे माझ्या राज्याच्या सार्वभौमत्वाला तुमच्या मंजुरीची जरुरी नाही." तो जबाब ऐकताच औरंगजेबाच्या रागाचा पारा एकदम वर चढला. तरीही तो शांतपणे म्हणाला,

"या बंडखोरीचा परिणाम चांगला होणार नाही."

"बंडखोरी?" संभाजी महाराजांनी भुवया उडवीत पृच्छा केली, "चोरानं कोतवालावर चोरीचा आरोप करणे अशातला हा प्रकार आहे. मी बंडखोर आणि तुम्ही कोण? माझी बंडखोरी न्यायाधिष्ठित आहे; परंतु तुमच्या बंडखोरीला न्यायदेवता कधीच क्षमा करणार नाही. तुमचे हात तुमच्या कुटुंबीयांच्या रक्तानं बरबटलेले आहेत. प्रत्यक्ष आपल्या बापाचं सिंहासन बळकावून त्याला तुरुंगात टाकणारे तुम्ही! तुमचे ज्येष्ठ बंधू दाराशुकोह याची तुम्ही कशी वाताहत केलीत तो इतिहास जगजाहीरच आहे; परंतु तेवढ्याने तुमचे समाधान झाले नाही. तुम्ही त्याला पकडून आणून तुरुंगात टाकलेत व मारेकरी घालून त्याला या जगातून नाहीसे केलेत. तुम्ही तुमचा कनिष्ठ भाऊ मुराद याला आणि तुमच्या मुलास कारावासात लोटून त्यांच्यावर विषप्रयोग करून झिजवून ठार मारलेत; तुमच्या हातून घडलेली बंडखोरी आणि अमानुष कौर्य याला अन्य तोड असू शकेल का?"

संभाजी महाराजांनी सुरू केलेली ती औरंगजेबाच्या निर्भर्त्सनेची सरबत्ती ऐकून दरबारातील लोकांच्या हृदयाचा भीतीने नुसता थरकाप उडाला; रागाने पांढऱ्या फटफटीत पडलेल्या औरंगजेबाच्या चर्येकडे त्यांनी दृष्टिक्षेप केला, तेव्हा त्यांनी मनात खूणगाठ बांधिली की, संभाजी महाराजांच्या आयुष्याची दोरी तुटायला आली आहे.

"खामोश!" औरंगजेब रागाने थरथरा कापत तख्तावरून उठत म्हणाला. त्या आवाजाने दरबारात एकदम भयसूचक स्तब्धता पसरली. आता बादशहा संभाजी महाराजांना काहीतरी भयंकर अशी शिक्षा सुनावणार म्हणून सगळ्यांची अंतःकरणे भीतीने धडधडली.

"राजे, तुम्ही माझा जो अपमान केलात, त्याला देहान्त प्रायश्चित्त हीच सजा योग्य आहे. गुन्हेगाराची गय करणे हा या दरबाराचा शिरस्ता नाही; परंतु तुमच्यासारख्या शूर आणि उमद्या तरुणाला देहान्त प्रायश्चित्त देण्यास माझे मन तयार होत नाही.

तुम्हाला मी एकाच अटीवर जीवदान देण्यास तयार आहे. तुम्ही महंमद पैगंबराच्या पवित्र पंथाची दीक्षा घेतलीत, तरच तुमचा गुन्हा तुम्हास माफ केला जाईल.'' औरंगजेबाच्या तोंडून ती सजा बाहेर पडली आणि मग दरबार बरखास्त करून तो निघून गेला.

औरंगजेबाच्या मागे संभाजी महाराज आणि कवी कलश या दोघांनाही बंदिवासाकडे नेण्यात आले.

औरंगजेबाने रागाच्या भरात संभाजी महाराजांनी मुसलमानी धर्म स्वीकारला तरच त्यांना जीवदान मिळेल, असे जरी जाहीर केले असले, तरी ही शिक्षा फारच कडक आहे हे त्याच्या दरबारातील काही समंजस उमरावांना वाटल्यावाचून राहिले नाही. त्यांनी औरंगजेबास अर्ज केला की, मराठ्यांचा राजा तरुण आणि अविवेकी आहे; परंतु तो शूर असल्याने साम्राज्याच्या वृद्धीसाठी त्याचा उपयोग होण्यासारखा आहे. तरी खविंदांनी ही गोष्ट लक्षात घेऊन त्याचा गुन्हा त्याला माफ करावा आणि त्याच्या अधिकाऱ्यांच्या हाती जे किल्ले आहेत ते खाली करण्यास त्याला प्रवृत्त करावे. नंतर त्याला एखाद्या किल्ल्यात बंदिस्त करून ठेवण्यात यावे.

परंतु ही विनंती औरंगजेबाने मानली नाही. तो म्हणाला, ''संभाजी मुसलमान झाला, तरच त्याला जीवदान दिले जाईल. त्याचे किल्ले मी लीलया घेईन. त्याचे संपूर्ण राज्य बुडवून टाकीन.''

इकडे संभाजी महाराजांनाही त्यांच्या काही हितचिंतकांनी विनंती केली की, औरंगजेबाची क्षमा मागून जीवाचे आणि राज्याचे रक्षण करावे; परंतु निग्रही स्वभावाचे संभाजी महाराज औरंगजेबाची क्षमा मागण्यास बिलकूल तयार झाले नाहीत. उलट, क्षमा मागा म्हणून उपदेश करणाऱ्यांचीच त्यांनी निर्भर्त्सना केली.

संभाजी महाराज आणि औरंगजेब हे दोघेही हटवादी होते. त्यात संभाजी महाराज हे तर कडवे स्वाभिमानी होते; त्यामुळे कुणीही माघार घेतली नाही. त्याचा व्हायचा तोच परिणाम झाला. संभाजी महाराजांनी शरणागती न पत्करलेली पाहून औरंगजेबाने त्यांचा व कवी कलश या दोघांचा जास्तीतजास्त छळ करण्याचा हुकूम सोडला. तो छळ त्या दोघांनी निमूटपणे सहन केला. ते पाहून औरंगजेब आणखी हट्टास पेटला, आपल्या अधिकाऱ्यांना त्याने आज्ञा दिली की, संभाजी महाराजांचे डोळे काढा आणि कवी कलश याची जीभ उपटा. त्या हुकुमाची त्वरित अंमलबजावणी करण्यात आली. संभाजी महाराजांसमोर तापलेल्या सळ्या घेतलेले मारेकरी उभे राहिले, डोळे काढणाऱ्या अधिकाऱ्याने त्यांना सांगितले की, तुम्ही मुसलमान होत असल्यास तुम्हाला जीवदान दिले जाईल. संभाजी महाराजांनी बाणेदारपणे उत्तर दिले की, मी माझा जीव बचावण्यासाठी माझ्या धर्माला तिलांजली देणार नाही. माझ्या शरीराचे आणि अवयवांचे जे काय हाल करावयाचे असतील ते बेलाशक

करा; मी ते मुकाट्याने सहन करीन. ते ऐकताच औरंगजेबाच्या अधिकाऱ्यांनी मारेकऱ्यांना तापलेल्या सळ्या संभाजी महाराजांच्या डोळ्यांत खुपसण्याची आज्ञा केली; पण डोळे काढल्यावरही हे हाल थांबले नाहीत. तदनंतर सतत तीन दिवसपर्यंत अहोरात्र त्यांचा आणखी छळ करण्यात आला. त्यांची विटंबना करण्याची एकही संधी औरंगजेबाने सोडली नाही.

संभाजी महाराजांप्रमाणेच कवी कलश व इतर कैदी यांचाही अमानुष छळ करण्यात आला. नंतर ते सगळे अर्धमेले झाल्यावर त्यांना कंठस्नान घालण्यात आले.

परंतु संभाजी महाराज व कवी कलश यांना ठार करून औरंगजेबाचे समाधान झाले नाही; त्या दोघांचे चामडे सोलून व त्यात पेंढा भरून त्या बुजगावण्याची दख्खनमधील मोठ्या शहरांतून मिरवणूक काढण्याची आज्ञा औरंगजेबाने काढली आणि त्या हुकुमाची तामिली झाली, तेव्हाच त्याचा क्रोध शांत झाला. संभाजी महाराजांना ज्या अधिकाऱ्यांनी पकडले, त्या सगळ्यांची याने सर्फराजी केली; इतकेच नव्हे, तर त्यांच्या नातेवाइकांनाही बक्षिसे देऊन मनसबी वाटल्या.

गुलबर्गा येथील बंदेनवाज खानाच्या दर्ग्याचा 'साजदानशीन' सय्यद फत्तेह अहमद याला बोलावून घेऊन, खास दरबार भरवून औरंगजेबाने त्याचा वस्त्रप्रावरणे देऊन सत्कार केला. त्याने या दर्ग्यास दहा हजार रुपयांची देणगी दिली. भविष्यावर किंवा लोकभ्रमावर आपला विश्वास नाही, असे औरंगजेब सांगत असे; परंतु ते त्याचे ढोंग होते. गुलबर्ग्याच्या साजदानशीनने मुद्दाम त्याची भेट घेऊन त्याला सांगितले होते की, मराठ्यांचा राजा संभाजी तुम्हाला हस्तगत होणार आहे, असा दृष्टान्त मला स्वप्नात झाला आहे. गुलबर्ग्याच्या साजदानशीनचे ते भाकीत औरंगजेबाच्या पक्के स्मरणात होते.

संभाजी महाराजांना नष्ट केल्यावर औरंगजेबास वाटले की, दख्खनमधील आपली कामगिरी समाप्त झाली. आता रायगड पडला की, आपण दिल्लीस सुखेनैव परत जाऊ. मग रायगडाचा लवकर पाडाव व्हावा म्हणून त्याने आपला एक अव्वल दर्जाचा सरदार झुल्फिकारखान याला मोठे सैन्य देऊन रायगडाच्या मोहिमेवर पाठविले.

३

संभाजी महाराजांच्या मृत्यूच्या बातमीने अख्खा महाराष्ट्र शोकसागरात बुडून गेला. सर्वत्र भीतीचे आणि चिंतेचे वातावरण पसरले; परंतु ज्या वेळी आणखी बातमी आली की, औरंगजेबाने महाराजांचे चामडे सोलून व त्यात पेंढा भरून त्या बुजगावण्याची धिंड दख्खनमधील अनेक शहरांतून वाजतगाजत काढून आपल्या अमानुष क्रौर्याचा कळस केला, तेव्हा भीतीची जागा क्रोधाने घेतली. महाराष्ट्रातील यच्चयावत आबालवृद्धांच्या अंतःकरणात सूडाचे अंगार फुलले. आपल्या राजास हालहाल करून ठार मारणाऱ्या त्या नराधमाच्या नरडीच्या रक्ताचा घोट घेतला पाहिजे, सूड उगवला पाहिजे, या भावनेने सगळेजण प्रतिकारार्थ उभे ठाकले. त्यातच औरंगजेबाने रायगड घेण्यासाठी झुल्फिकारखानास पंचवीस हजार सैन्य देऊन रवाना केल्याच्या बातमीने मराठ्यांच्या क्रोधाग्नीत आणखी भर पडली; परंतु झुल्फिकारखानास मात्र वाटेत कुणाकडूनही विरोध झाला नाही. संभाजी महाराजांच्या मृत्यूनंतर अवघ्या पंधराच दिवसांनी तो आपल्या हाताखालच्या अफाट सैन्यासह रायगडास येऊन दाखल झाला. त्याला जंजिऱ्याचा सिद्दी मदत करीत होता. रायगडावर भरपूर शिबंदी होती, दाणागोट्याची आणि दारूगोळ्याचीही बेगमी मुबलक होती. मोगल सरदार फिरोज जंग हा दोन वर्षांमागे रायगडावर चालून आला, तेव्हा संभाजी महाराजांनी जरी त्याला माघारी परतवून लावले असले, तरी औरंगजेबासारखा चिकाटीचा शत्रू रायगड काबीज करण्याची शिकस्त केल्यावाचून राहणार नाही, हे जाणून त्यांनी रायगड लढविण्याची कडेकोट तयारी केली होती; तसेच फिरोज जंगाच्या स्वारीपासून संभाजी महाराजांनी रायगडावरील आपले वास्तव्य कमी केले होते. ते गडावर येऊन-जाऊन असत. हेतू हाच की, दगलबाज गनिमाच्या आकस्मिक हल्ल्यात आपण सापडले जाऊ नये.

परंतु संभाजी महाराजांनी रायगड लढविण्याची जरी कितीही तयारी केली असली, तरी झुल्फिकारखानासारख्या अनुभवी आणि शूर मोगल सरदाराशी तुल्यबळ आणि अनुभवी असा एकही मराठा सरदार रायगडावर नव्हता. येसाजी कंकांसारखा शिवाजी महाराजांचा एके काळचा जुना सहकारी गडावर होता; पण ते जरी शूर असले तरी डावपेचात निपुण म्हणून त्यांची ख्याती नव्हती. बहिर्जी घोरपडे, संताजी घोरपडे आदी मंडळी अगदीच तरुण आणि अननुभवी होती. इतर सेनाधिकाऱ्यांतही तरुणांचा भरणा अधिक होता. दुसरी गोष्ट म्हणजे संभाजी महाराजांच्या मृत्यूने ते किंकर्तव्यमूढ बनले होते. त्यातच झुल्फिकारखानासारखा कसलेला सरदार चालून येत असल्याच्या बातमीने ते सगळे गर्भगळित झाले

असल्यास नवल नव्हते. त्यांना धीर देणारी एकही व्यक्ती गडावर नव्हती. तशा शिवाजी महाराजांच्या वृद्ध पत्नी सकवारबाई होत्या; परंतु त्यांनी राजकारण कधी केले नव्हते. शिवाजी महाराजांच्या हयातीतही नाही आणि त्यांच्यानंतरही नाही. त्या दृष्टीने बघता येसूबाई याच तेवढ्या वयाने लहान असल्या तरी राज्यकारभारात अनुभवी होत्या. संभाजी महाराज लष्करी मोहिमांवर असत, तेव्हा त्या कुशलतेने राज्यकारभार हाकीत. आपल्या गैरहजेरीत महाराजांनी राज्याची मुखत्यारी त्यांच्याकडे सुपूर्द केली होती, परंतु त्या जरी राज्यकारभारात निपुण असल्या तरी त्या लष्करी बाबतीत अनभिज्ञ होत्या.

संभाजी महाराजांच्या अधिकारग्रहणानंतर जे हत्याकांड झाले, त्यात पुष्कळसे कर्ते पुरुष मृत्युमुखी पडले होते अथवा कारावासात गेले होते. मुख्य प्रधान निळो मोरेश्वर हयात होते; परंतु ते रायगडापासून फार दूर होते. मोगलांनी कर्नाटकात धामधूम सुरू केली, तेव्हा त्यांचे पारिपत्य करण्यासाठी संभाजी महाराजांनी त्यांना सैन्य देऊन तिकडे रवाना केले होते. न्यायाधीश प्रल्हाद निराजी व सरकारकून रामचंद्रपंत हे दोघे गडावर होते; परंतु त्यांना युद्धशास्त्र अवगत नव्हते. येसूबाईंचा आप्तपरिवार मोठा होता; परंतु या संकटकाळी ते धावून येऊ शकत नव्हते. येसूबाईंचे वडील पिलाजी शिर्के हे कधीच निधन पावले होते. चुलते गणोजी शिर्के – शिवाजी महाराजांचे जावई – हे संभाजी महाराजांनी शिर्क्यांची जहागिरी जप्त केल्यावर शिर्क्यांच्या हत्याकांडाचा सूड उगविण्यासाठी औरंगजेबास जाऊन मिळाले होते. त्यांच्याबरोबर इतर शिर्के मंडळीही मोगलांकडे गेली होती. निंबाळकरांकडे संभाजी राजांची बहीण दिली होती; परंतु मोगलांनी त्यांची जहागीर घेताच जहागीर सांभाळण्यासाठी नाइलाजास्तव ते औरंगजेबाच्या सेवेत रुजू झाले होते. सेनापती प्रतापराव गुजर यांचे मुलगे तरुण व अनुभवी होते. संभाजी महाराजांचे सेनापती हंबीरराव मोहिते यांचे वाई प्रांती मोगलांशी लढताना निधन झाले होते. मोहिते मंडळी शूर आणि कर्तबगार होती; परंतु आपली देशमुखी सांभाळण्यासाठी ते औरंगजेबाच्या सैन्यात लढत होते. राजाराम महाराजांच्या दुसऱ्या राणी कागलच्या घाटगे घराण्यातील; परंतु मोगल सैन्याने कोल्हापूर प्रांत घेतल्यामुळे कागलकरांचा रायगडावरील संबंध तुटला होता. राहता राहिले ते शिवाजी महाराजांचे जावई हरजी राजे महाडीक; परंतु ते जिंजीचे राज्य सांभाळीत होते. संभाजी महाराजांनी त्यांची जिंजीचे सुभेदार म्हणून नेमणूक केली होती. त्यांनी जिंजीच्या राज्याचा चांगला प्रतिपाळ करून त्या राज्याची वृद्धी केली होती.

अशा रीतीने सगळे आप्तेष्ट वंचित झाल्याने महाराणी येसूबाई व राजाराम महाराज या दोघांची स्थिती पतंगाची दोरी तुटल्यागत झाली होती. त्या महान संकटकाळी त्यांच्या मदतीला कुणीही धावून येऊ शकत नव्हते; परंतु येसूबाईंनी

धीर सोडला नाही. कोसळते आभाळ सावरून धरण्याची त्यांनी अगदी पराकाष्ठा केली. रायगडाला झुल्फिकारखानाचा वेढा पडताच त्यांनी तातडीने शेवटचा निर्णय घेतला. त्यांनी राजाराम महाराज, प्रल्हाद निराजी, रामचंद्रपंत, संताजी घोरपडे, खंडो बल्लाळ चिटणीस आदी सर्व लहान-मोठ्या मुत्सद्द्यांची आणि सरदार-मानकऱ्यांची बैठक बोलाविली. स्वराज्यरक्षणासाठी त्या पति-निधनाचे दुःख विसरल्या. त्या म्हणाल्या,

"गनिमाने राजधानीस वेढा घातला आहे. झुल्फिकारखानाने गड ताब्यात देऊन शरणागती पत्करण्याची मागणी केली आहे. परिस्थिती आणीबाणीची आहे. तुमची सल्ला-मसलत घेऊन पुढचा निर्णय घेण्यासाठी मी तुम्हाला बोलाविले आहे."

झुल्फिकारखानाने रायगडास वेढा घालून शरणागतीची मागणी केल्याचे सगळ्यांना माहीत होते; परंतु पुढच्या परिस्थितीला कसे तोंड द्यायचे याचा विचार मात्र कुणीच केला नव्हता; त्यामुळे सगळेच गप्प राहिले. ते पाहून मवाळ धोरणी प्रल्हाद निराजी बोलले,

"शत्रू मातबर आहे. तो गडास वेढा घालून असल्याने आम्ही एकाकी पडलो आहोत. कुठूनही मदत येण्याची आशा नाही. म्हणून मला वाटते की, झुल्फिकारखानाच्या अटी मान्य करून शरणागती पत्करावी."

प्रल्हाद निराजींनी शरणागतीची भाषा काढताच बैठकीतील लोकांनी एकदम कान टवकारले. त्यांच्या चर्येवर उत्कंठा दृग्गोचर झाली. पंतांचा शरणागतीचा सल्ला कुणालाच मानवला नाही. राजाराम महाराज निक्षून म्हणाले,

"शरणागती पत्करणं म्हणजे स्वराज्याचा आणि सगळ्यांचा घात. बादशहा क्रूर आहे. तो कुणाची दयामाया करणार नाही, म्हणून त्याच्या हातून कुत्र्याच्या मौतीनं मरण्यापेक्षा लढून मेलेलं काय वाईट? गडावर फौजफाटा आणि दारूगोळा भरपूर आहे. अन्नाची बेगमी वर्षभर पुरेल इतकी आहे."

राजाराम महाराजांच्या मतप्रणालीवर महाराणी येसूबाई यांनी आपला दृष्टिकोन मांडला. त्या म्हणाल्या,

"गड लढविण्याची कल्पना चांगली आहे; परंतु प्रल्हादपंत म्हणतात त्याप्रमाणे आपण गड किती दिवस लढविणार? गडावरील दाणागोटा फार तर वर्षभर पुरेल. तो संपल्यावर काय करायचं? तोपर्यंत शत्रू वेढाही कडक करील. बादशहा बलाढ्य आहे, हट्टी आहे, त्याचा सेनासंभार अफाट आहे. तो गड घेण्याची पराकाष्ठा केल्यावाचून राहणार नाही."

"मग काय शरणागती पत्करायची?" संताजी घोरपडे म्हणाले.

"नाही." येसूबाई निश्चयी स्वरात म्हणाल्या. ते शब्द ऐकताच सगळ्यांच्या उत्कंठित नजरा त्यांच्यावर केंद्रित झाल्या. त्यांना काय सांगायचे आहे हे त्यांना

कळेना; परंतु त्यांनी त्यांना फार वेळ उत्कंठेत ठेवले नाही. त्या म्हणाल्या,

"राज्याची मुख्यत्यार या नात्याने गड लढविण्याची जबाबदारी माझी आहे. ते कर्तव्य मला पार पाडायचे आहे–"

"म्हणजे?" राजाराम महाराजांनी अधीरतेने मध्येच पृच्छा केली.

"माझं म्हणणं ऐकून घ्या भावोजी." येसूबाई राजाराम महाराजांना उद्देशून म्हणाल्या, "गनीम सगळीकडे पसरला आहे. त्याच्याशी अनेक ठिकाणी मुकाबला केला, तर त्याचे गडावरील दडपण कमी होईल. या प्रसंगी थोरल्या महाराजांच्या गनिमी युद्धाचा अवलंब केला, तरच आपणास तरणोपाय आहे–"

सगळेजण स्तिमित होऊन महाराणी येसूबाई यांच्याकडे पाहतच राहिले. गडास शत्रूचा वेढा पडल्याने सगळेजण काळजीत होते व त्यामुळे त्यांची विचारशक्ती कुंठित झाली होती. फक्त विचार करीत होत्या त्या येसूबाई. त्या पुढे म्हणाल्या,

"मी म्हणत्ये की, सगळ्या कर्त्या पुरुषांनी भावोजींना घेऊन गडाबाहेर पडावं, फौजा जमवून प्रांतांचं रक्षण करावं–"

"ते कसं शक्य आहे? तुम्हाला आणि बाळराजांना एकटं सोडून आमचे पाय गडाबाहेर कसे पडतील?" राजाराम महाराज भावनोद्रेकाने म्हणाले.

आपल्या दिराची आपणावर आणि बाळराजे शाहू यांच्यावर अपरंपार माया असून आपणा दोघांना मागे एकटे सोडून निघून जाण्यास त्यांचे मन तयार होत नाही हे येसूबाईंनी ताडले; पण तो प्रसंगच एवढा आणीबाणीचा होता की, ज्याला जीव बचावता येईल त्याने तो बचावणे सयुक्तिक होते. त्याबद्दल कुणी कुणाला दोष देणे इष्ट नव्हते. म्हणून येसूबाई म्हणाल्या,

"सगळ्यांनी एके ठिकाणी मोहात पडून राहिल्यास सारी मसलत येथेच राहून सारेजण सापडले जातील. किल्ला बेलाग, मजबूत, वर्षं सहा महिने टिकाव धरील. तुम्ही सगळ्यांनी किल्ल्याबाहेर पडून एके ठिकाणी राहून स्थान बळकट करावे आणि आम्हांला किल्ल्याबाहेर काढून न्यावे."

महाराणी येसूबाई यांचा पोक्त आणि व्यवहारी सल्ला सगळ्यांना पसंत पडला. मायापाशापेक्षा कर्तव्याची कसोटी श्रेष्ठ आहे हे बैठकीतील वयस्कर आणि अनुभवी नेत्यांनी राजाराम महाराजांना पटवून देण्याचा प्रयत्न केला; परंतु येसूबाई कर्त्यासवरत्या नेत्यांनी राजाराम महाराजांना घेऊन गडाबाहेर पडावे हा सल्ला देऊन थांबल्या नाहीत, त्यांच्या व्यावहारिक दृष्टीचा पल्ला फार मोठा होता. त्या म्हणाल्या,

"शत्रूचे प्राबल्य फार मोठे आहे. प्रसंग पडल्यास चंदीचंदावरला जाऊन तेथून शत्रूशी लढा द्यावा. तसे केल्याने शत्रूचे सामर्थ्य आणखी विभागले जाईल."

येसूबाईंची ती दूरदृष्टी खरोखरच कौतुकास्पद होती. बैठकीतील एकाही नेत्याला

तो विचार सुचला नव्हता. येसूबाईंविषयी त्यांच्या मनात आदरभावना प्रादुर्भूत होऊन ते त्यांच्यासमोर नतमस्तक झाले. राज्याभिषेकाचे काय करायचे असा प्रश्न त्यांनी येसूबाईंना केला, तेव्हा त्या म्हणाल्या,

"राज्याभिषेक पूर्वी झाला आहे. सिंहासनाचे अधिकार ईश्वराने निर्माण केले आहेत. दैवेकरून शत्रूचा पराभव होऊन श्रींचे वरदान सत्य असल्यास सर्व गोष्टी शत्रूच्या पराभवानंतर यथावकाश घडून येतील."

महाराणी येसूबाई यांचा तो उपयुक्त सल्ला सगळ्यांनाच पटला; परंतु राजाराम महाराजांचे मन मायापाशात अजून हेलकावे खात होते. येसूबाईंसारख्या प्रेमळ आणि चतुर वहिनीला सोडून गड सोडून जाण्यास त्यांचे मन अजून तयार होत नव्हते. नात्यातील सगळी जवळची माणसे गडावर मागे राहणार होती आणि ते एकटेच आपल्या बायकांना घेऊन गडाबाहेर पडणार होते. त्या ताटातुटीची कल्पना येताच त्यांच्या मनाचा एकच आकांत उडाला. आतापर्यंत त्यांना सगळ्या नातेवाइकांच्या मायेची सावली लाभली असल्याने तिला पारखे व्हावे लागणार म्हणून त्यांचे मन भयंकर अस्वस्थ झाले. ते येसूबाईंना म्हणू लागले की, "राहायचे तर सगळ्यांनी एकत्र राहायचे, नाही तर सगळ्यांनी एकत्र परागंदा व्हायचे. बादशहाच्या हातास लागायचे झाल्यास सगळ्यांनी लागायचे."

आपल्या दिराची ती कळकळीची अजिजी महाराणी येसूबाई यांच्या हृदयाला जाऊन भिडली. त्यांचे हृदय उमाळून येऊन डोळ्यांत अश्रू तरारले; परंतु आपण वीरमाता आणि वीरराणी असल्याच्या जाणिवेची विस्मृती त्यांना पडली नसल्याने त्यांनी मन घट्ट करून म्हटले,

"भावोजी, आता तुम्ही लहान नाही. असा हळवेपणा तुम्हाला शोभत नाही. संकटकाळी तुम्ही हातपाय गाळले तर कसं व्हायचं? आमच्या घराण्याचे कर्ते पुरुष आता तुम्हीच! आम्ही गड सोडून पळून गेलो, तर प्रजेला काय वाटेल? थोरले महाराज आणि तुमचे हुतात्मे बंधू यांच्यानंतर आमच्या अंगी दम उरला नाही, असे शत्रूला वाटेल. मराठी दौलतीच्या आणि छत्रपतींच्या सिंहासनाच्या रक्षणार्थ प्राणांची कुर्बानी करण्यास सिद्ध झालेल्या आमच्या असंख्य सैनिकांना काय वाटेल? त्याचा आपण विचार करा. आपण गड सोडून निघून गेलो अथवा सगळेच जर शत्रूच्या हाती लागलो, तर थोरल्या महाराजांनी स्थापन केलेली हिंदुपदपादशाही कोसळून पडेल, शत्रूला रान मोकळे होईल. देश आणि धर्म लयास जाऊन सर्वत्र म्लेंच्छांचे राज्य सुरू होईल. तुम्ही हे विसरता कामा नये भावोजी."

महाराणी येसूबाई यांच्या वीरोचित उपदेशाने राजाराम महाराजांना आपल्या कर्तव्याची आणि जबाबदारीची जाणीव झाली. ते मुत्सद्दी आणि सेनाधिकारी यांच्यासह गड सोडून जाण्यास तयार झाले.

शत्रूने रायगडास वेढा घातला होता; परंतु झुल्फिकारखानाचे सगळेच सैन्य रायगडास येऊन दाखल झाले नसल्याने वेढा अद्याप पूर्ण झाला नव्हता. वेढा कडक होण्यापूर्वीच गडावरून बाहेर पडणे आवश्यक होते. म्हणून त्वरेने प्रयाणाची तयारी करण्यात आली. तयारी पूर्ण झाल्यावर सगळेजण शिवाजी महाराजांच्या समाधीच्या दर्शनाला गेले. त्यांनी भक्तिभावाने महाराजांची प्रार्थना केली की, आम्हांला यशप्राप्ती व्हावी.

राजाराम महाराजांच्या बरोबर त्यांच्या तिघी राण्या निघाल्या. शिवाजी महाराजांच्या पत्नी आणि राजाराम महाराजांच्या सावत्र आई राणी सकवारबाई महाराणी येसूबाई यांच्याबरोबर गडावर मागे राहिल्या. प्रतापराव गुजरांचे दोघे पुत्र, मोरोपंत पिंगळे यांचे कारभारी उद्धव योगदेव आणि जोत्याजी केसकर ही मंडळीही मागे राहिली. प्रयाणापूर्वी गडावरील शिबंदीच्या सेनाधिकाऱ्यांनी व राजाराम महाराजांबरोबर जाणाऱ्या प्रधानांनी, मुत्सद्द्यांनी आणि सरदारांनी महाराणी येसूबाई व राजाराम महाराज यांच्याशी एकनिष्ठ राहण्याच्या शपथा घेतल्या.

राजाराम महाराजांनी राणी सकवारबाई व महाराणी येसूबाई यांच्या चरणी मस्तक ठेवले. त्यांनी 'यशस्वी व्हावे, गेले राज्य परत मिळवावे, श्रमी होऊ नये' असा आशीर्वाद त्यांना दिला. राजाराम महाराजांच्या राण्यांनी आणि इतर लोकांनीही त्या दोघींचा साश्रू नयनांनी निरोप घेतला. राजाराम महाराजांनी बाळराजे शाहू यांना पोटाशी धरले, तेव्हा त्यांच्या डोळ्यांतून अश्रुधारा वाहू लागल्या. तो प्रसंग हृदय हेलावून सोडणारा होता.

चैत्र कृष्ण पक्षातील ते दिवस होते. रायगड निबिड अंधारात बुडून गेला होता, गडास वेढा घालून बसलेले मोगल सैनिक ठिकठिकाणी घोळक्याघोळक्यांनी पहारा करीत होते. गडावर विशेष हालचाल असल्याची चिन्हे नसल्याने ते गैरसावध होते. राजाराम महाराज गडाबाहेर पडण्याचे धाडस करणार नाहीत या कल्पनेने झुल्फिकारखानाने वेढा कडक केला नव्हता. ही संधी साधून राजाराम महाराज व त्यांचे सोबती गडावरून बाहेर पडले. चोरवाटांनी मोगलांच्या वेढ्यातून निसटले.

राजाराम महाराजांबरोबर त्यांच्या राण्या ताराबाई, राजसबाई, अंबिकाबाई, सर्व कारकून, प्रल्हाद निराजी, खंडो बल्लाळ चिटणीस, बाजी निळो पारसनीस, संताजी घोरपडे, बहिर्जी घोरपडे, खंडेराव दाभाडे आदी मंडळी होती.

ஐ

४

वेळप्रसंगाप्रमाणे राजधानी बदलावी असा निर्णय रायगडी घेण्यात आला होता. त्याप्रमाणे राजाराम महाराज व त्यांच्याबरोबरची मंडळी प्रथम पन्हाळ्याकडे निघाली. वाटेत ते भवानी मातेच्या दर्शनासाठी प्रतापगडास गेले. मंदिराचे वयोवृद्ध पुजारी विश्वनाथभट हडप यांनी राजाराम महाराजांचे व त्यांच्याबरोबरच्या मंडळींचे यथायुक्त स्वागत केले. राजाराम महाराज विश्वनाथभट हडप यांना म्हणाले की, भवानी मातेला कौल लावा. आमच्यावर ओढवलेल्या भयंकर संकटाचे निवारण भवानी माता करणार आहे की नाही, ते जाणून घेण्याची उत्कंठा आम्हांला लागली आहे. तिच्याशिवाय आमचे रक्षण आता कोण करणार?

राजाराम महाराजांच्या आज्ञेप्रमाणे विश्वनाथभट हडप यांनी भवानी मातेस कौल लावला. ते देवीची प्रार्थना करीत म्हणाले,

"माते, स्वराज्यावर आणि स्वधर्मावर महान संकट कोसळले आहे. तांब्रांनी राजधानीस वेढा घातल्याने राजा वनवासास निघाला आहे. प्रसंग तरी तसा येऊन प्राप्त झाला. हे राज्य तुझे देणे, पूर्वी वरदान दिले. ती लज्जा तुजला, प्रसाद तुझा, रक्षण करणे तसे करावे. तूच तारणारी आणि तूच मारणारी. पूर्वी तू अनेकविध रूपे घेऊन खलांचे आणि असुरांचे निर्दालन केलेस. तो संकटकाळ आज घटकेस फिरून प्राप्त झाला आहे आणि म्हणून आम्ही तुला शरण आलो आहोत. आमची तुला प्रार्थना आहे की, तू सर्व सामर्थ्यानिशी मराठ्यांच्या तरुण राजाच्या पाठीशी उभी राहून तांब्रांचे निर्दालन करून स्वराज्याचे रक्षण कर."

विश्वनाथभट हाताची ओंजळी करून देवीसमोर धरणे धरून बसले. त्यांनी उजवा मागितला. बराच वेळ झाला तरी देवी कौल देईना, वेगवेगळे अर्थ ध्वनित करणारी अनेक फुले झाली. ते पाहून विश्वनाथभट अगतिक झाले, रंजीस आले. ते राजाराम महाराजांपाशी जाऊन म्हणाले, "महाराज, भवानी मातेचा अनुग्रह होत नाही. आपण मंदिरात जाऊन मातेची पुन्हा एकदा प्रार्थना करावी. राजघराण्यातील कुणी व्यक्तीने सांगितलेला नवस फेडावयाचा राहिल्यास तो यथावकाश सवडीने फेडू म्हणून विनंती करावी."

विश्वनाथभटांच्या सूचनेप्रमाणे राजाराम महाराज मंदिरात गेले व त्यांनी देवीस कौल देण्याची प्रार्थना केली. फेडायचा नवस राहिला असल्यास तो फेडीन म्हणून सांगितले. नंतर विश्वनाथभट यांनीही देवीची पुन्हा प्रार्थना केली. त्या दोघांच्या प्रार्थनेचा योग्य तो परिणाम झाला. भवानी मातेचा अनुग्रह होऊन तिने अखेर उजवा कौल दिला. ते पाहून विश्वनाथभटांचा आनंद गगनात मावेना. ते राजाराम महाराजांना

म्हणाले, "भवानी माता संतुष्ट झाली आहे. स्वराज्यावरील संकट ती दूर करील, शत्रूचे निर्दालन करील; परंतु आपणाला अनेक अडचणींतून आणि संकटांतून जावे लागणार आहे. भवानी मातेने लवकर कौल दिला नाही, त्याचा अर्थ विजयाच्या मार्गात अनेक संकटे उद्‌भवतील असा आहे."

"भवानी मातेचा अनुग्रह झाला हे आमचे सद्‌भाग्य! अंतिम विजयप्राप्तीसाठी कोणत्याही दिव्यातून जाण्यास आम्ही तयार आहोत." राजाराम महाराज नम्रतापूर्वक अंतःकरणाने देवीसमोर नतमस्तक होत म्हणाले.

प्रतापगडावर काही दिवस मुक्काम करण्याची राजाराम महाराजांची इच्छा होती; परंतु शत्रूच्या पाठलागाच्या भीतीने त्यांनी तो विचार सोडून दिला. ते आपल्या राण्या व सरदार यांच्यासह रायगडाहून निसटले असल्याचा सुगावा झुल्फिकारखानास आतापर्यंत लागून त्याने त्यांच्या तपासाकरिता सैन्य धाडले असण्याची शक्यता होती. म्हणून राजाराम महाराजांनी प्रतापगडाकडून साताऱ्याकडे कूच केले. तत्पूर्वी त्यांनी प्रतापगडाचा किल्लेदार व तेथील शिबंदीच्या सेनाअधिकाऱ्यांना भेटून त्यांना गडाचे प्राणपणाने रक्षण करण्याचे आवाहन केले.

साताऱ्यासही राजाराम महाराजांनी फार दिवस मुक्काम केला नाही. रामदासस्वामींच्या समाधीच्या दर्शनासाठी ते परळीस गेले व तेथून त्यांनी पन्हाळ्याचा रस्ता धरला. तिकडे पोहोचल्यावर त्यांनी पहिले काम कोणते केले असेल, तर ते स्वराज्यातील सर्व गडांच्या किल्लेदारांना पत्रे पाठवून त्यांच्याकडून निष्ठेच्या शपथा घेण्याचे. नंतर ते सैन्याची जमवाजमव करण्याच्या कामास लागले. संभाजी महाराजांच्या अमानुष हत्येमुळे स्वराज्यातील यच्चयावत व्यक्ती संतप्त झाली होती. मराठ्यांना दहशत बसावी आणि त्यांनी आपणास मुकाट्याने शरण यावे म्हणून औरंगजेब त्या पाशवी कृत्यास प्रवृत्त झाला होता; परंतु त्याचा अंदाज सपशेल चुकला. मराठे भीतीच्या दडपणाखाली त्याला शरण तर गेले नाहीतच, उलट आपल्या राजास त्याने हालहाल करून ठार मारले म्हणून ते सूड भावनेने चवताळून उठले. राजाराम महाराजांनी सैन्यभरतीची हाक देताच हजारो तरुण शत्रूशी मुकाबला करून संभाजी महाराजांच्या मृत्यूचा बदला घेण्यासाठी सैन्यात भरती झाले. अल्पावधीतच ही संख्या चाळीस हजारांपर्यंत गेली.

राजाराम महाराज रायगडावरून निसटल्याचा सुगावा झुल्फिकारखानास लागला; पण त्याच्यापाशी सैन्य अपुरे असल्याने राजाराम महाराजांच्या पाठलागासाठी तो सैन्य पाठवू शकला नाही. तसेच गडावरही तो हल्ला करू शकला नाही, कारण गड बलाढ्य असून त्याचे रक्षण करणारी शिबंदीही कडवी होती. गडावर दारूगोळा आणि दाणागोटा भरपूर असल्याची बातमी झुल्फिकारखानास बऱ्याच दिवसांपूर्वी लागली असल्याने, अपुऱ्या तयारीने गडावर हल्ला करून निष्कारण प्राणहानी

करून न घेण्याचे शहाणपण त्याने केले. इकडे राजाराम महाराजांनी पन्हाळ्यास गेल्यावर झुल्फिकारखानाचे रायगडावरील दडपण कमी करण्यासाठी तिकडे सैन्य पाठविण्याचा निर्णय घेतला. या सैन्याचे नेतृत्व त्यांनी धनाजी जाधव यांच्याकडे सुपूर्द केले.

धनाजी जाधव हे छत्रपतींचे आप्त आणि तडफदार योद्धे होते. त्यांनी सेनापती प्रतापराव गुजर आणि सेनापती हंबीरराव मोहिते या दोघांच्या हाताखाली उल्लेखनीय कामगिरी बजावली होती. विशेषतः संभाजी महाराजांच्या कारकिर्दीत त्यांनी गुजरातेत जी लष्करी मोहीम केली; त्यामुळे त्यांचा सर्वत्र बोलबाला झाला होता. ते जसे प्रथम श्रेणीचे सेनाधिकारी होते, तसेच ते वयानेही सर्वांत मोठे होते. म्हणून झुल्फिकारखानास उपद्रव देण्याच्या कामगिरीवर राजाराम महाराजांनी त्यांची नेमणूक केली. त्यांच्या दिमतीस करड्या शिस्तीचे आणि उग्र प्रकृतीचे सेनाधिकारी संताजी घोरपडे यांना देण्यात आले.

दोघेही सेनापती एके दिवशी राजाराम महाराज व मुत्सद्दी मंडळी यांचा निरोप घेऊन सैन्यासह पन्हाळ्याहून निघाले. देशात सर्वत्र गनिमांचा संचार सुरू होता. त्याच्याशी उघडपणे लढाई देण्यास मराठे असमर्थ असल्याने धनाजी जाधव व संताजी घोरपडे या दोघांनी महादेव टेकड्यांच्या आश्रयास राहून मोगल सैन्यावर छापे घालण्यास प्रारंभ केला. त्या वेळी औरंगजेबाचा मुक्काम तुळापुरास होता. संभाजी महाराज व कवी कलश या दोघांच्या निर्घृण हत्येच्या आनंदात तो अद्याप मशगूल होता. रायगड घेतला की, मराठी सत्ता संपुष्टात येईल आणि मग आपण आनंदाने उत्तरेस परतू या भ्रमात तो अद्याप होता. तोच मराठा गनिमाने साताऱ्याच्या जवळपास मोगल शिबंद्या मारल्याची बातमी त्याला कळली. त्या बातमीने तो थोडा संत्रस्त झाला. भुकेकंगाल मराठा गनिमाने लुटमारीसाठी ते हल्ले केले असावेत, अशी त्याची समजूत झाली व त्यांचा बंदोबस्त करण्यासाठी त्याने रणमस्तखान व शास्ताखान या दोन सरदारांस रवाना केले.

बादशहाचे सैन्य आपल्या पारिपत्यासाठी निघाल्याची वार्ता धनाजी व संताजी या दोघांना कळली, तेव्हा संताजी धनाजीस म्हणाले,

"बादशहाची फौज एक-दोन मुक्कामावर आली आहे. फलटणच्या आसपास आपण लढाई द्यावी असे मला वाटते, कारण पाठीमागे डोंगर सडा असला तर बरा; तसा डोंगर तिकडे आहे. माझ्याबरोबर दोन हजार सडे निवडक स्वार द्यावे. मी माझ्या पथकासह तुळापूर मुक्कामी जाऊन बरायखुद्द बादशहावर छापा घालतो आणि मराठे आहेत असे खाशास कळवून देतो."

बादशहाच्या छावणीवर छापा घालण्याची संताजी घोरपडे यांची योजना भयंकर धाडसी होती, कारण औरंगजेबासारख्या बलाढ्य शत्रूच्या छावणीवर सडे चालू जाणे

म्हणजे प्रत्यक्ष मृत्यूलाच सामोरे जाण्यासारखे होते. धनाजी जाधवांऐवजी दुसरा एखादा वयस्कर सेनापती असता, तर त्याने संताजी घोरपडेंना त्या अविचारापासून परावृत्त केले असते; परंतु धनाजी जाधव हेदेखील तरुण आणि धाडसी होते. औरंगजेबाला एखादा तडाखा लगावल्यावाचून त्याला मराठ्यांचे पाणी कळणार नाही हे लक्षात आणून धनाजींनी संताजींची योजना एकदम पसंत केली, ते आनंदाने म्हणाले,

"फार चांगले, शाब्बास! तुम्हाला हवे तेवढे सैन्य घेऊन जा. सोबतीला विठोजी चव्हाण यांनाही घेऊन जा. त्यांची तुम्हाला चांगली मदत होईल."

विठोजी चव्हाण यांना बरोबर घेऊन जाण्याची धनाजी जाधव यांची सूचना संताजी घोरपडे यांना पसंत पडली, कारण विठोजी चव्हाण हेदेखील शूर आणि धाडसी होते. धनाजींनी विठोजींच्या हाताखाली दोन हजार सैन्य दिले. त्यांना घेऊन संताजी घोरपडे यांनी धनाजी जाधवांची महादेव टेकड्यांमधली छावणी सोडली. ते दोघे डोंगराच्या आश्रयाने मार्ग आक्रमण करीत प्रथम जेजुरीस गेले. खंडोबाचे दर्शन घेऊन आपली मोहीम यशस्वी व्हावी म्हणून त्यांनी त्याची प्रार्थना केली. नंतर ते दिव्याच्या घाटात शिरून झाडीत लपून बसले. मोगल सैन्याची दिव्याच्या घाटातून वर्दळ सुरू असे. तेथील झाडीत लपून बसून बादशहाच्या तुळापूर येथील छावणीवर छापा घालणे ही लहानसहान गोष्ट नव्हती. धाडसाप्रमाणेच तिला युक्तीची जोड आवश्यक होती. अकस्मात एक दिवस संताजींच्या डोक्यात एक कल्पना चमकून गेली. ते विठोजी चव्हाण यांना म्हणाले,

"मला एक कल्पना सुचलीय विठोजीराव."

"ती कोणती?" विठोजी चव्हाण उत्कंठित होत म्हणाले.

"थोरल्या महाराजांनी शाहिस्तेखानाच्या पुणे येथील तळावर छापा घालण्यासाठी ज्या युक्तीचा अवलंब केला, ती युक्ती आपण बादशहाच्या छावणीवर छापा घालण्यासाठी अमलात आणावी असं मी म्हणतो." संताजी म्हणाले.

"पण त्या युक्तीचा फिरून अवलंब करणे कितपत इष्ट आहे?" विठोजी चव्हाण शंका व्यक्त करीत म्हणाले, "त्या छाप्याचा धडा बादशहा शिकला नसेल असे का तुम्हास वाटते? आणि बादशहा हा काही शाहिस्तेखान नव्हे. एवढ्या अवाढव्य साम्राज्याचा व्याप सांभाळणारा बादशहा आपल्या छावणीचा बंदोबस्त ढिला ठेवण्याइतका गबाळा असेल, असं का तुम्हाला वाटतं?"

"बादशहा धूर्त आहे, जागरूक आहे हे सर्वश्रुतच आहे; परंतु काही वेळा हुशार आणि धूर्त माणसं सामान्य माणसांच्या क्षुल्लक कृत्यांना फसतात, असा अनुभव आहे." संताजी म्हणाले.

"पण बादशहाच्या छावणीवर छापा घालण्यासाठी तुम्ही कोणती क्लृप्ती

लढविणार ते सांगा ना, म्हणजे तुमची क्लृप्ती यशस्वी होईल की फसेल तत्संबंधीचे मत देता येईल.'' विठोजी चव्हाण म्हणाले.

''हे पाहा विठोजीराव, बादशहाच्या छावणीत शिर्के, मोहिते यांसारखे मराठे सरदार आहेत, हे तुम्हाला माहीत आहेच. आम्ही त्यांच्या सैन्यातील लोक असून छबिन्यासाठी बाहेर गेलो होतो, तिकडून छावणीकडे परत चाललो आहोत, असं कुणी हटकलं तर सांगायचं आणि बेधडक बादशहाच्या छावणीत घुसून अचानकपणे हल्ला करायचा. धाडस यशस्वी झालं तर ठीक. यशस्वी झालं नाही म्हणूनही काही बिघडत नाही. नाहीतरी आपण मरणाला सिद्ध आहोतच.'' संताजी घोरपडे बेफिकीरपणे म्हणाले.

ती धाडसी कल्पना ऐकून विठोजी चव्हाण यांच्या अंगावर रोमांच उभे राहिले. मृत्यूला सामोरे जाण्याची ती कल्पना कुणाच्याही छातीत धडकी भरविणारी होती; पण ती अमलात आणल्याखेरीज बादशहास वचक बसणार नव्हता. विठोजी चव्हाण यांनी त्या योजनेस मान्यता दर्शविली.

त्या वेळी संताजी घोरपडे यांच्याबरोबर त्यांचे दोघे बंधू बहिर्जी आणि मालोजी हेही होते. संताजींप्रमाणेच तेही दोघे शूर आणि बेदरकार होते. संताजीबरोबर ते कुठेही जायला तयार असत. बादशहाच्या छावणीवर छापा घालण्याचा आपला मनोदय संताजींनी त्या दोघांना विदित केला, तेव्हा त्यांनी लगेच त्याला मान्यता दर्शवली.

संताजी, बहिर्जी, मालोजी व विठोजी या चौघांनी एकत्र बसून छाप्याची तपशीलवार योजना आखली. आपल्या हाताखालच्या सेनाधिकाऱ्यांना त्यांनी कामे नेमून दिली आणि मग सर्व तयारी पूर्ण झाल्यावर त्यांनी तुळजाभवानी व क्षेत्रपाल खंडेराय या दोघांचे नाव घेऊन त्याच रात्री दिव्याच्या जंगलातून कूच केले. ते तुळापूरच्या रोखाने निघाले. बादशहाच्या छावणीपासून तीन कोसांवर त्यांना एका मोगल तुकडीने हटकले. ती तुकडी छबिन्यासाठी बाहेर पडली होती. संताजी व विठोजी या दोघांनी निर्भय नजरेने तुकडीतील अधिकाऱ्यांना सांगितले की, आम्ही बादशहाच्या शिर्के व मोहिते या मराठा सरदारांची माणसे आहोत. मुबादल्यास आलो होतो. आता लष्करात माघारी परतत आहोत. ती परवलीची खूण मोगल तुकडीतील अधिकाऱ्यांना पटली. त्यांनी त्यांना पुढे जाऊ दिले.

बादशहाच्या छावणीवर छापा घालण्याची रंगीत तालीम दिव्याच्या जंगलात होऊन चुकली होती; त्यामुळे बादशहाची छावणी जवळ येताच संताजी घोरपडे, त्यांचे सहकारी व इतर सैनिक भीतीचा लवलेशही मनात न बाळगता निधड्या छातीने बेधडकपणे छावणीत शिरले. छावणीच्या प्रवेशद्वारावरील सैनिकांकडून त्यांना बिलकूल अटकाव झाला नाही. छावणीत प्रवेश केल्यावर संताजींनी 'हरहर

महादेव' अशी घोषणा केली आणि ते आपली तलवार उपसून मोगलांवर तुटून पडले. मोगल छावणीत एक लक्ष सैन्य होते; परंतु वेळ रात्रीची आणि सैनिक गाफील असल्याने आकस्मिकपणे तुटून पडलेल्या मराठ्यांचा प्रतिकार त्यांना करता आला नाही. मोगल सैन्याच्या महासागरात मराठे इतके बेमालूमपणे मिसळून गेले की, शत्रू कोण व मित्र कोण हे मोगल सैनिकांना कळेना. ती पहाटेची साखरझोपेची वेळ असल्याने त्यांना डोळे चोळतच उठावे लागले.

संताजी घोरपडे यांचे मुख्य लक्ष्य म्हणजे बादशहाचा डेरा होता. बादशहास गिरफदार करण्याचा त्यांचा बेत होता. ते आपले दोघे बंधू व विठोजी चव्हाण यांच्यासह बादशहाच्या डेऱ्यात घुसले. त्यांनी सगळीकडे त्याचा शोध केला; परंतु तो त्यांच्या हातास लागला नाही.

बादशहाचे नशीब बलवत्तर, म्हणूनच त्या रात्री तो संताजीच्या तावडीतून निसटला. त्या रात्री तो आपल्या मुलीकडे मेजवानीस गेला होता. तिकडे रात्र झाल्याने मुक्कामास तेथेच राहिला. तो हातास न लागल्याने संताजी भयंकर चरफडले. त्या भरात त्यांनी आपल्या सोबत्यांना हुकूम केला की, डेऱ्यांचे तणावे तोडून डेऱ्यावरील सोन्याचा कळस हस्तगत करा. तो हुकूम त्वरित अमलात आणण्यात आला. डेऱ्याचे तणावे तलवारींनी तोडण्यात येऊन, वरचा सोन्याचा कळस हस्तगत करण्यात आला. त्यांचे काम फत्ते झाले होते. बादशहा जरी हातास लागला नसला, तरी त्याच्या डेऱ्याचे सोन्याचे कळस हस्तगत करण्यात त्यांनी यश संपादन केले होते. ते धाडस लहानसहान नव्हते. आपला कार्यभाग झाल्यावर त्यांनी त्वरित माघार घेतली. छावणीस आग लावून देऊन हातास लागेल ते सामान घेऊन त्यांनी पळ काढला.

त्या धाडसात संताजी घोरपडे यांच्या हाताखालची काही माणसे दगावली आणि काही जखमी झाली; परंतु छापा यशस्वी झाल्याने संताजींना काही माणसे दगावल्याचे दुःख झाले नाही.

पहाटेच्या वेळी पडलेला तो अचानक छापा म्हणजे जागृतास्थेत अनुभवलेले भयानक स्वप्न असे मोगलांना वाटले. ते पार दिङ्मूढ होऊन गेले. मराठ्यांच्या राजास ठार मारण्यात आल्याने मराठे नामोहरम झाले, या समजुतीने बादशहा आणि त्याचे सरदार गाफील होते; परंतु त्या छाप्याने त्यांचा भ्रम पुरता उतरला. मराठ्यांचा राजा जरी ठार झाला असला, तरी मराठे अजून जिवंत आहेत हे औरंगजेब पुरता उमगला.

मराठ्यांच्या हल्ल्याने मोगल छावणीत हाहाकार माजला होता. एखाद्या तुफान वावटळीत सापडल्यासारखी त्यांची गत झाली होती. मराठ्यांनी छावणीस आग लावून दिल्याने छावणीची नुसती वाताहत होऊन गेली होती. ते दृश्य पाहून

बादशहा भानावर आला. छावणीचे रक्षण करण्याची जबाबदारी ज्या सरदारांवर होती त्यांना त्याने धारेवर धरले; परंतु बैल गेल्यावर झोपा केला, अशी ती गत झाली, कारण छावणीवर आकस्मिक छापा येईल याची मोगल सरदारांनी आणि खुद्द बादशहानेही कुठे कल्पना केली होती; त्यामुळे सगळ्यांनाच कपाळावर हात मारून घ्यावा लागला.

संताजी घोरपडे व त्यांचे साथीदार तुळापुराहून गटागटांनी सिंहगडाच्या झाडीत येऊन दाखल झाले. बादशहाच्या छावणीत जी हातघाईची लढाई झाली, त्यात बरीच माणसे ठार व जखमी झाली होती. ठार झालेल्यांची प्रेते मागे राहिली; परंतु जखमींना माघारी आणण्यात यश संपादिले होते, कारण संताजींनी सगळ्यांना आधीच बजावले होते की, छाप्यात जे जखमी होतील त्यांना त्यांच्या सोबत्यांनी माघारी आणले पाहिजे. तो हुकूम अमलात आला होता. जखमी लोकांना मलमपट्टी करणे आवश्यक होते, म्हणून संताजींनी त्वरित गडावर निरोप धाडला. प्रतापराव गुजरांचे पुत्र सिदोजी गुजर हे त्या वेळी सिंहगडाचे किल्लेदार होते. संताजी घोरपडे काही जखमी माणसांसह गडाच्या पायथ्याशी आले आहेत ही वार्ता कळताच सिदोजी लगबगीने काही मेणे घेऊन गडाखाली आले. त्यांना जेव्हा कळले की, संताजी घोरपडे बादशहाच्या छावणीवर छापा घालून आले आहेत, तेव्हा संताजींच्या अचाट पराक्रमाने ते पार थक्क होऊन गेले. त्यांनी संताजींस विनंती केली की, गडावर जाऊन थोडे दिवस विश्रांती घ्यावी. त्यावर संताजी म्हणाले की, आम्हास विश्रांतीची जरुरी आहे; परंतु ही वेळ विश्रांती घेण्याची नाही. तुमचा पाहुणचार घेण्यास आम्हास सवड नाही. आम्हास शक्य तितक्या लवकर पन्हाळ्यास जाऊन महाराजांचे दर्शन घेऊन त्यांना बादशहाच्या डेऱ्याचे कळस नजर करायचे आहेत. तुम्ही आमच्या जखमी माणसांना गडावर नेऊन उपचार करा.

सिदोजी गुजरांनी संताजींची मागणी मान्य केली. जखमी माणसांना त्यांनी डोलीतून गडावर पोहोचते केले आणि संताजींना व त्यांच्या सोबत्यांना गडावर नसले तरी गडाच्या माचीस दोन दिवस राहून आपला पाहुणचार घेण्याची विनंती केली. संताजींना ती विनंती झिडकारता आली नाही. त्यांनी सिदोजींचे पाहुणे म्हणून गडाच्या माचीस राहण्याचे कबूल केले.

सिदोजी गुजरांचा पाहुणचार घेऊन संताजी व त्यांचे सोबती प्रयाणाची तयारी करतात न करतात तोच गुप्तहेरांनी बातमी आणली की, मोगल सैन्याची एक तुकडी झुल्फिकारखानास कुमक घेऊन भोरच्या घाटाने रायगडाकडे निघाली आहे. ती वार्ता कानी पडताच सावजाचा सुगावा लागताच लांडग्यांनी कान टवकारावे, तद्वत संताजी क्षणभर निःस्तब्ध झाले. अकस्मात त्यांच्या डोक्यात एक विचार आला, ते सिदोजी गुजरांना म्हणाले,

"सिदोजीराव, तुमच्याकडे आम्ही पाहुणचारासाठी दोन दिवस राहिलो हे बरे झाले. रायगडाला निघालेल्या मोगल तुकडीची कट्टी मारली पाहिजे, तेव्हा आम्हांला आता निरोप द्या."

ते शब्द कानी पडताच सिदोजी गुजर चकित झाले. एक मोहीम पूर्ण होते न होते तोच संताजी लगोलग दुसऱ्या मोहिमेवर जाण्यास सिद्ध झालेले पाहून हा मनुष्य हैवान की कोण ते त्यांना कळेना. संताजींनी छावणी मोडून मोगलांच्या पाठलागास निघण्याची तयारी करण्याचा हुकूम आपल्या अधिकाऱ्यांना केला. सिदोजी गुजरांनी त्या सगळ्यांना प्रेमाने निरोप दिला.

मोगलांची तुकडी भोरच्या घाटाने सावकाश, मजल दरमजल करीत रायगडाकडे निघाली होती. तिच्याबरोबर पाच हत्ती, पैसाअडका आणि इतर बरेच सामान होते. संताजी घोरपडे यांनी तुळापूर येथील बादशहाच्या छावणीवर छापा घातला, त्याची गंधवार्ताही या मोगल सैन्याला नसल्याने ते अगदी आरामात, रमतगमत प्रवास करीत होते. मराठ्यांच्या राजास बादशहाने ठार करून त्यांच्या राजधानीस वेढा घातल्याने आपण जणू या प्रदेशाचे स्वामी बनलो, या भ्रमात ते वावरत होते. हा निश्चिंतपणा आणि निष्काळजीपणा त्यांच्या हालचालींतून प्रतीत होत होता. तसे नसते तर त्यांनी मराठ्यांच्या गनिमी हल्ल्यापासून आपले संरक्षण करण्याची काळजी घेतली असती.

संताजी घोरपडे व त्यांचे सोबती यांनी मोगल तुकडीला हां हां म्हणता गाठले; परंतु त्यांनी तिच्यावर लगेच हल्ला केला नाही. हल्ल्यासाठी जागा शोधण्यासाठी ते घाटातील जंगलात शिरून अदृश्य झाले. मोगल राजरस्त्याने जात होते, तर संताजी आणि त्यांचे सोबती जंगलातून लपत-छपत त्यांचा पाठलाग करीत होते. संताजींनी आपल्या सैनिकांना सूचना देऊन ठेवली होती की, मी ज्या वेळी हल्ल्याची इशारत देईन, तेव्हा तुम्ही झाडीतून बाहेर पडून मोगलांवर तुटून पडा. त्या सूचनेनुसार संताजींनी घाटातील एका वळणावर हल्ल्याचा इशारा देताच शेकडो मराठे झाडीतून बाहेर येऊन यमदूतांप्रमाणे मोगलांवर तुटून पडले.

मोगलांची गत तुफान वावटळीत सापडल्यासारखी झाली. ते बेसावध असल्याने मराठ्यांच्या गनिमी हल्ल्याने त्यांची भयंकर गाळण उडाली. मराठ्यांनी त्यांना प्रतिकार करण्यास सवडच दिली नाही. आपल्या तळपत्या तलवारींनी आणि अणकुचीदार भाल्यांनी त्यांनी मोगल सैनिकांची अक्षरशः लांगडेतोड केली.

किर्रऽऽ झाडीने व्यापलेल्या दुर्गम डोंगरात किती मराठा गनीम दबा धरून बसला असेल याचा मोगलांना अंदाज लागेना. प्रतिकार व्यर्थ आहे याची त्यांना जाणीव झाली. त्यांनी एकदम शरणागती पत्करली. संताजी घोरपडे यांचा कार्यभाग साधला होता. त्यांनी मोगल तुकडीच्या सेनापतीस सांगितले की, तुमच्यापाशी

असलेले हत्ती आणि सर्व सामान आमच्या हवाली करून मुकाट्याने माघारी परतलात तरच तुमची सुटका आहे, नाहीतर एकही सैनिक आम्ही जिवंत सोडणार नाही. त्या धमकीचा योग्य तोच परिणाम झाला. मोगलांनी आपले हत्ती आणि सर्व सामान तेथेच टाकून पळ काढला.

संताजी घोरपडे यांनी हत्ती व लूट घेऊन पन्हाळ्याचा रस्ता सुधारला.

५

संताजी व धनाजी या दोघांना मोगलांची रसद मारण्याच्या मोहिमेवर जाऊन बरेच दिवस झाले होते. त्यांची बातमी नसल्याने राजाराम महाराज व त्यांच्या परिवारातील माणसे काळजीत होती. अकस्मात एके दिवशी हरकाऱ्यांनी बातमी आणली की, संताजी घोरपडे हे दोन मोठे विजय संपादून महाराजांच्या भेटीस येत आहेत. ती वार्ता गडावर पसरताच सगळीकडे उत्साहाचे आणि आनंदाचे वातावरण निर्माण झाले, कारण संभाजी महाराजांच्या मृत्यूनंतर सगळीकडे जे निराशेचे साम्राज्य पसरले होते, त्याला उजाळा देणारी ती वार्ता होती. गडद अंधारात वीज चमकून जावी, तद्वत राजाराम महाराजांच्या अंतःकरणात त्या बातमीने आशेचा किरण चमकला.

राजाराम महाराज संताजी व धनाजी या दोघांच्या आगमनाकडे डोळे लावून बसले होते. त्यांनी संताजी व त्यांचे तिघे सहकारी यांचे थाटाने स्वागत करण्याची आज्ञा आपल्या हाताखालच्या लोकांना केली. संताजीने कोणते विजय संपादन केले हे त्यांना माहीत नसल्याने संताजीच्या तोंडून ते जाणून घेण्याची त्यांना उत्कंठा लागली होती. म्हणून ते त्यांची चातकाप्रमाणे मार्गप्रतीक्षा करीत होते आणि ते जेव्हा पन्हाळ्याच्या माचीस येऊन दाखल झाल्याची वार्ता त्यांना विदित करण्यात आली, तेव्हा त्यांनी तोफांची सलामी देऊन त्यांचे स्वागत करण्याची आज्ञा केली. पन्हाळ्याचा रस्ता कमानी उभारून लतापल्लवांनी सुशोभित करण्यात आला. गडाच्या महाद्वारावर नौबत झडू लागली. सुवासिनी पंचारती घेऊन विजयी वीरांना ओवाळण्यासाठी महाद्वारावर सज्ज झाल्या आणि जेव्हा संताजी व त्यांचे सोबती गडावर येऊन दाखल झाले, तेव्हा एकदम दारूचे काम सुरू झाले. नळे, चंद्रज्योती आकाशात उडू लागल्या. बाणांच्या आवाजाने सारे आसमंत दणाणून गेले. तुताऱ्यांनी

ललकारी दिली. नौबती झडल्या. सर्वांच्या अंगावर रोमांच उभे राहिले. सुवासिनींनी पंचारती ओवाळून चौघा वीरांच्या डोक्यांवरून निंबलोण उतरून टाकले, तेव्हा ते पार गहिवरून गेले. त्यांच्या डोळ्यांतून आनंदाश्रू ओघळले.

स्वागत सोहळा संपल्यावर संताजी आपल्या सोबत्यांसह राजाराम महाराजांच्या दर्शनास गेले. त्यांनी प्रणिपात करून बादशहाच्या डेऱ्याचे सोन्याचे कळस त्यांना नजर केले. संताजीच्या त्या अचाट धाडसाने राजाराम महाराज आणि त्यांचे मुत्सद्दी स्तिमित होऊन गेले, कारण असा भीमपराक्रम तत्पूर्वी कुणी केलेला नव्हता. बादशहाची छावणी म्हणजे काळाची गुहा. तीत शिरून प्रत्यक्ष बादशहाच्या डेऱ्याचे कळस कापून आणणे म्हणजे आकाशपुष्प हस्तगत करण्यासारखे होते. असा वीराग्रणी आपणास लाभला म्हणून राजाराम महाराजांना धन्यता वाटली. त्यांचे रोमरंध्र पुलकित होऊन गेले. ते आपल्या आसनावरून उठून संताजीच्या बाहूंना स्पर्श करीत म्हणाले,

"धन्य आहे तुमची! तुम्ही थोरल्या महाराजांचे नाव राखलेत. प्रत्यक्ष कळिकाळालाही हेवा वाटावा, असा तुमचा हा पराक्रम आहे."

संताजी प्रत्युत्तरादाखल म्हणाले,

"महाराज, हे काम मी आणि माझ्या सोबत्यांनी केले नाही. आम्ही नुसते निमित्तमात्र आहोत. थोरल्या महाराजांचा अदृश्य आत्मा आपल्या दौलतीत जो संचार करीत आहे, त्याने आम्हांला हा पराक्रम करण्यास प्रवृत्त केले. संभाजी महाराजांच्या मृत्यूनंतर मराठे नष्ट झाले नाहीत, ते जिवंत आहेत हे बादशहा समजला आहे."

त्या प्रसंगी राजाराम महाराजांचे सल्लागार रामचंद्र पंत राजाराम महाराजांच्या शेजारी उभे होते. महाराज त्यांच्याकडे वळून म्हणाले,

"पंत, संताजीरावांचा आणि त्यांच्या सोबत्यांचा हा पराक्रम काळाच्या छातीत धडकी भरावयास लावणारा आहे. अशा महान वीरांचा यथोचित गौरव झाला पाहिजे; आम्ही त्यांना काय बक्षीस द्यावे?"

त्यावर रामचंद्र पंत उपरण्याच्या शेवाने तोंड पुशीत म्हणाले,

"महाराज, संताजीराव व त्यांचे तिघे सोबती यांनी जो अतुल पराक्रम केला आहे, त्याला अन्य तोड नाही. त्या पराक्रमामुळे आमची मान आज ताठ बनली आहे. बादशहा सुज्ञ असेल तर धडा घेईल. न घेतल्यास दुर्दैव त्याचे. महाराज, आपल्या फौजांना सेनापती नाही. हंसाजी मोहिते - हंबीरराव यांच्यामागे त्यांचे स्थान घेणारा मोठा वीर त्यांच्या घराण्यात कुणी नाही. हे पद बादशहाच्या डेऱ्याचे सोन्याचे कळस कापून आणणारे व त्याचे पाच हत्ती पाडाव करणारे साहसी वीर संताजी घोरपडे यांना देऊन, स्वामींनी त्यांच्या पराक्रमाचे चीज करावे अशी आमची शिफारस आहे."

ते ऐकताच राजाराम महाराज क्षणभर विचारमग्न झाले. त्यांची चर्या किंचित गंभीर झाली; पण लगेच ते स्वतःला सावरीत म्हणाले, "पंत, तुमची शिफारस योग्य आहे यात संदेह नाही. संताजीराव घोरपडे यांचा पराक्रम अतुल आहे व तदनुसार ते सेनापतिपद भूषविण्यास पात्र आहेत; परंतु तुम्हास माहीत आहेच की, आम्ही धनसिंग जाधवराव यांना सेनापतिपद देण्याचा संकल्प जाहीर करून राहिलो आहोत. धनसिंग जाधवराव हे संताजीरावांहून वयाने आणि अनुभवाने मोठे असता त्यांना डावलून संताजीरावांना सेनापतिपद कसे द्यायचे?"

राजाराम महाराजांचे मत ऐकून रामचंद्र पंत निरुत्तर झाले. सेनापती हंबीरराव मोहिते वाई प्रांती समरांगणी पडल्यावर सेनापतिपद रिकामे झाले होते. एखाद्या अनुभवी, शूर आणि ज्येष्ठ सेनाधिकाऱ्याला हे पद बहाल करण्याचा शिरस्ता शिवाजी महाराजांनी पाडला होता. सेनापती प्रतापराव गुजर नेसरीच्या लढाईत पडल्यावर शिवाजी महाराजांनी त्यांच्या जागी सेनापती म्हणून हंसाजी मोहिते यांना हंबीरराव हा किताब देऊन नेमले होते. ते वाई प्रांती कामास आले. त्यांच्या जागी संभाजी महाराजांनी अन्य कुणाची नेमणूक केली नव्हती. ते पद धनाजी जाधव यांना देण्याची इच्छा राजाराम महाराजांनी प्रकट केली होती, परंतु रामचंद्र पंतांनी भर दरबारात ती जागा संताजी घोरपडे यांना देण्याची शिफारस केल्याने राजाराम महाराजांपुढे पेच निर्माण झाला होता. धनाजी जाधव हे जरी वयाने संताजीहून मोठे आणि अनुभवी असले, तरी ते संताजीइतके तडफदार नव्हते. तशात संताजींनी बादशहाच्या डेऱ्याचे सोन्याचे कळस कापून आणून आणि बादशहाचे पाच हत्ती पाडाव करून जो महान पराक्रम केला, त्यामुळे त्यांनाच सेनापतिपद दिले, तर ते मोगलांचे लवकर दमन करतील असे रामचंद्र पंतांप्रमाणे दरबारातील आणखी काही मुत्सद्द्यांना वाटत होते. अखेर त्या मताचे पारडे जड झाल्याने राजाराम महाराजांनी सेनापतिपद संताजी घोरपडे यांना बहाल केल्याची घोषणा केली.

संताजी घोरपडे यांच्याप्रमाणेच त्यांचे दोघे बंधू बहिर्जी आणि मालोजी व विठोजी चव्हाण यांच्याही पराक्रमाचा राजाराम महाराजांनी गौरव केला. बहिर्जींना हिंदुराव, मालोजींना अमिरुल-उमराव आणि विठोजी चव्हाण यांना राजाराम महाराजांनी हिंमतबहादूर हे किताब बहाल केले.

ज्या वेळी संताजी घोरपडे व त्यांचे दोघे बंधू आणि विठोबा चव्हाण हे चौघे विजयी वीर राजाराम महाराजांच्या दर्शनास पन्हाळ्यास निघाले होते, त्या वेळी धनाजी जाधव व मोगल सरदार शास्ताखान आणि रणमस्तखान यांची फलटणच्या मैदानात घनघोर लढाई जुंपली होती. उघड्या मैदानात मराठ्यांनी मोगलांशी दिलेली ही कदाचित पहिलीच लढाई असेल. या लढाईत सेनापती या नात्याने धनाजी जाधवांचे कुशल लष्करी नेतृत्व आणि अचूक डावपेच प्रकट झाले. संख्याबळाने

आणि शस्त्रबळाने श्रेष्ठ असलेल्या मोगलांचा त्यांनी पाच लढायांत पराभव करून त्यांच्या पाच तोफा पाडाव केल्या. केवळ मोगलांचा पराभव करूनच ते थांबले नाहीत, तर ते माघार घेत असता त्यांनी त्यांच्यावर गनिमी टोळ्या पाठवून त्यांना त्राहि भगवान करून सोडले. नंतर ते मोगलांकडून मिळविलेली लूट घेऊन राजाराम महाराजांच्या दर्शनास पन्हाळ्यास निघाले.

श्रावण महिन्याचे दिवस असल्याने नद्या-नाले तुडुंब भरले होते व त्यामुळे प्रवासात अडथळा येत होता. धनाजी जाधवांना राजाराम महाराजांच्या भेटीची घाई नव्हती, कारण आपणापूर्वीच संताजी घोरपडे यांनी राजाराम महाराजांची भेट घेऊन सेनापतिपद घेतल्याचे वृत्त त्यांना पन्हाळ्याच्या वाटेवर कळले होते. त्या वार्तेने ते खिन्न झाले होते आणि त्यांची गती मंदावली होती. ते दरमजल करीत अखेर पन्हाळ्यास जाऊन पोहोचले; परंतु गडावर न जाता त्यांनी पन्हाळ्याच्या माचीस मुक्काम केला. आपल्या आगमनाची वर्दीही त्यांनी गडावर पाठविली नाही. धनाजी जाधव फलटणच्या मैदानात मोगल फौजांवर विजय संपादन करून आपल्या भेटीस निघाले असल्याची वार्ता राजाराम महाराजांना कळली होती; परंतु ते गडावर न येता गडाच्या माचीस मुक्कामास राहिल्याचे कळताच ते काय समजायचे ते समजून चुकले. सेनापतिपद संताजी घोरपडे यांना बहाल केल्यामुळे धनाजी जाधव आपणावर रुसले आहेत हे त्यांच्या ध्यानी येण्यास उशीर लागला नाही. आपण अगोदर धनाजींना सेनापतिपद देण्याचे जाहीर केले होते; परंतु रामचंद्र पंत व दरबारातील इतर काही मुत्सद्दी यांच्या शिफारशीमुळे ते आपण संताजी घोरपडे यांना दिले आणि त्यामुळे आपण वचनभंगाच्या दोषास पात्र ठरतो, ही प्रमादाची भावना त्यांच्या अंतःकरणाला स्पर्शून गेली. तसे असल्यास धनाजींची जातीने भेट घेऊन, आपल्या हातून घडलेल्या वचनभंगाच्या प्रमादाबद्दल दिलगिरी प्रदर्शित करून, त्यांची समजूत घालणे हे आपले कर्तव्य आहे असे त्यांच्या मनात आले. त्यांनी धनाजीस निरोप धाडला की, मी तुमच्या भेटीस येत आहे.

राजाराम महाराजांनी वचनभंग करून सेनापतिपद संताजी घोरपडे यांना दिले म्हणून धनाजीच्या मनात वैफल्याची भावना निर्माण झाली होती. वचनभंग करणाऱ्या राजाकडून आपल्या पराक्रमाचे काय चीज होणार अशी विचारसरणी त्यांच्या मनात घर करू लागली होती; पण त्याच वेळी राजाराम महाराजांचा निरोप त्यांना कळला. ज्या अर्थी महाराज गड उतरून जातीने आपल्या भेटीस येत आहेत, त्या अर्थी सेनापतिपद संताजी घोरपडे यांना दिल्यामुळे आपण नाराज आहोत हे त्यांनी ताडले आहे व आपली समजूत घालण्यासाठी ते येत आहेत हे धनाजीच्या ध्यानी येण्यास विलंब लागला नाही. त्यांच्या मनातील द्वंद्व कुठच्या कुठे मावळले. महाराज भेटीस येत आहेत ही वार्ताच मुळी आपला मोठेपणा सिद्ध करणारी आहे हे त्यांनी ताडले;

ते महाराजांच्या स्वागतास सिद्ध झाले.

मेघाच्छादित अंबराच्या छताखाली राजाराम महाराज व धनाजी जाधव या दोघांची पन्हाळ्याच्या माचीस धनाजीच्या छावणीत भेट झाली. धनाजींनी राजाराम महाराजांच्या चरणांवर मस्तक ठेवून त्यांना वंदन केले. दोघेही गहिवरून आले होते.

''तुम्ही थेट गडावर न येता येथे का थांबलात ते आम्ही ताडलं धनसिंगराव.'' राजाराम महाराज रुद्ध स्वरात म्हणाले.

''स्वामींनी आमच्याविषयी मनात अंदेशा बाळगू नये.'' धनाजी जाधव लगबगीने प्रत्युत्तर करीत म्हणाले, ''आम्ही स्वामींच्या दर्शनास येणारच होतो. स्वामींच्या ठायी आमची निष्ठा आहे याचा अन्य पुरावा आम्ही कोणत्या रीतीने सादर करणार?''

''तुम्ही आमच्या भेटीस येणार होता, हे सगळ्यांनाच माहीत आहे; पण येथे येऊन थांबलात त्याला आमच्या हातून घडलेली चूक कारणीभूत आहे हेही सगळ्यांनी जाणलं धनसिंगराव.'' राजाराम महाराज आपल्या हातून घडलेल्या वचनभंगाचा कबुलीजबाब देत म्हणाले.

''स्वामींनी तसं मनात आणू नये. आमची सेवा निरपेक्ष आहे. आम्ही ती केली आणि यापुढेही करीत राहणार.''

''निरपेक्ष बुद्धीने स्वामिसेवा करणे ही कर्तव्यनिष्ठ सेवकाची जबाबदारी असली, तरी अशा सेवकाच्या निरलस सेवेचे चीजही स्वामींनी केले पाहिजे. तुमची सेवा आमच्या ठायी रुजू आहे धनसिंगराव. आम्ही तुम्हाला सेनापतिपद देण्याचे सूतोवाच अगोदरच करून राहिलो होतो; परंतु ते पद जरी तुम्हास आम्हांला देता आले नाही तरी त्याच पदाच्या तोडीचा 'जयसिंगराव' हा किताब आम्ही तुम्हाला बहाल करीत आहोत. या किताबाला साजेसा सरंजाम व इतमाम तुम्हाला प्राप्त होईल.''

राजाराम महाराजांची ती घोषणा ऐकून धनाजी जाधवांचे अंतःकरण उचंबळून आले. आपल्या सेवेचे चीज राजाराम महाराजांनी केले म्हणून त्यांचा राग कुठच्या कुठे पळून गेला व त्याची जागा कृतज्ञतेने घेतली.

धनाजी जाधवांप्रमाणेच राजाराम महाराजांनी त्यांच्या हाताखालच्या सेनाधिकाऱ्यांचाही वस्त्रप्रावरणे बहाल करून मानसन्मान केला. अशा रीतीने हा दिलजमाईचा सोहळा पार पडल्यावर राजाराम महाराजांनी धनाजी जाधव यांना आपणाबरोबर गडावर निघण्याची सूचना केली. त्यावर धनाजी जाधव राजाराम महाराजांना म्हणाले,

''महाराज, बादशहाने पन्हाळ्यास वेढा घालण्यासाठी सैन्य रवाना केल्याची वार्ता आमच्या गुप्तहेरांनी नुकतीच आणली आहे. आपणालाही ती कळलीच असेल.''

''नाही. आम्हांला ती कळलेली नाही. तुमच्याकडून ती आम्ही आता पहिल्याप्रथमच

ऐकतो आहोत.'' राजाराम महाराज काळजीच्या स्वरात म्हणाले.

''बादशहा पन्हाळ्याकडे सैन्य पाठविल्यावाचून राहणार नाही, हे आम्ही जाणून होतो. आपण आम्हांला पुढचा निर्णय घेऊन आज्ञा करावी.'' धनाजी जाधव राजाराम महाराजांना म्हणाले.

''पुढचा निर्णय आम्हांला इकडे कसा घेता येईल? तो आम्ही गडावर गेल्यावर घेऊ.'' राजाराम महाराज म्हणाले.

''तोपर्यंत आम्ही तांब्रांची वाट पाहत इकडे माचीलाच थांबतो. आपण गडावर गेल्यावर आज्ञा धाडावी.'' धनाजी जाधव म्हणाले.

मग राजाराम महाराजांनी धनाजी जाधवांना आपणाबरोबर गडावर चलण्याचा पुन्हा आग्रह केला नाही. तो मानी स्वभावाचा शिपाईगडी आपणाबरोबर गडावर येणार नाही हे त्यांनी ताडले होते. ते त्यांचा निरोप घेऊन गडावर परतले. परतीचा रस्ता त्यांनी व्यग्र मनःस्थितीतच काढला. आपणास सेनापतिपद मिळाले नाही म्हणून धनाजी जाधवांच्या मनातील अढी न गेल्याने संताजी घोरपडे यांच्याविषयी त्यांच्या मनात कटुता निर्माण झाली आहे आणि त्यामुळे त्या दोन्ही सरदारांमध्ये दुहीचे बीज पेरले गेले आहे हे राजाराम महाराजांना उघडच दिसत होते. त्यातच बादशहाने पन्हाळ्यास वेढा घालण्यासाठी सैन्य धाडल्याची बातमी कळल्याने ते भयंकर चिंतातुर झाले होते. बादशहाने पन्हाळ्याकडे सैन्य धाडले असल्यास पन्हाळ्यावर वास्तव्य करणे धोक्याचे आहे हे स्पष्टच होते. तसे असल्यास कुठल्या सुरक्षित ठिकाणी प्रयाण करायचे हा प्रश्न होता.

राजाराम महाराजांचे गडावर आगमन होताच रामचंद्र पंत त्वरित त्यांच्या भेटीस गेले. ते त्यांना संत्रस्त स्थितीत आढळले. धनाजी जाधवांची व त्यांची मुलाखत यशस्वी झाली नसल्याने ते बेचैन झाले असावेत असे वाटून रामचंद्र पंत महाराजांना म्हणाले,

''धनसिंगराव आले नाहीत वाटतं स्वामींबरोबर गडावर?''

''नाही. ते आमच्याबरोबर आले नाहीत.'' राजाराम महाराज विमनस्क स्थितीतच म्हणाले.

''संताजीरावांना सेनापतिपद दिल्याने ते नाराज झाले असतील.''

''हो, ते खरं आहे. 'जयसिंगराव' हा किताब दिल्याने ते थोडे संतुष्ट झाले; पण त्या किताबाला सेनापतिपदाची सर आहे का पंत? हाती-तोंडी आलेला घास हिरावून नेण्यासारखा तो प्रसंग आहे.'' राजाराम महाराज रामचंद्र पंतांकडे अर्थपूर्ण नजरेने दृष्टिक्षेप करीत म्हणाले.

रामचंद्र पंतांनी प्रत्युत्तर केलं नाही. प्रत्युत्तर करण्यास त्यांच्यापाशी शब्दच नव्हते, कारण धनाजी जाधव आणि संताजी घोरपडे या दोघांमध्ये सेनापतिपदावरून

वितुष्ट निर्माण होण्यास ते स्वतः कारणीभूत होते. रिकामे पडलेले सेनापतिपद महाराजांच्या मनात धनाजी जाधवांना द्यावयाचे असून दरबारातील काही मुत्सद्दी आणि बराच मोठा अधिकारीवर्ग धनाजी जाधवांविषयी सहानुभूती बाळगून आहे, हे रामचंद्र पंतांना माहीत होते. तरीही त्यांनी भर दरबारात सेनापतिपद संताजी घोरपडे यांना देण्याची सूचना केली होती. ती सूचना अमान्य करणे राजाराम महाराजांना कठीण झाले होते.

आता जेव्हा राजाराम महाराजांनी पंतांकडे अर्थपूर्ण नजरेनं पाहिलं, तेव्हा त्या नजरेचा रोख त्यांना आकलन झाल्यावाचून राहिला नाही. ते दिलगिरीच्या स्वरात म्हणाले,

"धनसिंगरावांच्या नाराजीचं उत्तरदायित्व एका दृष्टीनं आमच्याकडे येतं. स्वामींनी त्याबद्दल आम्हांला क्षमा करावी. संताजी घोरपडे यांच्या देदीप्यमान पराक्रमानं आम्ही दिपून गेलो आणि त्या भरात त्यांना सेनापतिपद देण्याची सूचना आमच्याकडून न कळत झाली."

"छे! छे! त्याबद्दल तुम्ही बिलकूल दिलगीर होऊ नका पंत." राजाराम महाराज लगबगीने म्हणाले, "संताजी घोरपडे यांच्या पराक्रमानं आम्हीही दिपून गेलो आणि तुमची सूचना आम्हांला मान्य करावी लागली. आपणाला सेनापतिपद मिळालं नाही म्हणून धनसिंगराव फार कष्टी झाले; परंतु आता ते दुःख विसरून गेले आहेत. ते तसे मनाने थोर आहेत, विवेकी आहेत. त्यांच्या थोर घराण्याचा वारसा त्यांना लाभलेला आहे. स्वराज्याच्या सेवेत ते कधीच मागे राहणार नाहीत याची आम्हांला खात्री आहे."

हे ऐकताच रामचंद्र पंतांच्या चर्येवरील ताण थोडा कमी झाला. उपरण्याच्या शेवानं त्यांनी आपल्या तोंडावरचा घाम निपटला.

"पण पंत, धनसिंग जाधवरावांचा रुसवा हा आता मोठा प्रश्न उरलेला नाही. तांब्रांची फौज पन्हाळगडाकडे चालून येत असल्याची वार्ता आम्हांला धनसिंगरावांकडून कळली. मोठी चिंता निर्माण करणारी बातमी आहे." राजाराम महाराज म्हणाले.

"होय महाराज, ती बातमी खरी आहे. गुप्तहेरांनी ती बातमी आजच आणली." रामचंद्र पंत म्हणाले, "ती बातमी आपणाला विदित करण्यासाठी आम्ही आलो आहोत."

"तर मग आपण पुढचा बेत ठरवायला पाहिजे पंत. गड लढवायचा की अन्यत्र स्थलांतर करायचं तत्संबंधीचा निर्णय त्वरित घ्यायला हवा. गड लढवायचा झाल्यास तयारी करायला हवी."

"गड बलाढ्य आहे. शिबंदी चांगली आहे. दारूगोळ्याची आणि दाणागोट्याची बेगमीही मुबलक आहे; परंतु महाराजांनी गड स्वतः न लढविता सुरक्षिततेसाठी कबिल्यासह अन्यत्र प्रयाण करावे असे आम्हास वाटते." रामचंद्र पंतांनी आपला

दृष्टिकोन व्यक्त करीत म्हटले.

"पण आता दसरा जवळ आला असता, दुसरीकडे कुठं जायचं पंत?" राजाराम महाराज काळजीच्या स्वरात म्हणाले.

"प्रयाण आताच करायला पाहिजे असं नाही. दसरा झाल्यावर करता येईल. शत्रू गडाखाली येऊन जरी दाखल झाला तरी तो गडास वेढा घालण्याइतपत समर्थ असेल असे वाटत नाही." रामचंद्र पंत म्हणाले.

"तर मग तांब्रांना थोपवून धरण्यासाठी कुणाची तरी रवानगी करायला हवी." राजाराम महाराज म्हणाले.

"ते काम संताजी घोरपडे चांगलं करतील महाराज." रामचंद्र पंतांनी ग्वाही दिली.

"तर मग मी त्यांना मोहिमेवर जाण्याची आज्ञा करतो. तुम्ही आता जा पंत." राजाराम महाराजांनी रामचंद्र पंतांना रजा दिली.

दुसऱ्या दिवशी गुप्तहेरांनी बातमी आणली की, पन्हाळ्यावर चालून येत असलेल्या मोगल सैन्याचे नेतृत्व संभाजी महाराजांना संगमेश्वरी गिरफदार करणारा मोगल सरदार शेख निजाम ऊर्फ मुकर्रबखान हा करीत आहे. रायगडाला वेढा घालून बसलेला मातबर मोगल सरदार झुल्फिकारखान याची तिकडे डाळ न शिजल्याने, त्याच्या सूचनेवरून औरंगजेबाने शेख निजामला पन्हाळ्यास वेढा घालण्यासाठी रवाना केले आहे. ती वार्ता कळताच राजाराम महाराजांनी संताजी घोरपडे यांना तातडीने आपल्या भेटीस बोलाविले. ते त्यांना म्हणाले,

"औरंगजेब गनीम आम्हांला कुठेच निवांतपणे राहू देण्यास तयार नाही. त्याने पन्हाळगडास वेढा घालण्यासाठी मुकर्रबखानाची रवानगी केली असल्याची बातमी तुम्हाला कळली असेलच."

"होय महाराज, ती बातमी आम्हांला कळली आहे." संताजी घोरपडे गंभीर नजरेनं म्हणाले.

"त्याचं पारिपत्य करण्यासाठी मराठी दौलतीचे सरसेनापती या नात्यानं तुम्ही जावं असं आम्हांला वाटतं."

"आपली आज्ञा शिरसावंद्य आहे महाराज."

"तर मग तुम्हाला पाहिजे ते सैन्य घेऊन जा."

त्या आज्ञेप्रमाणे संताजी घोरपडे शेख निजामाच्या पारिपत्यासाठी सैन्य घेऊन पन्हाळ्याहून निघाले.

परंतु संताजी घोरपडे हे जरी मुकर्रबखानाच्या पारिपत्यास सैन्य घेऊन गेले असले, तरी मुकर्रबखानाचा पराभव होईलच या भरवशावर पन्हाळ्यास आणखी काही दिवस मुक्काम करणे धोक्याचे होते. मुकर्रबखानाचा पराभव झाल्यास

औरंगजेब आणखी कुणाला तरी पन्हाळ्यास पाठविणार होता. त्याच्यापाशी सरदारांची, सैन्याची आणि इतर साधनांचीही कमतरता नव्हती. ही गोष्ट लक्षात घेऊन राजमंडळाने निर्णय घेतला की, दसरा झाल्यावर राजाराम महाराजांनी आपल्या कबिल्यासह व राजमंडळातील सदस्यांसह विशाळगडास निघून जावे.

पावसाळा आता ओसरत आला होता. सर्व ऋतूंत सदैव सुंदर वाटणारा पन्हाळ्याचा परिसर शरद ऋतूच्या अवर्णनीय सौंदर्याने आल्हाददायक वाटत होता. कापसासारखे पांढरे ढग आकाशातून इतस्ततः पळत होते आणि त्यातून अचानकपणे अवनीतलावर ओसंडणाऱ्या शारदीय रविकिरणांत हिरवीगार पिके चमचम करीत होती. वर्षा ऋतूतील मेघजलाच्या आकंठ पानाने शरदाच्या स्वागतास हिरवी वस्त्रप्रावरणे लेवून उभ्या असलेल्या एखाद्या मुग्ध नववधूसमान वाटणारी तुष्ट आणि सुष्ट वनराजी निसर्गवेड्या मानवाचे हृदयकंपन करीत होती. त्यातच पिकाला आलेल्या शेतात चारा खाण्यासाठी एकदम झडप घालणारे व शेताच्या राखणदाराच्या गोफणीतून सुटणाऱ्या दगडांच्या माऱ्याने एकदम भरकन आकाशात उडणारे पक्ष्यांचे थवे मनाला आल्हाद देत होते.

पन्हाळ्याच्या तटावर सायंकाळच्या वेळी उभे राहून राजाराम महाराज निसर्गाच्या या अवर्णनीय शोभेचे अवलोकन करीत असत. मराठ्यांच्या या तरुण राजावर कोवळ्या वयात राज्यकारभार हाकण्याची जबाबदारी जरी येऊन पडली असली, तरी त्याला निसर्गाचं भारी वेड होतं. तो सौंदर्याचा आणि ललित कलांचा भोक्ता होता. त्याचं मन फुलासारखं कोमल होतं.

भादवा संपला आणि आश्विन अपूर्व तेजानं प्रकट झाला. नवरात्रास प्रारंभ होताच पन्हाळगडावर घटस्थापना करण्यात आली. प्रदायिनी दुर्गादेवीच्या पूजनास प्रतिपदेपासून प्रारंभ झाला. राजाराम महाराजांनी व्रतस्थ राहून देवीची पूजा सुरू केली. धूप, दीप, निरांजने, विविध प्रकारचे नैवेद्य, ब्राह्मणभोजने, नटनर्तकांची गाणी देवीसमोर सुरू झाली. तारुण्याने मुसमुसणाऱ्या सुंदर नर्तिका आणि वारयोषिता आपल्या नृत्यकलेने देवीस तोषवू लागल्या, गानकुशल गवई व कोकिळेच्या मधुर कूजनाशी स्पर्धा करणाऱ्या स्वरकिन्नरी गायिका दुर्गादेवीच्या पूजास्थानी वर्णी लावून जाऊ लागल्या. हाती डमरू आणि गळ्यात रुंडमाळा धारण करणाऱ्या दुर्गारूपी तुळजाभवानीला संतुष्ट करण्यासाठी रोज बकरी व मेंढरे यांचा बळी देण्यात येऊ लागला. कुमारीपूजन आणि साध्वी सुवासिनींचे पूजनही झाले. रोज नाना प्रकारचे देखावे देवीसमोर उभे करण्यात येत असत.

अशा रीतीने राजाराम महाराजांनी भवानी मातेचे निष्ठेने पूजन चालविले असता तिने संतुष्ट होऊन त्यांना स्वप्नात दृष्टांत दिला की, 'राजा, 'बिल्व शाखे'चे पूजन कर. म्हणजे सर्व विघ्नांचा परिहार होऊन तुझे सर्व मनोरथ पूर्ण होतील. शत्रूचा नाश

होईल व तुला इजा करण्यास कुणी धजणार नाही.'

हे स्वप्न राजाराम महाराजांनी दुसरे दिवशी रामचंद्र पंत, प्रल्हाद निराजी वगैरे आपल्या मंत्र्यांना आणि इतर निकटवर्ती लोकांना विदित केले. त्यांनी सल्ला दिला की, द्विजाग्रणींना पाचारण करून त्यांचे मत अजमावावे. केशव पंडित पन्हाळ्यास होतेच, राजज्योतिषी बाळ जोशी जोशीराव यांना संगमेश्वरहून पन्हाळ्यास बोलावून घेण्यात आले. सर्व पंडितांची बैठक होऊन बिल्व शाखेच्या यज्ञाचा खल करण्यात आला. सर्वांनी एकमताने राजाराम महाराजांना सल्ला दिला की, तुम्ही बिल्व शाखेचे व्रत केल्यास देवी संतुष्ट होऊन तुमच्या सर्व मनःकामना ती पूर्ण करील.

या सल्ल्यानुसार राजाराम महाराजांनी बिल्व शाखेचे व्रत पार पाडण्यासाठी राज्यातील आचार्य व पुरोहित यांना निमंत्रणे धाडली. हे व्रत इंद्राने अजिंक्यपद प्राप्त करून घेण्यासाठी केले होते. विद्वान ब्राह्मणांच्या सल्ल्यानुसार राजाराम महाराजांनी बिल्व शाखा प्रबोधनव्रतास नवरात्र नवमीच्या दिवशी प्रारंभ केला. प्रातःकाळी स्नान करून मंगलविधी आटोपले आणि जापक ब्राह्मणाच्या साहाय्याने होमास प्रारंभ केला. गणपतिपूजनानंतर पुण्याहवाचन झाले. यशकंकण करून ब्राह्मणांनी होमास प्रारंभ केला. होम संपताच राजाराम महाराजांनी ब्राह्मणांसह नृपतीस जयप्रद सुचिन्हे वाहिली. आहुती वाहिली असता धुरकट ठिणगीयुक्त मोठ्या रथासारखा आवाज करणारा, उजवीकडे ज्वाला असलेला तेजस्वी सुवर्णवर्ण शुभाकार दृग्गोचर झाला, ते विजयचिन्ह होते.

होमाची समाप्ती झाल्यावर ब्राह्मणपूजन होऊन त्यांना दक्षिणा वाटण्यात आली. नंतर महादेवाची पूजा सुरू झाली. राजाराम महाराजांनी महादेवाचे स्तवन करून त्याला नमस्कार केला. भक्तांना अभय देणाऱ्या लोकजननीची क्षमा याचिली. नंतर नट, नर्तक, वारयोषिता, भाट व कवी यांना द्रव्य व वस्त्राभरणे देऊन त्यांचा यथोचित सत्कार करण्यात आला. अशा रीतीने तो नवरात्र महोत्सव निर्विघ्नपणे पार पडल्याने राजाराम महाराज, राजघराण्यातील माणसे व राजमंडळ संतुष्ट झाले. राज्याच्या आणि राजाच्या रक्षणाचा भार महाराष्ट्राची कुलस्वामिनी भवानी मातेने अंगीकारल्याने सर्वजण निश्चिंत झाले. त्या समाधानात दसरा उजाडला.

दसऱ्याच्या दिवशी राजाराम महाराजांनी प्रातःकाळी स्नान करून व इतर विधी आटोपून देवपूजा केली. दुपारी चतुर्विध अन्न सेवन केले. सायंकाळी शमीपूजनाची तयारी सुरू झाली. राजाराम महाराज पोशाख करून अश्वारूढ झाले. त्यांच्याप्रमाणेच त्यांचे मंत्री, सेनापती आणि इतर सेनानायकही घोड्यांवर स्वार झाले. पायदळ, पायदळाचे नायक, गजसेना, अश्वसेना त्याचप्रमाणे इतर नागरिकही ठेवणीतील वस्त्रप्रावरणे लेवून शमीपूजनाच्या मिरवणुकीत सामील झाले. वस्तादांनी शिकविलेले, दोन्ही बाजूंनी भोवरे असलेले, चपळ, सुंदर आणि खोगिरांनी व इतर उंची

आवरणांनी भूषविलेले जयमंगल सूचित करणारे घोडे, झूल घातलेले, लोलक घंटादिकांनी अलंकृत व तज्ज्ञांनी शिकविलेले भद्र, मंद व मृग या तिन्ही जातींचे हत्ती मिरवणुकीसमोर जात होते. राजाराम महाराजांनी शमीपूजनाच्या ठिकाणी ईशान्य दिशेस शमी वृक्षाचे व आपट्याचे विधियुक्त पूजन केले. भाट व कवींनी स्तुतिस्तोत्रे गायिली. तदनंतर सोने वाटण्याचा व सोने लुटण्याचा समारंभ पार पडला. शमीपूजन झाल्यावर राजाराम महाराज आपल्या लवाजम्यासह राजवाड्याकडे परतले. सुवासिनींनी त्यांना आरती ओवाळली.

राजाराम महाराज पन्हाळगडावर नवरात्रोत्सव साजरा करीत होते, तेव्हा संभाजी महाराजांना संगमेश्वर येथे पकडणारा मोगल सरदार शेख निजाम मुकर्रबखान हा द्रुतगतीने पन्हाळ्याकडे निघाला होता. संभाजी महाराजांना पकडल्याबद्दल विजयाचा तुरा औरंगजेबाने त्याच्या शिरस्त्राणात खोवल्याने त्याला स्वर्ग दोनच बोटे उरला होता. राजाराम महाराजांना आपण हां हां म्हणता पकडतो असे आश्वासनपर पत्र औरंगजेबास पाठवून तो पन्हाळ्याकडे निघाला होता; परंतु आपणासमोर कोणते ताट वाढून ठेवले आहे त्याची त्याला कल्पना नव्हती. त्याचे सैन्य अर्धचंद्रांकित हिरवे ध्वज हवेत फडकावत वायुवेगाने पन्हाळ्याकडे निघाले होते. पन्हाळगड घेऊन राजाराम महाराज व त्यांच्या परिवारातील माणसे यांना गिरफदार करून, केव्हा एकदा त्यांना बादशहाकडे घेऊन जातो, असे शेख निजामास झाले होते. मोठ्या आत्मविश्वासाने आणि दिमाखाने तो मार्ग आक्रमण करीत होता. त्याचे सरदारही त्याच्याप्रमाणेच गर्वाच्या धुंदीत वाटचाल करीत होते.

अकस्मात एका खिंडीत काहीतरी गडबड सुरू झाली. 'हरहर महादेव'ची गगनभेदी आरोळी जवळपासच्या झाडीतून अचानकपणे निनादली आणि शेकडो मराठे वीर आपले अणकुचीदार भाले आणि तळपत्या तलवारी हवेत परजून मोगलांवर तुटून पडले. पहाडामध्ये दबा धरून बसलेल्या तुबकधारी मराठा वीरांनीही अचूक नेम साधून मोगलांवर गोळ्यांचा वर्षाव सुरू केला.

तो हल्ला शेख निजामास अनपेक्षित होता. प्रत्यक्ष बादशहाच्या छावणीवर साहसी हल्ला करून त्याच्या डेऱ्याचे सोन्याचे कळस कापून आणणारा कर्दनकाळ संताजी घोरपडे आपली खांडोळी करण्यासाठी त्या अडचणीच्या जागी दबा धरून बसला असल्याची त्याला कल्पना नव्हती. मराठा वीरांच्या अणकुचीदार भाल्यांनी, तलवारींनी आणि बंदुकांनी असंख्य मोगल सैनिकांचा बळी घेतला. तो तुफानी हल्ला त्यांना परतवून लावता आला नाही. त्यांचा पुरता बीमोड होऊन त्यांना जीव बचावण्यासाठी पळ काढावा लागला.

शेख निजामाच्या पराभवाची वार्ता पन्हाळ्यास आली, तेव्हा राजाराम महाराज आणि रामचंद्र पंत यांना कोण आनंद झाला. विशेषतः रामचंद्र पंतांना तर त्या

विजयाच्या बातमीने आकाश ठेंगणे वाटले. संताजी घोरपडे यांना सेनापतिपद देण्याची त्यांनी शिफारस केल्याने राजमंडळाचे काही सभासद व बरेच सरदार त्यांच्यावर रुष्ट झाले होते; पण आता जेव्हा संताजी घोरपडे यांनी शेख निजामास पळवून लावल्याची वार्ता गडावर आली, तेव्हा रामचंद्र पंतांची निवड योग्य होती हे त्यांना कबूल करावे लागले; परंतु शेख निजामाचा पराभव झाल्याने पन्हाळ्याचे संकट टळत नव्हते. शेख निजामाचा मोड झाल्याची वार्ता कळताच चिडून जाऊन बादशहा पन्हाळ्याकडे दुप्पट सैन्य रवाना केल्यावाचून राहणार नाही ही अटकळ राजाराम महाराज व त्यांच्या राजमंडळातील मुत्सद्द्यांनी केली. त्यांनी बादशहाच्या सैन्याची दुसरी धडक पन्हाळ्यास येऊन आपटण्यापूर्वीच विशाळगडाकडे कूच करण्याचा निर्णय घेतला.

ဢ

६

घनदाट जंगलांनी आणि खोल दऱ्या-खोऱ्यांनी वेष्टिलेला गगनचुंबी गगनगड एखाद्या अजस्र खडकासारखा सह्य पर्वतात उभा होता. शत्रूच्या केवढ्याही प्रखर हल्ल्यांना आणि प्रभावी तोफांना दाद न देण्यास तो समर्थ होता. म्हणून राजाराम महाराज आणि त्यांच्या राजमंडळातील मुत्सद्दी यांनी या अजिंक्य आणि बलाढ्य किल्ल्याचा आश्रय घेण्याचा निर्णय घेतला होता. या किल्ल्याच्या आश्रयास आपण बराच काळ राहू, तदनंतर भावी योजना आखता येतील असा विश्वास राजाराम महाराजांना व त्यांच्या मंत्र्यांना वाटत होता; परंतु गगनगडास आगमन होऊन काही दिवस लोटतात न लोटतात, तोच एके दिवशी बातमी आली की, 'मराठ्यांच्या राजास कशाही रीतीने पकडा, त्यासाठी केवढीही प्राणहानी आणि वित्तहानी झाली तरी बेहत्तर!' असा हुकूम औरंगजेबाने आपल्या सरदारांना केला आहे.

राजाराम महाराजांना व राजमंडळाच्या सदस्यांना ती बातमी ऐकून नवल वाटले नाही, कारण मराठ्यांना नेस्तनाबूत करण्याचा चंग बांधून राहिलेला औरंगजेब राजाराम महाराजांची गय करणार नव्हता हे सूर्यप्रकाशाइतके स्पष्ट होते. त्याला मराठ्यांकडून संपूर्ण शरणागती हवी होती. ती मिळाल्याखेरीज तो लष्करी हालचाली बंद करून उत्तरेकडे परतणार नव्हता.

वास्तविक राजाराम महाराज व त्यांचे मंत्रिमंडळातील मुत्सद्दी पन्हाळ्याहून

विशाळगडास आले, ते जिंजीला निघण्याच्या बेताने; परंतु जिंजीचा प्रवास हा रायगड - पन्हाळ्याच्या प्रवासाइतका साधासुधा नव्हता. हा प्रवास भयंकर संकटांनी भरलेला होता. पहिली गोष्ट म्हणजे सर्वत्र मोगल सैन्याचा संचार होता. दक्षिणेच्या सर्व रस्त्यांवर त्यांनी चौक्या-पहारे बसविले होते. अशा परिस्थितीत हा लांबचा प्रवास लपतछपत केल्याशिवाय गत्यंतर नव्हते. त्यासाठी अनेक ठिकाणी अनेक लोकांशी प्रथम संधान जुळविणे आवश्यक होते. तिसरी गोष्ट म्हणजे कर्नाटकातील मराठा सुभेदारांचा आणि विशेष करून जिंजीचे सुभेदार हरजीराजे महाडिक यांचा सल्ला घेण्याची जरुरी होती. त्यांच्याकडे हरकारे पाठविण्यात आले होते. ते माघारी परतल्याखेरीज जिंजीच्या प्रवासास निघणे इष्ट नव्हते. राजाराम महाराज व त्यांचे मुत्सद्दी त्या हरकाऱ्यांच्या आगमनाकडे डोळे लावून बसलेले होते. अखेर एकदाचे ते आले. हरजीराजे महाडिक व त्यांच्या पत्नी अंबिकाबाई राजाराम महाराजांवर ओढवलेली कठीण परिस्थिती लक्षात घेऊन त्यांना जिंजीस आश्रय देण्यास तयार असल्याची वार्ता हरकाऱ्यांनी आणली. ती उत्साहवर्धक वार्ता येताच राजाराम महाराजांनी पुढचा निर्णय घेण्यासाठी राजमंडळाची व आपल्या सरदारांची बैठक बोलाविली. रामचंद्र पंत, प्रल्हाद निराजी, कृष्णाजी अनंत, नीळकंठ कृष्ण, बहिरोपंत हे मुत्सद्दी आणि मानसिंगराव मोरे, खंडो बल्लाळ, बाजी कदम, खंडोजी कदम, खंडेराव दाभाडे, संताजी घोरपडे व धनाजी जाधव हे सेनापती बैठकीस उपस्थित होते. रामचंद्र पंतांनी राजाराम महाराजांचे खासगी सल्लागार या नात्याने बैठकीतील उपस्थितांना परिस्थिती समजावून सांगितली. ते म्हणाले,

"राजधानीस झुल्फिकारखानाचा परीघ पडल्याने मातुश्री येसूबाई यांच्या सल्ल्यानुसार आपण तेथून बाहेर पडलो. शत्रूशी झुंजता येईल तितके दिवस स्वदेशी झुंजावे व परिस्थिती हाताबाहेर जाताच कर्नाटकात जावे, असा मातुश्री येसूबाई यांचा आदेश होता. त्या सल्ल्याप्रमाणे आजपर्यंत वागलो. शत्रूशी लढता येईल तितके दिवस लढलो; परंतु आता परिस्थिती कठीण झाल्याने कर्नाटकात गेल्याशिवाय आपल्याला तरणोपाय नाही. महाराजांना कसेही करून पकडा, त्यासाठी कितीही प्राणहानी झाली तरी हरकत नाही, असा हुकूम बादशहाने आपल्या सरदारांना दिल्याची बातमी आपल्या कानी आलीच आहे. बादशहा बलाढ्य आहे, त्याचे लक्षावधी सैन्य दख्खनमध्ये संचार करीत आहे, आपणाला नेस्तनाबूत करण्याचा चंग त्याने बांधला आहे. पारधी सावज पकडण्यासाठी जाळी लावून बसतो, तशी त्याने आपणाभोवती लष्कराची जाळी लावली आहेत. ही कोंडी आवळली जाण्यापूर्वीच आपण कर्नाटकात निसटले पाहिजे. सुदैवाने हरजीराजे महाडिक यांच्याकडून सहकार्याचे आश्वासन प्राप्त झाले आहे, हे आपले सुदैवच म्हटले पाहिजे."

रामचंद्र पंतांचे म्हणणे सगळ्यांनी शांतपणाने ऐकून घेतले. परिस्थिती बिकट

होती यात शंका नव्हती. मोगलांची कोंडी कडक होण्यापूर्वीच राजाराम महाराजांनी कर्नाटकात निसटणे हिताचे आहे हे सगळ्यांना पटले; परंतु महाराज कर्नाटकात निघून गेले तर त्यांच्या मागे युद्ध कसे चालायचे आणि युद्धाचे नेतृत्व कुणी स्वीकारायचे हा महत्त्वाचा प्रश्न होता. त्यात पुन्हा राजाराम महाराज कर्नाटकात एकटे जाऊन काय करणार होते? त्यांच्याबरोबर त्यांचे राजमंडळ आणि काही सरदार यांनीही जायला हवे होते. तसे असल्यास या लोकांत कुणाचा अंतर्भाव व्हायचा आणि कुणी मागे राहायचे तेही ठरणे आवश्यक होते. जिंजीला हरजीराजे महाडिक उत्कृष्ट सैन्य बाळगून असले, तरी त्यांचे सामर्थ्य मर्यादित असल्याने ते मोगलांचा प्रतिकार कितपत करू शकतील, हाही प्रश्न विचार करण्यासारखा होता. तंजावरचे शहाजी राजे यांचीही स्थिती विशेष स्पृहणीय नव्हती. म्हणून राजाराम महाराजांबरोबर चंदीला काही अव्वल दर्जाचे सेनापती आणि मुत्सद्दीही जाणे अगत्याचे होते; पण ही सर्व श्रेष्ठ दर्जाची मंडळी कर्नाटकात निघून गेली, तर मागे प्रतिकार सामर्थ्य दुबळे होणार नाही याचीही काळजी घेणे आवश्यक होते.

रामचंद्र पंत हे राजाराम महाराज व राजघराण्यातील मंडळी यांच्या खास विश्वासातले असल्याने महाराणी येसूबाई यांनी त्यांची राजाराम महाराजांबरोबर रवानगी केली होती. आपण कर्नाटकात गेलो तर रामचंद्र पंतांना राज्यकारभाराचे मुखत्यार म्हणून मागे ठेवावे आणि युद्ध चालू ठेवण्याची जबाबदारी त्यांच्याकडे सोपवावी, असे राजाराम महाराजांना व काही मुत्सद्द्यांना वाटत होते; परंतु प्रल्हाद निराजी वगैरे मुत्सद्दी मंडळींना रामचंद्र पंतांच्या वाढत्या वजनाचा हेवा वाटत असल्याने त्यांच्याकडे राज्यकारभाराची मुखत्यारी जाणे त्यांना पसंत नव्हते. दुसरी गोष्ट म्हणजे त्यांच्या हाती युद्धमंडळाची सूत्रे सुपूर्द केली, तर मराठे सरदार त्यांच्या आज्ञेत वागतील की नाही अशीही शंका होती. त्याची जाणीव रामचंद्र पंतांनाही होती. या सर्व विचारप्रवाहांचा मागोवा घेतल्यावर राजाराम महाराजांना एक तोडगा सुचला अन् तो म्हणजे राजमंडळाचा प्रमुख म्हणून महाराणी ताराबाई यांची नेमणूक करून त्यांना व आपल्या इतर दोघी राण्यांना मागे ठेवण्याची. महाराणी ताराबाई या जरी त्या वेळी अवघ्या चौदा वर्षांच्या असल्या, तरी त्या अत्यंत बुद्धिमान आणि तडफदार होत्या. सेनापती हंबीरराव मोहिते यांच्या त्या सुकन्या. आपल्या शूर पित्याच्या सान्निध्यात त्यांना युद्धशास्त्राचे आणि राज्यकारभाराचे ज्ञान आपोआपच अवगत झाले होते. त्यांना राज्यमंडळाच्या अध्यक्षा म्हणून आणि रामचंद्र पंतांना राज्यकारभाराचे प्रमुख म्हणून त्यांच्या दिमतीला नेमले, तर पंतांच्या प्रतिस्पर्ध्यांना आणि विरोधकांना या व्यवस्थेविरुद्ध विरोधी सूर काढण्यास जागा उरणार नाही, हे राजाराम महाराजांनी ताडले व लगेच ही योजना त्यांनी राजमंडळाच्या बैठकीसमोर मांडली.

राजाराम महाराजांना कर्नाटकात गेल्याशिवाय गत्यंतर नसल्याने आपल्याऐवजी ते राजमंडळाच्या प्रमुख म्हणून महाराणी ताराबाई यांची नेमणूक करून जातात हे पाहून सगळ्यांना हायसे वाटले. शंकराजी नारायणासारख्या ज्येष्ठ मुत्सद्द्याने या योजनेला लगेच मान्यता दर्शविल्याने इतरांनाही ती मान्य करावीच लागली. तथापि, राणी ताराबाई या राजमंडळाच्या प्रमुख असल्या तरी व्यवहारात रामचंद्र पंत हेच राजमंडळाचे प्रमुख म्हणून काम करणार आहेत हे ते जाणून होते; परंतु त्यांचा दबाव त्यांच्या हाताखालच्या नोकरांवर पडावयाचा झाल्यास त्यांच्या अधिकाराला वजन प्राप्त होणे आवश्यक होते. म्हणून राजाराम महाराजांनी त्यांना 'हुकुमतपन्हा' हा किताब राजमंडळाच्या संमतीने बहाल केला.

राज्यकारभाराची व युद्ध चालविण्याची व्यवस्था केल्यावर राजाराम महाराज व त्यांच्या बरोबर निघणारे लोक प्रयाणाची तयारी करू लागले. राजज्योतिषी बाळ जोशी यांनी प्रयाणाचा शुभमुहूर्त काढून दिला.

राजाराम महाराजांबरोबर प्रल्हाद निराजी, मानसिंगराव मोरे, कृष्णाजी अनंत, बहिरोपंत, नीळकंठ कृष्ण, खंडो बल्लाळ, बाजी कदम, खंडोजी कदम त्याचप्रमाणे संताजी घोरपडे व धनाजी जाधव, खंडेराव दाभाडे वगैरे वीस-पंचवीस आसामींनी जावे असे राजमंडळाच्या बैठकीत ठरले होते. संताजी घोरपडे यांचे दोघे बंधू बहिर्जी व मालोजी हे विशाळगडावर नसल्याने त्यांना वाटेत येऊन मिळण्याचा निरोप धाडण्यात आला.

प्रयाणाची सर्व तयारी झाली. सगळ्यांनी जंगम-लिंगम व कापडी यांचा पोशाख करण्याचे ठरल्याने ते कपडे तयार करून घेण्यात आले. आता फक्त निरोपाचा समारंभ तेवढा उरला. निरोपाचा हृदय हेलावून टाकणारा प्रसंग रायगड सोडताना घडला होता. राजघराण्यातील सर्व वयोवृद्ध आणि निकटवर्ती आप्त मंडळी रायगडी मागे राहिल्याने त्यांना सोडून जाताना राजाराम महाराजांच्या हृदयाचा कोण आकांत उडाला होता! या विशाल जगात आपणाला एकटे वावरावे लागणार म्हणून त्यांचा जीव कासावीस झाला होता; परंतु जवळच्या नात्यातील मायेच्या माणसांच्या उबेला पारखे झाल्यावर त्या कोवळ्या राजाचे मन आता अनुभवाच्या आघातांनी बरेच निबर बनले होते. व्यवहारी जीवनाच्या धबडग्यात पूर्वीचा हळवेपणा आणि बुजरेपणा नाहीसा झाला होता. टाकीच्या घावांनी मूर्ती घडते, त्याप्रमाणे जीवनानुभवाच्या आघातांनी त्यांच्या व्यक्तित्वाला आकार येऊ लागला होता.

जिंजीला निघण्याचा आदल्या रात्री राजाराम महाराज व ताराराणी यांची भेट झाली. अठरा-एकोणीस वर्षांचा तरुण राजा अन् चौदा-पंधरा वर्षांची पोरसवदा राणी रायगडाला बंदिवासात असताना वडीलधाऱ्या माणसांच्या कडक पहाऱ्यात या तरुण युग्माचा एकान्तवास कदाचित झाला असेल, नसेलही! परंतु रायगड

सोडल्यावर त्यांच्यामागे भ्रमंतीचा पिच्छा सुरू झाल्याने त्यांना एकमेकांच्या निकटवर्ती यावे लागले होते. त्या भटक्या जीवनात त्यांना एकमेकांची काळजी घेणे भाग पडले होते. वडीलधारी माणसे रायगडी राहिल्याने त्यांच्यावर आता कुणाचा पहारा नव्हता. पूर्वीचा बुजरेपणा आणि लाजरेपणा परिस्थितीनुरूप सोडून द्यावा लागला होता. तथापि, वडीलधाऱ्यांच्या सदुपदेशानुसार सहवासाच्या आकर्षणाला लक्ष्मणरेषेच्या मर्यादेत नियंत्रित ठेवावे लागले असेल. राजा प्रकृतीने नाजूक, त्याची काळजी घे, हा वडीलधाऱ्यांनी दिलेला सल्ला निग्रही राणीने कटाक्षाने पाळला असेल.

शयनगृहातील हंड्या-झुंबरांच्या सौम्य प्रकाशात ताराराणीची सुंदर चर्या विरहाच्या जाणिवेने झाकोळून गेलेली दिसत होती. राजमंडळाच्या बैठकीत राजाराम महाराजांनी कर्नाटकात एकट्याने जावे असा निर्णय घेण्यात आला असून राजमंडळाचा प्रमुख म्हणून आपणाला आपल्या दोघी सवतींसह मागे राहायचे आहे हे ताराराणींना विदित झाल्यापासून त्या खिन्न आणि उदास बनल्या होत्या. रायगडाहून निघताना कुटुंबातील माणसांच्या सहवासाला आणि मायेला मुकावे लागणार म्हणून दुःख झाले असले, तरी आपला पती आपणाबरोबर आहे म्हणून त्या दुःखाचा विसर पडला होता. पतीबरोबर भ्रमंतीचे जीवन जगताना त्या तिघींना रतिमात्रही विषाद वाटला नव्हता; परंतु आता पती आपणाला सोडून जिंजीसारख्या दूरच्या देशात जाणार म्हणून त्या भयंकर अस्वस्थ झाल्या होत्या. ते ताटातुटीचे विरही जीवन कसे घालवावे आणि कसे सहन करावे त्याची त्यांना काळजी लागली होती. तो एकलेपणा आपणाला असह्य होईल म्हणून विरंगुळ्यासाठी रायगडावर आपल्या कुटुंबातील माणसांमध्ये जाऊन राहावे, असाही विचार त्यांच्या मनात डोकावून गेला असेल; परंतु रायगड दूर राहिला होता, शिवाय तांब्रांनी रायगडाचा वेढा कडक केला असल्याने तो आता असाध्य होता.

ताराराणी अशा विचारचक्रात गर्क असतानाच त्यांना राजाराम महाराजांच्या आगमनाची चाहूल लागून त्या भानावर आल्या. त्यांनी चटकन मागे वळून पाहिले व पदर सावरून त्या महालाच्या खिडकीत जाऊन पाठमोऱ्या उभ्या राहिल्या. बाहेर निबिड अंधार पसरलेला होता. आकाश अभ्राच्छादित असल्याने वाराही शांत होता.

राजाराम महाराजांच्या अंगात चुडीदार पायजमा आणि मलमलचा अंगरखा होता. किंचित जनानी छटा असणारी त्यांची सडपातळ लांबट गोरीपान चर्या महालातील मंद प्रकाशात सुंदर वाटत होती. ते हळूच ताराराणीच्या पाठीमागे जाऊन उभे राहिले. त्यांच्या कपड्यांच्या अत्तराचा दरवळ नासिकागृहात शिरल्याने ताराराणीचे मन सुखावून गेले. त्यांच्या तरल संवेदना धुंद बनल्या; अकस्मात त्यांना कशाचा तरी स्पर्श जाणवला. त्यांनी मागे वळून बघितलं. राजाराम महाराजांनी त्यांच्या स्कंधांवर आपले हात ठेवले होते.

"हे काय, कुणी बघितलं तर?" आपल्या इच्छेविरुद्ध ताराराणींनी नाराजी व्यक्त केली.

"इथं कोण येईल बघायला." राजाराम महाराज ताराराणीचा उजवा हात आपल्या हातात घेत म्हणाले. त्या उष्ण स्पर्शाने त्यांच्या अंगात गोड झिणझिण्या उठल्या. "तुझं ते नेहमीचंच पालुपद आहे. रायगडावर असताना तू मला नेहमीच टाळलंस. तिकडे सासूबाईंचा आणि भावजयींचा पहारा होता; पण इकडे कुणाची आडकाठी नसतानादेखील, तू माझ्यापासून दूर राहतेस."

"ते तुम्हाला कळायचं नाही." ताराराणी मानेला हिसडा देत म्हणाल्या. "काही गोष्टी अशा असतात की, त्या कुणाला सांगता येत नाहीत."

"मोठ्ठी आली बुद्धाबाई शहाणपण शिकवायला." राजाराम महाराज थट्टेच्या स्वरात म्हणाले.

"मला परिस्थितीनं बुद्धाबाई बनवलं आहे; तुम्हालाही! नाही तर तुमचं हे वय राजकारण करायचं आहे का?" ताराराणींनी पृच्छा केली.

"परिस्थिती माणसाच्या भावना मारते का, तारा?"

"हो मारते." ताराराणी निश्चयी स्वरात म्हणाल्या.

"तसं असेल तर आम्ही आपले जातो, तू नक्षत्रं मोजीत राहा या खिडकीत." राजाराम महाराज ताराराणीच्या हातातील हात सोडूवन घेत म्हणाले.

"असं काय करता वेड्यासारखं!" हातांची पकड घट्ट करीत ताराराणी आर्जवी स्वरात म्हणाल्या.

"मग परिस्थितीनं तुझ्या भावना मारलेल्या नाहीत, असाच ना याचा अर्थ?"

"हो, तसं म्हटलं तरी चालेल." ताराराणी गोंधळून म्हणाल्या.

"हे ढोंग कशासाठी करतेस तू? उद्या आम्ही जाणार." राजाराम महाराज रुद्ध स्वरात म्हणाले.

ते शेवटचे शब्द कानी पडताच ताराराणीचं हृदय एकदम कंपायमान झालं. राजाराम महाराज दुसऱ्या दिवशी कर्नाटकास निघणार होते.

"तुम्ही एकटेच जाणार आणि आम्ही तुमच्यामागं इकडे काय करायचं?" ताराराणीने पृच्छा केली.

"उद्यापासून तू राज्याची धनीण होणार आहेस, तारा." राजाराम महाराज गंभीर होत म्हणाले.

"नको ते राज्याचं धनीपण. जिथं तुम्ही तिथं आम्ही. आम्हीही तुमच्याबरोबर येणार."

"असं काय करतेस? आम्ही जाणार वनवासाला. तुम्हाला कुठं हिंडविणार आम्ही आमच्याबरोबर रखडत?"

"रामाबरोबर सीता नाही का गेली वनवासाला, तसंच आम्हीही जाणार"

"पण रामाचा वनवास आणि आमचा वनवास एक आहे का? रामाला शत्रूची भीती नव्हती. आम्ही वनवासाला निघतो ते शत्रूच्या भयाने."

"पण तुम्ही चंदी-चंदावरला जाणार ना? तो का वनवास आहे?"

"आम्ही चंदी-चंदावर गाठू की काय ते कोण सांगेल. गनीम सर्वत्र पसरलेला आहे. त्याला हुलकावण्या देत आम्हांला मार्ग काढायचा आहे. आमच्या दुर्दैवानं आम्ही गिरफदार झालो, तर मग कुठची चंदी आणि कुठचं चंदावर? मग आमची गत आमच्या थोरल्या बंधूंसारखी व्हायची." राजाराम महाराज म्हणाले.

राजाराम महाराजांच्या स्वरातील निराशेची आणि विषादाची छटा ताराराणींना जाणवली. त्या चटकन म्हणाल्या,

"छे! छे! असं बोलायचं नाही. तुम्ही चंदी-चंदावर गाठाल असं माझी मनोदेवता मला सांगते आहे–"

"कुठं आहे ती मनोदेवता, इथं?" राजाराम महाराज आपला डावा हात ताराराणीभोवती लपेटीत उजवा हात त्यांच्या हृदयावर ठेवीत म्हणाले. त्या स्पर्शानं ताराराणीचं हृदय एकदम कंपायमान पावलं. त्यांच्या सर्वांगावर रोमांच उभे राहिले. आपल्या दोन्ही हातांनी त्यांनी राजाराम महाराजांचा हात हृदयावर घट्ट दाबून धरला.

"आता मात्र तुला सोडून मला जावंसं वाटत नाही." राजाराम महाराज उसासा सोडीत कुजबुजलेल्या स्वरात म्हणाले.

"पुरुष वेडे होतात ते यामुळे, बाईलवेडे म्हटलं तरी चालेल." ताराराणी अस्फुट हसत म्हणाल्या. त्यांचे पोवळ्यासारखे लाल ओठ विलग होऊन त्यांच्या शुभ्र दंतपंक्ती चमकल्या.

"कुठं शिकलीस तू असं बोलायला? थेरड्यांमध्ये तर वावरत होतीस. चल, इथे खिडकीत किती वेळ उभं राहायचं. माझे पाय दुखायला लागले. आपण पलंगावर जाऊन बसू." राजाराम महाराज म्हणाले. ताराराणींनी प्रतिकार केला नाही.

ती दोघं एकमेकांना खेटून बसली होती. राजाराम महाराजांनी आपला डावा हात ताराराणींच्या मानेभोवती लपेटलेला होता. अकस्मात त्यांनी भावनावेगानं आपला गाल त्यांच्या गालावर घट्ट दाबून धरला आणि ते असह्य स्वरात म्हणाले,

"खरंच, तुला सोडून मला जावंसं वाटत नाही, तारा. जायचं झालं तर मी तुला घेऊनच जाईन."

आता ताराराणीवर आपल्या पतीला समजावण्याची पाळी आली. "मी तुम्हाला टाळीत होते ते याचसाठी." ताराराणी म्हणाल्या.

"तुम्ही मघाशी म्हणालात की, मी थेरड्यांमध्ये वावरत होते. थेरड्यांनी मला जसे प्रेमाचे पाठ दिले तसेच पतीला कर्तव्यप्रवृत्त करण्याचेही धडे दिले. मी सदैव

तुमचीच आहे. मी कुठं जाणार? पण माझ्यापायी तुम्ही कर्तव्यच्युत झालात, तर लोक तुम्हाला आणि मलाही नावं ठेवतील. मघाशी मी तुम्हाला म्हटलं की, मी तुमच्याबरोबर येईन; पण ते मी गंभीरपणे म्हटलं नव्हतं. आम्ही तुमच्याबरोबर जाण्याचा हट्ट धरणे इष्ट नाही याची मला जाणीव आहे. आमच्यामुळे तुमचा प्रवास सुखकर होण्याऐवजी तो अडचणीचा होईल हे का आम्हांला कळत नाही? म्हणून मला तुम्हाला सांगायचं आहे की, तुम्ही चंदी-चंदावरला जाऊन तिथे स्थिर झालात की, आम्हांला तिकडे घेऊन जा.''

''किती शहाणी आहेस तू, एवढीशी तर चिमुरडी आहेस.'' राजाराम महाराज ताराराणींना बाहुपाशात घेत व त्या भरात त्यांच्या गालावर आपले ओठ टेकीत म्हणाले, ''मला तुझ्यावाचून बिलकूल करमणार नाही. चंदी-चंदावरला जाऊन स्थिरस्थावर झाल्यावर मी तुम्हाला तिकडे शक्य तितक्या लवकर घेऊन जाण्याची शिकस्त करीन.''

रात्र टळत होती; पण बोलणी संपत नव्हती. महालातील दिवेही मंद होत चालले होते. डोळ्यांवर झापड येत होती; तरीही ती दोघं बोलत होती, अखेर निद्रादेवीने त्यांच्यावर कबजा केला. एकमेकांच्या बाहुपाशात ते तरुण राजदांपत्य निद्राधीन झालं.

७

हेमंत ऋतूतील लख्ख उन्हात सृष्टी हसत होती. हिरवीगार पर्णराजी आणि दृष्टात न मावणाऱ्या विस्तीर्ण शेतातील कोवळी लुसलुशीत रब्बी पिके सूर्यप्रकाशात रुपेरी चमचम करीत होती. ती आल्हाददायक सृष्टिशोभा मन उल्हसित करणारी होती; परंतु कर्नाटकात वनवासास निघालेल्या राजाराम महाराजांच्या अंतश्चक्षूंसमोर वेगळीच दृश्ये तरळत होती. त्या रमणीय सृष्टिसौंदर्याचे निरीक्षण करण्याचे त्यांना भानही नव्हते. आपण असे कमनशिबी का जन्मलो याचे त्यांना राहून राहून आश्चर्य वाटत होते. आपले महाप्रतापी पिता शिवाजी महाराज यांनी हिंदवी स्वराज्याचा पाया घातला. बलाढ्य शत्रूच्या नाकावर टिच्चून त्यांनी एका स्वतंत्र राज्याची स्थापना केला; परंतु त्यांना जन्मभर कधी सुखशांती लाभली नाही. त्यांच्या राज्यातील उच्चस्थानी असलेल्या काही लोकांनी तर त्यांना स्वतंत्र आणि सार्वभौम

राजा म्हणूनही मानले नाही. शत्रू सार्वभौम राजा म्हणून मान्यता देण्यास तयार नसल्याने, त्यांना राज्याभिषेक करून घ्यावा लागला होता; परंतु राज्याभिषकाचे पौरोहित्य स्वराज्यातील ब्राह्मणांनी करण्यास नकार दिल्याने त्यांना काशीहून गागाभट्टांसारखा परका ब्राह्मण आणावा लागला होता. स्वराज्यस्थापनेसाठी जिवापाड परिश्रम केल्याने शिवाजी महाराजांचे अकाली निधन झाले. त्यांच्यानंतर सत्तास्पर्धा सुरू होऊन त्यात आपल्या मातोश्री सोयराबाई यांचा आणि त्यांच्या अनुयायांचा बळी पडला. आपल्या नशिबी हकनाक कारावास आला; परंतु इतरांशी मग्रुरीने आणि उर्मटपणाने वागणाऱ्या शंभू राजांनी आपणाला सावत्र भाऊ म्हणून सापत्नभावाने न वागविता कनवाळूपणाने व प्रेमानेच वागविले. नजरकैद असली तरी, कारावासाची दुःखे भोगावी लागली नाहीत; परंतु तो नरकेसरी आपली उणीपुरी दहा वर्षांची पराक्रमी कारकीर्द गाजवून क्रूर शत्रूच्या अमानुष छळास बळी पडून हुतात्मा झाला. त्याने आपल्या सिंहासारख्या पौरुषत्वाला शेवटच्या क्षणापर्यंतदेखील काळिमा लागू दिला नाही. शंभू राजे गेले आणि आपल्या घराण्याच्या शोकांतिकेला प्रारंभ झाला. कुटुंबातील जिवलग माणसे रायगडी राहिली. त्यांच्या डोक्यावर औरंगजेब गनिमाची गिरफदारीची टांगती तलवार लटकत आहे. तरी येसूवहिनी मोठ्या धीराच्या आणि दिलदार अंतःकरणाच्या, त्यांनी राज्याची मुखत्यारी आनंदाने आपणाकडे सुपूर्द केली. जीव बचावून राज्याचे रक्षण करा, म्हणून जवळजवळ बळजबरीनेच आपणाला रायगड सोडण्यास भाग पाडले. आपण राजमंडळ आणि कबिला घेऊन रायगड सोडला. आपल्या मागे भ्रमंती सुरू झाली. प्रतापगड, पन्हाळा आणि विशाळगड ही आपल्या भ्रमंतीची तीन ठिकाणे; पण गनिमाने आपणास कुठेच सुखाने राहू दिले नाही आणि आता कर्नाटकात आपण वनवासास निघालो आहोत! अकस्मात एका आठवणीने राजाराम महाराजांचे हृदय चरकले. त्यांच्यासमोर विशाळगडावरील निरोपाचा हृदयस्पर्शी प्रसंग उभा राहिला. त्यांच्या तिन्ही राण्यांचे अश्रूंनी डबडबलेले चिमुकले चेहरे त्यांच्या अंतश्चक्षूंसमोर उभे राहिले. त्यांच्या हृदयाच्या तारा छेडणाऱ्या ताराराणीची धीरोदात्त सुंदर मूर्ती त्यांच्या डोळ्यांसमोर तरळून गेली. तारुण्याच्या पहिल्या अवस्थेतील पहिल्या प्रेमाचा गुंजारव नुकताच कुठे सुरू झाला होता; पण ते धुंद स्वप्न अपुरेच राहिले. तारा मोठी धीरोदात्त, वीर पित्याची ती वीरकन्या आहे हे तिने आपणाला निरोप देते वेळी पटवून दिले. ती ताटातूट तिने धैर्याने सहन केली. थोरल्या महाराजांनी स्थापन केलेल्या हिंदवी स्वराज्याच्या रक्षणासाठी आपण हा विरह सहन केला पाहिजे असा उपदेश तिने आपणाला केला. ती सुंदर आहे; पण तिचं अंतःकरण कर्तव्यकठोर आहे. कर्तव्यासमोर तिला प्रेमाची मातब्बरी वाटत नाही.

राजाराम महाराज भानावर आले. कृष्णेचा अथांग जलाशय त्यांच्यासमोर उभा

होता. महाबळेश्वराच्या डोंगरात उगम पावणारी कृष्णा अनेक उपनद्यांना आपल्या उदरात समाविष्ट करून घेत ऐसपैस पसरत पश्चिम सागराकडे चालली होती. हिंदूंना पवित्र असलेल्या नद्यांपैकी ती एक. ती उल्लंघताना तिचा आदर करावा लागत होता. प्रल्हाद निराजी राजाराम महाराजांना म्हणाले,

"महाराज, पवित्र कृष्णा आपल्यासमोर उभी आहे. हिच्या पवित्र जलाने पितर पावन होतात. आपण हिच्या काठी पितृदेवांचं तर्पण करून नंतर ती पार करावी."

प्रल्हाद निराजींचा सल्ला राजाराम महाराजांनी मान्य केला. विशाळगड सोडल्यापासून प्रल्हाद निराजी हेच त्यांचे सल्लागार बनले होते. त्यांचा विनोदी स्वभाव त्यांना आवडला होता. नात्यातील माणसांना पारखे झाल्याने त्यांचे मन उदास आणि खिन्न बनले आहे हे प्रल्हाद निराजींना आकलन झाले होते आणि त्या दुःखाचा त्यांना विसर पडावा म्हणून ते त्यांचे मनविनोदन करण्याचा प्रयत्न करीत होते.

पंतांच्या सल्ल्यानुसार राजाराम महाराजांनी कृष्णाकाठी मुक्काम केला. आपल्या अनुयायांसह त्यांनी कृष्णेत यथाविधी स्नान करून पितृदेवांचे तर्पण केले. तो विधी पार पाडणाऱ्या ब्राह्मणांना दक्षिणा वाटून त्यांचा आशीर्वाद घेतला आणि मग कृष्णेचे स्तवन करून तिच्या पात्रात त्यांनी घोडा घातला.

मराठ्यांच्या हालचालीची बित्तंबातमी औरंगजेबास त्याच्या गुप्तहेरांकडून वरचेवर कळत हाती. राजाराम महाराज विशाळगडाहून निसटून अज्ञात स्थळी रवाना झाल्याची वार्ता त्याला कळली. त्या बातमीने तो भयंकर अस्वस्थ झाला. आपल्या लष्करी अधिकाऱ्यांना त्याने त्यांच्या हातून घडलेल्या हलगर्जीपणाबद्दल खरमरीत पत्रे लिहिली. प्रांतोप्रांतींच्या सुभेदारांना त्याने खलिते धाडले की, मराठा गनीम राजाराम माझ्या सैन्याच्या कोंडीतून निसटला आहे, तरी त्याचा त्वरित तपास करावा. त्याने गोव्याच्या पोर्तुगीज व्हाइसरॉयलाही यासंबंधी बेळगावचा मोगल सुभेदार बहादूरखान याच्यामार्फत पत्र पाठविले.

त्या पत्रास गोव्याचा व्हाइसरॉय दों रुद्रिगु द कॉश्त याने प्रत्युत्तर पाठविले की, राजारामाच्या हालचालींवर पाळत ठेवण्याबाबतचे आपले पत्र मिळाले. आपण ही पाळत खुश्कीच्या, तसेच समुद्रमार्गावर ठेवण्याची जी विनंती केली आहे, तिला मान देऊन दोन्ही मार्गांवर पाळत ठेवण्यात येत आहे.

बादशहा राजाराम महाराजांच्या तपासाबाबत आपल्या सुभेदारांनाच पत्रे पाठवून थांबला नाही, तर त्याने आपल्या हाताखालची खास विश्वासू माणसेही सैन्य देऊन या मोहिमेवर रवाना केली. ही माणसे टोळ्या-टोळ्यांनी हिंडून प्रवासी लोकांना उपद्रव देऊ लागली.

अशाच एका मोगल टोळीची आणि राजाराम महाराजांच्या परिवाराची वाटेत गाठ पडली. संताजी जगताप व रूपाजी भोसले या दोघांनी त्या टोळीस आपल्या

भाल्यांचा प्रताप चांगला दाखविला. मोगल टोळीने राजाराम महाराजांच्या लवाजम्याची झडती घेण्यास प्रारंभ करताच बाचाबाचीस प्रारंभ होऊन प्रकरण हातघाईवर आले. संताजी जगताप व रूपाजी भोसले यांनी मोगल टोळीवर हल्ला करून तिला पळवून लावले. नंतर राजाराम महाराजांचा पुढचा प्रवास बिनधोक चालू झाला.

औरंगजेबाने आपला विजापूरचा सुभेदार अब्दुल्लाखान बऱ्हा याला राजाराम महाराजांचा तपास करण्याविषयी पत्र लिहिले असल्याने, त्याने आपला मुलगा हसन अली यास सैन्य देऊन त्या मोहिमेवर रवाना केले होते. तो राजाराम महाराज आणि त्यांची तुकडी यांचा तपास करीत निघाला. राजाराम महाराजांना व त्यांच्या सोबत्यांना ही वार्ता कळताच त्यांनी मोगलांना हुलकावण्या देण्यास प्रारंभ केला. ते गाव, गवळीवाडे, दुर्ग, खेडी मागे टाकीत तुंगभद्रा नदीच्या तीरी येऊन पोहोचले. नदीचे पात्र विशाल आणि जलाशयही खोल असल्याने त्यांना नदी पार करता आली नाही. त्यांनी नदीच्या पात्रातील एका बेटावर मुक्काम केला. दिवसा गनीम दबा धरून बसला. राजाराम महाराजांचा मुक्काम नदीच्या पात्रात असल्याची बातमी त्याला कळली होती. तथापि, महाराजांच्या रक्षणाची तयारी त्यांच्याबरोबरच्या सरदारांनी केली. राजाराम महाराज व त्यांच्याबरोबरची बरीच माणसे तुंगभद्रेच्या पात्रातील बेटावर पाठवून रूपाजी भोसले व संताजी जगताप हे दोघे नदीकिनाऱ्यावर गनिमाची टेहळणी करीत राहिले. त्यांनी मागे न राहता आपणाबरोबर यावे म्हणून राजाराम महाराजांनी त्या दोघांना सांगून पाहिले. ते रूपाजीस म्हणाले,

"तुम्ही मूठभर आहात आणि शत्रू पुष्कळ आहे. त्याच्याशी युद्ध करून हकनाक प्राणास मुकणे शहाणपणाचे नाही."

त्यावर रूपाजी भोसले म्हणाले, "आम्ही तुमच्याबरोबर गेलो, तर शत्रू आम्हा सगळ्यांवरच हल्ला करून आम्हास ठार मारील किंवा कैद करील. म्हणून शत्रूचा हल्ला झाला तर त्याला थोपवून धरण्यासाठी आम्ही येथे थांबण्याचे ठरविले आहे. शत्रूला आम्ही थोपवून धरले, तर तुम्हाला पळून जाण्यास संधी मिळेल."

स्वामिभक्त रूपाजी भोसले आणि संताजी जगताप यांच्या निस्पृहपणाचे राजाराम महाराजांना कौतुक वाटले. त्यांचे अंतःकरण भावनावेगाने उचंबळून आले. भवानी माता तुमचे रक्षण करो, असा आशीर्वाद देऊन ते त्या दोघांचा निरोप घेऊन निघून गेले.

दिवस मावळला आणि हिवाळ्यातील रात्र कृष्णवस्त्र परिधान करून अवनीतलावर लवकरच अवतीर्ण झाली. तुंगभद्रेच्या काठावरील शेतात मशागतीचे काम करणारे शेतकरी आणि त्यांचे नोकर सूर्यास्त होऊन रात्रीची सांद्रता सुरू होताच आपल्या घरोघर निघून गेले. रानात चरावयास गेलेली गुरेही गोठ्याकडे निघाली. गुरांच्या गळ्यातील कर्णमधुर घंटानाद हळूहळू कमी होत गेला आणि मग तो वातावरणाच्या

नीरवतेत अंतर्धान पावला. काही वेळाने सगळीकडे चिडीचिप होऊन सबंध आसमंत घनदाट काळोखात बुडून गेला. मात्र, नदीच्या प्रवाहाचा सौम्य खळखळाट त्या भयाण शांततेचा भंग करीत होता तेवढाच!

राजाराम महाराज व त्यांच्या परिवारातील माणसे नदीच्या पात्रातील बेटांवर स्वयंपाक करण्यात गुंतली होती. त्यांनी पेटविलेल्या चुलीतील विस्तव रात्रीच्या गडद अंधारात दुरून अंधूकपणे दृग्गोचर होत होता. रूपाजी भोसले व संताजी जगताप हे दोघे आपल्या हाताखालच्या मूठभर माणसांसह शत्रूचा हल्ला रोखण्यासाठी नदी किनाऱ्यावर दबा धरून बसले होते. रात्र टळत होती, तसतशी त्यांची अस्वस्थताही वाढत होती; पण शत्रूच्या आगमनाची चिन्हे दिसत नव्हती. गनिमी युद्धात तरबेज असलेल्या त्या मुरब्बी योद्ध्यांनी तर्क केला की, आपण बेसावध आहोत असे पाहून आपणावर अचानकपणे हल्ला करण्याचा शत्रूचा कावा आहे आणि त्यांचा तो अंदाज खोटा ठरला नाही. शत्रू खरोखरच ते सगळे निद्राधीन होण्याची वाट पाहत होता.

मध्यरात्र टळावयास आली होती, तोच रूपाजी भोसले व संताजी जगताप यांच्या टोळीतील शत्रूच्या टेहळणीवर असलेल्या काळ्या घोंगड्या पांघरलेल्या सैनिकांनी येऊन सांगितले की, शत्रू नदीच्या रोखाने अंधारातून गुपचूपपणे येत आहे. ती बातमी कळताच रूपाजी भोसले व संताजी जगताप या दोघांनी आपल्या मूठभर अनुयायांसह शत्रूचे स्वागत करण्याची तयारी केली.

मोगलांना फक्त नदीतील बेटावरील चुलाण्याचा विस्तव तेवढा दिसल्याने, राजाराम महाराज व त्यांच्या परिवारातील माणसे मुक्कामासाठी तिकडे असतील असा अंदाज करून ते तिकडे निघाले होते. नदीकाठावर आपणास प्रतिकार करण्यासाठी रूपाजी भोसले व संताजी जगताप हे दोघे दबा धरून बसले असल्याची त्यांना कल्पना नव्हती. मोगल सैनिकांच्या या तुकडीचे नेतृत्व विजापूरचा सुभेदार अब्दुल्लाखान बऱ्हा याचा मुलगा हसन अली हा करीत होता. बादशहाचा हुकूम हाती पडताच अब्दुल्लाखान बऱ्हा याने आपल्या मुलास राजाराम महाराजांच्या पाठलागावर पाठविले होते; परंतु आपणावर सोपविलेली जबाबदारी डावलून आपण ती आपल्या मुलावर सोपविली, हे बादशहास कळताच तो आपल्यावर नाराज होईल अशी भीती वाटल्याने अब्दुल्लाखान बऱ्हाही नंतर जातीने आपल्या मुलाच्या मदतीस निघाला होता. त्या दोघांची तुंगभद्रेच्या काठी गाठ पडून नंतर त्यांनी नदीतील बेटावर रात्रीच्या वेळी अचानकपणे हल्ला करून राजाराम महाराज आणि त्यांचे सोबती यांना पकडण्याचा घाट घातला होता.

शत्रू चालून येत असल्याचा सुगावा लागताच संताजी जगताप व रूपाजी भोसले हे दोघे आपल्या सोबत्यांसह नदीकिनारी दबा धरून बसले होते. शत्रू गाफील

स्थितीत जवळ येताच ते यमदूतांसारखे आपल्या आडोशातून बाहेर पडले. मध्यरात्रीच्या भयाण शांततेत अकस्मात 'हरहर महादेव'ची आरोळी ठोकून ते शत्रूवर तुटून पडले. शस्त्रांच्या खणखणाटाने आणि रणगर्जनांनी सारा आसमंत जागा झाला. शत्रू बेसावध स्थितीत चालून आला होता; त्यामुळे मराठ्यांच्या अचानक हल्ल्यात बरेच मोगल सैनिक ठार व जखमी झाले. परंतु ते संख्याबळाने अधिक असल्याने पहिल्या हल्ल्याचा जोर ओसरल्यावर एकत्र होऊन मराठ्यांवर सर्व बाजूंनी तुटून पडले. त्यांच्यासमोर रूपाजी भोसले व संताजी जगताप या दोघांचा निभाव लागला नाही. त्यातच नदी पिछाडीला असल्याने रात्रीच्या काळोखात त्यांना पळताही येईना. तरीही त्यांनी आपली जागा सोडली नाही. त्यांनी प्राणपणाने मोगलांचा प्रतिकार केला; परंतु आता ते पार थकून गेले होते; त्यामुळे आपल्या सत्तर माणसांसह कैद झाले. तरीसुद्धा त्यांनी शत्रूचीही तशी जबरदस्त हानी केली. मोगल सुभेदार अब्दुल्लाखान बऱ्हा त्या हातघाईच्या लढाईत प्राणांतिक जखमी झाला.

इकडे रूपाजी भोसले व संताजी जगताप यांची मोगलांबरोबर हाणामारी चालू असता राजाराम महाराज आणि त्यांचे सोबती शस्त्रांच्या खणखणाटाने व सैनिकांच्या रणगर्जनांनी झोपेतून जागे झाले. त्यांनी लगबगीने सामानाची आवराआवर करून प्रयाणाची तयारी केली. तोच रूपाजी भोसले यांच्यावर मात करणारा मोगल गनीम बेटावर येऊन हजर झाला. त्याला बहिर्जी घोरपडे, मानाजी घोरपडे वगैरे वीरांनी आपल्या तलवारीचे पाणी चांगलेच दाखविले; परंतु अखेर तेही गिरफदार झाले. तथापि, राजाराम महाराज व इतर बरीच मंडळी रात्रीच्या अंधाराचा फायदा घेऊन मोगलांच्या तावडीतून निसटली. मात्र, पलायनाच्या गडबडीत राजाराम महाराजांचे कपडे आणि जोडे मागे राहिले, ते मोगलांच्या हातास लागले.

अब्दुल्लाखान बऱ्हाचा मुलगा हसन अलीखान हा रूपाजी भोसले, मानाजी घोरपडे, बहिर्जी घोरपडे आदी मंडळींस गिरफदार करून व राजाराम महाराजांचे जोडे व त्यांचे सामान घेऊन आपल्या जखमी बापासह विजापूरला परतला. बऱ्हाला मराठ्यांवर मिळविलेल्या त्या लहानशा विजयाची बातमी बादशहास कधी कळवितो असं झालं होतं. त्यातच प्रस्तुत लढाईत तो प्राणांतिक जखमी झाला असल्याने आपल्या पराक्रमाची ती मोठी खूण असे तो समजत होता, म्हणून त्याने आपल्या बहादुरीचे रसभरित वर्णन करून बादशहास एक लांबलचक पत्र लिहिले. त्याने बादशहास छातीठोकपणे कळविले की, मराठा गनिमास आपण नेस्तनाबूत केले आहे, आता तरी खविंदांनी निर्धास्त असावे आणि राजाराम महाराज आपणाशी झालेल्या लढाईत गिरफदार झाल्याचा पुरावा म्हणून त्याने महाराजांचे जोडे व त्यांचे कपडे बादशहाकडे पाठवून दिले.

सगळ्या जगाकडे संशयाने बघणाऱ्या औरंगजेबाचा त्या बातमीवर कसा काय

विश्वास बसला हे एक कोडेच आहे; परंतु राजाराम महाराज मोगलांशी झालेल्या लढाईत गिरफदार झाल्याची जी हूल औरंगजेबाच्या छावणीतून उठली, तिने मराठ्यांमध्ये मात्र भयंकर हाहाकार माजवला. कदाचित मराठ्यांना त्या अफवेने धक्का बसावा आणि त्यांचे नैतिक धैर्य खचून त्यांनी आपणास शरण यावे या उद्देशाने ती हूल बादशहाच्या अनुमतीने, त्याच्या छावणीतून उठविण्यात आली असेल. एखाद्या वणव्यासारखी ती वार्ता सबंध महाराष्ट्रभर पसरली. राजाराम महाराज औरंगजेबाच्या हातावर तुरी देऊन कर्नाटकात निसटल्याची वार्ता सर्वतोमुखी झाल्याने सगळीकडे नवचैतन्य संचारले होते. महाराज जिंजीस जाऊन मोगलांशी युद्ध चालू ठेवतील व औरंगजेबाचा नक्षा उतरवतील अशी आशा स्वराज्याच्या अभिमान्यांना वाटत होती, तोच अशनीपात व्हावा त्याप्रमाणे महाराजांच्या गिरफदारीची ती अशुभ वार्ता येऊन थडकली. निराशेची एक प्रचंड लाट सबंध देशात पसरली. संपलं, आता काही उरलं नाही, प्रतिकाराचं प्रतीक जो राजा, तोच शत्रूच्या हातास लागल्यावर मग प्रतिकार तरी कुणासाठी आणि कशासाठी करायचा, अशी निराशेची भावना मराठ्यांच्या मनात प्रादुर्भूत झाली. सामान्य मनुष्य जर इतका हताश आणि गर्भगळित झाला, तर मग रायगडाची अवस्था त्या बातमीने काय झाली असेल, त्याची कल्पनाच केलेली बरी!

रायगडास वेढा घालून सहा महिने झाले, तरी गडाच्या तटाचा एक चिराही आपणास ढासळवता आला नाही, म्हणून निराशेच्या अंधारात बुडून गेलेल्या झुल्फिकारखानास राजाराम महाराज अब्दुल्लाखान बऱ्हाच्या हाती लागल्याची वार्ता कळताच जो आनंद झाला, त्याचे वर्णन काय करावे! त्याने लगेच ती वार्ता आपल्या सैनिकांमध्ये जाहीर करून आनंदोत्सव साजरा करण्याची आज्ञा केली.

गडा पडावा म्हणून रोज अल्लाची करुणा भाकणाऱ्या मोगल सैनिकांना त्या दिवशी शहाजणी आणि नौबती वाजविण्यासारखा कसला आनंद झाला ते गडावरील लोकांना कळेना; परंतु झुल्फिकारखान केवळ आनंदोत्सव साजरा करण्याचा हुकूम काढून स्वस्थ बसला नव्हता, त्याने राजाराम महाराजांच्या कैदेची ती खोटी वार्ता आपल्या हस्तकांमार्फत गडावर पाठविण्याची व्यवस्था केली होती. त्याप्रमाणे ती वार्ता रायगडावर पसरताच सर्वत्र एकच हलकल्लोळ माजला. अख्खी राजधानी दुःखात चूर होऊन गेली. धैर्याचा मेरुमणी म्हणून महाराणी येसूबाई यांचा बोलबाला झाला होता. राजधानीच्या रक्षणकर्त्या म्हणून सगळेजण त्यांच्याकडे पाहत होते. त्या जोपर्यंत निर्धाराने आणि अचल चिकाटीने गड लढवीत होत्या, तोपर्यंत शत्रूची आणि घरभेद्यांची डाळ शिजू शकली नव्हती; परंतु राजाराम महाराज मोगलांच्या हाती लागल्याची वार्ता त्यांना कळली, तेव्हा त्या शक्तिपात होऊन मटकन खालीच बसल्या. त्यांच्या डोळ्यांसमोर एकदम अंधेरी आली. गडाभोवती शत्रूचा

वेढा पडलेला आणि सल्ला देऊ शकणारं एकही अनुभवी माणूस सान्निध्यात नसलेलं; त्यामुळे त्यांची स्थिती अरण्यात हरवल्यागत झाली. निराशेच्या धक्क्यानं विचारचक्र एकदम बंद पडलं.

महाराणी येसूबाईंची जर ही अवस्था तर सामान्यांची काय अवस्था! मग संधिसाधू आणि घरभेदी यांची पोळी पिकण्यास विलंब लागला नाही. महाराणी येसूबाई यांच्यासमोर तोंड उघडण्याचीदेखील ज्यांची कधी छाती झाली नाही, ते लोक बेधडकपणे त्यांना आता सल्ला देऊ लागले. काही हितशत्रूंनी झुल्फिकारखानाशी संधान जुळविण्यासही कमी केलं नाही. या लोकांमध्ये रायगडापासून चौदा मैलांवर असलेल्या वीरवाडी या गावचा देशमुख नरसोजी गायकवाड हा एक होता. छत्रपतींचे आणि या देशमुखांचे जुने हाडवैर, त्याबद्दल त्यांची देशमुखी अनामत करण्यात आली होती. नरसोजी गायकवाड आपली देशमुखी परत मिळविण्याचा प्रयत्न करीत होता. झुल्फिकारखानाचे रायगडाला आगमन झाले, तेव्हापासून त्याने त्याच्याशी संधान जुळविले होते. त्याने खानास कळविले होते की, माझी अनामत झालेली देशमुखी परत मिळत असल्याचे वचन जर तुम्ही मला दिलेत, तर मी तुम्हास रायगडाची गुपिते कळविण्यास तयार आहे.

नरसोजी गायकवाडासारखा फितूर देशमुखीच्या मोबदल्यात मराठ्यांच्या राजधानीची गुपिते पुरविण्यास तयार असलेला पाहून झुल्फिकारखानाने त्याला त्वरित निरोप धाडला की, तुझ्याकडून रायगडाची गुपिते आम्हांला मिळाली तर, आम्ही बादशहास सांगून तुझी देशमुखी तुला परत करण्यास तयार आहोत. या अभिवचनाप्रमाणे नरसोजी गायकवाडाने खानास रायगडाच्या तटबंदीच्या कमकुवत जागा कळविल्या होत्या.

सूर्याजी पिसाळ हा आणखी एक फितूर! तोही देशमुखीच्याच आशेने फितूर होण्यास तयार झाला होता. वाई खोऱ्याच्या देशमुखीसाठी त्याचे त्याच्या भाऊबंदांशी भांडण चालू होते. ते त्याला त्याचा देशमुखीचा हिस्सा देण्यास तयार नसल्याने तो अखेर मोगलांना जाऊन मिळाला होता आणि मग फितुरीसारखे महत्पाप करण्यास प्रवृत्त झाला होता. रायगडाच्या वेढ्यात तो मोगल सैन्यात लढत होता. राजाराम महाराज मोगलांना हस्तगत झाल्याची वार्ता रायगडी येऊन पोहोचली, तेव्हा सूर्याजी पिसाळ झुल्फिकारखानास जाऊन भेटला. तो म्हणाला की, 'मी रायगड तुम्हास मिळवून देतो; पण त्याचा मोबदला म्हणून मला वाई खोऱ्याची सबंध देशमुखी हवी आहे.' खानाने त्याला वचन दिले की, बादशहाकडून तुला वाई खोऱ्याची देशमुखी द्यायला लावतो. ते अभिवचन मिळताच सूर्याजी पिसाळ रायगडावर गेला. गडाचे रक्षण करणाऱ्या सरदारांना तो म्हणाला की, राजाराम महाराज मोगलांकडून गिरफदार झाल्याने तुमचा प्रतिकार आता व्यर्थ आहे. तुम्ही निष्कारण रक्त सांडू नका.

राजाराम महाराजांच्या अटकेच्या बातमीने किंकर्तव्यमूढ बनलेल्या मराठा सेनाधिकाऱ्यांना सूर्याजी पिसाळाचा सल्ला पटू लागला. त्यांना वाटू लागले की, पिसाळ म्हणतो त्याप्रमाणे प्रतिकार करून मृत्यू का ओढवून घ्यायचा? राजाराम महाराज म्हणजे औरंगजेबाने गिळलेले माणिक. त्यांची कालत्रयीही मुक्तता होणे शक्य आहे का? आणि त्या निराशेच्या विचारांनी झपाटलेले मराठा सरदार महाराणी येसूबाई यांना सल्ला देऊ लागले की, आता रक्तपात टाळण्यासाठी शरणागती पत्करलेली बरी.

महाराणी येसूबाई अगतिक झाल्या होत्या. त्यांची अवस्था वणव्यात सापडल्यागत झाली होती. शरणागतीचा सल्ला धुडकावून लावून गड आणखी काही दिवस लढविण्याइतक्या त्या खंबीर होत्या; पण गडावरील दाणागोटा आणि दारूगोळा संपल्यावर पुढे काय करायचे हा प्रश्न त्यांना आता भेडसावू लागला होता, कारण राजाराम महाराजांच्या अटकेमुळे स्वराज्यातील प्रतिकार संपुष्टात येणार होता. तसे झाल्यास राजधानीच्या कुमकेस कुणीही येण्याची शक्यता नव्हती. सर्व बाजूंनी परिस्थितीचा विचार करून त्यांनी शरणागती पत्करण्याचा निर्णय घेतला; परंतु शरणागतीपूर्वी त्यांना झुल्फिकारखानाकडून वचन हवे होते की, मोगलांनी राजघराण्यातील एकाही व्यक्तीच्या जीवितास किंवा अब्रूस धक्का पोहोचवायचा नाही.

सूर्याजी पिसाळ येसूबाईंचा निरोप घेऊन झुल्फिकारखानाच्या डेऱ्यात हजर झाला. त्याने खानास मुजरा करून सांगितले की, "महाराणी येसूबाई गड तुमच्या ताब्यात देण्यास तयार आहेत; पण राजघराण्यातील एकाही व्यक्तीच्या जीवितास अथवा अब्रूस धक्का पोहोचणार नाही, असे वचन तुम्ही कुराणाची शपथ घेऊन दिले पाहिजे. तो निरोप ऐकून खान विचारात पडला. आपण असे वचन दिले तरी बादशहा त्याचे कितपत पालन करील ते तो सांगू शकत नव्हता; पण वचन दिले नाही तर गड ताब्यात मिळणे कठीण हे तो जाणून होता. म्हणून पुढच्या परिणामाचा विचार न करता तो राजघराण्यातील मंडळींचे रक्षण करण्याचे वचन कुराणाच्या शपथेनुसार देण्यास तयार झाला. खानाच्या अभिवचनाप्रमाणे महाराणी येसूबाई यांनी शस्त्रे खाली ठेविली. गडाचे लोखंडी दरवाजे उघडताच मोगल सैनिकांच्या झुंडीच्या झुंडी किल्ल्यात शिरल्या. तत्पूर्वी राजघराण्यातील माणसांना झुल्फिकारखानाने आपल्या ताब्यात घेतले होते.

झुल्फिकारखानाने मराठ्यांची राजधानी मनमुराद लुटली. अन्नधान्य, दारूगोळा, हत्यारे, तोफा, सोन्या-चांदीच्या वस्तू, जडजवाहीर, भांडीकुंडी काही काही म्हणून मोगलांनी ठेवले नाही. नरकातून बाहेर पडणाऱ्या यमदूतांप्रमाणे त्यांनी सगळीकडे लुटीचे थैमान घातले आणि ज्या वेळी लुटण्यासारखे काहीच उरले नाही, तेव्हा झुल्फिकारखानाने आपला मोर्चा शिवाजी महाराजांच्या दरबाराकडे वळविला. महाराजांचे

रत्नजडित सोन्याचे सिंहासन पाहून त्याला स्वर्ग जिंकल्याचा आनंद झाला. मराठ्यांच्या राजसत्तेचे प्रतीक असलेल्या त्या मौल्यवान सिंहासनाकडे खान कितीतरी वेळ अनिमिष नजरेनं पाहत राहिला आणि मग झपाटल्याप्रमाणे त्याने आपल्या सैनिकांना आज्ञा केली की, सिंहासन तोडून टाका.

रायगड पडला, तेव्हा औरंगजेबाचा तळ कोपरगाव येथे होता. गड पडल्याची वार्ता कळताच त्याने झुल्फिकारखानास निरोप धाडला की, रायगडाची लूट आणि कैद केलेली माणसे घेऊन त्वरित माझ्या भेटीस यावे. त्या निरोपानुसार झुल्फिकारखान लूट आणि कैद केलेली माणसे घेऊन कोपरगावास निघाला.

झुल्फिकारखानाचे स्वागत थाटाने करण्याचा हुकूम बादशहाने आपल्या हाताखालच्या लोकांना केला. त्याने दरबार भरवून खानास मुलाखत दिली. खानाने महाराणी येसूबाई आणि बाल शिवाजी या दोघांना बादशहासमोर हजर केले, तेव्हा त्याला कोण आनंद झाला. त्या भरात त्याने शिवाजीस मुसलमान करण्याचा मनोदय प्रकट केला. ते ऐकताच झुल्फिकारखान एकदम गंभीर झाला. तो बादशहास म्हणाला की, "खविंद, राजघराण्यातील कुणाही व्यक्तीच्या जीवितास किंवा अब्रूस धक्का पोहोचणार नाही, अशी कुराणाची शपथ घेऊन मी त्यांना माझ्या ताब्यात घेतले आहे, तेव्हा खविंदांनी माझ्या अभिवचनाचे पालन करावे. मी जर हे वचन दिले नसते तर, ही माणसे माझ्या हातास जिवंत लागली असती की काय याची शंका आहे."

झुल्फिकारखानाचे उद्‌गार ऐकून बादशहाची चर्या गंभीर झाली. तो आपला निर्णय बदलण्यास तयार नसल्याची जाणीव दरबारातील लोकांना झाली. झुल्फिकारखान चिंतातूर झाला. बादशहाने आपल्या विनंतीचा अव्हेर करून बाल शिवाजीस मुसलमान केले, तर वचनभंगाचे पाप आपल्या माथी बसेल या कल्पनेने खान भयंकर अस्वस्थ झाला. बादशहाचा शब्द म्हणजे काळ्या दगडावरची रेघ होती. तोंडातून एकदा शब्द बाहेर पडला तर तो मागे घेण्याचा त्याचा स्वभाव नव्हता. तथापि, त्याच्या परिवारात अशी एक व्यक्ती होती की, तिचे त्याच्यावर मोठे वजन होते. तिच्या विनंतीचा तो अव्हेर करीत नसे आणि ती व्यक्ती म्हणजे दुसरी तिसरी कुणी नसून त्याची लाडकी कन्या बेगम झेबुन्निसा होती. झुल्फिकारखानाचा सत्कार करण्यासाठी बादशहाने दरबार भरविला, तेव्हा बेगम झेबुन्निसा बादशहाच्या तख्तामागे जनानखान्यातील स्त्रियांसाठी राखून ठेवलेल्या जागेत बसली होती. झुल्फिकारखान व बादशहा यांच्यामध्ये जो संवाद झाला, तो तिच्या कानावरून गेला होता. झुल्फिकारखानाने महाराणी येसूबाई यांना कुराणाची शपथ वाहून बाळराजे शाहूस न बाटविण्याचे जे वचन दिले होते, त्या वचनाचे पालन करण्यास बादशहा तयार नसल्याचे पाहून बेगम झेबुन्निसा हिला वाईट वाटले.

बादशहाने दरबार बरखास्त केल्यावर बेगम झेबुन्निसा बादशहाच्या भेटीस गेली, ती त्याला म्हणाली, "अब्बाजान, तुमच्या हातून झुल्फिकारखानावर मोठा अन्याय होत आहे. त्याने कुराणाची कसम खाऊन संभाजीच्या बायकोस जर वचन दिले नसते की, राजघराण्यातील कुणाही व्यक्तीच्या अब्रूस धक्का पोहोचणार नाही आणि कुणाचेही सक्तीने धर्मांतर केले जाणार नाही, तर संभाजीची बायको, त्याचा मुलगा आणि त्यांच्या परिवारातील माणसे झुल्फिकारखानाच्या हातास जिवंत लागली असती की काय याची शंका आहे. म्हणून माझी आपणास प्रार्थना आहे की, झुल्फिकारखानास वचनमुक्त करण्यासाठी आपण संभाजीच्या मुलास मुसलमान करू नये."

बेगम झेबुन्निसाचा युक्तिवाद बादशहास खोडून काढता आला नाही, बाल शिवाजीस आपण मुसलमान केले, तर झुल्फिकारखान वचनभंगाच्या पापाचा धनी होईल हे त्याला पटले. त्याने पुष्कळ वेळ विचार केला आणि बाल शिवाजीस मुसलमान करण्याचा विचार गुलदस्तात टाकला.

ஐ

८

आधीच नाजूक प्रकृती, त्यात प्रवासाची दगदग आणि रायगड व विशाळगड या दोन ठिकाणी असलेल्या प्रियजनांची चिंता यामुळे राजाराम महाराज जिंजीच्या प्रवासात आजारी पडले. परसोजी भोसले आणि संताजी जगताप या दोघांनी अतुल पराक्रम गाजवून विजापूरचा सुभेदार हुसेनखान बऱ्हा याच्या तावडीतून जरी त्यांची आणि त्यांच्या परिवारातील लोकांची मुक्तता केली असली, तरी त्यांचा खडतर प्रवास अजून संपलेला नव्हता; परंतु आजारी पडल्याने जेव्हा प्रवास करणे कठीण झाले, तेव्हा ते प्रल्हाद निराजींना म्हणाले,

"पंत, आम्हांला प्रवास करणे मुश्कील झाले आहे. थोडे दिवस कुठेतरी मुक्काम करणे आवश्यक आहे."

त्यावर प्रल्हाद निराजी म्हणाले,

"महाराज, आपण आता आपल्या दोस्तांच्या राज्यातून प्रवास करीत आहोत. चितळदुर्गचे राजे यचप्पा नायक यांचे हे राज्य आहे. यचप्पा नायक हे आपले मांडलिक, ते आपणाला खंडणी भरतात."

राजाराम महाराजांचे बालपण संभाजी महाराजांच्या नजरकैदेत गेले असल्याने राज्यकारभाराशी त्यांचा कधी संबंध आला नव्हता; त्यामुळे दक्षिणेतील संस्थानिकांपैकी कोण आपले दोस्त आणि कोण मांडलिक ते त्यांना माहीत नसणे स्वाभाविक होते. आता जेव्हा त्यांना प्रल्हाद निराजीकडून कळले की, आपण चितळदुर्गच्या राज्यातून प्रवास करीत असून चितळदुर्गचा राजा हा आपला मांडलिक आहे, तेव्हा त्यांना फार आनंद झाला. ते प्रल्हाद निराजींना म्हणाले, ''पंत, चितळदुर्ग हे जर आपले मांडलिक संस्थान असेल, तर या राज्यात मुक्काम करण्याचा आपणास अधिकार आहे. आमची बडदास्त चितळदुर्गच्या राजाने ठेवली पाहिजे. त्याला निरोप पाठवा की, आम्ही त्याच्या राजधानीस येत आहोत.''

परंतु राजाराम महाराजांच्या सूचनेबाबत प्रल्हाद निराजींनी विशेष आस्था दाखविली नाही, कारण राजाराम महाराज हे जिंजीच्या आश्रयास जात आहेत हे यचप्पा नायकाला कळल्याने तो त्यांना आपल्या राज्यात ठेवून घेईल की काय याची प्रल्हाद निराजींना शंका वाटत होती; पण राजाराम महाराज हे प्रवासाच्या दगदगीने फारच दमून गेले असल्याने त्यांना विश्रांतीची फार जरुरी आहे, हे ध्यानात आणून राजा यचप्पा नायक याच्याकडे जासूद पाठवून त्याला राजाराम महाराजांना काही दिवस ठेवून घेण्याबाबत विनंती करण्याचे प्रल्हाद निराजींनी ठरविले. त्यांनी यचप्पा नायकास कळविले की, राजाराम महाराज जिंजीला जात असून प्रवासाच्या दगदगीने ते आजारी पडले आहेत, तरी त्यांना तुमच्या राजधानीत काही दिवस ठेवून घ्यावे.

यचप्पा नायक हा एके काळचा पुंड पाळेगार. शिवाजी महाराजांनी कर्नाटकात स्वारी केली, तेव्हा तो स्वतंत्र राजा म्हणून वावरत होता. शिवाजी महाराजांशी दोन हात करण्याची ताकद नसल्याने त्याने त्यांचे मांडलिकत्व पत्करले होते; पण आता जेव्हा त्याला कळले की, औरंगजेबाने संभाजी महाराजांची हत्या करून त्यांच्या राजधानीस वेढा घातल्याने राजाराम महाराज जिंजीच्या आश्रयास निघाले आहेत, तेव्हा त्याने छत्रपतींचे मांडलिकत्व झुगारून देऊन पुनश्च आपले स्वातंत्र्य प्रस्थापित करण्याचा बेत केला; परंतु आपण उघडपणे राजाराम महाराजांना तसे कळविले, तर ते जिंजीला गेल्यावर कदाचित आपणावर सैन्य धाडून आपले पारिपत्य करतील या भीतीने त्याने राजाराम महाराजांना कळविले की, तुम्हास मी माझ्या राजधानीत आनंदाने ठेवून घेतले असते, परंतु मी एक छोटा संस्थानिक असल्याने तुमच्यामुळे औरंगजेबासारखा बलाढ्य सम्राट माझ्यावर रोष होऊन तो माझे संस्थान सैन्य धाडून घेईल अशी मला भीती वाटते. कदाचित तो मला पकडून नेऊन माझी हत्या करण्यासही कमी करणार नाही, तरी आपण माझ्या राज्यातून शक्य तितक्या लवकर निघून गेलेले बरे.

यचप्पा नायकाचा जबाब मिळताच राजाराम महाराजांच्या निराशेला पारावारच

उरला नाही. ते आपल्या कमनशिबाला दोष देऊ लागले. त्यांच्या त्रागयामुळे सगळ्यांनाच वाईट वाटले. ते मनातून म्हणाले की, राजाराम महाराजांसारखा कमनशिबी राजपुत्र दुसरा कुणी झाला नसेल. बालपणात सावत्र भावाचा तुरुंगवास सोसावा लागला आणि आता भ्रमंतीचे आणि अवहेलनेचे जीवन वाट्यास आले.

जिंजी पुष्कळच दूर होती आणि राजाराम महाराज आजारी होते. या दुर्दैवी राजपुत्राला औरंगजेबाच्या भयाने कुणीच संरक्षण आणि आश्रय देण्यास तयार नसल्याने पुढे काय करावे आणि कसे वागावे हा महाराजांच्या सोबत्यांसमोर मोठाच प्रश्न उभा राहिला. आता आशेचा फक्त एकच धागा होता आणि तो म्हणजे केळदीचे राज्य. चितळदुर्गसारख्या छोट्या संस्थानाप्रमाणे केळदी हेदेखील छत्रपतींचे एक मांडलिक संस्थान होते; परंतु या राज्याची राणी चन्नम्मा ही औरंगजेबाच्या भयाने राजाराम महाराजांना कितपत आश्रय देऊ शकेल हा प्रश्न होताच. ज्या ठिकाणी यचप्पा नायकासारखे पुरुष राजे भीतीच्या दडपणाखाली अतिथिधर्माचे पालन करण्यास असमर्थ ठरले होते, त्या ठिकाणी चन्नम्मासारख्या स्त्री राणीने राजाराम महाराजांना आश्रय देण्यास नकार दर्शविल्यास नवल नव्हते. तरीही राजाराम महाराजांनी दैवावर हवाला ठेवून राणी चन्नम्मा हिच्याकडे जासूद पाठवून तिच्या राजधानीत आपणास काही दिवस विश्रांती घेऊ देण्याची तिला विनंती करण्याचे ठरवले.

केळदी ऊर्फ बिदनूरचे राज्य हे गोकर्ण महाबळेश्वरापासून नीलेश्वरापर्यंत पसरलेले होते. या राज्याचा राजा निधन पावल्याने त्याची विधवा राणी चन्नम्मा ही आपल्या बसवप्पा नायक नावाच्या अल्पवयीन दत्तक मुलाच्या नावाने राज्य करीत होती. ही राणी शूर, तडफदार आणि नेकजात म्हणून सर्वत्र ख्यातनाम होती. तिच्याकडे जासूद पाठविण्याबाबत राजाराम महाराजांनी आपल्या मुत्सद्द्यांशी विचारविनिमय सुरू केला. ते प्रल्हाद निराजींना म्हणाले,

"पंत, जिच्या हाकेला ओ देऊन आबासाहेबांनी कर्नाटकात स्वारी केली, ती हीच ना बिदनूरची राणी?"

"होय महाराज, हीच ती राणी." प्रल्हाद निराजींनी प्रत्युत्तर केले.

"आम्ही होतो त्या स्वारीत." खंडेराव दाभाडे म्हणाले.

"पण ही स्वारी आबासाहेबांनी का केली ते आम्हांला आता आठवत नाही, आम्ही त्या वेळी लहान होतो." राजाराम महाराज म्हणाले.

"ती एक मोठी हकिकत आहे महाराज." प्रल्हाद निराजींनी सुरुवात केली, "राणी चन्नम्मा ही सोमशेखर पहिला याची राणी. सोमशेखरला संतती नव्हती. म्हणून त्याच्या पश्चात राणी चन्नम्माने दत्तकपुत्र घेऊन त्याच्या नावाने राज्य हाकण्यास प्रारंभ केला. राणी शूर तशीच कर्तबगार असल्याने सोमशेखरचा प्रधान

तिमण्णा याचे व तिचे पटेनासे झाले. असे म्हणतात की, त्यांच्यामधील हा संघर्ष सोमशेखरच्या हयातीतच सुरू झाला होता. सोमशेखरच्या मृत्यूनंतर आपण आपल्या इच्छेनुसार राज्यकारभार हाकावा, असे तिमण्णाला वाटत होते; परंतु राणी चन्नम्माने तिमण्णाच्या महत्त्वाकांक्षेला खो घातल्याने त्याने तिच्याशी वैरत्व धरले. तो राणीच्या आज्ञा धाब्यावर बसवून मन मानेल तसा राज्यकारभार करू लागला. त्याच्या सुदैवाने सैन्यही त्याच्या आधिपत्याखाली असल्याने राणीच्या अधिकाराची कदर करण्याची त्याला आवश्यकता भासली नाही. राणी चन्नम्माला पंतप्रधानाचा हा अधिक्षेप सहन होणे शक्यच नव्हते. तिला आपल्या आणि आपल्या दत्तकपुत्राच्या भवितव्याची कल्पना आली. तिमण्णा राज्याधिकार आपल्या हाती घेऊन आपल्या तंत्राने वागणारा राजपुत्र सिंहासनावर आणील व आपणास आणि आपल्या दत्तक मुलास तुरुंगाची हवा दाखवील अशी भीती तिला वाटली. तिने यत्किंचितही वेळ न गमावता गुप्तपणे आपले दूत महाराजांकडे पाठवून त्यांना विनंती केली की, मी तुम्हाला बंधुस्थानी मानते. मी संकटात आहे. माझा मुख्य प्रधान तिमण्णा हा माझे राज्य बळकावून मला आणि माझ्या दत्तक मुलास कारावासात टाकण्याची कारस्थाने रचतो आहे. तरी आपण सैन्य घेऊन येऊन माझ्या मुख्य प्रधानाचा पराभव करा आणि माझे, माझ्या दत्तक मुलाचे व माझ्या राज्याचे रक्षण करा. तुम्ही जर माझ्या हाकेला ओ देऊन आलात, तर मी तुमचे मांडलिकत्व पत्करून तुम्हास दरसाल खंडणी भरीन.

ज्या ठिकाणी अन्याय दिसेल तेथे धावून जाणे व दुष्टांपासून सुष्टांचे रक्षण करणे हे महाराजांचे ब्रीदच होते. राणी चन्नम्माचे विनंतीपत्र हाती पडताच महाराजांनी तिला त्वरित अभयपत्र धाडले व मग ते राणीच्या उन्मत्त प्रधानाचे दमन करण्यासाठी सैन्य घेऊन जातीने कर्नाटकात आले. त्यांनी तिमण्णाचा पाडाव करून राणीचे अधिकार प्रस्थापित केले, तेव्हापासून बिदनूर संस्थान हे आपले मांडलिक आहे.''

प्रल्हाद निराजींच्या तोंडून तो इतिहास ऐकताच राजाराम महाराजांना धन्यता वाटली. ते बराच वेळ स्तब्ध होते. नंतर ते प्रल्हाद निराजींना म्हणाले,

''पंत, आबासाहेबांनी राणी चन्नम्मावर जे उपकार करून ठेवले त्याची परतफेड केल्यावाचून ती राहणार नाही, असे माझी मनोदेवता मला सांगते आहे. म्हणून मला असे वाटते की, आपण राणीकडे जासूद पाठवून आम्ही तिच्या राजधानीत विश्रांतीसाठी येत आहोत असे तिला कळवावे.''

प्रल्हाद निराजींना आणि महाराजांच्या परिवारातील इतर माणसांना महाराजांचा बेत पसंत पडला. महाराजांनी दूतामार्फत राणी चन्नम्मा हिच्याकडे आपले पत्र रवाना केले.

राजाराम महाराज परागंदा होऊन जिंजीला निघाले असून वाटेत ते आजारी

पडल्याने विश्रांतीसाठी आपल्या राजधानीत येऊ इच्छितात हे कळताच राणीने मागचा-पुढचा विचार न करता महाराजांना प्रत्युत्तर धाडले की, "तुम्ही थोर शिवाजी महाराजांचे सुपुत्र, मी स्वातंत्र्य उपभोगत आहे तो त्यांच्याच कृपेचा प्रसाद! मी संकटात असता ते माझ्या हाकेला ओ देऊन माझ्या मदतीला धावून आले, हे मी कालत्रयीही विसरू शकत नाही. तुम्ही जिंजीला निघाला असून वाटेत आजारी पडलात हे विदित झाल्याने मला मनस्वी दुःख झाले. तुम्ही मनात यत्किंचितही शंका न बाळगता माझ्या राजधानीत येऊन वाटेल तितके दिवस राहा, तुमची आम्ही यथाशक्ती सेवा करू."

राणी चन्नम्मा तेवढ्यावरच थांबली नाही. राजाराम महाराजांना आपल्या राजधानीत इतमामाने आणण्याकरिता तिने त्यांच्या सामोरा मोठा लवाजमा धाडला.

राणीच्या प्रत्युत्तराने राजाराम महाराज गहिवरून गेले. राणीच्या निर्भयतेचे त्यांना कौतुक वाटले. ते आपल्या परिवारासह त्वरित बिदनूरला रवाना झाले. राणीची माणसे पालख्या, घोडे वगैरे लवाजम्यासह त्यांची वाट पाहत होती. त्या स्वागताने महाराज व त्यांचे सोबती फार खूश झाले.

सर्व सोयींनी युक्त अशा एका भव्य प्रासादात राजाराम महाराजांच्या राहण्याची व्यवस्था करण्यात आली होती. राजाराम महाराज त्या प्रासादात येऊन दाखल होताच राणी चन्नम्मा आपल्या लवाजम्यासह त्यांच्या भेटीस येऊन त्यांची विचारपूस करून गेली.

राणीने आदरातिथ्यात यत्किंचितही न्यूनता न पडू दिलेली पाहून राजाराम महाराजांचे अंतःकरण कृतज्ञतेने भरून आले. ते राणीला म्हणाले,

"तुम्ही मातेच्या प्रेमाने आमचा कैवार घेतलात, त्याचे पांग कसे फेडावे तेच आम्हांला कळेनासे झाले आहे."

"राजे पांग फेडण्याची भाषा का बोलता? खरोखर तुम्ही मला पुत्रासमानच आहात. त्यात पुन्हा राजधर्माचे पालन करणे हेही आमचे आद्य कर्तव्य आहे. आमची हाक ऐकून तुमचे स्वर्गस्थ पिता शिवाजी महाराज सैन्य घेऊन आमच्या मदतीला धावून आले हे आम्ही जन्मोजन्मी विसरू शकत नाही. त्यांनी आमच्या पाताळयंत्री प्रधानाचा युद्धात पराभव करून आमचे राज्य संकटमुक्त केले. त्यांचे हे उपकार आम्ही विसरलो तर आम्ही नरकात जाऊ–" राणी चन्नम्मा गंभीर चर्येने म्हणाली.

"पण तुम्ही आम्हांला आश्रय देऊन बलाढ्य औरंगजेब बादशहाचा रोष ओढवून घेताहात राणीसाहेब! या संकटाची आम्हांला जाणीव आहे; परंतु आमच्या आजारामुळे आम्हांला पुढचा प्रवास करणे अगदीच मुश्कील झाल्याने तुमच्या राजधानीत येऊन काही काळ विश्रांती घेण्याचे आम्ही ठरविले."

"तुम्हास अभय दिल्याने औरंगजेब बादशहाची आम्हावर अवकृपा होणार

आहे, हे आम्ही जाणून आहोत राजे, पण आम्हांला त्याची फिकीर नाही. बादशहाच्या रोषासाठी आम्ही आमचा राजधर्म आणि अतिथिधर्म सोडणार नाही. बादशहाचे सैन्य आमच्यावर चालून आले, तर आम्ही त्याच्याशी दोन हात करू. आमच्यापाशी उत्कृष्ट सैन्य आहे. आमची धान्याची कोठारे तुडुंब भरलेली आहेत. आमच्यापाशी भरपूर दारूगोळा आहे. किल्ल्यावर कडवी शिबंदी आहे–''

''पण बादशहा बलाढ्य आहे. तो स्वतःला दुनियेचा स्वामी म्हणवून घेतो. त्याच्यासमोर आतापर्यंत कुणाचाच निभाव लागलेला नाही. त्याने अनेक बलाढ्य शाह्या बुडविल्या आहेत. विजापूर, गोवळकोंडा या शाह्या का कमी बलाढ्य होत्या? पण औरंगजेबाने त्या हां हां म्हणता घशात घातल्या–''

''तो इतिहासही आम्हांला माहीत आहे, राजे. आमच्या डोळ्यांदेखत त्या शाह्या रसातळास गेल्या; पण विजापूर, गोवळकोंडा घेताना बादशहाने ज्या भेदनीतीचा अवलंब केला, त्या नीतीची येथे मात्रा चालणार नाही आणि औरंगजेबाला भिऊन का आपण आपले स्वत्व सोडायचे? त्याची मर्जी संपादन करण्यासाठी का आपण राजधर्म आणि अतिथिधर्म सोडायचा? त्यामुळे फार तर चार दिवस अपमृत्यू टळेल. विजापूर, गोवळकोंडा यांनी त्याची थोडीथोडकी का मनधरणी केली? पण त्याचा काय उपयोग झाला? दगडाला कधी पाझर फुटणे शक्य आहे का? माझे राज्य त्याला घ्यायचे असल्यास तो कोणतेही खुसपट काढून आम्ही आगळीक केली असा आमच्यावर आरोप करील आणि आमच्यावर स्वारी करील.''

राणीचा निश्चयी स्वभाव राजाराम महाराज व त्यांचे सोबती यांनी ओळखला. ती औरंगजेबाच्या धमक्यांना भीक घालणारी स्त्री नाही हे त्यांनी ताडले व बिदनूरच्या राज्यात आपणास धोका नाही हे ताडून ते निश्चिंत झाले.

परंतु राजाराम महाराजांच्या मागावर औरंगजेबाचे गुप्तहेर होते. महाराज बिदनूरच्या राणीच्या आश्रयास गेल्याची वार्ता त्यांनी त्वरित औरंगजेबास कळविली. त्याबरोबर औरंगजेबाने राणीस खलिता धाडला की, 'मराठा गनीम राजाराम तुमच्या राज्यात आश्रयासाठी गेल्याची वार्ता माझ्या कानी आली आहे. तो मला हवा आहे, तरी आमचा हा खलिता मिळताच त्याला पकडून माझ्याकडे पाठवून द्यावे. तुम्ही ही कामगिरी पार पाडलीत तर तुमच्यावर शाही कृपा होऊन तुमच्या सेवेचे चीज केले जाईल.' राणीने औरंगजेबास प्रत्युत्तर धाडले की, 'मराठ्यांचा राजा आमच्या राजधानीत विश्रांतीसाठी आला आहे हे खरे आहे, आम्ही त्याचे मांडलिक असून आमच्या राज्यात येऊन राहण्याचा त्याला पूर्ण अधिकार आहे. दुसरी गोष्ट म्हणजे तो आजारी असल्याने त्याला आश्रय देणे हे अतिथिधर्माला धरून आहे. अशा स्थितीत त्याला पकडून तुमच्याकडे पाठवून देणे हा त्याचा विश्वासघात नाही का? आमच्या राजधर्मात हे बसू शकत नाही. तथापि, आम्ही आपणाला वचन देतो की,

मराठ्यांच्या राजाच्या प्रकृतीस आराम पडला की, त्याला आम्ही क्षणभरही आमच्या राज्यात ठेवून घेणार नाही.'

परंतु राणीच्या प्रत्युत्तराने औरंगजेबाचे समाधान झाले नाही. तो स्वतःला दुनियेचा सम्राट म्हणवून घेत असल्याने आपल्या आज्ञेचे पालन न करणाऱ्यांना तो शत्रू मानीत असे. राणी चन्नमाने आपल्या आज्ञेप्रमाणे राजाराम महाराजांना पकडून आपणाकडे न पाठविता उलट आपल्या कृत्याचे समर्थन केलेले पाहून तो भयंकर चिडला. त्याने राणीचे पारिपत्य करून राजाराम महाराजांना बिदनूरहून पकडून आणण्यासाठी आपला पुत्र शाहजादा आजम व सरदार जान निसारखान या दोघांना बिदनूरकडे रवाना केले. नंतर त्याने त्या दोघांच्या मदतीला मतलबखान व सर्जाखान या आणखी दोन सरदारांनाही पाठविले.

राजाराम महाराजांना गिरफदार करून आपणाकडे पाठवून देण्याचा औरंगजेबाचा खलिता आला, तेव्हाच राणी चन्नम्मा हिने कयास केला होता की, आपल्या प्रत्युत्तराने औरंगजेबाचे समाधान न झाल्याने तो आपणावर सैन्य धाडल्यावाचून राहणार नाही; त्यामुळे मोगल सैन्य बिदनूरवर चालून येत असल्याची वार्ता कळताच राणीला आश्चर्य वाटले नाही. मात्र, ती वार्ता कानी पडताच राजाराम महाराजांना फार वाईट वाटले, कारण औरंगजेबाची अवकृपा ओढवून घेणे म्हणजे विनाश ओढवून घेणे, हे ते जाणून होते. त्यांच्या प्रकृतीत अजून सुधारणा झाली नव्हती. तरीही त्यांनी राणी चन्नम्माला निरोप धाडला की, आमच्यामुळे तुमच्या राज्यावर औरंगजेबाच्या स्वारीचे संकट गुदरल्याचे ऐकून आम्हांला भयंकर दुःख झाले. या संकटप्रसंगी आम्ही आपणाला कोणत्याच प्रकारची मदत करू शकत नाही. तरीही आमच्या प्रयाणाने आपल्यावरील संकट टळत असेल, तर आम्ही निघून जाण्यास तयार आहोत. आम्ही आमच्या प्रयाणाची तयारी करतो.

राणी चन्नम्माने राजाराम महाराजांना कळविले की, औरंगजेबाच्या स्वारीच्या भयाने आम्ही आमच्या राजधर्माला पराङ्मुख होणार नाही. आपण आजारातून बरे झाल्याखेरीज आम्ही आपल्याला आमच्या राज्यातून जाऊ देणार नाही. आम्ही मोगल स्वारीला तोंड देण्याची कडेकोट तयारी केली आहे. आमच्या रक्ताचा शेवटचा थेंब सांडेपर्यंत आम्ही आपले रक्षण करू.

राणी चन्नम्माचा बाणेदारपणा पाहून राजाराम महाराज आणि त्यांचे सोबती स्तिमित होऊन गेले; पण ती हातपाय गाळून स्वस्थ बसण्याची वेळ नव्हती. राणी चन्नम्माला मदत करणे आवश्यक होते, कारण हे स्वारीचे संकट तिच्यावर त्यांच्यामुळे ओढवले होते.

राणीला कोणत्या प्रकारची मदत करता येईल याचा विचार करण्यासाठी राजाराम महाराजांनी आपल्या परिवारातील माणसांशी सल्लामसलत केली. संताजी

घोरपडे राजाराम महाराजांना म्हणाले,

"महाराज, माझ्या हाताशी जर थोडे सैन्य दिले, तर माझ्या मूठभर सोबत्यांसह मी मोगलांच्या पारिपत्यास जाण्यास तयार आहे."

संताजी घोरपडे यांचे सळसळते रक्त त्यांना संकटप्रसंगी स्वस्थ बसू देत नसे. संकटात उडी घेण्यास त्यांना आनंद वाटत असे; परंतु मूठभर सोबत्यांसह मोगलांच्या सैन्यास सामोरे जाणे हा अविचार आहे असे प्रल्हाद निराजींसारख्या नेमस्त वृत्तीच्या मुत्सद्द्यास वाटत होते. ते म्हणाले,

"मोगलांच्या पारिपत्यास मूठभर माणसांसह जाणे हा शुद्ध अविचार आहे, संताजीराव. मोगल सैन्याचा लोंढा थोपवून धरणे ही अशक्यप्राय गोष्ट आहे. राणीचे सैन्य अपुरे आहे. ते मोगलांना तोंड देऊ शकणार नाही."

"राणीचे सैन्य अपुरे आहे हे आम्हांला माहीत आहे; परंतु अपुऱ्या सैन्यासह मोगलांचा प्रतिकार करता येतो हे आम्ही अनुभवाने शिकलो आहोत. मोगलांचे डावपेच आम्हांला माहीत झाले आहेत. त्यांच्याशी लढण्याचे एक तंत्र आम्ही निर्माण केले आहे. आमच्या हाताशी राणीने थोडे सैन्य दिले, तर आम्ही त्या तंत्राचा अवलंब करून मोगलांना थोपवून धरू." संताजी घोरपडे उत्साहाने म्हणाले.

संताजी घोरपडे व धनाजी जाधव या दोघांनी मोगलांशी अनेक लढाया मारल्यामुळे मोगलांचे युद्धतंत्र त्यांना अवगत झाले होते. राजाराम महाराजांना ती गोष्ट माहीत असल्याने मोगलांच्या प्रतिकारास जाण्याची संताजींची मागणी त्यांनी मान्य केली. त्यांनी राणी चन्नम्माला निरोप धाडला की, माझे सरसेनापती संताजी घोरपडे हे एक कसलेले योद्धे असून त्यांनी मोगलांशी अनेक लढाया मारल्या आहेत. ते आपल्या सैन्याबरोबर मोगलांच्या प्रतिकारास जाऊ इच्छितात. तरी त्यांच्या हाताखाली तुमचे थोडे सैन्य द्यावे.

राजाराम महाराजांची सूचना राणीस पसंत पडली. तिने संताजी घोरपडे यांच्या हाताखाली आपले काही सैन्य देण्याची व्यवस्था केली. ते सैन्य घेऊन संताजी मोगलांच्या प्रतिकारार्थ गेले. जान सर्जाखान मोगल सैन्याच्या बिनीला होता. संताजींनी त्याला गाठून त्याचा पराभव केला; परंतु संताजी घोरपडे यांनी मोगल सैन्याच्या एका तुकडीचा जरी पराभव केला असला, तरी बिदनूरच्या सैन्यास मोगलांच्या दुसऱ्या तुकडीला थोपवून धरता आले नाही. ते माघार घेऊ लागले. परिस्थिती मोठी आणीबाणीची होती. राणी चन्नम्मा आपल्या राजधानीत होती. राजधानीस मोगलांचा वेढा पडण्याचे संकट निर्माण झाले होते. तरीही राणी डगमगली नाही. कोणत्याही परिस्थितीत औरंगजेबास शरण जायचे नाही हा तिचा निर्धार होता. राजधानी पडली, तर पहाडी प्रदेशाचा आश्रय घेऊन मोगलांशी गनिमी युद्ध खेळण्याचा तिने बेत केला. पहाडी प्रदेशात तिचे असे काही बलाढ्य किल्ले

होते की, मोगलांना तिथपर्यंत जाणेही अशक्य होते; परंतु राजधानी पडली तर राजाराम महाराज व त्यांच्या परिवारातील माणसे मोगलांच्या हातास लागण्याची भीती होती. तिने राजाराम महाराजांना राजधानी सोडून अन्यत्र निघून जाण्याचा निरोप धाडला; तिने त्यांना कळविले की, माझ्या सैन्याचे नेतृत्व करण्याकरिता मी रणक्षेत्रावर जात आहे. माझ्या मागे आपले कसे होणार याची मला काळजी लागली आहे. तरी मी राजधानीतून निघण्यापूर्वी आपण अन्यत्र कूच केलेले बरे.

राणीच्या निरोपाप्रमाणे राजाराम महाराजांनी बिदनूरहून दुसरीकडे निघून जाण्याची तयारी केली. सामानाची आवराआवर झाली. घोडे, मेणे तयार झाले. राणी सरहद्दीवर निघताना राजाराम महाराजांना निरोप देण्याकरिता आली. तिने रणवेष परिधान केला होता. डोक्यास पोलादी शिरस्त्राण, अंगात जाळीचे चिलखत, कमरेस तलवार, बिचवा आणि खांद्यास धनुष्य आणि बाणाचा भाता असा तिचा पोशाख होता. तो रणवेष प्रौढावस्थेतील राणी चन्नम्माला फारच खुलून दिसत होता. राजाराम महाराज आणि त्यांचे सहकारी यांना तर ती साक्षात रणचंडिकाच भासली.

स्वप्न, खरोखरच ते एक स्वप्नच होतं. ज्या ठिकाणी नात्यागोत्यातील माणसे आपली वतनदारी सांभाळण्यासाठी शत्रूला सामील झाली होती, त्या ठिकाणी वडिलांनी केलेल्या उपकाराचे पांग फेडण्याकरिता एका यःकश्चित स्त्रीने बलाढ्य मोगल बादशहाचा हुकूम धाब्यावर बसवून आपले रक्षण करावे आणि मोगल स्वारीचे संकट आपणावर ओढवून घ्यावे, ही खरोखरच एक अघटित घटना होती. राणी चन्नम्माच्या त्या धैर्यपूर्ण बाणेदार वर्तनाने राजाराम महाराज दिपून गेले होते. राणी चन्नम्मा राजाराम महाराजांना म्हणाली,

"राजे, तुम्हाला निरोप देण्यासाठी मी आले आहे. परिस्थिती आणीबाणीची आहे हे तुम्ही जाणता आहा. शत्रू माझ्या राजधानीला वेढा घालण्यासाठी चालून येत आहे. माझे सैन्य तांब्रांचा प्राणपणाने प्रतिकार करीत आहे. माझ्या सान्निध्याने माझ्या सैनिकांना शत्रूशी लढण्यास आवेश येईल, बळ येईल म्हणून मी रणक्षेत्रावर जात आहे. माझ्या सैन्याचा पराक्रम पाहून शाहजादा आझम चकित झाला. त्याने मला निरोप धाडला की, आमचे तुमच्याशी वैरत्व नाही. तुम्ही मराठ्यांच्या राजास माझ्या हवाली करून माझ्या वडिलांचे मांडलिकत्व पत्करलेत तर, मी माझ्या सैन्यासह तुमच्या राज्यातून माघार घेईन."

राजाराम महाराज राणी चन्नम्माकडे स्तिमित नजरेनं पाहतच राहिले. प्रल्हाद निराजींनी राणीला प्रश्न केला,

"महाराणींनी शाहाजाद्यास काय उत्तर धाडले?"

राणी म्हणाली, "मी त्याला उत्तर धाडले की, मराठ्यांचा राजा जिंजीच्या वाटेवर असता आजारी पडून विश्रांतीसाठी माझ्या राजधानीत आला. तुमच्या

वडिलांच्या भयाने त्याला माझे राज्य सोडून जा म्हणून सांगणे हे अतिथिधर्माच्या आणि राजधर्माच्या विरुद्ध होते. मराठ्यांचा राजा लहान आहे. मला तो माझ्या पुत्रासमान आहे. त्याला मी माझ्या राज्यातून कसा घालवून देऊ? त्याला तुमच्या हवाली करणे, ही दगलबाजी नव्हे का? तुम्हाला जर त्याला गिरफदार करायचे असेल, तर तुम्हाला माझ्या सैन्याचे आणि माझे शव तुडवावे लागेल.''

"खरोखर तुम्ही माझे मातेच्या मायेने रक्षण केले, हे आता जगजाहीर झालेच आहे. माझ्यासाठी तुम्ही शत्रूच्या स्वारीचे संकट ओढवून घेतलेत. तुमचे उतराई कसे व्हावे तेच मला कळेनासे झाले आहे.'' राजाराम महाराज गहिवरून म्हणाले.

"उतराई होण्याची भाषा का बोलता राजे? तुमचे रक्षण करणे हे माझे कर्तव्यच होते. तुमच्या पराक्रमी पित्याने माझ्या राज्याचे रक्षण केले नाही का? तरीही तुम्हाला जा म्हणून सांगणे माझ्या जिवावर येते. मी जर राजधानीत असते तर, तुम्हाला ठेवून घेतले असते; परंतु माझे हितशत्रू माझ्या सैन्याला फितविण्याचे कारस्थान करीत असल्याचा सुगावा लागल्याने मला रणक्षेत्रावर जाणे भाग पडत आहे. बराय, येते मी.''

"भवानी माता तुमचे रक्षण करो.'' राजाराम महाराज सद्‌गदित होत राणीला निरोप देत म्हणाले.

राणी दाराकडे वळली. राजाराम महाराज भारावलेल्या नजरेने तिच्या पाठमोऱ्या आकृतीकडे पाहतच राहिले. मोतद्दार घोड्याचा लगाम धरून वाड्याच्या दारात उभा होता. राणी त्याच्यावर आरूढ झाली. तिने घोड्याला टाच दिली आणि हां हां म्हणता ती दृष्टिपथातून अदृश्य झाली. राजाराम महाराज कितीतरी वेळ विमनस्क स्थितीत होते. त्यांना प्रल्हाद निराजींनी जागे केले. ते म्हणाले,

"महाराज, राणीचे वाटाडे तयार असल्याचा निरोप आलाय.''

"होय पंत, राणी गेल्या. आपणालाही त्यांच्यामागे निघून जायला हवे. चला, प्रयाणाची तयारी करा.'' राजाराम महाराज भानावर येत म्हणाले.

बिदनूरच्या वाटाड्यांना घेऊन राजाराम महाराज व त्यांच्या परिवारातील माणसे यांनी पुन्हा जिंजीचा प्रवास सुरू केला. त्यांच्याबरोबर संताजी व बहिर्जी घोरपडे हे दोघे बंधू नव्हते. संताजी घोरपडे मोगलांशी लढण्यात गुंतले होते, तर बहिर्जी घोरपडे गुप्त वेष धारण करून शत्रूच्या हालचालींची बातमी काढण्यासाठी जिंजीच्या मार्गावर होते. त्यांनी महत्प्रयासाने कर्नाटकातील मराठ्यांचे सुभेदार बाजीराव काकडे यांची भेट घेऊन राजाराम महाराजांवर ओढवलेल्या दुर्धर संकटाची हकिकत त्यांना विदित केली. बाजीराव काकडे यांना राजाराम महाराज जिंजीस निघाल्याची बातमी कळली नव्हती. आता जेव्हा त्यांना ती बहिर्जी घोरपडे यांच्याकडून कळली, तेव्हा त्यांनी यत्किंचितही विलंब न लावता राजाराम महाराजांना संरक्षण देण्यासाठी

सैन्य घेऊन त्यांच्या सामोरे जाण्याची तयारी केली. तत्पूर्वी त्यांनी आपली काही निवडक माणसे पुढे रवाना करून आपण येत असल्याचा निरोप राजाराम महाराजांना धाडला. त्यांनी त्या माणसांना सूचना दिली की, तुम्ही राजाराम महाराजांना घेऊन अंबूर येथे या. महाराजांच्या स्वागतासाठी मी तेथे थांबतो.

बाजीराव काकडे यांच्या माणसांबरोबर बहिर्जी घोरपडे असल्याने वेषधारी राजाराम महाराजांना व त्यांच्या परिवारातील माणसांना ओळखणे त्यांना सुलभ झाले.

बाजीराव काकडे नजराणे घेऊन अंबूर येथे राजाराम महाराजांची मार्गप्रतीक्षा करीत होते. अंबूरच्या धर्मशाळेत दोघांचीही भेट झाली. आपला एक सुभेदार आपणास भेटला म्हणून राजाराम महाराजांना फार आनंद झाला. बाजीराव काकडे यांचा तपास करून त्यांना आपल्या भेटीस आणल्याबद्दल त्यांनी बहिर्जी घोरपडे यांना धन्यवाद दिले. अंबूर येथे अल्पकाळ मुक्काम केल्यावर राजाराम महाराज सुभेदार बाजीराव काकडे यांच्यासह वेळूरला रवाना झाले.

९

सुभेदार बाजीराव काकडे यांच्या समवेत राजाराम महाराज आपल्या परिवारातील माणसांसह वेळूरला निघाले. सोबतीला काकडेंच्या लष्कराची तुकडी असल्याने त्यांना आता लपतछपत प्रवास करण्याची जरुरी नव्हती. ते लष्कर मोगलांच्या हल्ल्यापासून त्यांचे रक्षण करण्यास समर्थ होते. शत्रूचा हल्ला होईल अथवा तो आपणास पकडील ही भीती आता उरली नसल्याने सगळेजण निर्भयपणे ताठ मानेने प्रवास करीत होते. हवा प्रसन्न होती, सर्वत्र दृष्टीत न मावणारी विस्तीर्ण शेते पसरली होती. शेतकापणीचा हंगाम नुकताच संपला होता; त्यामुळे शेतात सगळीकडे धान्याची उडवीच उडवी दिसत होती. काही शेतांतून रब्बी फसलीच्या मशागतीची कामे सुरू होती.

कित्येक दिवसांनंतर राजाराम महाराजांच्या चित्तवृत्ती उल्हसित दिसत होत्या. भीतीच्या दडपणाखाली निर्माण झालेल्या आजारातून ते आता बरे झाले होते, त्यांची प्रकृती सुधारण्याच्या मार्गाला लागली होती. मराठ्यांचा राजा म्हणूनच ते उघडपणे आता जिंजीला निघाले होते. बरीच वाटचाल केल्यावर एके ठिकाणी त्यांना एक

नदी लागली.

“ही कोणती नदी?” राजाराम महाराजांनी सुभेदार काकडे यांना विचारले.

“हिला ‘पालर नदी’ म्हणतात, महाराज; इथून आपले राज्य सुरू झाले. आपण आतापर्यंतचा प्रवास केला तो पूर्वीच्या विजापूरच्या आणि सांप्रतच्या मोगली मुलखातून.” काकडेंनी राजाराम महाराजांना समजावून सांगितले.

“म्हणजे काय सुभेदार?” राजाराम महाराजांनी गोंधळलेल्या नजरेने पृच्छा केली.

“तसा हा मुलूख विजापूरचाच; पण थोरल्या महाराजांनी तो विजापूरशी युद्ध करून घेतला. नंतर उभय पक्षांचा समेट झाल्यावर पालर नदी ही दोन्ही राज्यांची सीमा ठरली.” बाजीराव काकडे म्हणाले.

“या प्रदेशाचा कारभार सुरुवातीपासून तुमच्याकडेच आहे का?”

“नाही महाराज. माझ्यापूर्वी या मुलुखाचा कारभार रघुनाथपंत हणमंते पाहत होते.”

“म्हणजे, आमचे तंजावरचे सावत्रकाका व्यंकोजी राजे यांचे दिवाण हणमंते होय ना?”

“होय महाराज. तेच ते हणमंते.”

“आमच्या काकांचे आणि हणमंते यांचे पटले नाही म्हणतात ते खरे का?”

“होय महाराज, तसा प्रवाद आहे. व्यंकोजी राजे हेही कर्तव्यदक्ष व राजकारणधुरंधर होते; परंतु हणमंते यांना वाटत होते की, व्यंकोजी राजे यांनी राज्यकारभारात लक्ष न घालता आपल्या सल्ल्यानुसार वागावे. व्यंकोजी राजे यांना ते मान्य झाले नाही. त्यावरून त्या दोघांचे बिनसले. हणमंते यांचा अहंकार दुखावला गेला. त्या भरात ते आपल्या दिवाणगिरीचा राजीनामा देऊन थोरल्या महाराजांकडे गेले. असे म्हणतात की, थोरल्या महाराजांना त्यांनी व्यंकोजी राजे यांच्याकडे चंदावरच्या राज्याचा हिस्सा मागण्याची चिथावणी दिली आणि तो हिस्सा मिळाल्यावर थोरल्या महाराजांनी त्यांची या भागाचे सुभेदार म्हणून नेमणूक केली. त्यांच्या हाताखाली कुनिमेदु व महमुदी अथवा ‘पोर्तुनोव्हु’ येथे दोन हवालदार काम करीत होते–”

“ही हकिकत आम्हांला नवीन आहे बाजीराव; पण हणमंते यांची उचलबांगडी का झाली?” राजाराम महाराजांनी पृच्छा केली.

“त्याचे असे झाले,” बाजीराव काकडे म्हणाले, “संभाजी महाराज राज्यावर आले, तेव्हा त्यांना बातमी कळली की, हणमंते आपणाविरुद्ध कारस्थान करीत आहेत. थोरले महाराज आणि व्यंकोजी राजे या दोघांमध्ये हणमंते यांनी भाऊबंदकी माजविली म्हणून संभाजी महाराजांचे त्यांच्याविषयी आधीच प्रतिकूल मत होते. त्यातच ते आपल्या मातोश्री सोयराबाईसाहेब यांच्या कटात सामील झाल्याचा

सुगावा संभाजी महाराजांना लागला. म्हणून त्यांना कैद करून त्यांच्या जागी आपले मेहुणे हरजी राजे यांची सुभेदार म्हणून नेमणूक केली.''

''मग शामजी नाईक पुंडे यांना तुरुंगात टाकण्याचे काय कारण?'' राजाराम महाराजांनी पृच्छा केली.

''तीसुद्धा एक मोठी हकिकत आहे महाराज.'' काकडे म्हणाले, ''शामजी नाईक पुंडे हे हणमंते यांचे हस्तक म्हणून राज्यकारभार पाहत होते. अण्णाजी दत्तोशी त्यांचे संगनमत असल्याचा संभाजी महाराजांना सुगावा लागला. म्हणून त्यांनाही त्यांनी कैद केले.''

''पण हरजी राजे आणि आमचे स्वर्गस्थ बंधू या दोघांचेही संबंध चांगले नव्हते असे आम्ही ऐकून होतो, ते खरे का?'' राजाराम महाराज म्हणाले.

बाजीराव काकडे यांनी लगेच प्रत्युत्तर केले नाही. ते गप्प का राहिले ते राजाराम महाराजांच्या ध्यानी येण्यास उशीर लागला नाही. काकडे हे हरजी राजे महाडिक यांच्या हाताखाली काम करीत असल्याने आपल्या वरिष्ठाविरुद्ध बोलणे त्यांना प्रशस्त वाटत नसावे हे राजाराम महाराजांनी ताडले. हरजी राजे व अंबिकाबाई या दोघांचा चंदीच्या राज्यात मोठा दरारा होता, तेव्हा अशा जबरदस्त आसामीची कुरापत काढणे म्हणजे विस्तवाशी खेळ करणे याची राजाराम महाराजांना कल्पना होती. खुद्द त्यांचेही हरजी राजे यांच्याविषयी चांगले मत नव्हते. त्यांच्या परिवारातील माणसांकडून हरजी राजे यांच्याविषयीच्या ज्या गोष्टी त्यांच्या कानावर आल्या होत्या; त्यामुळे हरजी राजे यांच्याविषयी त्यांचे मत कलुषित झाले होते. महाराज सुभेदार काकडे यांना म्हणाले,

''सुभेदार, तुम्ही आमच्यापासून काहीतरी लपवून ठेवता आहात. हरजी राजे हे आमचे मेव्हणे असल्याने, त्यांच्याविषयी काही चहाडीचुगली केली तर आम्ही आपणावर रागावू अशी तुम्हाला भीती वाटत आहे; परंतु आम्ही तुम्हाला अभय देतो की, तुम्ही आम्हांला हरजी राजे यांच्याविषयी जे सांगाल त्याबद्दल आम्हांला मुळीच वाईट वाटणार नाही आणि त्याची आम्ही कुणाशी वाच्यताही करणार नाही. हरजी राजे यांच्याविषयी आम्ही बरेच ऐकले आहे, तुमच्याकडून आम्हांला सत्यस्थिती ऐकून घ्यायची आहे. आमची गाठ आता त्यांच्याशीच असल्याने आम्हांला सावधानतेने वागले पाहिजे.''

राजाराम महाराजांकडून अभय मिळताच बाजीराव काकडे यांनी हरजी राजे यांची कथा महाराजांना विदित करण्याचे ठरविले. ते म्हणाले,

''रघुनाथपंत हणमंते यांना बडतर्फ करून संभाजी महाराजांनी हरजी राजे यांची चंदीच्या सुभ्यावर नेमणूक केली. हरजी राजे शूर आणि पुन्हा थोरल्या महाराजांचे जावई यामुळे या भागात त्यांचा अल्पावधीतच दरारा बसला. त्यांनी अल्पावधीतच

मोठा राज्यविस्तार केला; परंतु ते महत्त्वाकांक्षी असल्याने त्यांना राज्यलोभ निर्माण झाला. त्यांनी मेहुण्याची सत्ता झुगारून देऊन मोगलांचे मांडलिकत्व पत्करण्याचा बेत केला; परंतु संभाजी राजे यांना त्यांच्या या कारवायांचा सुगावा लागल्यावाचून राहिला नाही.

वास्तविक हे कारस्थान उघडकीस आल्यावर हरजी राजे यांची धडगत नव्हती. संभाजी राजे यांचा क्रोध प्रसिद्धच आहे. हरजी राजे यांचा अपराध त्यांनी पोटात का घातला ते एक कोडेच आहे. त्यांनी हरजी राजे यांना चंदीच्या सुभ्यावरून दूर केले नाही; परंतु त्यांच्यावर वर्चस्व ठेवण्यासाठी त्यांनी केसो त्र्यंबक यांना बारा हजार सैन्य देऊन चंदीस पाठविले–''

''केसो त्र्यंबकना हरजी राजे यांनी दाद दिली नाही, होय ना?'' राजाराम महाराज म्हणाले.

''होय. केसो त्र्यंबकना हरजी राजे यांनी दाद दिली नाही हे खरे आहे; पण त्याला त्यांचा मूर्खपणा कारणीभूत झाला. ज्या दिवशी ते चंदीस येऊन दाखल झाले, त्याच दिवशी त्यांनी फुशारकी मारण्यास प्रारंभ केला की, हरजी राजे यांच्या जागी संभाजी महाराजांनी आपली चंदीचे सुभेदार म्हणून नेमणूक केली आहे. हरजी राजे यांना केसो त्र्यंबकच्या आगमनाची कल्पना असावी, म्हणून त्यांनी त्यांच्या हालचालींवर पाळत ठेवण्यासाठी आपले हस्तक नेमले होते. केसो त्र्यंबकची फुशारकी त्यांच्या कानी जाण्यास विलंब लागला नाही. त्यातच रायगडी त्यांचे जे हितचिंतक होते, त्यांच्याकडून त्यांना जागरूक राहण्याचा इशारा आल्याने ते सावध झाले. आपल्या नाकात वेसण घालण्यासाठी आपल्या मेहुण्याने केसो त्र्यंबकना चंदीस पाठविले आहे हे त्यांना आता विदित झाले. त्यांनी गुप्तपणे केसो त्र्यंबकशी दोन हात करण्याची तयारी सुरू केली. जिंजीच्या किल्ल्याचा बंदोबस्त वाढवून त्यांनी इतर लष्करी ठाणीही बळकट केली.

''केसो त्र्यंबकची प्रौढी जिरली. हरजी राजे यांच्याशी दोन हात करण्याचे सामर्थ्य त्यांच्या अंगी नव्हते. हरजी राजे यांनी त्यांना धाब्यावर बसविल्याने चंदीत त्यांना कुणी विचारेनासा झाला. त्यांच्या मनाला ती गोष्ट फार लागली. आपल्या अधिकाराची जाणीव कर्नाटकातील सत्ताधाऱ्यांना व खुद्द हरजी राजे आणि त्यांचे सरदार-मुत्सद्दी यांना करून देण्यासाठी ते सैन्य घेऊन खंडणी वसूल करण्यासाठी म्हैसूरमध्ये शिरले; परंतु म्हैसूरकरांनीही त्यांना दाद दिली नाही; त्यामुळे त्यांना म्हैसूरमधून हात हलवीत माघारी फिरावे लागले. त्यांची पुरतीच फटफजिती झाली. आता त्यांनी उघडपणे सांगण्यास सुरुवात केली की, चंदीच्या सुभ्यावर संभाजी महाराजांनी आपली नेमणूक केली आहे. त्यांच्या या वेंधळेपणाबद्दल चंदीतील लोकांनी त्यांची कीवच केली. हरजी राजे यांनीही त्यांना उडवाउडवीची उत्तरे देण्यास

प्रारंभ केला. त्यांनी चंदीचा सुभा त्यांच्या हवाली तर केला नाहीच, उलट त्यांच्या सैन्याच्या पोटापाण्याचीही त्यांनी व्यवस्था केली नाही. त्यांनी त्यांना स्पष्ट सांगितले की, तुमच्या सैन्याच्या रोजमुऱ्याची व्यवस्था तुम्ही लुटालूट करून केली पाहिजे. आम्ही सरदेशमुखीची करवसुली करण्याकरिता मोगल प्रदेशात जात आहो. तुम्ही आमच्याबरोबर चला. म्हणजे तुमच्या पोटापाण्याची व्यवस्था परभारे होईल.

मग केसो त्र्यंबकना हरजी राजे यांची सूचना मान्य करण्यापलीकडे गत्यंतरच उरले नाही.''

''एकूण हरजी राजे यांनी केसो त्र्यंबकना चांगलेच खेळविले तर!'' राजाराम महाराज म्हणाले; परंतु केसो त्र्यंबकच्या फजितवड्याचा वृत्तान्त ऐकल्यावर त्यांना आपल्या भवितव्याची काळजी आता वाटू लागली. हरजी राजे यांनी आपला अधिकार मान्य न करता केसो त्र्यंबकप्रमाणे आपणास धाब्यावर बसविले तर! केसो त्र्यंबक निदान फौजबंद असल्याने हरजी राजे त्यांना कैद करू शकले नाहीत; पण आपणापाशी सैन्य नसल्याने हरजी राजे आपणास कैद करू शकतील अशी भीती त्यांच्या मनात उद्भवली.

''नशीब केसो त्र्यंबकचे. हरजी राजे यांनी त्यांना कैद केले नाही ही त्यांच्यावर दैवाची मोठीच मेहेरबानी.'' राजाराम महाराज उद्गारले.

''कैद केले तर! संभाजी राजे यांच्या मृत्यूची वार्ता इकडे येताच हरजी राजे यांनी त्यांना कैद करून तुरुंगात टाकले.'' बाजीराव काकडे म्हणाले.

''तर मग आमची गत काय होणार सुभेदार?'' राजाराम महाराज काळजीच्या स्वरात म्हणाले.

''त्याची आपण काळजी करू नये महाराज; आपण म्हणजे केसो त्र्यंबक नव्हे. आपल्या केसालाही जरी धक्का पोहोचला तरी, हरजी राजे यांच्याशी दोन हात करण्यास आम्ही मागेपुढे पाहणार नाही. मात्र, आपण आमच्या पाठीशी समर्थपणे उभे राहिले पाहिजे.'' बाजीराव काकडे निर्धाराने म्हणाले.

''आम्ही तुमच्या पाठीशी आहोत याची तुम्ही खात्री बाळगा, सुभेदार, पण तरीही सावधगिरीने राहिलेलं बरं. आम्हांला असं वाटतं की, आपण थेट चंदीला न जाता काही दिवस वेळूरला जाऊन मुक्काम केलेला बरा; म्हणजे हरजी राजे यांच्या मनाचा रागरंग आपणाला कळेल.''

''ठीक आहे. जशी आपली इच्छा!'' बाजीराव काकडे उद्गारले.

राजाराम महाराज अंबूरहून निघाले, तेव्हा त्यांनी चंदीला जासूद पाठवून हरजी राजे यांना कळविले होते की, आम्ही चंदीला येत आहोत. त्या निरोपास हरजी राजे यांनी प्रत्युत्तर धाडले होते की, तुम्ही चंदीस खुशाल या; पण हा निरोप धाडल्यावर हरजी राजे यांच्या मनात वेगळेच विचारचक्र सुरू झाले. त्यांना वाटू लागले की,

राजाराम महाराजांचे जिंजीस आगमन झाले तर ते आपणाला चंदीच्या सुभ्यावरून दूर करणार नाहीत ना? दुसरी गोष्ट म्हणजे त्यांना अशी शंका आली की, राजाराम महाराज जिंजीस सडेच येत असल्याने बादशहाच्या सैन्यासमोर त्यांचा निभाव लागणे कठीण आहे. अशा परिस्थितीत आपला जिंजीचा सुभा टिकविण्यासाठी आपण बादशहाचे मांडलिकत्व पत्करले तर! या कामी आपणास केसो त्र्यंबकचे सहकार्य मिळावे म्हणून त्यांनी त्यांची तुरुंगातून मुक्तता केली; परंतु त्यांचे हे कारस्थान यशस्वी होण्यापूर्वीच त्यांना अचानकपणे मृत्यू आला.

राजाराम महाराज बाजीराव काकडे यांच्या समवेत वेळूरच्या वाटेवर असता त्यांना हरजी राजे यांच्या निधनाची वार्ता कळली. आता त्यांना वेळूरला जाऊन मुक्काम करण्याची आवश्यकता नव्हती. म्हणून त्यांनी आपली सावत्र बहीण अंबिकाबाई हिला शोकसंदेश धाडून कळविले की, मी तातडीने चंदीला येत आहे.

अंबिकाबाईस आपल्या नवऱ्याचे कारस्थान माहीत होते; परंतु त्यांच्या मृत्यूनंतर ते कारस्थान तिने पुढे नेले नाही. वास्तविक ती तशी खंबीर होती आणि तिचा पुत्र दुर्गोजी हाही कर्तबगार होता; परंतु ती कारस्थान पुढे नेण्याच्या फंदात पडली नाही. उलट आपला सावत्र भाऊ चंदीस तातडीने येत आहे असे कळताच तिने राजाराम महाराजांच्या स्वागताची सर्व सिद्धता केली. तिने दुर्गोजी राजे व केसो त्र्यंबक या दोघांना राजाराम महाराजांच्या सामोरे धाडले.

राजाराम महाराज वेळूरहून जिंजीस निघाले, तोच त्यांना वाटेत रायगडाच्या पाडावाची दुःखद वार्ता कळली. त्या बातमीने ते बराच वेळ सुन्न होऊन गेले; परंतु प्रल्हाद निराजींनी व महाराजांच्या इतर सोबत्यांनी त्यांचे सांत्वन केले. ते त्यांना म्हणाले की, स्वराज्य आता गेलेच आहे असे समजून आपण चंदीला निघाला आहात, तेव्हा आता राजधानीच्या पाडावाबद्दल दुःख करण्यात स्वारस्य नाही.

जिंजीस येऊन दाखल होताच राजाराम महाराजांनी पहिली गोष्ट कोणती केली असेल तर ती अंबिकाबाई यांच्या शोकसमाचारास जाण्याची, राजाराम महाराजांची आणि अंबिकाबाईंची ती भेट कित्येक वर्षांनी होत होती. त्या प्रदीर्घ कालावधीत बंधू आणि पती या दोघांचे निधन झाल्याने अंबिकाबाई यांचा शोक उफाळून आला असल्यास नवल नव्हते. राजाराम महाराजांच्या भेटीने त्यांचे दुःख अनावर झाले.

अंबिकाबाईंचे सांत्वन कसे करावे ते राजाराम महाराजांना कळेना. हरजी राजे महाडिक ऐन जवानीत निघून गेल्याने, त्यांच्या निधनामुळे अंबिकाबाईंना दुःख होणे स्वाभाविक होते. भावाच्या हत्येनंतर पतिनिधनाचा मोठा आघात त्यांना सहन करावा लागला होता. त्यातच रायगडाच्या पाडावाची बातमीही येऊन थडकली होती.

राजाराम महाराज बराच वेळ आपल्या सावत्र बहिणीच्या निवासस्थानी होते.

अखेर ते जायला उठले, तेव्हा अंबिकाबाई पदराच्या शेवानं अश्रू पुशीत त्यांना म्हणाल्या,

"तू इकडे आलास ते बरं केलंस. आता आमचे आशास्थान तूच आहेस. तुझ्याशिवाय हिंदवी स्वराज्याचं रक्षण कोण करणार? ह्यांची दृष्टी तुझ्या आगमनाकडे सारखी लागून राहिली होती. तुझं निवासस्थान त्यांनी कसं सजवून ठेवलंय बघ! तुझ्या राज्याचा कारभार आता तू बघ; पण तुझ्यापाशी माझी एवढीच प्रार्थना आहे, माझ्या मुलांना अंतर देऊ नकोस."

"छे! छे! हे तू काय बोलतेस अक्का! मी तुम्हाला अंतर देणं कधीतरी शक्य आहे का?" राजाराम महाराज लगबगीने म्हणाले, "नाहीतरी तुमच्याशिवाय मला इकडे जवळचे असे आणखी कोण आहे?"

"पुष्कळ भेटतील बाबा! ते आमच्या वाईटावर टपूनच बसलेले आहेत. आमच्याविरुद्ध तुझे कान भरल्यावाचून ते राहणार नाहीत." अंबिकाबाई काळजीच्या स्वरात म्हणाल्या.

"नाही अक्का, तू मुळीच चिंता करू नकोस. मी दुसऱ्याचे मुळीच ऐकणार नाही. दुसऱ्याचे ऐकायला मी काय दुधखुळा आहे?"

"पण तो केसो त्र्यंबक आमच्याविरुद्ध कारस्थाने करतो आहे. त्याचे आणि आमचे तसे काही वैरत्व नाही. तो इकडे सैन्य घेऊन आला आणि लोकांना सांगू लागला की, चंदीचा सुभेदार म्हणून मी आलो आहे; परंतु आमच्या ह्यांना चंदीचा सुभा त्याच्या हवाली करण्याचा खलिता त्याने आणला नव्हता. तो जेव्हा सैन्याचा रोजमुरा घालण्याकरिता ह्यांच्याकडे पैसे मागायला लागला, तेव्हा त्यांनी त्याला सांगितले की, तुमच्या सैन्याचा खर्च मी कसा करणार? तसा हुकूम मला नाही. तरीपण तुमच्या सैन्याचा खर्च भागण्यासारखा एक उपाय आहे. मी चौथाई वसूल करण्यासाठी म्हैसूरमध्ये जात आहे. तुमचे सैन्य घेऊन तुम्ही माझ्याबरोबर चला. पडत्या फळाच्या आज्ञेप्रमाणे तो सैन्य घेऊन म्हैसूरमध्ये गेला; परंतु तिकडून त्याने जो पैसा आणला त्याचा हिशोब ह्यांना दिला नाही. त्यावरून दोघांचा खटका उडाला. नंतर तो ह्यांच्याकडे जिंजीचा सुभा आपल्या हवाली करण्याची मागणी करू लागला. सरकारी हुकूम नसताना सुभा त्याच्या हवाली कसा करायचा? ह्यांनी त्याला पकडून कैदेत ठेवले-"

"ही हकिकत माझ्या कानावर उडतउडत आली आहे, अक्का," राजाराम महाराज म्हणाले, "तू ती सविस्तर सांगितलीस ते बरे झाले. केसो त्र्यंबकचे काय करायचे ते मी पाहीन. त्याची तुम्ही काळजी करू नका."

"आणि तुझ्याबरोबर प्रल्हाद निराजी आले आहेत असे आम्ही ऐकतो, खरे का? हा अग्नीतला निखारा बरे! त्याच्या नादी लागू नकोस." अंबिकाबाई गंभीर होत

म्हणाल्या, "हा जिवंत राहिला आणि ते सगळे निघून गेले; हाच त्यांचा म्होरक्या, शिखंडी, आतून सूत्रे हलविणारा; पण सगळे करूनसवरून नामानिराळा राहिला. बिचारे अण्णाजी दत्तो याच्या नादी लागून हकनाक प्राणास मुकले."

"कुणाची तरी सोबत हवी म्हणून आणले मी प्रल्हाद निराजींना; पण मी सावधगिरीने वागेन." राजाराम महाराज म्हणाले.

"सावधगिरीने वाग बाबा. त्यांचे संभाषण म्हणजे साखरपेरणी; त्यामुळे माणसे त्याला चटकन वश होतात; पण कधी काय करील याचा नेम नाही. तुझ्या गळ्यातला ताईत बनेल; पण तिकडे चंदावरलाही आतून शहाजीशी संधान बांधील." अंबिकाबाई राजाराम महाराजांना प्रल्हाद निराजीबाबत सावधगिरीचा इशारा देत म्हणाल्या.

"त्याची तू काळजी करू नकोस अक्का. मी सावधगिरीने वागेन." राजाराम महाराज अंबिकाबाईंचा निरोप घेऊन त्यांच्या वाड्यातून बाहेर पडले.

राजाराम महाराजांनी अंबिकाबाईंच्या भेटीस पुन्हा येण्याचे कबूल केले होते; परंतु जिंजीतील परिस्थिती इतक्या झपाट्याने बदलली की, त्यामुळे त्या दोघा सावत्र भावंडांचे संबंध पार बिघडून गेले.

राजाराम महाराज अंबिकाबाईंच्या भेटीस गेल्याचे केसो त्र्यंबक व प्रल्हाद निराजी या दोघांना माहीत होते. अंबिकाबाई आपणा दोघांविरुद्ध कान फुंकतील अशी दोघांनाही भीती वाटत असल्याने राजाराम महाराज अंबिकाबाईंच्या भेटीहून परतल्यावर ते दोघे लगेच त्यांच्या भेटीस गेले.

"काय म्हणतात तुमच्या भगिनी?" प्रल्हाद निराजींनी पृच्छा केली.

"काय म्हणणार? त्या आपल्या दुःखात चूर आहेत." राजाराम महाराजांनी प्रत्युत्तर केले.

"ती तर जगरहाटीच आहे म्हणा! पण हरजी राजे यांच्यासारखा शूर आणि उमदा पुरुष भरल्या संसारातून ऐन उमेदीत निघून गेल्याने अंबिकाबाईंना भयंकर दुःख होणे स्वाभाविक आहे." केसो त्र्यंबक म्हणाले, "पण झाली गोष्ट एका परीने चांगली झाली."

"का बरे?" राजाराम महाराजांनी चमकून केसो त्र्यंबकांकडे बघत तो प्रश्न केला.

"संघर्ष टळला, असेच तुम्हाला म्हणायचे आहे ना?" प्रल्हाद निराजी केसो त्र्यंबकाकडे पाहत म्हणाले.

"हो, मला तेच म्हणायचे होते." केसो त्र्यंबकांनी प्रत्युत्तर केले.

"महाराज इकडे यायला निघाले आणि इकडे आकस्मिकपणे हरजी राजे यांचे निधन झाले, यात काहीतरी दैवी संकेत आहे असे आम्हांला वाटते." प्रल्हाद निराजी उद्‌गारले.

"तुमच्या बोलण्याचा मतलब आमच्या ध्यानी आला नाही." राजाराम महाराजांनी

गोंधळलेल्या नजरेने प्रल्हाद निराजी व केसो त्र्यंबक या दोघांकडे पाहत म्हटले.

"मतलब स्पष्टच आहे महाराज." प्रल्हाद निराजी म्हणाले, "आमचे असे मत आहे की, हरजी राजे यांच्यापासून तुम्हाला काहीतरी दगाफटका होण्याचा संभव होता, तो दैवी हस्तक्षेपामुळे टळला."

"काय? हरजी राजे यांच्यापासून आम्हांला दगाफटका होणार होता?" राजाराम महाराजांनी गंभीर होत पृच्छा केली.

"हरजी राजे यांनी तांब्राकडे संधान लावले होते. त्यांना चंदीमध्ये सवता सुभा स्थापन करायचा होता. संभाजी महाराजांना त्याचा सुगावा लागल्याने त्यांनी आम्हांला इकडे सैन्य देऊन पाठविले, परंतु हरजी राजे जागरूक असल्याने बंदोबस्ताने राहिले. संभाजी महाराजांनी आम्हांला ताकीद दिली होती की, जरूर पडली तर हरजी राजे यांच्याशी दोन हात करण्यास मागेपुढे पाहू नका; तरीही आम्ही संयमाने वागलो. आम्हांला आमच्याच माणसांशी रक्तपात करायला नको होता; पण आमचा विवेक आम्हांला भोवला. हरजी राजे यांनी आम्हांला पकडून कारावासात टाकले, म्हणून आम्हांला वाटले की, हरजी राजे यांच्याकडून कदाचित तुम्हीही गिरफदार होण्याचा धोका होता." केसो त्र्यंबक म्हणाले.

राजाराम महाराज अंबिकाबाई यांच्या भेटीस गेले असता तेथे त्यांच्याशी त्यांचे जे संभाषण झाले, त्यात हरजी राजे यांच्या मनात संभाजी महाराजांच्या सत्तेविरुद्ध बंडखोरी करण्याचे विचार सुरू होते, असा उल्लेख अंबिकाबाई यांच्या संभाषणातून चुकूनही निघाला नव्हता; परंतु सुभेदार बाजीराव काकडे यांनी जिंजीच्या प्रवासात राजाराम महाराजांना जी हकिकत कथन केली, ती केसो त्र्यंबक यांच्या हकिकतीशी जुळती असल्याने राजाराम महाराजांच्या मनात अंबिकाबाई यांच्याविषयी संशयाने घर केले. अंबिकाबाईंनी आपल्या नवऱ्याच्या कारस्थानावर पांघरूण घालून केसो त्र्यंबकनाच दोषी ठरविले असा राजाराम महाराजांचा ग्रह झाल्याने अंबिकाबाई यांच्याविषयी त्यांचे प्रतिकूल मत बनले.

"झाले गेले गंगेस मिळाले. हरजी राजे गेले आणि त्यांच्याबरोबर त्यांचे कारस्थानही गेले." प्रल्हाद निराजी उसासा सोडीत म्हणाले, "आता पुढच्या कामाला लागले पाहिजे; परंतु महाराजांनी पुढाकार घेतल्यावाचून कामे व्हायची नाहीत."

"पुढाकार आणि तो कशाबाबत?" राजाराम महाराजांनी प्रल्हाद निराजींकडे प्रश्नार्थक नजरेने पाहत म्हटले.

"चंदीच्या सुभ्याचा कारभार तुमच्या भगिनीच्या हाती ठेवायचा की तुम्ही करायचा ते तुम्ही आता ठरविले पाहिजे महाराज." प्रल्हाद निराजी म्हणाले.

"राज्यकारभार आम्ही बघणार." राजाराम महाराज म्हणाले. ते ऐकताच प्रल्हाद निराजी व केसो त्र्यंबक या दोघांनी सुटकेचा श्वास सोडला.

"पण पैसा हाती असल्यावाचून तुम्ही राज्यकारभार कसा करणार महाराज? कोऱ्या पाटीवर नवी धुळाक्षरे गिरविण्यासारखी आपली स्थिती आहे." प्रल्हाद निराजी गंभीर चर्येने म्हणाले.

"पैसा आणि जडजवाहीर मागून येतच आहे. गिरजोजी यादव ते इकडे घेऊन येत आहेत." राजाराम महाराज म्हणाले.

राजाराम महाराजांच्या निरागसपणाची व त्यांच्या कारभाराबाबतच्या अनभिज्ञतेची प्रल्हाद निराजी व केसो त्र्यंबक या दोघांना कीव वाटली. केसो त्र्यंबक म्हणाले,

"स्वराज्यातून येत असलेला पैसा किती दिवस पुरणार? तो चटणीसारखा दोन दिवसांत उडून जाईल, आपणाला इकडे सर्व गोष्टी नव्याने करायला हव्यात."

"मग पैसा कसा उभारायचा?" राजाराम महाराज काळजीच्या स्वरात म्हणाले.

प्रल्हाद निराजी आणि केसो त्र्यंबक या दोघांनी एकमेकांकडे अर्थपूर्ण नेत्रपल्लवी केली.

"पैसा उभारण्याची काळजी कशाला करता महाराज? पैसा रग्गड आहे आणि तो तुमचा आहे." केसो त्र्यंबक म्हणाले.

"कुठे आहे तो पैसा?" राजाराम महाराजांनी अधीरतेने विचारले.

"इकडे चंदीत, तुमच्या भगिनीपाशी. चंदीच्या सुभ्याचा खजिना नुसता तुडुंब भरलेला आहे." केसो त्र्यंबक म्हणाले, "तसे हरजी राजे हे हात राखून खर्च करणारे होते. त्यांनी राज्यकारभार अगदी चोख केला. सरकारी पैशाची वारेमाप उधळपट्टी केली नाही. कुणाची पिळवणूक केली नाही की कुणाच्या द्रव्याचा अपहार केला नाही. पैशाचा व्यवहार चोख केल्याने खजिन्यात पैसा साठून राहिला."

"खजिन्यात पैसा आहे हे आम्हांला माहीत नव्हते. आमच्या भगिनीपाशी पैसा असल्यास तो खर्च करण्यास कुणाची आडकाठी आहे? आम्ही तो मागून घेऊ." राजाराम महाराज निश्चयी स्वरात म्हणाले.

"तसा तो पैसा अनायासे तुमच्या हाताला लागणार नाही. तुमच्या भगिनीपाशी तुम्ही त्याची मागणी केली पाहिजे. पैसा ही संसारातील एक वाईट गोष्ट आहे महाराज." प्रल्हाद निराजी म्हणाले.

राजाराम महाराजांचे जिंजीत आगमन झाल्यापासून त्यांची व अंबिकाबाई यांची फक्त एकदाच भेट झाली होती. पहिल्या भेटीत त्यांनी अंबिकाबाईंना पुन्हा येण्याचे कबूल केले होते; परंतु तदनंतर ते त्यांच्याकडे पुन्हा कधी गेले नाहीत. त्यांनी आपणाकडे वारंवार यावे, राज्यकारभाराबाबत आपणाशी व आपल्या ब्राह्मण कारभाऱ्यांशी सल्लामसलत करावी, आपल्या मुलाला राज्यकारभारात घ्यावे असे अंबिकाबाईंना वाटत होते; परंतु त्यांच्याविषयी महाराजांचे मत कलुषित झाल्याने त्यांनी त्यांच्या भेटीस जाण्याचे टाळले. त्यांचा मुलगा दुर्गोजी यालाही त्यांनी खड्यासारखा बाजूस

उचलून ठेवला. प्रल्हाद निराजी व केसो त्र्यंबक या दोघा मुरब्बी मुत्सद्द्यांचा सहवास आणि त्यांची सल्लामसलत त्यांना प्रिय वाटत होती. विशेषतः प्रल्हाद निराजींच्या मिठ्ठास वाणीने त्यांना भारून टाकले होते. त्यांचा सहवास त्यांना इतका आवडायचा की, ते जवळ नसले तर त्यांना बिलकूल चैन पडत नसे. महाराजांच्या परिवारातील इतर माणसांना प्रल्हाद निराजींची ही सलगी बिलकूल पसंत नव्हती. त्यांनी महाराजांना भूलथापा मारून आपल्या आहारी घेतले म्हणून ते त्यांच्यावर नाराज झाले होते; परंतु त्यांच्यापासून महाराजांना फोडण्याचे सामर्थ्य त्यांच्या अंगी नव्हते.

प्रल्हाद निराजी व केसो त्र्यंबक या दोघांच्या सल्ल्याप्रमाणे राजाराम महाराजांनी जिंजीच्या सुभ्याचा कारभार आपल्या हाती घेतला. या प्रसंगी अंबिकाबाईंनी त्यांच्या भेटीची इच्छा व्यक्त केली; परंतु ते त्यांच्या भेटीस गेले नाहीत. अंबिकाबाईंच्या मनाला ती गोष्ट फार लागली. आपल्या भावाने आपला अपमान केला म्हणून त्या फार दुःखीकष्टी झाल्या; परंतु त्यांना कारभारातून काढून टाकल्याने केसो त्र्यंबकचे समाधान झाले नाही. त्यांना त्यांच्यावर पुरताच सूड उगवायचा होता. त्यांनी महाराजांना चिथावणी दिली की, अंबिकाबाई, त्यांचा मुलगा दुर्गोजी व त्यांचे ब्राह्मण कारभारी यांना मोकळे ठेवणे धोक्याचे आहे. ते मोगलांशी संगनमत करून आपणास कधी धोका देतील याचा नेम नाही, तरी त्यांना तुरुंगात टाकलेले बरे. राजाराम महाराजांना तो सल्ला पटला. त्यांनी अंबिकाबाई, त्यांचा मुलगा दुर्गोजी व त्यांचे ब्राह्मण कारभारी या सगळ्यांना तुरुंगवासात पाठविले. नंतर त्यांनी अंबिकाबाईंकडे आपले कारभारी पाठवून चंदीच्या सुभ्याच्या महसुलाचा हिशेब मागितला. अंबिकाबाईंनी हिशेब करून मुकाट्याने तीस लक्ष होन महाराजांच्या हवाली केले.

ती मोठी रक्कम हाती आल्यावर राजाराम महाराजांचा प्रल्हाद निराजी व केसो त्र्यंबक या दोघांवरील विश्वास दुणावला. त्यांच्या सल्ल्यानुसार आपण वागलो नसतो, तर आपणाला तो पैसा अंबिकाबाईंकडून मिळाला नसता असे त्यांना वाटले. आता ते त्या दोघांच्या पुरते आहारी जाऊन, त्यांच्या तंत्राने वागू लागले.

अंबिकाबाईंकडून जिंजीचा राज्यकारभार काढून घेण्यात यश आल्यावर प्रल्हाद निराजी व केसो त्र्यंबक या दोघांचा आत्मविश्वास दुणावला. आपले आसन जिंजीच्या कारभारात बळकट केले पाहिजे असे त्यांना वाटले; ते राजाराम महाराजांना म्हणाले की, तुम्ही आता मंचकारोहण करून तुमचे मंत्रिमंडळ बनवा. राजा म्हणून तुमचा राज्यकारभार सुरू झाल्याखेरीज या भागातील पाळेगारांना तुमचा वचक वाटणार नाही. महाराजांना तो सल्ला पटला. रायगडी त्यांचे मंचकारोहण झालेच होते. आता त्यांनी आपले नवीन मंत्रिमंडळ नेमण्याचे ठरविले; परंतु मंचकारोहण झाल्याखेरीज मंत्रिमंडळ बनविणे इष्ट होणार नाही, असे मत प्रल्हाद निराजी व केसो त्र्यंबक या दोघांनी प्रकट करताच ते मंचकारोहणास तयार झाले.

फारसा गाजावाजा न होता राजाराम महाराजांचे हे दुसरे मंचकारोहण जिंजीच्या किल्ल्यात पार पाडले. तथापि, चंदीच्या राज्यातील बहुतेक सर्व पाळेगार, युरोपियन वखारींचे प्रमुख आणि बरेच प्रमुख नागरिक या समारंभास उपस्थित होते. या प्रसंगी महाराजांनी आपले मंत्रिमंडळ जाहीर केले. प्रल्हाद निराजींना त्यांनी प्रतिनिधीचा हुद्दा देऊन त्यांच्याकडे चंदीच्या सुभ्याचा राज्यकारभार सोपविला. केसो त्र्यंबक यांना त्यांनी चंदीची सुभेदारी देऊ केली; पण त्याला ते तयार झाले नाहीत. त्यांची नजर प्रधानाच्या जागेवर होती; परंतु ती जागा आपणास मिळत नाही हे पाहताच त्यांनी महाराजांना विनंती केली की, मला तुम्ही तुमचा खासगी कारभारी म्हणून नेमा आणि माझा मुलगा तिमाजी यास चंदीची सुभेदारी सांगा. राजाराम महाराजांनी केसो त्र्यंबकांची विनंती बिनहरकत मान्य केली.

महाराजांचे खासगी कारभारी म्हणून केसो त्रिंबकची नेमणूक झाली, तेव्हा त्यांना भयंकर आनंद झाला. आता त्याचा जुना सूड उफाळून उठला. हरजी राजे महाडिक यांच्या ब्राह्मण कारभाऱ्यांकडून त्यांचा जो अपमान झाला होता, त्याचा त्यांनी पुरता सूड उगविण्याचे ठरविले. त्यांनी राजाराम महाराजांना चिथावणी दिली की, हरजी राजे महाडिक यांचे ब्राह्मण कारभारी फार श्रीमंत आहेत. त्यांनी लाटलेला पैसा सुभ्याचाच आहे; तरी त्यांच्याकडे त्या पैशाची मागणी करा व त्यांनी तो निमूटपणे न दिल्यास त्यांची दौलत अमानत करा. तो सल्ला राजाराम महाराजांनी त्वरित अमलात आणला. त्यांनी हरजी राजे यांच्या ब्राह्मण कारभाऱ्यांकडे पैशाची मागणी केली. ज्यांनी मुकाट्याने पैसा भरला, त्यांची सुटका झाली; परंतु ज्यांनी पैसे भरण्यास नकार दिला त्यांची मालमत्ता अमानत करण्यात आली.

अशा रीतीने राजाराम महाराजांनी प्रल्हाद निराजी व केसो त्र्यंबक या दोघांच्या सल्ल्याने राज्यकारभार हाकण्यास प्रारंभ केला.

१०

जिंजीच्या किल्ल्यातील त्या प्रशस्त दिवाणखान्यात त्या रात्री नृत्याचा कार्यक्रम चालू होता. दिवाणखाना दाक्षिणात्य पद्धतीने सजविलेला होता. भारी किमतीचे इराणी गालिचे खाली पसरलेले होते. ते इतके कोरे करकरीत होते की, ते नुकतेच विकत घेतल्यासारखे वाटत होते. दिवाणखान्याच्या दोन्ही बाजूंना जे खांब होते,

त्यांच्या नक्षीदार कलाकुसरीला सोनेरी वर्ख दिल्याने ते कमालीचे सुंदर वाटत होते, दिवाणखान्याच्या छताचे सोनेरी नक्षीकामही हंड्या-झुंबरांच्या देदीप्यमान प्रकाशात नजरेत भरत होते. हंड्या-झुंबरेही नवीन होती. ती नुकतीच युरोपातून आली असल्यासारखे वाटत होते.

दिवाणखान्याच्या दोन्ही बाजूंना भारतीय पद्धतीच्या बिछायती घातलेल्या होत्या आणि त्यावर जरीच्या भरतकामाने मढविलेले मखमलीचे लोड ठेवलेले होते. राजाराम महाराजांची मसनदही नवीन होती. दिवाणखान्यात सर्वत्र अत्तराचा घमघमाट आणि सुगंधी उदबत्त्यांचा दरवळ पसरला होता.

दिवाणखान्याचे ऐश्वर्य एखाद्या सम्राटाच्या ऐश्वर्याशी स्पर्धा करणारे होते. राजाराम महाराजांचे प्रतिनिधी प्रल्हाद निराजी यांचे बरेच आयुष्य दक्षिणेत गेले असल्याने मराठ्यांचा राजा दक्षिणेतील समृद्ध आणि ऐश्वर्यवान राजेरजवाड्यांहून कोणत्याही बाबतीत कमी नाही, हे राजाराम महाराजांच्या मंचकारोहणास उपस्थित असलेल्या दाक्षिणात्य राजेरजवाड्यांच्या मनावर बिंबविण्यासाठी प्रल्हाद निराजींनी पाण्यासारखा पैसा खर्च करून तो दिवाणखाना सजविला होता. ती सजावट पाहून राजाराम महाराज प्रल्हाद निराजींवर बेहद्द खूश झाले होते.

नृत्याला उपस्थित असलेले दाक्षिणात्य राजेरजवाडे व युरोपियन देशांचे प्रतिनिधी आपापल्या आसनावर बसून नृत्याचे अवलोकन करण्यात गढून गेले होते. राजाराम महाराज नृत्यात तल्लीन झाले होते. त्यांची गौरकाय चर्या दिवाणखान्यातील लख्ख प्रकाशात फारच खुलून दिसत होती. चंदीच्या सुभ्याचा राज्यकारभार हाती आल्यापासून ते सुखावून गेले असल्याचे त्यांच्या प्रशांत चर्येवरून वाटत होते, दिवाणखान्यातील उन्मादक वातावरणात देहभान विसरून नृत्य करीत असलेल्या तरुण दाक्षिणात्य नृत्यांगनेच्या आविर्भावांचे व पदन्यासांचे ते टक लावून निरीक्षण करीत होते.

राजाराम महाराजांच्या मंचकारोहणाच्या समारंभास जे राजेरजवाडे आणि युरोपियन लोक उपस्थित होते, त्यांत चित्रदुर्गचा राजा यचप्पा नायक, बिदनूरच्या राणीचा प्रतिनिधी, वागिनगेऱ्याचा बेरड राजा पिड नायक वगैरे स्थानिक सत्ताधारी व डच, फ्रेंच आणि इंग्रज प्रतिनिधी यांचा अंतर्भाव होता. या सगळ्यांनी राजाराम महाराजांसाठी मौल्यवान नजराणे आणि नाना प्रकारच्या भेटी आणल्या होत्या. त्यांच्याशिवाय गोवळकोंड्याचे माजी सरदार महमद सादिक आणि इस्माइल मका, हे दोघेही मंचकारोहणास हजर होते.

औरंगजेबाने गोवळकोंडा आणि विजापूर गिळंकृत केल्यावर त्या दोन्ही शाखांचे बहुतेक सरदार औरंगजेबाच्या सैन्यात सामील झाले होते; परंतु मोगल सरदार व बादशहाचे अमीर उमराव यांच्याकडून त्यांची अवहेलना झाल्याने ते मोगलांचा द्वेष

करू लागले होते. महमद सादिक आणि इस्माइल मका हे दोघे त्या असंतुष्ट दखनी सरदारांपैकी होते. ते दोघे मोगल फौजांतील दखनी सैन्यास बादशहाविरुद्ध बंडाची चिथावणी देत होते. ही वार्ता औरंगजेबाच्या कानी येताच त्यांचे पारिपत्य करण्यासाठी त्याने दक्षिण सुभ्याचा आपला सुभेदार अजगर अलीखान याला सैन्य देऊन पाठविले होते. या दोघांना त्याचा सुगावा लागताच ते दोघे आपल्या सैन्यासह राजाराम महाराजांना येऊन मिळाले होते.

नृत्याच्या कार्यक्रमास राजाराम महाराजांच्या राजमंडळाचे सदस्य आणि त्यांचे सरदार मानकरीही उपस्थित होते; परंतु ते राजाराम महाराज, प्रल्हाद निराजी व केसो त्र्यंबक या तिघांप्रमाणे कार्यक्रमाशी समरस झाल्याचे दिसत नव्हते. त्यांची चर्या अस्वस्थ वाटत होती, त्यावरून ते या कार्यक्रमास बळेच हजर राहिल्यासारखे वाटत होते.

अखेर प्रहर रात्री कार्यक्रम समाप्त झाला. उपस्थित पाहुणे प्रल्हाद निराजी व केसो त्र्यंबक या दोघांना अभिवादन करून दिवाणखान्यातून बाहेर पडले. राजाराम महाराजांचे सरदार आणि राजमंडळाचे सदस्य यांनीही आपापल्या निवासस्थानाचा रस्ता धरला. सेनापती संताजी घोरपडे आणि पेशवे निळो मोरेश्वर या दोघांची बाहेर गाठ पडली. निळो मोरेश्वर संतांजींना म्हणाले,

"निघणार का आमच्याकडे? बऱ्याच दिवसांपासून आपल्या भेटीचा लाभ झाला नाही. आता उजाडायला आलेच आहे, थोडा वेळ गप्पा मारू या."

संताजी घोरपडे यांनी क्षणभर विचार केला. नंतर ते निळो मोरेश्वर यांना म्हणाले, "आपणाशी गप्पागोष्टी करण्यात आम्हांला नेहमीच आनंद वाटतो. आपणाला झोप येत नसेल, तर थोडा वेळ गप्पा मारण्यास हरकत नाही."

"मग चला तर." निळो मोरेश्वर म्हणाले.

निळो मोरेश्वर हे जरी राजाराम महाराजांचे पेशवे असले आणि आपल्या नवीन मंत्रिमंडळात राजाराम महाराजांनी जरी त्यांचा पेशवे म्हणून अंतर्भाव केला असला, तरी ते नावालाच पेशवे होते. सगळी सत्ता प्रल्हाद निराजी व केसो त्र्यंबक या दोघांनी आपल्या हाती घेऊन निळो मोरेश्वरांना खड्यासारखे बाजूला ठेवले होते. कदाचित त्यांनी त्यांना मंत्रिमंडळांतून अर्धचंद्र देण्यासही कमी केले नसते; परंतु ते फौजबंद असल्याने त्यांचा नाइलाज झाला होता. कर्नाटकात मोगलांचा जोर झाला, तेव्हा त्यांना शह देण्यासाठी संभाजी महाराजांनी निळो मोरेश्वर यांना फौज देऊन तिकडे पाठविले होते, तेव्हापासून ते तिकडेच होते. राजाराम महाराजांचा आणि त्यांचा विशेष संपर्क नसल्याने आणि प्रल्हाद निराजी व केसो त्र्यंबक या दोघांनी त्यांना महाराजांपासून कटाक्षाने दूर ठेवण्याचा प्रयत्न केल्याने ते त्या दोघांचा भयंकर द्वेष करीत होते. त्यातच प्रल्हाद निराजींनी मंचकारोहणाचा भव्य सोहळा घडवून

आणल्याने निळो मोरेश्वरांना प्रल्हाद निराजींविषयी वाटणाऱ्या मत्सरात मोठीच भर पडली होती. त्यांना असे वाटत होते की, औरंगजेबासारखा बलाढ्य शत्रू स्वराज्यावर चालून आला असता मंचकारोहणासारखे सोहळे घडवून आणणे म्हणजे द्रव्यापव्यय आणि कालापव्यय आहे. दुसरी गोष्ट, प्रल्हाद निराजी महाराजांना नाना प्रकारची व्यसने लावून त्यांना निष्क्रिय आणि सुखलोलुप बनवितात असा त्यांचा प्रल्हाद निराजींवर आरोप होता.

महाराजांचे पेशवे या नात्याने निळो मोरेश्वर यांना जिंजीच्या किल्ल्यात एक ऐसपैस हवेली मिळाली होती. तेथे ते आपल्या नोकर-चाकरांसह एकटेच राहत असत. संभाजी महाराजांनी त्यांना मोगलांच्या पारिपत्यासाठी कर्नाटकात पाठविले, तेव्हा त्यांनी आपणाबरोबर आपला कबिला आणला नव्हता, कारण मोगलांचा बंदोबस्त करून आपण लवकरच स्वदेशी जाऊ असे त्यांना वाटले होते; पण नंतर ज्या घडामोडी झाल्या; त्यामुळे त्यांना कर्नाटकातच राहावे लागले होते.

प्रहर रात्र टळून गेल्याने सगळीकडे सामसूम होती. निळो मोरेश्वर यांच्या घरातही अंधार होता. त्यांचे नोकरचाकर कधीच निद्राधीन झाले होते. फक्त दारावरचा पहारेकरी तेवढा आपल्या जागेवर उभा असलेला दिसत होता. पंतांचे आगमन होताच त्याने त्यांना खडी तालीम दिली आणि तो आपल्या जागी सरसावून उभा राहिला. तोपर्यंत पंतांचे नोकरही जागे झाले व त्यांनी दार उघडले. पंत संताजी घोरपडे यांना घेऊन आपल्या बैठकीच्या खोलीत गेले. त्यांच्या हुजऱ्याने त्यांची पगडी, उपरणे आणि काठी घेऊन त्यांच्या अंगातला अंगरखा काढला. पंतांनी संताजी घोरपडे यांना बैठकीवर स्थानापन्न होण्याची विनंती केली. तोपर्यंत एका नोकराने हुक्का आणि पानाचे तबक आणून त्यांच्या समोर ठेवले.

"नृत्याचा बेत कसा काय वाटला तुम्हाला संताजीराव?" निळो मोरेश्वर यांनी बैठकीवर बसता बसता संताजी घोरपडे यांना पृच्छा केली.

"बेत फक्कड होता. प्रल्हाद निराजींसारख्या दक्षिणेत रुळलेल्या मुरब्बी रसिकाने हा बेत ठरविलेला, तेव्हा त्यात न्यून कसे असू शकेल? पण या नाचातील आम्हांला काही कळत नाही पंत. आम्ही आपली रांगडी माणसं." संताजी घोरपडे म्हणाले, "पण पंत, ही नाचणारी बाई आणि परवाच्या त्या गाणाऱ्या बाया प्रल्हाद निराजींनी कुठून पैदा केल्या?"

"ते आम्हांला काय विचारता संताजीराव? प्रल्हाद निराजींनी आम्हांला विचारून का हे सर्व ठरविलं?" निळोपंत गंभीर होत म्हणाले.

निळो मोरेश्वर व प्रल्हाद निराजी यांचे संबंध चांगले नसल्याचे संताजी घोरपडे यांना माहीत होते. तरी ते म्हणाले,

"पण हे काम आपलं नव्हे संताजीराव." निळो मोरेश्वर म्हणाले, "नाहीतरी

प्रल्हादपंतांनी काय करायचं ठेवलंय? एखाद्या नाचऱ्या पोरासारखे ते महाराजांच्या भोवती रुंजी घालतात, त्यांना खूश ठेवण्यासाठी धडपड करीत असतात.''

''आमच्याही कानावर या गोष्टी आल्या आहेत.'' संताजी घोरपडे गंभीर होत म्हणाले, ''महाराजांना भांगेचं व्यसन लागलंय म्हणतात.''

''एका भांगेनं काय व्हायचंय, आणखी पुष्कळ गोष्टी तुमच्या कानी यायच्या आहेत, संताजीराव.''

''म्हणता काय पंत!'' संताजी घोरपडे यांनी उत्सुकतेनं म्हटलं, ''सांगा आम्हांला, सांगा की हो पंत!''

''राजवाड्यात हल्ली स्त्रियांचं राज्य सुरू झालंय ते माहीत नाही वाटतं तुम्हाला?''

''नाही. हे आता आम्ही तुमच्याकडूनच ऐकतोय.''

''नुसते सेनापती राहू नका संताजीराव, इतर गोष्टींकडेही थोडे लक्ष द्या; ते सगळ्यांच्याच हिताचे आहे. महाराजांच्या कारभाऱ्यांना तुमच्यासारख्यांचा थोडा वचक वाटायला पाहिजे.''

''ते आम्ही करूच वेळ आली तर.'' संताजी घोरपडे गंभीर होत म्हणाले, ''पण वाड्यात स्त्रियांचे राज्य सुरू झालेय असे तुम्ही म्हणता ते कशावरून? ते आम्हांला जाणून घ्यायचे आहे.''

''महाराजांना खूश ठेवण्यासाठी वाड्यात पोरी आणल्या जात आहेत. मघाशी तुम्ही पडद्याआतल्या स्त्रियांच्या घोळक्याकडे लक्ष दिले नसेल कदाचित. या स्त्रिया कुठून आल्या?''

''म्हणता काय?'' संताजी घोरपडे यांनी पृच्छा केली, ''त्या स्त्रिया चंदावरकडल्या असतील असे आम्हांला वाटले. चंदावरकडली बरीच मंडळी मंचकारोहण समारंभास आल्याचे आम्हांला कळले होते.''

''हो, ते खरे आहे; परंतु चंदावरकडली मंडळी येण्यापूर्वी तिकडून एक सुस्वरूप मुलगी महाराजांसाठी पाठविण्यात आली. चंदावरचे सेनापती त्रिंबकराव यांनी ती पाठविली असे आमच्या कानी आले आहे.''

''तशी एखाद-दुसरी मुलगी वाड्यात आली म्हणून काही बिघडत नाही.'' संताजी घोरपडे म्हणाले, ''महाराज तरुण आहेत. त्यांनी तो षौक केला म्हणून फिकीर करण्याचे कारण नाही; पण भांगेचे व्यसन फार वाईट असते.''

''नुसत्या भांगेने काय व्हायचेय संताजीराव? मदिरेनेही मदिराक्षीबरोबर वाड्यात प्रवेश केला आहे.'' निळो मोरेश्वर डोळे विस्फारीत म्हणाले.

''काय म्हणता काय!'' संताजींनी आश्चर्य व्यक्त केले, ''याला पुरावा काय?''

"पुरावा आमच्यापाशी आहे. परवा कुनीमेंडू येथील इंग्रज वखारीतून विलायती दारूच्या शिशांची एक पेटी आली असे आमच्या कानी आले."

"म्हणजे तुमचे गुप्तहेर वाड्यात वावरत आहेत तर."

"तशी खबरदारी घेतल्याशिवाय आपल्याला तरणोपाय नाही संताजीराव. आम्ही जागरूक आहोत म्हणून सुखरूप आहो. नाहीतर केसो त्र्यंबकसारखी आमची गत झाली असती."

"पण तुमची नुकसानीही झाली. केसो त्र्यंबकना काही दिवस तुरुंगवास भोगावा लागला, तरी आज त्यांच्या सल्ल्यावाचून महाराजांचे पानही हलत नाही. तुम्ही तटस्थ राहिलात म्हणून महाराजांच्या विश्वासास तुम्ही पात्र होऊ शकला नाही."

"शिर सलामत तो पगडी पचास; संताजीराव, महाराजांच्या कंठातला मणी होण्याची आमची इच्छा नाही. माणसाने फार मोठी महत्त्वाकांक्षा बाळगू नये. तो एक जुगार आहे, संताजीराव."

"होय, तुमचे म्हणणे बरोबर आहे. तुम्ही धोरणी आहात हे आम्हांला कबूल आहे; परंतु इतके तटस्थ राहूनही चालायचे नाही. तुम्ही स्वराज्याचे पेशवे आहात. प्रसंगी तुम्ही तुमचा अधिकार गाजविला पाहिजे, पंत."

"आमच्या अधिकाराचा उपयोग कुठल्या वेळी आणि कोणत्या कामासाठी करायचा ते आम्ही जाणून आहोत संताजीराव. संभाजी महाराजांनी आम्हांला चंदीच्या सुभ्याचे रक्षण करण्यासाठी इकडे पाठविले. तांब्राचे आक्रमण आणि पाळेगारांचे बंड मोडून काढून आम्ही चंदीचा सुभा सुरक्षित केला. पण... यापुढे आमची इकडे राहण्याची इच्छा नाही." निळो मोरेश्वर गंभीर होत म्हणाले.

"का बरं?" संताजींनी पृच्छा केली.

"महाराजांच्या आज्ञेचे मुकाट्याने पालन करणे हे आमचे धोरण; पण महाराजांना आमच्या सेवेची आवश्यकता आहे असे आम्हांला वाटत नाही आणि आमचा अधिकार गाजविण्यासाठी प्रल्हाद निराजी आणि केसो त्र्यंबक या दोघांशी संघर्ष निर्माण करण्याची आमची इच्छा नाही. आमचा इथला कार्यभाग संपलेला आहे. आम्ही स्वदेशी जाऊन तांब्राशी युद्ध करण्याचे ठरविले आहे. आमची कामगिरी आता तीच आहे."

नाही, तुमची इथली कामगिरी संपलेली नाही पंत, तुमची व्यथा आम्हांला कळली आहे; परंतु थोरल्या महाराजांनी स्थापन केलेल्या हिंदवी स्वराज्याच्या हितासाठी तुम्ही तुमचा मनोभंग काही काळ सहन केला पाहिजे. स्वराज्य रक्षणाची खरी लढाई स्वदेशी होणार नसून ती इकडेच होणार आहे. स्वराज्यातील महत्त्वाची लष्करी ठाणी घेतल्यावर औरंगजेब बादशहा आपले सैन्य इकडे रवाना केल्यावाचून राहणार नाही. त्या सैन्याला आपण जबरदस्त तडाखा दिला तरच स्वराज्याचा आणि

आपला तरणोपाय आहे. तुम्ही तुमचे सैन्य घेऊन स्वदेशी गेलात तर इकडे किती सैन्य राहील?''

संताजी घोरपडे यांचे संभाषण निळोपंतांनी निमूटपणे ऐकून घेतले. त्यांनी प्रत्युत्तर केले नाही. संताजी पुढे म्हणाले,

''तुम्ही त्रागा करून निघून गेलात तर तुम्ही इकडे जी कामगिरी केलीत तिच्यावर पाणी पडेल. तुम्ही यचप्पा नायकासारख्या तांब्रधार्जिण्या पाळेगारास स्वराज्याच्या सेवेमध्ये आणण्यात आणि महमद सादिक व इस्माइल मका या दखनी सरदारांना मोगलांपासून फोडण्यात यशस्वी झालात; आता या तिघांकडून तुम्ही स्वराज्याची सेवा करवून घेतली पाहिजे. या तिघा मातब्बर आसामींना लुटालूट करण्यासाठी शाही मुलुखामध्ये पाठविण्याचा सल्ला तुम्ही महाराजांना दिला पाहिजे.''

''तो सल्ला आम्ही महाराजांना कधीच दिलाय, संताजीराव; पण महाराज तो अमलात आणीत नाहीत; त्याला आम्ही काय करणार?''

''का बरं? तुमची योजना महाराजांना का पसंत पडली नाही?''

''नुसती कल्पना पसंत पडून काय उपयोग? तिला पैशांचे पाठबळ असायला नको का? यचप्पा नायक, इस्माइल मका आणि महमद सादिक या तिघांना पैसा पुरविल्याखेरीज ते कशी सैन्याची तयारी करतील?''

''याचा अर्थ काय?'' संताजींनी स्तिमित होऊन पृच्छा केली.

''अर्थ सरळच आहे. महाराजांपाशी पैसा नाही.''

''पैसा नाही? मग अंबिकाबाईंकडून मिळालेल्या एक कोट रुपयांचे काय झाले?''

''एक कोट रुपये! अवघ्या दोनच महिन्यांत एक कोट रुपयांची चटणी उडाली. महाराजांचा महाल सजविण्यासाठी, सामानसुमान आणण्यासाठी किती पैसा खर्च झाला असे तुम्हाला वाटते! त्र्यंबकरावांनी ती नाटकशाळा पाठविली, तिच्यासाठी मद्रासहून जडजवाहीर मागविण्यात आले. तिच्याशिवाय आणखीही पोरी आहेत. त्यांच्यासाठी किती खर्च करावा लागला असेल? आणि मग हा मंचकारोहणाचा खर्च! पण त्या खर्चाचे आणखीही भागीदार आहेत!''

''म्हणजे प्रल्हाद निराजी, असंच ना?''

''तसे तुम्ही वाटल्यास म्हणा. आम्ही कुणाचे नाव घेणार नाही; पण लोकापवाद तसा आहे आणि आमच्या कानी आता एक भयंकर गोष्ट आली आहे, ती तुमची आमची झोप उडविणारी आहे.''

''ती कोणती पंत?'' संताजींनी उत्कंठित होऊन विचारले.

''तैनापट्टनचा किल्ला इंग्रजांना विकण्याच्या वाटाघाटी सुरू आहेत असे

आम्ही ऐकतो.''

''काय? तैनापट्टनचा किल्ला इंग्रजांना विकणार?'' संताजी घोरपड्यांनी आश्चर्यचकित होऊन पृच्छा केली.

''होय संताजीराव, बातमी खात्रीलायक आहे; तैनापट्टनचा किल्ला इंग्रजांना विकण्याचा निर्णय महाराजांनी घेतला असल्याचे आम्हांला विदित झाले आहे. महाराजांना पैशाची नड आहे आणि इंग्रजांना तैनापट्टनचा किल्ला हवा आहे; परंतु ते तारण म्हणून किल्ला आपणापाशी ठेवून घेण्यास तयार नाहीत. त्यांना व्यवहार रोखीचा हवा आहे. जो कर्ज काढील, त्याची जमीन कर्जापायी सावकाराच्या घशात जाणे स्वाभाविक आहे.''

''कर्ज आणि इंग्रजांचे? ही काय आणखी नवीन भानगड?'' संताजी घोरपडे यांनी पुन्हा स्तिमित होऊन प्रश्न केला.

''अहो संताजीराव, तुम्ही अगदीच शिपाईगडी आहात. नुसती तलवार मारणे म्हणजेच स्वराज्यसेवा नव्हे. राजकारणातही तुम्ही थोडा रस घेतला पाहिजे. आपण जे तलवारीने मिळवितो ते मुत्सद्दी अपयशी राजकारणाने घालवितात. राजकारण खेळणारा मनुष्य हा अत्यंत धूर्त असावा लागतो–''

''तुम्ही काय बोलता आहात ते आमच्या ध्यानी अजून आलेले नाही. आम्हांला राजकारण कळत नाही हे खरे आहे. आम्ही एक घाव दोन तुकडे करणारी माणसे; तेव्हा आम्हांला सगळं काही स्पष्ट करून सांगा. आडरानात जाऊ नका.'' संताजी घोरपडे किंचित त्रासून म्हणाले.

''पैसा कमी पडल्याने महाराजांनी इंग्रज, फ्रेंच आणि डच वखारवाल्यांकडून बऱ्याच मोठ्या कर्जाऊ रकमा घेतल्या–''

''अशी उधळपट्टी?''

''हो, उधळपट्टी आहे खरी.'' निळो मोरेश्वर म्हणाले, ''तेव्हा इंग्रजांकडून महाराजांनी जे कर्ज घेतले त्याच्या फेडीसाठी त्यांनी महाराजांकडे तैनापट्टनचा किल्ला विकत मागितला. महाराजांना कर्ज देऊन आणि नजराणे पाठवून त्यांनी खूश केले आणि मग हळूच त्यांच्याकडे तैनापट्टनच्या किल्ल्याची मागणी केली. ते त्यांना म्हणाले की, तैनापट्टनच्या किल्ल्याची तुम्हाला काही जरुरी नाही, तेव्हा तो आम्हांला विकत द्या.''

''आणि महाराज इंग्रजांना तैनापट्टनचा किल्ला विकण्यास तयार झाले असेच ना?''

''होय. महाराज तो इंग्रजांना सव्वा लाख रुपयांना विकण्यास तयार झाले आहेत, असे आमच्या कानी आले आहे.''

''अरेरे, हे आम्ही काय ऐकतोय!'' संताजी घोरपडे उसासा सोडीत म्हणाले,

"अशाने हे स्वराज्याचे रक्षण कसे करणार? पंत, ही चिन्हे काही चांगली नाहीत; पण तुम्ही असे बेफिकीर कसे? थोरल्या महाराजांचे जुने सेवक तुम्ही. अशा गैरवाजवी कृत्यांबद्दल महाराजांना जाब विचारण्याचा अधिकार तुम्हाला निश्चितपणे आहे."

"नाही संताजीराव, चुकताय तुम्ही. ज्या ठिकाणी आपले काही चालत नाही तेथे माणसाने कधीच लुडबूड करू नये. आमचे काही चालत नाही, हे जाणून आम्ही स्वस्थ आहोत."

"पण तैनापट्टनचा सौदा महाराजांनी प्रल्हाद निराजी आणि केसोपंत या दोघांच्या सल्ल्यावाचून पटविला नसेल."

"असे आम्हांला वाटते." निळो मोरेश्वर गंभीर होत म्हणाले, "आमची समजूत आहे की, केसोपंतांपेक्षा प्रल्हाद निराजींचे महाराजांवर अधिक वजन आहे."

"तर मग महाराजांना प्रल्हाद निराजींपासून दूर ठेवण्याची काहीतरी व्यवस्था केली पाहिजे." संताजी घोरपडे विचार करीत म्हणाले, "नाहीतर हा मनुष्य महाराजांचे आणि स्वराज्याचे वाटोळे केल्यावाचून राहणार नाही. त्यांचा बंदोबस्त करण्याची काहीतरी युक्ती सुचवा पंत."

"आम्ही काय युक्ती सुचविणार संताजीराव? बादशहाच्या डेऱ्याचे कळस कापून आणणारे हिकमती तुम्ही. तुम्ही मनात आणले, तर प्रल्हाद निराजींची उचलबांगडी करण्यास तुम्हाला वेळ लागणार नाही."

"बादशहाच्या छावणीत शिरण्याची हिकमत येथे चालायची नाही पंत. प्रल्हाद निराजी धूर्त आहेत. मोठे मुत्सद्दी म्हणून त्यांनी लौकिक संपादन केला आहे. त्यांच्या अंगी तसा अलौकिक गुण असल्याखेरीज त्यांनी महाराजांना आपल्या मुठीत ठेवलेले नाही. त्यांना दुखविले तर महाराज दुखावले जाणार; म्हणून हे काम मोठ्या कौशल्याने केले पाहिजे."

"तुमचा आणि रामचंद्र पंतांचा स्नेह चांगला आहे असे आम्ही ऐकतो." निळो मोरेश्वर म्हणाले.

"रामचंद्र पंतांचा आणि आमचा तसा काही स्नेह नाही; परंतु ते आम्हांला मानतात."

"तर मग या गोष्टी रामचंद्र पंतांना कळविण्यास काय हरकत आहे? तेच महाराजांना ताळ्यावर आणू शकतील."

"असे म्हणता?" संताजी घोरपडे विचार करीत म्हणाले.

"महाराज आणि त्यांचे सल्लागार यांनी इकडे घातलेला गोंधळ रामचंद्र पंतांना मुळीच आवडणार नाही. ते महाराजांना थोडा हितोपदेश करतील आणि प्रल्हाद निराजींचीही उचलबांगडी करण्यास तयार होतील."

“ठीक आहे. तसा प्रयत्न करणे हे मराठ्यांच्या आणि स्वराज्याच्याही हिताचे आहे.”

निळो मोरेश्वर आणि संताजी घोरपडे या दोघांचे संभाषण बराच वेळ चालले होते. आता उजाडायला आले होते, म्हणून संताजी निळो मोरेश्वर यांना परत भेटण्याचे कबूल करून, त्यांचा निरोप घेऊन आपल्या निवासस्थानी निघून गेले; परंतु निळो मोरेश्वर यांच्याकडून त्यांना ज्या गोष्टी कळल्या होत्या त्या मन अस्वस्थ करणाऱ्या असल्याने त्यांना आता झोप येणे शक्य नव्हते. कर्जाची गोष्ट सोडा; पण शिवाजी महाराजांनी ज्या किल्ल्याची डागडुजी करून तेथे शिबंदी ठेवली, तो तैनापट्टनचा किल्ला महाराजांनी विकावयास काढलेला पाहून संताजी घोरपडे यांच्यासारख्या स्वराज्याच्या पाईकाला चीड येणे स्वाभाविक होते; परंतु किल्ला विकण्याचा निर्णय महाराजांनी प्रल्हाद निराजींच्या सल्ल्यावाचून घेतला असणे शक्य नव्हते. म्हणून प्रल्हाद निराजींविषयी त्यांच्या मनात अधिक क्रोध निर्माण झाला. त्यांची उचलबांगडी केल्याशिवाय महाराज शुद्धीवर येणार नाहीत हे त्यांना पटले आणि त्या दिशेने त्यांनी प्रयत्न करण्याचा बेत केला.

निळो मोरेश्वर पिंगळे यांनी संताजी घोरपडे यांना ज्या गोष्टी कथन केल्या त्या अतिशयोक्तीपूर्ण नव्हत्या किंवा संताजींचे मन राजाराम महाराज व त्यांचे खासगी सल्लागार प्रल्हाद निराजी व केसो त्र्यंबक यांच्याविरुद्ध कलुषित करण्यासाठी म्हणूनही सांगितल्या नव्हत्या. राजाराम महाराजांचे जिंजीस आगमन होऊन पुरते तीन महिनेही लोटले नव्हते; परंतु या अल्प काळात त्यांनी लक्षावधी रुपये उडविले होते. हरजी राजे महाडिक यांच्या पत्नी अंबिकाबाई यांच्याकडून त्यांना जी रक्कम मिळाली, ती त्यांनी चुटकीसरशी उधळली होती; शिवाय स्वराज्याहून चंदीस येताना आणलेला खजिनाही रिकामा केला होता; त्यामुळे मग पैसा कमी पडल्याने त्यांना युरोपियन वखारवाल्यांकडे कर्जासाठी तोंड वेंगाडणे भाग पडले होते.

मद्रासच्या इंग्रज व्यापाऱ्यांकडे राजाराम महाराजांनी दारूच्या शंभर पिंपांची मागणी केली होती; परंतु त्यांनी औरंगजेबाच्या भयाने ती मागणी पूर्ण करण्यात चालढकल सुरू केली होती. तथापि, महाराजांनी कर्जाची मागणी करताच त्यांनी ५१५०० ‘चक्रां’चे म्हणजे एक लक्ष आठ हजार पाचशे दहा रुपयांचे कर्ज त्यांना त्वरित दिले होते आणि ते कर्ज दिल्यावर हळूच त्यांच्याकडे तैनापट्टनच्या किल्ल्याची मागणी केली होती.

राजाराम महाराजांनी कुणाला न सांगता, न सवरता तैनापट्टनचा किल्ला इंग्रजांना विकून टाकला; पण तरीही त्यांची पैशाची अडचण कमी होईना. ते त्या वर्षीच्या फाल्गुन महिन्यात चंद्रग्रहणाची पर्वणी साधून समुद्रस्नानासाठी गेले. तेथे त्यांच्या भेटीस युरोपियन वखारवाले आले असता त्यांच्याकडे त्यांनी पैशाची

आणखी मागणी केली. ते पैशांच्या अडचणीत आहेत असे पाहून इंग्रजांनी त्यांच्याकडे तैनापट्टनच्या किल्ल्याखालचा टापू विकत मागितला. ते म्हणाले की, नुसता किल्ला हाती असल्याने त्याचा उपयोग नाही. त्याच्या खालचा टापू मिळाला तर आम्हांला किल्ल्याचा उपयोग होईल; परंतु महाराज तो टापू इंग्रजांना देण्यास तयार झाले नाहीत. ते पाहून इंग्रजांनी तो प्रदेश बळजबरीने घेण्यासाठी मद्रासहून भारी तोफा मागविल्या.

ती वार्ता महाराजांना डच व्यापाऱ्यांकडून कळली. डच आणि इंग्रज या दोघांचे संबंध चांगले नसल्याने ते एकमेकांच्या वाईटावर टपून बसलेले असत. डच व्यापारी राजाराम महाराजांना म्हणाले की, तुम्ही तैनापट्टनच्या किल्ल्याखालचे खेडे आम्हांला विकत द्या. मग लोभी इंग्रजांच्या महत्त्वाकांक्षेला कसा आळा घालायचा ते आम्ही बघतो.

इंग्रजांच्या महत्त्वाकांक्षेला शह देण्याचे सामर्थ्य राजाराम महाराजांकडे नव्हते. ज्या अर्थी इंग्रजांनी मद्रासहून तोफा मागविल्या होत्या, त्या अर्थी आपणाशी संघर्ष करण्याची त्यांनी तयारी केली आहे हे त्यांनी आणि त्यांचे प्रतिनिधी प्रल्हाद निराजी या दोघांनी ताडले. त्यांनी तैनापट्टन किल्ल्याखालचे खेडे डचांना विकत देण्याचा निर्णय घेतला.

स्वराज्यातील किल्ला आणि त्याच्या खालचा मुलूख परकी लोकांना विकण्याचा सल्ला राजाराम महाराजांना देण्यास प्रल्हाद निराजींना मुळीच दिक्कत वाटली नाही. मात्र, या कृत्यामुळे त्या दोघांनीही स्वराज्याच्या अभिमान्यांचा भयंकर रोष ओढवून घेतला.

११

मंचकारोहणाचा सोहळा आटोपतो आहे, राजाराम महाराज जिंजीस स्थिरस्थावर होत आहेत, तोच हरकाऱ्यांनी बातमी आणली की, मराठ्यांच्या राजधानीचा पाडाव करणारा विजयी मोगल सरदार झुल्फिकारखान हा मोठे सैन्य घेऊन जिंजीच्या रोखाने दौडत येत आहे. त्या वार्तेने जिंजीतील उत्साहावर पाणी पडले; सगळ्यांची तोंडे चिंतेने काळवंडून गेली. ती वार्ता भयंकर चिंताजनक होती. राजाराम महाराज आपल्या तावडीतून निसटल्याचे पाहून औरंगजेबाच्या क्रोधात मोठीच भर पडली

होती. त्याचा वचपा त्याने स्वराज्यातील जनतेवर काढण्यास प्रारंभ केला होता. मोगल सैन्याने त्याच्या आज्ञेवरून सर्वत्र दहशतीचे थैमान घातले होते. लुटालूट, जाळपोळ, बाटाबाट यांना ऊत आला होता आणि त्यावर कळस म्हणून आता झुल्फिकारखान मोठे सैन्य घेऊन कर्नाटकात येत होता.

हरकाऱ्यांनी स्वदेशाहून आणलेला खलिता हाती पडताच राजाराम महाराजांनी आपले प्रतिनिधी प्रल्हाद निराजी यांना बोलावून घेतले व ते त्यांना म्हणाले,

"पंत, झुल्फिकारखान मोठे सैन्य घेऊन आमच्या पाठलागास निघाला आहे. तो लवकरात लवकर इकडे येऊन पोहोचेल यात शंका नाही. बादशहाने आमच्या प्रजेचा स्वदेशी भयंकर छळ मांडला आहे. त्याची घोर चिंता आमच्या मनाला लागली आहे, तेव्हा या परिस्थितीचा विचार करण्याकरिता त्वरित राजमंडळाची बैठक बोलाविली पाहिजे; बादशहाला शरण जाऊन आमच्या प्रजेचा छळ थांबविला पाहिजे, असे आम्हास वाटू लागले आहे."

राजाराम महाराजांच्या आज्ञेवरून प्रल्हाद निराजींनी त्वरित राजमंडळाची सभा बोलाविली. स्वदेशाहून खलिता आल्याची वार्ता हां हां म्हणता सर्वत्र पसरल्याने सगळेजण भीतीने दडपून गेले होते. त्या गंभीर वातावरणात प्रल्हाद निराजींनी सभेला सुरुवात केली. ते म्हणाले,

"स्वदेशाहून बातमी आली आहे की, बादशहाने आपला पराक्रमी सरदार झुल्फिकारखान याला मोठ्या सैन्यासह महाराजांच्या पारिपत्यासाठी इकडे रवाना केले आहे. स्वदेशातील आपल्या बांधवांवर बादशहाने भयंकर जुलूमजबरदस्ती सुरू केली आहे. लुटालूट, जाळपोळ, बाटाबाट यांना ऊत आला आहे. मोगलांच्या अत्याचारांमुळे लोकांमध्ये घबराट माजली आहे. सगळीकडे पळापळ सुरू झाली आहे. गावेच्या गावे ओस पडत आहेत. मोगलांनी मुलूख जाळून बेचिराख केल्याने देशाला अवकळा आली आहे. शेतीची लागवड थांबल्याने लोकांची उपासमार चालली आहे;" एवढे बोलून प्रल्हाद निराजी क्षणभर थांबले आणि पुढे म्हणाले,

"परंतु ही ससेहोलपट तेवढ्यावरच संपलेली नाही. बादशहाने सर्व प्रकारे आपणास जेरीस आणण्याचा प्रयत्न सुरू केला आहे. त्याने भेदनीतीचाही अवलंब सुरू केला आहे. संधिसाधू लोकांना तो जहागिरी, देशमुखी, पाटीलकी, जमिनी, उंची पोशाख आणि मनसबी देऊन वश करून घेत आहे. आपले बरेच लोक बादशहाच्या या लालचीला बळी पडले आहेत. शिंदखेडचे जाधव, कान्होजी शिर्के, नागोजी माने म्हसवडकर, आवजी आढाव, खटावचे ठाणेदार रामचंद्रराव, कासेगावचे ठाणेदार बहिर्जी पांढरे, उजोळीचे ठाणेदार कान्होजीराव, मसूरचे जगदाळे वगैरे आपली मातब्बर माणसे वतनाच्या आमिषाने बादशहाला जाऊन मिळाली आहेत. अमृतराव निंबाळकर आणि महादजी नारायण हे दोघेही बादशहाला सामील होण्याच्या

बेतात आहेत असे खलित्यात म्हटले आहे.

''बादशहाने ज्या लोकांना बाटविले आहे, त्यात नेताजीराव पालकर हे तर आहेतच; पण साबाजीराव घाडगे, जानोजीराजे आणि काही ब्राह्मण मंडळीही आहेत, तेव्हा त्या परिस्थितीवर तोडगा काढण्यासाठी महाराजांनी आपणाला विचारविनिमयासाठी येथे पाचारण केले आहे. बादशहाकडून सुरू झालेल्या या छळाच्या बातमीने महाराज भयंकर अस्वस्थ झाले आहेत. आपल्या प्रजेची वाताहत थांबविण्यासाठी बादशहाला शरण जायचे की काय असे त्यांना वाटू लागले आहे; परंतु आपल्या अनुमतीवाचून ते अखेरचा निर्णय घेणार नाहीत. युद्ध चालू ठेवायचे की बादशहास शरण जायचे, ते आता आपण ठरवायचे आहे.''

प्रल्हाद निराजींनी राजमंडळाला सादर केलेली हकिकत सगळ्यांनी निमूटपणे ऐकली. सगळ्यांच्या चर्येवर भीतीची छाया दृग्गोचर झालेली दिसत होती, कारण सगळ्यांचे आप्तेष्ट स्वदेशी होते. मोगलांनी सुरू केलेल्या अत्याचारांच्या थैमानात त्यांचे काय झाले असेल त्याबाबत सगळ्यांनाच चिंता वाटणे स्वाभाविक होते; परंतु राजमंडळाच्या सदस्यांमध्ये अशी एक व्यक्ती होती की, प्रल्हाद निराजींनी सादर केलेल्या वृत्तान्ताच्या प्रत्येक शब्दाने त्या व्यक्तीच्या धमन्यांमधील रक्त सूडाच्या भावनेने अधिकाधिक सळसळत होते. ती व्यक्ती दुसरी तिसरी कोणी नसून सेनापती संताजी घोरपडे हे होते. प्रल्हाद निराजींनी आपले भाषण संपविताच ते उठून उभे राहिले. त्यांच्या मिशीचा प्रत्येक केस ताठ उभा होता आणि डोळ्यांतून क्रोधाच्या ठिणग्या बाहेर पडत होत्या. ते म्हणाले,

''प्रतिनिधींच्या मवाळ सुराने आमची निराशा झाली. रायगडी आपण इकडे येण्याचा निर्णय घेतला, तेव्हाही त्यांच्या भाषणात हाच निराशेचा सूर होता. आपण चंदीला आलो ते शरणागती पत्करण्यासाठी का? आपणाला शरणागती पत्करायची असती, तर ती रायगडीच पत्करता आली असती. झुल्फिकारखान सैन्य घेऊन येत असेल, तर आपण त्याचा प्रतिकार केला पाहिजे. महाराजांनी आम्हांला आज्ञा केली तर, आम्ही स्वदेशी जाऊन बादशहाशी गनिमी युद्ध खेळण्यास तयार आहोत. आबाजी भोसले आणि रूपाजी भोसले हे दोघे बंधू तिकडे मोगलांना आपल्या भाल्याची करामत दाखवीत आहेत. त्यांच्या 'भालेराई'ची मोगलांनी दहशत खाल्ली आहे. त्यांच्या सोबतीला आम्ही तिकडे जाऊ. मोगलांनी आमच्या देशबांधवांचा छळ सुरू केला असेल तर तो आमच्या फायद्याचाच आहे. मूठभर संधिसाधू वतनदार म्हणजे सबंध जनता नव्हे; जनता स्वराज्य-रक्षणासाठी कुठलेही दिव्य करण्यास तयार आहे.''

स्वदेशी जाण्याची परवानगी मागून संताजी घोरपडे खाली बसतात न बसतात तोच धनाजी जाधव उठून उभे राहिले. ते म्हणाले,

“मोगलांनी जर स्वदेशी उच्छेद मांडला असेल, तर आम्ही इकडे राहून काही फायदा नाही. ‘शिर सलामत तो पगडी पचास!’ स्वदेश हे आमचे शिर आहे. ते गेले, तर सगळेच जाईल. रूपाजी भोसले यांनी ‘भालेराई’ जन्मास घातली; पण आमच्या तलवारींची चुणूक आम्ही मोगलांना यापूर्वी दाखविली आहे; आताही ती पुन्हा दाखवू. महाराजांनी आम्हांला स्वदेशी जाण्याची परवानगी द्यावी.”

संताजी घोरपडे व धनाजी जाधव या दोघांच्या आवेशयुक्त भाषणांनी बैठकीतील निराशेचे वातावरण कुठल्या कुठे पळून गेले. सगळेजण वीरश्रीने भारावून गेले. संताजी व धनाजी यांच्या पाठोपाठ आणखीही काही सरदार मोगलांशी लढण्यासाठी स्वदेशी जाण्याची परवानगी मागू लागले. ते पाहून प्रल्हाद निराजी व राजाराम महाराज काळजीत पडले, कारण संताजी व धनाजी यांच्यासारखे पराक्रमी सरदार स्वदेशी निघून गेले, तर जिंजीचे रक्षण कोण करणार? ही चिंता त्यांना वाटणे स्वाभाविक होते. प्रल्हाद निराजींनी ती चिंता व्यक्त केली. ते म्हणाले,

“संताजीराव आणि धनसिंगराव स्वदेशी निघून गेले, तर चंदीचे रक्षण कोण करणार? झुल्फिकारखान मोठे सैन्य घेऊन येत आहे; त्याला समर्थपणे तोंड देऊ शकणारी माणसे इकडे नकोत का?”

“झुल्फिकारखान मोठे सैन्य घेऊन इकडे आला म्हणून काही बिघडत नाही. त्याचा प्रतिकार करणारी शूर माणसे इकडे आहेत. हे निळोपंत पेशवे इथे बसलेले आहेत; चंदीच्या रक्षणाची कामगिरी महाराजांनी त्यांच्याकडे जरूर सोपवावी. त्यांनी यापूर्वी इकडे मोगलांचे पारिपत्य केले आहे. त्यांच्या तोडीला यचप्पा नायक आणि चंदावरचे सेनापती त्र्यंबकराव हे दोघे कसलेले सेनापती आहेत. त्यांनी निळोपंतांना यापूर्वी मोगलांविरुद्ध साथ केली आहे–”

संताजी घोरपडे यांनी जिंजीच्या रक्षणासाठी निळो मोरेश्वर पेशवे यांची शिफारस केली असली, तरी निळो मोरेश्वर यांनी ती जबाबदारी पत्करण्याची इच्छा दर्शविली नाही की राजाराम महाराज व प्रल्हाद निराजी या दोघांनीही त्याविषयी उत्सुकता दाखविली नाही. इतक्यात धनाजी जाधव म्हणाले,

“महाराजांना चंदीमध्ये सुरक्षित वाटत नसेल, तर त्यांनी चंदावरला जाऊन राहिलेले बरे.”

“महाराज चंदावरला निघून गेले तर चंदीचे रक्षण कोण करणार?” प्रल्हाद निराजींनी चिंता व्यक्त केली.

“किल्ला बलाढ्य आहे. तो मोगलांना वर्षानुवर्षं दाद देणार नाही. सुदैवाने किल्ल्यात अन्नाची व दारूगोळ्याची बेगमीही मुबलक आहे; तेव्हा काळजी करण्याचे कोणतेच कारण नाही.” संताजी घोरपडे म्हणाले.

संताजी व धनाजी हे दोघे स्वदेशी निघून गेले, तर आपले कसे होणार म्हणून

राजाराम महाराजांना चिंता वाटत होती; 'पण महाराजांनी वाटल्यास चंदावरला निघून जावे.' असे धनाजी जाधवांनी म्हणताच राजाराम महाराजांना धीर आला. त्यांनी पडत्या फळाची आज्ञा घेऊन चंदावरला निघून जाण्याचा विचार त्वरित मनात आणला. ते म्हणाले,

"स्वदेशातील माझ्या प्रजेचा मोगल गनिमांकडून छळ होत असता संताजीराव धनसिंगराव या दोघा पराक्रमी सरदारांनी माझ्या रक्षणासाठी इकडे राहावे असे आम्हांला वाटत नाही. ते म्हणतात त्याप्रमाणे चंदीचा किल्ला बलाढ्य आहे. किल्ल्यात थोडीबहुत शिबंदी ठेवली तर ती किल्ल्याचे रक्षण करू शकेल आणि... आपली जर इच्छाच असेल तर आम्ही चंदावरला शहाजी राजे यांच्याकडे जाऊन राहू. संताजीराव आणि धनसिंगराव या दोघांनी खुशाल स्वदेशी निघून जावे; परंतु त्यांनी सर्वकाल तिकडेच राहू नये. तिकडे गनिमांचा जोर कमी होताच त्यांनी परत इकडे यावे."

राजाराम महाराजांचा सल्ला सगळ्यांना पटला. संताजी घोरपडे व धनाजी जाधव या दोघांनी राजाराम महाराजांचा निरोप घेऊन दुसऱ्याच दिवशी स्वदेशी प्रयाण केले. त्यांच्या पाठोपाठ राजाराम महाराज आपल्या मंत्रिमंडळातील सदस्यांसह व इतर काही माणसांसह तंजावरला रवाना झाले.

झुल्फिकारखानाचे बिनीचे सैन्य जिंजी प्रांतात येऊन दाखल झाल्याची वार्ता जिंजीला येऊन पोहोचताच तंजावरचे सेनापती त्र्यंबकराव व यचप्पा नायक हे दोघे त्या सैन्याला सामोरे गेले; परंतु महापुराच्या लोंढ्याबरोबर त्याच्या वाटेत येणारे सर्वकाही वाहून जाते, तद्वत त्र्यंबकराव आणि यचप्पा नायक या दोघांचा प्रतिकार त्या सैन्याने मोडून काढला. मोगलांच्या तुफानी वावटळीत हे सैन्य पालपाचोळ्याप्रमाणे कुठच्या कुठे उडून गेले.

मराठ्यांची राजधानी पादाक्रांत करणाऱ्या विजयी मोगल सैन्याची ती पहिली झडप होती. ती यचप्पा नायक आणि त्र्यंबकराव या दोघांनी झेलली; पण नंतर या वाघांमध्ये पूर्वीचा जोम आणि आवेश उरला नाही. झुल्फिकारखानाचे सरदार दरमजल करीत जिंजीस येऊन दाखल झाले. राजाराम महाराज आणि त्यांचे मंत्री तंजावरला पळून गेले असून जिंजीच्या किल्ल्याचे रक्षण करणारी शिबंदीही मोठी नाही ही वार्ता झुल्फिकारखानास जिंजीच्या वाटेतच कळली असल्याने त्याचा उत्साह मावळला होता. मराठ्यांचा राजा कुठे पळून जाणार? आपण त्याला लीलेने पकडू या समजुतीने खान रायगडाहून जिंजीला दौडत आला होता; पण त्याचा अंदाज चुकला होता. मराठ्यांच्या राजाने त्याच्या हातावर पुन्हा एकदा तुरी दिली होती. त्याने जिंजीच्या तटासमोर येऊन आपल्या सैन्याचा तळ ठोकला.

जिंजीचा अजिंक्य किल्ला हा सलग एक किल्ला नसून ते एकमेकांना मजबूत

तटबंदीने जोडण्यात आलेले तीन पृथक् पृथक् असे पहाडी किल्ले होते. या तिन्ही किल्ल्यांचा मिळून एक त्रिकोण बनला होता आणि त्याचा घेर तीन मैलांचा होता. हे तिन्ही डोंगर उभ्या चढावाचे कडे होते. ते प्रचंड खडकाचे सुळके असल्याने ते चढून जाणे कठीण होते. प्रत्येक किल्ल्यास चोहोबाजूंनी खडकांवर मोठी तटबंदी होती. तिला माऱ्याच्या जागा असून त्यात तोफांचे व बंदुकांचे झरोके ठेवण्यात आले होते. तटबंदीला ठिकठिकाणी भरभक्कम असे बुरुज बांधण्यात आले होते की, जे कुठल्याही प्रभावी तोफांना तोंड देण्यास समर्थ होते. तटबंदीला लहान पण मजबूत असे दरवाजेही ठेवण्यात आले होते. या तटबंदीला जोडून तिन्ही किल्ले परस्परांना जोडणारी एक उंच भिंत घातलेली होती. तिची जाडी तीस हात होती. तिच्या बाहेरील खंदक चाळीस हात रुंदीचा होता.

किल्ल्यावरची तिन्ही शिखरे म्हणजे जिंजीच्या किल्ल्याचे तीन अभेद्य बालेकिल्ले होते. या तिन्ही बालेकिल्ल्यांवर चढून जाण्यासाठी उभ्या चढावाच्या अवघड अशा दगडी पायऱ्या बांधण्यात आल्या होत्या. या तिन्ही शिखरांपैकी सर्वांत मजबूत आणि उंच शिखर किल्ल्याच्या पश्चिमेस असून त्याचे नाव 'राजगिरी' असे होते. ते समुद्रसपाटीपासून जवळजवळ सातशे हात उंच होते. या बालेकिल्ल्यात दहा सैनिक ठेवले तर ते दहा हजार सैन्याला रोखून ठेवण्यास समर्थ होते. दुसरी दोन्ही शिखरेही तितकीच बलाढ्य होती. त्यांपैकी उत्तरेच्या शिखरास 'कृष्णगिरी' आणि दक्षिणेकडच्या शिखरास 'चंद्रायण दुर्ग' अशी नावे होती.

तळकिल्ला पुरातन होता; परंतु त्याच्यावरचे तिन्ही अभेद्य बालेकिल्ले शिवाजी महाराजांनी बांधले होते. त्यांच्या लष्करी दृष्टीला या किल्ल्याचे महत्त्व पटले होते. हा किल्ला ज्याच्या हातात असेल तो पश्चिम घाटापासून बंगालच्या उपसागरापर्यंतच्या विस्तीर्ण प्रदेशावर स्वामित्व प्रस्थापित करू शकत होता.

जिंजीच्या किल्ल्यास तीन दरवाजे होते. पैकी उत्तरेकडील दरवाजाला 'बेलूर' दरवाजा किंवा 'अर्काट' दरवाजा हे नाव होते, तर चंद्रायणापासून राजगिरीपर्यंतच्या तटबंदीला जो दरवाजा होता, त्याला 'सैतान दरी' असे म्हणत. तथापि, दोन्ही दरवाजांपेक्षा मुख्य दरवाजानेच शांततेच्या काळात सर्व रहदारी होत असे. त्याला दिंडी दरवाजा हेच नाव होते.

राजगिरीच्या शिखरापासून थोड्याशा अंथरावर 'चकली दुर्ग' नावाचा आणखी एक कोट होता; पण तो जिंजीशी संलग्न नव्हता.

असा हा अजिंक्य किल्ला हातात असता राजाराम महाराजांनी मोगलांच्या हल्ल्याच्या भयाने तंजावरला पळ काढला; परंतु नंतर त्यांना कळले की, झुल्फिकारखानाचे बिनीचे सैन्य जरी तडफदार असले, तरी त्याच्यापाशी तसे आणखी सैन्य नाही. या सैन्याने तंजावरच्या व यचप्पाच्या सैन्याचा जरी फडशा पाडला असला, तरी नंतर

त्याचा जोर ओसरला होता. जिंजीच्या किल्ल्याच्या वाटेस जाण्याचे धाडस या सैन्याला झाले नसते आणि शेवटी झालेही तसेच! झुल्फिकारखान जिंजीच्या किल्ल्यापासून बऱ्याच अंतरावर तळ ठोकून राहिला.

जिंजीच्या किल्ल्याकडे दृष्टिक्षेप करताक्षणीच त्याच्या उरात नुसती धडकी भरली. आपल्या छोट्या तोफा त्या शिळारूपी राक्षसाच्या केसालाही धक्का पोहोचवू शकणार नाहीत हे त्याच्या ध्यानी आल्याने झाकली मूठ सव्वा लाखाची असा विचार करून तो किल्ल्यास वेढा न घालता नुसता मोहरमातील नकली वाघ खेळवून किल्ला पदरात पडतो का बघत स्वस्थ बसून राहिला. मात्र, त्याने मद्रासच्या इंग्रजांकडे दोनशे मण दारू, तोफांचे पाचशे गोळे, पाचशे सैनिक व तीनशे गोलंदाज अशी मागणी केली. इंग्रज लोक पक्के धोरणी; त्यांना मोगलांनाही दुखवायचे नव्हते आणि मराठ्यांच्याशीही शत्रुत्व करावयाचे नव्हते; म्हणून त्यांनी झुल्फिकारखानाकडे दोनशे मण दारू व तोफांचे तीनशे गोळे पाठविले; परंतु झुल्फिकारखान केवळ इंग्रजांच्या मदतीवर अवलंबून नव्हता. त्याने फ्रेंचांकडेही दारूगोळ्याची आणि सैनिकांची मागणी केली होती. मोठा पगार देऊन त्याने भाडोत्री गोरे लोक नोकरीस ठेवून त्यांची एक लष्करी तुकडी उभारली होती. त्यांचे बहुतेक गोलंदाज युरोपियन होते.

राजाराम महाराज झुल्फिकारखानाच्या भयाने तंजावरला पळून गेले असले तरी त्यांनी आपल्या मागे गड लढविण्याची तयारी करून ठेवली होती. गड बलाढ्य असल्याने तो मोगलांना कित्येक दिवसपर्यंत दाद देण्यास समर्थ होता. त्यासाठी मोठ्या शिबंदीचीही आवश्यकता नव्हती. म्हणून संताजी घोरपडे आणि धनाजी जाधव यांच्यासारखे मोठे सरदार मोगलांशी लढण्याकरता स्वदेशी निघून गेले होते.

राजाराम महाराज आणि त्यांचे मंत्री तंजावरला जरी पळून गेले असले, तरी ते तिकडे स्वस्थ बसून राहिले नाहीत. त्यांनी मोगलांशी लढण्याकरिता दोस्तांचा शोध करण्यास प्रारंभ केला. तंजावरचे राजे शहाजी भोसले यांच्याकडून राजाराम महाराजांना सुरुवातीपासून सर्व प्रकारची मदत होत होती. पैशाची मदत तर त्यांच्यापासून होत होतीच; पण त्यांचे सैन्यही राजाराम महाराजांच्या दिमतीला होते. चितळदुर्गचा राजा यचप्पा नायक व औरंगजेबाचे बंडखोर सरदार महमद सादिक आणि इस्माइल मका हे तिघेही मराठ्यांना केव्हाच येऊन मिळाले होते; परंतु या सर्व दोस्तांची लष्करी आणि आर्थिक मदत अगदीच तुटपुंजी होती; म्हणून राजाराम महाराजांना नवीन दोस्तांचा शोध करणे भाग पडले होते. अशा जुन्या दोस्तांमध्ये वागिनखेड्याचा बेरड राजा पिड नायक हा एक होता.

वागिनखेड्याचे बेरड राजे व मराठे यांची दोस्ती जुनीच होती. ती शहाजी राजे यांच्या कारकिर्दीत जुळली होती. शिवाजी महाराजांच्या पायदळात बेरडांची भरती

करण्यात आली होती. अचूक नेमबाजीत ते प्रवीण होते. धनुष्यबाण आणि बंदूक ही दोन्हीही हत्यारे ते कुशलतेने हाताळीत असत.

वागिनखेड्याचे राज्य विजापूरच्या पूर्वेस भीमा आणि कृष्णा या दोन नद्यांच्या खोऱ्यात वसलेले होते. हीच बेरडांची जन्मभूमी. हे लोक अत्यंत काटक आणि सशक्त असून आपल्या शत्रूवर ते कधीच दयामाया करीत नसत. त्यांच्याविषयी अशी एक दंतकथा प्रचलित होती की, बेरडांच्या पूर्वजाने तपश्चर्या करून शंकरास प्रसन्न करून घेतले. शंकराने वर माग म्हटल्यावर तो म्हणाला की, मला तिरंदाजीत अजिंक्यपद प्राप्त व्हावे व माझ्या राज्यात फार सायास न करता अमाप ज्वारी पिकावी. शंकराने बेरड राजाला हे दोन्ही वर दिले, तेव्हापासून बेरड लोक नेमबाजीत ख्यातनाम पावले व त्यांच्या राज्यात पाण्याविना ज्वारीचे पीक भरघोस येऊ लागले.

बेरडांची मूळ राजधानी सागर; ही विजापूरपासून बऱ्याच अंतरावर होती. विजापूरच्या सुलतानाचे ते मांडलिक. औरंगजेबाने विजापूरवर स्वारी केली, तेव्हा बेरड राजा पाम नायक हा मोगलांशी प्राणपणाने लढला होता. त्याने मोगल सरदार दिलेरखान याचा पराभवही केला होता; परंतु विजापूरने शरणागती पत्करल्याने पाम नायकालाही आपली तलवार म्यान करावी लागली होती. नंतर जेव्हा विजापूरचे सरदार मोगल सैन्यास जाऊन मिळाले, तेव्हा औरंगजेबाचा सरदार खानजादा खान याने पाम नायकाला औरंगजेबाचे मांडलिकत्व पत्करण्यास प्रवृत्त केले. इतकेच नव्हे, तर त्याला घेऊन तो औरंगजेबाच्या भेटीस विजापूरला गेला. बेरडांचा पराक्रम औरंगजेबास ठाऊक झाल्याने त्यांचा राजा पाम नायक याला भेटण्यास तो उत्सुक होता. त्याच्याच सूचनेनुसार खानजादा खान पाम नायकाला त्याच्या भेटीस विजापूरला घेऊन गेला होता. पाम नायकाची आणि औरंगजेबाची भेट झाली; परंतु पाम नायक आपल्या राजधानीस माघारी परतला नाही. तो विजापूर येथे निधन पावला. असे सांगतात की, औरंगजेबाने कपटाने विषप्रयोग करून त्याला ठार मारले.

पराक्रमी शत्रू शरण आला तर पुढेमागे संधी सापडताच तो वरचढ होऊन आपणावर उलटेल म्हणून औरंगजेब त्याला मुलाखतीस बोलावून विषप्रयोग करून ठार मारीत असे. पाम नायकाचाही त्याने अशाच रीतीने काटा काढला; परंतु तेवढ्याने त्याचे समाधान झाले नाही. आपला राजा मरण पावताच त्याचे अनुयायी बंड करून उठतील या भीतीने औरंगजेबाने बेरडांचे राज्य खालसा करून तिकडे कडक बंदोबस्त ठेवला; परंतु बेरड लोक औरंगजेबास पुरून उरले. त्यांनी आपली राजधानी दुर्गम प्रदेशात हलवून तेथून औरंगजेबाशी लढण्यास प्रारंभ केला. शत्रूवर रात्रीच्या वेळी अचानकपणे येऊन छापे घालण्याच्या गनिमी युद्धात ते पटाईत होते. त्यांनी मोगल ठाण्यांवर छापे घालून आणि त्यांना रसद पोहोचविणाऱ्या लमाणांच्या

तांड्यांची लूटमार करून त्यांना दे माय धरणी ठाय करून सोडले. बेरडांच्या छुप्या हल्ल्यांना तोंड देणे अशक्य झाल्याने मोगल सरदारांनी बेरड प्रदेशात चौक्यापहारे ठेवणे बंद केले.

पाम नायक विजापूर येथे मरण पावताच बेरडांनी पाम नायकाचा पुतण्या पिड नायक याची आपला राजा म्हणून निवड केली. तो जसा शूर होता, तसाच धूर्तही होता. त्याने विचार केला की, औरंगजेब बादशहा बलाढ्य असल्याने, त्याच्याशी युद्धात आपला निभाव लागणे कठीण आहे; म्हणून त्याने त्याला कळविले की, मी तुमचे मांडलिकत्व पत्करण्यास तयार आहे, तरी माझ्या विनंतीचा स्वीकार करून माझ्यावर अनुग्रह करावा. औरंगजेबाला वाटले की, बेरड आता वठणीवर आले आहेत, तेव्हा त्यांच्या राजावर अनुग्रह करावा. म्हणून त्याने पिड नायकास आपल्या भेटीस बोलावून घेऊन त्याला आपल्या सैन्यात मनसबदारी दिली.

गोवळकोंड्याच्या मोहिमेत पिड नायक औरंगजेबाच्या सैन्यात होता. मोगल सरदार सादुल्लाखान याने रायचूरच्या किल्ल्यास वेढा घातला, तेव्हा पिड नायकाने मोठा पराक्रम गाजविला. रायचूरचा पाडाव झाल्यावर तो औरंगजेबास जाऊन भेटला. तो त्याला म्हणाला की, माझ्या सैन्यासाठी मला शस्त्रे खरेदी करायची आहेत आणि माझ्या सैन्यातही माणसांची भरती करायची आहे. तरी मला एक आठवड्याची रजा द्यावी. रायचूरच्या विजयात पिड नायकाचा मोठा वाटा असल्याने औरंगजेब त्याच्यावर खूश होता. त्याने त्याला आनंदाने आठवड्याची रजा दिली.

पिड नायक आठ दिवसांच्या रजेवर गेला तो माघारी परतलाच नाही. औरंगजेबाचे मांडलिकत्व पत्करण्याचे त्याने जे नाटक केले, त्यामागे त्याचा एकच हेतू होता आणि तो म्हणजे मोगलांच्या युद्धतंत्राचे निरीक्षण करून त्याप्रमाणे त्यांच्याशी लढण्याच्या आपल्या युद्धतंत्रात बदल करणे. तो रजा काढून आपले सैन्य घेऊन सरळ आपल्या राजधानीस गेला. मोगल फौजांनी सागर घेतल्यावर बेरडांनी 'वागिनगेरा' नावाच्या पहाडी प्रदेशातील खेड्यात आपली नवीन राजधानी स्थापन केली होती. पिड नायकाने तिकडे जाऊन राजधानीभोवती एक मजबूत तट उभारला. आपल्या सैन्यात त्याने बारा हजार तिरंदाजांची भरती केली आणि तोफा विकत घेऊन दारूगोळाही जमविला. वेळ आली तर मोगलांच्या हल्ल्याला तोंड देण्याची ही तयारी होती; परंतु पिड नायकाने औरंगजेबाचे मांडलिकत्व झुगारून दिले नाही. तो खंडणी भरत राहिला.

बेरडांचा हा इतिहास राजाराम महाराजांना माहीत होता. त्यांच्या सैन्यात बरेच तुबकधारी बेरड सैनिक होते; परंतु औरंगजेबाशी दोन आघाड्यांवर लढण्याचा प्रसंग आल्याने आणखी बेरड सैनिकांची सैन्यात भरती करणे अगत्याचे होते; म्हणून राजाराम महाराज प्रल्हाद निराजींना म्हणाले,

“पंत, बेरडांचे आणि आपले संबंध फार जुने आहेत, हे खरं आहे ना?”

“होय महाराज, शहाजी राजांच्या वेळी ही मैत्री जुळली. थोरले महाराज कर्नाटकाच्या स्वारीवर आले, तेव्हा त्यांनी आपल्या पायदळात बेरड तिरंदाजांची आणि तुबकधाऱ्यांची भरती केली होती. संभाजी राजे आणि बेरड राजा पाम नायक या दोघांचे तर मैत्रीचेच संबंध होते–”

“पाम नायकाचा पुतण्या पिड नायक हा आपल्या चुलत्यासारखाच पराक्रमी आहे असे आम्ही ऐकतो.”

“होय महाराज, पाम नायकाचा पुतण्या पराक्रमी निघाल्याचा लौकिक आहे.” प्रल्हाद निराजी म्हणाले, “पण तो बादशहाचा मांडलिक आहे.”

“पिड नायक औरंगजेबाचा मांडलिक असला, तरी तो त्याच्याशी युद्ध करण्याची तयारी करीत असल्याची बातमी आहे.” राजाराम महाराज म्हणाले, “त्याच्याशी आपण मैत्रीचे संबंध जुळविले तर! जुन्या मैत्रीला उजाळा देऊन, नवीन मैत्रीचा सांधा जुळवू या असे त्याला कळविले तर!”

“फार नामी कल्पना आहे महाराज. पिड नायकासारखा शूर दोस्त आपणाला भेटला तर, बादशहाच्या सैन्याशी आपणाला स्वदेशी आणि कर्नाटकात दोन्ही ठिकाणी यशस्वीपणे तोंड देता येईल. त्याला दोन ठिकाणी लढावे लागल्याने त्याचे सामर्थ्य विभागून जाईल आणि आपणावरील त्याचे दडपण कमी होईल.” प्रल्हाद निराजी म्हणाले.

“आणि पंत, मला आणखी एक कल्पना सुचली आहे.” राजाराम महाराज म्हणाले.

“ती कोणती महाराज?” प्रल्हाद निराजींनी पृच्छा केली.

“बादशहाने आमच्या काही लोकांना वतनाचे आमिष दाखवून त्यांना आमच्यापासून फोडण्याची युक्ती अवलंबिली आहे. त्याचा हा डाव आपण त्याच्यावरच उलटविला तर?”

“तो कसा काय उलटविता येईल?”

“आपणाला माहीत आहेच की, आबासाहेबांनी वतने अमानत करून त्या बदली वतनदारांना उदरनिर्वाहासाठी सरकारातून तनखे देण्याची तजवीज केली; परंतु ही व्यवस्था यशस्वी झाली नाही. वतनदारवर्ग असंतुष्ट राहिला. आमच्या बंधूंनी आपल्या अल्प कारकिर्दीत आबासाहेबांच्या राज्यव्यवस्थेत काही घालमेल केली नाही; परंतु आता तांब्रांचा जोर जुना होताच असंतुष्ट वतनदारवर्ग बादशहाने दाखविलेल्या वचनाच्या लालचीने आमच्याशी बेइमानी करून त्याला मिळत आहे. म्हणून आम्हांला असे वाटते की, एक फर्मान काढून जाहीर करावे की, ज्यांची वतने अमानत झाली आहेत, ती त्यांना परत देण्याची योजना त्वरित अमलात येत

आहे. तरी जे वतनदार वतनाच्या आमिषाने गनिमाला जाऊन मिळाले आहेत, त्यांनी तत्काळ स्वराज्याच्या सेवेस रुजू व्हावे.''

राजाराम महाराजांच्या या कल्पनेचे प्रल्हाद निराजींना कौतुक वाटले. या अननुभवी तरुण राजाला आपण नादी लावले, व्यसनाधीन बनविले, लाखो रुपयांची उधळपट्टी करावयास लावली; परंतु ज्या धुरंधर राजाच्या पोटी त्याचा जन्म झाला, त्याचे काही मोठे गुण याच्या अंगी उतरले आहेत. न झाल्यास अशी नामी कल्पना याच्या डोक्यात जन्म पावती ना! असे प्रल्हाद निराजींना वाटले. ते राजाराम महाराजांना म्हणाले,

''आपली युक्ती फारच नामी आहे महाराज. ही युक्ती त्वरित अमलात आली, तर जे कार्य आपणाला हजारो सैन्याच्या बळावर करता येणार नाही, ते रक्ताचा एक थेंबही न सांडता करता येईल.''

''तर मग पंत, पिड नायक व रामचंद्र पंत यांना खलिते रवाना करण्याची व्यवस्था करा.''

''ठीक आहे महाराज, पिड नायक व रामचंद्र पंत यांना आजच खलिते पाठविण्याची व्यवस्था करतो.'' प्रल्हाद निराजी म्हणाले व राजाराम महाराजांच्या आज्ञेप्रमाणे त्यांनी पिड नायक व रामचंद्र पंत या दोघांना त्वरित खलिते रवाना केले.

१२

ताराबाई आपल्या महालात सचिंत बसल्या होत्या, त्यांचे कशातच लक्ष लागत नव्हते. खाणे-पिणे, वेणी-फणी, स्नान, पूजा-अर्चा, देवतार्चन कशातच मन रमत नव्हते. राजाराम महाराजांनी त्यांना वारंवार पत्रे पाठविण्याचे वचन दिले होते. जिंजीच्या वाटेवर असताना त्यांची दोन-तीन पत्रे खास हरकाऱ्यामार्फत आली होती. त्यात त्यांनी लिहिले होते की, 'तुझ्याशिवाय मला चैन पडत नाही. तुझी रमणीय मूर्ती माझ्या मानसमंदिरात पक्की कोरलेली आहे. माझ्या अंतश्चक्षूंसमोर तू मला सदैव दिसतेस; परंतु तू जवळ नाहीस, ही विरहव्यथा कुठवर सहन करायची?'

पण ती विरहव्यथा संपलेली होती. त्यांची नव्हे, तर राजाराम महाराजांची. जिंजीला जाऊन स्थायिक झाल्यावर त्यांच्याकडून जी पत्रे आली होती, ती अगदीच कोरडी होती. त्यात प्रेमाचा ओलावा बिलकूल नव्हता. सगळा राज्यकारभाराचा

मामला त्यात होता. रामचंद्र पंतांना असा सल्ला दे, शंकराजी पंतांना तमकं सांग, नेमाजी शिंद्यांना ही कामगिरी सांग– एकूण सगळा राजकारणाचा सल्ला आणि त्या पत्रांव्यतिरिक्त जिंजीहून ज्या बातम्या येत होत्या, त्या मनाला घरे पाडणाऱ्या होत्या. प्रल्हाद निराजींनी महाराजांवर आपला पगडा बसविला होता. त्यांनी त्यांना नाना प्रकारची व्यसने लावली होती. त्यापायी त्यांनी पैशाची उधळपट्टी चालविली होती. एक सुंदर नाटकशाळा त्यांच्याभोवती रात्रंदिवस रुंजी घालीत होती. तिच्या रूपावर भाळून ते सगळ्यांना विसरले होते, आपल्या पहिल्या प्रेमालादेखील...

त्या बातमीने ताराबाईंना भयंकर धक्का बसला होता. वास्तविक त्या भयंकर मानी होत्या; परंतु आपल्या प्रेमाची फुलबाग पतीच्या बेइमानपणामुळे कोमेजून गेल्यामुळे त्यांच्या हृदयाचा बंधारा फुटला होता. त्या रात्री त्या स्फुंदूनस्फुंदून रडल्या होत्या आणि मग त्यांनी आपल्या मनाची समजूत घातली होती, मन घट्ट केलं होतं. त्यांनी एक निर्धार केला होता. आपल्या प्रेमाशी बेइमान झालेल्या नवऱ्याला कधीही क्षमा न करण्याचा!

परंतु प्रतिज्ञा करणं सोपं असलं तरी ती अमलात आणणं सोपं नव्हतं. तशात त्या महाराणी होत्या. त्यांना दोन्ही घरचे– सासरचे आणि माहेरचे– कुलाचार सोडता येत नव्हते. त्या कुलाचारांशी त्या बद्धपरिकर झाल्या होत्या.

महाराणी ताराबाई यांचे दिवस विशाळगडावर अशा तऱ्हेने अस्वस्थ मनःस्थितीत चालले होते. त्यांचं सगळं बोलणं-चालणं यांत्रिक होतं. रामचंद्र पंतांसारख्या पितृतुल्य कारभाऱ्याच्या सान्निध्यात त्यांच्या जिवाची तगमग थोडी कमी होत असे तेवढीच! रामचंद्र पंतांनाही ताराराणीच्या मानसिक व्यथेची, त्यांच्या आंतरिक दुःखाची कल्पना होती; म्हणून ते त्यांना आनंदात ठेवण्याचा व त्यांची चित्तवृत्ती उल्हसित करण्याचा प्रयत्न करीत. त्या तिघा सवतींच्या सुखसोयीत त्यांनी कशाचेच न्यून पडू दिलं नव्हतं. त्यांना हव्या त्या वस्तू त्यांच्या सेवेला सादर करण्यास ते तत्पर असत. परंतु या बाह्य सुखाने मनाचं दुःख थोडंच कमी होत होतं?

अशा बेचैन अवस्थेत दिवस कंठीत असता त्या दिवशी महाराणी ताराबाई यांना रामचंद्र पंतांचं दिवाणखान्यात आगमन झाल्याची वर्दी देण्यात आली. त्याबरोबर त्या एकदम गडबडल्या. आपले दुःख रामचंद्र पंतांच्या किंवा अन्य कोणाच्या निदर्शनास येऊ न देण्याची खबरदारी त्या सदैव घेत असत. आपल्या दासींनादेखील त्यांनी त्या दुःखाचा कधी थांगपत्ता लागू दिला नव्हता; परंतु रामचंद्र पंत चतुर होते. त्यांना मानवी जीवनाचा आणि संसाराचा पुष्कळ अनुभव असल्याने ताराराणीसारख्या नुकत्याच संसारात पदार्पण करणाऱ्या तरुण गृहिणीची अदृश्य दुःखं माहीत होती. ताराराणींनी आपला जामानिमा केला आणि पंतांच्या भेटीसाठी त्या दिवाणखान्यात हजर झाल्या. त्यांचे आगमन होताच रामचंद्र पंत व संताजी

घोरपडे या दोघांनी त्यांना उत्थापन दिलं.

"बसा." ताराराणी म्हणाल्या व त्या आसनस्थ झाल्या.

"संताजीरावांचं कर्नाटकातून आगमन झाल्याचं आपणाला विदित झालंच आहे."

रामचंद्र पंत म्हणाले.

"होय, ते आम्हांला मागेच कळलं." ताराराणी म्हणाल्या.

"झुल्फिकारखान जिंजीला जाऊन राहिला आहे. त्याला इकडून रसद जाऊ नये म्हणून युद्ध प्रखर केलं पाहिजे. महाराजांनी तंजावर येथून पाठविलेल्या फर्मानाचा उपयोग झाल्यासारखा दिसतो."

"तो कसा काय, पंत?" ताराराणींनी उत्सुकतेनं पृच्छा केली.

"रोहिडखोऱ्यातील देशमुख बादशहाचा पक्ष सोडून आपणाला येऊन मिळत असल्याची बातमी आहे. सर्जेराव जेधे देशमुख, झुंजारराव मरळ देशमुख यांना हाताशी धरून शंकराजी नारायण यांनी मोगलांना त्राही भगवान करून सोडलं आहे. शंकराजी नारायण यांनी मावळातच आपलं ठाण मांडलं आहे. देशमुख मंडळींप्रमाणेच त्यांना बाजी प्रभू, आबाजी विश्वनाथ प्रभू, दादाजी नरसप्रभू या देशपांडे मंडळींची चांगली साथ होत आहे."

"पंत, मला एकदा या सर्व मंडळीला भेटायचं आहे. राजा देशांतरास गेला असता मागं ही मंडळी नेट धरून गनिमाशी झुंज देत आहेत, त्यांचं कोडकौतुक करायला नको का."

"मातुश्रींनी त्यांची भेट घेतली, तर त्यांच्या अंगावर मूठभर मांस चढेल यात शंका नाही; परंतु मातुश्रींनी मुक्त संचार करण्यासारखी परिस्थिती नाही; गनीम सर्वत्र वावरतो आहे."

"त्याची तुम्ही फिकीर करू नका, पंत. नाही तरी... नाही तरी हा तुरुंगवास आम्हांला नकोसा झाला आहे." ताराराणीच्या स्वरात विषादाची भावना प्रतीत होत होती. ती रामचंद्र पंत आणि संताजी घोरपडे या दोघांनाही जाणवली. विशाळगडावरील एकलकोंड्या जीवनाचा ताराराणींना कंटाळा आला आहे, म्हणून वीतरागानं त्या असं बोलतात हे त्या दोघांनी ताडलं. त्यावर पंत म्हणाले,

"मातुश्रींनी थोडे दिवस धीर धरावा. परिस्थितीत सुधारणा झाली की, आम्ही स्वतः होऊनच मातुश्रींना स्वराज्यातून फेरफटका करण्याची विनंती करू."

"ठीक आहे. तुम्हाला आमच्या जिवाची आमच्यापेक्षा अधिक काळजी. तुमच्या सल्ल्याबाहेर आम्ही वागणार नाही; आता आजच्या कामकाजाची माहिती सांगा."

"संताजीरावांना कर्नाटकातून इकडे येऊन बरेच दिवस झाले; मातुश्रींच्या दर्शनाचा त्यांचा मनोदय आजवर सिद्धीस गेला नव्हता–"

“आमची भेट घेण्याचा त्यांचा मतलब?”

“मतलब असा कोणताच नाही.” संताजी घोरपडे म्हणाले, “कर्नाटकातील परिस्थिती आपल्या कानावर समक्षच घालावी या हेतूने आम्ही मातुश्रींच्या भेटीस आलो.”

“तिकडील बातम्या आम्हांला कळतात त्याहून आणखी काही वेगळी परिस्थिती आहे का तिकडे?”

“होय मातुश्री–”

“ती कोणती?”

“आमच्या हातून मर्यादातिक्रमण झालं नाही असं मातुश्रींकडून वचन मिळालं तर सांगेन.”

“तुमच्यासारख्या थोर पराक्रमी सेनापतींकडून मर्यादातिक्रमणाचा गुन्हा होणार नाही हे आम्ही जाणून आहोत, संताजीराव.”

“मातुश्रींना आम्हांला एक गोष्ट विदित करावयाची आहे ती अशी की, महाराज प्रल्हाद निराजींच्या आहारी गेले आहेत; प्रल्हाद निराजींच्या सल्ल्यावाचून त्यांचं पानही हलत नाही.”

“ते आमच्या कानावर आलं आहे; पण त्यावर इलाज काय?”

“त्यावर इलाज म्हणजे मातुश्रींनी खुद्द कर्नाटकात जाणं.” रामचंद्र पंत म्हणाले.

“महाराजांच्या परवानगीविना आम्हांला कर्नाटकात कसं जाता येईल आणि आम्हांला तिकडे पोहोचविणार तरी कोण? तुम्ही म्हणता की, गनीम सगळीकडे आहे.”

“खुश्कीचा मार्ग संकटमय आहे खरा; परंतु जलमार्गाने सुखरूप जाता येईल.” रामचंद्र पंत म्हणाले.

“जलमार्गाने?” ताराराणींनी आश्चर्याने म्हटले.

“होय, जलमार्गाने. सुदैवाने बादशहाच्या आरमाराचा समुद्रावर फारसा उपद्रव नाही. फिरंगी आमचे दोस्त आहेत. ते बादशहाशी मैत्रीचा बहाणा करतात; पण आतून ते आमच्याशी मैत्रीने वागतात. त्यांचे आरमार बलाढ्य आहे. ते आपणाला चंदीच्या किनाऱ्यांपर्यंत पोहोचते करतील.” रामचंद्र पंत म्हणाले.

“पण आपलं आरमार कुठं आहे पंत?”

“आपलं आरमार हल्ली लांबच्या सफरीवर जात नाही मातुश्री.”

“तर मग फिरंग्यांच्या जहाजातून आम्हांला प्रवास करणे नाही.” ताराराणी गंभीर होत निश्चयी स्वरात म्हणाल्या. त्यांची चर्या रागाने आरक्त झाल्याचं रामचंद्र पंतांच्या नजरेतून सुटलं नाही.

“मातुश्रींनी सेवकावर अवकृपा करू नये. आमच्या हातून चूक झाली तर क्षमा

असावी.''

''पंत, फिरंग्यांच्या जहाजानं प्रवास करणं आम्हांला भूषणास्पद आहे का?''

''नाही मातुश्री; पण प्रसंग तर असा आहे. तशात फिरंग्यांच्या जहाजातून प्रवास केल्याची उदाहरणे आहेत, म्हणून आम्ही म्हटलं.''

''कोण करतात फिरंग्यांच्या जहाजातून प्रवास?''

''तशी निश्चित माहिती नाही; पण मुसलमान लोक मक्केचा प्रवास फिरंगी जहाजातून करतात असे आम्ही ऐकतो.'' रामचंद्र पंत म्हणाले.

''ते करोत; पण आम्हांला करायचा नाही.''

''इकडून काही व्यापारी गलबते चंदीपर्यंत जातात.'' संताजी घोरपडे म्हणाले, ''त्यांच्यापाशी फिरंग्यांचे परवाने असल्याने फिरंगी लढाऊ गलबतांचा त्यांना उपद्रव होत नाही.''

''तसं असेल तर अशा एखाद्या जहाजाने प्रवास करण्याची सोय झाल्यास आम्ही चंदीपर्यंतचा प्रवास अवश्य करू.'' ताराराणी म्हणाल्या; ''पण महाराजांची त्यासाठी परवानगी हवी. आम्ही चंदीला येतो असं कळविल्यानं ते परवानगी देणार नाहीत.'' ताराराणी चिंतातुर होत उद्‌गारल्या.

''हे काम फक्त एकाच व्यक्तीच्या हातून होण्यासारखं आहे.'' संताजी घोरपडे म्हणाले.

''ती कोण व्यक्ती?'' रामचंद्र पंतांनी पृच्छा केली.

''मातुश्री येसूबाईसाहेब. त्यांची अवज्ञा महाराजांच्या हातून होणार नाही.''

''मातुश्रींनी महाराणी येसूबाईसाहेबांना पत्र लिहावं की, आम्हांला चंदीला घेऊन जाण्याबद्दल महाराजांना प्रवृत्त करावं.'' रामचंद्र पंत म्हणाले.

''पण आमचं पत्र थोरल्या जाऊबाईंना कोण पोहोचतं करील?'' ताराराणींनी शंका व्यक्त केली.

''जे आपल्याकडे येतात ते मातुश्री येसूबाईसाहेबांचे हुजरे हे काम करतील असा आम्हांला भरवसा वाटतो.'' रामचंद्र पंत अमात्य म्हणाले.

''कोण भक्ताजी हुजरे आणि बंकी गायकवाड?'' ताराराणी म्हणाल्या.

''होय. त्यांच्याशिवाय हे काम आणखी कुणी करू शकणार नाही.'' रामचंद्र पंत म्हणाले, ''ते दोघं चंदीला जाऊन महाराणी येसूबाईसाहेबांचा निरोप महाराजांना कळविण्याचं काम करतात असं आम्ही ऐकतो.''

''तसं असेल तर आम्ही थोरल्या जाऊबाईंना अवश्य पत्र पाठवू.'' ताराराणी म्हणाल्या, ''पण आमच्या जलमार्गाच्या प्रवासाची व्यवस्था तुम्ही केली पाहिजे पंत. कुणी भरवशाचा नेकजात व्यापारी मिळतो का पाहा.''

''ते काम आम्ही करतो. अशी माणसं फक्त कोकणातच भेटायची. माणसांची

चौकशी करण्यासाठी राजापूरला हरकारे रवाना करतो–''

''ठीक आहे.'' ताराराणी म्हणाल्या आणि बैठकीतून उठू लागल्या; तोच रामचंद्र पंत म्हणाले,

''आणखी दोन कामे राहिली. त्यातील एक काम तर अत्यंत महत्त्वाचं आहे आणि त्यासाठी मी संताजीरावांना घेऊन आलोय.''

''ते कोणते?''

''आपलं सर्व सैन्य एकत्रित आणण्याचं. जो तो आपला सवतासुभा बनवून गनिमाशी लढत आहे; त्यामुळे सरकारी सैन्य कोणतं आणि खासगी सैन्य कोणतं ते कळेनासं झालं आहे–''

''खासगी टोळ्या मोगलांची कही मारतात. लुटालूट करणे हाच त्यांचा हेतू असतो. त्याला पायबंद घातला पाहिजे.'' संताजी घोरपडे म्हणाले, ''असा पायबंद घातला गेला नाही, तर सरकारी सैन्यातील माणसं लुटीच्या आशेनं खासगी टोळ्यांना जाऊन मिळतील.''

''या अंदाधुंदीला आळा कसा घालता येईल?'' ताराराणी विचारमग्न होत म्हणाल्या.

''राज्याचा मुखत्यार म्हणून सर्व टोळ्यांनी एकत्र येऊन एकाच सेनापतीच्या हाताखाली लढावं असं आज्ञापत्र आपण काढावं.'' संताजी घोरपडे म्हणाले.

''पण असं आज्ञापत्र आम्हांला कसं काढता येईल?'' ताराराणींनी शंका व्यक्त केली. ''महाराजांच्या आज्ञा अमलात आणणं हेच आपलं काम.''

''महाराजांचं आज्ञापत्र आणण्याकरिता विलंब लागेल. साताऱ्यास सर्जाखान बळावला आहे. त्याची खोड मोडल्याखेरीज बादशहास दहशत बसणार नाही.'' संताजी घोरपडे म्हणाले, ''आपण आज्ञापत्र काढलेत तर त्याची अंमलबजावणी करण्याचं काम आम्ही करू. शंकराजी मल्हार आणि धनसिंगराव यांना ही योजना पसंत आहे.''

''आज्ञापत्राची तातडीने जरुरी असेल तर आम्ही ते काढू.''

''आता शेवटचं काम उरलं. बादशहाला शह देण्यासाठी महाराजांनी अमानत झालेली वतने फिरून देण्यास सुरुवात केली आहे–''

''ते आम्हांला माहीत आहे. राजमंडळाच्या परवाच्या बैठकीत आपण महाराजांनी दिलेल्या काही सनदांबाबत निर्णय घेतला.''

''महाराज चंदीला बसून सनदा देत सुटले आहेत; पण त्यांची अंमलबजावणी करणं आम्हांला जड जात आहे हे आपणाला माहीत आहे. त्याचा निर्देश आम्ही असा केला आहे.'' रामचंद्र पंत राजमंडळाचा एक निकाल ताराराणींना वाचून दाखवीत म्हणाले.

श्री

“यादी चंदीच्या मुक्कामाहून धर्मादाय व इनामती व इसाफती व नूतन वतने कारकिर्दी महाराज राजश्री छत्रपती साहेबानी दिली होती, त्यांचा विचार मनास आणिता राज्याचा बंदोबस्त न होता येश्या सनदा येऊन दाखल जाहाल्या. ते समई श्रीमान महाराज मातुश्री ताराआईसाहेब व सर्व राजमंडले मिळोन निर्णय केला येणेप्रमाणे. बी तपशील. सु॥ शहिदे तीसैन अलफ.

“ज्याणी शंभर लारीची सनद घेतली असेल त्याप्रो निमेप्रो द्यावे कलम १. फर्मान बादशहाकडे प्रांत असता फर्मान दिल्ले नाहीत. कलम १.

ज्याणी जमिनीची सनद घेतली असेल त्यास निमेप्रो घ्यावी. कलम १. ज्याणी गावमुकासे घ्यावयाच्या सनदा आणिल्या त्याचा प्रकार ज्यास गाव सेर सारिखे असतील त्यासच द्यावे. वरकडास ऐवज द्यावा कार्यभाग जाणून कलम १.

प्रांतात फर्मान भोगवटीयासी दखऊ लागले, तेव्हा दरखोरीकरिता फर्मानाचा निवाडा येणेप्रमाणे माहाल.

१. खारा पाटण माहाल
१. सबंदल माहाल
१. राजापूर माहाल
१. लांझे माहाल
१. सालसी माहाल
—
६
एकूण महाल सहा

खारा पाटण माहालातील चवकशी मनास आणिता इदलशाहाचे फर्मान व थोरले सिवाजी महाराज यांची पत्रे भोगवटीयासी घेऊन वतनदार म्हणवीत होते त्याची दरखोरी करिता.

रामचंद्र पंतांनी महाराणी ताराबाई यांच्या अध्यक्षतेखाली भरलेल्या राजमंडळाच्या सभेत घेतलेला वरील निकाल ताराराणींना पुन्हा वाचून दाखविला. तो तारा‌राणींनी संमत केला. या निर्णयामुळे जिंजीहून राजाराम महाराजांच्या ज्या सनदा येत असत, त्या अमलात आणण्याचा मार्ग मोकळा झाला.

“दुसरं काही?” तारा‌राणींनी विचारलं.

“हो.” रामचंद्र पंत म्हणाले व त्यांनी दप्तरातून आणखी एक कागद काढला. “हा कागद सर्जेराव जेधे यांच्या तक्रारीचा आहे...”

"सर्जेराव जेधे यांच्या तक्रारीचा?'' ताराराणींनी आश्चर्य व्यक्त करीत म्हटले.

"होय मातुश्री, सर्जेराव जेधे यांच्या तक्रारीचा हा कागद आहे.''

"जेधे यांची तक्रार चंदीला महाराजांकडे कशी गेली पंत?'' ताराराणींनी रामचंद्र पंतांकडे एक संतप्त नेत्रकटाक्ष टाकीत म्हटले.

"महाराजांचा आणि सर्जेराव जेधे यांचा पत्रव्यवहार चालू होता हे मातुश्रींना विदित आहे.'' रामचंद्र पंत म्हणाले.

"होय. ते आम्हांला विदित आहे. महाराजांनी सर्जेराव जेधे यांना माफीपत्र पाठवून त्यांना स्वराज्याची सेवा करावयास सांगितले ते आम्हांला कळलं.'' ताराराणी म्हणाल्या.

"महाराजांनी क्षमा केल्याचे पत्र मिळताच सर्जेराव चंदीला जाऊन महाराजांचे दर्शन घेऊन आले. त्यांनी महाराजांपाशी काही तक्रारी केल्या. त्यात येसाजी मालुसरे यांच्या विरुद्धचीही तक्रार.''

"ही तक्रार तुमच्याकडे आली नाही का पंत?''

"आली होती.''

"मग तुम्ही तिची दखल घेतली नाही, येसाजी मालुसरेंना पाठीशी घातलंत; होय ना पंत?''

"मालुसऱ्यांचं घराणं स्वामिभक्त आहे, मातुश्री. थोरल्या महाराजांपासून ते इमानेइतबारे स्वामिसेवा करीत आहेत.''

"म्हणून काय झालं?''

"जेधे स्वामिद्रोही होते.''

"आता स्वामिभक्त झालेत ना?''

"होय.''

"त्यांची काय तक्रार आहे?''

"येसाजी मालुसरेंनी जेधे यांच्यावर हल्ला करून त्यांची चीजवस्तू लांबविली व बापूजी खडके यांची बायको धरून नेली–''

ते ऐकताच ताराबाई एकदम संतप्त झाल्या. त्या रामचंद्र पंतांकडे पाहत म्हणाल्या,

"पंत, हे राज्य देवा-ब्राह्मणांचे आहे की लुटारूंचे? ज्या इसमाने एका अबलेवर हात टाकला त्या इसमाला तुम्ही पाठीशी घालता? स्वामिनिष्ठा ही लुटीची आणि दरोडेखोरीची सनद आहे का? अशाने स्वराज्य कसे टिकेल? महाराजांनी या तक्रारीचा काय निकाल दिला?''

"सर्जेराव जेधे यांची चीजवस्तू आणि बापूजी खडकेची बायको परत करण्याची आज्ञा महाराजांनी येसाजीस केली आहे.''

"महाराजांचे पत्र आम्हांला वाचून दाखवा."

रामचंद्र पंतांनी राजाराम महाराजांनी येसाजीस लिहिलेले पत्र वाचण्यास प्रारंभ केला.

"स्वस्ति श्री राज्याभिषेक शक १८ प्रजापती नाम संवत्सरे भाद्रपद शुद्ध द्वितीया मंदवासर क्षत्रिय कुलावतंस श्री राजाराम छत्रपती याणी येसाजी मालुसरा यासी आज्ञा केली ऐसीजे. सर्जेराव जेधे देशमुख रोहिडखोरे याकडील लोकांची माणसे त्या प्रांते होती त्यावरी तू स्वारी करून कितेकाची वस्तभाव लुटून नेली व बापूजी खडकिया अफराद याची बाईल धरून नेली आहे. मनास येसी धामधूम करितोस म्हणोन हे वर्तमान हुजूर कलो आले. तरी ऐसे कराया तुजला गरज काये. काही समध नसता लोकांची घरे लुटावी. बाइला धरून न्याव्या हे ढंग तुजला आठवले आहेत. यावरून वरजारे नतीजा पाठवावा; परंतु एक वेळ स्वामींनी क्षमा करून हे आज्ञापत्र सादर केले असे. तरी या उपरी तऱ्ही ऐसा बदरावा वर्तणूक करीत न जाणे. सर्जाराऊ जेधियाकडील लोकांची वस्तभाव जे नेली असेल ते सारी परतोन देणे. बापूजी खडकियाकडील वस्तभाव व त्याची बाईल तू नेली आहेस ते त्याची त्यास देणे. फिरोन या गोष्टीचा बोभाट येऊ न देणे. पुढे ऐसी बदरवा वर्तणूक करून बदनाम न होणे. ताकीद असे."

"महाराजांची ताकीद अगदीच सौम्य आहे. थोरल्या महाराजांनी या गुन्ह्याला काय शिक्षा केली असती पंत?"

"गुन्हेगाराचा हात कलम करण्याची."

"थोरल्या महाराजांच्या परंपरेचे आम्ही वारसदार आहोत, पंत. हे राज्य देवा-ब्राह्मणांचे आहे. येसाजी मालुसरे यांना कळवा की, महाराजांनी त्यांना केलेली ताकीद अगदीच सौम्य आहे. यापुढे त्यांची कागाळी आमच्या कानावर आली, तर त्यांना भर चौकात फटके मारून, त्यांची गाढवावरून धिंड काढण्यात येईल." ताराराणी संतापाने म्हणाल्या.

बैठकीचे वातावरण तप्त झाले होते. संताजी घोरपडे यांनी ताराराणींचा तो अवतार तत्पूर्वी कधी बघितला नव्हता. रामचंद्र पंतही गंभीर झाले होते. आपल्या चर्येवरील घर्मबिंदू त्यांनी आपल्या उपरण्याच्या शेवाने पुसले. पंधरा-सोळा वर्षांच्या त्या चिमुरड्या पोरीनं पंतांसारख्या अनुभवी कारभाऱ्याला आज्ञा करावी हे पाहून संताजी घोरपडे थक्क झाले.

"आणखी काही काम?" ताराराणींनी पृच्छा केली.

"दुसरी तक्रार शंकराजी नारायणांविरुद्धची आहे."

"कुणाची?"

"सर्जेराव जेधे यांची."

"कशाबद्दल?"

"शंकराजी पंतांनी प्रयागजी दिनकरराव हतनोलीकर यांच्या बायका-मुलांना गिरफदार केलं–"

"कशाबद्दल?"

"हतनोलीकर तांब्रांना फितूर झाला."

"हतनोलीकराच्या गुन्ह्याबद्दल त्याच्या बायका-मुलांना शिक्षा का?"

"शंकराजी पंत हतनोलीकरांची बायका-मुलं सोडण्यास तयार आहेत."

"मग माशी कुठं शिंकली?"

"शंकराजी पंतांना हतनोलीकरांकडून चाळीस हजार रुपये ओलीस म्हणून हवे आहेत."

"चाळीस हजार रुपये?" ताराराणी आश्चर्यानं म्हणाल्या, "रक्कम थोडीथोडकी नाही. शंकराजी नारायणांनी अशा आणखी कितीतरी रकमा उकळल्या असतील, नाही का पंत?"

रामचंद्र पंतांनी प्रत्युत्तर केले नाही, कारण शंकराजी नारायण हे त्यांच्या विश्वासातले होते.

"शंकराजी नारायणांना महाराजांची काय आज्ञा आहे?"

"हतनोलीकरांची बायका-मुलं सोडून द्यावी व त्यांना स्वराज्याच्या सेवेत येण्यास प्रवृत्त करावे म्हणून."

"शंकराजी नारायणांची अरेरावी फार पुढे गेलीय पंत." ताराराणी गंभीर होत म्हणाल्या.

"मातुश्रींनी शंकराजी नारायणांवर दया करावी. ते स्वराज्याचे आणि स्वामींचे निष्ठावंत सेवक आहेत. त्यांनी राजगडचा किल्ला घोरपडीच्या साहाय्याने घेतला."

"त्याबद्दल त्यांना 'महारुल महा' हा किताब राजमंडळाने दिला." ताराराणी म्हणाल्या, "पराक्रमी सेवकाचे स्वामींकडून अशा रीतीने चीज होत असते, म्हणून का त्यांनी लोकांचा छळ करावा? शंकराजी नारायण राज्याचे सचिव आहेत. त्यांनी आपल्या पराक्रमाला या कृत्यांनी काळिमा फासला आहे. पंत, त्यांना कळवा की, त्यांची ही मोगलाई आम्ही चालू देणार नाही."

रामचंद्र पंतांनी प्रत्युत्तर केलं नाही. त्यांची स्थिती नाजूक बनली होती. स्वराज्यातील वजनदार माणसांनी रामचंद्र पंतांच्या हाताखाली आपल्या गैरहजेरीत काम करावे, असा हुकूम राजाराम महाराजांनी काढला होता; कदाचित पंतांच्या आज्ञा या लोकांना मान्य करण्यास कमीपणा वाटेल म्हणून पंतांना राजमंडळाने 'हुकुमतपन्हा' हा स्वराज्यातील सर्वोच्च बहुमान बहाल केला होता; परंतु राजाराम महाराजांनी कर्नाटकात प्रयाण केल्यावर इकडे मोठे अधिकारी 'हम करेसो कायदा'

या न्यायाने वागू लागले होते. शंकराजी नारायण हे त्यांपैकीच एक होते. वास्तविक त्यांचा पेशा कारकुनीचा. मोरोपंत पिंगळे यांच्याकडे ते कारकून म्हणून लागले. नंतर रामचंद्र पंतांकडे आले. त्यांची हुशारी पाहून पंतांनी त्यांना पागेची नोकरी सांगितली. त्यांनी शिलेदाराची पथके घेऊन मोगल प्रदेशात धुमाकूळ मांडला. रामचंद्र पंतांच्या शिफारशीवरून त्यांना सचिवपद देण्यात आले.

राजमंडळाने त्यांना मावळ प्रांताच्या मुक्ततेची कामगिरी सांगितली. बाजी सर्जेराव जेधे, बाजी पासलकर, दादाजी नरसप्रभू देशपांडे आदी लोकांच्या मदतीने त्यांनी मावळ खोरे मोगल सत्तेपासून मुक्त केले होते. घोरपडीच्या साहाय्याने त्यांनी राजगड किल्ला घेतला म्हणून राजमंडळाने त्यांना 'महारुल महा' हा किताब देऊन त्यांच्या पराक्रमाचे चीज केले होते; परंतु त्यांना सत्तेचा उन्माद चढून त्यांनी आपल्या एकेकाळच्या सहकाऱ्यांचा छळ करण्यास प्रारंभ केला होता. कुऱ्हाडीचा दांडा गोतास काळ ठरला होता! त्यांनी रामचंद्र पंतांचे नियंत्रणदेखील झुगारून दिले होते.

"आणखी काही कामकाज?" संताजी घोरपडे यांनी पंतांकडे अर्थपूर्ण नजरेनं पाहिलं. पंतांनी चुळबूळ केली. त्यांची हालचाल ताराबाईंच्या चाणाक्ष नजरेतून सुटली नाही. पंत काहीतरी लपवून ठेवीत आहेत असा त्यांना संशय आला; परंतु पंत काही वेळानं म्हणाले,

"आणखी एक-दोन तक्रारी आहेत."

"कुणाविरुद्ध?"

"शंकराजी नारायणाविरुद्ध नाही का पंत?" रामचंद्र पंतांनी लगेच प्रत्युत्तर न केलेले पाहून संताजी घोरपडे म्हणाले,

"काय तक्रारी आहेत, पंत?"

"शंकराजी नारायणांनी दादाजी नरसप्रभू देशपांडे यांचे वतन जबरदस्तीने घेतले," रामचंद्र पंत काही वेळानं म्हणाले.

"दादाजी नरसप्रभूंचे वतन शंकराजींनी बळकावले?" ताराबाई आश्चर्य व्यक्त करीत म्हणाल्या.

"दादाजी नरसप्रभू स्वामिभक्त आहेत. ते तांब्राशी लढत आहेत, नाही का पंत?" ताराबाईंनी प्रश्न केला.

"होय मातुश्री, दादाजी नरसप्रभू स्वामिभक्त आहेत."

"मग प्रभूंचे वतन शंकराजी नारायणांनी का घेतलं?"

"सर्जेराव जेधे यांच्या चिथावणीनं."

"म्हणजे त्यांच्यामध्ये एकमेकांविरुद्ध अढी आहे. असाच त्याचा अर्थ."

रामचंद्र पंतांनी प्रत्युत्तर केलं नाही.

"शंकराजी नारायणांना महाराजांची काय आज्ञा आहे?"

“प्रभूंचे वतन परत करण्याची आज्ञा महाराजांनी शंकराजी नारायणांना केली आहे.” रामचंद्र पंत म्हणाले आणि मग त्यांनी राजाराम महाराजांचे पत्र ताराराणींना वाचून दाखविले;

“पुंडाई, शुद्ध पुंडाई आहे ही. शंकराजी नारायण तुमचा सल्ला आणि महाराजांचाही हुकूम मानण्यास तयार नाहीत, असाच याचा अर्थ; नाही का पंत?”

रामचंद्र पंतांनी प्रत्युत्तर केलं नाही.

“आणि पंत, तुम्ही आम्हांला विनंती करता की, अशा माणसावर दया करा. ज्या माणसाचा पुत्र राजघराण्यातील पुरुषांच्या सेवेसाठी त्यांच्याबरोबर बादशहाच्या सैन्यात गेला, त्या स्वामिभक्त कुटुंबाचे वतन बळकावताना या मुर्दाड माणसाला थोडीशी तरी शरम वाटायला हवी होती! आणखी काय तक्रार आहे या माणसाविरुद्ध पंत?”

“पुरंदरचे कोळी आणि बेरड स्वामिसेवा करण्यास तयार आहेत–”

“धन्य आहे त्यांची!” ताराराणी उद्गारल्या.

“पण शंकराजी नारायण त्यांना स्वामिकार्य सांगण्यास तयार नाहीत.” संताजी घोरपडे म्हणाले.

“का बरं? पुरंदरचे कोळी आणि बेरड शूर आहेत. ते पुरंदरचा किल्ला घेतील म्हणून शंकराजी नारायणांना असूया वाटत असेल, असंच ना?”

रामचंद्र पंतांनी प्रत्युत्तर केलं नाही.

“महाराजांची यावर काय आज्ञा आहे?” ताराराणी म्हणाल्या.

“महाराजांनी बेरडांना अभयपत्र पाठवून गड घ्यावयास सांगितले आहे.” रामचंद्र पंत म्हणाले.

“महाराजांनी अभयपत्र बेरडांना प्रत्यक्षच पाठविले ते चांगले झाले.” ताराराणी उद्गारल्या. शंकराजी नारायणांच्या डोळ्यांत झणझणीत अंजन पडले असेल की, हे अभयपत्र महाराजांनी बेरडांना आपल्यामार्फत न पाठविता प्रत्यक्ष पाठवून आपला कान पिरगाळला आहे. पंतांबद्दलच्या अनेक कागाळ्या ऐकून महाराजांच्या मर्जीतून ते आता उतरले आहेत, हा त्याचा इत्यर्थ आहे, नाही का पंत?”

“होय मातुश्री, आपलं म्हणणं खरं आहे, शंकराजी पंत महाराजांच्या मर्जीतून उतरल्याचा हा पुरावा आहे.”

“माणसाने अति केलं की, त्याची माती होण्यास वेळ लागत नाही. शंकराजी सचिव शुद्धीवर येतील अशी आम्हांला आशा आहे. बरं, सर्जेराव जेधे चंदीला का गेले होते?” ताराराणींनी पृच्छा केली.

“त्यांच्या वर्तनाबद्दल, सचिवांच्या कागाळ्या घेऊन, आणखी कशासाठी असणार?” संताजी घोरपडे म्हणाले.

"जेधे मोगलांना अनुकूल होते; परंतु स्वराज्याची मोहीम बळावताच ते मोगलांना सोडून आमच्यात आले."

"त्यांचं वतन त्यांना महाराजांनी दिलंच असेल?"

"होय दिलं. आम्हांला महाराजांचं पत्र आलं आहे तसं; जेधे यांचं वतन चालवावं अशी आम्हांला आज्ञा आहे." रामचंद्र पंत म्हणाले.

"म्हणजे सगळ्यांची अमानत झालेली वतने आता त्यांना परत मिळाली असाच त्याचा अर्थ." ताराराणी म्हणाल्या, "त्या मसूरच्या जगदाळे देशमुखांचं वतनदेखील त्यांना परत करण्यात आलं, होय ना पंत?"

"होय मातुश्री. जगदाळे महाराजांच्या भेटीस चंदीला जाऊन आला. महाराजांनी त्याचे अपराध क्षमा करून त्याचे वतन त्याला परत केले."

"राजधानी पडल्यावर बादशहाला जाऊन मिळालेला हाच तो सुल्तानजी जगदाळा. नाही का पंत?" संताजी घोरपडे म्हणाले.

"होय संताजीराव. सातारच्या सुभेदाराने सुल्तानजी जगदाळ्याची देशमुखी अमानत केली होती. हे सर्व वतनदार गनिमाला मिळाले होते; परंतु लवकरच त्यांचा भ्रमनिरास झाला. गनीम आपल्या स्वार्थासाठी अमानत झालेली जुनी वतने परत करतो आहे हे त्यांच्या ध्यानी येण्यास उशीर लागला नाही. नंतर त्यांनी विचार केला की, शत्रूची ताबेदारी पत्करण्याऐवजी आपली वतने आपणाला परत मिळाली म्हणून आपल्या राजाची सेवा केली तर काय वाईट? महाराजांनी मावळचे सुभेदार माहादाजी सामराज यांना लिहिलेले यासंबंधीचे पत्र वतनदारांच्या भावना व्यक्त करणारे आहे–"

"त्या पत्राची तालिक तुम्हाला पाठविलीच असेल महाराजांनी." ताराराणी म्हणाल्या.

"होय पाठविली आहे. ही पाहा ती." रामचंद्र पंत कागदांच्या चळतीतून त्या पत्राची नक्कल काढीत म्हणाले. ते पत्र असे होते :

'...मोगलाची धामधूम आपल्या राज्यात आज तीस वरसे होत आहे. यामुळे मुलुख वैरान जाला. साल गुदस्ता रायगड कबजा जाला. मुलुखात मोगलाईचा अमल चालिला. येसियास देशमुख व देशकुलकर्णी व मोकदम न॥ म॥ सुव्या येऊन अर्ज केला की, आपण वतनदार राजश्री साहेबाच्या पायापाशी एकनिष्ठ आहो. राजश्री कैलासवासी स्वामीचे वेळेस आपली वतने अमानत करून हक्काच्या मोईनी करून देत असत. सांप्रत गनिमाचे धामधुमीकरिता व दुष्काळाकरिता रयत गेली मेली. रुई रुई राहिली त्यास खावयास व वाहावयास नाही. तरी साहेबी आम्हा वतनदारावरी कृपादृष्टीने पाहोन आमची वतने इनामती व इसाफती हक लाजिमे जे आहेत ते आमचे दुमाला केले पाहिजेत म्हणून अर्ज केला. त्यावरून देशमुख व

देशकुलकर्णी व मोकदम व बाजे मिरासदार यांची वतने इनामती व इसाफती व हक लाजिमे इनामतीची सेते, सेरिया, यांची यांचे जुमाला केली असेत. तरी तुम्ही सदर्हुप्रमाणे वर्तणूक करणे.'

"वतने परत मिळाल्यावर हे लोक स्वराज्याची निष्ठेने सेवा करतील की नुसती वतने खात बसतील?" ताराराणींनी पृच्छा केली.

"स्वराज्याची सेवा हे लोक निष्ठेने करतील अशी आम्हास उमेद आहे, बघू या काय करतात ते." रामचंद्र पंत म्हणाले.

कामकाज संपले होते. म्हणून बराच वेळ चालू असलेली ही मुलाखत संपवून महाराणी ताराबाई यांनी रामचंद्र पंत व संताजी घोरपडे यांना रजा दिली.

१३

स्वदेशी तांब्रांचा धुमाकूळ सुरू झाल्याने त्यांचे पारिपत्य करण्यासाठी संताजी घोरपडे आणि धनाजी जाधव हे दोघे आपल्या सैन्यासह तिकडे रवाना झाले होते; परंतु त्यांनी मोगलांवर एखादा विजय मिळविल्याची बातमी न आल्याने राजाराम महाराज आणि त्यांचे सल्लागार बेचैन झाले होते. त्यातच ते सगळे तंजावरचे शहाजीराजे यांच्या आश्रयास असल्याने तो प्रदीर्घ पाहुणचार त्यांना गोड वाटेनासा झाला होता. जिंजीच्या किल्ल्यास झुल्फिकारखान वेढा घालून बसला होता, त्याला तिथून हुसकावून लावण्यासाठी स्वदेशाहून सैन्य मागविण्यात आले होते; पण त्या सैन्याची काहीच बातमी नव्हती.

तंजावरचे शहाजीराजे यांनी राजाराम महाराज व त्यांच्या नाटकशाळा आणि त्यांच्या मंत्रिमंडळातील सदस्यांची चांगली बडदास्त ठेवल्याने ते झुल्फिकारखानाच्या रोषास पात्र झाले होते; परंतु त्यांनी त्याची फिकीर केली नव्हती. आपल्या परागंदा चुलतबंधूला आनंदात ठेवण्याचा त्यांचा नेहमी प्रयत्न असे; परंतु राजाराम महाराजांना ते परावलंबी जीवन असह्य झाले होते. त्यातच त्यांची प्रिय नाटकशाळा सगुणाबाई हिला दिवस गेले असल्याने प्रसूती जिंजीलाच व्हावी अशी तिची इच्छा होती. अशा चिंताग्रस्त स्थितीत असता स्वदेशाहून यायच्या ज्या जासुदांची ते कित्येक दिवसांपासून मार्गप्रतीक्षा करीत होते, ते एके दिवशी तंजावरला येऊन दाखल झाले. त्यांच्या आगमनाची वर्दी मिळताच राजाराम महाराज आपले राजेपण विसरून जाऊन

त्यांच्या स्वागतासाठी स्वतःच बाहेर आले. जासुदांनी आणलेला खलिता महाराजांचे चिटणीस खंडो बल्लाळ यांच्या स्वाधीन करण्यात आला. महाराज खंडो बल्लाळसह आपल्या दिवाणखान्यात गेले. त्यांच्या चर्येवर कमालीची उत्कंठा दृग्गोचर झाली होती. खंडो बल्लाळांनी थैली सोडून खलिता नजरेसमोर धरला. त्यांच्या चर्येवरील आनंदी भाव पाहून राजाराम महाराज म्हणाले,

"काय बातमी आहे खंडोजीराव?"

"बातमी आनंदाची आहे महाराज. संताजीराव आणि धनसिंगराव यांनी बादशहाचा मातबर सरदार सर्जाखान याच्यावर साताऱ्यानजीक मोठा विजय मिळविला–"

ते शब्द कानी पडताच राजाराम महाराजांचा आनंद गगनात मावेना. ते गहिवरून म्हणाले,

"तुमच्या तोंडात साखर पडो खंडोजीराव! आणखी काय बातमी आहे?"

"नेमाजी शिंदे आणि माणकोजी पांढरे हे दोघे सैन्य घेऊन इकडे निघाले आहेत."

"ते आपणाला विसरलेले नाहीत खंडोजीराव." राजाराम महाराज भावनावश होत म्हणाले. त्या भरात त्यांचे डोळे अश्रूंनी भरून आले; परंतु लगेच त्यांनी आपल्या मनावर ताबा मिळविला.

"नेमाजी शिंदे आणि माणकोजी पांढरे चंदीला येऊन दाखल झाले की, ते झुल्फिकारखानास वेढा उठविण्यास भाग पाडतील. नंतर आपणाला चंदीला जाता येईल, नाही का खंडोजीराव?" राजाराम महाराज निरागसपणे म्हणाले.

"होय महाराज." खंडोजी बल्लाळांनी प्रत्युत्तर केलं.

"आज कित्येक दिवसांनी आनंदाची बातमी ऐकावयास मिळाली; ही बातमी आम्हांला ऐकविल्याबद्दल तुम्हाला आम्ही काय बक्षीस द्यायचं खंडोजीराव?"

"महाराजांकडून आम्ही बक्षिसाची अपेक्षा करीत नाही. मात्र, महाराजांनी ही बातमी घेऊन येणाऱ्या जासुदांची सरबराई करावी."

"होय खंडोजीराव; त्यांची सरबराई प्रथम केली पाहिजे; आम्ही त्यांना विसरलोच होतो. त्यांना सोन्याची सलकडी आम्ही बक्षीस देण्याची आशा करतो."

सर्जाखान हा मूळचा विजापूरचा सरदार. औरंगजेबाने विजापूर घेतल्यावर तो त्याला येऊन मिळाला होता. त्याला त्याने 'रुस्तुमखान' ही पदवी बहाल केली होती. सातारचा किल्ला घेण्याची कामगिरी त्याने त्याच्यावर सोपविली असल्याने तो सातारच्या परिसरात वावरत होता; त्याचा नक्षा उतरविण्याचा बेत रामचंद्र पंत आणि त्यांचे सहकारी शंकराजी मल्हार हे दोघे कित्येक दिवसांपासून करीत होते. संताजी घोरपडे आणि धनाजी जाधव या दोघांचे जिंजीहून स्वदेशी आगमन झाल्यावर मराठ्यांचे सैन्य सर्जाखानवर चालून गेले. त्यांच्या प्रतिकारासाठी सर्जाखानाने

आपला मुलगा 'घलीब' यास पाठविले.

मराठ्यांच्या बिनीच्या सैन्यात उत्कृष्ट बेरड बंदूकधारी होते. त्यांनी अचूक नेम साधून घलीबच्या सैन्यावर असा मारा केला की, त्यात त्याचे अगणित सैनिक घायाळ झाले. तथापि, त्यामुळे तो डगमगला नसता; परंतु त्याच्या फळीत जे हत्ती होते, ते बंदुकांच्या गोळ्यांनी घायाळ होऊन एकदम उधळून मागे पळाले आणि त्यांनी कित्येक मोगल सैनिक तुडवून मारले. फुटलेली फळी घलीबला सावरून धरता न आल्याने त्याला माघार घ्यावी लागली. ही वार्ता सर्जाखानास कळताच तो लगबगीने सैन्य घेऊन आपल्या मुलाच्या मदतीस आला; परंतु संताजी घोरपडे व धनाजी जाधव या दोघांनी मोगल सैन्यात गोंधळ माजलेला पाहताच आपले हत्ती त्यांच्यावर घातले होते. त्यांना रोखून धरण्यास मोगल सैन्य असमर्थ ठरले.

सर्जाखानाने मोगल सैन्याचे नेतृत्व पत्करून मराठ्यांवर फेरहल्ला चढविला. तो कसलेला आणि अनुभवी योद्धा असल्याने त्याने लढाईचे नेतृत्व स्वीकारताच पळ काढणाऱ्या मोगल सैन्यास चेव येऊन ते मराठ्यांवर तुटून पडले. मोगलांसमोर आपला निभाव लागणे कठीण आहे हे जाणून संताजी आणि धनाजी या दोघांनी आपल्या डावपेचात बदल केला. त्यांनी माघार घेण्याची हुलकावणी दाखविली. मराठे पळ काढताहेत हे पाहून सर्जाखानाच्या अंगात वीरश्री संचारली. त्याने आपल्या माहुतास हत्ती पुढे घालण्याचा हुकूम केला. मराठे त्याचीच वाट पाहत होते. खानाचा विजयी हत्ती पुढे सरसावताच एका मराठा सैनिकाने नेम धरून त्याच्यावर अग्निबाण सोडला. तो नेमका खानाच्या झग्यास लागून झग्याने पेट घेतला. खान होरपळू लागलेला पाहून मोगल सैन्यात गोंधळ माजला. मराठ्यांनी ती संधी साधून मोगलावर पुन्हा चढाई केली. बेरड बंदूकधाऱ्यांनी चोहोबाजूंनी मोगलांवर गोळ्यांचा पाऊस पाडून त्यांचा गोट लुटण्यास प्रारंभ केला.

सर्जाखान ऊर्फ रुस्तुमखान भाजल्याने जखमी होऊन हौद्यातून खाली कोसळला असता, मानाजी मोरे यांनी त्याच्यावर आपला घोडा घालून त्यास त्वरित गिरफदार केले. सेनापती कैद होताच त्यांच्या सैन्याची पळापळ सुरू होणे स्वाभाविक होते; परंतु खानाचा मुलगा घलीब आपल्या बापाची उजवी फळी अजून धरून होता. रुस्तुमखानाच्या सैन्याची पळापळ सुरू होताच घलीबच्या सैन्याचाही धीर सुटला. त्या धुमश्चक्रीत तोही जखमी होऊन आपल्या हत्तीवरून खाली कोसळला. मराठ्यांनी त्यालाही गिरफदार केले.

या लढाईमध्ये मोगलांचे दीड हजार सैन्य गारद होऊन सर्जाखानाची आई आणि त्याची बायका-मुले मराठ्यांच्या हाती लागली. त्यांच्यातील दोन बायका व दोन मुलगे भिकाऱ्यांचा वेश घेऊन मराठ्यांच्या तावडीतून कसेबसे निसटले. मराठ्यांनी खानाचा गोट लुटला. त्यात त्यांना चार हजार घोडे, आठ हत्ती आणि

बरीच मोठी लूट मिळाली.

संताजी घोरपडे व धनाजी जाधव या दोघांनी सर्जाखानावर जो प्रचंड विजय मिळविला त्याचे वर्णन वाचून राजाराम महाराजांची छाती अभिमानाने भरून आली. त्यांचे मनोमालिन्य त्या विजयाने दूर झाले. ती बातमी कुणाला सांगू आणि कुणाला नको असे त्यांना झाले आणि मग खंडो बल्लाळ चिटणीस यांना रजा देऊन ते थेट आपली लाडकी नाटकशाळा सगुणाबाई हिच्या महालाकडे वळले.

''राजाराम महाराजांचे आगमन होताच सगुणाबाई त्यांना सामोरी गेली.

''आज अवेळी येणं केलं; काही कमी-जास्त?'' सगुणाबाई गोड हसत पदर सावरीत अदबीने उभी राहत म्हणाली. अलीकडे दिवस गेल्या दिवसापासून तिची रेशमासारखी मुलायम सोनेरी अंगकांती अधिकच रसरशीत वाटत होती.

''तुला एक आनंदाची बातमी सांगण्यासाठी आलो आहे, सगुणा.''

''ती कोणती महाराज?'' सगुणाबाईने पृच्छा केली.

''माझ्या सैन्याने शत्रूवर एक प्रचंड विजय मिळविल्याची वार्ता हरकारे घेऊन आले आहेत.''

''ही फार आनंदाची बातमी आहे. देव करो आणि शत्रूचा नाश होवो.'' सगुणाबाई कानशिलावर बोटे मोडीत म्हणाली.

''या विजयाप्रीत्यर्थ तुला एक मोठं बक्षीस देण्याचं आम्ही ठरवलंय सगुणा. माग, तुला काय हवं ते माग.''

''मी काय मागू धनी? तुमचं सुख ते आमचं सुख, तुमचं दुःख ते आमचं दुःख. तुमच्या जीवनाशिवाय आम्हांला वेगळं जीवन आहे का धनी?''

''तू असं का बोलतेस सगुणा? तू माझ्या जीवनाशी एकरूप झाली आहेस हे खरं; परंतु तुझ्या दृष्टीनं त्याचा अर्थ वेगळा आहे. नाटकशाळा म्हणजे बटीक असं तू समजतेस.''

चंद्रावर ढग यावा त्याप्रमाणे सगुणाबाईची सुंदर चर्या विषादाने अंधारून आली; ती म्हणाली,

''होय धनी. तुमचं म्हणणं खरं आहे. मी तुमच्या पायाची दासी, बटीक. मला वेगळं अस्तित्व नाही, असं मला वाटतं ते खरं आहे.''

''पण तू माझी दासी आहेस असं मला वाटत नाही. माझ्या हृदयमंदिरात तू विराजमान झाली आहेस, माझी अर्धांगी आहेस.''

''नाही धनी, असं बोलू नका.'' सगुणाबाई लगबगीने म्हणाली, ''जो मान मला कधी मिळायचा नाही, त्याची अभिलाषा मी का धरावी? मी माझ्या पायरीनं वागलं पाहिजे. महाराणी स्वभावानं तापट आहेत असं मी ऐकते. माझ्याकडून मर्यादेचं उल्लंघन झालं, तर त्या मला मुळीच माफ करणार नाहीत.''

सगुणाबाईचं ते बोलणं खरोखरच गुलामगिरीचं द्योतक होतं. ते ऐकून राजाराम महाराजांना तिच्याविषयी भयंकर अनुकंपा वाटली. तिला बाहुपाशात घेत ते म्हणाले,

"नाही सगुणा, मी तुला कधीच अंतर देणार नाही. तू माझ्या जिवाचा विरंगुळा आहेस. माझं धकाधकीचं वैराण जीवन तू तुझ्या लावण्यानं आणि गुणांनी सुखद केलंस. तुझं सगुणा हे नाव सार्थ आहे."

"तुम्ही माझ्या गुणाचं कौतुक केलंत हेच बक्षीस मला पैसा किंवा जडजवाहिराहून बहुमोल वाटतं. जडजवाहिर किंवा पैसा घेऊन मी काय करू धनी? तुम्ही म्हणालात की, मी तुम्हाला अंतःकरण दिलं. माझ्या इनामीपणाची ती पावती नाही का? तुमच्यावाचून मला या जगात अन्य कोणतीच गोष्ट मोठी वाटत नाही."

"सगुणा, सगुणा तू फार शहाणी आहेस." राजाराम महाराज गहिवरून येत सगुणाबाईच्या पाठीवरून प्रेमानं हात फिरवीत म्हणाले, "तू इमानी आहेस. स्वभावानं गरीब आहेस म्हणून तू मला आवडतेस. तुझ्यावर माझा जीव जडला तो तुझ्या सौंदर्यामुळे नसून तुझ्या गुणांमुळे; म्हणून मी मनातून ठरवलं की, माझ्या तीन राण्यांनंतर चौथी राणी तू आहेस."

ते ऐकताच सगुणाबाईचा जीव गलबलून आला. तिने राजाराम महाराजांच्या पायाशी उडी घेतली व ते आपल्या छातीशी कवटाळून ती हमसाहमसी रडू लागली.

"हे काय, वेडी का तू?" राजाराम महाराज सगुणाबाईचे दोन्ही दंड पकडून तिला उठवीत म्हणाले.

"तुम्ही मला आपली चौथी राणी मानलंत हे माझं केवढं सद्भाग्य! माझ्यासारखी भाग्यवान स्त्री जगात दुसरी कुणी असू शकेल का धनी? पण हा मान मला नको आहे, धनी. तुमची दासी म्हणून राहण्यातच मला धन्यता वाटते तथापि–"

"तथापि काय सगुणा?"

"धनी, तुमची धर्मपत्नी होण्याचं भाग्य जरी माझ्या नशिबी नसलं तरी माझ्या मुलांना हे भाग्य लाभावं ही तुमच्या चरणापाशी माझी मागणी आहे. माझ्या पोटी जो गर्भ वाढतो आहे तो मुलगा निघाला, तर त्याला तुम्ही युवराजपद द्याल का धनी?"

सगुणाबाईची ती मागणी ऐकून राजाराम महाराज क्षणभर विचारात पडले. एका नाटकशाळेच्या मुलास युवराजपद देणं? यापूर्वी असं कधी घडलं नव्हतं? ती मागणी करून सगुणाबाईनं त्यांना मोठ्या पेचात टाकलं होतं; पण त्यांनी तिला तुला हवं ते माग असं सांगितलं होतं ना?

आपली मागणी मान्य करण्यास राजाराम महाराजांचं मन कचरतं आहे हे सगुणाबाईंच्या ध्यानी आलं. ती म्हणाली,

"मला क्षमा करा धनी, मी लहान तोंडी मोठा घास घेतला. माझ्याकडून

भावनेच्या भरात मर्यादेचं उल्लंघन झालं; माझी मागणी मूर्खपणाची होती. दासी-पुत्राला युवराजपद प्राप्त झाल्याचं उदाहरण नाही; तुमच्या मनात माझ्या मुलाला युवराजपद द्यावं असं वाटूनदेखील तुमचे सरदार, राजमंडळ किंवा तुमची प्रज्ञा यांच्या विरोधामुळे तुम्हाला ते शक्य होणार नाही.''

सगुणाबाईची अधोवदन चर्या पाहून राजाराम महाराज अस्वस्थ झाले. ही स्त्री आपणासाठी राज्ञीपद मागत नाही; परंतु आपल्या मुलांना देवा-ब्राह्मणासमोर कायदेशीर ठरलेल्या पत्नीपासून झालेल्या मुलांसारखा दर्जा प्राप्त व्हावा अशी मागणी करत आहे. त्यात काही वावगेही नाही; कारण आई पतिता असली म्हणून तिची मुले हीनकुलीन ठरावी हा कुठला न्याय? राजाराम महाराजांच्या मनात विचारांचं द्वंद्व सुरू झालं. सगुणाबाईच्या पोटी जो गर्भ वाढत होता, तो त्यांचा होता. ती त्यांची विवाहाची बायको नसली म्हणून काय झालं; पण तिच्या पोटी वाढणारं मूल हे त्यांचं नव्हतं का? आणि सगुणाबाई ही जरी धर्मपत्नी नसली, तरी तिनं धर्मपत्नीहून त्यांना अधिक काही दिलं नव्हतं का? तिची भक्ती, तिचं प्रेम, तिची निष्ठा हे सर्व अद्वितीय होतं. राजाराम महाराजांनी अखेर निर्धार केला; ते म्हणाले,

''तुझ्या मनातली शंका काढून टाक सगुणा. तुझ्या मुलाला युवराजपद प्राप्त होईल, याबद्दल निश्चिंत राहा.''

सगुणाबाई स्तिमित होऊन राजाराम महाराजांकडे पाहतच राहिली. आपल्या मुलाला युवराजपद प्राप्त व्हावं ही जी मागणी तिनं केली, ती भावनेच्या भरात केली होती. तिच्या परिणामाची कल्पना तिनं केली नव्हती. आता तिला त्या मागणीचं गांभीर्य आकलन झालं. आपल्या मुलाला राजाराम महाराजांनी युवराजपद दिलं, तर त्यांच्या राण्या, त्यांचे सगेसोयरे, त्यांचे सरदार, त्यांचे राजमंडळ सगळे सगळे त्यांना विरोध केल्यावाचून राहणार नाहीत हे तिनं ताडलं; परंतु आपली जगावेगळी मागणी मान्य करण्याचं धाडस राजाराम महाराजांनी दाखविलं म्हणून त्यांच्याविषयीचा तिचा आदर, प्रेम आणि भक्ती दुणावली. ती म्हणाली,

''महाराज, माझी मागणी खरोखरच अविचारीपणाची आहे. तुम्ही ती मान्य केलीत त्याबद्दल मी तुमची ऋणी आहे. माझ्या कातडीचे जोडे करून तुमच्या पायात घातले, तरी हे ऋण फिटण्यासारखं नाही. ही मागणी मान्य करून तुम्ही माझ्या मुलाचाच नव्हे, तर माझाही उद्धार केला आहे; परंतु धनी, तुमच्या राण्यांना हे आवडणार नाही. त्यांचं वैरत्व मला आणि माझ्या मुलाला जन्मभर पत्करावं लागेल आणि त्यामुळे कदाचित माझ्या मुलाच्या जीवितालाही धोका पोहोचेल.''

''नाही सगुणा, मी तुला वचन दिलं. दिलेलं वचन मला परत घेता येणार नाही. त्याची पूर्तता मला केलीच पाहिजे; त्यामुळे माझ्या राण्या, माझे सगेसोयरे, राजमंडळ, सरदार आणि माझी प्रजा यांचा विरोध मला पत्करावा लागेल, हे खरं

आहे; परंतु माझ्या इमानीपणाचं चीज केल्याचं आणि तुझ्या मुलाचा उद्धार केल्याचं श्रेय मला लाभेल.'' राजाराम महाराज म्हणाले.

त्या वर्षीच्या कार्तिक महिन्यात नेमाजी शिंदे व माणकोजी पांढरे हे दोघे मोठ्या सैन्यासह जिंजीस येऊन दाखल झाले. त्यांनी जिंजीच्या किल्ल्याच्या खालच्या तटानजीक असलेल्या चक्राकुलम तलावाशेजारी आपला तळ ठोकला.

ही वार्ता जेव्हा झुल्फिकारखानाच्या सैन्यात येऊन धडकली, तेव्हा मोठीच खळबळ उडाली. विशेषतः खानाच्या फौजेतील मराठा सरदार तर त्या बातमीने फारच चलबिचल झाले. त्याचे कारण असे की, राजाराम महाराजांच्या हस्तकांनी त्यांच्यामध्ये फंदफितुरी माजविण्याचा प्रयत्न सुरू केला होता. राज्य तुमचे आहे, राजा तुमचा आहे; तेव्हा तुम्ही केवळ जहागिरीच्या किंवा वतनाच्या लालचेनं मोगल बादशहाची सेवा करणे म्हणजे स्वाभिमानास मुकणे आहे. तुम्हाला वतने किंवा जहागिऱ्या हव्या असल्यास त्या राजाराम महाराजही देतील, असा प्रचार राजाराम महाराजांच्या हस्तकांनी मोगलांकडील मराठा सरदारांमध्ये आरंभिला होता. त्याचा परिणाम व्हायचा तोच झाला. अकस्मात एके दिवशी नागोजी माने म्हसवडकर हे आपल्या सैन्यासह मोगलांचा तळ सोडून हवेत पताका फडकावीत व नौबत वाजवीत राजरोसपणे नेमाजी शिंदे आणि माणकोजी पांढरे या दोघा सरदारांना जाऊन मिळाले.

नागोजी माने म्हसवडकर यांचे वडील रताजी नरसिंगराव हे विजापूरचे सरदार. आदिलशाहीत त्यांना मोठा मान होता. मोठमोठे मुसलमान सरदार त्यांना वचकून असत. नागोजी माने रताजींचे पुत्र. विजापूरशी बिनसल्याने ते औरंगजेबास जाऊन मिळाले होते. मोगल व मराठे यांच्या ज्या लढाया झाल्या, त्यांत नागोजींनी मोठी बहादुरी गाजविल्याने, ते आपणाकडे आले तर मोगलांचा पराभव करण्यास त्यांची आपणाला मोठी मदत होईल असे राजाराम महाराजांना वाटल्याने त्यांनी त्यांना फितविण्याचा प्रयत्न सुरू केला होता. त्यांनी नागोजीस पत्र पाठविले. त्यात म्हटले होते, "...मराठा धर्म राखल्यास नीट, नाहीतर आज बुडतो. तुम्ही मराठी धर्माचे अगत्यवादी. त्यापेक्षा तुम्ही फुटून आम्हाकडे यावे. तुम्ही आम्ही एक झाल्यास ही फौज मोडून काढून हिंदू धर्म जतन करू.''

राजाराम महाराजांच्या या कळकळीच्या विनंतीचा नागोजी माने यांच्या मनावर परिणाम झाला होता. ते झुल्फिकारखानाच्या सैन्यातून फुटण्याची वाट पाहत होते. त्यांचा मोर्चा किल्ल्यालगत दरवाजापाशी होता. एके दिवशी काहीतरी कुरापत काढून त्यांनी आपल्या पाच हजार सैन्यासह बंडाचा झेंडा उभारला. त्यांच्या आड येणाऱ्या इखलास खान वगैरे मोगल सरदारांना त्यांनी यमसदनास पाठविले आणि मोगलांची कोंडी फोडून हां हां म्हणता ते मोगलांच्या तळाबाहेर पडून मराठ्यांना

जाऊन मिळाले.

ही वार्ता राजाराम महाराजांना तंजावर येथे कळताच त्यांनी नागोजी माने यांना म्हसवडची सरदेशमुखी बहाल केली आणि त्यांना पुढील पत्र पाठविले.

"तुम्ही पूर्वी तांब्राकडे होता. येसियास स्वामीचे राज्य म्हणजे देवभूमी. या राज्यास तांब्राचा उपद्रव न व्हावा. महाराष्ट्र धर्म राहावा. स्वामीच्या राज्याची अभिवृद्धी व्हावी या उद्देशाने स्वामीच्या पायाशी एकनिष्ठा धरून कर्नाटकात चंदीचे मुक्कामी स्वामीचे पायाशी आलेती..."

मराठ्यांचे ताज्या दमाचे सैन्य आधीच जिंजीस येऊन दाखल झालेले आणि नागोजी मानेसारखा शूर सरदार बंडाचा झेंडा उभारून राजाराम महाराजांना जाऊन मिळालेला; त्यामुळे झुल्फिकारखानाचा धीर खचला. त्याच्यापाशी जे सैन्य आणि युद्धसामग्री होती ती मराठ्यांना तोंड देण्यास अपुरी होती, म्हणून त्याने दूरदृष्टीने विचार करून जिंजीचा वेढा उठवून अर्काटकडे प्रयाण केले. झुल्फिकारखानाने वेढा उठविल्याचे कळताच राजाराम महाराज आपल्या परिवारासह तंजावरहून जिंजीला परत आले.

राजाराम महाराजांची नाटकशाळा सगुणाबाई जिंजीच्या किल्ल्यात प्रसूत होऊन तिला मुलगा झाला. राजाराम महाराजांनी मोठ्या थाटात त्याचे बारसे करून त्याला कर्ण हे नाव ठेवले. त्यांनी सगुणाबाईस दिलेल्या वचनाची पूर्तता करून कर्ण हा आपल्या राज्याचा कायदेशीर वारस असल्याचे जाहीर केले. त्या घोषणेमुळे सर्वत्र एकच खळबळ उडाली.

१४

राजाराम महाराजांची नाटकशाळा सगुणाबाई हिला पुत्र झाला असून त्यांनी त्याला पाच हजारी सरदारी नेमून दिली आहे व त्याच्या जहागिरीचा कारभारी म्हणून निळो बल्लाळ यांची नेमणूक केली आहे, तसेच हा अनौरस पुत्र आपल्या गादीचा वारसदार म्हणूनही त्यांनी जाहीर केले आहे, ही वार्ता विशाळगडास येऊन थडकली, तेव्हा सगळ्यांचे चेहरे पार उतरून गेले. विशेषतः रामचंद्र पंतांना तर त्या बातमीने मोठाच धक्का बसला. मग ताराराणी व त्यांच्या सवती यांची अवस्था ती वार्ता ऐकून काय झाली असेल, त्याची कल्पनाच केलेली बरी! ताराराणींनी रामचंद्र

पंतांना त्वरित बोलावणे पाठविले. त्या त्यांना म्हणाल्या,

"पंत, चंदीची वार्ता ऐकून आम्ही बहुत कष्टी झालो. पुढचा मार्ग काय तो सुचवा; आम्ही तिघींनी कुठं जायचं, काय करायचं?"

पंतांना काहीच प्रत्युत्तर सुचेना. ते गंभीर चर्या करून बसून राहिले.

"प्रल्हाद निराजींनी आम्हा तिघींचा केसानं गळा कापला. पंत, तुम्ही जबाबदार आहात या अनर्थाला. प्रल्हाद निराजींना तुम्ही चंदीला पाठवायला नको होतं." ताराबाई संतप्त होत म्हणाल्या.

"होय मातुश्री, आमच्या हातून ती चूक घडली हे आम्हांला कबूल करणे क्रमप्राप्त आहे. प्रल्हाद पंतांनी महाराजांना लगामात ठेवायला हवं होतं. प्रल्हाद पंत अनुभवी होते, वयोवृद्ध होते; म्हणून आम्ही महाराजांना त्यांच्या हाताखाली सुपूर्द केलं."

"ते तिकडे गुण उधळताहेत हे विदित होऊनही तुम्ही त्यांची काही कानउघाडणी केली नाही, पंत."

"केली. कानउघाडणी केली; पण तिचा काही उपयोग झाला नाही मातुश्री. प्रल्हाद पंतांना आणि महाराजांना आम्ही वारंवार पत्रे लिहीत होतो हे आपणाला माहीत आहे, मातुश्री."

"रक्षेचा मुलगा युवराज! असं कुठं यापूर्वी कधी घडलंय का पंत?"

पंतांनी प्रत्युत्तर केलं नाही.

"आमच्या शत्रूंनी ही बातमी ऐकून आनंदाने टाळ्या पिटल्या असतील. आमच्या पराक्रमी श्वशुरांच्या आत्म्याला काय वाटलं असेल त्याचा विचार करा पंत."

"त्या विचाराशिवाय आम्हांला अन्य काहीच सुचत नाही मातुश्री. आमचं डोकं विचार करून बधिर होऊन गेलं आहे." रामचंद्र पंत उसासा सोडीत म्हणाले.

"आमची चंदीला निघण्याची व्यवस्था करा पंत, आम्ही तिघींनी ठरवलंय की, आता इकडे थांबायचं नाही. काहीतरी सोक्षमोक्ष करायलाच हवा."

ताराराणीचे ते निर्वाणीचे बोलणे ऐकून रामचंद्र पंत अस्वस्थ झाले. ते म्हणाले,

"मागं आपलं बोलणं झालं होतं, याविषयी मातुश्री."

"नुसतं बोलणं होऊन काय उपयोग? तांब्राचे संकट टाळण्यासाठी समुद्रमार्गे प्रवास करावा असं ठरलं होतं; पण त्याची काही व्यवस्था? थोरल्या जाऊबाईंना पत्र धाडलंत?"

"भक्ताजी हुजरे आणि बंकी गायकवाड या दोघांचं अद्याप इकडे आगमन झालेलं नाही. ते आले की, त्यांच्याकडे महाराणी येसूबाईंना याविषयी पत्र पाठविण्याची

व्यवस्था करतो.''

''चंदीला जाणाऱ्या जहाजाची चौकशी?''

''राजापूरचे सरदेसाई कृष्णाजी भास्कर यांच्याकडे पत्रे रवाना झाली आहेत. ते काहीतरी व्यवस्था केल्यावाचून राहणार नाहीत.''

''खुश्कीच्या मार्गे जाता येणार नाही का? आम्हांला आता धीर धरवत नाही.''

''नाही मातुश्री, अत्यंत धोक्याचा आहे हा प्रवास. गनिमाच्या गुप्तहेरांचा सगळीकडे सुळसुळाट आहे. हा मार्ग सुरक्षित असता तर आपणाला चंदीला पोहोचविण्याची जबाबदारी संताजीराव व धनसिंगराव या दोघांनी पत्करली नसती का?''

''काहीही करा; पण आम्हांला चंदीला लवकर पोहोचविण्याची व्यवस्था करा.'' ताराराणी आपल्या भावना दाबीत खालचा ओठ दातांमध्ये धरीत म्हणाल्या.

''होय मातुश्री, त्याच मार्गाला आता लागतो. आम्हांला चंदीस जाता आलं असतं तर आम्ही स्वतःच गेलो असतो; पण महाराजांची तशी आज्ञा नाही.'' रामचंद्र पंत ताराराणीचा निरोप घेत म्हणाले.

काही दिवस निघून गेले. मराठ्यांच्या दडपणामुळे झुल्फिकारखान जिंजीचा वेढा उठवून अर्काटकडे लूटमार करण्याच्या इराद्याने निघून गेल्याने जिंजीच्या किल्ल्यात राजाराम महाराज व त्यांच्या परिवारातील माणसे निर्धास्त होऊन आपले दैनंदिन व्यवहार निर्भयपणे करू लागली होती. राजाराम महाराज पुन्हा नाच-विलासात दंग झाले होते. आपली नाटकशाळा सगुणाबाई व तिचा मुलगा कर्ण या दोघांचे कोडकौतुक करण्यात त्यांचा दिवसातील बराच वेळ जात असे. तोच एके दिवशी भक्ताजी हुजरे व बंकी गायकवाड या दोघा हुजऱ्यांचं आगमन झाल्याची वर्दी त्यांना देण्यात आली. पूर्वी ते दोघे शिवाजी महाराजांकडे हरकारे म्हणून काम करीत होते. फकीर, बैरागी, कापडी, व्यापारी वगैरे वेगवेगळ्या लोकांचे वेश परिधान करून, निरोप्याचं काम करण्यात ते पटाईत होते. औरंगजेबाच्या तळावर महाराणी येसूबाई यांची भेट घेऊन त्यांचा निरोप ते विशाळगडाला आणि जिंजीला कळवीत असत. बऱ्याच दिवसांपासून महाराणी येसूबाई व बाल शिवाजी यांचा समाचार नसल्याने राजाराम महाराज काळजीत होते; त्यामुळे त्या दोघा हरकाऱ्यांचे आगमन झाल्याची वर्दी मिळताच ते त्वरित सदरेवर आले. भक्ताजी व बंकी गायकवाड या दोघांनी राजाराम महाराजांना लवून मुजरा केला. त्यांनी त्यांना कोठून आलात म्हणून विचारलं. त्यांनी येसूबाईंकडून आल्याचं सांगितलं आणि आपल्या कपड्यामध्ये लपवून आणलेली थैली त्यांना सादर केली. त्या थैलीकडे ते कितीतरी वेळ पाहतच राहिले. त्या थैलीतील पत्राचा त्यांना अंदाज करता येत नव्हता. दोघाही हरकाऱ्यांना चांगले बक्षीस देण्याची आज्ञा करून त्यांनी त्यांना निरोप दिला आणि

थैली घेऊन ते आपल्या महालात गेले. धडधडत्या अंतःकरणाने त्यांनी थैली फोडून वाचण्यास प्रारंभ केला. महाराणी येसूबाई लिहीत होत्या,

"...येथे आम्हास आणवून बेगम यांचे पुत्र शिवाजी राजे (झाले तेव्हा) आपले नातू असे मनात आणोन (पादशहानी) मरातब (पदवी, मान) राखोन ठेवले आहेत. आपण आपला इलाखा (भाग, वाटा) पृथक करून कबिल्यासुद्धा निघोन गेलेत आणि आमचे निसबतीचा कबिला टाकून गेला हे पादशहाच्या मनात भरोन (ते) लोभ बहुत करितात. आपला आमचा संकेत आहे, तो परस्पर मनोमन आहे. आम्हास येथून हरतऱ्हेने नेऊन नंतर आपले कुटुंबास व आम्हास एकदाच चंदीला घेऊन जावे, तेव्हा एके ठिकाणी व्हावे असा मनात संकेत करून (तुम्ही) विशाळगडी त्रिवर्ग बायका ठेविल्या. त्यास आपण चंदी प्रांती, बाया या प्रांती (असे) राहाणे चांगले नव्हे. आपल्यास पुत्र जाहाला याचा आम्हास आनंद वाटला; परंतु आपली व त्यांची भेट नाही हे बरे नव्हे. आम्ही येथे सर्वोपरी सौख्यात आहेत; परंतु अतिविषवत महान संकटात आहो. ईश्वर इच्छेने आणि थोरले महाराज यांचे पुण्यप्रभावेकरून यातून पार होऊ तो सुदिन! आपले मनोरथ पूर्ण करणार श्री स्वामी समर्थ आहेत. यास्तव आपण राज्य चिन्हादिक बाळगून पूर्वील चालीप्रमाणे सर्व व्यवहार करीतच आहा त्याप्रमाणे करून बाया विशाळगडी आहेत, त्या घेऊन जाव्या; यात अनमान करू नये."

ते पत्र हातात धरून राजाराम महाराज कितीतरी वेळ शून्यात नजर लावून बसून राहिले. भर उन्हात आकाश अंधारून यावं तशी त्यांची मनाची स्थिती ते पत्र वाचून झाली. पक्वान्नात मिठाचा खडा पडला होता. आनंदसागरात डुंबत असताना महाराणी येसूबाईंच्या त्या पत्राच्या आगमनामुळे त्या आनंदाचा विरस झाला होता. त्या लिहीत होत्या, 'आपल्यास पुत्र जाहाला याचा आम्हास आनंद वाटला.' त्यांच्या त्या नर्म उपरोधाचा टोला त्यांना असह्य झाला. त्यामुळे ते भयंकर बेचैन झाले; पण तो आघात त्यांना मुकाट्यानं सहन करणं क्रमप्राप्त होतं, कारण त्या देवतातुल्य साध्वीनं त्यांच्यावर एवढे अनंत उपकार करून ठेवले होते की, त्यांना जन्मोजन्मी फेडता येणारे नव्हते. आपल्या मुलाकडे राज्याचा वारसा हक्काने येत असूनदेखील केवळ स्वराज्यरक्षणासाठी त्यांनी त्यांच्याकडे राजसूत्रे सुपूर्द केली नव्हती का? राजधानीस शत्रूचा वेढा पडला असता, स्वतः शत्रूशी मुकाबला करण्याची दुर्घट कामगिरी पत्करून त्यांना सुरक्षित स्थळी जाण्यास प्रवृत्त केलं नव्हतं का? राजाराम महाराजांच्या अंतश्चक्षूंसमोर महाराणी येसूबाईंची धीरगंभीर मूर्ती उभी राहिली. स्त्री असूनही त्यांचं धैर्य मेरुमंदारासारखं अढळ आणि अविचल होतं. त्यांच्या जागी दुसरी एखादी कच्च्या दिलाची स्त्री असती, तर तिनं प्रथम आपली आणि आपल्या मुलाची सुरक्षितता बघितली असती; पण येसूबाईंनी स्वराज्याच्या सुरक्षिततेसाठी

स्वतःच्या सुरक्षिततेला तिलांजली देऊन शत्रूकडून कैद होण्याचा धोका पत्करला होता. अशा निःस्वार्थी आणि त्यागी स्त्रीचा आदेश झिडकारणे म्हणजे प्रत्यक्ष तिच्या अघोषित शापवाणीस पाचारण करण्यासारखे आहे, असे राजाराम महाराजांच्या अपराधी मनाला वाटले.

अपराधी! होय, अपराधी नव्हे काय! आपण अपराधीच आहोत असं राजाराम महाराजांना वाटलं. स्वराज्यरक्षणाचं कंकण बांधून ते स्वदेशाहून इकडे आले होते; परंतु त्यांचा इकडचा बराच काल विलासात आणि ऐशआरामात गेला होता. नाना प्रकारची व्यसनं त्यांनी आपणामागं लावून घेतली होती. त्यापायी किती पैशाचा चुराडा झाला होता! त्यांच्या पिताजींनी– थोरल्या महाराजांनी– स्वराज्य स्थापनेचं कार्य करून दिगंत कीर्ती संपादन केली होती. पुरुषोत्तम म्हणून ते आसेतुहिमाचल ख्यातनाम पावले होते. त्यांचे थोरले बंधू शंभुराजे यांच्या हातून त्यांच्या शैशवावस्थेत काही घोर प्रमाद घडल्याने ते जरी थोरल्या महाराजांच्या अवकृपेस पात्र ठरले असले, तरी नंतर राज्यसूत्रे हाती घेतल्यावर त्यांनी आदर्श नृप म्हणून राज्यकारभार केला होता. बलाढ्य शत्रूशी सतत नऊ वर्षे झुंज देऊन ते हुतात्मा झाले होते. अशा थोर आणि पराक्रमी पुरुषांच्या राज्याचा वारसा आपणाकडे आला; पण आपण त्यांची परंपरा कशी चालविली? थोरल्या महाराजांना आणि शंभुराजांना पैसा कमी पडत होता; पण त्यांनी स्वराज्याच्या जमिनीचा एक लहानसा कोपरा तरी कुणाला विकला का? पण आपल्या हातून ते हीन कृत्य घडले. थोरल्या महाराजांनी जिंकलेला एक किल्ला आणि त्याच्या खालचा काही प्रदेश आपण विकला; पण तो कुणाला? तर सातासमुद्रावरून इकडे व्यापार करण्यासाठी आणि प्रदेश जिंकण्यासाठी आलेल्या परकी लोकांना! आणि आपल्या हातून घडलेला हा अलीकडचा प्रकार! सगळेच राजेरजवाडे नाटकशाळा बाळगतात; परंतु मांस खातात म्हणून कुणी हाड गळ्यात बांधून हिंडत नाही. आपण सगुणाबाईला राज्ञीपद देऊ केलं. तिनं आपली पायरी ओळखून ते नाकारलं; पण आपल्या मुलासाठी युवराजपद मागून घेतलं. थोरले महाराज आणि शंभू राजे यांनी घालून दिलेल्या चाकोरीत आपला हा नवीन पायंडा बसतो का? आपल्या खूशमस्कऱ्यांनी आणि हांजीखोरांनी आपल्या या बंडखोरीचं कौतुक केलं; पण निळो मोरेश्वर यांनी आपणाला काय म्हटलं! आणि आता येसूवहिनी लिहीत आहेत की, 'आपल्यास पुत्र जाहाला याचा आम्हास आनंद वाटला.' राजाराम महाराजांच्या अंतश्चक्षूंसमोरून जिंजीत घालविलेल्या जीवनातील काही ठळक प्रसंग सरकू लागले; ते शरमित झाले. आपण अपराधी आहोत असं त्यांना वाटू लागलं. त्या अपराधाचं परिमार्जन करण्यासाठी येसूवहिनींच्या सूचनेनुसार आपण त्वरित आपल्या राण्यांना जिंजीला आणविण्याची व्यवस्था केली पाहिजे, हा विचार त्यांच्या मनात पक्का झाला.

प्रल्हाद निराजींना बोलावून घेऊन त्यांच्याशी या प्रश्नाबाबत विचारविनिमय करावा असं त्यांना प्रथम वाटलं; पण प्रल्हाद निराजी त्यांच्या मर्जीतून हल्ली उतरत चालले होते. ते हुशार होते, शूर होते; परंतु आपमतलबी आणि स्वार्थी होते. आपली तुंबडी भरण्यासाठी त्यांनी आपणाला नाना प्रकारची व्यसने लावली. तैनापट्टनचा किल्ला इंग्रजांना विकण्याचा सल्ला त्यांनीच आपणाला दिला, हे लक्षात आल्याने प्रल्हाद निराजींविषयी त्यांच्या मनात तिरस्काराची भावना निर्माण झाली होती. हल्ली ते प्रल्हाद निराजींना दूर ठेवू लागले होते. निळो मोरेश्वर पेशवे यांचे आणि त्यांचे संबंध विशेष चांगले नव्हते ते प्रल्हाद निराजींमुळेच! तीच कथा केसो त्र्यंबक यांचीही होती. केसो त्र्यंबकना प्रल्हाद निराजींचा मत्सर वाटत होता, तर निळो मोरेश्वरांचे ते चुलतभाऊ असल्याने त्या दोघांचे संबंध भाऊबंदकीमुळे दुरावले होते. शेवटी या तिघांनाही दूर ठेवून त्यांनी आपले चिटणीस खंडो बल्लाळ यांना जवळ केले होते. आपल्या राण्यांना स्वदेशाहून जिंजीला कसं आणायचं त्या बाबतीत खंडो बल्लाळच आपणास उपयुक्त सल्ला देऊ शकतील असं त्यांना वाटलं आणि त्यांनी त्वरित खंडो बल्लाळना आपल्या भेटीस बोलावलं. त्यांच्या वर्दीप्रमाणे खंडो बल्लाळ आपलं लिहिण्याचं साहित्य घेऊन लगेच त्यांच्या भेटीस आले. त्यांनी त्यांना आसनस्थ होण्यास सांगितलं व नंतर ते म्हणाले,

"येसूवहिनींचं पत्र घेऊन हरकारे इकडे आले आहेत. त्यांना जबाब पाठवायचा आहे."

"महाराणी येसूबाईंकडून हरकारे आले आहेत हे आमच्या कानावर आलं. त्यांचं क्षेम आहे ना?" खंडोजी बल्लाळनी पृच्छा केली.

"होय. आपलं क्षेमकुशल त्यांनी कळविलं आहे; परंतु त्या फार कष्टी आहेत."

"साहजिकच आहे. तुरुंगवास आणि तोही औरंगजब बादशहासारख्या शत्रूचा!"

"तसा त्यांना तुरुंगवासाचा काही विशेष त्रास होत नाही, कारण आम्ही जिंजीचं राज्य सांभाळण्यासाठी त्यांना आणि बाल राजे यांना स्वदेशी सोडून दिलं, असा बादशहाचा समज झाला असल्यानं तो त्यांना चांगलं वागवितो. शिवाय बादशहाच्या कन्येचं बालराजांवर अपत्यव्रत प्रेम असल्यानं त्यांच्याकडे आणि वहिनीकडे ती जातीनं लक्ष देते."

"तर मग ही भवानी मातेचीच कृपा म्हटली पाहिजे."

"हो, भवानी मातेच्या कृपेने आणि थोरल्या महाराजांच्या पुण्यप्रभावेकरून बादशहाच्या मनात आमच्याविषयी अढी निर्माण झाली आणि तो येसूवहिनींना व बालराजांना सहानुभूतीनं वागवू लागला हे चांगलं आहे. परंतु येसूवहिनी कष्टी आहेत त्याचं कारण वेगळं आहे."

"ते कोणतं कारण महाराज? त्यांच्या दुःखाचा परिहार आपल्या हातून

होण्यासारखा असेल तर ते आपण केलं पाहिजे.''

''आमचा कबिला आम्ही इकडे आणण्याची व्यवस्था केली नाही म्हणून त्या कष्टी आहेत. आम्ही कबिला इकडे आणण्याचं ठरवलंय खंडोजीराव.''

''आनंदाची गोष्ट आहे, महाराज.'' खंडो बल्लाळ समाधान व्यक्त करीत म्हणाले.

''पण नुसतं तोंडानं म्हटल्यानं त्या कशा येतील इकडे खंडोजीराव? त्यांना आणविण्याच्या मार्गात किती अडचणी आहेत! शत्रूचा सगळीकडे संचार आहे.''

''होय, ते खरं आहे, महाराज.''

''तुम्ही काही युक्ती सुचवाल का खंडोजीराव?''

ते ऐकता खंडो बल्लाळ काही वेळ स्तब्ध झाले व म्हणाले,

''युक्ती आहे महाराज.''

''ती कोणती?'' राजाराम महाराजांनी अधीर होऊन पृच्छा केली.

''माझे मामा लिंगो शंकर व विसाजी शंकर हे दोघे आपला कबिला इकडे आणून पोहोचविण्याची कामगिरी पार पाडू शकतील.''

''ते कुठं असतात, त्यांचा व्यवसाय काय?''

''ते राजापूरला व्यापार करून आहेत. त्यांच्या मालकीची तारवे आहेत; ती होनावर बंदरात तांदूळ नेण्यासाठी येतात.''

''होय? तर मग हे तुमचे मामा आमची कामगिरी पार पाडू शकतील यात शंका नाही; पण त्यांच्याशी संधान कसं साधायचं?''

''एक खास जासूद होनावर बंदराकडे पत्र देऊन पाठवायचा. आमच्या मामांचं त्या बंदरात आगमन झालं की, त्यांना त्याने ते पत्र द्यायचं.''

खंडो बल्लाळ यांची ही सूचना ऐकून राजाराम महाराज विचारमग्न झाले.

''फार दिवस जातील या कामाला, नाही का?''

''होय महाराज, फार जोखमीची कामगिरी आहे ही. बातमी या कानाची त्या कानाला कळता कामा नये. पत्र आमच्या मामांच्या हाती समक्षच द्यायला हवं.''

''मग आपलाच एखादा जासूद कारवारमार्गे राजापूरला पाठविला तर?''

''तसं केलं तरी चालेल. कामगिरी लवकर पार पडेल.''

''तर मग तुम्ही आपल्या मामांना पत्र लिहा. त्यांना ताकीद करा की, पत्र मिळताच राजापूरहून विशाळगडास रामचंद्र पंतांकडे त्यांचा कारकून अथवा खास जासूद पाठवा. रामचंद्र पंतांना आम्ही आजच थैली पाठवितो.''

''ठीक आहे महाराज, आपल्या आज्ञेप्रमाणे आमच्या मामांना पत्र लिहितो.'' खंडो बल्लाळ राजाराम महाराजांची रजा घेत म्हणाले.

राजाराम महाराजांनी रामचंद्र पंतांना आज्ञापत्र लिहिले की, आमचा कबिला आम्ही इकडे आणण्याचा निर्णय घेतला आहे. राजापूरहून तुमच्याकडे माणसे

येतील त्यांच्याशी विचारविनिमय करून राण्यांना इकडे पाठविण्याची व्यवस्था करावी.

खंडो बल्लाळ यांनीही राजाराम महाराजांच्या आज्ञेप्रमाणे आपल्या मामांना पत्र लिहून राजाराम महाराजांच्या राण्यांना होनावर बंदरापर्यंत आणण्याची विनंती केली. ही कामगिरी यशस्वीपणे पार पाडलीत तर महाराजांचा तुमच्यावर अनुग्रह होऊन तुमचे जन्माचे कोटकल्याण होईल अशीही सूचना त्यांनी केली.

हे पत्र खास जासुदामार्फत कारवारमार्गे राजापूरला पाठविण्यात आले.

राजाराम महाराजांनी महाराणी येसूबाईंनाही पत्र लिहिले. त्यात त्यांनी आपल्याकडून झालेल्या प्रमादाबद्दल त्यांची क्षमा मागितली आणि राण्यांना जिंजीला आणण्याची व्यवस्था त्वरित करण्यात येत असल्याचे त्यांना कळविले.

हे पत्र राजाराम महाराजांनी महाराणी येसूबाई यांना भक्ताजी हुजरे व बंकी गायकवाड या दोघांमार्फत पाठविले.

ॐ

१५

झुल्फिकारखान जिंजीचा वेढा उठवून अर्काटकडे निघून गेल्याची वार्ता औरंगजेबास कळली, तेव्हा तो भयंकर संतप्त झाला. त्या वेळी त्याचा मुक्काम विजापूरपासून दहा-बारा कोसांवर गलगली येथे होता. कर्नाटकातील संस्थानिकांनी व बेरडांनी मोगली सत्तेविरुद्ध राजाराम महाराजांच्या चिथावणीने उठाव केल्याने त्यांच्या पारिपत्यासाठी म्हणून औरंगजेब या ठिकाणी तळ देऊन राहिला होता. हे ठिकाण मध्यवर्ती असल्याने तिथून त्याला सगळीकडे सूत्रे हलविणे सुलभ होत होते.

रायगडाचा पाडाव झाल्यावर औरंगजेबास वाटले होते की, आता मराठ्यांची इतिश्री झाली; पण त्याचा अंदाज चुकला होता. मराठ्यांची इतिश्री रायगडाच्या पाडावाने झाली नव्हती, तर ते रायगडाच्या पराभवाचा सूड उगविण्यासाठी जिद्दीने प्रतिकारार्थ उभे राहिले होते. रायगडाचा पाडाव झाल्यावर राजाराम महाराज पन्हाळ्यास येऊन राहिले होते. पन्हाळा काबीज करण्यासाठी औरंगजेबाने रुहुल्लाखान नावाच्या सरदारास पाठविले होते; परंतु पन्हाळा बलाढ्य असल्याने त्याचा लवकर पाडाव झाला नव्हता. ते पाहून औरंगजेब बेचैन झाला होता. त्याने रुहुल्लाखानास निरोप धाडला होता की, हल्ला करून किल्ला घेणे शक्य नसल्यास किल्लेदारास लाच

चारून घेणे. त्या सूचनेप्रमाणे रुहुल्लाखानाने लाचलुचपतीचा अवलंब करण्याचा प्रयत्न केला होता; पण लाच घेऊन किल्ला खाली करण्यास मराठे तयार नव्हते. अखेर राजाराम महाराज जिंजीला गेल्यावर मराठ्यांनी मोठी रक्कम घेऊन पन्हाळा रुहुल्लाखानाच्या हवाली केला होता.

जिंजीला निघतेवेळी राजाराम महाराजांनी आपल्या सर्व किल्लेदारांना व गडकऱ्यांना हुकूम धाडला होता की, एखादा किल्ला जितके दिवस लढविता येईल तितके दिवस लढवावा आणि मग मोठी रक्कम घेऊन तो मोगलांच्या ताब्यात द्यावा; पण संधी सापडताच तो पुन्हा हस्तगत करावा. त्या आज्ञेप्रमाणे पन्हाळ्याचा किल्लेदार वागला होता. पन्हाळा वर्ष दीड वर्ष मोगलांच्या ताब्यात होता; पण संधी सापडताच परशुराम त्रिंबक यांनी अचानकपणे हल्ला करून तो परत घेतला होता.

हा पराभव म्हणजे औरंगजेबाच्या लष्करी प्रतिष्ठेवर मोठाच प्रहार होता. आपली सगळीकडे सरशी होत असता मराठ्यांनी पन्हाळ्यासारखा बलाढ्य किल्ला फिरून घेतल्याने तो अस्वस्थ झाला होता. त्याने पन्हाळा काबीज करण्यासाठी आपला नातू मुइजुद्दीन याला मोठे सैन्य देऊन पाठविले होते. त्याचा सरदार इफ्तिकारखान हा पन्हाळ्याच्या प्रवेशद्वारावर कितीतरी दिवस डोके आपटत होता; परंतु दरवाजा उघडत नव्हता. त्या दरम्यान मुइजुद्दीनने पन्हाळ्याच्या परिसरातील देशमुखांना उपद्रव देण्यास प्रारंभ केला होता. मोगल फौजांना रसद पोहोचविण्याची सक्त ताकीद त्यांना करण्यात आली होती. हा जुलमाचा रामराम केल्याशिवाय देशमुखांना गत्यंतरच उरले नव्हते; पण देशमुखांनी रसद पुरविल्याने मोगलांची स्थिती सुधारली नव्हती. मराठा फौजांनी त्यांच्यावर गनिमी हल्ला करून त्यांना सळो की पळो करून सोडले होते. ते झाडीमध्ये व टेकड्यांच्या आडोशाला दबा धरून बसत आणि मोगलांच्या टोळ्या दिसल्या की, त्यांच्यावर अचानकपणे झडप घालून त्यांना यमसदनास पाठवीत.

मुइजुद्दीन व त्याचा सेनापती इफ्तिकारखान या दोघांना पन्हाळा घेता न आल्याने औरंगजेब बेचैन झाला होता आणि मग त्याने मुइजुद्दीनच्या कुमकेस लुतफुल्लाखान नावाच्या सरदारास पाठविले होते. तो भारी तोफखाना व प्रचंड सैन्यासह पन्हाळ्यास येऊन दाखल झाला होता. त्याने मोर्चे उभारून पन्हाळ्यावर अहोरात्र तोफांची सरबत्ती चालू ठेवली होती; परंतु पन्हाळ्याच्या किल्ल्याचे अजस्र तट खानाच्या तोफांना पुरून उरले होते.

मोगल सैन्य पन्हाळ्यावर रात्रंदिवस अविरत हल्ले चढवीत असल्याची वार्ता मराठा सरदारांना कळल्याने त्यांनी पन्हाळ्याच्या मदतीस निघण्याची तयारी केली होती. धनाजी जाधव, रामचंद्र पंत व शंकराजी मल्हार हे तिघे मोठ्या सैन्यासह पन्हाळ्यास आले होते. मोगलांशी तुंबळ संग्राम करून त्यांनी त्यांची फळी फोडून

किल्ल्यावर सैन्य, अन्नाची बेगमी आणि दारूगोळा पाठविला होता. या युद्धात त्यांनी मोगल सरदार सफशिकन याची फळी काबीज करून त्याच्या भारी आणि हलक्या तोफा काबीज करून त्याचे पुष्कळ सैन्य कापून काढले होते. त्याचा एक सरदारही त्यांनी या युद्धात कैद केला होता.

आपल्या नातवाचा व त्याच्या अनेक सरदारांचा मराठ्यांनी पराभव केल्याने औरंगजेब भयंकर चिडून गेला होता आणि मराठ्यांकडून पन्हाळा घेतलाच पाहिजे या इरेस पडून त्याने फिरोजजंग आणि खानजादा खान या दोघा मातब्बर सरदारांना पन्हाळ्यास रवाना केले होते.

आता मराठ्यांना औरंगजेबाचा स्वभाव पुरता माहीत झाला होता. त्याला संसारात अशक्य गोष्ट माहीत नाही, हे ते जाणून होते. गेली कित्येक वर्षे त्याच्याशी त्यांची झुंज चालू असल्याने त्याचे युद्धतंत्र व लष्करी डावपेच त्यांना अवगत झाले होते. म्हणून शाहजादा मुइजुद्दीन याचा व त्याच्या सरदारांचा पराभव झाला, तरी तो गप्प न बसता पन्हाळ्यावर आणखी मातब्बर सरदार पाठविल्यावाचून राहणार नाही याची अटकळ त्यांनी बांधली होती आणि त्यांच्या कल्पनेप्रमाणे फिरोजजंग व खानजादा खान हे दोन बलाढ्य सरदार मोठे सैन्य आणि भारी तोफखाना घेऊन चालून येत असल्याची वार्ता त्यांना कळली होती.

त्यांनी या दोन सरदारांना वाटेतच अटकाव करण्याचा बेत केला आणि धनाजी जाधव यांना मोठे सैन्य देऊन सातारच्या रोखाने रवाना केले. फिरोजजंगला ही वार्ता कळताच त्याने धनाजी जाधवांच्या समाचारास आपला मुलगा चिनकलीच खान यास पाठविले. उभय पक्षांची कराडनजीक गाठ पडून घनघोर युद्धास प्रारंभ झाला. फिरोजजंगला आपल्या मुलाची काळजी वाटत असल्याने त्याच्या मदतीला त्याने रुस्तुमखानास पाठविले. मोगल सैन्य आता दुप्पट झाले. त्यातच ते ताज्या दमाचे होते; त्यामुळे धनाजी जाधवांचा या सैन्यासमोर निभाव लागला नाही. मोगल सैन्याची बरीच मोठी हानी करून त्यांनी समरांगणातून माघार घेतली. या लढाईत त्यांचे तीस स्वार ठार होऊन त्यांची बरीच घोडी मोगलांनी पाडाव केली.

इकडे धनाजी जाधवांची व चिनकलीच खानाची लढाई चालू असता तिकडे पन्हाळ्यास मराठ्यांनी मोगल फळीवर अविरत हल्ले चढविण्यास प्रारंभ केला होता. मुइजुद्दीनला मोठी कुमक आली, तर आपणास गड लढविणे कठीण जाईल हे लक्षात घेऊन त्यांनी मोगलांना झोडपण्याचा झपाटा सुरू केला होता. त्यांनी त्यांचे सर्व मोर्चे हल्ले चढवून पार जमीनदोस्त करून टाकले.

किल्ला घेण्याचे सर्व उपाय हरल्याने शाहजादा मुइजुद्दीन हताश झाला आणि त्याने मराठ्यांशी द्रव्याच्या मोबदल्यात किल्ला ताब्यात घेण्याच्या वाटाघाटी सुरू केल्या; पण मराठ्यांनी या वाटाघाटी सतत चार महिने रेंगाळत ठेवल्या. किल्ला

त्यांनी खाली केला नाही.

पन्हाळ्यास किंवा मिरज प्रांतात जे युद्ध चालू होते, तेच कर्नाटकातल्या जिंजीलाही चालू होते. नेमाजी शिंदे व माणकोजी पांढरे यांचे मोठ्या सैन्यासह आगमन व नागोजी माने यांच्यासारख्या मातब्बर मराठा सरदारांचा फुटीरपणा यामुळे जिंजीस वेढा घालून बसलेला मोगल सरदार झुल्फिकारखान हा पराभवाच्या भयाने वेढा उठवून अर्काटकडे निघाल्याची वार्ता औरंगजेबास कळताच त्याने कर्नाटकात संचार करीत असलेला आपला पुत्र शाहजादा कामबक्ष आणि वजीर आसदखान या दोघांना झुल्फिकारखानाच्या कुमकेस जाण्याचा हुकूम धाडला होता, तर शाहजादा कामबक्ष बेरडांच्या मोहिमेवर वाकिनखेडा येथे होता.

परंतु बादशहाचा हुकूम मिळूनही आसदखान झुल्फिकारखानाच्या मदतीस लवकर गेला नाही. त्याचे कारण असे की, मराठ्यांच्या राजधानीचा– रायगडाचा पाडाव करण्याचा त्याचा जो मान होता, तो त्याचा मुलगा झुल्फिकारखान याने हिरावल्याने त्याच्याविषयी त्याला मत्सर वाटत होता. दुसरी गोष्ट, कर्नाटकात मराठ्यांचा भयंकर जोर असल्याने त्याला तिकडे जाण्यास भीती वाटत होती. तथापि, एकदा त्याने बढाई मारली होती की, 'जिंजीची मोहीम माझ्याकडे दिली तर माझे 'तुर्की' मनगट कशा प्रकारचे आहे ते मी सिद्ध करून दाखवीन.' तो जन्माने तुर्की असल्याने त्याला आपल्या वंशाविषयी भलताच अभिमान होता. या वंशश्रेष्ठत्वाच्या फाजील अहंगंडामुळे तो औरंगजेबाच्या इतर वंशी सरदारांना तुच्छ मानीत असे. त्यातच बादशहाचा मुख्य वजीर होण्याचा मान मिळाल्याने तो गर्वाने फुगून गेला होता; पण आता जेव्हा तो मराठ्यांच्या भयाने झुल्फिकारखानाच्या मदतीस जाण्याचे टाळू लागला, तेव्हा बादशहाचे इतर सरदार त्याचा उपहास करून लागले आणि खुद्द बादशहाच्याही उपहासास तो पात्र झाला. बादशहा आपल्या किताबखान्यावरील सरदारांना म्हणाला की, 'वजिराचा तुर्कीपणा खलास झाला. म्हण आहे ना की, पुन्हा बढाई मारू नका; कारण तुमची तुर्की बढाई संपुष्टात आली आहे!'

बादशहाने आसदखानाला हा जो टोमणा मारला, तो त्याला कळविण्याची व्यवस्था करण्यात आली. तो टोमणा खानाच्या जिव्हारी लागला. त्याचे तुर्की रक्त पुन्हा त्याच्या धमन्यांमध्ये सळसळले व तो तिरीमिरी येऊन झुल्फिकारखानाच्या मदतीस जाण्यास तयार झाला. तो छावणी मोडून जिंजीकडे निघतो न निघतो तोच शाहजादा कामबक्षही त्याला वाटेत येऊन मिळाला. तो वाकिनखेड्यास बेरडांच्या मोहिमेवर असता बादशहाकडून त्याला जिंजीस जाण्याचा हुकूम झाला होता.

आसदखान आणि शाहजादा कामबक्ष हे दोघे जिंजीला निघाल्याची वार्ता झुल्फिकारखानास कळताच तो अर्काटमधील खंडणी वसूल करण्याची मोहीम तशीच टाकून आपल्या सैन्यासह जिंजीस परतला. आसदखान व शाहजादा

कामबक्ष यांचे जिंजीस आगमन होण्यापूर्वीच त्याने जिंजीस फिरून वेढा घातला. पाँडेचरी दरवाजानजीक जिंजी नदीच्या काठावर 'अलिमदर्द' नावाची जी टेकडी होती, तेथे त्याने आपला तळ ठोकला.

आसदखान व शाहजादा कामबक्ष या दोघांचे जिंजीस आगमन झाले, तेव्हा झुल्फिकारखानाने त्यांचे चांगले स्वागत केले. नंतर त्या तिघांनी वेढा बळकट करण्याबाबत खल केला. कामबक्ष आणि आसदखान या दोघांनी सैन्य आणि पुष्कळ युद्धसामग्री आणली असल्याने वेढ्याचे काम प्रभावी करण्यात आता अडचण नव्हती. त्यांनी आपली कामेही वाटून घेतली. आसदखान व कामबक्ष या दोघांनी जिंजीच्या किल्ल्याच्या उत्तरेपलीकडील दरवाजाजवळ व इतर सरदारांनी गडाच्या कर्नाटकाच्या बाजूने छावण्या ठोकाव्या असे ठरले. अशा रीतीने तीन बाजूंनी वेढ्याचे काम पूर्ण झाले; परंतु मोगलांना सैतान दरीतून गडावर जाणारी वाट बंद करता आली नाही. हा अवघड रस्ता मराठ्यांना जाण्या-येण्यास खुला राहिला. या रस्त्यावर काकरखान नावाच्या सरदाराची नेमणूक करण्यात आली होती; परंतु काकरखान हा खऱ्या अर्थाने कोकराच्या काळजाचा होता. मराठ्यांची त्याने पुरती दहशत खाल्ली असल्याने सैतान दरीतून गडावर जाणाऱ्या व तिकडून खाली येणाऱ्या मराठ्यांना विरोध करण्याचा हिय्या त्याला कधीच झाला नाही. आपल्या छावणीत बसून तो मराठ्यांच्या रहदारीकडे नुसता बघत राहायचा.

मोगलांनी जिंजीच्या किल्ल्यास दुसऱ्यांदा वेढा घातला होता; परंतु मराठ्यांना ते इतके भीत होते की, त्यांच्या गनिमी हल्ल्यापासून आपले रक्षण करण्यासाठी त्यांनी आपल्या छावण्यांभोवती कोट उभारले होते. त्या अवसानघातकीपणामुळे त्यांना वेढा प्रभावी करता आला नाही. त्यातच निसर्गही हात धुऊन त्यांच्या पाठीस लागला होता. कित्येक दिवस त्यांना मुसळधार पावसाने झोडपले. रात्रंदिवस खंदकात राहावे लागल्याने सर्द हवेमुळे माणसे पटापट आजारी पडू लागली. तोफखान्याचा प्रमुख सरदार मुनीमखान याने टेकड्यांवर तोफांचे दमदमे उभारले होते. त्यांच्या सभोवताली पाण्याची तळी साचल्याने ते कोसळून पडण्याच्या बेताला आले. धुवाधार पर्जन्यवृष्टीमुळे सारा प्रदेश जलमय झाला होता. नदी, नाले तुडुंब भरले होते; त्यामुळे धान्याची रसद येणे बंद झाल्याने सैन्यास फाके पडू लागले होते.

झुल्फिकारखानाच्या कुमकेस औरंगजेबाने वजीर आसदखान व शाहजादा कामबक्ष या दोघांना रवाना केल्याची वार्ता विशाळगडास पोहोचताच तिकडे चिंतेचे वातावरण निर्माण झाले. त्या परिस्थितीवर विचारविनिमय करण्यासाठी तातडीने राजमंडळाची बैठक बोलाविण्यात आली. सेनापती संताजी घोरपडे व धनाजी जाधव हे दोघे त्या बैठकीला उपस्थित होते. रामचंद्र पंत अमात्य हुकुमतपन्हा यांनी

राजमंडळाला विदित केले की, जिंजीची परिस्थिती आणीबाणीची आहे. बादशहाचे सगळे हुकमी सरदार जिंजीत गोळा झाले असल्याने महाराजांची परिस्थिती बिकट होणे स्वाभाविक आहे.

सगळ्यांनी रामचंद्र पंतांचे भाषण गंभीरपणे ऐकले. जिंजीची परिस्थिती खरोखर बिकट होती यात शंका नव्हती; पण संताजी घोरपडे यांनी धीर सोडला नाही. ते म्हणाले की, धनसिंगराव आणि मी दोघे तातडीने जिंजीस निघतो. आमच्या हाताखाली तीस हजार सैन्य द्यावे. संताजी घोरपडे यांचा प्रस्ताव राजमंडळास पसंत पडला. या दोन सरदारांच्या हाताखाली तीस हजार सैन्य देण्याची तयारी करण्याचा हुकूम रामचंद्र पंतांनी सोडला.

संताजी घोरपडे यांची पहिली गरुडझेप कांजीवरमचा मोगल फौजदार अली मर्दान खान याच्यावर पडली. संताजी घोरपडे हे कावेरीपाक येथे येऊन दाखल झाल्याची वार्ता अली मर्दानखानास कळताच तो त्यांना प्रतिबंध करण्यासाठी आला होता; परंतु लढाईच्या ऐन धुमश्चक्रीत खानाचे बहेलिया बंदूकधारी मराठ्यांना जाऊन मिळाले; त्यामुळे मोगलांचा धीर खचून त्यांनी रणांगणातून पळ काढला.

लढाई चालू असता संताजी घोरपडे यांची अली मर्दानखान याच्या हालचालींवर बहिरी ससाण्यासारखी नजर होती. मोगलांचा पराभव होऊन खानाने रणांगणातून काढता पाय घेताच संताजींनी त्याचा त्वरित पाठलाग केला. खान त्यांच्या कचाट्यातून सुटू शकला नाही. दीड हजार घोडेस्वार व सहा हत्ती यांच्यासह त्याने शरणागती पत्करली. त्याचे अधिकारी इंग्रज वखारीच्या आश्रयास गेल्याने बचावले.

संताजी घोरपडे व अली मर्दानखान या दोघांची लढाई चालू होती, तेव्हा धनाजी जाधव हे आपल्या सैन्यासह जिंजीस दौडत निघाले होते. त्यांना अटकाव करण्यासाठी आसदखानाने इस्माइल खान यास पाठविले. हे धनाजीस कळताच त्यांनी किल्ल्यात निरोप धाडून सैन्याची कुमक मागविली. उभय पक्षांची तुंबळ लढाई झाली. इस्माइल खानाने लढण्याची अगदी शिकस्त केली; परंतु त्याच्या दुर्दैवाने तो जखमी होऊन मराठ्यांच्या हाती लागला. तो कैद होताच त्याच्या सैन्याने रणांगणातून पळ काढला. त्याचे दीड हजार घोडे आणि दोन हत्ती धनाजी जाधवांच्या हातास लागले.

संताजी घोरपडे आणि धनाजी जाधव हे दोघे मोगल फौजेशी प्राणपणाने लढत होते; राजाराम महाराज आणि राजमंडळाचे मुत्सद्दी जिंजीच्या किल्ल्यात भयंकर काळजीत दिवस कंठीत होते. त्या दोघा मातबर सरदारांचा पराभव झाला तर, आपली काय गत होणार ते त्यांना कळेनासे झाले होते. ती विवंचना गडावरील सगळ्याच लोकांना होती म्हणून ते संताजी व धनाजी या दोघांचा जय व्हावा म्हणून भवानी मातेची करुणा भाकीत होते आणि ज्या वेळी संताजी घोरपडे हे अली

मर्दानखानाचा पराभव करून कैद केलेल्या मोगलांसह जिंजीला येत असल्याची वार्ता जासुदांनी आणली, तेव्हा किल्ल्यातील लोकांच्या आनंदाला पारावार उरला नाही. राजाराम महाराजांच्या डोळ्यांत आनंदाश्रू उभे राहिले. ते किल्ल्यातील देवीसमोर कृतज्ञतेने नतमस्तक झाले व आपल्या सरदारांनी असेच विजय मिळवून शत्रूचा नाश करावा म्हणून त्यांनी देवीची प्रार्थना केली.

संताजींच्या विजयाची बातमी येते न येते तोच धनाजींनीही शत्रूवर एक मोठा विजय मिळविल्याची वार्ता आल्याने जिंजीच्या किल्ल्यात आनंदाचे साम्राज्य पसरले. राजाराम महाराजांनी या विजयी सरदारांच्या स्वागताची तयारी करण्याची आज्ञा आपल्या हाताखालच्या लोकांना केली.

संताजी घोरपडे व धनाजी जाधव यांचे जिंजीच्या किल्ल्यात आगमन झाले, तेव्हा दिग्विजय संपादून राजधानीत परतणाऱ्या विजयी वीरांप्रमाणे त्यांचे स्वागत झाले. किल्ल्यातील झाडून सारे रहिवासी आणि नगरजन त्यांच्या दर्शनासाठी किल्ल्याच्या दिंडी दरवाजासमोर गोळा झाले होते. राजाराम महाराजांना तर त्या दोघांना कुठे ठेवू आणि कुठे नको असे झाले. संताजी घोरपडे घोड्यावरून पायउतार होऊन राजाराम महाराजांकडे चालत गेले. त्यांना लवून मुजरा करीत ते म्हणाले,

"थोरल्या महाराजांच्या पुण्यप्रतापे करून विजयी होऊन आलो– शत्रू धरून आणला आहे, त्याचे काय करायचे ते करा."

मोगल सरदार लढाईत पाडाव झाले, तर त्यांना कैदेत कसे ठेवायचे हा मराठ्यांसमोर मोठा प्रश्नच होता. कारण, या शाही पाहुण्यांची राहणी ऐशआरामाची असल्याने त्यांना कारावासात मोठ्या इतमामाने ठेवावे लागे. मराठ्यांना तो खर्च करणे परवडत नसे. मराठे कांदा-भाकर खाऊन जगणारे; पण मोगल सरदारांना कांदा-भाकर कशी द्यायची? म्हणून लढाईत मोगल सरदार हातास लागले, तर त्यांच्या नातेवाइकांकडून मोठ्या रकमा वसूल करून त्यांना मुक्त करण्याचे धोरण मराठ्यांनी अवलंबिले होते. संताजी घोरपडे यांनी राजाराम महाराजांची भेट घेऊन सांगितले की, मोगल सरदार पाडाव करून आणले आहेत, तेव्हा त्यांचे काय करायचे ते करा, तेव्हा राजाराम महाराज संताजींना म्हणाले,

"संताजीराव, तुम्ही अली मर्दानखान व त्यांचे अधिकारी यांना कैद करून आणलंत त्याबद्दल आम्ही तुमच्या पराक्रमाचं कौतुक करावं तितकं थोडंच आहे. तुमच्या पराक्रमानं आम्ही दिपून गेलो आहोत; परंतु अली मर्दानखान व त्याच्या हाताखालचे अधिकारी यांना आम्ही कैदेत ठेवू शकत नाही. त्यांच्या पाहुणचारासाठी भरमसाट खर्च करण्याची आमची ऐपत नाही."

"आम्हांला त्याची जाणीव आहे महाराज." संताजी घोरपडे म्हणाले, "अली मर्दानखानास कैदेत ठेवायचं नाही असं जर आपणाला वाटत असेल तर त्याची

मुक्तता केलेली बरी.''

''पण खानाच्या मुक्ततेसाठी मोठी रक्कम भरणारा त्याचा एखादा श्रीमंत नातेवाईक कुणी आहे का? खानास सहजासहजी सोडून देण्याची आमची इच्छा नाही.'' राजाराम महाराज म्हणाले.

''मोठी रक्कम भरून खानाची मुक्तता करू शकणारी त्याच्या नात्यापैकी एक बडी आसामी आहे हे आम्हांला खानाकडून कळलंय महाराज. या बाबतीत खानाची आणि आमची वाटेत बोलणी झाली.'' संताजी घोरपडे यांनी प्रत्युत्तर केलं.

''कोण आहे ही खानाच्या नात्यापैकी बडी आसामी?''

''कुणी अली कादर नावाचा खानाचा मेहुणा आहे म्हणे. आपण कैद झाल्याची बातमी त्याने त्याला कळविली आहे.''

''तर मग ठीक आहे. खानाची मुक्तता होईस्तोवर त्याला कडक बंदोबस्तात ठेवण्याची आज्ञा आम्ही करतो.''

''पण खानाच्या मुक्ततेसाठी आपण किती रक्कम घेणार हे खानास कळवायला पाहिजे महाराज.''

राजाराम महाराज थोडा वेळ विचारमग्न झाले व म्हणाले,

''किमान एक लक्ष रुपयांचा दंड तरी खानाने भरला पाहिजे.''

''ठीक आहे. ही रक्कम तयार करण्याची सूचना खानास करतो.''

संताजी घोरपडे म्हणाले आणि राजाराम महाराजांना मुजरा करून ते जायला उठले. ते पाहताच राजाराम महाराज त्यांना म्हणाले,

''संताजीराव, तुम्ही मोठा पराक्रम गाजविलात. आम्ही धन्य झालो. तुमच्या स्वामिसेवेला आणि स्वराज्यसेवेला अन्य तोड नाही. मागे रामचंद्र पंतांच्या सूचनेवरून आम्ही तुम्हाला सेनापतिपद बहाल केले. आताही तुमच्या पराक्रमाचे चीज आमच्याकडून व्हावे म्हणून रामचंद्र पंतांकडून आम्हांला विनंतिपत्र आले आहे. तुमची त्यांची भेट होऊन, तुम्ही त्यांना आपणास मिरज प्रांताची देशमुखी मिळावी असे विदित केल्याचे पंतांनी पत्रात म्हटले आहे-''

''होय महाराज, मिरज प्रांताची देशमुखी आम्हांला मिळावी, अशी सूचना आम्ही रामचंद्र पंतांना केली हे खरे आहे.'' संताजी घोरपडे राजाराम महाराजांच्या नजरेला नजर भिडविण्याचे टाळीत दुसरीकडे पाहत म्हणाले.

''पण ही देशमुखी मूळ कुणाची व आता तिचा वारस कुणी आहे की नाही त्याची चौकशी केल्यावाचून तिची सनद तुम्हाला कशी देता येईल संताजीराव?''

''ती चौकशी आम्ही केलीय महाराज. मिरज देशमुखीला कुणी वारसदार नाही याची खात्री करून घेण्यात आली. तेथील देशमुख नेस्तनाबूत झाले आहेत. त्यांच्या वंशी कुणी नाही. त्यांचे मुतालिक होते, ते बळावून देशमुखी खात होते. त्यांना

दुर्बुद्धी होऊन ते गनिमाला जाऊन मिळाले, म्हणून देशमुखी अमानत झाली.''

ते ऐकताच राजाराम महाराज थोडा वेळ स्तब्ध झाले. मिरजेची देशमुखी संताजी घोरपडे यांना द्यावी की देऊ नये याबाबत त्यांचे मन दोलायमान होत होते; परंतु संताजी घोरपडे सांगत होते की, मिरजेचे देशमुख निर्वंश झाल्याने ही देखमुखी सरकारात अमानत झाली आहे. याची शहानिशा करायची झाल्यास कालावधी लागणार होता; त्यामुळे आपल्या शब्दावर महाराजांचा विश्वास नाही असं संताजी घोरपडे यांना वाटल्यानं ते नाराज होणार होते. म्हणून राजाराम महाराजांनी मिरजेची देशमुखी संताजींना देण्याचं ठरविलं. त्यांनी संताजींच्या समक्षच आपले चिटणीस खंडोजी बल्लाळ यांना आज्ञा केली की, मिरजेची देशमुखी संताजींना देण्याची आज्ञा रामचंद्र पंतांना करा. नंतर त्यांनी संताजी घोरपडे यांना निरोप दिला.

राजाराम महाराजांचे आज्ञापत्र मिळाल्यावर रामचंद्र पंत अमात्य यांनी मिरजेच्या देशमुखीची सनद संताजी घोरपडे यांच्या नावाने काढली.

ဢ

१६

संताजी घोरपडे व धनाजी जाधव या दोघांच्या स्वारांची सबंध हैदराबादी कर्नाटकात तुफान घोडदौड सुरू झाली. एखाद्या झंझावातात झाडेझुडपे उन्मळून पडावीत तद्वत मराठी फौजांच्या विजिगीषू आक्रमणाने मोगल फौजांचा धुव्वा उडू लागला. आसदखान किंवा शाहजादा कामबक्ष या दोघांचे ताज्या दमाचे सैन्य मराठ्यांचा प्रतिकार करण्यास असमर्थ ठरले. सबंध हैदराबादी कर्नाटकावर मराठ्यांनी अंमल बसवून केशव रामण्णा नावाच्या कर्नाटकी सरदाराची या प्रदेशाचा सुभेदार म्हणून नेमणूक केली. जिंजीच्या परिसरातील हा मोक्याचा प्रदेश मराठ्यांच्या हातात गेल्याने जिंजीच्या किल्ल्यास वेढा घालून बसलेल्या मोगल सरदारांची स्थिती अत्यंत केविलवाणी झाली. मराठ्यांनी त्यांची रसद तोडल्याने त्यांच्या छावणीत उपासमार सुरू झाली. डाक बंद झाल्याने बाहेरच्या घडामोडीही त्यांना कळेनात. बादशहाच्या छावणीचा व त्यांचा संबंध तुटला होता; त्यामुळे मोगल छावणीत नाना प्रकारच्या अफवा पसरू लागल्या. मराठेही आपली माणसे मोगल छावणीत पाठवून घबराटीच्या अफवा पिकवीत होते.

अकस्मात एके दिवशी मोगल छावणीत एक भयंकर बातमी पसरल्याने सगळे

गर्भगळित होऊन गेले. आलमगीर बादशहा निधन पावला असून शाहआलम गादीवर आल्याची ती वार्ता होती. शाहजादा कामबक्ष याला तर ती वार्ता ऐकून आकाश कोसळल्यासारखे वाटले, कारण शाहआलमचे व त्याचे भयंकर वितुष्ट होते. त्यातच वजीर आसदखान आणि त्याचा पुत्र झुल्फिकारखान हे दोघेही त्याला पाण्यात पाहत होते. त्या दोघांचे आणि शाहआलमचे संबंध चांगले असल्याने ते दोघे आपणास कैद करून, हातापायांत बेड्या घालून शाहआलमकडे पाठवितील व तो मग आपणास आजन्म कारावासात टाकील आणि कदाचित आपले डोळेही काढील ही भीती त्याच्या भित्र्या अंतःकरणाला एखाद्या दाहक चटक्याप्रमाणे स्पर्श करून गेली. आजन्म कारावास आणि तोही अंधावस्थेत डोळ्यांच्या खाचा झालेल्या स्थितीत! या कल्पनेनेच कामबक्षाच्या हातापायांना कापरे भरले. भाऊबंदकीत पराभूत होणाऱ्या दुर्दैवी मोगल राजपुत्रांच्या नशिबात काय असते, याची त्याला पुरेपूर कल्पना होती. आपल्या चुलत्यांची व त्यांच्या कुटुंबीयांची वासलात आपल्या पाषाणहृदयी पित्याने कशी लावली, तो समग्र रक्तलांछित इतिहास त्याच्या अंतश्चक्षूंसमोर साऱ्या भडक रंगांनी उभा राहिला. खरोखर, आपल्या बापाच्या हातून घडलेल्या त्या भीषण हत्याकांडाला मोगल अमदानीच्या इतिहासात अन्य तोड नाही असे त्याला वाटले. तोच धडा त्याचा भाऊ शाहआलम याने गिरविला असल्यास नवल नव्हते.

कामबक्षाच्या हाताखाली मोठे सैन्य होते. वजीर आसदखान व झुल्फिकारखान या दोघांचे सैन्यही त्याच्या सेनाधिपत्याखाली येत होते; परंतु त्या दोघांनी त्याचा त्याग केल्यास सैन्यात बेदिली माजणार होती. अशा निष्ठा दुभंगलेल्या सैन्याच्या बळावर शाहआलमशी दोन हात करण्याचा आत्मविश्वास त्याला वाटेना. आपण कर्नाटकातच एक राज्य स्थापावे असा महत्त्वाकांक्षी विचार त्याच्या मनात तरळून गेला; पण मराठे त्याला स्वतंत्र राज्य स्थापू देणार होते का? स्वतःच्या बळावर मराठ्यांचा पराभव करणे ही कल्पनाही त्याला दूरची वाटू लागली. अकस्मात निबिड अंधारात कुठून तरी एखादा प्रकाशझोत चमकावा तद्वत त्याच्या मनाला एक विचार स्पर्श करून गेला.

मराठ्यांशी मैत्री करून शाहआलमशी तख्तासाठी युद्ध केले तर! तो विचार त्याच्या मनातील निराशेचे अभ्रपटल भेदून गेला. तो उत्साहित झाला; पण औरंगजेबासारख्या कठोर अंतःकरणाच्या एकतंत्री बापाचे हुकूम मुकाट्याने पालन करण्यात आयुष्य घालविलेल्या आणि त्यामुळे स्वतःच्या प्रेरणेने कार्य करण्यास असमर्थ ठरलेल्या त्या दुबळ्या शाहजाद्यास ती कल्पना प्रत्यक्षात आणण्याचा हिय्या होईना. त्याने आपल्या सल्लागारांसमोर ती योजना मांडली. ते म्हणाले की, कल्पना नामी आहे; तू जर मराठ्यांच्या राजाशी मैत्री केलीस तर तो तुला दिल्लीचे

तख्त काबीज करण्यास मदत केल्यावाचून राहणार नाही. तू राजारामाशी अवश्य मैत्री कर आणि वजीर आसदखान व त्याचा मुलगा झुल्फिकारखान यांच्याकडून कैद होण्यापूर्वीच जिंजीच्या किल्ल्यात तुझ्या कबिल्यासह मराठ्यांच्या आश्रयास जा.

त्या सल्ल्यानुसार कामबक्षाने एके दिवशी आपल्या विश्वासातील दोन माणसे राजाराम महाराजांशी मैत्रीच्या वाटाघाटी करण्यासाठी जिंजीच्या किल्ल्यात पाठविली.

शाहजादा कामबक्षाचे म्हणजे प्रत्यक्ष शत्रूचे दूत आपणाकडे मैत्रीच्या वाटाघाटी करण्यासाठी आलेले पाहून राजाराम महाराजांना व त्यांच्या मंत्रिमंडळातील माणसांना फार आनंद झाला. राजाराम महाराजांनी कामबक्षाला कळविले की, तुम्ही माझ्याशी मैत्री जुळविण्यास उत्सुक असल्याचे कळून मला फार आनंद झाला. तुम्हाला दिल्लीचे तख्त मिळवून देण्यासाठी मी माझ्या हातून होतील ते प्रयत्न करीन. माझे सैन्य मी तुमच्या दिमतीला देण्यास तयार आहे; तरी तुमच्या इच्छेप्रमाणे तुमच्या कबिल्यासह आमच्याकडे यावे.

परंतु वजीर आसदखान व त्याचा मुलगा झुल्फिकारखान हे दोघे बेसावध नव्हते. त्यांचे हस्तक कामबक्षाच्या छावणीत वावरत होते. कदाचित कामबक्षाच्या सल्लागारांपैकी एखाद-दुसऱ्याचे अंतःस्थ संबंध त्या दोघा बापलेकांशीही असावेत. त्यांच्याकडून जेव्हा त्या दोघांना कळले की, कामबक्षाने मराठ्यांशी मैत्रीचे संधान लावले आहे, तेव्हा त्यांनी सावध होऊन कामबक्ष व त्याचे मित्र यांच्या हालचालींवर गुप्त नजर ठेवली. खुद्द जिंजीच्या किल्ल्यातही आसदखानाच्या गुप्तहेरांचा संचार चालू होता. त्याच्याकडून त्यांना रोज एक हजार रुपयांचा मलिदा चालू होता.

शाहजादा कामबक्ष आणि राजाराम महाराज या दोघांच्या मैत्रीच्या वाटाघाटी ऐन रंगात आल्या; सर्व बोलणी तपशीलवार झाली. कामबक्षाने आपल्या बायका-मुलांसह जिंजीच्या किल्ल्यात प्रवेश करण्याचा दिवसही मुक्रर केला.

अकस्मात एके सकाळी आसदखानाचा विश्वासू हिंदू सरदार राव दलपत बुन्देला शाहजादा कामबक्षाच्या भेटीस आला. तो त्याला लवून मुजरा करून म्हणाला की, 'मराठा गनीम भयंकर शिरजोर झाला आहे हे तुम्हाला माहीत आहे. मराठ्यांनी तुमच्या छावणीवर अचानकपणे छापा घालून तुम्हाला पळवून नेण्याचे कारस्थान रचल्याचा सुगावा वजिरास लागला आहे. म्हणून तुमच्या आणि तुमच्या बायका-मुलांच्या जीवितास मराठा गनिमाकडून काही अपाय होऊ नये यास्तव वजिराने तुमच्या छावणीभोवती पहारा देण्याची कामगिरी माझ्यावर सोपविली आहे.'

राव दलपत बुन्देला हा हिंदू सरदार शूर म्हणून प्रसिद्ध होता. त्याच्या निष्ठेबद्दलही शंका घेण्यास जागा नव्हती, तेव्हा अशा कडव्या सरदाराचा पहारा म्हणजे जवळजवळ नजरकैद हे कळण्यास कामबक्षास उशीर लागला नाही. आसदखानाचे हस्तक आपल्या मागावर असून मराठ्यांशी आपल्या ज्या मैत्रीच्या

वाटाघाटी चालू आहेत, त्याचा सुगावा खानास लागला असल्याने त्याने आपल्या छावणीवर दलपत बुन्देलाचा पहारा बसविला आहे हे त्याने ताडले; पण माझ्या छावणीवर तुझा पहारा नको, असे दलपत बुन्देलास खडसावून सांगण्याचा हिय्या त्याला होईना, कारण मराठे शिरजोर झाल्याचे तो पाहत होता, तेव्हा आपल्या छावणीवर रजपुतांचा पहारा नको म्हणून सांगितले, तर आपल्या व राजारामाच्या ज्या मैत्रीच्या वाटाघाटी चालू आहेत, त्याचा वजिरास लागलेला सुगावा दुणावेल आणि तो उघडपणे आपणावर तसा आरोप करील या भीतीने कामबक्ष मूग गिळून स्वस्थ बसला.

बुन्देला सैनिकांचा पहारा छावणीवर बसल्याने शाहजादा कामबक्ष व मराठे यांच्यामधल्या वाटाघाटी जवळजवळ बंद पडल्या. कामबक्षाची स्थिती नजरकैदेत असल्यासारखी झाल्याने तो पुरताच निष्प्रभ झाला. राव दलपतच्या करड्या नजरेतून एकही मनुष्य त्याच्या छावणीच्या आत सुटेना. ती स्थिती त्याला भयंकर असह्य झाली. आपणासारख्या शाही राजपुत्रास आपल्या बापाच्या वजिराने नजरकैदेत ठेवावे ही गोष्ट त्याला भयंकर अपमानास्पद वाटली; पण तो वजिराचे काहीच करू शकत नव्हता. अखेर त्याने पळून जाण्याचा बेत केला. त्याचे हत्ती आणि जनानखान्याचे मेणे तयार झाले. रोकड, जडजवाहीर, मौल्यवान वस्तू त्याने आपल्याबरोबर घेण्याचे ठरविले; परंतु राव दलपत बुन्देलास त्याच्या या गुप्त हालचालींचा सुगावा लागल्याने त्याने ही हकिकत लगेच आसदखानाच्या कानावर घातली. खानाने बुन्देल्यास आज्ञा दिली की, शाहजाद्याच्या छावणीभोवतालचा पहारा कडक करा. खान तेवढ्यावरच थांबला नाही, कदाचित कामबक्ष आपल्या छावणीवर अचानक हल्ला करील या भयाने त्याने खंदकातील सैन्य काढून घेऊन ते आपल्या व कामबक्षाच्या छावणीच्या पिछाडीस ठेवण्याचा निर्णय आपला मुलगा झुल्फिकारखान याच्या सल्ल्याने घेतला.

परंतु खंदकातून सैन्य काढून घेणे ही सोपी गोष्ट नव्हती, कारण मोगलांच्या हालचालींवर मराठ्यांची अहोरात्र घारीसारखी नजर होती. ते खंदकातून बाहेर पडताहेत असे कळताच मराठे किल्ल्यातून बाहेर पडून त्यांच्यावर हल्ला करणार होते. तो धोका लक्षात येऊनदेखील आसदखानाने खंदकातील सैनिकांना खंदकाबाहेर पडण्याचा हुकूम केला. खंदकातील भारी तोफा हलविणे कठीण होते. मराठ्यांनी हल्ला करून त्या काबीज करू नयेत म्हणून त्याने त्या खिळे ठोकून निकामी करण्याचा हुकूम केला.

खानाच्या हुकमाप्रमाणे मोगल सैनिक तोफा निकामी करून हलक्या सामानासह खंदकाबाहेर पडू लागले. ती गोष्ट मराठ्यांच्या निदर्शनास येताच त्यांना जवळजवळ हर्षवायूच झाला. त्यांनी 'हरहर महादेव'ची एकच आरोळी ठोकली आणि ते

मोगलांवर तुटून पडले.

ही धुमश्चक्री चालू होती, तेव्हा धनाजी जाधव आपल्या पंधरा हजार सैन्यासह मोगलांची नाकेबंदी करण्यात गुंतले होते. ते जिंजीच्या किल्ल्यापासून बऱ्याच अंतरावर दबा धरून बसले होते. तथापि, किल्ल्यातील मराठा सरदारांशी त्यांचे संधान होते. किल्ल्यातून त्यांना कळविण्यात आले होते की, मोगलांकडून काही लष्करी हालचाली झाल्यास तुम्ही त्यांची त्वरित नाकेबंदी करावी. त्या आदेशानुसार त्यांनी ही कारवाई केली होती. आता मोगलांची सर्व बाजूंनी नाकेबंदी झाली होती. परंतु वजीर आसदखान व झुल्फिकारखान हे दोघे कसलेले योद्धे असल्याने त्यांनी धीर सोडला नाही. त्यांनी लढण्याची अगदी पराकाष्ठा करून मोगल छावणीची कोंडी करणाऱ्या मराठ्यांची फळी पार खिळखिळी करून टाकली. उभय पक्षांत घनघोर लढाई झाली. त्यात झुल्फिकारखान विजयी झाला; धनाजी जाधवांची फळी फोडण्यात त्याला यश मिळाले.

इकडे झुल्फिकारखान मराठ्यांशी प्राणपणाने लढत होता, तेव्हा शाहजादा कामबक्ष आपल्या छावणीत वेगळेच कारस्थान रचण्यात निमग्न होता. झुल्फिकारखान व धनाजी जाधव या दोघांमधील लढाईत सुरुवातीला मराठ्यांची सरशी होत होती. ती वार्ता ऐकून कामबक्षाची समजूत झाली की, आता झुल्फिकारखानाचा पराभव अटळ आहे. तसे झाले तर खानाकडून आपला जो अपमान झाला तो धुऊन काढण्याची ही संधी नामी आहे असा विचार करून त्याने आसदखान व झुल्फिकारखान या दोघांना कैद करण्याचा बेत केला; परंतु त्याच्या छावणीत खानाचे जे हस्तक वावरत होते, त्यांना या कारस्थानाचा सुगावा लागल्याने त्यांनी ही वार्ता लगेच आसदखानास कळविली; परंतु खानाने कामबक्षाविरुद्ध लगेच इलाज केला नाही. कारण, तो आपल्या मुलाची वाट पाहत होता. सायंकाळी जेव्हा झुल्फिकारखान मराठ्यांवर विजय मिळवून छावणीत परतला, तेव्हा आसदखानाने कामबक्षाच्या कारस्थानाची वार्ता त्याच्या कानावर घातली.

आधीच झुल्फिकारखान लढाईत तलवार मारून दमून आलेला होता. मराठ्यांकडून झालेल्या अविरत हल्ल्यांना तोंड देता देता तो भयंकर थकून गेला होता. त्यात कामबक्षाच्या कारस्थानाची बातमी कळताच तो पुरताच प्रक्षुब्ध झाला. आगीत तेल ओतले गेले. शाहजादा कामबक्ष आपल्या शाही मुजोरीने त्या दोघा बापलेकांचा वारंवार पाणउतारा करीत असे. आपल्या वयोवृद्ध बापाचा तो भयंकर अपमान झुल्फिकारखानास सहन होत नसल्याने तो कामबक्षाची खोड मोडण्याच्या संधीची वाट पाहत होता. ती संधी त्याला आता मिळाली. तो क्रोधाविष्ट होत तलवारीस हात घालीत आपल्या बापास म्हणाला,

"शाहजाद्याच्या बेमुर्वतखोरपणाचा कळस झाला! तो वारंवार तुमचा पाणउतारा

करतो आहे. आपण शाहजादा असून तुम्ही आपले नोकर आहात अशी आढ्यताखोर भावना त्याच्या मनात वसत आहे. आम्ही याच्या बापासाठी प्राणाची कुर्बानी करावी आणि याने मात्र गनिमाशी बापाविरुद्ध खुशाल कारस्थाने करावीत! आम्ही हे मुळीच सहन करणार नाही. त्याच्या अपराधाचे घडे भरले आहेत. त्याचे माप त्याच्या पदरात टाकले तर, बादशहालाही ते आवडेल. आम्ही यापुढे बिलकूल त्याच्या राग-लोभाची पर्वा करणार नाही.''

म्हातारा वजीर आसदखान आपल्या मुलाचा रुद्रावतार पाहून क्षणभर स्तिमित झाल्यावाचून राहिला नाही. कामबक्षाच्या कारस्थानाची वार्ता झुल्फिकारखानाच्या कानी न घालता त्याचा बंदोबस्त आपण परस्परच करायला हवा होता, असे त्याला वाटले; पण आता तो काहीच करू शकत नव्हता. ते कारस्थान झुल्फिकारखानास कळून चुकले असल्याने तो आता स्वस्थ बसण्याची मुळीच शक्यता नव्हती. तरीही त्याने त्याला शांत करण्याचा प्रयत्न केला; पण झुल्फिकारखान आता स्वस्थ बसण्यास तयार नव्हता. तो आसदखानाच्या छावणीतून तीरासारखा बाहेर पडला; आपले काही शरीररक्षक बरोबर घेऊन तो थेट कामबक्षाच्या छावणीकडे निघाला.

शाही रीतिरिवाजानुसार शाहजाद्याची भेट घ्यायची झाल्यास प्रथम त्याला आगमनाची वर्दी देणे आवश्यक होते; पण झुल्फिकारखानास ते सोपस्कार पाळण्याची आवश्यकता भासली नाही. एखाद्या गुन्हेगाराच्या समाचारास जावे त्याप्रमाणे तो आपली तलवार उपसून आपल्या शरीररक्षकांच्या तुकडीसह कामबक्षाच्या डेऱ्यात घुसला. डेऱ्याच्या प्रवेशद्वारावरील पहारेकऱ्यांनी त्याला रोखून धरण्याचा प्रयत्न केला; पण त्याने त्यांना बाजूस सारले.

त्या वेळी कामबक्ष आपल्या सरदारांसह दरबारात बसला होता. झुल्फिकारखान दिवाणखान्याची जाळी तोडून दरबारात घुसला, तेव्हा दरबार एकदम तटस्थ झाला. सारे सरदार मंत्रमुग्ध झाल्यासारखे बसल्या जागी खिळून राहिले. शाहजाद्याची परवानगी न घेता त्याच्या दिवाणखान्यावरील जाळी तोडून नंग्या समशेरीसह आत घुसलेल्या झुल्फिकारखानापासून कामबक्षाचे रक्षण करण्यासाठी त्याच्याभोवती कडे करण्याचेदेखील त्यांना भान उरले नाही. तथापि, कामबक्षाचे सरदार जरी मेंढरासारखे गप्प बसले असले, तरी त्याचे नोकर मात्र आपल्या धन्याच्या रक्षणार्थ धावले. ते आरडाओरडा करीत खानाच्याच मागोमाग आले व त्यांनी त्याच्या दिशेने बंदुकीच्या काही गोळ्या झाडल्या; परंतु झुल्फिकारखानाच्या शरीररक्षकांनी त्यांचा प्रतिकार मोडून काढून हां हां म्हणता त्यांच्या मुसक्या आवळल्या.

नोकरांचा आरडाओरडा ऐकून शाहजादा कामबक्ष दिवाणखान्याबाहेर येत होता, तोच झुल्फिकारखानाने आपल्या सैनिकांना हुकूम केला, ''पकडा त्याला.'' त्या हुकुमाप्रमाणे खानाच्या बंदूकधारी सैनिकांनी एकदम कामबक्षास घेरले आणि

त्याला फरफटत ओढीत ते बाहेर घेऊन गेले.

झुल्फिकारखान कामबक्षाच्या छावणीकडे निघाल्याचे पाहताच आसदखानाने त्याच्या मदतीला राव दलपत बुंदेला याला सैन्य देऊन रवाना केले होते; झुल्फिकारखान कामबक्षाच्या डेऱ्यात घुसला, तेव्हा राव दलपत आपल्या हत्तीसह कामबक्षाच्या डेऱ्यासमोर उभा होता. काही कमी-अधिक झाले तर तो आपल्या सैनिकांसह आत घुसण्याच्या तयारीत होता. इतक्यात झुल्फिकारखानाचे सैनिक कामबक्षास फरफटत ओढीत बाहेर घेऊन आले. ते पाहताच राव दलपतने चपळाईने कामबक्षास आपल्या हौद्यात घेतले आणि हत्ती आसदखानाच्या छावणीकडे पिटाळला.

कामबक्षास आसदखानासमोर उभे करताच खानाच्या क्रोधाचा एकदम भडका उडाला. त्याला तोल सावरता आला नाही. आपल्यासमोर आलमगीर बादशहाचा पुत्र उभा असल्याचे भान त्याला उरले नाही. एखाद्या सामान्य गुन्हेगाराप्रमाणे त्याने कामबक्षास वाक्‌ताडन केले. तो दात-ओठ खात म्हणाला, ''तू नर्तकीचा पोर. तू राज्यकर्ता आणि सेनापती होण्यास अपात्र आहेस. ज्या अर्थी तू बादशहाचे निधन झाल्याची अफवा तिचा छडा न लावता खरी मानलीस, त्या अर्थी तू बादशहाचा वारस होण्याचा हक्क गमावला आहेस. तुझ्यासारखा भेकड राजपुत्र बादशहाच्या अफाट राज्याचा वारसदार बनला तर या साम्राज्याचे तीन तेरा होण्यास वेळ लागणार नाही. ज्या गनिमास नेस्तनाबूत करण्यासाठी बादशहा इतकी वर्षे झुंज देतो आहे, त्या गनिमाशी संधान साधून तू आमच्या पांढऱ्या केसांना बट्टा लावलास. ही तुझी दगलबाजी बादशहाला कळली तर तुझी गत काय होईल! छीः तुझ्या जिंदगानीवर!''

शाहजादा कामबक्ष एखाद्या गुन्हेगाराप्रमाणे मान खाली घालून वजिराची निर्भर्त्सना मुकाट्याने ऐकत होता. अकस्मात वजीर भानावर आला. शाही राजपुत्राचा आपल्या हातून अपमान झाला म्हणून तो ओशाळला. तो एकदम कामबक्षाजवळ गेला आणि त्याच्या पाठीवरून हात फिरवीत सद्‌गदित होत म्हणाला, ''हे तू काय केलंस पोरा! निदान मला तरी कळवायचं होतंस. मी तुझं असं काय घोडं मारलं म्हणून तू माझा असा छळवाद आरंभलास!''

वजिराच्या त्या शेवटच्या उद्‌गारांनी कामबक्षाचं मन पश्चात्तापदग्ध झालं. वजिराकडून झालेली निर्भर्त्सना तो पार विसरून गेला.

''मला क्षमा करा. मी चुकलो.'' तो रुद्ध कंठाने म्हणाला.

''पोरा, तुला क्षमा करायची नाही तर काय करायचं! तुला बादशहाच्या तोंडी देणं म्हणजे तोफेच्या तोंडी देणं, हे मला कळतं रे; म्हणून तुझी मी गय करतो.''

आसदखानाने आपल्या मुलाच्या इच्छेविरुद्ध कामबक्षाचा पितृद्रोहाचा गुन्हा त्याला माफ केला. त्याने त्याला आपल्या छावणीत ठेवून घेऊन त्याला शाही

इतमामाने वागविले.

झुल्फिकारखानाने शाहजादा कामबक्षाला कैद करून आसदखानाकडे नेल्याची वार्ता राजाराम महाराज व त्यांच्या सरदारांना कळली, तेव्हा त्यांना फार दुःख झाले, कारण त्याच्यावर ओढवलेल्या या अनर्थाला आपणच कारणीभूत आहोत असे राजाराम महाराजांना वाटत होते. त्याने त्यांच्याशी मैत्रीच्या वाटाघाटी केल्या नसत्या, तर त्याच्यावर हे संकट गुदरले नसते याबद्दल त्यांची खात्री झाली होती; त्यामुळे त्याच्या मुक्ततेची जबाबदारी आपणावर पडते असे ते समजत होते. म्हणून त्यांनी कामबक्षाच्या मुक्ततेची कामगिरी संताजी घोरपडे यांच्यावर सोपविली. राजाराम महाराजांच्या हुकुमाप्रमाणे संताजी घोरपडे यांनी आसदखानाच्या छावणीवर हल्ले चढविण्यास प्रारंभ केला; परंतु आसदखानाच्या मदतीला झुल्फिकारखान, राव दलपत बुन्देला, सर्फराजखान, फत्थुल्लाखान तुराणी वगैरे सरदार आल्याने संताजी घोरपडे यांचा कामबक्षाची मुक्तता करण्याचा प्रयत्न निष्फळ ठरला. मोगल फौजांसमोर त्यांना माघार घेणे भाग पडले.

तथापि, संताजी घोरपडे याच्या हल्ल्यांना प्रतिबंध करण्यास जरी मोगल सरदार यशस्वी झाले असले तरी, मराठी फौजांनी त्यांची नाकेबंदी केल्याने त्यांच्यावर उपासमारीचे जे संकट ओढवले होते, त्याला मात्र ते परिणामकारकपणे तोंड देऊ शकले नाहीत. मराठ्यांनी त्यांची रसद मारण्याचा सपाटा सुरू केल्याने त्यांच्या छावणीत अन्नधान्याचा भयंकर तुटवडा पडला होता. जवळजवळ वेढ्यात सापडल्यासारखी त्यांची स्थिती झाली होती. ती परिस्थिती असह्य होऊन एक दिवस झुल्फिकारखान जिवावर उदार होऊन धान्य आणण्यासाठी सैन्य घेऊन वांदिवाशला निघाला. त्याच्या तुराणी सैन्याने एका रात्री एका लमाणांच्या तांड्यावर छापा घालून लमाणांचे सर्व धान्य लुटले.

संताजी घोरपडे झुल्फिकारखानाच्या मागावर होतेच. खानाच्या फौजांनी गरीब बिचाऱ्या लमाणांचे धान्य लुटल्याचे कळताच त्यांचा भयंकर संताप झाला. त्यांनी या गुन्ह्याबद्दल झुल्फिकारखानास चांगला धडा शिकविण्याचे ठरविले. मोगल सैन्य लुटलेले धान्य घेऊन जिंजीकडे माघारी फिरले होते. अकस्मात संताजी घोरपडे यांनी मागून येऊन त्यांच्यावर हल्ला चढविला. कदाचित संताजी घोरपडे यांच्या या आकस्मिक हल्ल्याच्या तयारीचा झुल्फिकारखानास सुगावा लागल्याने तो सावध असावा. त्याने मराठ्यांशी नेटाने झुंज दिली. मोठ्या शिकस्तीने आणलेले धान्य मराठे लुटून नेणार म्हणून त्याचा जीव कासावीस झाला होता आणि त्याने त्या धान्याचे प्राणपणाने रक्षण करण्याचा निर्धार केला होता. संताजी घोरपडे यांचा हल्ला निष्फळ ठरला. त्यांनी मोठ्या शिताफीने आपल्या सैन्यासह माघार घेतली आणि ते देसूर नावाच्या किल्ल्याच्या आश्रयास गेले.

झुल्फिकारखानास वाटले की, मराठ्यांना आपण हाकलून लावल्याने ते पुन्हा आपल्या वाटेस येणार नाहीत. म्हणून त्याने निर्धास्तपणे जिंजीचा रस्ता आक्रमण करण्यास प्रारंभ केला; परंतु संताजी घोरपडे यांनी त्याचा माग सोडला नव्हता. मोगलांना हुलकावणी देण्यासाठी त्यांनी माघार घेतली होती. देसूरच्या किल्ल्यापासून मोगल सैन्य लांब पोहोचताच संताजी पुन्हा त्यांच्या पाठलागास निघाले. त्यांनी वायुवेगाने येऊन मोगलांवर येऊन गोळीबार सुरू केला. तो गोळीबार इतका बेफाम होता की, त्यात मोगलांची असंख्य जनावरे घायाळ होऊन सर्वत्र उधळली गेली. घायाळ जनावरांत काही हत्तीही होते. त्यांना आवरून धरणे माहुतांना अशक्य झाल्याने मोगल सैन्यात एकच गोंधळ माजला. मोगलांनी मराठ्यांवर तोफा डागून त्यांना पिटाळून लावण्याचा प्रयत्न केला; पण त्यात यश आले नाही. ते पाहून झुल्फिकारखानाचा हुकमी सरदार राव दलपत बुन्देला आपल्या निधड्या छातीच्या रजपूत सैनिकांसह पुढे सरसावला. त्याने मराठ्यांवर चौफेर हल्ला करून त्यांना माघार घेण्यास भाग पाडले.

झुल्फिकारखानास वांदिवाशहून लुटून आणलेले धान्य फारच महागात पडले. त्याची बरीच माणसे आणि जनावरे मराठ्यांच्या हल्ल्यात ठार आणि घायाळ झाली होती आणि आणलेले धान्य इतके अपुरे होते की, बुभुक्षित मोगल सैन्याने त्याचा दोन दिवसांत फडशा पाडला. ते धान्य संपल्यावर मोगल फौजांत पुन्हा फाके पडले. भुकेची आग सहन न झाल्याने मोगल सैनिक भिकाऱ्यांसारखे अन्न मागत सैरावैरा भटकू लागले. सर्व लाजलज्जा आणि अभिमान सोडून ते जिंजीच्या तटाखाली जाऊन मराठ्यांकडे रोटीची भिक्षा मागू लागले. मराठ्यांना त्यांची दया येऊन ते त्यांना भाकऱ्या आणि धान्य देऊ लागले; पण ते धान्य मोगल छावणीत नेता येत नव्हते म्हणून मोगल सैनिक ते जिंजीच्या तटाखाली शिजवून खात आणि मग आपल्या छावणीत परत जात.

परंतु ही लज्जास्पद अवस्था फार दिवस टिकणे अशक्य होते. त्या परिस्थितीचा आपल्या सैन्याच्या नीतिधैर्यावर प्रतिकूल परिणाम होत असल्याचे आसदखान आणि झुल्फिकारखान हे दोघे पाहत होते. मोगल सैन्याचे ते दैन्य मराठ्यांनाही बघवेना! आसदखानाने बादशहाला आपली परिस्थिती कळवून धान्याची व कुमकेची मागणी केली होती; परंतु ती मदत येत नव्हती. अखेर आसदखान त्या कुमकेची वाट पाहून भयंकर हताश झाला आणि आपल्या सैन्याचे प्राण वाचविण्यासाठी त्याने राजाराम महाराजांपाशी तहाची बोलणी सुरू केली. त्याने राजाराम महाराजांना पैशाची लालूच दाखवून कळविले की, तुम्ही जर आम्हांला वांदिवाशला सुरक्षितपणे जाऊ दिले, तर मी तुम्हाला मोठी रक्कम देईन.

ꣳ

१७

राजमंडळाच्या बैठकीसमोर आसदखानाचे पत्र पडलेले होते. राजाराम महाराज आणि प्रल्हाद निराजी दोघे उत्तेजित दिसत होते. 'आम्हांला वांदिवाशला सुरक्षितपणे जाऊ दिले, तर आम्ही तुम्हाला मोठी रक्कम देऊ' असे खान त्या पत्रात लिहीत होता. कर्जबाजारी राजाराम महाराज व पैशाचे लोभी प्रल्हाद निराजी या दोघांचे डोळे पैशाच्या लालचीने विस्फारित झाले होते. राजाराम महाराजांना एखादे घबाड मिळाले, तर त्याचा वाटा प्रल्हाद निराजीच्या पदरात पडला नाही असे कधी घडले नव्हते. पैशाचा आणि त्या दोघांचा छत्तीसचा आकडा होता. पतंगाला ज्योतीचे आकर्षण वाटावे तद्वत राजाराम महाराज व प्रल्हाद निराजी या दोघांना पैशाचे आकर्षण होते. मात्र, राजाराम महाराजांच्या हातून पैशाचे पाणी होई, तर प्रल्हाद निराजी पैसा कडोसरीला लावून ठेवीत. राजमंडळातील सर्व सभासदांमध्ये ते सर्वांत अधिक श्रीमंत होते; म्हणून सगळेजण त्यांचा मत्सर करीत होते.

"गनिमाची स्थिती फार वाईट आहे. त्यांच्या छावणीत धान्यटंचाईमुळे उपासमार सुरू आहे. दाणापाणी व कडब्याच्या अभावी जनावरे मृत्युमुखी पडत आहेत. मुशाहिरा न मिळाल्याने त्याचे फिरंगी गोलंदाज काम सोडून निघून गेले आहेत. म्हणून ते आम्हांला शरण आले आहेत. आपणास वांदिवाशला सुखरूपपणे जाऊ द्यावे अशी त्यांची मागणी आहे." राजाराम महाराज आसदखानाचे पत्र उचलून ते राजमंडळाच्या सभासदांना दाखवीत म्हणाले. त्यांनी ते खंडोजी बल्लाळ चिटणीस यांना वाचून दाखविण्याचा हुकूम केला. त्या हुकुमाप्रमाणे खंडोजी बल्लाळांनी ते राजमंडळाच्या सदस्यांना वाचून दाखविले.

"अशी स्थिती आहे मोगलांची!" प्रल्हाद निराजी विजयी मुद्रेने राजमंडळाच्या सदस्यांकडे पाहत म्हणाले. "त्यांची माणसे आपणाकडे भीक मागायला येतात. अतिथीला विन्मुख पाठविणे हा आपला धर्म नव्हे म्हणून आपण त्यांना भाकरी देतो, दाणे देतो; पण हे किती दिवस चालायचे? काही झाले तरी ती माणसेच आहेत. चार कदमांवर ती हजारो माणसे उपाशी असताना आपल्या तोंडात घास कसा जाईल! आपण या गोष्टीचा विचार केला पाहिजे."

राजमंडळाच्या सदस्यांनी भ्रुकुटी वक्र करून एकमेकांकडे पाहिले. प्रल्हाद निराजींना मोगलांचा पुळका आला आहे; त्यामागे आसदखानाने त्यांना देऊ केलेली लाच आहे, हे सगळ्यांना कळून चुकले होते. ते भाषण ऐकत असताना संताजी घोरपडे यांची चर्या उत्तरोत्तर गंभीर होत होती. ते म्हणाले,

"दया, क्षमा, शांती ही आपल्या धर्माची तत्त्वे आहेत हे कुणीही नाकबूल

करीत नाही; पण भलत्या वेळी शत्रूला दया दाखविणे म्हणजे आपणच आपल्या पायावर धोंडा घालून घेण्यासारखे आहे. शत्रू नामोहरम झाला आहे, म्हणून तो आपणाला सुरक्षितपणे जाऊ देण्याची विनवणी करतो आहे. वांदिवाशला तो कशासाठी जातो आहे, तर तेथे काही दिवस राहून ताजातवाना होण्यासाठी. तिकडे अन्नधान्य मुबलक आहे. बादशहाकडून कुमक आली, तर इथल्यापेक्षा वांदिवाशला ती अधिक सुरक्षितपणे पोहोचेल हे आसदखान व झुल्फिकारखान या दोघांना माहीत आहे. ती कुमक आली की, ते दोघे पुन्हा इकडे येऊन आमच्याशी नव्या जोमाने युद्ध करतील. म्हणून मला वाटते की, आसदखानाने शरणागती पत्करल्याशिवाय त्याला वांदिवाशला सर्व सैन्यासह जाऊ देऊ नये.''

धनाजी जाधवांनीही संताजी घोरपडे यांची री ओढली. ते म्हणाले,

''शत्रूचे हाल पाहून आपण जर त्याला सुखानिशी जाऊ दिले तर भयंकर घात होईल. शत्रूचा नाश करण्याची हीच संधी आहे. सुदैवाने आपल्या तावडीत आसदखानासारखा बडा वजीर आणि झुल्फिकारखानासारखा हुकमी सरदार सापडला आहे. या दोघांना ओलीस ठेवून आपण बादशहास निरोप धाडावा की, त्याने आमची जी माणसे पकडून कैदेत ठेवली आहेत, त्यांना मुक्त करावे आणि आमच्याशी तह करून आपल्या सैन्यासह हिंदुस्थानात निघून जावे; तरच आम्ही वजिराची व त्याच्या मुलाची आणि इतर सरदारांची मुक्तता करू.''

''ही मागणी मान्य करण्याइतका बादशहा दुधखुळा आहे असे का तुम्हाला वाटते, धनसिंगराव?'' प्रल्हाद निराजींनी पृच्छा केली आणि ते म्हणाले, ''बादशहाला वजीर किंवा त्यांचा मुलगा झुल्फिकारखान मेला तरी पर्वा नाही. तो मानवी जीविताची कदर करणारा बादशहा नाही हे आपणाला त्याचा गत इतिहास पाहिला असता दिसून येते. आसदखान आणि झुल्फिकारखान हे दोघे त्याच्या सरदारासह आणि त्यांच्या साठ-सत्तर हजार सैन्यासह जरी मृत्युमुखी पडले तरी बादशहाच्या डोळ्यांतून एक टिपूसही येणार नाही. म्हणून आसदखानाने जी रक्कम देऊ केली आहे तिचा स्वीकार करून त्यांना वांदिवाशला जाऊ देण्यात आपला फायदा आहे.

प्रल्हाद निराजींचे हे म्हणणे कुणालाच मान्य झाले नाही. खानाकडून राजाराम महाराजांना जी रक्कम मिळणार आहे, तिचा बराच मोठा भाग प्रल्हाद निराजींच्या घशात जाणार आहे आणि त्यासाठीच ते आसदखान व त्याचा मुलगा झुल्फिकारखान यांना सुखरूपपणे वांदिवाशला जाऊ देण्याची वकिली करताहेत हे सगळ्यांनाच कळून चुकले होते; म्हणून त्यांनी त्यांना विरोध केला. ते पाहून राजाराम महाराज म्हणाले,

''तुमचे सगळ्यांचे म्हणणे मला पटते. आसदखान व झुल्फिकारखान या दोघांना आपण वांदिवाशला जाऊ दिले, तर ते तिकडे जाऊन, ताजेतवाने होऊन

आमच्याशी लढण्यासाठी पुन्हा इकडे येतील यात शंका नाही; परंतु आपलीही स्थिती चांगली नाही हे आपण जाणता आहात. खानाकडून आपणाला जर पैसा मिळाला तर आपणाला त्याच्याशी लढण्याकरता चांगली तयारी करता येईल. शिवाय... शिवाय प्रल्हादपंत वचनबद्ध झाले आहेत–''

''वचनबद्ध?'' संताजी घोरपडे संतप्त होत म्हणाले, ''पंतांना खानाशी वाटाघाटी करण्याचा अधिकार कुणी दिला?''

संताजी घोरपडे यांच्या प्रश्नाने सारी सभा तटस्थ झाली. त्यांचा संताप हा राजमंडळाच्या सगळ्याच सभासदांचा संताप होता; परंतु संताजींप्रमाणे बाकीचे सदस्य तोंडाने फटकळ नव्हते. ते हातचे राखून आपल्या भावना व्यक्त करणारे होते. प्रल्हाद निराजींसारख्या राजाराम महाराजांच्या विश्वासातील मातबर आसामीशी शत्रुत्व पत्करणे त्यांना परवडण्यासारखे नव्हते; दुसरी गोष्ट म्हणजे प्रल्हाद निराजींना दुखविणे म्हणजे राजाराम महाराजांनाही दुखविणे, हे ते जाणून होते.

''प्रल्हाद पंतांनी हा लांडा कारभार महाराजांच्या संमतीने केला, असे आम्ही समजायचे का?'' संताजी घोरपडेंनी पृच्छा केली.

राजाराम महाराजांना संताजी घोरपडे यांचा बेमुर्वतखोरपणा दिवसेंदिवस असह्य होत चालला होता. ते कुणाचाच मुलाहिजा बाळगत नव्हते हे खरे असले, तरी राजा या नात्याने त्यांनी आपली कदर केली पाहिजे ही राजाराम महाराजांची इच्छा होती.

संताजी घोरपडे यांच्या शेवटच्या प्रश्नाने राजाराम महाराजांची चर्या रागाने आरक्त झाली. ते आपला राग व्यक्त करीत म्हणाले,

''माणसाने आपल्या पायरीने वागले पाहिजे. संताजीरावांना आम्ही उपदेश करावा अशातला काही भाग नाही; पण माणसे चुकली की, त्यांचा मार्ग त्यांना दाखविला पाहिजे. शत्रूचा कर्दनकाळ म्हणून संताजीरावांनी लौकिक संपादन केला आहे. त्यांच्या पराक्रमाचे आणि स्वामिनिष्ठेचे कोडकौतुक आम्ही वेळोवेळी करीत आलो आहोत; पण त्यांनी आम्हांला आता राजकारणाचे धडे देण्यास आरंभ केल्याचे पाहून आमचे अंतःकरण भयंकर व्यथित झाले. राज्याचे हित कशात आहे ते आम्हांला कुणी शिकविण्याची जरुरी नाही. संताजीराव सेनापती आहेत, त्यांनी लढण्याचेच तेवढे काम करावे. आम्हांला राजकारणाचे पाठ देऊ नयेत.

''आसदखान हे जसे कसलेले योद्धे आहेत, तसेच ते मुरब्बी मुत्सद्दीही आहेत. ते शरणागतीची शर्त मान्य करणार नाहीत. त्यांचा बादशहाच्या दरबारातील दर्जा लक्षात घेऊन त्यांना मानाने जाऊ देण्यात आपलीही प्रतिष्ठा आहे–''

''होय, वजिराच्या दूताशी आमची जी बोलणी झाली त्यात त्याने स्पष्ट केले की, वजीर आणि त्यांचे पुत्र झुल्फिकारखान हे दोघे शरणागती पत्करणार नाहीत. तसे जर असेल तर त्यांना इकडून जाऊ देण्यात आपले हित आहे असे आम्हांला

वाटले आणि... एक अंतःस्थ बातमी आम्ही आपणाला विदित केली नव्हती ती आता विदित केली पाहिजे असे आम्हांला वाटते, कारण आमच्यावर आपण जो गहजब केला, तो केवळ गैरसमजाने. वजीर आणि त्याचे पुत्र झुल्फिकारखान हे दोघे वांदिवाशला जाताहेत त्यामागे एक अंतःस्थ हेतू आहे. झुल्फिकारखानाच्या मनात विजापूर व गोवळकोंडा या दोन्ही राज्यांचे एक राज्य बनवून त्या राज्यात आपली स्वतंत्र शाही सुरू करायची आहे. त्यासाठी ते आपली मदत घेणार आहेत. माझे आपणाकडे मागणे आहे की, ही बातमी षट्कर्णी होऊ देऊ नये. बादशहाला जर हे कळले, तर तो झुल्फिकारखान व आसदखान या दोघांची कधीच गय करणार नाही.'' प्रल्हाद निराजी म्हणाले.

राजाराम महाराज व त्यांचे अंतःस्थ सल्लागार प्रल्हाद निराजी या दोघांचे मोगलांना वांदिवाशला जाऊ देण्याच्या संमतीचे समर्थन सगळ्यांनी शांत चित्ताने ऐकले. वजिराने देऊ केलेली मोठी रक्कम पचविण्यासाठीच त्या दोघांचा आटापिटा चालला आहे हे न कळण्याइतके ते दुधखुळे नव्हते; पण संताजी घोरपडे यांच्याखेरीज आणखी कुणी त्यावर आपले मत प्रकट केले नाही. संताजी घोरपडे यांचा क्रोध त्यांच्या मनात धुमसत होता. त्यात राजाराम महाराजांकडून त्यांची जी निर्भर्त्सना झाली त्यामुळे त्या क्रोधाग्नीत भर पडली. ते बैठकीतून ताडकन उठत म्हणाले,

''महाराजांनी आम्हांला आमच्या पायरीची जाणीव करून दिली हे एका परीने ठीकच झाले. यापुढे आम्ही आमच्या पायरीने वागू; परंतु राहून राहून आम्हांला एका गोष्टीचे दुःख होते ते हे की, आजपर्यंत आम्ही जो अभिमान धरून स्वामिसेवा केली, ती फुकट गेली. आमच्या कळकळीच्या विनंतीचा विपर्यास करून महाराजांनी कठोर वाक्ताडन करून आमचा अपमान केल्याने आमचे अंतःकरण शतशः विदीर्ण झाले आहे. हा अपमान आम्हांला सहन होणे अशक्य आहे.

''महाराज आणि त्यांचे कारभारी आम्हांला सांगत आहेत की, वजीर व त्याचा मुलगा या दोघांच्या मनात दख्खनमध्ये एक स्वतंत्र राज्य स्थापन करायचे आहे. या कपोलकल्पित कथा पोराटोरांनादेखील खऱ्या वाटणार नाहीत. ज्या औरंगजेब बादशहाने मातबर शाह्या हां हां म्हणता बुडिवल्या, तो हयात असताना त्याचा वजीर आणि मुलगा दख्खनमध्ये एक स्वतंत्र शाही स्थापन करतील हे कालत्रयी शक्य आहे का? महाराजांनी आणि त्यांच्या कारभाऱ्यांनी या स्वप्नरंजनात पाहिजे तर मश्गूल व्हावे, ही भाबडी आशा आम्हांला पटत नाही. आम्ही आजच्या आज आमच्या सैन्यासह स्वदेशी निघून जात आहोत.''

एवढे सांगून संताजी घोरपडे राजमंडळाच्या बैठकीतून निघून गेले.

सारेजण अवाक् होऊन संताजी घोरपडे यांच्या निर्गमनाकडे पाहत राहिले. राजाराम महाराज तर पुरते स्तंभितच झाले. संताजी घोरपडे असा आततायी निर्णय

घेतील असे त्यांना वाटत नव्हते; परंतु त्यांना आणखी एक धक्का बसायचा होता. संताजी घोरपडे यांच्याप्रमाणे धनाजी जाधवही आपले सैन्य घेऊन जिंजीहून निघाले.

दोन हुकमी सरदार रागावून निघून गेल्याने राजाराम महाराज भयंकर संत्रस्त झाले. तरी बरे, आसदखान आणि झुल्फिकारखान हे दोघे त्यांच्याशी तहाच्या वाटाघाटी लावून बसले होते. नाहीतर संताजी घोरपडे आणि धनाजी जाधव या दोघांच्या प्रयाणाने अनवस्था प्रसंग ओढवला असता. राजाराम महाराजांना आता वाटू लागले की, आपण आसदखानाशी तहाच्या वाटाघाटी करायला नको होत्या. किंबहुना वाटाघाटी करताना आपण झुल्फिकारखानास आपणाकडे ओलीस ठेवण्याची तरी अट घालायला हवी होती. ती अट कदाचित आसदखानाने मान्य केली असती, कारण मोगलांची स्थिती इतकी वाईट होती की, त्यांना वांदिवाशला जाण्याकरिता कुठलीही अट मान्य करण्याशिवाय गत्यंतर नव्हते; पण प्रल्हाद निराजी आसदखानास वांदिवाशला सुखरूपपणे जाऊ देण्यास वचनबद्ध झाले होते आणि ते वचन पूर्ण करण्याची गळ त्यांनी महाराजांना घातली होती. खरोखर, प्रल्हाद निराजींच्या या लांड्या कारभारामुळे ते राजमंडळाच्या आणि त्यांच्या सरदारांच्या अनादरास पात्र झाले होते. पंत लाचखाऊ आहेत हे त्यांना पटत होते; पण पंतांच्या जादुपूर्ण व्यक्तिमत्त्वाने त्यांना एवढी भुरळ घातली होती की, पंतांच्या हातून घडणाऱ्या कोणत्याही मोठ्या प्रमादाचा त्यांना एका शब्दानेही निषेध करण्याचा कधी हिय्या झाला नव्हता. त्या अगतिकतेची परिणती म्हणजे संताजी घोरपडे व धनाजी जाधव या दोन मातबर सरदारांनी केलेला त्यांचा त्याग होता.

संताजी घोरपडे व धनाजी जाधव हे दोघे राजाराम महाराज व प्रल्हाद निराजी या दोघांशी भांडून जिंजी सोडून गेले तरी मागून राजाराम महाराजांनी संताजींना आज्ञापत्र धाडले की, तुम्ही शाहजादा मुइजुद्दीन पन्हाळ्यास वेढा घालून बसला आहे त्याच्या समाचारास जा; परंतु संताजींनी तो हुकूम मानला नाही, उलट ते बल्लारीकडे निघून गेले. संताजींबरोबर त्यांचे बंधू बहिर्जी घोरपडे हेही होते. त्या दोघांनी बल्लारीमध्ये मोगलांचा पिच्छा पुरविण्याची मोहीम सुरू केली.

यचप्पा नायक हा राजाराम महाराजांचा जुना दोस्त. राजाराम महाराजांचे जिंजीस आगमन झाले व त्यांनी मोगलांशी झुंज देण्याचा यशस्वी प्रयत्न केला, तेव्हापासून यचप्पा महाराजांकडे होता. त्यांच्या लष्करी सल्लागारांत यचप्पाला मोठे स्थान होते. वास्तविक हा औरंगजेबाचा मांडलिक. तथापि, आपल्या कनोजी रजपूत वंशाविषयी त्याला मोठा अभिमान होता. बेलूरचा राजा प्रतापदेव रुद्र याच्याकडून यचप्पाला सातगड नावाचा बलाढ्य किल्ला मिळाला होता. या भागावर पूर्वी कुतुबशाही अंमल असल्याने यचप्पाने गोवळकोंड्याचे मांडलिकत्व पत्करले होते. नंतर औरंगजेबाने कुतुबशाही नष्ट केल्यावर यचप्पाला औरंगजेबाचे सार्वभौमत्व

मान्य करावे लागले होते; पण हा नुसता जुलमाचा रामराम होता. औरंगजेबाचे व त्याच्या सरदारांचे हुकूम मान्य करण्यात यचप्पाला कमीपणा वाटत असे. म्हणून राजाराम महाराजांनी जिंजीस येऊन आपले बस्तान बसविताच तो राजाराम महाराजांना सामील झाला होता. त्याने मोगली सत्ता झुगारून देऊन मद्रासपर्यंतच्या किनारपट्टीचा बराच मुलूख बळकावला होता. यचप्पा शूर, धाडसी आणि महत्त्वाकांक्षी होता. मराठ्यांच्या मदतीने त्याला आपले राज्य टिकवून ठेवायचे होते; पण राजाराम महाराज आणि प्रल्हाद निराजी या दोघांनी झुल्फिकारखान व आसदखान या दोघांना वांदिवाशला जाऊ देण्याचा करार केल्याने तो बिथरून जाऊन आपल्या सैन्यासह जिंजीहून निघून गेला.

संताजी घोरपडे व त्यांचे बंधू बहिर्जी नाईक हे दोघे बल्लारीकडे निघून गेले असले, तरी त्यांचे मोगलांच्या हालचालींकडे लक्ष होते. एके दिवशी त्यांना अशी बातमी कळली की, कांजीवरमला नव्यानेच नेमण्यात आलेला मोगल फौजदार कासिमखान हा आसदखान व झुल्फिकारखान या दोघांसाठी कडप्पाहून रसद घेऊन वांदिवाशला निघाला आहे. ती बातमी कळताच कासिमखानास तडाखा देण्याचा बेत करून संताजी आपल्या सैन्यासह खानाच्या मागावर निघाले. कासिमखानाची धान्याची गोणी लादलेली बैलांची कारवाने दर मजल करीत वांदिवाशला निघाली होती. मराठे आपला पाठलाग करीत असल्याची गंधवार्ताही त्याला नसल्याने तो गैरसावध होता. अकस्मात एखाद्या वावटळीने गाठावे त्याप्रमाणे संताजी घोरपडे यांनी वायुवेगाने येऊन कासिमखानाच्या कारवानावर धाड घातली. तो हल्ला इतका अनपेक्षित होता की, त्यामुळे मोगलांची पुरतीच दाणादाण उडाली. जवळच कांजीवरमच्या मंदिराचे विशाल आवार होते. कासिमखानाने लढतलढत जाऊन त्या मंदिराच्या आवाराचा आश्रय घेतला. या हल्ल्यात मोगलांची बरीच हानी झाली.

संताजी घोरपडेंनी कासिमखानाची कांजीवरमच्या मंदिराच्या आवारात कोंडी केल्याची वार्ता झुल्फिकारखानास वांदिवाश येथे कळली, तेव्हा तो यत्किंचितही वेळ न गमावता सैन्य घेऊन कासिमखानाच्या मदतीला दौडत निघाला. ते संताजींना कळताच ते कासिमखानाचा पाठलाग सोडून निघून गेले. दोघा मोगल सरदारांची भेट झाल्यावर ते दोघे रसद घेऊन वांदिवाशला आले.

अन्नधान्याची मदत आल्याने पुष्कळ दिवस अर्धपोटी असलेल्या बुभुक्षित मोगल सैनिकांचा आनंद गगनात मावेना. त्यातच बादशहाच्या छावणीतून जी डाक आली, त्यात बादशहा सुखरूप असल्याची बातमी होती. त्या बातमीने मोगलांना जवळजवळ हर्षवायूच झाला. बादशहा जिवंत असल्याबद्दल त्यांनी परवरदिगार अल्लाचे आभार मानले व बादशहाला आयुरारोग्य लाभावे म्हणून ढोल-ताशे, शहाजणी व नौबती वाजवून आनंदोत्सव साजरा केला.

झुल्फिकारखान व आसदखान या दोघांचा वांदिवाशला तब्बल चार महिने मुक्काम होता. शाहजादा कामबक्ष याच्याकडून तो फितुरीचा प्रकार घडला, तो त्यांनी बादशहास कळविला आणि बादशहाकडून ते पुढील सूचनांची व कुमकेची वाट पाहत राहिले.

१८

राजाराम महाराजांनी संताजी घोरपडे यांना पन्हाळ्याच्या मदतीस जाण्याचे आज्ञापत्र धाडले होते; परंतु त्या हुकुमाप्रमाणे पन्हाळ्यास न जाता त्रिचनापल्लीस जाऊन त्या शहरास त्यांनी वेढा घातला. त्यांनी तंजावरचे शाहू राजे यांचीही कुरापत काढली. ते राजाराम महाराजांना कळले, तेव्हा संताजींच्या पारिपत्यास ते स्वतःच सैन्य घेऊन त्रिचनापल्लीस गेले. राजाच आपल्या बंडखोर सरदारांच्या समाचारास आलेला पाहून त्रिचनापल्लीच्या राजास धन्यता वाटली. त्याने राजाराम महाराजांशी तह करून त्यांना खंडणी देण्याचे कबूल केले. नंतर राजाराम महाराज आपले चुलतबंधू शहाजी राजे यांना भेटण्याकरता तंजावरला गेले. संताजी घोरपडे यांचा मुक्काम तिकडे असल्याचे कळताच राजाराम महाराजांनी त्यांना आपल्या भेटीस बोलाविले; पण संताजी महाराजांच्या भेटीस गेले नाहीत. ते पाहून राजाराम महाराज भयंकर क्रोधाविष्ट झाले आणि त्यांनी संताजी घोरपडेंना कळविले की, 'तुम्ही माझ्या आज्ञेचा दुसऱ्यांदा भंग केला आहे; तेव्हा तुमच्यासारख्या बंडखोर सरदाराकडे माझ्या सैन्याचे आधिपत्य ठेवणे माझ्या राज्याच्या हिताच्या दृष्टीने मला हितावह वाटत नाही. म्हणून मी तुमच्याकडील सेनापतिपद काढून घेऊन ते धनाजी जाधवांना देत आहे. वास्तविक धनाजी जाधव हे तुमच्याहून वयाने मोठे आणि त्यांची सेवाही अधिक असल्याने माझ्या सैन्याचे सेनापतिपद त्यांना देण्याचा मनोदय मी जाहीर केला होता; परंतु रामचंद्र पंतांची भीड पडल्याने ते पद मी तुम्हाला दिले होते. यापुढे तुमचा आणि आमचा कोणत्याच प्रकारचा संबंध उरलेला नाही; सबब तुम्ही तुमच्या इच्छेनुरूप वागण्यास मोकळे आहात.'

राजाराम महाराजांचे आज्ञापत्र हाती पडताच संताजींच्या डोळ्यांसमोर काजवे चमकल्यावाचून राहिले नसतील. सरसेनापतिपदासारखा सर्वांत मोठा अधिकार राजाकडून काढून घेतला जाणे यासारखा मानभंग त्यांच्यासारख्या धुरंधर सेनाधिकाऱ्याच्या

दृष्टीने अन्य कोणता असणार! कदाचित राजाराम महाराजांकडून त्यांनी त्या आत्यंतिक निर्णयाची अपेक्षाही केली नसेल. राजा दुबळा आहे, तो प्रल्हाद निराजींसारख्या महत्त्वाकांक्षी सल्लागाराच्या पांगुळगाड्याने चालणारा असल्याने आपल्याकडील सरसेनापतिपद काढून घेण्याचा हिय्या त्याला होणार नाही असा विचार मनात आल्याने त्यांनी आज्ञाभंगाचे धाडस केले असेल; पण त्याचे फळ त्यांना पुरेपूर मिळाले होते. तथापि, अशा गोष्टीबद्दल शोक करीत बसण्याचा त्यांचा स्वभाव नसल्याने ते मनातील तापदायक विचार झटकून टाकून कामास लागले. त्यांनी अमृतराव निंबाळकर यांच्या हाताखाली चार हजार सैन्य देऊन त्यांना वऱ्हाडात धाडले.

अमृतराव निंबाळकर हे संभाजी महाराजांच्या मृत्यूनंतर मोगलांना जाऊन मिळाले होते; परंतु राजाराम महाराजांनी मोगलास मिळालेल्या मराठ्यांना उद्देशून जे कळकळीचे विनंतीपत्र काढले त्यास मान देऊन ते पुन्हा राजाराम महाराजांच्या सेवेत आले होते. त्यांचे आणि संताजी घोरपडे यांचे सूत जमल्याने ते त्यांच्या आज्ञेत वागत असत. राजाराम महाराजांचे संताजींशी भांडण झाले, तत्पूर्वी अमृतराव मोगल प्रदेशात संचार करीत होते. त्यांच्या समाचारास बादशहाने हिंमतखान नावाच्या सरदाराची रवानगी केल्याने संताजी घोरपडे यांना त्यांच्या मदतीला सैन्य धाडणे भाग पडले होते. इकडे संताजी घोरपडे स्वतंत्रपणे वागत असता तिकडे धनाजी जाधव राजाराम महाराजांच्या आज्ञेनुसार पन्हाळ्याच्या मदतीस निघाले होते. औरंगजेबाचा नातू मुइजुद्दीन हा पन्हाळ्यास आदल्या वर्षीच्या कार्तिक महिन्यात वेढा घालून बसला होता. वेढा पुष्कळ दिवस चालू राहिल्याने गडावरील शिबंदी अडचणीत सापडली होती. तिच्यावरील दडपण कमी व्हावे म्हणून धनाजी जाधवांना पन्हाळ्यास जाण्याचा राजांचा हुकूम झाला होता. त्यांनी मुइजुद्दीनच्या फळीवर जोरदार हल्ले करून मोगलांची पुरतीच दमछाक केली; परंतु मुइजुद्दीनच्या मदतीला हिंमतखान हा हमिदुद्दीनखान व ख्वाजाखान या दोन सरदारांसह आल्याने धनाजी जाधवांना हुलकावणीचे युद्धतंत्र अवलंबावे लागले. ते तंत्र अयशस्वी झाल्याने त्यांना हिंमतखानाशी लढा देणे भाग पडले. त्या लढाईत बेरड बंदूकधाऱ्यांनी मोगलांची जबरदस्त हानी केली; परंतु मोगल सैन्य संख्याबळाने अधिक असल्याने धनाजी जाधवांना अखेर माघार घ्यावी लागली.

संताजी घोरपडे सहा हजार सैन्य घेऊन चौथाई वसूल करण्यासाठी वऱ्हाडात शिरले. मालखेडच्या देशमुखास त्यांनी पत्र लिहिले की, तुमच्यापाशी सात हजार होनांची जी चौथाई थकली आहे ती त्वरित पाठवून द्यावी; परंतु हे पत्र देशमुखाकडे घेऊन जाणारे जासूद मोगलांच्या हातास लागल्याने त्यांनी त्यांचा शिरच्छेद केला. ही बातमी संताजी घोरपडे यांना कळताच ते बेरड प्रदेशात शिरले. तिथून त्यांनी हैदराबादवर चाल केली. ही वार्ता हिंमतखानास कळताच तो सय्यद अब्दुल्ला

नावाच्या सरदारासह संताजीच्या पाठलागास निघाला. मोगल सैन्य जवळ येताच संताजी मालखेडपासून चौदा मैलांवर असलेल्या आलुर नावाच्या खेड्यातील गढीच्या आश्रयास गेले. मोगलांनी गढीस वेढा घातला. गढीत विशेष दाणापाणी नसल्याने संताजींना फार दिवस तिच्या आश्रयाने राहणे अशक्य झाले; त्यामुळे त्यांनी गढीबाहेर पडून मोगलांशी लढाई देण्याचा बेत केला; परंतु या लढाईत त्यांचा पराभव झाल्याने त्यांनी साताराच्या रोखाने माघार घेतली. सातारा जिल्ह्यातील महादेव टेकड्या हा मराठ्यांचा खराखुरा बालेकिल्ला होता. हा सर्व प्रदेश पहाडी असल्याने मोगलांचा तिकडे शिरकाव होत नसे. संताजींनी या टेकड्यांचा आश्रय घेतला. तिथून त्यांनी परशुराम त्रिंबक यांच्याशी संधान साधले.

स्वराज्यातील प्रदेशाचा व किल्ल्यांचा कारभार रामचंद्र पंतांच्या हाती सोपवून राजाराम महाराज जिंजीला गेले, तेव्हा रामचंद्र पंतांनी आपल्या असामान्य संघटनाचातुर्याने मराठ्यांचा एकोपा घडवून आणून मोगलाकडील युद्ध धडाडीने चालू ठेवले होते. त्यांना शंकराजी मल्हार, शंकराजी नारायण आणि परशुराम त्रिंबक हे तिघे मदत करीत होते; परंतु त्या चौघांना प्रल्हाद निराजींचे जिंजीतील वजन सहन न झाल्याने ते त्यांचा मत्सर करू लागले होते. रामचंद्र पंतांना वाटत होते की, आपण सबंध मराठा राज्याचे हुकुमतपन्हा असल्याने प्रल्हाद निराजींनीही आपल्या सल्ल्यानुसार वागावे; परंतु प्रल्हाद निराजी हेदेखील रामचंद्र पंतांहून कोणत्याच बाबतीत कमी नसल्याने ते रामचंद्र पंतांचा सल्ला न घेता स्वतंत्र बुद्धीने राज्यकारभार हाकीत होते. अखेर आपल्या बुद्धिचातुर्याने आणि मिठ्ठास वाणीने प्रल्हाद निराजींनी राजाराम महाराजांवर आपली मोहिनी घातली, तेव्हा रामचंद्र पंतांनी जिंजी येथील राजमंडळातील लोकांमध्ये बुद्धिभेदाचा अवलंब सुरू केला. कोणत्याही रीतीने प्रल्हाद निराजींचे वजन कमी करणे हा त्यांच्या हालचालीमागील हेतू होता. अखेर तो हेतू सफल झाला. संताजी घोरपडे यांची बंडखोरी हा त्या बुद्धिभेदाचा परिपाक होता.

परंतु रामचंद्र पंतांनी प्रल्हाद निराजींच्या वर्चस्वाला सुरुंग लावण्यात जरी यश संपादन केले असले, तरी त्यांचे सहकारी इकडे स्वस्थ बसून नव्हते. रामचंद्र पंतांनी त्यांना पुढे येण्यास प्रोत्साहन दिले असले, तरी आता ते आपल्या कर्तबगारीने मोठे झाले होते आणि ते रामचंद्र पंतांचे नेतृत्व मान्य करण्यास तयार नव्हते. त्याची परिणती त्या चौघांमध्ये दुफळी माजण्यात झाली होती. रामचंद्र पंत कोणत्याही परिस्थितीत कारभारावरील पकड ढिली करण्यास तयार नव्हते; त्यामुळे शंकराजी मल्हार हे वैतागून जाऊन कारभारातून निवृत्त होऊन काशीस निघून गेले. रामचंद्र पंतांनी त्यांचे काम शंकराजी नारायण यांच्याकडे सोपविले. ते काम आपणास मिळावे ही परशुराम त्रिंबक यांची इच्छा होती; परंतु रामचंद्र पंतांनी ते शंकराजी नारायण यांना दिल्याने परशुराम त्रिंबक बिथरले व त्यांनी संताजी घोरपडे यांच्या

साहाय्याने आपला गट स्थापण्याचा प्रयत्न सुरू केला. हैदराबादमध्ये पराभव पावल्यावर संताजी घोरपडे यांनी महादेव टेकड्यांच्या आश्रयास येऊन परशुराम त्रिंबक यांच्याशी संधान साधले, त्यामागील पूर्वपीठिका अशी होती.

इकडे राजाराम महाराजांनी प्रल्हाद निराजींच्या सल्ल्याने आसदखान व झुल्फिकारखान यांच्याकडून मोठ्या रकमेची लाच घेऊन त्यांना वांदिवाशला सुखरूपपणे जाऊ दिल्याची वार्ता विशाळगडास रामचंद्र पंतांना कळताच त्यांना भयंकर वाईट वाटले. संताजी घोरपडे व धनाजी जाधव यांच्या मताप्रमाणे राजाराम महाराजांनी या दोन मोगल सरदारांना वांदिवाशला जाऊ द्यायला नको होते, असे पंतांना वाटत होते, कारण मोगलांना वांदिवाशला जाऊ दिले तर ते तिकडे जाऊन ताजेतवाने होतील आणि मोठ्या तयारीने येऊन पुन्हा जिंजीला वेढा घालतील, हे सूर्यप्रकाशाइतके स्पष्ट होते; परंतु राजाराम महाराजांच्या हातून घडलेल्या लज्जास्पद व दुबळ्या वर्तनाला त्यांचे अंतःस्थ सल्लागार प्रल्हाद निराजी हेच कारणीभूत आहेत हे रामचंद्र पंतांनी ताडले व प्रल्हाद निराजींचे जिंजीतून उच्चाटन केल्यावाचून राजाराम महाराज ताळ्यावर येणार नाहीत याची खूणगाठ बांधून ते पुढच्या कामास लागले. राजाराम महाराजांच्या राण्यांना तातडीने जिंजीस धाडणे हा जिंजीतील धरसोडीचा कारभार सुधारण्याचा रामबाण उपाय होता. सुदैवाची गोष्ट अशी की, महाराणी येसूबाई यांच्या आदेशानुसार आपल्या राण्यांना जिंजीस पाठविण्याची व्यवस्था करण्याबाबत राजाराम महाराजांनी रामचंद्र पंतांना खलिता धाडला होता. त्या खलित्याप्रमाणे त्यांनी राजापूरला जासूद पाठवून खंडो बल्लाळ चिटणीस यांचे दोन मामा लिंगो शंकर व विसाजी शंकर या दोघांना आपल्या भेटीस बोलाविले. त्या दरम्यान खंडो बल्लाळ यांचे वेगळे पत्र त्या दोघांना मिळाल्याने ते रामचंद्र पंतांच्या मुलाखतीसाठी विशाळगडाला जाण्याच्या बेतात होते.

रामचंद्र पंतांना निरोप मिळताच लिंगो शंकर व विसाजी शंकर हे दोघे भाऊ तातडीने विशाळगडास रवाना झाले. रामचंद्र पंत त्यांची मार्गप्रतीक्षा करीत होते. त्यांचे आगमन होताच ते त्यांना म्हणाले,

"मी तुम्हाला मुलाखतीस का बोलाविले त्याची अटकळ तुम्ही केलीच असेल."

"होय सरकार, त्याची अटकळ आम्ही केली आहे. चंदीहून महाराजांचे व आमचे भाचे खंडो बल्लाळ यांची पत्रे आम्हांला आली आहेत."

"कामगिरी अत्यंत जोखमीची आहे. प्रवास संकटाचा, सगळीकडे शत्रूचा संचार असलेला, अशा स्थितीत तीन राण्यांना चंदीसारख्या दूरच्या प्रवासास धाडणे आमच्या जिवावर येते; परंतु चंदीतील परिस्थिती आणीबाणीची असल्याने राण्यांना तिकडे पाठविणे अपरिहार्य झाले आहे."

"त्याची तुम्ही फिकीर करू नका सरकार. राण्यांच्या सुरक्षिततेची हमी आम्ही पत्करतो."

"पण तुमच्या जहाजावर शत्रूचा हल्ला होणार नाही याला पुरावा काय?"

"पुरावा सादर करता येणार नाही सरकार. पुरावा एवढाच की, आमच्यापाशी पोर्तुगीजांचे कर्ताज आहेत; त्यामुळे पोर्तुगीजांच्या आरमाराचा आम्हांला उपद्रव होत नाही, शत्रूचे आरमार कर्नाटकाच्या किनाऱ्यावर फिरकत नाही."

रामचंद्र पंत थोडा वेळ विचारमग्न झाले.

"आणखी कुणा चाच्यांचा तुम्हाला उपद्रव होणार नाही म्हणता?"

"होय सरकार. मराठ्यांचे जहाज म्हटल्यावर चाचे लोक आमच्या बाजूला फिरकत नाहीत. त्यांना पोर्तुगीज आरमाराचाही धाक असतो."

"तुम्ही होनावर बंदरात माल भरणार, तेथून खुश्कीने चंदीचा प्रवास करावा लागेल."

"होय सरकार. होनावर बंदरात आम्ही जहाजावर तांदूळ भरणार; पण महाराजांची आणि आमच्या भाच्यांची आम्हांला ताकीद आहे की, राण्यांना आम्ही चंदीपर्यंत सोबत केली पाहिजे."

"होय, राण्यांना तुम्ही चंदीला जातीने पोहोचविले पाहिजे; पण राण्यांना उतरून घेण्यासाठी महाराज चंदीहून माणसे पाठविणार आहेत. शिवाय होनावर बंदर हे बिदनूरच्या राज्यात मोडत असल्याने बिदनूरच्या राणीकडून राण्यांना संरक्षण मिळावे म्हणून आम्ही प्रयत्न चालविला आहे. बिदनूर हे आमचे मांडलिक संस्थान आहे. बिदनूरच्या राणी चन्नम्मा यांना आमचे खलिते रवाना झाले आहेत."

"तर मग सोन्याहून पिवळे! खुश्कीचा बहुतेक सर्व प्रवास बिदनूरच्या राज्यातून करायचा आहे. या प्रवासात बिदनूरचे संरक्षण मिळाले तर मग कशाचीच भीती नाही."

"पण राण्यांना समुद्रप्रवास सोसवेल की काय त्याचीच चिंता वाटते." रामचंद्र पंत काळजीच्या स्वरात म्हणाले, "त्यांचा हा पहिलाच जलप्रवास आहे."

"राण्यांना हा प्रवास सुसह्य व्हावा म्हणून आम्ही सर्व प्रकारची व्यवस्था करू." लिंगो शंकर व विसाजी शंकर हे दोघे म्हणाले.

"तर मग ठीक आहे." रामचंद्र पंत म्हणाले. नंतर ते त्या दोघा बंधूंना घेऊन महाराणी ताराबाई यांच्या मुलाखतीस गेले.

ताराराणी व त्यांच्या दोघी सवती जिंजी येथील राजाराम महाराजांच्या बेताल वर्तनाच्या वार्ता ऐकून भयंकर चिंतातुर झाल्या होत्या. त्यांनी कोणत्याही परिस्थितीत जिंजीला निघण्याचा बेत केला होता. आता जेव्हा रामचंद्र पंत लिंगो शंकर व विसाजी शंकर या दोघांना बरोबर घेऊन त्यांच्या भेटीस गेले, तेव्हा त्यांना हायसे वाटले. त्या रामचंद्र पंतांना म्हणाल्या,

"पंत, आमच्या सुरक्षिततेची तुम्ही चिंता वाहू नका. छत्रपतींची कुलस्वामिनी तुळजाभवानी आमच्या पाठीशी आहे. तिची कृपादृष्टी असल्यावर आम्हांला कशाचीच भीती नाही. तुम्ही यांना जहाज तयार करावयास सांगा आणि आमची राजापूरच्या प्रवासाची व्यवस्था करा."

ताराराणींचा रुकार मिळाल्यावर लिंगो शंकर व विसाजी शंकर या दोघांशी रामचंद्र पंतांनी प्रवासाबाबतचा खल केला. प्रवास किती दिवसांचा होईल, कापड-चोपड, खाद्य-वस्तू, शिपाई-प्यादे किती घ्यावे लागतील याचा तपशीलवार विचार झाला. तिघी राण्या जरी सड्या प्रवास करणार असल्या, तरी त्यांच्याबरोबर शरीरसंरक्षक असणे अगत्याचे होते. शरीरसंरक्षक तुकडीचे प्रमुख म्हणून गणोजी जेधे या विश्वासू सरदाराला आणि धार्मिक विधीसाठी रामभट पटवर्धन नावाच्या ब्राह्मणाला राण्यांबरोबर पाठविण्याचे ठरले. राजापूर बंदरातून जहाज सोडावे असा सुरुवातीचा बेत होता; परंतु राजापूर हे गजबजलेले बंदर असल्याने त्या बंदरात राण्या जहाजावर चढल्या तर ती वार्ता लगेच षट्कर्णी होऊन शत्रूच्या गुप्तहेरांना तिचा सुगावा लागेल, या भीतीने वेंगुर्ला बंदरात राण्यांनी जहाजावर चढावे असे ठरले.

अखेर प्रयाणाचा दिवस मुक्रर झाल्यावर लिंगो शंकर व विसाजी शंकर हे दोघे भाऊ ताराराणी व रामचंद्र पंत या दोघांचा निरोप घेऊन पुढची तयारी करण्यासाठी राजापूरला रवाना झाले.

रामचंद्र पंतांनी दुसऱ्या दिवशी राण्या अमक्या दिवशी निघणार आहेत, तरी त्यांना होनावर बंदरात उतरून घेण्यासाठी माणसे पाठविण्याची व्यवस्था करावी, म्हणून राजाराम महाराजांना खलिता रवाना केला. नंतर त्यांनी राण्यांच्या वेंगुर्ल्यापर्यंतच्या प्रवासाची तयारी आरंभिली.

राण्यांच्या प्रयाणाच्या आदल्या दिवशी रामचंद्र पंतांनी तिघा राण्यांची भेट घेऊन, त्यांचा प्रवास सुखकर होवो अशी इच्छा प्रकट केली. त्यांनी त्या तिघींना काही उपदेशपर गोष्टीही सांगितल्या. महाराजांच्या हातून काही गैरवागणूक घडली तरी ते परदेशी असल्याने आणि शिवाय त्यांच्या भोवताली वावरणारी माणसे संधिसाधू, स्वार्थी आणि दुर्गुणी असल्याने, त्यांच्या सहवासाचा अनिष्ट परिणाम महाराजांच्या तरुण आणि अननुभवी मनावर घडला आहे म्हणून त्यांना क्षमा करावी, अशी विनंती त्यांनी केली; परंतु रामचंद्र पंत बोलत असताना ताराराणी सबंध वेळ गंभीर होत्या, त्या जरी वयाने लहान असल्या तरी गेल्या तीन वर्षांत त्यांनी जगाचा आणि राजकारणाचा जो अनुभव घेतला, त्याचा त्यांच्या तरल मनावर गंभीर परिणाम झाला होता. त्यांच्या अबोलपणाचं कारण ते होतं.

अखेर ठरलेल्या दिवशी तुळजाभवानीच्या नावाने प्रस्थान काढून ताराराणी व त्यांच्या दोघी सवती वेंगुर्ल्यास निघाल्या. तेथे होनावरला जाणारे जहाज तयार होते.

राण्यांनी सामान्य स्त्रियांचा पोशाख केला होता; त्यामुळे त्यांच्याकडे कुणाचे लक्ष गेले नाही. त्यांना निरोप देण्यासाठीही कुणी वेंगुर्ला बंदरात हजर नव्हतं. शेवटी देवाचं नाव घेऊन व सागराला प्रणिपात करून त्या तिघी सवती जहाजावर चढल्या.

राण्यांचा होनावरपर्यंतचा प्रवास निर्विघ्नपणे पार पडला. हवा चांगली असल्याने समुद्र शांत होता. खाऱ्या वाऱ्यामुळे पोटात मळमळल्याने उलट्या होण्याचा उपद्रव काही दिवस सहन करावा लागला; परंतु नंतर जलप्रवासाची सवय झाल्याने उरलेला प्रवास उत्तम झाला.

जहाज होनावर बंदरास लागले, तेव्हा राण्यांच्या स्वागतासाठी बिदनूरच्या राणीची माणसे व राजाराम महाराजांनी जिंजीहून पाठविलेली माणसे हजर होती. राणी चन्नम्माचा निरोप होता की, आपणाला भेटल्याशिवाय चंदीस जाऊ नये. आपल्या राजधानीत काही दिवस मुक्काम करून आपला पाहुणचार घेऊन मगच पुढचा प्रवास करावा.

परंतु ताराराणी किंवा त्यांच्या सवती केळदीला मुक्काम करण्यास तयार नव्हत्या. त्यांना कधी एकदा जिंजीला जाऊन पोहोचतो असं झालं होतं. ताराराणींनी राणी चन्नम्माच्या निमंत्रणाबद्दल तिचे आभार मानले व जिंजीचा प्रवास सुरू केला. बिदनूरच्या सैन्याची त्यांना सोबत असल्याने वाटेत त्यांना कोणत्याच प्रकारचा उपद्रव झाला नाही. सर्व मंडळी सुखरूपपणे जिंजीस पोहोचली.

राजाराम महाराज राण्यांच्या वाटेकडे डोळे लावून बसले होते. त्यांच्या सुरक्षिततेची त्यांना चिंता वाटत असल्याने त्यांचे जिंजीस आगमन होईस्तोवर त्यांचे दिवस भयंकर काळजीत गेले होते; पण कुलस्वामिनी अंबाभवानीच्या कृपेमुळे राण्या जिंजीला सुखरूपपणे येऊन पोहोचल्या आणि लिंगो शंकर व विसाजी शंकर या दोघांना त्यांच्या उत्कृष्ट कामगिरीबद्दल बक्षिसे देऊन त्यांची सर्फराजी केली गेली.

ꣻ

१९

ताराराणी आपल्या महालात राजाराम महाराजांची मार्गप्रतीक्षा करीत होत्या. त्यांची शेवटची भेट झाली त्याला आता उणीपुरी चार वर्षे होत आली होती. चार वर्षांचा तो काल ताराराणींना एका युगासारखा वाटला होता. ऐन तारुण्यात त्यांना ते ताटातुटीचे दुःख आणि विरहव्यथा सहन करावी लागली होती. विशाळगडासारख्या

सभोवताली घनदाट जंगलांनी आणि सह्याद्रीच्या उत्तुंग गिरिशिखरांनी वेष्टिलेल्या व सुसंस्कृत जगापासून दूर असलेल्या किल्ल्यात चार वर्षांचं एकलकोंडं जीवन जगणं म्हणजे एखाद्या गुन्हेगाराला झालेली ती अंधारकोठडीची शिक्षाच होती. या चार वर्षांत त्यांचा कुणाशीच संपर्क आलेला नव्हता; दिवस आणि रात्र, रात्र आणि दिवस हे त्यांचे निकटवर्ती सोबती होते. पावसाळा, हिवाळा आणि उन्हाळा हे तिन्ही काळही तसेच! पावसाळा म्हणजे जवळजवळ नरक! सगळीकडे विषण्णता भरून राहिलेली असायची. शिशासारख्या अभ्राच्छादित आकाशातून कधी एखादे दिवशी सूर्यदर्शन घडलं म्हणजे महापर्वणी वाटायची. नाहीतर सबंध चार महिने आकाशातून संतत जलधारा कोसळायच्या. सारं आसमंत धुक्यात बुडून गेलेलं असायचं आणि त्यामुळे मन विषण्णतेत गुदमरून जायचं. किल्ल्यातील महालाच्या गवाक्षातून बाहेर दृष्टिक्षेप केला की, सगळीकडे जंगलेच जंगले दृष्टिपथात यायची आणि त्या भयाण रात्री रातकिड्यांच्या आणि घुबडांच्या भेसूर आवाजाने अधिकच भयाण वाटायच्या. सर्वत्र चिडीचिप झालेलं असायचं आणि त्या निःशब्द शांततेत एखादा लहानसा आवाज उठला तरी त्याचे पडसाद सर्वत्र उमटायचे.

पावसाळा संपून हिवाळा सुरू झाला की, नरकातून स्वर्गात प्रवेश केल्यासारखं वाटायचं. टवटवीत हिरवीगार वनश्री पाहून मन उल्हसित होई; पण नंतर रोज रोज तीच ती दृश्ये पाहून मनाला काही वाटेनासं व्हायचं. हिवाळ्यात सूर्यास्त लवकर व्हायचा. कृष्णवस्त्र परिधान केलेली रजनी प्रियकराच्या भेटीस आतुर झालेल्या अभिसारिकेसारखी अवनितलावर चोरपावलांनी लवकर प्रविष्ट व्हायची. आपल्या सोबतीला ती कडाक्याची थंडी घेऊन यायची. जणू काही आपलं प्रणयकूजन कुणी बघू नये म्हणून हा पहारेकरी ती बरोबर घेऊन यायची; पण प्रणयकूजनात धुंद झालेल्या प्रेमवेड्या रजनीला वेळेचं भान न राहिल्याने ती पृथ्वीवरून लवकर नाही निघायचा आणि मग जाग यायची. झोपेतून उठल्यामुळे भावना तरल आणि हळव्या बनायच्या आणि मग अंतश्चक्षूंसमोर स्मशानातील भुतांच्या नाचाप्रमाणे नाना प्रकारची दृश्ये तरळून जायची. त्या दृश्यांशी भवितव्याचा संबंध असल्याने ती गूढ अस्वस्थ आणि चिंतातुर मनाच्या प्रक्रिया व्यक्त करायची.

ताराराणींच्या अंतश्चक्षूंसमोर तो चार वर्षांचा प्रदीर्घ काल तरळून गेला. तो अंधारकोठडीचा कारावास संपला होता आणि आज त्या पुन्हा माणसांत आल्या होत्या. त्यांनी महालात दृष्टिक्षेप केला. सगळे सामान भारी किंमतीचे होते. ती छताला टांगलेली हंड्या-झुंबरे, भिंतीला लटकत असलेले बिलोरी आरसे, तो परदेशात बनविलेला ऐसपैस पलंग, त्या 'महोगनी' लाकडाच्या नक्षीदार आणि मखमलीच्या गुबगुबीत खुर्च्या, ते वेषभूषेचे टेबल आणि त्यावर पसरलेली ती नाना प्रकारची प्रसाधने, जमिनीवर पसरलेला तो मौल्यवान गालिचा, खिडक्यांवरील

आणि दारावरील ते रेशमी पडदे, सारा महाल व्यापून राहिलेला तो अत्तराचा दरवळ, खरोखर ते सारे ऐश्वर्य त्यांना नवीन होते. राजाराम महाराजांच्या विलासी जीवनाची ती मूर्तिमंत साक्ष होती. महालातील प्रत्येक वस्तू परदेशी होती. महालाची ती आरास करण्यासाठी किती पैसा खर्च करावा लागला असेल, त्याचा काही ताराराणींना अंदाज करता येईना. आपणाला थक्क करण्यासाठी आणि त्याचबरोबर आपली मर्जी संपादण्यासाठी राजाराम महाराजांनी आपला महाल भारी सामानाने सजविला आहे हे ताराराणींना उमगल्यावाचून राहिले नाही. प्रथमदर्शनीच त्यांचं मन क्षणभर उल्हसित झालं; पण राजाराम महाराजांनी आपली नाटकशाळा सगुणाबाई हिचाही महाल असाच मौल्यवान सामानाने सजविला असेल हा विचार त्यांच्या मनात येताच त्यांचा उल्हास मावळला व त्याची जागा मत्सराने घेतली. होय; ती चार वर्षे त्यांनी सगुणाबाईच्या सहवासात घालविली होती. तिच्यासाठी आणि इतर नाटकशाळांसाठी त्यांनी किती पैसा उडविला असेल, त्याची त्यांना कल्पना करता येईना. त्यांच्या हातून झालेल्या पैशाच्या उधळपट्टीच्या वार्ता विशाळगडापर्यंत पोहोचल्या होत्या. त्या चार वर्षांत त्यांनी कोट्यवधी रुपयांचा चुराडा केला होता; पण त्यांच्या या व्यसनासक्तीमागे त्यांचे कारभारी प्रल्हाद निराजी असल्याचा प्रवाद होता; तो खोटा होता का? अननुभवी तरुण महाराजांना प्रल्हाद निराजींनी आपली तुंबडी भरण्यासाठी नाना प्रकारची व्यसने लावली म्हणून सारे जग ओरडत होते.

प्रल्हाद निराजींना ताराराणींनी एकदा बघितलं होतं; पण त्यांची चर्या आता त्यांच्या अंतश्चक्षूंसमोर काही केल्या येईना. इतका बोलबाला झालेल्या त्या ख्यातनाम व्यक्तीचं दर्शन व्हावं असं त्यांना जिंजीच्या किल्ल्यात प्रवेश करताक्षणीच वाटलं होतं; पण ते त्यांच्या स्वागतासाठी आले नव्हते. कदाचित आपलं आगमन झाल्याचं त्यांना आवडलं नसावं आणि म्हणूनच ते आपल्या स्वागतासाठी आले नसावेत असा ताराराणींच्या मनाचा ग्रह झाला; पण प्रल्हाद निराजींना जिंजीतून हाकलल्याखेरीज जिंजीचा कारभार सुधारणार नाही याची त्यांनी मनात पक्की खूणगाठ बांधली होती. आपले पहिले काम ते आहे हे त्या समजून होत्या.

ताराराणी त्या विचारात गर्क असतानाच राजाराम महाराजांनी महालात प्रवेश केला. त्यांची चाहूल लागताच ताराराणी पदर नीट करून पाठमोऱ्या उभ्या राहिल्या. त्यांची चर्या गंभीर होती. मनात उफाळून आलेल्या विकाराचे प्रतिबिंब त्यांच्या चेहऱ्यावर दृग्गोचर झाले होते. राजाराम महाराजांनी त्यांच्या खांद्यावर हात ठेवला; ताराराणींना त्या स्पर्शातील खंबीरपणा आणि आत्मविश्वास जाणवला. चार वर्षांपूर्वीचा तो बुजरा स्पर्श नव्हता. स्त्रीला काबूत ठेवू पाहणाऱ्या निर्भय पुरुषाचा तो हात होता. ताराराणींनी राजाराम महाराजांकडे ओझरता दृष्टिक्षेप केला. तोच तो जनानी छटा मारणारा सडपातळ गौरवर्ण, सुंदर चेहरा, केसांची झुलपं भव्य कपाळावर रुळत

होती; पण त्या चर्येला थोडासा राकटपणा आला होता.

खांद्यावरील हात बाजूस सारण्याचा निर्धार कुठल्याकुठे वितळून गेला. अग्नीची धग लागताच मेण वितळून जावं त्याप्रमाणे चार वर्षांपूर्वीच्या मादक सहवासाच्या स्मृतींनी संवेदना उफाळून उठल्या. अंतःकरणात प्रणयतरंग उठविणारा तो जादुई हात तसाच धरून ठेवावा आणि त्या हाताच्या देहाला बिलगावं असा संमोह निर्माण झाला; पण ती निर्धारी भावना, ते मानी मन पुन्हा जागृत झालं.

राजाराम महाराजांनी ताराराणीच्या हनुवटीला स्पर्श केला. त्यांचा चेहरा आपणाकडे फिरवीत ते म्हणाले,

"बोलत का नाहीस?"

प्रत्युत्तर आलं नाही. घट्ट दाबलेले ओठ विलग झाले नाहीत.

"रागावलीस?"

राजाराम महाराजांनी आपले दोन्ही हात ताराराणीच्या शरीराभोवती लपेटले व त्यांना बाहुपाशात घेतलं. प्रतिकाराचा निश्चय कोलमडून पडला. सरितेचा प्रवाह सागराला जाऊन मिळाला; पण ते भावनेच्या भरात! भावना रित्या झाल्यावर त्यांची जागा असूयेनं घेतली; मानी मनाचा अहंकार पुन्हा जागृत झाला.

"असं काय करतेस वेड्यासारखं."

"मग काय करू?"

हे शब्द कल्पान्तातून आल्यासारखे राजाराम महाराजांना वाटले.

"चार वर्षांनी भेट होते आहे-"

"त्याला कोण जबाबदार?" धारदार शब्दांत सवाल आला.

"परिस्थिती."

"परिस्थिती तुमच्या सुखाच्या आड आली नाही?"

"कुणी सांगितलं तुला आम्ही सुखात होतो म्हणून?"

"मग काय दुःखात होता?"

"आम्ही दुःखात राहावं अशी का तुमची इच्छा होती?"

"होय."

"का बरं?"

"कारण आम्ही सगळे दुःखात होतो म्हणून."

"तुम्हाला दुःख होण्याचं काय कारण?"

"कारण इकडे तुम्ही नाच-तमाशात दंग होता म्हणून."

"कुणी सांगितलं तुला आम्ही नाच-तमाशात दंग होतो म्हणून?"

"ते काय सांगायला पाहिजे? मांजर डोळे झाकून दूध पितं म्हणून त्याला वाटतं, आपणाकडे कुणी बघत नाही. तुम्हाला कदाचित वाटलं असेल की, तुमचे

इथले चाळे जगजाहीर होणार नाहीत.''

''तू इकडे माझ्याशी भांडणासाठी आलीस?''

''नाही. तुम्हाला जाब विचारण्यासाठी.''

''मला जाब विचारणारी तू कोण? मी राजा आहे.''

''तुम्ही राजा असलात तरी मी राणी आहे, हे तुम्ही विसरू नका. तुमच्या हातून घडलेल्या प्रमादांचा जाब विचारण्याचा मला पूर्ण अधिकार आहे. राजमंडळाने बहाल केलेल्या राज्याच्या मुखत्यारीच्या अधिकारानुसार मला तो अधिकार प्राप्त झाला आहे..''

''पण तो अधिकार तुला माझ्या संमतीने प्राप्त झाला हे तू विसरू नकोस.''

''ते मी विसरणार नाही; पण तरीही तुमच्या दुष्कृत्यांचा जाब विचारण्याचा मला अधिकार आहे.''

''ठीक आहे. तुझा अधिकार मी अमान्य करीत नाही.'' राजाराम महाराज समंजसपणाने माघार घेत म्हणाले, ''तुझ्या जबानीला तोंड देण्यास आम्ही तयार आहोत..''

''प्रल्हाद निराजींच्या नादी लागून तुम्ही पैशाची उधळपट्टी केलीत, त्यांच्या सल्ल्यानं तुम्ही तुमची बहीण अंबिकाबाई यांना निष्कारण दुखावलंत, त्यांचे पुत्र दुर्गोजी राजे महाडीक यांना तुरुंगात टाकलंत; ज्यांनी आपलं रक्त आटवून चंदीच्या राज्याचा सांभाळ केला, वृद्धी केली त्यांच्याशी तुम्ही कृतघ्नपणा केलात; थोरल्या महाराजांच्या आत्म्याला या कृत्याबद्दल स्वर्गात काय वाटेल त्याचा विचार केलात? थोरल्या महाराजांनी हाडाची काडे करून स्वराज्य मिळविलं. चंदीपर्यंत त्याचा विस्तार केला; परंतु या पवित्र भूमीचा लचका तोडून तो फिरंग्यांना विकताना तुम्हाला दिक्कत वाटली नाही. आणि... आणि या बेशरमपणाचा कळस म्हणून तुम्ही एका बटकीच्या पोराला जगजाहीरपणे युवराजपद देऊन मोकळे झालात–''

प्रवाहाच्या तुफानी दडपणानं नदीचा बंधारा फुटावा तद्वत ताराराणींच्या मनात धुमसणाऱ्या भावनांचा बंधारा फुटून त्या हमसाहमशी रडू लागल्या.

''पुण्यश्लोक थोरल्या महाराजांनी स्वतःच्या मनगटाच्या बळावर मिळविलेल्या या देवा-ब्राह्मणांच्या राज्याचा वारसा तुमच्या अनौरस पोराला बहाल करताना तुम्हाला लाजलज्जा कशी वाटली नाही? तुमच्या या कृत्याला सारं जग हसलं. आम्हांला शरमेनं मान खाली घालावी लागली. मग वाटायला लागलं, थोरल्या भावोजींना कदाचित तुमचे पाय पाळण्यात दिसले असावेत आणि तुम्हाला त्यांनी आजन्म नजरकैदेत ठेवण्याचा संकल्प केला असावा. तुमचे गुण पाहून त्यांचा आत्मा स्वर्गात विकट हास्य करीत असेल–''

बाहेर गारठा पडला होता; पण ताराराणीचं वाक्ताडन असह्य झाल्यानं राजाराम महाराजांचा चेहरा घामाघूम झाला होता. गेली चार वर्षे त्यांनी जिंजीत राहून

अनिर्बंधपणे राज्यकारभार केला होता. त्यांच्या हातून घडलेल्या प्रमादांचा जाब विचारण्याचा हिय्या कुणालाच झाला नव्हता. संताजी घोरपडे यांच्यासारख्या फटकळ माणसाला तो हिय्या झाला असला, तरी त्यांना त्या अधिक्षेपाचं फळ सेनापतिपदावरून बडतर्फ होऊन मिळालं होतं; पण आज ताराराणींनी आपल्या तिखट वाक्‌बाणांनी त्यांच्यावर जो हल्ला केला होता, तो अनपेक्षित होता. त्या हल्ल्यानं ते पुरते घायाळ झाले होते.

ताराराणी पुढं म्हणाल्या,

"आणि तुम्ही आम्हांला इकडे आणलंत तरी कसं? तर थोरल्या जाऊबाईंनी तुम्हाला आज्ञा केली म्हणून! तुमचा पराक्रम त्यांच्या कानावर गेल्यानं त्यांचं मन शतशः विदीर्ण झालं. आजही त्या तुमचे प्रताप आठवून बेचैन असतील. त्या देवतातुल्य साध्वीचा सल्ला तुम्हाला मोडवेना, म्हणून तुम्ही आम्हांला तुमच्या इच्छेविरुद्ध इकडे आणलंत. न झाल्यास त्या सटवीच्या आणि तिच्या पोराच्या सहवासात तुम्हाला आमची आठवणही झाली नसती."

ताराराणी एका बाजूने रडत होत्या तर दुसऱ्या बाजूने राजाराम महाराजांना वाक्‌ताडन करीत होत्या. राजाराम महाराजांच्या प्रमादी मनाला तो हल्ला आणखी सहन झाला नाही. ते आर्जवी स्वरात म्हणाले,

"मी अपराधी आहे, मला क्षमा कर."

ते शब्द कानी पडताच ताराराणींनी चमकून राजाराम महाराजांकडे पाहिलं. त्यांनी त्यांच्याकडून क्षमेच्या याचनेची अपेक्षा केली नव्हती. काही झालं तरी त्या आर्य स्त्री होत्या. सारा मानपान, अन्याय मुकाट्यानं सहन करणाऱ्या हिंदू स्त्री होत्या. चार वर्षे मनात कोंडून राहिलेल्या रागाचा आकस्मिकपणे मनाविरुद्ध स्फोट झाला होता. आपण राजाराम महाराजांना टाकून बोलायला नको होतं, असं त्यांना वाटलं. त्या एकदम त्यांच्याजवळ गेल्या व त्यांच्या छातीवर मान टेकीत म्हणाल्या,

"तुम्हीही मला क्षमा केली पाहिजे. माझ्याकडून तुमचा अपमान झाला. तुम्हाला मी असं टाकून बोलायला नको होतं."

"मी तुला क्षमा केली आहे. आमचंही चुकलं हे आम्हांला कबूल केलं पाहिजे; पण माणूस चुकतं; मी इकडे कोणत्या परिस्थितीत आलो त्याची तुला कल्पना आहे–"

"होय, तुमच्या परिस्थितीची सगळ्यांना कल्पना होती, म्हणूनच तुमच्या हातून घडलेल्या चुकांकडे सगळ्यांनी दुर्लक्ष केलं; पण चुकांची दुरुस्ती करण्याऐवजी बुडत्याचा पाय खोलात या म्हणीप्रमाणे तुम्ही आणखी चुका करीत राहिलात–" ताराराणी पुन्हा गंभीर होत म्हणाल्या, "तुमचे सच्चे सल्लागार कोण आणि तोंडपुजे सल्लागार कोण ते तुम्ही ओळखलं नाही. आम्हांला माहीत आहे, तुम्ही प्रल्हाद

निराजींच्या आहारी गेलात. आमच्या घराण्याच्या राशीला लागलेले हे दुसरे कबजीबाबा!''

''प्रल्हाद निराजींविरुद्ध कुणी रान उठविलं ते आम्हांला माहीत आहे; पण प्रल्हाद निराजींना सर्वस्वी दोषी ठरविणे म्हणजे त्यांच्यावर अन्याय करण्यासारखं आहे. प्रल्हाद निराजी शूर आहेत, धोरणी आहेत, त्यांच्या बुद्धिमत्तेचा आम्हांला इकडे उपयोग झाला, हे आम्हांला मान्य करायला हवं. ते नसते तर आज आमचं काय झालं असतं, त्याची कल्पनाच केलेली बरी.''

राजाराम महाराजांचे उद्‌गार ऐकून ताराराणींना आश्चर्य वाटलं. प्रल्हाद निराजींनी त्यांच्यावर कसली जादू केली हे त्यांना कळेना. प्रल्हाद निराजी शूर असतील, धोरणी असतील, कुशल कारभारीही असतील; पण त्यांनी हे सर्व करूनही आपल्या भोळ्या पतीवर मोहिनी घालून आपला स्वार्थ साधला हे ताराराणींना माहीत होतं. त्या म्हणाल्या,

''प्रल्हाद निराजी शूर आहेत आणि केसोपंत आणि निळोपंत मूर्ख आहेत असं का तुम्हाला वाटतं? तुमचं इकडे आगमन होण्यापूर्वी त्या दोघांनी या राज्याचं रक्षण केलं हे तुम्ही कसं विसरता? प्रल्हाद निराजी शूर असतीलही; पण ते स्वार्थी आणि कारस्थानी आहेत हे साऱ्या जगाला माहीत आहे. त्यांनी तुमच्या बंधूंविरुद्ध कारस्थान रचलं आणि बिचारे अण्णाजी दत्तो हकनाक प्राणास मुकले. नामानिराळे राहून कारस्थान रचण्यात ते पटाईत आहेत.''

''तो जुना इतिहास आता कशाला उगाळतेस? प्रल्हाद निराजींच्या बुद्धिमत्तेचा आणि हुशारीचा आपणास उपयोग होतो आहे–''

''नाही.'' ताराराणी निश्चयी स्वरात म्हणाल्या, ''प्रल्हाद निराजींना यापुढे कारभारात स्थान असता कामा नये.''

राजाराम महाराज स्तिमित होऊन ताराराणीकडे पाहतच राहिले.

''याचा अर्थ?''

''अर्थ सरळच आहे. त्यांना कारभारातून काढून टाकून स्वदेशी जायला सांगा. हा अस्तनीतला निखारा इकडे राहिला तर त्याचा ताप आम्हांला सोसावा लागेल.''

''रामचंद्र पंतांनी हे फार वाईट केलं.'' राजाराम महाराज खिन्न मुद्रेनं दुसरीकडे पाहत म्हणाले.

''काय वाईट केलं?''

''प्रल्हाद निराजींविरुद्ध तुझे कान भरले हे.''

ते ऐकताच ताराराणींची गौर चर्या रागाने पुन्हा आरक्त झाली.

''आम्ही बोंडल्यानं दूध पितो असं का तुम्हाला वाटतं? रामचंद्र पंतांनी आमच्या सल्ल्यावाचून राज्यकारभार केला नाही, हे तुम्हाला माहीत असायला हवं. आमच्या मनाला जे पटलं नाही, ते आम्ही त्यांना करू दिलं नाही.'' ताराराणी गंभीर

होत म्हणाल्या.

"पण प्रल्हादपंतांनी आता वृद्धापकाळात कुठं जावं?" राजाराम महाराज रुद्ध स्वरात म्हणाले, "स्वदेशी त्यांना राज्यकारभारात कोण घेईल?"

"त्यांना यापुढे राज्यकारभारात कुठेच स्थान नाही; त्यांनी राज्यकारभारातून निवृत्त होऊन कुठंतरी हरी हरी करीत बसावं. त्यांच्या योगक्षेमाचा प्रश्नच नाही. त्यांनी वाममार्गांनी एवढी अलोट संपत्ती मिळविली आहे की, तिच्यावर त्यांच्या अनेक पिढ्या सुखाने नांदतील."

राजाराम महाराजांनी प्रत्युत्तर केलं नाही; ते पुरते अगतिक झाले होते. प्रल्हाद निराजींची आणि आपली ताटातूट होणार म्हणून ते भयंकर अस्वस्थ झाले होते. काही वेळानं ते म्हणाले,

"प्रल्हादपंतांना वाटल्यास राज्यकारभार सांगू नये; पण त्यांना इकडे राहू द्यावे."

"नाही. त्यांना कारभारातून काढून टाकल्यावर इकडे मोकळं सोडणं म्हणजे विषाची परीक्षा घेण्यासारखं आहे. एकदा त्यांच्या खुनशी स्वभावाचा प्रत्यय आलेला आहे. त्यांना स्वदेशी निघून जा म्हणून सांगण्याचा हिय्या तुम्हाला होत नसेल, तर ते काम करायला आम्ही समर्थ आहोत."

ताराराणीच्या करारी स्वभावाचा प्रतिकार करणे आपणाला अशक्य आहे हे राजाराम महाराजांनी ताडले. प्रल्हाद निराजींना कारभारातून काढून टाकून स्वदेशी निघून जाण्यास सांगणे हाच त्यांच्यासमोर शेवटचा पर्याय होता. त्यांनी ताराराणीच्या सल्ल्यानुसार वागण्याचे ठरविले.

दुसऱ्या दिवशी राजाराम महाराजांनी प्रल्हाद निराजींना मुलाखतीस बोलावले. सदरेवर राजाराम महाराजांशिवाय आणखी कुणी नव्हतं. आपणाविरुद्ध जिंजीत मोठं वादळ उठल्याचा सुगावा धूर्त प्रल्हाद निराजींना लागला असल्याने राजाराम महाराजांची गंभीर चर्या पाहून त्यांचं मन एकदम चरकलं.

"मोठा कठीण प्रसंग गुदरला आहे पंत." राजाराम महाराज गंभीर स्वरात म्हणाले. महाराजांना जो शेवटचा निर्णय आपणाला विदित करायचा आहे, त्याची ही नांदी आहे हे प्रल्हाद निराजी मनातून समजून चुकले. "स्वदेशी तुमच्या आणि आमच्यावरुद्ध मोठेच काहूर उठल्यासारखं दिसतंय. आता सगळे धागेदोरे जुळायला लागलेत."

"काहूर कशाबद्दल म्हणता महाराज? आपल्या म्हणण्याचा मथितार्थ माझ्या ध्यानी आला नाही." प्रल्हाद निराजी म्हणाले.

"आपण दोघांनी राज्यकारभार चांगला केला नाही, पैशाची उधळपट्टी केली; स्वराज्याचा प्रदेश फिरंग्यांना विकला, असे आरोप आपणा दोघांवर होत आहेत."

"माझ्यामध्ये आपणाला कशाला गोवता महाराज? खरा आरोपी मीच आहे.

माझ्याविरुद्ध विशाळगडी कारस्थान रचलं जात असल्याची कुणकुण माझ्या कानापर्यंत यापूर्वीच आली होती. रामचंद्र पंतांना माझ्याविषयी वैषम्य वाटत होतं.''

''संताजीराव व धनसिंगराव या दोघांनी माझी अवज्ञा केली, त्यामागं विशाळगडाचं कारस्थान होतं हे आता ध्यानी आलं.'' राजाराम महाराज म्हणाले.

''रामचंद्र पंतांना सगळी सत्ता आपल्या हातात ठेवायची आहे, असाच या कारस्थानाचा अर्थ आहे महाराज.''

''होय पंत, रामचंद्र पंतांना सगळी सत्ता आपल्या हातात ठेवायची आहे, हे या घटनांवरून सिद्ध होतं.'' राजाराम महाराज विमनस्क स्थितीतच म्हणाले.

''या कारस्थानाला प्रतिशह दिला पाहिजे महाराज.''

''आपण एकमेकांना शह-प्रतिशह देत बसलो तर स्वराज्यरक्षणाचं कसं होणार? आपणामध्ये दुफळी माजली तर त्यामुळे शत्रूचे फावणार नाही का?'' राजाराम महाराजांनी पृच्छा केली.

''मग रामचंद्र पंतांच्या कारवाया मुकाट्यानं सहन करायच्या का महाराज? त्यांच्या कारवायांना कंटाळून शंकराजी मल्हार काशीस गेले. आता ते आमच्यावर उठले आहेत. शंकराजी मल्हारांप्रमाणे आम्हीही संन्यास घ्यायचा का?''

राजाराम महाराजांनी प्रत्युत्तर केलं नाही. ते बराच वेळ विचारमग्न होते. प्रल्हाद निराजींच्या प्रश्नाला काय उत्तर द्यावं ते त्यांना कळत नव्हतं. त्यांना पाठीशी घालण्यास ते असमर्थ होते. ताराराणींनी त्यांना सक्त ताकीद दिली होती की, प्रल्हाद निराजींना यापुढे कारभारात ठेवायचं नाही. ताराराणींचा विरोध मोडून काढण्यास ते असमर्थ होते. प्रल्हाद निराजींना केवळ स्वदेशीच नव्हे, तर जिंजीमध्येही कुणी पाठीराखे उरले नव्हते. त्यांच्या खाबूपणाला सगळेजण विटले होते. स्वराज्याचे भवितव्य धोक्यात असताना सार्वजनिक पैशाचं अपहरण करून स्वतःची तुंबडी भरण्यास आणि विलासी जीवन जगण्यास यांना दिक्कत वाटली नव्हती. राजाराम महाराजही ते विसरू शकत नव्हते. तैनापट्टणचा किल्ला इंग्रजांना विकण्यास व त्यांना शह देण्यासाठी त्या किल्ल्याखालचा टापू डचांना विकण्यास आपण प्रल्हाद निराजींच्याच सल्ल्यामुळे प्रवृत्त झालो, याची रुखरुख राजाराम महाराजांच्या भावनाप्रधान मनाला अजून जाचत होती; पण प्रदेश विकण्याचा हा व्यवहार तेवढ्यावरच संपलेला नव्हता. पाँडिचेरीचा प्रदेश फ्रेंचांना विकण्याच्या वाटाघाटी अजून गुप्त होत्या. त्या उघड्या झाल्या तर आपली आणखी छीःथू होईल याची राजाराम महाराजांना भीती वाटत होती. वास्तविक हा व्यवहार केव्हाच मिटणार होता; परंतु डचांकडून पाँडिचेरीच्या सौद्यासाठी मोठी लालूच दाखविली गेल्याने पाँडिचेरी डचांना विकण्याच्या गुप्त वाटाघाटी चालू होत्या. पाँडिचेरी डचांना विकण्यात आली तर आपणाविरुद्ध जे वादळ उठेल त्याला कसे तोंड द्यायचे याची राजाराम

महाराजांना चिंता वाटत होती. बऱ्याच वेळानं ते म्हणाले,

"पंत, रामचंद्र पंतांनी आमच्याविरुद्ध जे काहूर उठवून दिले आहे त्याला तोंड देण्यास आम्ही असमर्थ आहोत. आम्ही इकडे गैरकारभार करून थोरल्या महाराजांनी उभारलेल्या स्वराज्याची प्रतिष्ठा घालविली अशी लोकांची खात्री झाली आहे–"

"पण आपण चंदीच्या राज्याचं रक्षण केलं, त्याचं काय महाराज? ते लोकांना माहीत नाही का?"

"पंत, तुम्ही आमच्याहून अनुभवाने मोठे; त्यामुळे तुम्हाला आम्ही अनुभवाच्या गोष्टी सांगणं म्हणजे नातवाने आजोबाला धडे देण्यासारखं आहे. एखादा मनुष्य कितीही सत्प्रवृत्त असला तरी त्याच्या हातून झालेल्या चांगल्या गोष्टींवर पाणी पडतं. तुम्ही-आम्ही चंदीच्या राज्याचं रक्षण केलं, हे खरं आहे; परंतु आपल्या हातून ज्या काही गैर गोष्टी घडल्या; त्यामुळे आपण लोकांच्या मर्जीतून उतरलो आहोत."

राजाराम महाराजांच्या तोंडचे ते शेवटचे उद्‌गार ऐकून प्रल्हाद निराजींना धक्काच बसला. राजमंडळातील मुत्सद्दी व सेनापती यांची जरी आपणावर खप्पा मर्जी झाली असली, तरी राजाराम महाराज जोपर्यंत आपल्या पाठीशी खंबीरपणे उभे आहेत तोपर्यंत आपणाला कुणाचीच भीती नाही अशी त्यांची समजूत होती; पण महाराजांचा निर्धाराचा कणा डळमळीत झालेला पाहून प्रल्हाद निराजींचा धीर खचला. ते असह्य होत राजाराम महाराजांना म्हणाले,

"महाराज, जोपर्यंत आपण माझ्या पाठीशी समर्थपणे उभे आहात, तोपर्यंत मला कुणाचीच भीती नाही. मी रामचंद्र पंतांशी दोन हात करण्यास तयार आहे. मात्र, आपण मला अंतर देता कामा नये."

"पंत, आम्हीच ज्या ठिकाणी निसरड्या भूमीवर उभे आहोत, तेथे आम्ही तुम्हाला कसे काय सावरून धरणार? आपण जर एकमेकांच्या मदतीने चालायला लागलो, तर दोघेही घसरून पडू, अशी आम्हांला भीती वाटते."

आपले भवितव्य निश्चित झाल्याची प्रल्हाद निराजींना कल्पना आली. राजाराम महाराजांशी वादविवाद करण्यात आता स्वारस्य उरले नव्हते. त्यांच्या संभाषणातून त्यांची असाहाय्यता व्यक्त होत होती. पंतांनी मनातून कोणता तरी निर्धार केला आणि राजाराम महाराजांचा निरोप घेऊन ते सदरेबाहेर पडले. राजाराम महाराज प्रल्हाद निराजींच्या पाठमोऱ्या आकृतीकडे ते अदृश्य होईपर्यंत बघत राहिले. पंतांच्या पाठीला पोक आलं होतं. अलीकडच्या काही दिवसांत ते खूप म्हातारे झाल्यासारखे वाटत होते. एवढा मोठा कणखर बाण्याचा मुत्सद्दी. संभाजी महाराजांच्या हातून त्यांना मृत्यू येणार होता; परंतु कृतान्तासमान वाटणाऱ्या संभाजी महाराजांवरही पंतांच्या व्यक्तिमत्त्वाची छाप पडून त्यांच्या प्राणावर आलेलं संकट नुसत्या कारावासावर निभावलं होतं.

पंतांचा आणि राजाराम महाराजांचा चार वर्षांचा घरोबा. त्यांच्या हातून अनेक गैरप्रकार घडले होते. तथापि, महाराजांची त्यांच्यावर कधीच खप्पा मर्जी झाली नव्हती; पण परिस्थितीला अनपेक्षितपणे वळण मिळाल्याने आज त्यांना त्यांचा त्याग करावा लागला होता. पंतांच्या म्लान चर्येवर एक प्रकारची निर्धाराची छटा दृग्गोचर झाल्याचे पाहून राजाराम महाराज अस्वस्थ झाले होते. पंत इतके खचलेले त्यांनी तत्पूर्वी कधीच पाहिले नव्हते. त्यांना बोलावून घ्यावं, रामचंद्र पंतांविरुद्ध फळी उभारण्यासाठी त्यांना आपलं पाठबळ द्यावं असा विचार महाराजांच्या मनात आला; पण ती गोष्ट आता अशक्य होता, कारण ताराराणीसारख्या दृढनिश्चयी आणि कणखर पत्नीशी दोन हात करण्यास आपण असमर्थ असल्याची त्यांची पूर्ण खात्री पटली होती.

दुसऱ्या दिवशी जिंजीत एक खळबळजनक वार्ता उठली. प्रल्हाद निराजी– राजाराम महाराजांचे कारभारी– जिंजीतून आकस्मिकपणे बेपत्ता झाले होते. त्या बातमीने राजाराम महाराजांना भयंकर धक्का बसला. त्यांना वातावरण सुने सुने वाटले, कारण गेली चार वर्षे प्रल्हाद निराजींनी त्यांच्यावर आपला एवढा प्रभाव पाडला होता की, ते बेपत्ता झाल्यानं त्यांना जीवन ओकं ओकं वाटणं स्वाभाविक होतं. राजाराम महाराजांनी प्रल्हाद निराजींचा सगळीकडे शोध केला; पण ते कुठेच सापडले नाहीत. ते स्वदेशीही गेले नाहीत.

नंतर काही दिवसांनी उडत उडत बातमी आली की, प्रल्हाद निराजींच्या चेहऱ्याशी साम्य असलेल्या एका वृद्ध गृहस्थाने पंढरपूर क्षेत्री पुंडलिकाच्या देवालयासमोर पिंताबराचा गळफास लावून आत्महत्या केली. ती वार्ता राजाराम महाराजांना कळली, तेव्हा ते भयंकर हळहळले. प्रल्हाद निराजींनी आपल्या जीवाचा असा भीषण शेवट करायला नको होता असं त्यांना वाटलं.

२०

धान्यटंचाईमुळे सैन्यात फाके पडल्याने आणि बादशहाकडून कुमक न आल्याने झुल्फिकारखान व आसदखान हे दोघे बापलेक मोठ्या संकटात सापडले होते. त्यांनी राजाराम महाराजांशी तह करून जिंजीचा वेढा उठवून वांदिवाशला प्रयाण केले होते. तिकडे धान्याची रसद आल्याने सैन्य ताजेतवाने झाले. त्यातच औरंगजेबाकडून

पैशाची मदत आल्याने व बादशहा सुखरूप असल्याची डाक आल्याने झुल्फिकारखानास हुरूप आला. आता त्याने मराठ्यांना मदत करणाऱ्या संस्थानिकांचे पारिपत्य करण्याची योजना आखली.

तंजावरचे राजे शहाजी दुसरे हे राजाराम महाराजांचे चुलतभाऊ असल्याने त्यांच्याकडून त्यांना उघडपणे व गुप्तपणे पुष्कळ मदत होत होती. झुल्फिकारखानास त्याची कल्पना असल्याने शहाजी राजे यांना त्याबद्दल शासन करण्याचा बेत त्याने आखला होता; पण शहाजी राजे यांच्यावर धाड घालण्यापूर्वी त्याला अन्य काही संस्थानिकांना शासन करायचे होते. प्रथम त्याने अर्काटमधील पाळेगारांविरुद्ध मोहीम सुरू केली. कारण या प्रदेशातील पाळेगारांना वठणीवर आणल्याखेरीज त्याला तंजावरची मोहीम हाती घेता येत नव्हती. प्रथम त्याने अर्काटमधील पेरुकुलम नावाचा बलाढ्य किल्ला सर केला आणि नंतर किनाऱ्याच्या रोखाने वाटचाल सुरू केली. या भागातील अनेक किल्ले त्याने हां हां म्हणता घेतले.

झुल्फिकारखानाने सुरू केलेली ही लष्करी मोहीम म्हणजे तंजावरच्या हल्ल्याची नांदी असल्याची शहाजी राजे यांना कल्पना आली. त्यांनी खानाला तोंड देण्याची तयारी सुरू केली व राजाराम महाराजांकडे जासूद पाठवून त्यांना कुमक पाठविण्याची विनंती केली आणि त्यांनी त्रिचनापल्लीच्या राजाचीही मदत मागितली; परंतु राजाराम महाराजांचा माजी सल्लागार यचप्पा नायक हा राजाराम महाराजांशी भांडून जिंजीतून बाहेर पडल्यावर सरळ झुल्फिकारखानास जाऊन मिळाल्याने खानाचे पारडे जड झाले होते. यचप्पा नायक त्या भागातील रुळलेला पाळेगार असल्याने त्याला कोण पाळेगार किती बलाढ्य आहे, त्याची खडान्‌खडा माहिती होती. झुल्फिकारखानाने यचप्पा नायकाच्या माहितीचा उपयोग अर्काटमधील पाळेगारांना नेस्तनाबूत करण्यासाठी केला. त्याने त्रिचनापल्लीवर चाल केली, तेव्हा त्या संस्थानच्या नायक राजाने रक्तपात टाळण्यासाठी शरणागती पत्करून खानाच्या सर्व अटी मान्य केल्या. त्याने खानाशीही मैत्रीचा करार केला. या करारामागे त्याचा एक उद्देश होता अन् तो म्हणजे खानाच्या मैत्रीच्या दडपणाने शहाजी राजे यांनी त्याचे जे किल्ले आणि मुलूख घेतला होता, तो सोडावयास लावायचा. त्याचा हा डाव पूर्णपणे यशस्वी झाला. त्याने झुल्फिकारखानाशी मैत्रीचा करार केल्याचे कळताच शहाजी राजे यांनी त्याचा जो मुलूख घेतला होता तो सोडून दिला.

पण त्यामुळे मोगल स्वारीचे संकट टळले नाही. झुल्फिकारखानाने शहाजी राजे यांच्या राज्यात प्रवेश करून अनेक महत्त्वाची लष्करी ठाणी काबीज केली. राजाराम महाराजांनी शहाजी राजे यांचे पत्र मिळताच बहिर्जी घोरपडे यांना सैन्य देऊन तंजावरला पाठविले होते; परंतु त्यांच्या आगमनापूर्वीच मोगलांचे दडपण असह्य झाल्याने शहाजी राजे यांनी झुल्फिकारखानाशी तह केला. त्यांना खानाच्या सर्व

अटी मान्य कराव्या लागल्या.

झुल्फिकारखानाच्या स्वारीमुळे तंजावरचे स्वातंत्र्य नष्ट होऊन ते औरंगजेबाचे मांडलिक राज्य बनले. झुल्फिकारखानाने शहाजी राजे यांना कौलनामा देऊन त्यांचे सर्व अपराध मान्य केले; पण त्यासाठी शहाजी राजे यांना केवढी किंमत द्यावी लागली! खानाची सरबराई करताकरता त्यांच्या नाकी नऊ आले. वीस लक्ष रुपयांची खंडणी आणि दहा लक्षांचे जडजवाहीर, शिवाय पुष्कळ बहुमोल नजराणे त्यांना खानास द्यावे लागले. हे सर्व राजाराम महाराजांना मदत केल्यामुळे घडले.

मोगलांनी तंजावरच्या वाटेला जाऊ नये अशी अट घातल्याशिवाय झुल्फिकारखान व आसदखान या दोघांना जिंजीहून सुखरूपपणे जाऊ देण्यात आपल्या हातून मोठी चूक घडली, हे राजाराम महाराजांच्या आता ध्यानात आले; पण बैल गेला आणि झोपा केला अशी ती गोष्ट घडली. आता त्यांना मनगट चावत बसण्यापलीकडे अन्य काही करता येत नव्हते. त्यांच्या व प्रल्हाद निराजींच्या बेफिकीरपणाचे प्रायश्चित्त शहाजी राजे दुसरे यांना पुरेपूर भोगावे लागले होते.

राजाराम महाराजांनी शाहू राजे दुसरे यांच्याकडे जो मुलूख गहाण ठेवला होता त्यात पालमकोटा किल्ल्याचा अंतर्भाव होत होता. तो मोक्याच्या ठिकाणी असलेला किल्ला मोगलांच्या हाती पडताच राजाराम महाराज भयंकर अस्वस्थ झाले. तो किल्ला मोगलांच्या हाती राहिला तर आपली उरलीसुरली प्रतिष्ठा संपुष्टात येऊन आपण सगळ्यांच्या उपहासास पात्र होऊ अशी भीती वाटल्याने त्यांनी तो किल्ला घेण्यासाठी जिंजीहून तीन हजार सैन्य रवाना केले. मराठ्यांनी किल्ला घेतल्याचे कळताच झुल्फिकारखान भयंकर संतप्त झाला. त्याने मराठ्यांकडे किल्ला खाली करण्याची मागणी केली. त्यांनी अर्थातच त्याला नकार दिला. खानाने आपला हुकमी सरदार राव दलपत बुंदेला याला किल्ला घेण्याची आज्ञा केली. मराठ्यांनी किल्ला निर्धाराने लढविला. अखेर किल्ल्यातील दाणागोटा आणि दारूगोळा संपल्याने त्यांचा नाइलाज झाला. रजपूतांनी किल्ल्यास वेढा घातल्याने बाहेरून रसद येण्याची बंद झाली. एका रात्री मराठ्यांनी अंधाराची संधी साधून किल्ल्याच्या चोर दरवाजातून पलायन केले.

दक्षिण अर्काटची मोहीम आटोपून झुल्फिकारखान त्या वर्षीच्या भर पावसाळ्यात वांदिवाशला परतला. दक्षिण अर्काटमधील पाळेगारांकडून व तंजावरचे शहाजी राजे यांच्याकडून मोठ्या युद्ध-खंडण्या वसूल केल्याने खान पुष्कळ गबर झाला होता. औरंगजेबाकडून कुमक आल्याने त्याची लष्करी स्थितीही पुष्कळ सुधारली होती. आता त्याला जिंजीचा वेढा दीर्घ काळ लढविण्याबद्दल आत्मविश्वास वाटू लागला आणि मग राजाराम महाराज व प्रल्हाद निराजी या दोघांशी केलेल्या तहाला हरताळ फासून तो सैन्य घेऊन पुन्हा जिंजीस वेढा घालण्यासाठी निघाला.

या वेळी झुल्फिकारखानाची तयारी पूर्वीपेक्षा चांगली होती; शिवाय जिंजीस पुष्कळ दिवस वास्तव्य केल्याने जिंजीच्या किल्ल्याचे सामर्थ्य कशात आहे याचा त्याने सखोल अभ्यास केला होता. पूर्वी त्याला किल्ल्याची नाकेबंदी करण्यात पुरेसे यश आले नव्हते. या वेळी त्याने ती काळजी घेतली. पूर्वी वेताळम नावाच्या जंगलात तो नाकी बसविण्यात अयशस्वी झाला होता, या वेळी त्याने यचप्पा नायकाच्या सल्ल्यानुसार वेताळमच्या जंगलात नाकी बसवून किल्ल्याकडे जाणारी रसद बंद पाडली.

यचप्पा नायक आता खानाचा जिगरी दोस्त बनला होता; पण ही मैत्री फसवी, मायावी होती. जिंजीच्या किल्ल्याच्या संरक्षणातील कमकुवत जागा कोणत्या आहेत ते एकदा यचप्पा नायकाकडून जाणून घेतल्यावर झुल्फिकारखानास संशय येऊ लागला की, राजाराम महाराजांशी बेइमानी करणारा हा दगलबाज मनुष्य पुन्हा मराठ्यांना जाऊन मिळणार नाही कशावरून! म्हणून त्याने या बेभरवशाच्या मित्राचा काटा काढण्याचा बेत केला. एके दिवशी त्याने यचप्पा नायकाला भर दरबारात दगलबाजीच्या बनावट आरोपावरून कैद केले आणि त्याचा शिरच्छेद करून त्याचा गोट लुटला. यचप्पा नायकाच्या सल्ल्यानुसार झुल्फिकारखानाने जिंजीच्या वेढ्याचा व्यूह जरी नव्याने रचला असला, तरी त्याला वेढ्याचे काम ठरलेल्या मुदतीत पूर्ण करता आले नाही. खानाच्या दगलबाजीने राजाराम महाराज व त्यांचे सरदार भयंकर चिडले होते. त्यांनी मोगलांवर छुपे हल्ले करून त्यांना हैराण करून सोडले. मोगल सैनिक आजूबाजूच्या लोकांवर त्याचा सूड उगवू लागले. ते रयतेची लूटमार करून लोकांना पळवून नेऊ लागले. त्याचा परिणाम व्हायचा तोच झाला. मोगलांच्या भयाने लोकांमध्ये घबराट माजून पळापळ सुरू झाली. गावेच्या गावे ओस पडली.

राजाराम महाराजांनी प्रल्हाद निराजींचा सल्ला प्रमाण मानून झुल्फिकारखानास वांदिवाशला जाऊ दिले म्हणून संताजी घोरपडे यांचे राजाराम महाराजांशी बिनसले होते. ते आपले सैन्य घेऊन स्वतंत्रपणे वावरत होते. रामचंद्र पंतांना त्यांचे हे वर्तन आवडले नाही. त्यांनी त्यांना राजाराम महाराजांशी समझोता करण्याचा सल्ला दिला; पण तो त्यांनी मानला नाही. ते अमृतराव निंबाळकर यांना घेऊन पंचवीस हजार सैन्यासह हैदराबादमध्ये मोहिमा करू लागले.

संताजी घोरपडे हैदराबादमध्ये धुमाकूळ घालीत असल्याचे कळताच औरंगजेबाने त्यांच्यावर हिंमतखानास रवाना केले होते. ते संताजीस कळताच हिंमतखानाचा पाठलाग चुकविण्यासाठी ते विजापूरकडे वळले होते; पण हिंमतखानाने त्यांना अखेर गाठले होते. त्यांच्या दोन-तीन झटापटी होऊन त्यात एकदा संताजींची तर दुसऱ्यांदा हिंमतखानाची सरशी झाली होती. अखेर हिंमतखानाचा पाठलाग टाळण्याकरिता संताजी साताऱ्याकडे वळले होते. महादेव टेकड्या हे त्यांचे त्या भागातील

आश्रयस्थान होते. तिकडे संताजी घोरपडे यांचे बरेच दिवस वास्तव्य होते; परंतु ते स्वस्थ बसून नव्हते. महादेव टेकड्यांच्या आश्रयाने राहून त्यांनी सातारा भागातील मोगल ठाण्यांवर हल्ले करण्याचा सपाटा सुरू केला होता.

संताजी घोरपडे महादेव टेकड्यांच्या आश्रयास राहून मोगल ठाण्यांवर हल्ले चढवीत होते, त्या वेळी औरंगजेबाचा नातू मुइजुद्दीन हा पन्हाळ्याला वेढा घालून बसला होता. त्याच्याशी युद्ध करण्याची कामगिरी धनाजी जाधव यांनी पत्करली होती. धनाजींच्या सैन्याने शाहजाद्याच्या सैन्यावर अविरत हल्ले चढविण्याचा सपाटा सुरू केल्याने तो भयंकर मेटाकुटीस आला होता. किल्ल्यास वेढा घालून पुष्कळ दिवस झाले, तरी तो हातास लागण्याची चिन्हे दिसत नसल्याने मुइजुद्दीन हवालदिल झाला होता. किल्ला पडत नाही म्हणून एका बाजूने औरंगजेबाची जाचणी सुरू होती, तर दुसरीकडे मराठ्यांच्या हल्ल्यामुळे सैन्य जेरीस आले होते; अशा विलक्षण परिस्थितीत मुइजुद्दीन सापडला होता. तो रंजीस येऊन मराठ्यांना विनंती करत होता की, कृपा करून किल्ला खाली करा, मी तुम्हाला तुम्ही मागाल ते द्रव्य देतो; परंतु मराठे लाच घेऊन किल्ला खाली करण्यास तयार न झाल्याने अखेर मुइजुद्दीनने आपल्या सैन्याचे हाल टाळण्यासाठी वेढा उठवून माघार घेतली.

ती वार्ता औरंगजेबास कळली, तेव्हा त्याने मुइजुद्दीनकडे तातडीने आपला एक जासूद रवाना केला. त्याने शाहजाद्याची पन्हाळ्यापासून चौदा मैलांवर वडगाव येथे भेट घेतली व त्याला बादशहाचा खलिता सादर केला. त्यात औरंगजेबाने आपल्या नातवास आपल्या भेटीस बोलाविले होते. त्या हुकुमाप्रमाणे मुइजुद्दीनला आपल्या आजोबांच्या भेटीस जाण्याशिवाय गत्यंतर उरले नाही, कारण त्याच्या हुकुमाची अवज्ञा करणाऱ्यांची गय केली जात नव्हती. मुइजुद्दीन धडधडत्या अंतःकरणाने बादशहाच्या भेटीस गेला. आता आजोबा आपणाला काही शिल्लक ठेवीत नाहीत याची त्याने पक्की खूणगाठ बांधली होती. त्याप्रमाणे झालेही तसेच! औरंगजेबाने आपल्या नातवाची पन्हाळ्याचा वेढा उठविल्याबद्दल भयंकर निर्भर्त्सना केली; पण ते प्रकरण तेवढ्यावरच निभावले नाही. औरंगजेबाने मुइजुद्दीनचे सेनापतिपद काढून घेऊन ते आपला दुसरा नातू बेदरबख्त याच्याकडे दिले. त्याने मुइजुद्दीनच्या सरदारांनाही बेदरबख्तच्या हाताखाली दिले.

आजोबांच्या हुकुमाप्रमाणे बेदरबख्त पंचवीस हजार सैन्य आणि मोठा तोफखाना घेऊन पन्हाळ्याकडे रवाना झाला. पन्हाळ्याच्या मोहिमेवर बेदरबख्तची नेमणूक करताना औरंगजेबाचा समज झाला होता की, आपला हा दुसरा नातू पन्हाळा घेण्याचे काम फत्ते केल्यावाचून राहणार नाही.

२१

भीमा नदीच्या काठावरील ब्रह्मपुरी येथील छावणीत बसून औरंगजेब बादशहा युद्धाची सूत्रे हलवीत होता. लाखो सैन्य त्याने युद्धात लोटले होते. मोगल साम्राज्यातील मी मी म्हणणारे कुशल सेनापती या सैन्याचे नेतृत्व करीत होते. युरोपियन लोकांकडून त्याने प्रभावी तोफा आणि उत्कृष्ट नेम साधणाऱ्या बंदुका पैदा केल्या होत्या. दारूगोळ्याचे कारखाने ठिकठिकाणी रात्रंदिवस उत्पादन करीत होते. तोफखान्याचे नेतृत्व निष्णात सेनापतीच्या हाती होते. त्यांच्या हाताखाली काम करणारे फिरंगी गोलंदाजही आपल्या कामात वाकबगार होते. हे सैन्य पोसण्यासाठी रोज कोट्यवधी रुपयांचा चुराडा होत होता. साम्राज्याच्या कानाकोपऱ्यांतून दख्खनमध्ये पैशाचा ओघ सारखा वाहत होता; पण हा सर्व खटाटोप व्यर्थ ठरला होता. शत्रू शरण येण्याची चिन्हे दिसत नव्हती. त्यांचा राजा मृत्युमुखी पडला होता; त्याला हाल हाल करून ठार मारण्यात आले होते. हेतू हा की, त्याची दहशत त्याच्या अनुयायांना बसावी व त्यांनी शरणागती पत्करावी. राजाचा कबिला आणि त्याचा मुलगा कैदेत होता; पण तरीही शत्रू लढतच होता. त्याची राजधानी पडली होती. मोठमोठे बलाढ्य किल्लेही सर करण्यात आले होते. त्यावरून सुरुवातीला वाटले होते की, त्यांचा प्रतिकार संपुष्टात येऊन ते शरणागती पत्करतील; परंतु तसे घडले नव्हते. त्यांनी आपली राजधानी महाराष्ट्रापासून शेकडो मैल दूर जिंजी येथे हलवून तिथल्या बलाढ्य किल्ल्याच्या आश्रयास राहून ते लढत होते. या किल्ल्यास रायगडाचा विजेता झुल्फिकारखान हा गेली चार-साडेचार वर्षे वेढा देऊन बसला होता. त्याच्या हाताखाली अनेक कुशल सेनापती व सहस्रावधी सैन्य होते; परंतु त्याला जिंजीचा किल्ला घेण्यात यश येत नव्हते. गांधीलमाश्यांचे मोहोळ उठावे त्याप्रमाणे मराठ्यांच्या सैन्याचे आग्यामोहोळ मोगल सैन्याला सतावून सोडण्याचे काम करीत होते. असे गनिमी युद्ध खेळणाऱ्या फसव्या शत्रूशी मोगलांची यापूर्वी कधी गाठ पडली नसल्याने त्यांची सरशी होत नव्हती. आपल्या सरदारांनी किल्ले घ्यावे आणि मराठ्यांनी अंधाऱ्या रात्रीचा फायदा घेऊन लपतछपत येऊन कधी घोरपडीच्या तर कधी अन्य साधनांच्या साहाय्याने किल्ल्यांच्या तटांवर चढून आतील शिबंदीवर अचानकपणे हल्ला करून तिला कापून काढावे व किल्ले पुन्हा घ्यावेत असे लपंडावाचे युद्ध त्यांनी चालविले आहे. मराठ्यांचे महाराष्ट्रातील सर्व किल्ले आपल्या सरदारांनी घेतले; पण त्यांपैकी फारच थोडे किल्ले आता त्यांच्या हातात उरले आहेत; बाकीचे सर्व किल्ले मराठ्यांनी गनिमी हल्ले करून परत घेतले. संताजी आणि धनाजी हे त्यांचे दोन सरदार म्हणजे मूर्तिमंत खवीस. जणू

नरकातून पृथ्वीवर उतरलेले यमदूत! ते आपल्या सैन्याचा अख्खा दख्खनभर पिच्छा पुरवीत आहेत. ते आज इकडे आहेत तर उद्या तिकडे, अशा बातम्या येत आहेत. जणू काही पंख लावल्याप्रमाणे ते इकडून तिकडे आणि तिकडून इकडे उड्डाण करीत आहेत– त्या दोघांनी आपल्या सैन्यात एवढा अनर्थ माजविला आहे की, त्यांचे नुसते नाव निघाले तरी आपले सरदार दचकतात आणि या मराठ्यांचे दोस्त बेरड तेही तसेच. बेरडांना नेस्तनाबूत करण्याचा आपण किती प्रयत्न केला. त्यांच्या नायकाला आपण विषप्रयोग करून ठार मारले. त्यांची राजधानी तोफा डागून जमीनदोस्त केली; पण त्यांनी नाउमेद न होता, पहाडी प्रदेशात नवीन राजधानी उभारली. त्यांच्या दुसऱ्या नायकाला आपण माणसाळवण्याचा प्रयत्न केला. त्याला मनसबदारी देऊन त्याच्यावर अनुग्रह केला. त्याच्या अनुयायांना सैन्यात नोकऱ्या दिल्या. ऐशआरामी जीवन कसे जगावे ते आपण त्यांना शिकविले; पण या मर्कटांना कुणी सांगितलाय ऐशआराम! हे काकडीला राजी असलेले कोल्हे. यांचे जंगल बरे की हे बरे! आपण त्यांच्यासाठी इतके करूनही हे मराठ्यांची मैत्री सोडायला तयार नाहीत. मराठे सरदार आपल्या बायका-मुलांना बेरडांच्या राजधानीत ठेवून आपल्या प्रदेशावर हल्ले करतात. बेरडांची पहाडी राजधानी म्हणजे त्यांचे खरेखुरे आश्रयस्थान बनले आहे. ते नेस्तनाबूत केल्यावाचून मराठ्यांचे आणि बेरडांचे गनिमी हल्ले थांबायचे नाहीत.

अशा रीतीने मराठ्यांना आणि बेरडांना नेस्तनाबूत करण्यात अपयशी ठरलेला आलमगीर बादशहा आपल्या छावणीत दख्खनमधील दीर्घकालीन युद्धाचा आढावा घेत होता. आपली ही मोहीम फसल्याची त्याला स्पष्ट जाणीव झाली होती; पण अपयश हा शब्द त्याला माहीत नसल्याने पराभव पत्करण्यास तो तयार नव्हता. जे अशक्य ते शक्य करण्याची त्याची जिद्द. त्या जिद्दीस अनुसरून तो आज पंधरा-वीस वर्षे दख्खनमध्ये ठाण मांडून बसला होता. आपल्या शत्रूला जमीनदोस्त करण्यासाठी तो नवनवीन डाव टाकीत होता. संताजी घोरपडे व धनाजी जाधव ही त्याची अलीकडची दोन महत्त्वाची लक्ष्ये होती. त्या दोघांना नेस्तनाबूत केल्यावाचून मराठ्यांचे गनिमी युद्ध समाप्त होणार नाही, याची खूण त्याने मनात पक्की बांधली असल्याने, त्या दोघांच्या पाठलागासाठी त्याने आपले काही अव्वल दर्जाचे सेनापती पाठविले होते; परंतु त्या दोघांनी या मोगल सरदारांची पुरती दमछाक केल्याने औरंगजेब पार चिडून गेला होता.

अशाच स्थितीत एके दिवशी त्याला बातमी कळली की, संताजी घोरपडे मोगल प्रदेशात मोठी लूटमार करून चितळदुर्गला परत येत आहे. ती बातमी मिळताच त्याने यत्किंचितही विलंब न लावता सेरा प्रांताचा सुभेदार कासिमखान याला बोलावणे पाठविले. बादशहाचा खलिता हाती पडताच कासिमखान त्वरित

ब्रह्मपुरीस औरंगजेबाच्या भेटीस निघाला. त्याने औरंगजेबाची भेट घेतली, तेव्हा तो त्याला म्हणाला,

"दुर्दशेच्या अवस्थेला पोहोचलेला दुष्ट संताजी मोठी लूटमार करून आपल्या जहागिरीकडे निघाल्याची बातमी आम्हांला लागली आहे. तुमच्या ठाण्यापासून त्यांची वाट ऐंशी कोसांवर आहे. तरी तुम्ही यत्किंचितही वेळ न गमावता सैन्य घेऊन त्याच्या समाचारास जा."

कासिमखान हा एक उत्साही आणि तडफदार सरदार होता. रायचूर व गुंटकल या दरम्यान अदोनीच्या किल्ल्याजवळ त्याच्या सैन्याचा तळ होता. त्याच्या हाताखाली पंचवीस हजार कडवे सैन्य असून ते बादशहाच्या राखीव दलापैकी होते. बादशहाचा हुकूम हाती पडताच कासिमखानास भयंकर चेव येऊन त्याच्या सर्वांगावर रोमांच उभे राहिले. संताजी घोरपडे यांच्यासारख्या धोकेबाज मराठा गनिमाचा आपण मोड केला, तर आपले नाव सर्वतोमुखी होऊन बादशहाच्या प्रथमश्रेणीच्या सरदारांच्या मालिकेत आपले नाव अंतर्भूत होईल या महत्त्वाकांक्षेने तो प्रेरित झाला. तो बादशहास मुजरा करून म्हणाला की, "खाविंद, तुम्ही बिलकूल खंत करू नका. खतरनाक संताजी घोरपडेस कैद करून मी तुमच्यासमोर हजर करतो."

कासिमखानची ही प्रतिज्ञा अनुभवी आणि वयोवृद्ध औरंगजेब बादशहास एक वल्गना वाटली असल्यास नवल नाही. त्यातून कासिमखानाचा फाजील आत्मविश्वास प्रतीत होत होता; परंतु बादशहाने त्यावर आपले मत प्रदर्शित करून खानास नाउमेद करण्याचे टाळले. तो त्याला एवढेच म्हणाला की, "तुम्ही जर संताजी घोरपडेचा पाडाव केलात तर तुमचे नाव साम्राज्यात सर्वत्र दुमदुमून राहील व माझ्या सरदारांमध्ये तुम्हाला अग्रस्थान प्राप्त होईल."

कासिमखान बादशहाच्या आज्ञेप्रमाणे त्वरित संताजी घोरपडे यांचा रस्ता रोखून धरण्याच्या मोहिमेवर रवाना झाला; परंतु त्याच्या शेखीवर बादशहाचा विश्वास नव्हता. त्याने त्याच्या मदतीला आपले तरुण सरदार खानजादा खान सफशिकनखान, सय्यद असालतखान आणि महमद मुरादखान या तिघांना पाठविले. त्यांच्या तैनातीला त्याने शाही छावणीतील आणि खास चौकीतील निवडक मनसबदार आणि हप्त चौकीतून निवडलेले मुबलक सैन्य आणि उत्कृष्ट तोफखाना दिला. त्याने या सर्व सरदारांना आदेश दिला की, संताजी घोरपडे यांचा धुव्वा उडविल्याखेरीज मला तोंड दाखवू नका.

खानजादा खान हा जन्माने पर्शियन असून उच्च कुलोत्पन्न होता. बादशहाचा बक्षी रुहुल्लाखान आणि मुमताज महालच्या बहिणीचा तो मुलगा. बादशहाच्या नात्यातला आणि दरबारातील निवडक खानदानी समाजात त्याची गणना होत असल्याने त्याच्या परिवारात तशाच खानदानी तरुण लष्करी अधिकाऱ्यांचा अंतर्भाव

होणे स्वाभाविक होते.

कासिमखानास जेव्हा खलिता गेला की, खानजादा खान तुमच्या मदतीला सैन्य घेऊन येत आहे, तेव्हा त्याला एक गोष्ट आकलन झाली ती अशी की, बादशहाच्या नात्यातील हा वजनदार सरदार असल्याने त्याची मर्जी संपादन करण्याकरता आपण त्याला मोठ्या इतमामाने वागवले पाहिजे. मराठ्यांसारख्या कडव्या शत्रूशी आपण मुकाबला करण्यासाठी निघालो आहोत याची त्याला विस्मृती पडली. तो लढाईची तयारी करण्याऐवजी खानजादा खानाच्या स्वागताच्या तयारीस लागला. आपले मौल्यवान सामान त्याने अदोनीच्या किल्ल्यात ठेवले होते. खानजादा खानाच्या स्वागतास त्याने अदोनीच्या किल्ल्यातून सोन्या-चांदीची, तांब्याची व चिनी मातीची भांडी मागविली. तसेच त्याने भारी किमतीचा एक कर्नाटकी तंबूही मागविला. हे सर्व सामान त्याने आपल्या सरदारांच्या पेशखान्याबरोबर रवाना केले आणि तो स्वतः खानजादा खानाच्या स्वागतासाठी सहा मैल सामोरा गेला.

संताजी घोरपडे यांचे गुप्तहेर शत्रुसैन्याच्या हालचालींची बातमी काढण्याकरिता सगळीकडे संचार करीत होते. बादशहाने कासिमखानास संताजीवर पाठविले असून त्याच्या मदतीला खानजादा खान हा बादशहाच्या विश्वासातला सरदार येत आहे, ही वार्ता जेव्हा त्यांनी संताजीस कळविली, तेव्हा ते एखाद्या चित्त्याप्रमाणे कासिमखानावर झडप घालण्यासाठी दबा धरून बसले. त्यांनी आपल्या सैन्याच्या तीन तुकड्या केल्या. पैकी एका तुकडीकडे त्यांनी कासिमखानाची छावणी लुटण्याचे काम सोपविले, दुसरीला मोगलांवर हल्ला करण्याचा हुकूम दिला आणि तिसरी तुकडी राखीव म्हणून ठेविली. चितळदुर्गचा संस्थानिक बरमाप्पा नायक हा त्या वेळी संताजीबरोबर होता. कासिमखानाच्या सरदारांनी त्याचा अपमान केला होता, म्हणून त्या अपमानाचे उट्टे काढण्यासाठी तो टपून बसला होता.

कासिमखानाच्या मुख्य तळापासून सहा मैलांवर कासिमखान, खानजादा खान आणि त्याचे सरदार यांच्या स्वागत समारंभात गुंतला असल्याची वार्ता संताजी घोरपडे यांना त्यांच्या गुप्तहेरांकडून कळली, तेव्हा त्यांनी कासिमखानाच्या छावणीवर हल्ला करण्याचा बेत कायम केला. आदल्या रात्री मेजवानीचा व नाच-तमाशाचा बेत असल्याने कासिमखान व खानजादा खान हे दोघे त्यांच्या सरदारांसह सूर्य प्रहरभर वर येईपर्यंत झोपेत मग्न असणार हे ते जाणून होते. ती संधी त्यांनी हल्ल्यासाठी निवडली.

सूर्योदय होऊन तास दीड तास झाला असेल नसेल, तोच मराठे क्षितिजाच्या धूसरतेतून कर्दनकाळाप्रमाणे दृग्गोचर झाले. ते वायुवेगाने दौडत आले व तळपत्या विजेप्रमाणे कासिमखानाच्या छावणीवर कोसळले. त्यांनी तंबूतील नोकरचाकरांना कंठस्नान घालून सर्व चीजवस्तू गोळा केली आणि तंबूस आग लावून देऊन ते

आले तसे पसार झाले. या हल्ल्यातून जे कुणी बचावले त्यांना ते एक भयंकर स्वप्न वाटले, कारण तो हल्ला इतका अनपेक्षित होता की, त्याची कुणीच कल्पना केली नव्हती. या अनर्थाची वार्ता कासिमखानास कळली. हरकाऱ्यांनी त्याला सांगितले की, हल्ला करणारे मराठे दहा-बारा हजार होते. तंबू लुटला म्हणून खानास चिंता वाटली नाही. तो अस्वस्थ झाला तो संताजींनी मोगलांचा धुव्वा उडविण्याचा जो आश्चर्यकारक डाव रचला त्याची कल्पना येऊन! संताजींनी रुहुल्लाखान व कासिमखान या दोघांच्या सैन्याची हातमिळवणी होऊ नये म्हणून त्या दोन्ही सैन्यांच्या मधोमध आपले सात हजार घोडदळ उभे केले होते.

या सैन्याने रुहुल्लाखानाची नाकेबंदी करण्यापूर्वीच त्याच्या मदतीला धावून जाणे आवश्यक होते. कासिमखानास त्या संकटाची तत्काळ कल्पना आली. खानजादा खान व इतर सरदार आदल्या रात्रीच्या जागरणामुळे अद्याप झोपेतून उठायचे होते. कासिमखान त्यांना जागे न करता घोड्यावर स्वार होऊन त्वरित आपल्या छावणीकडे निघाला. तो मैल दोन मैल गेला नसेल, तोच वाटेत दबा धरून बसलेल्या मराठ्यांनी त्याच्यावर हल्ला चढविला.

इकडे खानजादा खान जागा झाला, तेव्हा त्याला कळले की, कासिमखानाच्या छावणीवर मराठ्यांनी हल्ला केल्याने तो तिकडे रवाना झाला आहे. ती वार्ता ऐकून खानजादा खानास भयंकर वाईट वाटले. कासिमखानावर हा अनर्थ आपल्यामुळेच गुदरला असे वाटून त्याच्या मदतीला आपण गेले पाहिजे या कर्तव्याची त्याला जाणीव झाली. तो यत्किंचितही वेळ न गमावता कासिमखानाच्या मदतीला निघाला, तो लढाईच्या ऐन धुमश्चक्रीत येऊन पोहोचला. मराठ्यांच्या सैन्यातील 'काळा पहाड' नावाने ओळखल्या जाणाऱ्या बेरड बंदूकधाऱ्यांनी मोगलांना टिपून ठार मारण्याचा सपाटा सुरू केला होता. मोगलही तळहातावर शिर ठेवून प्राणपणाने लढत होते. ते काही केल्या हटेनात हे जेव्हा संताजी घोरपडे यांनी पाहिले, तेव्हा त्यांनी आपल्या राखीव सैन्याला मोगल छावणीवर हल्ला करून ती लुटून, जाळून टाकण्याची आज्ञा धाडली. तो हुकूम त्वरित अमलात आला.

मराठ्यांनी मोगलांच्या छावण्या लुटून त्यांना आग लावून दिली. आपल्या छावण्या लुटल्या गेल्या आणि त्यांची जाळपोळ झाली, ही वार्ता कासिमखान व खानजादा खान या दोघांना लढाईच्या ऐन गर्दीत कळली, तेव्हा त्यांचे नैतिक धैर्य एकदम खचले. त्यांचा आवेश ओसरताच त्यांच्या सैन्याचेही अवसान गळाले, तरीही ते दोघे लढतच राहिले; परंतु छावण्या नष्ट झाल्याने आता निवाऱ्यासाठी कुठे जावे ही चिंता त्यांना भेडसावू लागली.

सूर्योदयाच्या सुमारास संताजींनी आपले सर्व सैन्य गोळा केले व ते मोगलांचा धुव्वा उडविण्याच्या इराद्याने त्यांच्यावर तुटून पडले. मोठे घनघोर रणकंदन सुरू

झाले. कुणी कुणास हटेनात. मोगलांचे अनेक सरदार कामास आले. त्यांत मिर्झा हसनखान नावाचा एक नामांकित सरदार होता. ठार झालेल्या सरदारांची प्रेते रणमैदानातून शोधून काढण्याचा हिय्या मोगलांना होईना. तोच महमद मुरादखान नावाच्या आणखी एका मातब्बर मोगल सरदाराचा खुदादाद नावाचा मुलगा प्राणांतिक जखमी होऊन बेपत्ता झाला. तो चार दिवसपर्यंत सापडला नाही.

अतोनात प्राणहानी होऊनही कासिमखान अद्याप लढत होता; पण आपण लढाई जिंकू शकत नाही, याची जाणीव त्याला झाली होती. शरणागती पत्करणे म्हणजे सर्वनाश ओढवून घेणे हे स्पष्ट दिसत होते. त्याने लढत लढत दोड्डेरीच्या गढीच्या आश्रयास जाण्याचा निर्णय घेतला. या गढीच्या पायथ्याशी एक तळे होते. कासिमखान आणि त्याचे सोबती लढत लढत तिथपर्यंत पोहोचले. मराठ्यांनी त्यांचा पाठलाग केला.

दोड्डेरीच्या किल्ल्यात मोगल शिबंदी होती; पण अन्नाची बेगमी बेताचीच असल्याने आतील सैन्य बाहेरच्या सैन्यास आत घेण्यास तयार होईना. कासिमखान व त्याचे सोबती यांनी आपणाबरोबर जे काही थोडेफार खाण्याचे पदार्थ आणले होते, त्याच्यावर त्या रात्री गुजराण केली. त्यांच्या सैन्याला मात्र तळ्याचे पाणी पिऊन भूक शमवावी लागली. हत्तींना गवत आणि हरबरा मिळाला; पण घोड्यांना काहीच मिळाले नाही.

मोगलांनी गढीच्या आश्रयाने तिच्या तटासमोर मोर्चे बांधिले. मराठ्यांनी त्यांना पूर्णपणे घेरले होते. त्यांनी मोगलांवर हल्ले चढवून त्यांचे बैल आणि उंट पळविले. गढीच्या तटाबाहेर लढाई चालू असल्याने गढीतील शिबंदीने गढीचे दरवाजे बंद केले होते. आतील माणसे व व्यापारी तटावरून बाहेरच्या शिपायांना धान्य विकीत. धान्याचा भाव रुपयास दोन शेर झाला.

तीन दिवसपर्यंत मराठे लपाछपीने युद्ध खेळले, कारण ते कुमकेची वाट पाहत होते. त्यांचा दोस्त चितळदुर्गचा राजा बरमाप्पा नायक याने त्यांना कुमक घेऊन येण्याचे कबूल केले होते. त्या वचनाप्रमाणे चौथ्या दिवशी तो आपले हजारो सैन्य घेऊन आला. त्या कुमकेने मराठ्यांना हुरूप आला व त्यांनी मोगलांवर हल्ले चढविण्यास प्रारंभ केला. तुबकधारी बेरडांनी मोगलांवर गोळ्यांचा पाऊस पाडून त्यांचे एक तृतीयांश सैन्य गारद केले. तरीही मोगल लढत राहिले; परंतु लढाई निकरावर आली असता ऐनवेळी त्यांचा दारूगोळा संपला. त्याच वेळी हूल उठली की, खान जहानखान नावाचा पराक्रमी मोगल सरदाराचा मुलगा हिंमतखान हा मराठ्यांवर चालून येत आहे. ती वार्ता संताजी घोरपडे यांना कळताच त्यांनी आपल्या सैन्याचे दोन भाग करून आपल्या अनुभवी सरदारांना कासिमखानाशी लढण्यास सांगितले आणि उरलेले सैन्य घेऊन ते हिंमतखानाच्या समाचारास

निघाले; परंतु हिंमतखानाला थोपवून धरण्यासाठी राजाराम महाराजांनी सैन्य पाठविल्याची बातमी आल्याने संताजी घोरपडे माघारी परतले.

युद्धसामग्री संपल्याने कासिमखान व त्याचे सरदार भयंकर चिंताग्रस्त झाले होते. कासिमखानाच्या तळाशेजारीच खानजादा खान व सफशिकन खान या दोघांचे तळ होते. त्या तिघांनी सल्लामसलत करून निर्णय घेतला की, मराठ्यांसमोर आपला निभाव लागणे कठीण असल्याने आपण दोड्डेरीच्या गढीत शिरणे श्रेयस्कर आहे; परंतु ही बातमी त्यांनी महमद मुरादखान व इतर सरदारांना कळविली नाही, कारण एकतर त्यांचे मोर्चे बरेच दूर होते आणि दुसरी गोष्ट म्हणजे त्यांना ती बातमी कळल्यास त्यांनीही त्यांच्याबरोबर गढीत शिरण्याची इच्छा दर्शविली असती.

मराठ्यांच्या लुटमारीतून जे सामान बचावले होते, ते गढीत धाडण्यास कासिमखानाने सुरुवात केली. तो लोकांना सांगू लागला की, या सामानाचा लढाईत अडथळा होतो म्हणून मी ते गढीत पाठवीत आहे. सामान आत पाठविल्यावर कासिमखानाने गढीत जाऊन लपून बसण्याचा बेत केला; परंतु त्याला उघडपणे आत शिरता येईना, म्हणून त्याने एका रात्री गस्तीस जाण्याचा बहाणा करून तटास दोर लावून आत प्रवेश केला. गढीच्या दरवाजाबाहेर सहस्रावधी शिपाई व सरदार यांची गर्दी होती. दरवाजा उघडला गेल्यास त्यांनी आत प्रवेश केला असता म्हणून कासिमखानाने गढीत चोरून प्रवेश केला; परंतु सादुल्लाखान व खानजादा खान या दोघांना मात्र गढीत चोरून प्रवेश करणे प्रशस्त वाटले नाही. त्यांनी गढीचा दवाजा उघडूनच राजरोसपणे आत प्रवेश केला. मात्र, त्यासाठी त्यांना गढीच्या दारावरील शिपायांना बळजबरीने दूर सारावे लागले.

कासिमखान व त्याचे दोस्त यांनी गढीचा आश्रय घेतल्याची वार्ता महमद मुरादखान व इतर सरदारांना कळताच त्यांचा धीर खचला. आधीच मराठ्यांच्या हल्ल्यांनी ते जर्जर झाले होते, त्यात सेनापतीने पलायन केल्याचे पाहून ते गर्भगळित होणे स्वाभाविक होते. त्यांनीही कासिमखानाचा कित्ता गिरवून गढीत प्रवेश केला. सगळे सरदार गढीत गोळा झाल्यावर सफशिकन खानाने महमद मुरादखान याच्याकडे वळून म्हटले,

"किती हिकमतीने आपण गढीत आलो नाही?"

त्यावर महमद मुरादखानाचा पुतण्या सुलतान हुसेन ओरडला,

"थूऽऽ तुमच्या मर्दुमकीवर. आपण आत कसे आलो त्याची प्रौढी कसली मिरविता?"

सुलतान हुसेन खानाबरोबर जे लोक होते, त्यांनीही सफशिकन खानाची छीःथूऽऽ केली.

कासिमखान व त्याच्याबरोबरचे सरदार दोड्डेरीच्या गढीत जवळजवळ एक

महिना कोंडले गेले. त्यांची अवस्था दिवसेंदिवस कठीण होत गेली. माणसांची तर उपासमार होत होतीच; पण जनावरांना कसे पोसावे हा प्रश्न त्यांना पडला होता. कडबा नसल्याने शेवटी त्यांना घरांच्या छपराचे केंबळ काढून जनावरांना घालावे लागले. मोठमोठ्या सरदारांना ज्वारी व बाजरीच्या भाकऱ्या खाव्या लागल्या; पण एके दिवशी त्याही मिळायच्या बंद झाल्या.

भाकरी मिळणे बंद झाल्याने शिपायांनी जनावरे मारून खाण्याचा सपाटा सुरू केला. आधी मराठ्यांनी बरीच जनावरे पळवून नेली होती, तर काही उपासमारीने मरण पावली होती आणि उरलेल्यांचा शिपायांनी फडशा पाडला.

गढीतील अंबरखान्यात आणि पेवेत थोडे धान्य शिल्लक होते. कासिमखानाने ते बाहेर काढले. त्याने सैन्यातील प्रमुख लोकांची नावे नोंदवून घेतली व प्रत्येक माणसास अच्छेर/पावशेर ज्वारी दिली. ज्वारीबरोबर 'अरजन' नावाचे धान्यही वाटण्यात आले. ते कणिक व चणे यात मिसळून उकडून खावे लागे; पण ही व्यवस्था फक्त अधिकारी लोकांसाठी होती. शिपायांकडे व इतर लोकांकडे कुणी पाहिले नाही; त्यामुळे कित्येक शिपाई आणि मजूर गढीवरून खाली उतरून मराठ्यांना शरण गेले, तर ज्यांच्यापाशी पैसे होते, त्यांनी मराठ्यांकडून धान्य विकत घेण्यास सुरुवात केली. मराठ्यांच्या छावणीत अन्नधान्याचा व मेवामिठाईचा सुकाळ होता. मराठे धान्य आणि मिठाई घेऊन तटाखाली येत. गढीतील लोक तटावरून त्यांच्याशी सौदा करीत व दोरीने धान्य वर ओढून घेत. अशा रीतीने मराठ्यांकडून मिळणाऱ्या खाद्यवस्तूंवर मोगल शिपायांनी आपली गुजराण केली; पण हे किती दिवस चालणार?

अखेर गढीतील अन्नसामग्री संपुष्टात आली. रोगराईचा प्रादुर्भाव होऊन माणसे आजारी पडली. सगळीकडे अस्वच्छता व दुर्गंधी पसरल्याने लोकांना जीव नकोसा झाला. त्या हालअपेष्टा आणि नरक सोसण्याऐवजी मृत्यू आला तर बरे, असे लोकांना वाटू लागले. काही शिपाई बोलू लागले, 'उपासमारीने आणि रोगराईने मरण्यापेक्षा काफरांवर तुटून पडून मृत्यू पत्करणे श्रेयस्कर! त्यात जय तरी मिळेल किंवा शहीद तरी होऊ. या दोहोंपैकी काहीही झाले तरी सद्यःस्थितीतून सुटका होऊन पदरी पुण्य पडेल.'

परंतु शिपायांचा सल्ला सरदारांना पटला नाही. त्यांचे नैतिक धैर्य खचल्यामुळे ते लढण्याच्या स्थितीत नव्हते.

कासिमखान हा एक अफीमबाज मनुष्य होता. अफूशिवाय त्याचे क्षणभरही चालत नसे. दोड्डेरीच्या गढीत मुक्कामास आल्यापासून त्याला अफू न मिळाल्याने पाण्याविना मासा तडफडावा तसा तो तडफडत होता. त्यातच सैन्याच्या दुर्दशेची भर पडल्याने तो आणखी हताश झाला. त्या भरात एके दिवशी त्याने विष खाऊन

आत्महत्या केली. कुणी म्हणाले तो अफूविना तडफडून मरण पावला.

कासिमखानाच्या मृत्यूमुळे खानजादा खान आणि इतर सरदारांचा पुरता धीर सुटला. त्यातच मराठ्यांनी गढीच्या तटास सुरुंग लावून एक बुरुज जमीनदोस्त केल्याने सैन्यात घबराट पसरली होती. ही सर्व परिस्थिती लक्षात घेऊन खानजादा खानाने शरणागती पत्करण्याचा निर्णय घेतला. त्याने आपला दिवाण व शाही सैन्यातील एक सरदार या दोघांना शरणागतीच्या वाटाघाटी करण्यासाठी संताजी घोरपडे यांच्याकडे पाठविले. संताजींनी त्या दोघांचे चांगले स्वागत केले. त्यांनी शरणागतीचा प्रस्ताव समोर ठेवताच ते म्हणाले,

“तुमचे सर्व सामान, हत्ती, घोडे, उंट, बैल तुम्ही आमच्या हवाली केले पाहिजेत. शिवाय एक लक्ष होन युद्धखंडणी म्हणून तुम्ही आम्हांला दिले पाहिजेत.”

हा सौदा अगदी किफायतशीर होता. खानजादा खानाच्या दूतांना तो त्वरित मान्य झाला; पण मोगलांचा द्वेष करणारा एक दख्खनी सरदार संताजींच्या कानास लागून म्हणाला,

“हे तुम्ही काय मागता, अटी कडक करा. एक लक्ष होन नुसता खानजादा खान एकटा देईल.”

ते ऐकताच संताजी घोरपडे यांनी पंचवीस लक्ष रुपयांची युद्धखंडणी व सर्व चीजवस्तू मागितली.

मोगल सरदारांना संताजींच्या अटी मान्य करण्याशिवाय गत्यंतरच नव्हते. त्यांनी आपला एक सरदार संताजीकडे ओलीस ठेवला. तर काहीजणांनी जातमुचलक्यावर आपली मुक्तता करून घेतली.

शरणागतीच्या वाटाघाटी यशस्वी होऊन मोगलांच्या प्रयाणाचा दिवस मुक्रर झाला. त्या दिवशी संताजींनी दोड्डेरीच्या गढीच्या प्रवेशद्वारावर आपली माणसे देखरेखीसाठी ठेवली. त्यांनी मोगलांची कडक तपासणी करून त्यांना हाताने नेता येईल तेवढ्या कपड्यांसह बाहेर जाऊ दिले. सरदारांना मात्र त्यांच्या घोड्यांसह जाण्याची मुभा देण्यात आली. कासिमखानाचा विश्वासू कारभारी बालकिशन याच्या मुलास संताजींनी ओलीस ठेवून घेतले. शरणागतीच्या करारावर मोगल सरदारांनी सह्या केल्यावर संताजींनी शरणागतांना उद्देशून जाहीरनामा काढला की, “किल्ल्यातील लोकांनी आता भय बाळगण्याचे कारण नाही. किल्ल्याबाहेर येऊन त्यांनी रात्र काढली तरी हरकत नाही. कुणाच्याही सामानाला हात लावला जाणार नाही. कुणालाही माझ्या लोकांकडून उपद्रव पोहोचणार नाही. ज्याला काही विकत घ्यायचे असेल ते त्यांना माझ्या लष्करातून विकत घेण्याची मुभा आहे.”

संताजीकडून अभय मिळाल्यावर मोगल सैनिक दोड्डेरीच्या गढीतून निर्भयपणे बाहेर पडले. मराठ्यांनी त्यांना भाकऱ्या आणि पाणी पुरविले. त्यांनी गढीबाहेर दोन

दिवस मुक्काम केला. तिसऱ्या दिवशी खानजादा खान बादशहाच्या भेटीस निघाला. त्याच्या संरक्षणासाठी संताजींनी आपले एक पथक दिले.

संताजींनी मोगलांना औदार्याने वागविले. ज्यांना खाद्यवस्तू विकत घेण्याची ऐपत नव्हती, त्यांना त्यांनी भाकऱ्या पुरविण्याचा हुकूम आपल्या भटारखान्यातील लोकांना केला. तब्बल दोन दिवस मोगलांनी मराठ्यांचा पाहुणचार घेतला; परंतु मोगलांनी कबूल केलेल्या अटी पाळल्या नाहीत. बहुतेक सर्व मोगल सरदारांनी आपली माणसे मराठ्यांकडे ओलीस ठेवली होती; पण ती सर्व पळून गेली. काही सरदारांनी पैसे भरण्याची हमी देऊन जात-मुचलक्यावर आपली मुक्तता करून घेतली होती; परंतु मुक्तता झाल्यावर त्यांनी कबूल केलेली रक्कम भरली नाही.

दोड्डेरी येथे मोगलांचा जो पराभव झाला, त्याचा मोगलांच्या प्रतिष्ठेवर मोठाच परिणाम झाला. त्यांच्या जेतेपदाचा दरारा नष्ट होऊन त्यांची इभ्रत पार धुळीस मिळाली. मोगलांचा कर्दनकाळ म्हणून संताजी घोरपडे यांचे नाव कर्नाटकात सर्वत्र दुमदुमू लागले.

संताजी घोरपडे यांनी कासिमखानास दोड्डेरीच्या गढीत कोंडले असल्याची वार्ता औरंगजेबास कळताच त्याने हमिदुद्दीनखान व रुस्तुम दिलखान या दोघा सरदारांना कासिमखानाच्या कुमकेस पाठविले होते. ते दोड्डेरीच्या वाटेवर असता विपन्नावस्थेत मुक्त होऊन माघारी परतलेला खानजादा खान त्यांना रस्त्यात भेटला. त्याची दयनीय अवस्था पाहून हमिदुद्दीनखान व रुस्तुम दिलखान या दोघांनी संताजीच्या समाचारास जाण्याचा बेत रद्द केला. खानजादा खानाप्रमाणेच आपलीही गत होईत अशी भीती त्यांना वाटल्यास नवल नव्हते.

संताजी घोरपडे पन्नास लक्ष रुपयांची रोख रक्कम व मोठी लूट घेऊन सुमारे एक महिन्याने स्वदेशी निघाले. तोच त्यांच्या गुप्तहेरांनी बातमी आणली की, औरंगजेबाने त्यांच्या पाठलागासाठी पाठविलेला सरदार हिंमतखान हा दौड गतीने त्यांच्यावर चालून येत आहे. तो त्यांच्यापासून चाळीस मैलांवर होता. ती वार्ता कळताच संताजी घोरपडे यांनी हिंमतखानास गुंगारा देण्याचा विचार मनात न आणता त्याच्याशी लढाई देण्याचा बेत केला. त्यांनी आपल्या सैन्याचे दोन विभाग केले व ते उत्तर आणि दक्षिण अशा दोन्ही दिशांनी हिंमतखानावर पाठविले. पैकी एका तुकडीचे नेतृत्व ते स्वतः करीत होते. हिंमतखानास कैचीत पकडून त्याचा फडशा पाडण्याचा हा डाव होता. हिंमतखान व संताजी घोरपडे या दोघांची गाठ पडून घनघोर लढाईस प्रारंभ झाला. मोगल सैन्याने मराठ्यांचा हल्ला परतवून लावण्याची अगदी शिकस्त केली; परंतु मराठ्यांचे बेरड बर्कंदाज जे एका टेकडीवर दबा धरून बसले होते, ते मोगलांची वाटच पाहत होते. मोगल सैन्य माऱ्याच्या टप्प्यात येताच त्यांनी त्यांच्यावर गोळ्यांचा एकच पाऊस पाडून त्यांची त्रेधातिरपीट

उडवून दिली; परंतु हिंमतखान स्वतः मोगल सैन्याचे नेतृत्व करीत असल्याने त्याने बेरडांना टेकडीवरून हुसकून लावण्यासाठी आपली एक पायदळ तुकडी त्यांच्यावर पाठविली. बेरडांच्या गोळीबारास न जुमानता मोगल घोडेस्वार टेकडीवर चढले व त्यांनी बेरडांना तेथून हुसकून लावून टेकडी सर केली. या लढाईत सुमारे पाचशे बेरड ठार झाले. हा विजय मिळवून हिंमतखान संताजी घोरपडे यांच्याकडे वळला. बेरडांवर मिळविलेल्या विजयाने तो पार बेभान झाला होता. त्याने आपला हत्ती बेडरपणे संताजीवर घातला; पण त्याच्या दुर्दैवाने डाव साधला. एका मराठा बर्कंदाजाने अचूक नेम साधून हिंमतखानावर गोळी झाडली. खान जखमी होऊन हौद्यात कोसळला. खान जखमी झाल्याचे पाहून त्याचा माहूत हत्ती लगबगीने मागे वळवू लागला, तोच अली बाकी नावाचा जमादार माहुतास म्हणाला की, 'खान जिवंत आहे. हत्ती पुढे घाल. नाहीतर सैन्याची पळापळ सुरू होईल. मी मराठ्यांना पिटाळून लावतो.' अली बाकीच्या तोंडून हे शब्द निघतात न निघतात तोच तोही जखमी होऊन खाली कोसळला. मराठ्यांनी त्याला आणि त्याच्या मुलास तत्काळ गिरफदार केले.

हिंमतखान ठार होताच त्याच्या सैन्याचा धीर सुटला आणि त्याने माघारी पळ काढून खंदकाचा आश्रय घेतला. काही मोगल सैनिक शेवटपर्यंत लढत राहिले; परंतु मराठ्यांनी त्यांना कापून काढले.

संताजी घोरपडे यांना बाणांच्या दोन जखमा झाल्या होत्या; पण त्यांनी त्याची पर्वा न करता शेवटपर्यंत लढाईचे नेतृत्व केले. मोगलांचा पराभव होताच त्यांनी आपल्या सैन्याला हिंमतखानाचा गोट लुटण्याचा हुकूम केला. हिंमतखानाचे हत्ती, घोडे, उंट, बैल वगैरे असंख्य जनावरे व बाजारबुणगे मराठ्यांनी लुटून नेले.

ജ

२२

कासिमखान व हिम्मतखान या दोन मातब्बर मोगल सरदारांची हत्या केल्याने मोगलांचा कर्दनकाळ म्हणून संताजींचा दरारा भयंकर वाढला. मोगलांना ते कृतान्त काळासमान भासू लागले. केवळ मोगल सैनिकांनाच नव्हे, तर मोगलांच्या घोड्यांनादेखील संताजींचे प्रतिबिंब पाण्यात दिसल्याने ते पाणी पीत नाहीत अशा कपोलकल्पित दंतकथा सर्वत्र प्रसृत होऊ लागल्या. मोगलांचे घोडे पाणी पीत

नसेल, तर सैनिक आपल्या घोड्यांना म्हणू लागले, ‘काय रे तुला संताजी पाण्यात दिसला की काय?’

सर्वत्र असा लौकिक पसरल्याने संताजी घोरपडे यांनाही आपल्या पराक्रमाचा मोठा अभिमान वाटू लागला आणि तो का वाटू नये? सर्व साधनांनी युक्त असलेल्या प्रथम श्रेणीच्या मोगल सरदारांचा पराभव करणे ही का सामान्य गोष्ट होती? त्या प्रचंड पराक्रमाने कुणालाही अस्मान ठेंगणे वाटणे स्वाभाविक होते. संताजी त्या पराक्रमाच्या गर्वाने फुगून गेले. त्यांना आता कशाचीच मातब्बरी वाटेनाशी झाली; पण त्यांच्या मनात अजून एक शल्य सलत होते. राजाराम महाराजांनी त्यांचे सेनापतिपद काढून घेतले होते, ते त्यांना परत हवे होते. आपल्या पराक्रमाने महाराज दिपून गेले असतील, आपले सेनापतिपद काढून घेतल्याबद्दल त्यांना आता पश्चात्ताप होत असेल, असे त्यांना मनातून वाटू लागले. कदाचित आपण स्वतः होऊन त्यांच्या दर्शनाला गेलो, तर ते मनातून खजील होऊन आपले सेनापतिपद आपणाला परत करतील अशी आशा वाटून त्यांनी राजाराम महाराजांच्या भेटीस जिंजीस जाण्याचा बेत केला.

शिशिर ऋतूत निष्पर्ण झालेली वनराई वसंताच्या आगमनासाठी कोवळ्या पालवीचे अलंकार लेवून सज्ज झाली होती. रब्बी पिकांची मळणी झाल्याने शेतकरी आनंदात होते; तेही वसंतोत्सवाची तयारी करीत होते. रात्रीच्या गाढ नीरवतेत खेडूत लोक वसंतोत्सवामध्ये खेळावयाच्या खेळांची पार्श्वसंगीताच्या तालावर रंगीत तालीम करीत होते. महाशिवरात्र जवळ आली होती. सर्वत्र नवचैतन्य संचारले होते.

संताजी घोरपडे आपल्या निवडक सोबत्यांना बरोबर घेऊन मोठ्या उत्साहाने राजाराम महाराजांच्या भेटीस जिंजीला निघाले होते. त्यांच्याही अंतःकरणात अनेक भावोर्मी उफाळून उठल्या होत्या. जिंजीत आपले कसे स्वागत काय होईल त्याचा अंदाज त्यांना करता येत नव्हता; पण आपण विजयी वीर असल्याने आपल्या पराक्रमाच्या दडपणामुळे जिंजीत आपले स्वागत झाल्यावाचून राहणार नाही, याची त्यांनी मनात खूणगाठ बांधली होती. तो कयास खोटा ठरला नाही, कारण संताजी घोरपडे मोठे विजय संपादून आपल्या भेटीस येत असल्याची वार्ता जिंजीस येऊन पोहोचताच राजाराम महाराजांचे अंतःकरण थरारले. त्यांनी राजमंडळाला संताजींच्या स्वागताची तयारी करण्याचा हुकूम केला. ज्या रस्त्याने संताजी जिंजीच्या किल्ल्यात प्रवेश करणार होते, त्या रस्त्यावर कमानी उभारून त्या केळीच्या खुंटांनी, गुलाबी वस्त्रांच्या आवरणांनी आणि लता-पल्लवांनी सुशोभित करण्यात आल्या. ठेवणीतील वस्त्रांनी व साजशृंगाराने युक्त अशा सुहासिनी पंचारतीची तबके घेऊन संताजींना ओवाळण्यासाठी व त्यांच्यावरून निंबलोण उतरण्यासाठी रस्त्याच्या दुतर्फा सज्ज झाल्या. चौघडा झडू लागला. छत्री, अब्दागिरी, सूर्यपान अशा मानचिन्हांनी युक्त

असा लवाजमा संताजींच्या स्वागतासाठी दूरवर पाठविण्यात आला होता. संताजी जवळ येताच तुबकधारी सैनिकांनी बंदुकीच्या फैरी झाडून त्यांचे स्वागत केले. दारूकामाची प्रेक्षणीय आतषबाजी आकाशात सुरू झाली. नौबतींचा आणि वाद्यांचा एकच गजर झाला. भाटांनी संताजींच्या पराक्रमाची स्तुतिस्तोत्रे गायली. अश्वमेधाच्या सेनापतीलाही हेवा वाटावा असे त्यांचे स्वागत झाले. त्या स्वागताने ते भारावून गेले. त्यांचे अंतःकरण गलबलून गेले व त्यांच्या डोळ्यांतून आनंदाश्रू वाहू लागले.

संताजींच्या स्वागतासाठी राजाराम महाराजांनी खास दरबार भरविला. दरबारात प्रवेश करताच संताजींनी भारावलेल्या मनाने महाराजांना मुजरा केला. त्यात रोषाची छटा होती, तसा आनंदही होता. त्यांनी नजराणा अर्पण केल्यावर राजाराम महाराजांनी त्यांना आपल्या शेजारच्या आसनावर बसण्याची खूण केली.

त्या शाही स्वागताने संताजी घोरपडे यांच्या मनातील राजाराम महाराजांविषयीची अढी दूर झाली असली, तरी महाराजांनी तो सत्कार आपणाविषयी वाटू लागलेल्या वचकामुळेच घडवून आणला असा त्यांचा समज झाला. महाराजांना जर आपल्या पराक्रमाची कदर वाटत असेल तर त्यांनी आपले काढून घेतलेले सेनापतिपद त्यांच्याकडे परत मागण्याची हीच संधी योग्य आहे असा विचार त्यांच्या मनात आला. संताजी घोरपडे यांचे असे स्वागत झाल्यावर राजाराम महाराजांनी आपल्या अल्प भाषणात त्यांच्या पराक्रमाचा व त्यांच्या सेवेचा गौरव केला. नंतर दरबार बरखास्त होऊन दरबारासाठी जमलेले लोक घरोघर निघून गेले. संताजी घोरपडे यांना सेनापतिपद पुन्हा हवे होते, ते राजाराम महाराजांनी त्यांच्याकडून काढून घेतले म्हणून नव्हे; तर ते त्यांनी धनाजी जाधवांना दिले म्हणून. संताजी धनाजी जाधवांचा मनापासून द्वेष करीत होते. वास्तविक दोघेही मोठे सरदार होते. पराक्रमातही कुणी रेसभर कुणाहून वरचढ नव्हता; परंतु धनाजीमध्ये जो एक गुण होता तो संताजीमध्ये नव्हता. धनाजी मराठा सैन्यामध्ये अत्यंत लोकप्रिय होते. ते मनाने दिलदार, निष्कपट आणि समंजस वृत्तीचे असल्याने मोठ्या सरदारांपासून सामान्य सैनिकांपर्यंत लोकप्रिय होते. आपल्या हाताखालच्या लोकांच्या अडीअडचणी ते समजून घेत, शिस्तभंगाबद्दल त्यांना कडक शासन करीत नसत.

याउलट संतांजींचा स्वभाव होता. ते जन्मजात सेनापती असल्याने त्यांची शिस्त भयंकर कडक होती. त्यांचे लष्करी डावपेच वारंवार बदलत असल्याने त्यांचे हुकूम अमलात आणता आणता त्यांच्या हाताखालच्या लोकांची अगदी त्रेधातिरपीट उडत असे. त्यांच्या लष्करी हालचाली वक्तशीर आणि गतिमान असल्याने त्यांच्या हुकमाची तामिली त्वरित झाली नाही, तर त्यांच्या अधिकाऱ्यांची कंबक्ती भरलीच म्हणून समजायचे. कामचुकारपणा आणि हलगर्जीपणा त्यांना बिलकूल खपत नसे. बेशिस्त लोकांना ते कडक शासन करीत, प्रसंगी हत्तीच्या पायी देण्याची घोर शिक्षा

करण्यासही कमी करीत नसत. त्यांच्या या कडक शिस्तीमुळे त्यांच्या सैन्यामध्ये जरी कडवेपणा निर्माण झाला असला तरी ते कमालीचे अप्रिय बनले होते. विशेषतः लष्करी पेशाच्या पिढीजात घरंदाज कुटुंबातून आलेल्या अधिकाऱ्यांना त्यांची शिस्त पाळणे भयंकर कठीण जाई. राजाराम महाराजांनी त्यांचे सेनापतिपद काढून घेतले, तेव्हा या अधिकाऱ्यांनी सुटकेचा निःश्वास टाकला होता; त्यांनी त्यांच्याविरुद्ध राजाराम महाराजांचे व त्यांच्या मुत्सद्यांचे कान फुंकले होते. त्यांना धनाजी जाधव हेच सरसेनापती म्हणून हवे होते, कारण धनाजींनी आपल्या दिलदार स्वभावाने त्यांची अंतःकरणे काबीज केली होती. त्यांच्या उदारपणाचा लौकिक मोगलांमध्येही पसरला होता, कारण लढाईत कैद झालेल्या मोगल सरदारांना ते मानाने वागवीत. याच्या उलट संताजी घोरपडे यांच्या हातास मोगल अधिकारी लागले तर त्यांच्याकडून त्यांना अपमानास्पद वागणूक मिळत असे.

राजाराम महाराजांना आपल्या या दोन्ही मोठ्या सरदारांच्या स्वभावातील फरक माहीत होता. संताजी घोरपडे यांच्याविरुद्ध सैन्यातील लोकांनी आणि मुत्सद्द्यांनी ज्या कागाळ्या त्यांच्याकडे केल्या होत्या, त्यांची राजा या नात्याने दखल घेणे त्यांना क्रमप्राप्त झाले होते. संताजींना त्यांनी सरसेनापतिपदावरून दूर केले त्याचे हे एक मोठे कारण होते.

अशा पार्श्वभूमीवर संताजी घोरपडे राजाराम महाराजांपाशी आपले गेलेले सेनापतिपद परत मागण्यासाठी आले होते. जिंजीत बरेच दिवस त्यांचा मुक्काम होता; परंतु ज्या अर्थी ते मोहिमेवर परत न जाता जिंजीत तळ ठोकून राहिले आहेत, त्या अर्थी ते आपले गेलेले सेनापतिपद आपणाकडे परत मागण्यासाठी थांबले आहेत, हे राजाराम महाराजांच्या कानी येण्यास उशीर लागला नाही. राजाराम महाराजांच्या मुत्सद्द्यांनाही त्याची कुणकुण लागली होती; परंतु राजाराम महाराजांनी म्हणा किंवा त्यांच्या मुत्सद्द्यांनी म्हणा त्या गोष्टीचा उल्लेख आपल्या संभाषणात चुकूनही केला नाही, कारण धनाजी जाधवांना दिलेले सेनापतिपद काढून घेऊन ते संताजींना परत देण्याची इच्छा कुणालाच नव्हती. आपल्या बेफिकीर आणि बेदरकार वागणुकीने संताजी घोरपडे राजाराम महाराजांच्या मुत्सद्द्यांमध्येही अप्रिय झाले होते. त्यांच्याविषयी कुणाच्याच मनात सहानुभूतीचा लवलेश नव्हता.

आपण इतके दिवस जिंजीत आहोत, आपण दरबारात जातो, सगळ्यांच्या गाठीभेटी घेतो; पण कुणीच आपल्या सरसेनापतिपदाचा उल्लेख करीत नाही, याची जेव्हा संताजी घोरपडे यांना जाणीव झाली, तेव्हा त्यांचा अहंकार दुखावला गेला आणि मग त्यांनी निर्धार केला की, सरसेनापतिपदाची मागणी आपण स्वतः होऊनच राजाराम महाराजांकडे केली पाहिजे. त्याप्रमाणे दुसऱ्या दिवशी ते दरबारात गेले असता राजाराम महाराजांना म्हणाले,

“महाराज, आपल्या दर्शनास येऊन आम्हास बरेच दिवस झाले आहेत, तेव्हा आता मुक्काम हलवावा म्हणतो.”

त्यावर महाराज म्हणाले,

“होय संताजीराव, तुम्हाला इकडे येऊन बरेच दिवस झाले आहेत. तुमच्यासारख्या प्रतापी सेनापतींनी सदैव कामगिरीवर असणे हे राज्यवृद्धीच्या दृष्टीने श्रेयस्कर आहे. तुमच्या प्रयाणाला आमची आडकाठी नाही. तुमच्या कामगिरीसाठी ज्या गोष्टीची आवश्यकता असेल, त्या तुम्हाला पुरवल्या जातील यात संदेह नाही.”

राजाराम महाराजांचे संभाषण दरबारातील लोकांनी शांतपणाने ऐकले; पण त्या दिवशी दरबारात काहीतरी अनुचित प्रकार घडणार असल्याची पूर्वसूचना काही सरदारांना आणि मुत्सद्द्यांना मिळाली होती. संताजी राजाराम महाराजांकडे आपल्या सरसेनातिपदाची त्या दिवशी मागणी करणार असल्याची कुणकुण होती.

“पण महाराज,” संताजी घोरपडे महाराजांकडे आपली दृष्टी रोखीत गंभीर चर्येनं म्हणाले, “आमच्या आगमनाचा हेतू साध्य झालेला नाही.”

“आपले आगमन सहेतुक होते हे आम्हांला ठाऊक नव्हते संताजीराव. आपण नेहमीच्या शिरस्त्याप्रमाणे शत्रूचा पाडाव केल्यावर राजदर्शनासाठी आला असाल असा आमचा समज झाला. आपली सर्फराजी करण्यात आमच्या हातून कुचराई झाली का संताजीराव?” राजाराम महाराज म्हणाले.

“आम्ही राजदर्शनासाठी आलो हे खरं आहे, महाराज. आपणाकडून आमचा यथोचित गौरव झाला, त्याबद्दल आम्हांला धन्यता वाटते; पण राजदर्शनाच्या निमित्ताने आम्ही आपणाकडे एक मागणी करण्यासाठी आलो आहोत हेही तितकेच खरे.”

“ती मागणी कोणती संताजीराव?”

“आमचं सेनापतिपद महाराजांनी आम्हांला परत करावं अशी आमची महाराजांपाशी विनंती आहे.” संताजी घोरपडे गंभीर चर्येनं म्हणाले.

ती मागणी ऐकताच राजाराम महाराजांबरोबर सारा दरबारही तटस्थ झाला. बराच वेळ दरबारात शांतता पसरली. ती शांतता मन अस्वस्थ करणारी होती. सेनापतिपदाची मागणी करून संताजी घोरपडे यांनी राजाराम महाराजांना पेचात टाकले आहे, याची जाणीव दरबारातील सगळ्याच लोकांना झाली. राजाराम महाराजांची चर्याही गंभीर बनली; परंतु ते मुळीच गोंधळलेले दिसले नाहीत. दरबारात पसरलेल्या गाढ स्तब्धतेचा भंग करीत ते सावकाश व शांतपणे म्हणाले,

“सेनापतिपदाची मागणी करून तुम्ही आमच्यासमोर मोठाच पेच उभा केला आहे, संताजीराव.”

"नाही महाराज, ही मागणी करून आपणाला पेचात टाकण्याची आमची मुळीच इच्छा नव्हती. महाराजांनी आमच्याविषयी मनात किंतू बाळगू नये." संताजी घोरपडे म्हणाले.

"आम्ही मनात किंतू बाळगला असता, तर तुमचा एवढा भव्य सत्कार झाला असता का संताजीराव? तुमच्यासारखे पराक्रमी वीर हे स्वराज्याचे भरभक्कम आधारस्तंभ आहेत, याची आम्हांला जाणीव आहे."

"आपण घडवून आणलेल्या सत्काराने आम्ही गहिवरून गेलो. आपण जरी वयाने आमच्याहून लहान असला, तरी राजा या नात्याने आम्हांला आपण पितृस्थानी आहात महाराज. खोडकर मुलाला पिता जसे शासन करतो, तसेच त्याचे अपराध विसरून तो त्याच्यावर मायेची पाखरही घालतो. आपण आमचे अपराध पोटात घालून आम्हावर अनुग्रह केलात, म्हणून आमचे काढून घेतलेले सेनापतिपद आम्हांला आपण फिरून बहाल करावे अशी आपणाला आमची प्रार्थना आहे."

"चुकलेल्या प्रजाजनाला उपरती झाली तर त्याच्या अपराधाची त्याला क्षमा करणे हे राजाचे कर्तव्य असते; पण राजा जर आपल्या आज्ञा वारंवार फिरवू लागला, तर कारभारात गोंधळ माजेल, राजाज्ञांना किंमत उरणार नाही." राजाराम महाराज शांतपणे म्हणाले.

"पण आमचे सेनापतिपद आपण काढून घेतलेत त्याला निव्वळ आम्हीच जबाबदार होतो का महाराज?" संताजींनी पृच्छा केली. त्यांच्या स्वरात रोषाची छटा होती. "आपण आमच्या सल्ल्याविरुद्ध झुल्फिकारखानाशी तह करून अनेकांचा विश्वासघात केलात, चंदावरच्या शहाजी राजांना आपल्या या तहाचे फळ पुरेपूर भोगावे लागले. आमच्या योजनांवर त्यामुळे पाणी पडले. सैन्याचा उत्साह मावळला आणि आम्ही आपल्या निर्णयाला विरोध केला म्हणून आपण आमचे सेनापतिपद काढून घेतलेत."

संताजींनी भर दरबारात राजाराम महाराजांच्या चुकांचा पाढा वाचलेला पाहून सारा दरबार स्तंभित झाला. मागच्याप्रमाणे या वेळीही संताजी व राजाराम महाराज या दोघांचा खटका तर उडणार नाही ना अशी दरबारातील लोकांना भीती वाटली.

संताजींनी आपल्या निर्णयावर भर दरबारात टीका केल्याचे पाहून राजाराम महाराज संतप्त झाले. ते म्हणाले,

"आम्ही जो निर्णय घेतला तो योग्य होता. त्याची आता पुनरुक्ती नको. आमच्या निर्णयाला राजमंडळाची संमती होती."

"राजमंडळ! हाऽ हाऽऽ!!" संताजी घोरपडे उपरोधाने हसत उद्गारले. त्यांच्यामधला बंडखोर संताजी पुन्हा जागा झाला होता. "राजमंडळ म्हणजे आपले खूशमस्करे! आम्ही आपले खूशमस्करे नाही याची आपण दखल घ्यावी, महाराज."

ते शब्द कानी पडताच राजाराम महाराजांचा चेहरा रागाने लाल झाला. संताजींनी त्यांच्या चर्येचं बराच वेळ निरीक्षण केलं; पण ते स्वस्थ बसले नाहीत. ते आव्हानयुक्त स्वरात म्हणाले,

"आपणाला राजा कोणी केलं ते आठवा महाराज. शंभू राजांना संगमेश्वरी अटक झाल्याची वार्ता रायगडी कुणी कळविली याची आपणाला आठवण आहे का महाराज? आपण राज्यावर यावं याच भावनेनं आम्ही दोघे भाऊ जिवाच्या आकांताने संगमेश्वरहून दौडत रायगडाला गेलो होतो. हवालदार चांगोजीराव काटकर आणि सुभेदार येसाजीराव कंक या दोघांनी बऱ्या बोलाने आपली कारावासातून मुक्तता करून आपणाला राज्यावर आणलं, नाहीतर त्या दोघांच्या मुसक्या आवळून आपणास राज्यावर आणण्याचा बेत आम्ही दोघा भावांनी केला होता. आमच्या तलवारींना तलवार भिडविण्याची कुणाची प्राज्ञा होती! त्या वेळी आपले सेनापती धनसिंग जयसिंगराव कुठे होते महाराज?–"

"खामोश!" राजाराम महाराज संताजींकडून होणारी निर्भर्त्सना सहन न होऊन म्हणाले.

"तुमचा मुलाहिजा बाळगण्याचे आम्हांला आता काही कारण नाही. आमचा काही एक अपराध नसताना आपण आमचे सेनापतिपद काढून घेतलेत. ते आम्हांला परत देण्याची आपली इच्छा नाही. ठीक आहे, आम्ही पाहून घेऊ; पण आम्ही आपणास सुनवू इच्छितो, आपले छत्रपतिपद आमच्यामुळे टिकून आहे हे आपण विसरू नका. आमची इच्छा असल्यास आम्ही दुसरा छत्रपती नेमू शकतो." आणि इतके बोलून संताजी घोरपडे दरबारातून बाहेर पडले.

जे घडायला नको होते ते घडले होते. राजाराम महाराजांनी झुल्फिकारखानाशी तह केला म्हणून संताजींनी भर दरबारात त्यांची निर्भर्त्सना करून त्यांचा अपमान केला होता. कुठल्या राजाला प्रजाजनाकडून झालेला आपला अपमान सहन होईल! संताजींचे ते उर्मट आणि बेमुर्वतखोर वर्तन कुणालाच आवडले नाही. राजमंडळाचे सदस्य भयंकर क्रुद्ध झाले होते. त्यांनी राजाराम महाराजांना सल्ला दिला की, संताजींना त्वरित शासन करावे; पण राजाराम महाराजांनी त्वरित निर्णय घेतला नाही. ते दरबार बरखास्त करून निघून गेले.

संताजींनी भर दरबारात राजाराम महाराजांचा अपमान केल्याची वार्ता हां हां म्हणता सगळीकडे पसरली. ती जेव्हा ताराराणींच्या कानी गेली, तेव्हा त्यांच्या अंगाचा रागाने नुसता तिळपापड झाला. रात्री राजाराम महाराजांची आणि त्यांची महालात भेट झाली, तेव्हा त्या कडाडल्या,

"एका यःकश्चित सरदाराने भर दरबारात आपला अपमान करावा यासारखी नामुष्कीची अन्य गोष्ट ती कोणती! आपण हा अपमान मुकाट्याने कसा सहन

केलात? जागच्या जागी संताजीच्या मुसक्या आवळण्याचा हुकूम आपण का केला नाही?''

ती सरबत्ती राजाराम महाराजांनी मुकाट्याने ऐकून घेतली. ते म्हणाले, ''आम्ही संताजींना कैद करण्याचा हुकूम दिला असता तर त्यांनी आपल्या मुसक्या मुकाट्याने आवळून घेतल्या असत्या असं का तुला वाटतं?''

''म्हणजे दरबारातील सगळ्या सरदारांनी हातात बांगड्या भरल्या होत्या की काय?'' ताराराणींनी संतप्त स्वरात पृच्छा केली.

''बांगड्या हातात सरदारांनीही भरलेल्या नव्हत्या आणि आम्हीही भरलेल्या नव्हत्या; पण आम्ही संयम केला, रक्तपात टाळला.''

''रक्तपात! रक्तपाताची तुम्हाला का भीती वाटली? सरदारांवर जरब ठेवण्यासाठी एखादे वेळी रक्तपातही करावा लागतो हे तुमच्या ध्यानी कसे आले नाही! म्हणे, रक्तपात टाळला! तुम्हाला संताजींना अटक करण्याचा, हुकूम करण्याचा हिय्या झाला नाही असं सरळच सांगा ना?''

''होय, तसं म्हटलं तरी चालेल. संताजींना अटक करण्याचा हुकूम देण्याचा हिय्या आम्हांला झाला नाही हे खरे आहे; पण तो हिय्या आम्हांला झाला नाही, याचं कारण रक्तपात होईल ही भीती होती. संताजी म्हणजे मातब्बर आसामी. त्यांचं नुसतं नाव निघालं तरी शत्रूच्या छातीत धडकी भरते. त्यांचे घोडे पाणी पिण्याचे थांबतात. असा वीर चार-दोन लोकांचे मुडदे पाडल्याशिवाय कैद झाला असता का? छत्रपतींच्या दरबारात रक्तपात झाल्याचं अजूनपर्यंत तरी उदाहरण नाही.''

''मग तुम्ही काय करायचं ठरवलंय? अपमान गिळून मुकाट्यानं स्वस्थ बसणार?''

''काय करायचं म्हणतेस?'' राजाराम महाराजांनी गोंधळलेल्या नजरेनं ताराराणीकडे बघत पृच्छा केली.

''काय करायचं म्हणून मला काय विचारता?'' ताराराणी संतप्त होत म्हणाल्या, ''आज संताजींनी तुमचा अपमान केला, उद्या ते धाडस धनाजींना होईल. परवा आणखी एखादा सरदार गुरगुरेल. सरदारांवर वचक ठेवण्यासाठी संताजींना शासन हे झालेच पाहिजे; त्यामुळे रक्तपात झाला तरी बेहत्तर! तुम्हाला ही कामगिरी अवघड वाटत असेल तर आम्हांला सांगा. आम्ही सैन्य घेऊन संताजींच्या समाचारास जाण्यास तयार आहोत.''

''ठीक आहे. आम्ही विचार करतो.''

''नुसता विचार नको. आजच्या आज काय तो निर्णय घ्या. तुमच्याकडे कितीतरी पराक्रमी सरदार आहेत, त्यांना हे काम सांगा. नाही तर सेनापती या

नात्याने धनसिंगराव जाधव यांनी हे काम करायला नको का?''

''सांगतो, ही कामगिरी त्यांनाच सांगतो... पण हे काय?'' ताराराणींनी अकस्मात मान टाकलेली पाहून राजाराम महाराजांनी घाबरून विचारले. त्यांनी ताराराणींची मान वर केली आणि ती दोन्ही हातांनी धरीत ते त्यांच्या डोळ्यांकडे पाहत म्हणाले,

''तारा, तुला बरं नाही?''

पण ताराराणींनी प्रत्युत्तर केलं नाही. त्यांना ग्लानी आल्यानं त्यांची चर्या मलूल पडली होती, डोळे जड झाले होते. ते पाहताच राजाराम महाराज आणखी घाबरले व त्यांनी एका दासीला हाक मारून पाणी आणावयास सांगितलं.

दासी लगबगीने पाण्याचा पेला घेऊन आली. राजाराम महाराजांनी तो पेला ताराराणीच्या ओठास लावला. ती गडबड ऐकून महालातील नोकर-चाकर धावत आले, कुणीतरी त्वरित राजवैद्यांना बोलावण्याकरिता गेला. त्या दरम्यान तारराणींना पलंगावर झोपविण्यात आलं होतं. काही वेळानं राजवैद्यांचं आगमन झालं. त्यांनी ताराराणींची नाडी धरून बघितली, डोळे तपासले. नंतर ताराराणींच्या सखीला बाजूला बोलावून घेऊन त्यांनी हलक्या स्वरात तिला काहीतरी विचारलं. दासीकडून समर्पक जबाब मिळताच राजवैद्यांच्या चर्येवरील ताण नाहीसा झाला. ते राजाराम महाराजांना म्हणाले,

''महाराज, काळजी करण्याचं कारण नाही. राणीसाहेबांच्या मनावर अकस्मात ताण पडल्यानं त्यांना भोवळ आली; परंतु त्यांना थोडं जपलं पाहिजे.''

राजाराम महाराजांनी गोंधळलेल्या नजरेनं राजवैद्यांच्या चर्येकडे बघितलं. त्यांची भीती अजून कमी झाली नव्हती. ते पाहून राजवैद्यांनी महाराजांना महालाच्या एका कोपऱ्यात बोलावून नेलं व ते हलक्या स्वरात म्हणाले,

''राणीसाहेबांना दिवस गेले आहेत, महाराज. त्यांच्या सखीकडून मला हे कळलं.''

ते ऐकताच राजाराम महाराजांनी एकदम सुटकेचा श्वास सोडला; परंतु राजवैद्य त्यांना म्हणाले,

''राणीसाहेबांची काळजी घ्यायला हवी, त्या स्वभावानं तापट असल्याने त्यांना मानसिक ताण सहन होणार नाही. त्यांना न पटणाऱ्या गोष्टी त्यांच्या कानापर्यंत जाऊ न देण्याची खबरदारी घेतली पाहिजे.''

''ती दक्षता आम्ही घेऊ.'' राजाराम महाराज म्हणाले.

नंतर राजवैद्य राजाराम महाराजांची परवानगी घेऊन निघून गेले. ताराराणी शुद्धीवर येईस्तोवर राजाराम महाराज त्यांच्या बिछान्याजवळ बसून होते. काही वेळानं ताराराणींनी डोळे उघडून बघितलं, तेव्हा राजाराम महाराज तिथं बसून

असलेले पाहून त्या खोल आवाजात म्हणाल्या,

"मला चक्कर आली."

"होय. तुला चक्कर आली; पण तू आता उठू नकोस. वैद्यराजांनी तुला निजून राहण्याचा सल्ला दिला आहे."

"किती दिवस?"

"निदान चार-पाच महिने तरी."

ताराराणींनी प्रत्युत्तर केलं नाही; पण त्या काही वेळानं म्हणाल्या,

"संताजीची खोड मोडली पाहिजे."

"त्याची आम्ही व्यवस्था करतो. तू त्याची काळजी करू नकोस; त्यामुळे तुझी प्रकृती नादुरुस्त होईल, असं वैद्यराजांचं म्हणणं आहे."

"काळजी न करून कसं चालेल? तुम्ही कुणाला तरी संताजीच्या पाठलागास पाठविलं पाहिजे."

"पाठवितो. धनसिंगरावांनाच ही कामगिरी सांगतो."

"तर मग ठीक आहे. आजच्या आज त्यांना ही कामगिरी सांगा; दिरंगाईवर टाकू नका."

दुसऱ्या दिवशी राजाराम महाराजांनी धनाजी जाधवांना मुलाखतीस बोलाविले.

"संताजीरावांची काय हालहवाल आहे?" राजाराम महाराजांनी पृच्छा केली.

"ते आपल्या सैन्यासह निघून गेले महाराज."

"म्हणजे ते आमची क्षमा मागण्यास तयार नाहीत, हे यावरून सिद्ध होते."

धनाजी जाधवांनी प्रत्युत्तर केले नाही. त्यांनी आपली दृष्टी दुसरीकडे वळविली.

"हा अपमान गिळून मुकाट्याने स्वस्थ बसणे आमच्या आणि राज्याच्याही दृष्टीने हितावह नाही; त्यामुळे सैन्यात बेशिस्त माजेल. सैन्य आपल्या सेनापतिविरुद्ध बंड करण्यास कमी करणार नाही. राजा बलाढ्य सरदारांना त्यांच्या अपराधाबद्दल शासन करण्यास असमर्थ आहे हे पाहून कुठलाही अधिकारी राजाचा अपमान करील."

"महाराजांचे विचार आम्हांला मान्य आहेत."धनाजी जाधव म्हणाले.

"संताजीरावांना शासन करण्याचा आमचा विचार कायम झाला आहे. सेनापती या नात्याने ही कामगिरी तुम्ही पार पाडली पाहिजे."

"महाराजांनी आज्ञा करावी."

"तुम्ही सैन्य घेऊन ताबडतोब संताजींच्या पाठलागास निघा."

"आपली आज्ञा महाराज."

"संताजीरावांच्या हातापायांत बेड्या ठोकून आमच्यासमोर त्यांना हजर करा. नाहीतरी शत्रूवर मिळविलेल्या विजयाने ते फारच शेफारून गेले आहेत. त्यांचा नक्षा उतरलाच पाहिजे."

धनाजी जाधवांनी प्रत्युत्तर केले नाही, कारण संताजी घोरपडे यांचे सामर्थ्य ते पुरेपूर ओळखून होते. त्यांचा आपण कितपत पराभव करू शकू या विचारात ते आता होते.

"तुमच्याबरोबर तुम्ही आणखी कोण सरदार नेणार धनसिंगराव?" राजाराम महाराजांनी पृच्छा केली.

"अमृतराव निंबाळकरांना न्यावं असं म्हणतो." राजाराम महाराजांचा प्रश्न ऐकून भानावर येत धनाजी जाधव म्हणाले,

"अमृतराव शूर आहेत, त्यांची तुम्हाला चांगली मदत होईल. त्यांच्याशिवाय आणखीही कुणाला घेऊन जा; पण काम फत्ते करा, आमची लाज राखा."

धनाजी जाधव राजाराम महाराजांचा निरोप घेऊन निघून गेले. त्यांनी अमृतराव निंबाळकरांना बोलावून घेतलं आणि राजाराम महाराजांनी त्यांच्याकडे सोपविलेल्या मोहिमेचे स्वरूप त्यांना समजावून सांगितले.

अमृतराव निंबाळकर धनाजीबरोबर संताजी घोरपडे यांच्या पाठलागास निघण्यास तयार झाले. त्या दोघांनी त्या मोहिमेचा तपशीलवार विचार केला. अमृतरावांनी संताजींवर समोरून हल्ला करावा आणि धनाजींनी पिछाडीची बाजू सांभाळायची असं ठरलं.

संताजी घोरपडे त्या वेळी स्वदेशाच्या वाटेवर कांजीवरम येथे पोहोचले होते. अमृतराव निंबाळकरांनी मोठी घोडदौड करून त्यांना तेथे गाठले. ते आपल्या पाठलागासाठी आले असून आपणास पकडून नेण्याचा त्यांचा बेत आहे, हे संताजींना कळताच त्यांनी अमृतराव निंबाळकरांशी लढा देण्याचा बेत केला. अमृतराव निंबाळकरांचा संताजींसमोर निभाव लागला नाही. ते लढता लढता कामास आले. ते पडताच त्यांच्या सैन्याचा धीर खचला आणि त्याने माघारी पळ काढला; परंतु संताजींनी या पळ काढणाऱ्या सैन्यास सुखासुखी परत जाऊ दिले नाही. तेही त्याचा पाठलाग करू लागले. कारण, धनाजी जाधव अमृतराव निंबाळकरांची पिछाडी सांभाळीत असल्याचे त्यांना माहीत झाले होते.

अमृतराव निंबाळकर लढाईमध्ये ठार झाल्याची वार्ता धनाजी जाधवांना कळली, तेव्हा त्यांना मोठाच धक्का बसला. त्यांच्यासारख्या शूर सरदाराला रणांगणावर मृत्यू येईल याची त्यांनी स्वप्नातसुद्धा कल्पना केली नव्हती; त्यामुळे ते पुरते भांबावून गेले. धनाजींच्या सैन्यावरही अमृतरावांच्या मृत्यूचा प्रतिकूल परिणाम झाला.

संताजी घोरपडे चित्त्याच्या चपळाईने धनाजी जाधवांवर चालून आले; परंतु त्यांची ही तुफानी झेप धनाजी जाधवांना पेलून धरता आली नाही. ते पुरते रक्तबंबाळ झाले. त्यांनी जीव वाचविण्यासाठी रणमैदानातून पळ काढला.

विजयी संताजी धनाजी जाधवांचा पाठलाग करीत जिंजीस निघाले. त्यांचा मार्ग रोखून धरण्याची कुणाचीच प्राज्ञा नव्हती. ज्या ठिकाणी सेनापती पराभूत झाले, त्या ठिकाणी इतर सरदारांचा काय पाड! त्यांनी संताजींचा प्रतिकार करण्याचे धाडस केले नाही; त्यामुळे संताजी आपल्या सैन्यासह थेट जिंजीच्या किल्ल्यात घुसले.

''मी वाटल्यास तुम्हास पदच्युत करू शकेन,'' असे संताजी राजाराम महाराजांना म्हणाले होते. राजाराम महाराज असुरक्षित असल्याने संताजी आता त्यांना पदच्युत करून कैद करू शकत होते. याची जाणीव राजाराम महाराजांनाही होती; पण ते मुळीच डगमगले नाहीत. आपले राजेपण सोडून त्यांनी संताजींसमोर मान तुकविली नाही आणि संताजींनीही त्यांना पदच्युत करण्याचे धाडस केले नाही. राजाराम महाराजांच्या निर्भय वागणुकीने ते स्तिमित झाले होते.

मोगल आणि तुर्क यांच्या नाकावर टिच्चून हिंदुपदपादशाही स्थापन करणाऱ्या नृपश्रेष्ठ शिवाजी महाराजांचे आपण पुत्र आहोत याची त्यांना विस्मृती पडली नाही. त्यांची निर्भय आणि शिवाजी महाराजांच्या पुत्राला साजेशी वागणूक पाहून संताजी घोरपडे चकित होऊन गेले. त्यांच्या मनात राजाराम महाराजांविषयी आदराची भावना निर्माण झाली.

'तू माझ्या सरदारांचा पराभव करून विजयी झाला असशील; पण तरीही मी तुझा राजा आहे हे तू विसरता कामा नये', हे राजाराम महाराजांनी आपल्या अबोल वर्तनाने संताजी घोरपडे यांना सुचविले होते. संताजींनी जिंजीच्या किल्ल्यात विजेता म्हणून जरी प्रवेश केला असला तरी त्यांना तेथे घबराटीचा लवलेशही दिसून आला नव्हता. सर्व दैनंदिन व्यवहार नेहमीप्रमाणे चालले होते. ते पाहून संताजींचा नक्षा पार उतरला, अहंकार खाली आला. आपण विजयी झालो तरी राजाराम महाराज आपणाला आपला सरदारच मानतात, याची त्यांना पुरेपूर जाणीव झाली. ते रुमालाने हात बांधून राजाराम महाराजांच्या दर्शनास गेले. महाराजांना लवून मुजरा करीत ते म्हणाले,

''महाराज, मी आपल्या दर्शनास आलो आहे. विजयी वीर म्हणून नव्हे, तर आपला नम्र पाईक म्हणून! संतापाच्या भरात माझ्या हातून सेवकाच्या वर्तनास न साजेशी गोष्ट घडली, त्याबद्दल मला पश्चात्ताप होत आहे. माझा अपराध पोटात घालून उदार मनाने मला क्षमा करावी. आपण धनसिंगरावांना आणि मला एकाच तराजूत जोखलंत म्हणून माझा तोल गेला.''

परंतु राजाराम महाराजांनी प्रत्युत्तर केलं नाही. ते निश्चल राहिले. संताजींविषयी त्यांची चित्तशुद्धी झाली नव्हती.

राजाराम महाराजांनी आपणास क्षमा केली नाही म्हणून संताजी घोरपडे यांचा अहंकार पुन्हा दुखावला. महाराजांनी आपला पुन्हा अपमान केला असं त्यांना

वाटलं. त्या भरात राजाराम महाराजांच्या दरबारात पुन्हा कधी पाऊल टाकायचं नाही या निर्धाराने ते राजवाड्याबाहेर पडले आणि तत्काळ त्यांनी आपला सैन्याचा तळ हलविला.

ぁ

२३

ताराराणींच्या चित्तवृत्ती उल्हसित ठेवण्याचा राजाराम महाराज आटोकाट प्रयत्न करीत होते. त्यांना काय हवं, काय नको त्याची ते जातीनं वास्तपूस करीत. ते करणं त्यांना क्रमप्राप्तच होतं, कारण जिंजीच्या किल्ल्यात त्यांच्याशिवाय ताराराणींना जपणारं जवळचं असं आणखी कुणीच नव्हतं. सर्व आप्तेष्ट स्वदेशी फार दूर राहिले होते. ताराराणी जर स्वदेशी असत्या, तर दोन्हीकडच्या लोकांना त्यांना कुठं ठेवू आणि कुठं नको असं झालं असतं. त्यांनी त्यांना फुलासारखे जपले असते. जेवणावळी झडल्या असत्या, नाना प्रकारचे मौल्यवान दागदागिने आणि भरजरी वस्त्रे त्यांना मखरात बसतेवेळी भेट म्हणून मिळाली असती. हत्तीवरून मेवामिठाई वाटण्यात आली असती; पण इथं जिंजीमध्ये तसं काही घडलं नव्हतं. तशा राजाराम महाराजांच्या भगिनी अंबिकाबाई जिंजीत होत्या; परंतु राजाराम महाराजांनी त्यांच्याकडून जिंजीचा कारभार काढून घेऊन त्यांना कारावासात टाकल्यापासून त्यांचे संबंध दुरावले होते. त्यांची दिलजमाई होणं दुरापास्त होतं. राजाराम महाराजांना आता त्या गोष्टीची खंत वाटणं स्वाभाविक होतं. सल्लागारांच्या दुष्ट चिथावणीस बळी पडल्यानं त्यांच्या हातून ते कृत्य घडलं होतं; पण झाल्या गोष्टीला आता इलाज नव्हता.

राजवैद्यांच्या सल्ल्यानुसार ताराराणी बिछान्यावर पडूनच असत. राजाराम महाराजही आपला फुरसतीचा वेळ त्यांच्या सहवासात घालवीत. त्यांच्याशी राज्यकारभाराबाबत सल्लामसलत करीत; परंतु असे असूनदेखील त्या दोघांच्या अंतःकरणाचा मिलाफ झालेला नव्हता. एक बारीकशी दरी त्या दोघांमध्ये जी पूर्वीपासून निर्माण झाली होती ती अद्याप बुजली नव्हती.

दिवस असे निघून जात होते; परंतु परिस्थिती दिवसेंदिवस कठीण होत चालली होती. राजाराम महाराजांना द्रव्यटंचाईची फार आच लागली होती. त्यातच संताजी आणि धनाजी या दोघांची फाटाफूट झाल्याने सैन्यावर त्याचा परिणाम झाला

होता. संताजी घोरपडे आता एकांडे शिलेदार बनले होते. बेल्लारीमध्ये एक स्वतंत्र राज्य स्थापन करण्याचा विचार त्यांच्या मनात चालला असल्याच्या बातम्या जिंजीला येत होत्या. त्या बातम्यांनी राजाराम महाराज आणि ताराराणी ही दोघेही अस्वस्थ झाली होते. अमृतराव निंबाळकरांचा मृत्यू आणि धनाजी जाधवांचा पराभव या दोन्ही घटना आपल्यामुळे घडल्या असे ताराराणींना मनातून वाटत असल्याने त्या सदैव बेचैन असत. त्यांच्या मानी मनाला ती गोष्ट फार लागली होती. नंतर काही दिवसांनी बातम्या येऊ लागल्या की, मोगलांशी होणाऱ्या चकमकीत संताजींची पीछेहाट होत आहे. त्या बातम्या खऱ्या होत्या. संताजींची तेजस्वी लष्करी प्रतिभा निष्प्रभ झाली होती. मोगलांसमोर त्यांना माघार घ्यावी लागत होती. एके दिवशी संताजींच्या गुप्तहेरांनी बातमी आणली की, औरंगजेबाने कर्नाटकातील आपल्या सैन्याकडे एक मोठा खजिना धाडला असून तो कडप्पाला येऊन पोहोचला आहे. ती बातमी मिळताच संताजींनी त्या खजिन्यावर धाड घालण्याचा बेत केला. ते सैन्य घेऊन कडप्पाकडे निघाले; परंतु त्यांच्या हालचालींवर झुल्फिकारखानाची बारीक नजर असल्याने तो यत्किंचितही वेळ न गमावता सैन्य घेऊन खजिन्याच्या रक्षणार्थ निघाला. ती बातमी संताजींना कळली, तेव्हा त्यांनी खजिन्यावर धाड घालण्याचा बेत रहित केला. झुल्फिकारखानासारख्या मातब्बर सरदाराशी लढून खजिना हस्तगत करण्याचा आत्मविश्वास त्यांना वाटेना.

ती वार्ता जिंजीला आली, तेव्हा राजाराम महाराजांच्या अनुयायांना व संताजींच्या प्रतिस्पर्ध्यांना आनंद झाला. त्यांना वाटलं की, संताजींचा अवतार संपला, कारण एखाद्या मोहिमेवर जाऊन अर्ध्या वाटेवरून माघार घेण्याची त्यांच्या आयुष्यातील ती पहिलीच खेप होती; परंतु ही घटना संताजींची लष्करी प्रतिभा आटल्यामुळे घडली नव्हती; त्यांचा उत्साह ओसरला होता, हेच त्यांच्या पीछेहाटीचं खरं कारण होतं. राजाराम महाराजांचा आपणाकडून क्रोधाच्या भरात अपमान झाला, ही गोष्ट त्यांच्या मनाला फार लागली होती. महाराजांची क्षमा मागावी असं त्यांना वाटत होतं. ती संधी त्यांना धनाजींचा पराभव झाल्यावर लाभली होती. ते रुमालाने हात बांधून महाराजांच्या भेटीस गेले होते. 'माझ्या हातून आपला अवमान झाला. रागाच्या भरात होऊ नये ती गोष्ट घडली; पण मला आता त्याचा पश्चात्ताप होतो. मी आपला पूर्वीसारखाच आज्ञाधारक सेवक आहे, असे मानून मला क्षमा करा.' अशी विनंती त्यांनी मोठ्या मिनतवारीनं राजाराम महाराजांना केली होती; परंतु मऊ अंतःकरणाचा हा भावनाप्रधान राजा वज्रासारखा कठोर बनला होता. संताजींच्या विनवण्यांनी त्यांचं हृदय द्रवलं नव्हतं. उदार मनानं त्यांनी संताजीस क्षमा केली नव्हती.

राजाराम महाराजांनी क्षमा न केल्यानं संताजी हताश झाले होते. आपल्या सेवेवर आणि त्यागावर पाणी पडलं म्हणून भयंकर दुःखी झाले होते. त्यांचं मन

वैफल्यानं अंधारून आलं होतं. अधोवदन होऊन ते जिंजीच्या किल्ल्यातून बाहेर पडले होते आणि मग त्यांनी आपल्या सैन्यासह स्वदेशाचा मार्ग धरला होता.

संताजी व धनाजी या दोघांची फाटाफूट, संताजींकडून झालेला धनाजीचा पराभव, त्यातून उद्‌भवलेला राजाराम महाराजांच्या अपमानाचा प्रसंग आणि राजाराम महाराजांनी आपला गुन्हा मनात धरून आपणास क्षमा केली नाही म्हणून संताजींनी एखाद्या भ्रमिष्ट पांथस्थाप्रमाणे स्वदेशी केलेले प्रयाण या सर्व घटनांचा जिंजीच्या जीवनावर परिणाम झाला होता. संताजी व धनाजी यांच्यामधील यादवी युद्धामुळे मराठा सैनिकांमध्ये भयंकर विफलता पसरली होती. त्यांच्या नैतिक धैर्यावर त्याचा अनिष्ट परिणाम झाला होता आणि राजमंडळातील सदस्य सरदार आणि खुद्द राजाराम महाराजांवरही त्या घटनांचा काही कमी वाईट परिणाम झाला नव्हता. त्यांच्या भावनाप्रधान मनाला ती गोष्ट फार लागली होती. कदाचित त्यांनी संताजींना त्यांचा गुन्हा माफ केला असता; परंतु ताराराणींना ते आवडलं नसतं. त्यांनी त्यांना कर्तव्यकठोर राहण्याचा सल्ला दिला होता. राजाचा अपमान करणाऱ्या सरदाराला शासन हे झालेच पाहिजे, मग तो केवढाही पराक्रमी सरदार असो, असं ताराराणींनी त्यांना निक्षून बजावलं होतं. नाहीतरी अलीकडे ताराराणींच्या निग्रही वागणुकीचा राजाराम महाराजांच्या राजकीय निर्णयावर परिणाम होऊ लागला होता. ताराराणींचे प्रभावी व्यक्तित्व त्यांना डावलता येणे अशक्य झाले होते. त्यांच्या आग्रही सल्ल्यानुसार वागणे त्यांना त्यांच्या इच्छेविरुद्ध भाग पडू लागले होते; त्यामुळे राजाराम महाराजांचे सल्लागार आणि खूशमस्करे त्यांच्यापासून दूर होऊ लागले होते. ताराराणींच्या तापट स्वभावाची त्यांना भीती वाटू लागली होती.

अशा स्थितीत दिवस आले आणि गेले. हिवाळा संपला आणि दक्षिणेकडचा कडक उन्हाळा सुरू झाला. पहिलटकरीण ताराराणींना तो उन्हाळा सोसवेना. जिंजीच्या किल्ल्यातील उकाड्याने त्यांच्या जिवाची नुसती तगमग सुरू झाली. आधीच प्रखर डोहाळ्यांनी त्यांचे शरीर जर्जर होऊन गेले होते. त्यात अंगातून घामाच्या नुसत्या धारा वाहणाऱ्या उकाड्याची भर पडल्याने त्यांचा जीव कासावीस होऊ लागला. राजाराम महाराज व ताराराणीच्या परिवारातील त्यांच्या दासदासी त्यांना फुलाप्रमाणे जपत होत्या. राजाराम महाराजांनी त्यांना खूश करण्यासाठी, मोठमोठ्या मौल्यवान भेटी अर्पण केल्या होत्या आणि जिंजीचा कारभार ताराराणींच्या सल्ल्याने चालतो हे युरोपियन वखारवाल्यांच्या कानी आल्याने, त्यांनी त्यांना खूश करण्यासाठी युरोपातून आणविलेल्या बहुमोल वस्तू भेटीदाखल पाठविल्या होत्या.

अखेर वैशाख महिना संपून ज्येष्ठ महिना लागला. पर्जन्यकालाची चाहूल देणारे मोसमी वारे समुद्रावर वाहू लागले. आकाशात ढग जमा होऊन विजांचे नर्तन सुरू झाले. कृत्तिका आणि रोहिणी नक्षत्रांच्या दोन-चार जोरदार सरी झडून गेल्याने

हवेत गारवा आला. ताराराणींनी सुटकेचा श्वास सोडला. पावसाळा तोंडावर आला होता. तो जीव सुसह्य करणारा होता. त्यांच्या प्रसूतीचे दिवस जवळ आले होते आणि अकस्मात मृग नक्षत्राला एक दिवस कमी असताना त्यांना प्रसववेदना सुरू झाल्या. सर्वत्र एकच धावपळ सुरू झाली. ताराराणींच्या महालावर सरदार - मानकऱ्यांची, दासदासींची आणि नागरिकांची वर्दळ सुरू झाली. निष्णात सुईणींचा जागता पहारा त्यांच्या महालात कित्येक दिवसांपासून सुरू होता. काही टोपीवाले वैद्यही महाराणींच्या प्रसूतीबाबत राजाराम महाराजांना अनाहून सल्ला देऊन जात होते; परंतु त्यांना ताराराणींनी आपल्या जवळपास फिरकू दिले नव्हते.

तास-दोन तास भयंकर उत्कंठेत गेले. राजाराम महाराज आपल्या महालात सारखे येरझारा घालीत होते. त्यांची चर्या काळजीच्या ढगांनी अंधारून गेली होती. ताराराणी स्वभावाने तापट असल्या, तरी त्यांचे त्यांच्यावर अपरंपार प्रेम होते. त्या त्यांना फार जपत होत्या. त्यांचा सर्वांवर वचक निर्माण व्हावा म्हणून पदोपदी त्यांना कसं वागावं याचा त्या सल्ला देत होत्या. त्यांच्या अंतश्चक्षूंसमोर ताराराणींच्या सहवासात घालविलेले सुख-दुःखाचे प्रसंग तरळत होते. एका बाजूने ते विचार करीत होते, तर दुसऱ्या बाजूने त्यांचे कान ताराराणींच्या महालाकडे लागले होते. अकस्मात एका दासीने आत प्रवेश केला आणि त्यांना वर्दी दिली, ''राणीसाहेब सुखरूप प्रसूत झाल्या. त्यांना पुत्ररत्न झालं आहे.''

ते शब्द कानी पडताच राजाराम महाराजांचा आनंद गगनात मावेना. त्यांनी लगबगीने गळ्यातील मोत्याचा कंठा काढून तो दासीच्या दिशेने फेकला. त्यांना पुत्र झाला होता. ताराराणी सुखरूप प्रसूत झाल्या होत्या.

त्या दरम्यान वाड्याबाहेर जमलेल्या लोकांची उत्कंठाही शिगेला पोहोचली होती. ताराराणी सुखरूप प्रसूत होऊन त्यांनी राजपुत्रास जन्म दिल्याची वार्ता वाड्यातून जाहीर होताच, लोकजमावाने उत्स्फूर्त घोषणा दिली. 'महाराजांचा विजय असो, महाराणींचा विजय असो.'

राजाराम महाराजांना पुत्र झाल्याची वार्ता गावात हां हां म्हणता पसरली. प्रजाजन आनंदसागरात बुडून गेले. लोकांना हत्तीवरून साखर वाटण्यात आली. पुत्रजन्माचा आनंदोत्सव बारशापर्यंत चालू होता. जिंजीच्या किल्ल्यातील सैन्याची शिबंदीही त्या आनंदात सामील झाली होती. यादवी युद्धाचं दुःख आणि मोगलांच्या हल्ल्याची भीती ते क्षणभर विसरून गेले होते.

बारशाचा दिवस उजाडला. सकाळपासून राजवाड्यावर लोकांची रीघ लागली. प्रत्येकजण आपापल्या ऐपतीप्रमाणे राजपुत्र व राजदंपती यांच्यासाठी भेटी आणीत होता. प्रजाजनांच्या आनंदाला उधाण आलं होतं. राजाराम महाराजांनी नको नको म्हणत असतानाही लोक नजराणे आणि भेटी ठेवून जात होते. सरदार - मानकरी

आणि टोपीवाले वखारवाले यांच्यापासून राव-रंकापर्यंत लोक राजवाड्यात वर्णी लावून गेले.

अखेर नामकरण विधीचा क्षण समीप आला. नावाची चर्चा सुरू झाली. अनेक नावे सुचविली गेली; पण ताराराणींना एकही नाव पसंत पडेना. शेवटी त्यांनी स्वतःच नाव गिरगिरविलं : शिवाजी. ते पाहून नामकरण विधीला जमलेल्या स्त्रिया चुपचाप झाल्या.

थोरल्या भावाच्या मुलाचं नाव शिवाजी असताना धाकट्या भावाच्या मुलाचंही नाव तेच कसं असू शकतं, याचा काही केल्या बारशाला जमलेल्या स्त्रियांना बोध होईना. ती बातमी राजाराम महाराजांना कळली, तेव्हा त्यांना भयंकर धक्का बसला. काही केल्या त्यांना ती बातमी खरी वाटेना. 'तारा अशी कशी वागली, शिवाजी हे एका नातवाचं नाव असता, दुसऱ्या नातवाचंही नाव तिनं तेच कसं ठेवलं.' ते मनातून म्हणत होते. आताच जावं आणि ताराराणींना ते नाव बदलण्यास सांगावं, असा विचार त्यांच्या मनात आला; परंतु ताराराणींच्या महालातील स्त्रियांची वर्दळ अजून ओसरलेली नसल्यानं त्यांना दम खावा लागला. ते कितीतरी वेळ विषण्ण मनःस्थितीत बसून होते. ताराराणींनी आपल्या मुलाचं नाव शिवाजी ठेवून वादळ निर्माण केल्याचं त्यांना स्पष्ट दिसत होतं. आपल्या स्वदेशीच्या प्रजाजनांना ते नाव कधीच पसंत पडणार नाही; इतकेच नव्हे तर ते त्यामुळे आपणावर बिथरतील अशीही भीती त्यांना वाटू लागली.

ते विचारचक्र भयंकर वेगानं गिरक्या घेत असतानाच एका दासीनं येऊन त्यांना वर्दी दिली की, 'राणीसाहेबांनी आपणाला महालात बोलाविलं आहे.' ते दचकून भानावर आले. त्यांची छाती धडधडली. ताराराणीची आणि आपली शाब्दिक चकमक झडणार म्हणून त्यांना भीती वाटली; पण ती चकमक त्यांना टाळता येणार नव्हती.

राजाराम महाराजांनी ताराराणींच्या महालात प्रवेश करताच त्या त्यांची मार्गप्रतीक्षा करीत असलेल्या त्यांना आढळल्या. भरजरी वस्त्रांनी आणि मौल्यवान अलंकारांनी नटलेली ताराराणींची मूर्ती देदीप्यमान वाटत होती. त्यांच्या चर्येवर जरी अजून बाळंतपणाची पिवळसर छटा दृग्गोचर होत असली, तरी त्यांच्या शरीराचा बांधा घाटदार असल्याने ती नाजूक छटा त्यांच्या सौंदर्यात भर घालीत होती. राजाराम महाराजांनी आत प्रवेश करताच त्यांनी पदर सावरीत त्यांना उत्थापन दिलं. त्यांच्या काजळ घातलेल्या चर्येकडे दृष्टिक्षेप करून त्यांनी बालराजे शिवाजी यांच्या पाळण्याकडे नजर वळविली. पाळणा अत्यंत कलापूर्ण रीतीने शृंगारण्यात आला होता.

"स्त्रिया आताच निघून गेल्या." ताराराणी म्हणाल्या.

"आजचा दिवस तर त्यांचाच आहे. तरीपण त्या लवकर निघून गेल्या."

"त्या कदाचित आणखी काही वेळ थांबल्या असत्या; पण मी उत्कंठा दाखविली नाही."

"का बरं?"

"कारण तुम्ही तिकडे तिष्ठत होता."

राजाराम महाराजांनी प्रत्युत्तर केलं नाही. तथापि, ते थोड्या वेळानं म्हणाले, "हे तू काय केलंस."

"कशाबद्दल म्हणता?"

"नावाबद्दल." ताराराणींच्या नजरेला नजर भिडविण्याचं टाळीत राजाराम महाराज म्हणाले.

"नाव थोरल्या महाराजांचं ठेवलं, यात काही चुकलं का?" ताराराणी गंभीर होत म्हणाल्या.

"चुकलं यात शंकाच नाही."

"कसं चुकलं?"

"आपल्या कुटुंबात एक शिवाजी असताना, दुसऱ्यालाही तेच नाव ठेवणं कसं प्रशस्त आहे? येसूवहिनींना हे ऐकून काय वाटेल?"

"ते शिवाजी बादशहाच्या कैदेतून मुक्त होतील असं का तुम्हाला वाटतं?"

"मुक्त होतील अथवा न होतील; पण ते हयात आहेत ना?"

"हयात असून काय फायदा? थोरल्या महाराजांचं नाव आपल्या नजरेसमोर असलं पाहिजे."

"त्याबद्दल माझं दुमत नाही; पण एक शिवाजी राज्याचा वारस असता दुसरा शिवाजी त्याच्या बरोबरीने कसा राहू शकेल?"

"राज्याचा वारस? राज्याचा वारस माझा मुलगा आहे."

"पण मी कायदेशीर वारस नसताना माझा मुलगा राजा कसा होऊ शकेल?"

"तुम्ही राजे नाही असं कोण म्हणतो?"

"कोण म्हणतो म्हणजे मी म्हणतो?"

"तो तुमच्या मनाचा दुबळेपणा आहे, भित्रेपणा आहे; त्यामुळेच तुम्ही राज्याभिषेक करून घेण्यास नकार दिलात."

"मला राज्याभिषेक करून घेण्याचा अधिकार नव्हता. माझा भाऊ वीरमरण पत्करून हुतात्मा झाला. त्याच्या पश्चात मी त्याचं सिंहासन बळकावलं असतं, तर माझी सर्वत्र छीः थू झाली असती. माझे सरदार आणि मुत्सद्दी मला सोडून गेले असते. येसूवहिनी मला राज्याभिषेक करून घेण्यास सांगत होत्या; पण मी त्यांचं ऐकलं नाही. माझ्या मनाला ते पटत नव्हतं–"

"थोरल्या जाऊबाई शहाण्या आहेत. त्यांचंच म्हणणं बरोबर होतं, थोरल्या

महाराजांच्या मनात राज्य तुम्हाला द्यायचं होतं हे त्यांना माहीत होतं. म्हणून त्यांनी भावोजींच्या मृत्यूनंतर तुम्हाला राजा होण्यास सांगितलं; पण तुम्ही नीतीची ढाल पुढे करून त्यामागे तुमचा भित्रेपणा लपविलात. घोड्यावर बळजबरीनं बसविलेले रडतराऊत तुम्ही! राजा हा मनानं खंबीर असावा लागतो; राजानं धर्मानं वागावं हे ठीक; पण व्यवहारात राजाला धर्माने राज्य करता येत नाही. थोरल्या महाराजांनी राज्य तुम्हाला देण्याचं जाहीर केलं होतं; पण तुमच्या बंधूंनी थोरल्या महाराजांची आज्ञा मानली नाही. त्यांनी बळजबरीनं राज्य घेतलं आणि आता तुम्ही म्हणता की, राज्य त्यांच्या मुलाचं आहे. मी नुसता राज्याचा पालक आहे.''

''माझ्या मनाला पटलं ते मी केलं. राज्य माझ्या बंधूंचं आहे, असं माझी मनोदेवता आजही मला सांगते आहे. कदाचित मला राज्य देण्याचं मनात आणून स्वर्गीय आबासाहेबांचं थोडं चुकलंही असेल. राज्याचा वारस थोरला बंधू हयात असताना मला राज्यावर येण्याचा काय अधिकार होता? म्हणून मी त्यांच्या मृत्यूनंतर राज्याभिषेक करून घेण्यास नकार दिला; पण तू मात्र आततायीपणा केलास. शिवाजी राजे बादशहाच्या कैदेत असता तू आमच्या मुलाचं नाव शिवाजी ठेवायला नको होतंस.''

आणि इतकं बोलून राजाराम महाराज ताराराणीच्या महालातून बाहेर पडले. ताराराणींचे व त्यांचे संबंध आधीच दुरावले होते. आता या प्रसंगाने ते आणखी दुरावले. त्या दिवसापासून ते अधिक वेळ त्यांच्या दुसऱ्या राणी राजसबाई यांच्या महालात दिसू लागले.

२४

संताजी घोरपडे यांना आता कर्नाटकातील लष्करी मोहिमांत स्वारस्य वाटत नव्हते. त्यातच त्यांची लष्करी प्रतिभाही निस्तेज झाल्याची चिन्हे दृग्गोचर होऊ लागली होती. त्या निराशेच्या भरात त्यांनी स्वदेशीचा मार्ग धरला. राजाराम महाराजांचा भर दरबारात अपमान करणारा बंडखोर सरदार म्हणून संताजींची स्वदेशातही बदनामी झाली होती. त्यांच्या हितशत्रूंनी त्यांना आयुष्यातून उठवून लावण्यासाठी त्या घटनेचा पुरेपूर उपयोग केला होता; त्यामुळे त्यांचे कुणीही स्वागत केले नाही. जो तो त्यांच्याकडे राजद्रोही म्हणून बघू लागला. त्यांचे कालचे

मित्र आज शत्रू बनून त्यांची निंदानालस्ती करू लागले. त्यांच्या उन्मत्तपणाबद्दल त्यांना शासन झालं पाहिजे असं उघडपणे बोलू लागले. धनाजी जाधव त्यांच्या आगमनाची वाटच पाहत होते. त्यांच्याशी लढाई देऊन त्यांच्या हातून झालेल्या पराभवाचे उट्टे काढण्यासाठी ते तयारी करीत होते. त्यांच्या हाताखाली संताजींचे सर्व शत्रू गोळा झाले होते. या लोकांत हनुमंतराव निंबाळकर यांचा अंतर्भाव झालेला होता. धनाजी जाधवांनी त्यांना चिथावणी दिली होती, "अमृतरावांच्या मृत्यूचा सूड उगवण्याची संधी चालून आली आहे. संताजी घोरपडे यांना आता स्वदेशी कुणी मित्र उरलेले नाहीत. त्यांच्यावर बेशक हल्ला करा."

हनुमंतराव निंबाळकर कित्येक दिवसांपासून आपल्या बंधूच्या मृत्यूचा सूड उगविण्याची वाट पाहत होते. धनाजी जाधवांच्या चिथावणीने ते धीट बनले. संताजींवर हल्ला करण्याची ते तयारी करू लागले. अडचणीच्या ठिकाणी गाठून त्यांच्यावर गनिमी हल्ला करण्याचा त्यांनी बेत केला.

संताजींना हनुमंतराव निंबाळकरांचा हल्ला परतवून लावता आला नाही. आधीच त्यांच्यापाशी सैन्य थोडे होते आणि त्यात हनुमंतरावांनी अडचणीत गाठून हल्ला केलेला; त्यामुळे त्यांचे सैन्य सैरावैरा पळत सुटले आणि खुद्द संताजींना जीव बचावण्यासाठी रानावनाचा आश्रय घ्यावा लागला. नियतीचा तो क्रूर खेळ होता. ज्याचं नाव निघताच शत्रू चळाचळा कापत असे व त्यांचे घोडे पाणी पीत नसत, त्यांच्या नशिबी असा वनवास आला होता.

संताजी लपून बसलेल्या ठिकाणी आपले मित्र आठवू लागले; पण कुणावर विश्वास ठेवावा हेच त्यांना कळेना. त्यांचे बहुतेक सर्व मित्र त्यांच्यावर उलटले होते. कृतघ्न बनले होते. अखेर त्यांच्या अंतश्चक्षूंसमोर नागोजी माने म्हसवडकर उभे राहिले. माने पूर्वी आदिलशाहीचे सरदार होते. संताजींनीच त्यांना स्वराज्याच्या सेवेत आणले होते आणि राजाराम महाराजांकडून त्यांना देशमुखी व सरंजाम देवविला होता. ते एके काळचे त्यांचे सहकारी होते. तो स्नेह लक्षात घेऊन संताजींनी नागोजी माने यांच्या आश्रयास जाण्याचे ठरविले.

संताजींनी नागोजी माने यांच्याकडे आपली विश्वासू माणसे पाठवून आपली परिस्थिती त्यांना कळविली व आपणास काही दिवस आश्रय देण्याची त्यांना विनंती केली. नागोजी माने हे अमृतराव निंबाळकरांचे मेहुणे. संताजींशी झालेल्या लढाईत ते ठार झाल्याचे त्यांना माहीत होते; परंतु मेहुण्याच्या मृत्यूपेक्षा त्यांना अतिथीधर्म श्रेष्ठ वाटला. त्यांनी संताजींना निरोप धाडला की, तुम्ही माझ्याकडे बेशक या. मी तुमच्या स्वागतास तयार आहे.

त्या आश्वासनाप्रमाणे संताजी घोरपडे सडेच नागोजी माने यांच्याकडे गेले. नागोजी माने त्यांची मार्गप्रतीक्षा करीत होते. संताजींच्या भावना उचंबळून आल्या

होत्या. आपण एके काळी दख्खन गाजविले; पण आज आपणावर पळपुटे जीवन जगण्याची पाळी आली म्हणून त्यांचा जीव एवढासा झाला होता. नागोजी माने यांनी त्यांना जेव्हा प्रेमालिंगन दिले, तेव्हा ते सद्गदित झाले. ते पाहून नागोजींचेही मन विरघळले.

"नागोजीराव, माझ्यावर असा प्रसंग आला." संताजी रुद्ध स्वरात म्हणाले.

"त्याबद्दल तुम्ही फिकीर करू नका, संताजीराव." नागोजी माने संताजींचे सांत्वन करीत म्हणाले.

"संतापाच्या भरात माझ्या हातून महाराजांचा उपमर्द झाला; त्याबद्दल मी पश्चात्तापदग्ध होऊन, हात बांधून त्यांच्या दर्शनास गेलो. त्यांच्यासमोर नाकदुऱ्या काढून क्षमेची याचना केली; पण त्यांनी क्षमा केली नाही ती नाहीच; उलट माझा पाठलाग करण्यासाठी सैन्य पाठविले. आज मी या जगात एकटा आहे नागोजीराव. माझे सर्व मित्र आणि आप्त मला सोडून गेले आहेत. तुम्ही मला आश्रय दिलात त्याबद्दल मी तुमचा कसा उतराई होऊ तेच मला कळत नाही."

"उतराई होण्याची भाषा कशाला बोलता संताजीराव? आपण मर्द आहोत. मर्दाने मर्दासारखं वागलं पाहिजे. तुम्हीही एके काळी मला अंतःकरण दिलं होतं, त्याची विस्मृती मला पडलेली नाही."

"पण तुमच्या पत्नीस कदाचित मी इथं आलेलं आवडणार नाही–"

"पत्नीच्या आवडीनिवडीचा हा प्रश्न नाही संताजीराव; हा अतिथीधर्माचा प्रश्न आहे. आपल्या धर्मात अतिथीधर्म श्रेष्ठ मानला आहे. प्रत्यक्ष शत्रू जरी घरी आला, तरी त्याला औदार्यानं वागवावं, असं आपल्या धर्मात सांगितलं आहे. त्या नीतिधर्मानुसार आपण आजपर्यंत वागत आलो आहोत. माझे मेहुणे युद्धात पडले, हा काही तुमचा दोष नव्हे."

"होय नागोजीराव. त्यात माझा कोणताच गुन्हा नाही. अमृतरावांच्या मृत्यूची जबाबदारी सर्वश्री महाराजांवर आणि... त्यांच्या सेनापतीवर आहे." संताजी घोरपडे धनाजी जाधवांचा नामोच्चार टाळीत म्हणाले.

"मला ती सर्व हकिकत ठाऊक झाली आहे संताजीराव. खरोखर, ती एक दुर्दैवी घटनाच म्हटली पाहिजे. तुम्ही आणि धनाजीराव म्हणजे स्वराज्याचे दोन आधारस्तंभ! तुम्ही बादशहाला त्राही भगवान करून सोडलंत. त्या दुनियेच्या सम्राटाचा तुम्ही पार नक्षा उतरविलात; पण तुमचा हा पराक्रम आपल्या हितशत्रूंना बघवत नव्हता. तुम्हा दोघांमध्ये दुही पेटवून त्यावर पोळी भाजण्याचं कारस्थान त्यांनी रचलं. दुर्दैवाची गोष्ट अशी की, तुम्हाला क्षमा करण्याचा विवेक महाराजांनाही सुचला नाही." नागोजी माने उसासा सोडीत म्हणाले.

"होय नागोजीराव, मला क्षमा करण्याचा विवेक महाराजांना सुचला नाही.

त्यांनी जर मला आजही क्षमा केली, तर मी माझा अपमान गिळून टाकून अजूनही स्वराज्याची आणि त्यांची सेवा करीन. माझी तलवार आणि माझा भाला शत्रूचा समाचार घेण्यास अजूनही पूर्वीसारखा समर्थ आहे.''

''होय संताजीराव, तुम्हा दोघा सरदारांमध्ये निर्माण झालेली ही दुही कुणाही सच्च्या मराठ्याला आवडलेली नाही. आता स्वराज्याचं आणि महाराजांचं कसं होणार म्हणून प्रत्येकाला काळजी लागली आहे. कशाही रीतीने ही दुही सांधली गेली पाहिजे असं सगळ्यांना वाटतं.''

''पण दुही सांधावी म्हणून कुणी प्रयत्न करीत असल्याचं दिसत नाही, नागोजीराव; उलट हे होमकुंड धुमसत राहावं म्हणून त्यात तुपाची धार ओतली जात आहे. नाहीतर हनुमंतराव माझ्यावर मी गाफील असताना हल्ला करते ना!''

''हनुमंतराव तुमच्यावर हल्ला करणार म्हणून जर मला माहीत असतं, तर मी त्यांना त्यापासून परावृत्त केलं असतं. ते धनाजीरावांच्या चिथावणीला बळी पडले, हे खरोखरच दुर्दैव आहे.''

पण हनुमंतराव निंबाळकरांप्रमाणेच आपली पत्नी राधाबाई हीदेखील संताजीचा सूड घेण्यास टपून बसली आहे, हे नागोजी माने यांना माहीत नव्हतं. संताजी घोरपडे आपणाकडे राहावयास येणार आहेत हे जरी राधाबाईस माहीत असले, तरी त्यांना घरात घेऊ नका असं तिनं आपल्या नवऱ्यास सांगितलं नव्हतं. उलट संताजीसारखा शत्रू चालून घरी येतो आहे म्हणून तिला आनंदच झाला होता, कारण संताजी आपल्या घरी आले की, दगलबाजीने त्यांना ठार करण्याचा अघोरी विचार तिच्या मनात घोळत होता.

राधाबाईने जेव्हा ती दुष्ट इच्छा नागोजीरावांना विदित केली, तेव्हा त्यांच्या अंगावर एकदम शहारे आले. ते तिला म्हणाले की, ''हे तू काय बोलतेस? संताजी घोरपडे हे माझे मित्र आहेत, पुन्हा ते आमचे पाहुणे आहेत; तेव्हा पाहुण्याला आणि मित्राला दगलबाजीनं ठार करणं हे आपणाला शोभतं का? हे पाप आपण कुठं धुणार? आणि तुझा भाऊ युद्धात पडला हा का संताजींचा गुन्हा आहे? येऊन जाऊन ते युद्ध, त्यात अमृतरावाऐवजी जर संताजी पडले असते तर त्यांच्या मुलांनी आणि बंधूंनी अमृतरावांविषयी मनात सूडभावना बाळगली असती तर तुला ते आवडलं असतं का? छे! छे! संताजीरावांना दगाफटका करून ठार मारण्याचा दुष्ट विचार तू मनातून काढून टाक.''

परंतु आपल्या नवऱ्याचा हा युक्तिवाद राधाबाईस मान्य झाला नाही. ती संताजी घोरपडे यांच्या द्वेषाने पुरती अंध बनली होती. आपल्या भावाच्या मृत्यूचा बदला घेतल्यावाचून तिचं मन शांत होणं शक्य नव्हतं. आपला नवरा आपली योजना अमलात आणण्यास तयार नाही हे जेव्हा तिनं पाहिलं, तेव्हा ती दुसरा मार्ग

शोधू लागली. त्याचा सुगावा नागोजी माने यांना लागल्यावाचून राहिला नाही. आपल्या घरात संताजी घोरपडे यांना दगाफटका झाला तर ती गोष्ट आपणास लांच्छनास्पद ठरेल, असं वाटून त्यांनी संताजींना निघून जाण्याचा इशारा देण्याचं ठरविलं. ते संताजी घोरपडे यांना म्हणाले,

"संताजीराव, तुम्ही माझ्या घरी माझ्यावर विश्वास टाकून आलात; पण मी तुमचं रक्षण करू शकेन याची मला शाश्वती वाटत नाही. म्हणून तुम्ही इथून शक्य तितक्या लवकर निघून गेलेलं बरं असं मला वाटतं."

नागोजी माने यांच्या तोंडचे ते निराशायुक्त शब्द कानी पडताच संताजी घोरपडे मनातून एकदम चरकले. काहीतरी धोका असल्याचा संशय आल्याखेरीज नागोजी माने तसे बोलले नाहीत, हे त्यांनी ताडलं. त्यांनी आपलं वास्तव्य लांबवून नागोजी माने यांना व आपणा स्वतःला संकटात न घालता तत्काळ निघून जाण्याचा बेत केला. ते नागोजी माने यांना म्हणाले,

"नागोजीराव, मी विश्वासानं तुमच्याकडे आलो होतो. तुम्ही शूर आणि मर्द आहात म्हणून तुमच्या घरात मला दगलबाजी होणार नाही असं वाटलं होतं; पण तुम्ही माझं रक्षण करू शकत नाही हे मी तुमच्या उद्‌गारावरून ताडलं. ठीक आहे, माझ्या नशिबी जे काय असेल ते घडेल. तुम्ही माझ्यासाठी एवढं केलंत त्याबद्दल मी तुमचा ऋणी आहे." आणि नागोजी माने यांचा निरोप घेऊन संताजी घोरपडे यांनी पुढचा प्रवास सुरू केला.

परंतु त्यांची स्थिती आता शीड नसलेल्या जहाजासारखी झाली होती. शत्रूला दे माय धरणी ठाय करणारा एके काळचा पराक्रमी सेनानी सैन्य नाही, अनुयायी नाहीत अशा स्थितीत भटकत होता. मित्राच्या घरी तुकडे मोडण्याची पाळी त्यांच्यावर आली होती. कुठे जावे, काय करावे, कुणाला जवळ करावे ही भ्रांत त्यांना पडली होती. राजाचा अनादर होण्याचा एक प्रमाद त्यांच्याकडून घडला होता; पण त्याबद्दल त्यांना मिळालेली शिक्षा किती भयंकर होती! तो प्रमाद पोटात घालून त्यांना क्षमा करण्यास राजा तयार नव्हता; त्यामुळे या अचाट शक्तीच्या पर्वतासमान सेनानीवर रानोमाळ भटकण्याचा प्रसंग आला होता.

हताश मनःस्थितीत संताजी भ्रमिष्टासारखे भटकत होते. ज्या महादेव टेकड्यांच्या आश्रयाने त्यांनी मोगलांना त्राही भगवान करून सोडले त्या टेकड्यांच्या आश्रयास ते आता गेले; पण या वेळी ते एकटे होते. त्यांचे सैन्य, त्यांचे अनुयायी यांपैकी त्यांच्याबरोबर आता कुणी नव्हते; परंतु आता ते महादेव टेकड्यांत सुरक्षित नव्हते. त्यांच्यामागे मृत्यूचा अदृश्य ससेमिरा लागला होता. त्याची त्यांना कल्पना नव्हती. कुणीतरी त्यांचा चोरपावलांनी पाठलाग करीत होते. त्या शत्रूला त्यांच्याशी समोरासमोर येऊन दोन हात करण्याचे धाडस होत नव्हते, म्हणून तो त्यांचा लपून-छपून

पाठलाग करीत होता. त्यांच्यावर अचानकपणे हल्ला करून, त्यांना ठार करण्याची संधी तो पाहत होता.

बिचारे संताजी घोरपडे! मृत्यू आपला पिच्छा पुरवीत असल्याची त्यांना गंधवार्ताही नव्हती; त्यामुळे ते गाफील होते. बेफिकीर होते.

ज्येष्ठ महिन्याचे दिवस होते ते. मृगाच्या जलधारांनी तप्त धरणी शांत झाली होती. ओढे-नाल्यांना पाणी आले होते. एके दिवशी संताजी भटकत भटकत एका ओढ्याच्या काठी आले ओढ्याच्या डोहात नितळ पाणी दिसताच त्यांना स्नान करून शीण घालविण्याची इच्छा झाली. आपले कपडे आणि हत्यारे ओढ्याच्या काठावर ठेवून ते स्नानासाठी पाण्यात उतरतात न उतरतात तोच त्यांचा गुप्त पाठलाग करणाऱ्या दगलबाज मारेकऱ्यांनी त्यांना गाठले. नागोजी माने यांची पत्नी राधाबाई यांची ती माणसे होती. राधाबाईचा एक भाऊ मारेकऱ्यांचा म्होरक्या होता. संताजी घोरपडे निःशस्त्र स्थितीत स्नान करीत असल्याचे पाहताच त्याने आपल्या माणसांना त्यांच्यावर हल्ला करण्याचा हुकूम केला. संताजी असाह्य होते, निःशस्त्र होते. त्यांची हत्यारे ओढ्याच्या काठावर अधोवदन होऊन त्यांच्याकडे करुण नजरेने पाहत होती. ज्या वीराने सहस्त्रावधी शत्रूला त्या शस्त्रांनी कंठस्नान घातले, ती शस्त्रे त्यांच्या हातापर्यंत पोहोचू शकली नाहीत.

हत्यारबंद मारेकऱ्यांसमोर प्रतिकार निरर्थक होता. संताजींनी निमूटपणे आपली मान राधाबाईच्या भावासमोर धरली. त्याने एकाच वाराने संताजीचे शिर धडावेगळे केले. ज्या डोळ्यांनी मराठ्यांचा पराभव आणि मराठ्यांचा विजय पाहिला, ते डोळे कायमचे मिटले गेले! ज्या शरीरावर वार करण्याचे धाडस शत्रूला क्वचितच झाले असते, त्या शरीराचे स्वजनांतील शेंदाड मारेकऱ्यांकडून दोन तुकडे झाले. संताजी घोरपडे यांचे अवतारकार्य संपले. मोगलांना जर्जर करून ते निघून गेले; परंतु त्यांच्या मारेकऱ्यांना त्यांच्या पराक्रमाची क्षिती नव्हती. आपल्या हातून घडलेल्या त्या अधर्माची शरम वाटण्याऐवजी राधाबाईच्या भावाला बक्षिसाचा लोभ झाला. संताजीचे शिर मोगल बादशहाला नजर केले तर आपल्या या दगलबाजीबद्दल तो आपणास मोठे बक्षीस देईल, असे वाटल्याने तो संताजीचे शिर तोबऱ्यात भरून ते घोड्याच्या जिनास बांधून माघारी परतला; परंतु वाटेत ते शिर तोबऱ्यातून निसटून खाली पडले.

इकडे संताजी घोरपडे व राजाराम महाराज यांचा बेबनाव होऊन संताजी स्वदेशी परतल्याची वार्ता झुल्फिकारखानास कळताच त्याने फिरोजजंगास संताजीच्या पाठलागावर जाण्याचा हुकूम धाडला होता. त्याने पाठलागास जाण्याचा बहाणा केला; परंतु संताजीची त्याला भीती वाटत असल्याने तो गुपचूप विजापूर भागात पळून गेला होता. विजापूरपासून नऊ कोसांवर असताना संताजीचा हनुमंतराव

निंबाळकरांकडून पराभव झाल्याची वार्ता त्याला गुप्तहेरांकडून कळली. आता त्या पळपुट्या सरदाराच्या अंगात वीरश्री संचारली. तो संताजीच्या पाठलागावर निघाला.

फिरोजजंगाचे सैन्य महादेव टेकड्यांत संताजीचा तपास करीत हिंडत असता, एके ठिकाणी त्यांना संताजीचे शिर असलेला तोबरा सापडला. त्यात संताजीचे शिर दिसताच त्यांना अल्लाचे दर्शन घडल्याचा आनंद झाला. फिरोजजंगाचा सरदार लुतफुल्लाखान हा त्या सैन्याचे नेतृत्व करीत होता. मोगल सैनिकांनी संताजीचे शिर त्याच्याकडे धाडून दिले. त्यालाही ते शिर पाहून हर्षवायूच झाला. खरोखर अल्लाची आपणावर मेहरनजरच झाली, असे त्याला वाटले आणि त्याने नगारे वाजवून आनंद साजरा करण्याचा हुकूम आपल्या सैनिकांना केला. आपला सर्वांत मोठा शत्रू ठार झाला म्हणून त्याने अल्लाचे आभार मानले. लुतफुल्लाने ते शिर नंतर औरंगजेबाकडे पाठविले. त्याने ते संताजीचे असल्याची शहानिशा करून घेतली व अल्लाचे आभार मानून ते दख्खनमधील प्रमुख शहरांतून फिरविण्याचे आज्ञापत्रक काढले.

ꣻ

२५

संताजी घोरपडे निधन पावले; एक पराक्रमी व्यक्तित्व अचाट कर्तृत्व गाजवून विद्युल्लतेप्रमाणे चमकून गेले. संताजी आणि धनाजी म्हणजे मराठ्यांच्या सामर्थ्याचे दोन बाहूच! त्या दोघांनी सतत पाच-सहा वर्षे मोगलांना सळो की पळो करून सोडले होते. त्यांच्याशी दोन हात करताना मोगलांची नुसती दमछाक झाली होती, त्रेधातिरपीट उडाली होती. आता संताजींच्या निधनामुळे मराठ्यांचे सामर्थ्य लुळे पडण्याच्या बेताला आले.

संताजींच्या निधनाच्या वार्तेने मोगलांना केवढा हर्ष झाला! ती वार्ता जाहीर होण्याचाच अवकाश, त्यांनी लगेच शहाजणी आणि नौबती वाजवून सर्वत्र आनंदोत्सव साजरा केला. असा आनंद त्यांना संभाजी महाराजांच्या मृत्यूच्या वेळी झाला होता. त्यांच्या पार्थिव देहाची त्यांनी त्या वेळी जशी दख्खनमधील अनेक शहरांतून मिरवणूक काढली, तद्वतच या वेळीही त्यांनी संताजी घोरपडे यांच्या शिराचे प्रदर्शन अनेक शहरांतून केले. तो सोहळा कित्यक दिवस चालू होता. ते हिडीस प्रदर्शन बादशहाच्या अनुयायांनी हर्षोन्मादाने पाहिले, तर मराठ्यांनी अश्रू ढाळले. संताजींसारख्या महान वीराची हत्या आपल्याच माणसांच्या हातून झाली म्हणून

संताजींच्या चाहत्यांचा सात्त्विक संताप झाला, तर बाकीच्यांनी शरमेने मान खाली घातली.

संताजी घोरपडे मरण पावल्याने मराठ्यांमध्ये दुही माजून त्यांचा प्रतिकार कोलमडून पडेल अशी औरंगजेबाची कल्पना होती; परंतु ती फोल ठरली. धनाजी जाधवांनी आणि इतर मराठा सरदारांनी प्रतिकाराची ज्योत प्रज्वलित ठेविली. ते तेवढ्यावरच थांबले नाहीत, तर त्यांनी लढाईचे क्षेत्र मध्यभारतापर्यंत व्यापक केले. संताजी घोरपडे यांची जागा घेण्यासाठी एक शूर सेनानी पुढे आला. त्याचे नाव नेमाजी शिंदे.

जिंजीच्या वेढ्यात नेमाजी शिंदे आणि नागोजी माने या दोघांनी अतुल पराक्रम गाजविला होता. त्यांनी मोगलांच्या फळीवर अविरत हल्ले चढवून मोगलांना दे माय धरणी ठाय करून सोडले होते. झुल्फिकारखानाने जिंजीचा वेढा उठविला त्याचे ते एक कारण होते. झुल्फिकारखानाशी तह केल्यावर नेमाजी शिंदे रागावून स्वदेशी निघून गेले होते. ते नंतर कर्नाटकात परतले नाहीत. त्यांनी मध्य भारतात आपल्या हालचाली सुरू केल्या.

बऱ्हाणपूरचा मोगल सुभेदार नजाबतखान याच्या ठाण्यावर प्रखर हल्ले चढवून नेमाजी शिंदे यांनी त्याची जबरदस्त हानी केली. नजाबतखान सतत तीन दिवसपर्यंत हत्तीवर बसून मराठ्यांशी लढला; परंतु मध्यभारतातील मोगल सरदार फिरोजजंग याच्याकडून त्याला कुमक आल्याने व त्यामुळे त्याला जोर चढल्याने नेमाजी शिंदे यांनी बऱ्हाणपूरहून माघार घेतली. नर्मदा ओलांडून माळव्यात शिरण्याचा त्यांचा बेत होता; परंतु फिरोजजंगने आपल्या पाठलागासाठी सैन्य पाठविण्याची तयारी केल्याचा सुगावा लागताच त्यांनी त्याला हुलकावणी दिली.

मराठ्यांनी मध्यभारतात धुमाकूळ सुरू केल्याच्या बातम्या औरंगजेबाला कळताच तो भयंकर संत्रस्त झाला. जिंजीचा पाडाव करण्यासाठी त्याने आपले अव्वल दर्जाचे सैन्य कर्नाटकात पाठविले होते; परंतु या सैन्याची जिंजीच्या किल्ल्यासमोर डाळ न शिजल्याने त्याला माघार घ्यावी लागली होती आणि आता मराठ्यांनी त्याच्या मध्यभारतातील ठाण्यावर प्रखर हल्ले सुरू केले होते. मराठ्यांचा हा उठाव कमी पडला म्हणून की काय निसर्गानेही त्याचा पिच्छा पुरविण्यास प्रारंभ केला होता. त्याच्या सैन्यात महामारीचा प्रादुर्भाव झाल्याने शेकडो माणसे मृत्युमुखी पडली होती. जनावरांना खावयास न मिळाल्याने तीही रोज शेकड्यांनी प्राणास मुकत होती. एखादी टोळधाड येऊन क्षणार्धात सर्व प्रदेश उजाड व्हावा तद्वत मोगल छावणीच्या आजूबाजूचा कित्येक कोसांचा मुलूख बनत होता. सैनिक सरपणासाठी झाडे तोडीत, तर जनावरे झाडाझुडपांचा आणि उभ्या पिकांचा फडशा पाडीत. त्यातच बेवारशी माणसांची प्रेते मूठमाती न दिल्याने छावणीच्या जवळपास पडून राहिल्याने

आणि त्यातच मेलेल्या जनावरांच्या सांगाड्यांची भर पडल्याने सर्वत्र दुर्गंधी पसरून राहिलेली असायची; त्यामुळे मोगल छावणीत वास्तव्य करणाऱ्या परकी लोकांना ही जागा म्हणजे नरक वाटायचा.

परंतु औरंगजेबाला त्याची क्षिती नव्हती. माणसांच्या आणि जनावरांच्या मृत्यूने त्याचे पत्थरासारखे अंतःकरण यत्किंचितही द्रवले नव्हते. तो आपल्या साम्राज्यातून नवीन माणसे आणि जनावरे मागवीत होता. पैशाचा ओघ तर त्याच्याकडे नदीच्या प्रवाहाप्रमाणे वाहत होता. आपल्या सुभेदारांना तो माणसे, जनावरे आणि पैसा पाठविण्यासाठी खलिते पाठवून सारखा तगादा लावायचा; त्यामुळे त्याचे सुभेदार भयंकर हैराण होऊन गेले होते. अशाच स्थितीत कुणाच्या ध्यानीमनी नसताना त्याच्या छावणीत एक महान अनर्थ घडला. एके दिवशी वरच्या प्रदेशात भयंकर पर्जन्यवृष्टी झाल्याने त्या रात्री भीमा नदीस अचानकपणे पूर आला. त्याने इतके रौद्र स्वरूप धारण केले की, बादशहाच्या छावणीतील लोकांच्या छातीत पुरतीच धडकी भरली. तो महापूर पाहून छावणीतील एक कवी उद्गारला : 'पायात शृंखला आणि ओठावर हात असलेल्या एखाद्या वेड्याप्रमाणे भीमा नदी वाहत आहे.'

पुराचे पाणी हरघडी वाढत होते. त्याचा वेग इतका बेफाम होता की, ते आपल्याबरोबर सापडेल ते घेऊन जात होते. त्या लोंढ्याने अनेक खेडी उद्ध्वस्त केली, घरांना धडक दिली आणि जीव बचावण्यासाठी छपरावर चढलेली माणसे वाहून गेली. कुत्री, मांजरे, ससे, उंदीर हे परस्परांशी वैरभावाने वागणारे प्राणी मृत्यूशी झुंज देत असताना आपले वैर विसरून गेले. जीव बचावणे यापलीकडे त्यांना अन्य काही सुचले नव्हते.

बादशहाची छावणी म्हणजे एक मोठे शहरच. बादहशाचे सरदार - उमराव हे जरी मोहिमेवर असले, तरी त्यांची बायका-मुले छावणीत मागे राहत असल्याने त्यांच्यासाठी त्यांनी आलिशान हवेल्या बांधल्या होत्या; परंतु आपल्या इच्छेविरुद्ध आपल्या काठी वास्तव्य करून राहिलेल्या मोगल बादशहाचे व त्याच्या उमरावांचे वैभव भीमेला बघवले नाही. आपल्या तुफानी लोंढ्याबरोबर तिने हे सर्व वैभव वाहून नेले आणि सुक्याबरोबर ओलेही जळते त्याप्रमाणे तिच्या या क्रोधाला रावांबरोबरच रंकही बळी पडले. व्यापाऱ्यांनी जीवनोपयोगी सामान व लाकूडफाटा जमवून ठेवला होता, तो सर्व वाहून गेला. श्रीमंत माणसे नावांतून कशीबशी सुरक्षित स्थळी निघून गेली; परंतु गरीब लोक आणि भारवाहक जनावरे वाहून गेली. त्यांचा प्राणांतिक आक्रोश ऐकून कुणाच्याही अंतःकरणाला पाझर फुटला नाही. प्रत्येकजण स्वतःचा जीव बचावण्याच्या धडपडीत होता.

बादशहाचा वजीर आसदखान हा छावणीत होता;. परंतु त्याने गोरगरिबांना वाचविण्यासाठी व आपद्ग्रस्तांना मदत करण्यासाठी काहीही केले नाही. औरंगजेबालाही

या लोकांचे सोयरसुतक नव्हते. गेल्या पंधरा-वीस वर्षांपासून तो दख्खनच्या मोहिमेवर होता. या प्रदीर्घ कालावधीत लक्षावधी माणसे व जनावरे मरण पावली होती, अब्जावधी रुपयांचा चुराडा झाला होता. लष्कराच्या उपद्रवामुळे सबंध दख्खन बेचिराख झाले होते. माणसे व जनावरे यांच्या सांगाड्यांपलीकडे अनेक कोसांच्या उजाड प्रदेशात अन्य काही दृष्टोत्पत्तीस येत नव्हते; परंतु ही अगणित भौतिक हानी पाहून बादशहाचे मन कधीही हळहळले नव्हते, कारण ते प्रदीर्घ युद्ध तो स्वतःच्या प्रतिष्ठेसाठी लढत असल्याने त्याला जनावरांच्या व माणसांच्या मृत्यूची क्षिती न वाटणे स्वाभाविक होते. भीमेच्या पुराने त्याच्या छावणीची दुर्दशा झाली. लोक सर्वस्वाला मुकले; परंतु औरंगजेबाने त्या दुर्दैवी लोकांचे सांत्वन करण्यासाठी तोंडदेखील उघडले नाही; उलट पूर ओसरल्यावर छावणीतील माणसे आपल्या माणसांचा आणि सामानाचा शोध करीत असता औरंगजेबाने जणू काही घडलेच नाही अशा आविर्भावात आपल्या वजिरास बोलावणे पाठविले. वजीर आपल्या जनानखान्याची व्यवस्था लावण्यात गुंतला होता, तोच त्याला बादशहाचा निरोप आला. तो पळतच बादशहाच्या भेटीस गेला.

पाऊस अद्याप ओसरलेला नव्हता; पण बादशहाने त्याची पर्वा न करता आपला तंबू ओल्या जमिनीतच ताणला होता. तंबूची कनात आणि इतर सामानही भिजलेले होते, तरीही बादशहाने आपला दरबार भरविला होता. दरबारासाठी जमलेले अमीर-उमराव, सरदार-मानकरी आणि इतर लोक हीनदीन दिसत होते. त्यांचे चेहरे भकास आणि उदास वाटत होते. जो तो आपल्याच विवंचनेत मग्न होता. कुणालाही दरबाराचे पडप राहिले नव्हते; पण औरंगजेबाची चर्या नेहमीप्रमाणे निर्विकार होती. जणू काही त्याने आपल्या तोंडावर अचेतन लाकडी मुखवटा धारण केला होता, असा मुखवटा की, त्याची एकही रेषा हालचाल करू शकत नव्हती. औरंगजेब आसदखानास धीरगंभीर आवाजात म्हणाला,

"चंदीला वेढा घालून आज पाच-सहा वर्षे होत आली; पण अजून चंदी सर होत नाही आणि राजारामही कैद होत नाही. तुमच्या मुलाने मराठ्यांची राजधानी रायगड घेतेवेळी जो उत्साह आणि आवेश दाखविला तो कुठे गेला बरं वजीरसाब?"

आसदखानाने प्रत्युत्तर केले नाही. जिंजी सर होत नव्हती आणि राजाराम महाराज हातास लागत नव्हते ही वस्तुस्थिती होती. तरीही आसदखानाने आपल्या मुलाच्या अडचणीची कथा बादशहास विदित केली. तो म्हणाला, "कर्नाटकातील संस्थानिक आणि वागीनखेड्याचे बेरड मराठ्यांच्या झेंड्याखाली गोळा झाले आहेत. त्यातच मराठी फौजांचे गनिमी हल्लेही आपल्या फौजांना सतावीत आहेत." ते ऐकताच बादशहा म्हणाला,

"तुमच्या या अडचणी मी कित्येक दिवसांपासून ऐकतो आहे. कर्नाटकातील

संस्थानिकांची एकी फोडण्यात झुल्फिकारखान यशस्वी झाला आहे. त्याने तंजावरच्या राजास शरणागती पत्करावयास भाग पाडून त्याच्याकडून मोठी युद्धखंडणी घेतली आहे, हे तुम्हाला माहीत आहे ना आसदखान?''

''होय जहापन्हा.'' आपल्या मुलाच्या पराक्रमाचे बादशहाच्या तोंडचे वर्णन ऐकून आसदखान लगबगीने म्हणाला.

''चंदावरच्या राजास झुल्फिकारखान वठणीवर आणू शकतो. फितुरीचा आरोप करून तो यचप्पा नायकासारख्या पराक्रमी संस्थानिकाचा शिरच्छेद करू शकतो. मग मराठ्यांचा बंदोबस्त करणे त्याला का अवघड जावे?'' औरंगजेब आसदखानाच्या नजरेला नजर भिडवीत शांतपणे म्हणाला. ती बर्फासारखी थंड पण भेदक नजर माणसाचे मन गारठून टाकणारी होती. आसदखान त्या नजरेने पार थिजून गेला. त्याच्या तोंडून शब्दही फुटेना.

''मराठ्यांचे किल्ले घेताना माझ्या विजयी सैन्याने जी तडफ दाखविली ती तडफ कर्नाटकात का दिसून येत नाही, वजीरसाब?'' औरंगजेबाने पृच्छा केली.

''जहांपन्हा, कसूर माफ असावी. आपण पाठविलेला खजिना माझ्या मुलाच्या हाती पडला असल्याचे त्याने कळविले आहे. मुशाहिरा थकल्याने सैन्य लढण्यास नाखूश होते. आता मुशाहिरा मिळाल्याने त्याला लढण्यास हुरूप येईल. आपण पाठविलेली सैन्याची कुमकही त्याला मिळाली आहे.'' आसदखान अजिजीच्या स्वरात म्हणाला; पण आसदखानाचे भाषण ऐकून औरंगजेबाचे मुळीच समाधान झाले नाही. काही वेळाने तो म्हणाला,

''मुशाहिरा थकल्याने सैन्य लढण्यास नाखूश होते, ही सबब पटण्याजोगी नाही. सैन्याचा रोजमुरा यापूर्वीही कित्येक वेळा थकलेला आहे. त्या वेळी सैन्याने बंडखोरी केलेली नाही; पण या वेळी ती केली याचं कारण वेगळं असावं असा मला संशय येतो. कुठेतरी पाणी मुरते आहे.'' बादशहा आपल्या थंड आणि भेदक नजरेने आसदखानाच्या हृदयाचा ठाव घेत म्हणाला,

''जहांपन्हा, रोजमुरा थकल्याने सैन्य लढण्यास नाखूश होते हे जरी एक कारण असले, तरी आज कित्येक वर्षे सैन्य सारखे लढत असल्याने त्याच्या नैतिक धैर्यावर परिणाम झाला आहे. आपल्या सैन्यात भरती झालेले कित्येक तरुण अधिकारी आणि सैनिक आज म्हातारे झाले आहेत. माझेच उदाहरण घ्या ना. मी आज जख्ख म्हातारा झालो आहे. माझ्या अंगात लढण्याचे त्राण उरलेले नाही. माझी गात्रे शिथिल झाली आहेत, त्यांना विश्रांती हवी आहे. माझ्या मनाला उत्तरेचा वेध लागला आहे. माझ्या वाडवडिलांनी जेथे देह ठेवला, तेथे ते धाव घेत आहे. या परक्या भूमीत माझ्या पार्थिव देहाला मूठमाती मिळू नये असे मला वाटते. आपल्यावरून जग ओळखावे अशी म्हण आहे. माझ्या हाताखालच्या कित्येक

अधिकाऱ्यांचीदेखील माझ्यासारखीच स्थिती झाली आहे. आयुष्याच्या ऐन उमेदीत ही माणसे दक्षिणेत आली. त्यांना मुलं-बाळं झाली, नातवंडं झाली पण आपल्या जन्मभूमीचं त्यांना अद्याप दर्शन घडलेलं नाही. कित्येकांनी तर या काफरांच्या भूमीत देह ठेवला. जे जिवंत आहेत, त्यांना लढण्यात उत्साह वाटत नाही. जी स्थिती अधिकाऱ्यांची तीच स्थिती सामान्य सैनिकांचीही आहे–''

''नाही. तुमचा युक्तिवाद पटण्याजोगा नाही.'' औरंगजेब म्हणाला, ''माझ्या सैन्याचा लढण्याचा उत्साह अद्याप मावळलेला नाही. हे सैन्य जिंजीच्या किल्ल्यासमोर माघार घेते आहे त्याची कारणे वेगळी आहेत, वजीरसाहब.''

''ती कोणती जहांपन्हा?'' आसदखानाने उत्कंठित मनाने विचारले.

''ती कारणे तुमच्या मनालाच विचारा आसदखान. तुमची सबंध उमर खुदाच्या सेवेत गेली आहे. माझे साम्राज्य हे खुदाचे साम्राज्य आहे असे मी मानीत असल्याने, तुम्ही माझे सेवक आहात असे न मानता तुम्ही खुदाचे सेवक आहात असे मी मानतो. म्हणून तुमची ही प्रदीर्घ सेवा लक्षात घेऊन तुमच्यावर मी उघड आरोप करीत नाही.''

''मी खुदाचा आणि पर्यायाने आपला दीर्घकालचा निष्ठावंत सेवक आहे, असं जर आपण मानत असाल, तर माझ्या हातून कोणत्या स्वरूपाचा अपराध घडला ते मला जाणून घ्यायचे आहे खाविंद.'' ते ऐकताच औरंगजेबाचा चेहरा एकदम गंभीर झाला. त्याला एकदम क्रोधाचा झटका आला. खदिरांगार डोळ्यांनी आसदखानाकडे पाहत तो म्हणाला,

''खुदाचा आदेश झाला म्हणून मी गोवळकोंडा आणि विजापूर घेऊन या दोन्ही शाह्या माझ्या साम्राज्यास जोडल्या; परंतु मी म्हातारा झालो असे समजून माझ्या मृत्यूनंतर या दोन्ही शाह्यांची एक स्वतंत्र शाही स्थापन करण्याचे मनसुबे माझे काही वरिष्ठ उमराव मराठ्यांच्या सल्लामसलतीने रचत असल्याची बातमी माझ्या कानी आली आहे. जिंजी पडत नाही त्याचे कारण हे आहे.''

तो गौप्यस्फोट होताच सारा दरबार थरारला. त्या कटातील सूत्रधारांचा जरी औरंगजेबाने नामोल्लेख केला नसला, तरी ते कोण आहेत ते जाणून घेण्यास औरंगजेबाच्या सरदार - उमरावांना डोके खाजवावे लागले नाही. वजीर आसदखान आणि त्यांचा मुलगा झुल्फिकारखान हेच ते दोघे आहेत हे त्यांनी ताडले.

तो आरोप ऐकून म्हातारा आसदखान पुरता सर्द झाला. त्याचे डोके इतके सुन्न होऊन गेले की, त्याच्या तोंडून शब्दही बाहेर पडला नाही. एखाद्या आघाताने मूर्च्छा यावी, तद्वत त्याची स्थिती झाली होती; पण काही वेळाने तो भानावर आला. दरबारातील अमीर-उमरावांच्या कुतूहलजनक आणि विरोधी नजरा आपणावर खिळल्या आहेत, हे त्याने पाहिले. बादशहाने त्याचे जरी नाव घेतले नसले, तरी त्याचा रोख

आपणावरच आहे, हे त्याला उमजले होते. इतकी वर्षे इमानेइतबारे सेवा करून आयुष्याच्या संध्याकाळी एक पाय कबरस्तानात असता बादशहाने आपणावर राजद्रोहाचा आरोप करावा, हे पाहून म्हाताऱ्या आसदखानाचे अंतःकरण शतशः विदीर्ण झाले. तो बराच वेळ शून्यात पाहत राहिला. सारा दरबारही तटस्थ होता. एखाद्या उमरावाच्या कपड्याची सळसळ ऐकू यावी एवढी गाढ शांतता दरबारात पसरली होती. बादशहाने आसदखानावर केलेला राजद्रोहाचा आरोप ऐकून सगळ्याच उमरावांना आणि सरदार-मानकऱ्यांना धक्का बसला होता. त्या स्मशानवत शांततेचा भंग करीत आसदखान म्हणाला,

"खाविंद, आपण केलेला राजद्रोहाचा आरोप गंभीर स्वरूपाचा आहे, यात तिळमात्रही संदेह नाही. आपल्या पोशिंद्या बादशहाचे साम्राज्य बुडवून नवीन राज्य स्थापन करण्याच्या कारवाया जे कुणी उमराव करीत असतील, त्यांना न्यायासनासमोर खेचून त्यांच्या गुन्ह्याची चौकशी जरूर झाली पाहिजे. जहांपन्हा, आपण या लोकांना त्वरेने शासन करावे अशी आपल्या तख्ताचा एक नम्र पाईक या नात्याने माझी आपणाला प्रार्थना आहे–"

"गुन्हेगारांना शासन जरूर होईल; पण त्यांच्या कारवायांचा पुरावा अद्याप हाती आलेला नाही. तो पुरावा सापडला की, गुन्हेगारांची गय केली जाणार नाही." औरंगजेब आसदखानाकडे आपल्या नेहमीच्या थंड पण धारदार नजरेनं पाहत उद्‌गारला.

ते ऐकताच आसदखानाच्या उसन्या अवसानास जोर चढला. बादशहाला अजून पुरावा मिळाला नसल्याचे ऐकून तो निश्‍चिंत झाला. तो आवाज चढवून म्हणाला,

"खाविंद, अशा बाजारगप्पांवर आपण विश्‍वास ठेवणे हे आपल्या सेवकांच्या नैतिक धैर्याच्या दृष्टीनं इष्ट नाही. काही मत्सरी सेवक आपल्या विश्‍वासातील सेवकांविषयी आपल्या मनात अविश्‍वास निर्माण व्हावा म्हणून अशा कंड्या उठवीत असतात–"

"ते मला माहीत आहे आसदखान; पण माझे काही विश्‍वासू सरदार माझ्याविरुद्ध कारस्थान करीत असल्याची जी बातमी माझ्या कानी आली आहे ती खोटी नाही, हे माझी मनोदेवता मला सांगते आहे. माझ्या या सरदारांच्या कारवायांचा सबळ पुरावा माझ्या हाती लागत नाही त्याचे कारण असे की, ते सरदार बलाढ्य असल्याकारणाने त्यांच्याविरुद्ध ग्वाही देण्यास कुणी पुढे येत नाहीत; पण मला तो पुरावा सापडल्यावाचून राहणार नाही, याची मला खात्री आहे."

"खाविंद, आपणाविरुद्ध कारस्थान रचणाऱ्या स्वामिद्रोही सरदारांना आपण शासन जरूर करावे; पण वड्याचे तेल वांग्यावर काढू नये. जिंजीच्या किल्ल्यातून मराठा गनिमाचे उच्चाटन होत नाही त्याचा संबंध आपणाविरुद्धच्या कारस्थानाशी

अजिबात नाही.''

"तर मग जिंजीचा किल्ला का सर होत नाही, आसदखान?''

"जिंजीचा किल्ला सर झाल्यावाचून राहत नाही, जहांपन्हा. थोडा कालावधी लागेल; पण यश निश्चित आहे. आपण आणखी थोडे दिवस धीर धरावा–''

"पण किती दिवस?'' औरंगजेबाने उत्कंठेने प्रश्न केला.

"जिंजीचा किल्ला ठरावीक मुदतीत पडेल, असे मी छातीठोकपणे सांगू शकत नाही. कोणताही लष्करी अधिकारी आपणास ठरलेल्या मुदतीत जय मिळेल असे सांगणार नाही; परंतु जिंजीचा किल्ला लवकरात लवकर सर करण्याची मी कोशिश करीन–''

आसदखानाचे आश्वासन ऐकून औरंगजेबाने सुटकेचा श्वास सोडला. ज्या अर्थी जिंजीचा किल्ला लवकरात लवकर सर करण्याची कोशीस आपण करू असे आसदखान सांगत होता, त्या अर्थी त्याने किल्ला घेण्याचा प्रयत्न गंभीरपणे चालविला असावा हे औरंगजेबाने ताडले. तो म्हणाला,

"जिंजीचा किल्ला जर लवकर पडला, तर माझ्या कानी आलेल्या माझ्या सरदारांच्या कारवायांची चौकशी करण्याचा हुकूम मी लांबणीवर टाकीन.'' आणि इतके सांगून दरबार बरखास्त करून तो अंतःपुरात निघून गेला.

गोवळकोंडा व विजापूर या दोन्ही शाह्यांचे एक स्वतंत्र राज्य मराठ्यांच्या मदतीने स्थापन करण्याच्या कारवाया आपले काही मोठे सरदार करीत असल्याचा जो दंभस्फोट औरंगजेबाने भर दरबारात केला, तो निराधार नव्हता. हा उद्योग झुल्फिकारखानाने आपला बाप आसदखान याला विश्वासात घेऊन आरंभिला होता. अर्थात हे कारस्थान अत्यंत शिताफीने चालविण्यात येत होते; परंतु औरंगजेबाचे गुप्तहेर खाते अत्यंत जागरूक असल्याने त्याला या कटाचा सुगावा लागला होता; पण औरंगजेब हा असा बादशहा होता की, कुठल्याही गुन्हेगाराला तो मुद्देमालासह पुरावा सापडल्यावाचून शिक्षा करीत नसे. दुसरी गोष्ट अशी की, कटवाले मातब्बर असल्याने त्यांच्या वाटेला गेल्यास आपले लष्करी सामर्थ्य कमकुवत होऊन मराठ्यांचे फावेल अशी त्याला भीती वाटत होती.

दरबार आटोपल्यावर आसदखान अस्वस्थ मनःस्थितीतच घरी परतला. बादशहाने भर दरबारात त्याला उद्देशून ज्या कारभाराचा स्फोट केला होता; त्यामुळे तो बेचैन होणे स्वाभाविक होते. जिंजीचा किल्ला आपल्या मुलाने लवकर घेतला नाही, तर ती कामगिरी बादशहा आणखी कुणा सरदाराकडे सुपूर्द करील अथवा स्वतःच त्या कामगिरीवर जाईल हे आता स्पष्ट झाले होते आणि तसे जर घडले, तर आपले आणि आपला मुलगा झुल्फिकारखान या दोघांचे दरबारातील वजन नष्ट होईल अशी आसदखानास भीती वाटू लागली होती. त्या बेचैन मनःस्थितीतच त्याने झुल्फिकारखानास

पत्र लिहिले. जिंजीचा किल्ला लवकरात लवकर घ्यावा अशी आज्ञा त्याने झुल्फिकारखानास केली.

बादशहा मरण पावला की, राजाराम महाराज व कर्नाटकातील पाळेगार यांच्या मदतीने गोवळकोंडा व विजापूर या दोन्ही शाह्यांची एक स्वतंत्र शाही स्थापन करून आपण या राज्याचा सुलतान बनण्याच्या सुखस्वप्नात झुल्फिकारखान दंग होता. त्याने जिंजी घेण्याच्या कामी जी दिरंगाई चालविली होती त्याचे कारण हे होते; परंतु आपले कारस्थान बादशहास कळले असून तो भयंकर संतप्त झाला आहे, हे जेव्हा त्याला कळले, तेव्हा बादशहाची आपणावर अवकृपा होऊन आपली कुठेतरी कमी महत्त्वाच्या ठिकाणी बदली होईल अशी त्याला भीती वाटल्याने त्याने जिंजीचा किल्ला घेण्याचा बेत केला. त्याने आपल्या हस्तकांमार्फत राजाराम महाराजांना कळविले की, माझ्या वडिलांकडून मला जिंजी घेण्याचा व तुम्हास कैद करण्याचा हुकूम आला आहे, तरी तुम्ही पुढच्या तयारीला लागा.

इकडे राजाराम महाराजांनाही आठ वर्षे कर्नाटकात राहून कंटाळा आला होता. त्यांना देशाला जाण्याचे वेध लागले होते. जिंजीमध्ये त्यांना अनेक अडचणींना तोंड द्यावे लागत होते. त्यातील प्रमुख अडचण ही द्रव्याची होती. झुल्फिकारखानाचा निरोप मिळताच त्यांनी पुढचा निर्णय घेण्यासाठी आपल्या राजमंडळाची सभा बोलाविली. ते म्हणाले की, झुल्फिकारखानाने जिंजीचा किल्ला घेण्याचे काम आजपर्यंत दिरंगाईवर टाकले ते आपला हेतू साध्य करण्याकरिता, हे जरी खरे असले तरी आपणालाही थोडी उसंत मिळावी ही त्याची त्या दिरंगाईमागील इच्छा होती; परंतु आता त्याला किल्ला घेण्याचा बादशहाकडून हुकूम आला असल्याने यापुढे त्याला त्या बाबतीत चालढकल करता येणार नाही; खान किल्ला घेणार हे निश्चित! आपण त्याला कितीही प्रतिकार केला, तरी बादशहाच्या हुकुमान्वये तो प्रसंगी रक्ताचे पाट वाहवूनही किल्ला घेतल्यावाचून राहणार नाही. आपणापाशी सैन्य आहे; परंतु दारूगोळा आणि अन्नसामग्री भरपूर नाही; त्यामुळे किल्ल्यातील अन्नाची बेगमी व दारूगोळा संपल्यावर पुढे काय करायचे हा प्रश्न आहे. म्हणून आमचे असे म्हणणे आहे की, खानाशी तहाच्या वाटाघाटी सुरू कराव्यात; पण त्यासाठी कुणीतरी ओलीस म्हणून खानाकडे पाठविणे अगत्याचे आहे. ओलीस पाठविल्याखेरीज आमच्या तहाच्या वाटाघाटीमागील प्रामाणिकपणा खानास आणि बादशहास पटणार नाही.

राजाराम महाराजांचा तहाचा प्रस्ताव त्यांच्या मंत्र्यांना आणि सरदारांना मान्य झाला; पण खानाकडे ओलीस कुणास पाठवावे त्याबद्दल एकमत होईना. प्रत्येकजण ओलीस राहण्यास नाखूश होता. ते पाहून राजाराम महाराज म्हणाले की, तुम्ही कोणी ओलीस राहण्यास तयार नसल्यास मी माझा पुत्र राजा कर्ण याला पाठवितो.

राजमंडळाने त्याला मान्यता दर्शविली. राजा कर्णाबरोबर गिरजोजी यादव, बाबाजी प्रभू हे दोघे जाण्यास तयार झाले.

झुल्फिकारखानाचा रजपूत सरदार रामसिंग हाडा याच्यामार्फत तहाच्या वाटाघाटी सुरू झाल्या. वास्तविक खान तहाच्या वाटाघाटीस तयार नव्हता; परंतु रामसिंग हाडांनी गळ घातल्यावर तो वाटाघाटीस तयार झाला. ठरल्याप्रमाणे राजा कर्ण व त्याचा परिवार झुल्फिकारखानाकडे जाण्याकरिता जिंजीच्या किल्ल्यातून बाहेर पडला.

राजा कर्ण हा जरी राजाराम महाराजांचा अनौरस पुत्र असला, तरी त्याच्यावर त्यांचे अपरंपार प्रेम होते. तो त्या वेळी अवघा सहा वर्षांचा होता खरा; परंतु अत्यंत देखणा आणि हुशार होता. अलीकडे महाराणी ताराबाई व त्यांच्या दोघी सवती यांचे जिंजीस आगमन झाल्यापासून राजाराम महाराजांचा व त्यांची नाटकशाळा सगुणाबाई यांचा विशेष एकान्तवास घडत नव्हता. राजाराम महाराजांच्या हालचालींकडे व त्यांच्या आरोग्याकडे ताराराणींचे बारकाईने लक्ष होते. त्या त्यांना फार जपत असत; त्यामुळे त्यांची नजर चुकवून सगुणाबाईच्या महालात जाणे राजाराम महाराजांना फार कठीण जाई. त्याचा परिणाम व्हायचा तोच झाला होता. नाटकशाळांच्या नशिबी जी मानहानी आणि उपेक्षा होती, ती सगुणाबाईंच्या वाट्याला आली होती. ते दुःख ती तिच्या वर्गातील स्त्रियांप्रमाणे मन घट्ट करून सहन करीत होती. राजा कर्ण हाच तिचा आता विरंगुळा होता. त्याच्यासाठीच तिला आता जगणे क्रमप्राप्त होते, कारण राजाराम महाराजांनी त्याला युवराजपद दिल्याचे जाहीर केले असल्याने त्यांच्या मागे तो राज्यावर येईल आणि आपले भाग्य उजळेल, पतिता म्हणून आपण जी मानहानी सहन केली, ती नाहीशी होऊन राजमाता या नात्याने आपणाला समाजात उजळ माथ्याने फिरता येईल, अशी सुखस्वप्ने ती मनात रंगवीत होती; पण तिला जेव्हा कळले की, राजा कर्णास झुल्फिकारखानाकडे ओलीस पाठविण्याचा बेत राजाराम महाराजांनी केला आहे, तेव्हा तिचा जीव ती बातमी ऐकून भयंकर कासावीस झाला! जणू आपले पंचप्राणच कुणीतरी हिरावून नेत आहे असे तिला वाटले. राजाराम महाराजांच्या पायावर उडी घ्यावी आणि त्यांना त्या निर्णयापासून परावृत्त करावं असं तिच्या मनात आलं; पण आता राजाराम महाराज तिला दुर्लभ झाले होते. ते तिला भेटू शकत नव्हते आणि पुन्हा एकदा तिला पतितेचे दुःख सहन करावे लागले. तिच्या पोटी जन्मास आलेल्या मुलावर तिचा काडीचाही हक्क नव्हता. ती नुसती वारयोषिता होती. आपल्या मालकाची शय्यासोबतीण यापलीकडे तिला राजवाड्यात अन्य स्थान नव्हते आणि राजपुत्राला साजेसा पोशाख केलेला, हिरेजडित अलंकारांनी विनटलेला राजबिंडा कर्ण आपल्या आईला निरोप देण्यासाठी तिच्या महालात आला, तेव्हा सगुणाबाईने त्याला अधाशीपणे पोटाशी धरले आणि

त्याच्यावर अश्रूंचा अभिषेक केला. 'माझ्या एकुलत्या एक मुलाची माझ्यापासून ताटातूट करू नका, त्याला शत्रूच्या छावणीत पाठविले तर तो मला पारखा होईल आणि तो परत आला नाही, तर मी जिवंत राहू शकणार नाही.' असं राजा कर्णाबरोबर तिच्या महालात आलेल्या सेवकांना प्राण कंठात आणून सांगावं असं सगुणाबाईला वाटलं. ते शब्द तिच्या ओठांपर्यंत आले; पण ते तोंडाबाहेर पडले नाहीत. अखेर निघण्याची वेळ झाल्यावर बालराजा कर्ण आपल्या आईस म्हणाला, "मातुश्री, आम्ही येतो. तुम्ही आनंदाने राहा."

ते शब्द कानी पडताच सगुणाबाईच्या दाबून ठेवलेल्या भावनांचा बंधारा एकदम फुटला आणि ती हमसाहमसी रडू लागली. तिच्या तोंडून शब्दही बाहेर पडला नाही. तिने कानशिलांवर बोटे मोडून इडा पिडा टळो आणि माझा राजा परत येवो, असं म्हणून राजा कर्णास निरोप दिला.

राजा कर्णास झुल्फिकारखानाच्या छावणीत वांदिवाशला पाठविताना राजाराम महाराजांचं मनही कमी कळवळलं नाही; परंतु त्यांनी आपला विरह दाबून टाकला.

राजा कर्णाच्या परिवारात गिरजोजी यादव आणि बाबाजी प्रभू या दोघांखेरीज आणखी बरीच माणसे होती. रजपूत सरदार रामसिंग हाडा त्यांच्या स्वागतासाठी झुल्फिकारखानाच्या छावणीच्या प्रवेशद्वारावर उभा होता. त्याने राजा कर्णाचं राजपुत्राला साजेसं स्वागत केलं व त्याला झुल्फिकारखानाकडे नेलं. त्यानं सगळ्यांना ठेवून घेतलं व आपल्या छावणीतच त्यांच्या राहण्याची व्यवस्था केली; परंतु तहाच्या अटी सादर करण्याचा अधिकार त्याला नव्हता. त्या अटी औरंगजेबाने सुनवावयाच्या होत्या. म्हणून त्याने त्याला विनंतीपत्र पाठविले की, राजारामाने आपला पुत्र राजा कर्ण याला माझ्याकडे ओलीस पाठविले आहे, तरी तहाच्या अटी कळवाव्या.

ते पत्र हाती पडताच औरंगजेब एकदम क्रुद्ध झाला. झुल्फिकारखान राजा कर्णास ओलीस ठेवून जिंजीचा किल्ला ताब्यात घेण्यात पुन्हा दिरंगाई करीत आहे, असा त्याला संशय आला. त्याने झुल्फिकारखानास त्वरित खलिता धाडला की, आता तहाच्या वाटाघाटी बंद करा व किल्ला काबीज करून राजारामास कैद करा.

बादशहाच्या खलित्यामुळे तहाच्या वाटाघाटीचा दरवाजा कायमचाच बंद झाला. खानास बादशहाच्या हुकुमाप्रमाणे वागण्याशिवाय गत्यंतर नव्हते. त्याने राजा कर्णास व त्याच्या परिवारातील माणसांस राजाराम महाराजांकडे परत पाठवून दिले. त्याने त्यांस कळविले की, तुम्ही किल्ला आमच्या ताब्यात देऊन आम्हास शरण येणे हा एकच पर्याय आता तुमच्यासमोर शिल्लक आहे. झुल्फिकारखानाचा खलिता वाचून राजाराम महाराज एकदम गर्भगळित झाले. आपला शक्तिपात होत असल्याचा त्यांना भास झाला. त्या भयंकर संकटातून कसं बाहेर पडावं ते त्यांना कळेना. खानाने त्यांना शरण येण्याचा निर्वाणीचा खलिता धाडला होता. ते संकट

त्यांच्या डोक्यावर गेली सात-आठ वर्षे लटकत होते. त्याला हुलकावण्या देत त्यांनी आत्तापर्यंत आपलं आणि आपल्या बायका-मुलांचं रक्षण केलं होतं. राज्य आणि सरकार अस्तित्वात ठेवलं होतं. त्यांनी त्या परिस्थितीचा विचार करण्यासाठी आपल्या राजमंडळाची बैठक बोलाविली.

राजमंडळाचे सदस्य म्हणाले की, महाराजांनी बादशहास शरण जाणं म्हणजे आमच्या त्यागावर पाणी पडण्यासारखं आहे. आपण किल्ल्यातून बाहेर पडून स्वदेशी निघून जाऊ या. तिकडे आपली परिस्थिती सुधारली आहे. रामचंद्रपंत, शंकराजी नारायण, परशुराम त्र्यंबक, धनाजी जाधव, मानाजी शिंदे वगैरे मुत्सद्दी आणि सरदार शत्रूशी निकराने मुकाबला करीत आहेत. महाराजांनी जर शरणागती पत्करली तर त्यांचा प्रतिकार थंडावेल, मग तेही शरणागती पत्करतील आणि मग थोरल्या महाराजांनी निर्माण केलेले हे हिंदवी स्वराज्य रसातळास जाऊन दख्खनमध्ये फिरून म्लेंच्छांचे राज्य येईल. तदनंतर आपले व आपल्या पवित्र धर्माचे आणि देव-दैवतांचे काय होईल ते सांगणे कठीण आहे. म्हणून आपण कशाही रीतीने जिंजीहून स्वदेशी गेलं पाहिजे. महाराजांचे जर तिकडे सुरक्षितपणे आगमन झाले, तर तिथल्या सैन्याचे धैर्य दुणावेल व सरदारांना शत्रूशी लढण्यास हुरूप येईल. चंदीचा प्रश्न महत्त्वाचा नाही. चंदी सोडली, तर ती पुन्हा घेता येईल. यापूर्वी ती आपण घेतली आहे. गेलेली धनदौलतही परत मिळविता येईल; पण आपण शत्रूला शरण गेलो, तर मात्र आपली मुक्तता होण्याची आशा नाही. राजमंडळाचा सल्ला राजाराम महाराजांना पटला. किल्ल्यातून निसटणे कठीण नव्हते; पण बायका-मुलांना कसे बाहेर काढावे हा प्रश्न होता. ताराराणी लेकुरवाळ्या होत्या, तर राजसबाई गरोदर होत्या. त्यांना धकाधकीचा प्रवास मानवण्यासारखा नव्हता.

राजाराम महाराज, त्यांचे राजमंडळ व सरदार यांच्यामध्ये जिंजीतून कसे बाहेर पडावे, तत्संबंधाने सल्लामसलत चालू असताच झुल्फिकारखानाने जिंजीचा वेढा बादशहाच्या आज्ञेवरून कडक करण्यास प्रारंभ केला. किल्ल्याच्या उत्तर दरवाजाकडून सिंघवरम् बाजूचे महत्त्वाचे ठाणे त्याने आपल्या हाती घेतले. आपला विश्वासू सरदार रामसिंग हाडा याला त्याने शैतान दरीच्या बाजूचे ठाणे सांभाळवयास सांगितले, तर दाऊदखान पण्णी या दुसऱ्या विश्वासू सरदाराला चिखली दुर्गासमोरील ठाण्यात राहण्याचा हुकूम केला.

वेढा आवळला जाताच राजाराम महाराजांचे धाबे दणाणले. त्यांनी लगबगीने धनाजी जाधवांना निरोप धाडला की, कसेही करून वेढा शिथिल होईल असा एखादा जबरदस्त प्रयत्न करा. त्या निरोपाप्रमाणे धनाजी जाधवांनी मोगलांवर लागोपाठ पाच हल्ले चढविले; पण मोगलही आता हट्टास पेटले होते. कितीही प्राणहानी झाली तरी माघार घ्यायची नाही, या निर्धाराने त्यांनी वेढा लढविण्यास

प्रारंभ केला होता. धनाजी जाधवांचे पाचही निकराचे हल्ले त्यांनी अतोनात प्राणहानी सहन करून परतवून लावले.

आपल्या सरदारांचे फेरहल्ले यशस्वी होत नाहीत आणि मोगल ठाणी सोडीत नाहीत हे पाहून राजाराम महाराजांनी स्वदेशाहून ताज्या दमाचे सैन्य मागविण्याचा बेत केला; परंतु या कामगिरीवर स्वदेशास कुणास पाठवावे ते त्यांना कळेना, कारण ती अत्यंत जोखमीची कामगिरी होती. त्यातच मोगलांनी सर्व रस्त्यांची कडक नाकेबंदी केली होती. अखेर ही कामगिरी पत्करण्यास महाराजांचे चिटणीस खंडो बल्लाळ तयार झाले.

खंडो बल्लाळ वेष पालटून मोगल ठाणेदारांना हुलकावण्या देत महत्प्रयासाने विशाळगडास जाऊन पोहोचले. त्यांनी रामचंद्र पंतांची भेट घेऊन त्यांना राजाराम महाराजांचा निरोप विदित केला "जिंजीतील परिस्थिती अत्यंत आणीबाणीची आहे. गनिमाने वेढा कडक केला आहे. तो शिथिल झाल्याखेरीज आम्हास किल्ल्यातून बाहेर पडणे कठीण आहे. तरी त्वरित ताज्या दमाचे सैन्य पाठवून द्यावे." हा राजाराज महाराजांचा निरोप कानी पडताच रामचंद्र पंत व त्यांचे सल्लागार भयंकर काळजीत पडले. तरीही त्यांनी खंडो बल्लाळांना सांगितले की, जिंजीतील परिस्थिती लक्षात घेऊन आम्ही त्वरित सैन्य धाडण्याची व्यवस्था करीत आहोत.

खंडो बल्लाळांना विशाळगडी फार दिवस मुक्काम करता येत नव्हता. त्यांना जिंजीची काळजी लागली होती. राजाराम महाराज आपल्या वाटेकडे डोळे लावून बसले असतील हे लक्षात घेऊन त्यांनी लगेच कर्नाटकाचा रस्ता सुधारला. ते लपतछपत वेष पालटून प्रवास करू लागले; परंतु अरुणाचलम येथे त्यांचे दुर्दैव आड आले. त्यांच्या परिचयाचा एक मनुष्य तेथे त्यांना भेटल्याने त्याला त्यांना टाळता आले नाही; पण त्या मनुष्याने दगलबाजी केली. खंडोजी बल्लाळ वेष पालटून प्रवास करीत आहेत, हे जर आपण अरुणाचलमच्या मोगल ठाणेदाराला जाऊन सांगितले, तर त्याच्याकडून आपणास बक्षीस मिळाल्यावाचून राहणार नाही, या आशेने त्याने अरुणाचलम येथे खंडो बल्लाळांचे वास्तव्य असल्याची वार्ता मोगल ठाणेदारास जाऊन सांगितली. ती बातमी कळताच ठाणेदारास आनंद झाला. त्याने खंडो बल्लाळांना गिरफदार करण्यासाठी त्वरित आपले शिपाई पाठविले.

मोगल ठाणेदाराने खंडो बल्लाळ आणि त्यांचा कारकून या दोघांचा भयंकर छळ केला; पण त्या दोघांनी तोंडाला चावी केली ती शेवटपर्यंत. सर्व छळ मुकाट्याने सहन केला. अखेर ठाणेदाराने खंडो बल्लाळ व त्यांचा कारकून या दोघांना कैद करून तुरुंगात डांबल्याची वार्ता झुल्फिकारखानास जिंजी येथे कळविली. खानाने ठाणेदारास कळविले की, खंडो बल्लाळ व त्यांचा कारकून या दोघांना माझ्याकडे त्वरित पाठवून द्या. तो हुकूम अमलात आणणे ठाणेदारास भाग पडले.

खंडो बल्लाळ व त्यांचा कारकून या दोघांना जेव्हा झुल्फिकारखानासमोर हजर करण्यात आले, तेव्हा खंडो बल्लाळांना बेड्या घातलेल्या स्थितीत पाहून खानास वाईट वाटले, कारण खंडो बल्लाळ हे कुणी सटरफटर आसामी नसून राजाराम महाराजांच्या मुत्सद्द्यांमध्ये त्यांना मानाचे स्थान असल्याचे त्याला माहीत होते. त्याने त्या दोघांची त्वरित मुक्तता करण्याचा हुकूम केला. नंतर त्यांना आपल्या माणसांकडून उपद्रव झाल्याबद्दल खानाने दिलगिरी व्यक्त केली.

बादशहाच्या आज्ञेवरून झुल्फिकारखानाने जरी जिंजीचा वेढा कडक केला असला, तरी वैयक्तिकदृष्ट्या त्याचे आणि राजाराम महाराजांचे संबंध स्नेहाचेच होते. आपण अडचणीत होतो, तेव्हा राजाराम महाराजांनी आपणास वांदिवाशला जाऊ दिले म्हणून खानाच्या मनात अजून राजाराम महाराजांविषयी कृतज्ञतेची भावना वसत होती. त्याने खंडो बल्लाळांची चांगली वास्तपूस्त केली व त्यांना त्यांच्या कारकुनासह जिंजीला परत जाऊ दिले. खंडो बल्लाळ यांच्या कल्पनेप्रमाणे राजाराम महाराज त्यांच्या वाटेकडे डोळे लावून बसले होते. त्यांच्या मनात आशा-निराशेचे द्वंद्व सुरू होते. खंडो बल्लाळांना मोगलांनी पकडून तुरुंगात टाकले नाही ना, त्यांना वाटेत दगाफटका तर झाला नाही ना या विचारांनी ते भयंकर बेचैन झाले होते आणि मग ध्यानीमनी नसताना खंडो बल्लाळांचे आगमन झाल्याची वार्ता त्यांना विदित करण्यात आली, तेव्हा त्यांना कल्पनातीत आनंद झाला. त्यांनी त्यांचा वस्त्रालंकार देऊन बहुमान केला.

खंडो बल्लाळांनी राजाराम महाराजांना आपल्या खडतर प्रवासाची हकिकत कथन केली. ती ऐकून महाराजांना फार वाईट वाटले. आपले राजेपण विसरून भावनावश होत ते खंडो बल्लाळांना म्हणाले,

"खंडोजीराव, तुमचा कसा उतराई होऊ तेच आम्हांला कळेनासं झालं आहे. अरुणाचलमच्या ठाणेदाराने तुमचा भयंकर छळ केला; पण तुम्ही तो मुकाट्याने सहन केलात. तुमच्यासारखे स्वामिभक्त आणि स्वराज्यभक्त सेवक आहेत म्हणून स्वराज्य टिकून आहे."

राजाराम महाराजांचे कौतुकोद्‌गार ऐकून खंडोजी बल्लाळांना धन्यता वाटली. ते म्हणाले,

"महाराज, मी माझे कर्तव्य बजावले. माझ्या हातून त्यापेक्षा विशेष मोठी कामगिरी घडली असे मला वाटत नाही."

"तो तुमचा विनय आहे खंडोजीराव. तुम्ही यापूर्वीही आमच्यासाठी तांब्रांचा छळ सोसला आहे. स्वामीसाठी तुम्ही हा जो त्याग केलात त्याची भरपाई आमच्याकडून तुम्हाला मिळालेल्या बक्षिसाने होणार नाही, याची आम्हांला जाणीव आहे."

"महाराज, तुम्ही असं बोलून आम्हांला लाजवू नका. स्वामिसेवा आणि

स्वराज्यसेवा हेच आमचे इतिकर्तव्य आहे. महाराज, याशिवाय आम्ही आणखी काही जाणत नाही.''

''ठीक आहे, आता तुमच्या कामगिरीचा समग्र वृत्तान्त आम्हांला कथन करा. आम्ही तो तुमच्याकडून ऐकण्यास फार आतुर आहोत.''

''कामगिरी फत्ते झाली महाराज.'' खंडो बल्लाळ उत्साहाने म्हणाले.

''तुमच्या तोंडातून हे शब्द बाहेर पडावेत हीच तर आमची इच्छा होती; कारण तुम्ही कामगिरी फत्ते करून आल्यावाचून राहणार नाही हे आम्ही जाणून होतो. आता सांगा.''

''पंतांनी ताज्या दमाचे सैन्य इकडे पाठविण्याचे कबूल करून तसे हुकूम काढले आहेत. महाराज, तिकडे आपली माणसे मोठी बहादुरी गाजवीत आहेत.''

''ती कोणती खंडोजीराव?''

''आपल्या सरदारांनी सिंहगड, पुरंदर, राजगड, रोहिडा हे किल्ले तांब्रांकडून घेतले आहेत महाराज.''

ते ऐकताच राजाराम महाराजांच्या अंगावर एकदम रोमांच उभे राहिले. ते म्हणाले, ''हे ऐकण्यासाठी तर आमचे कान इतके दिवस आतुर होते. उडत येणाऱ्या बातम्यांवर आमचा विश्वास बसत नव्हता.''

''आता आपणाला निश्चिंत मनाने स्वदेशी जाता येईल. तिकडे आता तांब्रांचा धोका उरलेला नाही.''

''पण जिंजीतून बाहेर कसं पडायचं खंडोजीराव? हाच तर मोठा बिकट प्रश्न आहे. तो अगोदर सोडविला पाहिजे. खानाने आम्हांला शरणागती पत्करण्यासाठी आठ दिवसांची मुदत दिली आहे. ती सरली की, तो किल्ल्यावर सर्व बाजूंनी हल्ला करणार.''

''पण महाराज, खानाने हल्ल्याची कितपत तयारी केली त्याची आपणाला काही माहिती आहे का?''

''नाही खंडोजीराव, खानाच्या तयारीची माहिती आम्हांला मिळालेली नाही.''

''ही बातमी काढल्याखेरीज महाराजांनी उगीच धावाधाव करू नये असे आम्हांला वाटते.''

''पण खानाच्या तयारीची माहिती कशी मिळवायची? कोण जाणार खानाच्या गोटात?''

''आम्ही जातो महाराज, आमच्याकडे सोपवा ही कामगिरी.''

हे ऐकताच राजाराम महाराज खंडोजी बल्लाळांकडे पाहतच राहिले. काही वेळानं ते म्हणाले,

''तुम्ही एका जिवावरच्या कामगिरीवरून नुकतेच परत आला आहात; त्यामुळे

तुम्हाला त्याच स्वरूपाच्या दुसऱ्या कामगिरीवर पाठविण्यास आमचे मन धजत नाही. या वेळी जर तुम्ही मोगलांच्या हाती लागलात, तर झुल्फिकारखान तुमची मुळीच गय करणार नाही.''

''त्याची आपण खंत करू नये महाराज, मी मोठ्या शिताफीने खानाच्या तयारीची माहिती गोळा करून आणतो.''

''तुमचा तसा आत्मविश्वास असेल तर जा. आमची आज्ञा म्हणून जाऊ नका.'' राजाराम महाराज म्हणाले.

खंडो बल्लाळ लगेच राजाराम महाराजांचा निरोप घेऊन झुल्फिकारखानाच्या गोटात त्यांच्या हल्ल्याच्या तयारीची बातमी काढण्याकरिता निघाले. या वेळी त्यांनी आपणाबरोबर आवजी निळो व अंताजी मंगाजी या दोघांना घेतले आणि ते तिघे वेष पालटून मोगल छावणीत शिरले. मोगलांकडे जे मराठे सरदार होते, त्यांच्याकडून त्यांनी खानाने जिंजीवरील हल्ल्यासाठी केलेल्या तयारीची माहिती मिळविली. खानाने जिंजी घेण्यात चालढकल केल्याने बादशहा त्याच्यावर आणि त्याचा बाप आसदखान दोघांवर कसा संतापला आणि त्या भरात आसदखानाने आपल्या मुलास जिंजी घेण्याचा निर्वाणीचा हुकूम कसा पाठविला, ती सर्व हकिकत खंडो बल्लाळांना मराठा सरदारांच्या छावणीत कळली.

बादशहाकडून आपल्या बापाची जी कानउघाडणी झाली, तिची भरपाई करण्यासाठी झुल्फिकारखान जिंजी घेण्यासाठी आपला प्राण पणास लावणार हे आता स्पष्ट होते. खंडो बल्लाळांना त्या संकटाच्या गांभीर्याची तत्काळ कल्पना आली. हल्ल्यास प्रारंभ होण्यापूर्वीच राजाराम महाराज जिंजीतून निसटले, तर त्यांचा तरणोपाय होता, न झाल्यास ते मोगलांच्या तावडीतून सुटणे भयंकर कठीण होते. खंडो बल्लाळ आपल्या दोस्तांसह लगबगीने किल्ल्यात परतले.

२६

राजाराज महाराज व त्यांच्या राजमंडळाचे सदस्य बैठकीत बसले होते. वातावरण भयंकर गंभीर होते. किल्ल्यावर मोगलांच्या हल्ल्याचे संकट डोकावू लागले होते. त्याची जाणीव सगळ्यांनाच झाली होती. प्रत्येकजण त्या संकटात चूर झालेला दिसत होता. किल्ल्यातून कसं बाहेर पडायचं ते कुणालाच माहीत नव्हतं. खानाने

दिलेली शरणागतीची मुदत टळण्यास आता थोडाच अवधी होता. ती मुदत वाढविण्यास तो तयार होईल असं वाटत नव्हतं. खंडोजी बल्लाळांनी बैठकीतील गंभीर शांततेचा भंग केला. ते म्हणाले,

"परिस्थिती गंभीर आहे यात शंका नाही. खान आपली गय करणार नाही हेही सूर्यप्रकाशाइतके स्पष्ट आहे. त्याचे सैन्य किल्ल्यावर हल्ला करण्यासाठी शरणागतीची मुभा टळण्याची वाट पाहत आहे. खानाचे गोलंदाज मोर्चाची तयारी करून बसले आहेत. तोफांना बत्ती देण्याचा त्यांना हुकूम झाला की, हल्ल्यास सुरुवात होईल; पण अजूनही मला एक आशेचा किरण दिसतो आहे-"

"तो कोणता?" सगळ्यांनी एकदम उत्कंठित चर्येने प्रश्न केला.

"मोगलांकडील मराठा सरदारांपैकी मोहिते आणि शिर्के हे महाराजांचे सगेसोयरे आहेत. गणोजी शिर्के व राणोजी शिर्के हे तर बादशहाचे प्रथम श्रेणीचे सरदार-"

"पण ते आमच्याशी वैरत्व बाळगून आहेत." राजाराम महाराज म्हणाले.

"या गैरसमजाचे आजपावेतो आपण निरसन केले नाही, ही आपणा सर्वांकडून मोठी चूक झाली. शिर्क्यांची समजूत घालण्याचा कुणी प्रयत्न केला नाही-"

"काय?"

"होय महाराज, ही वस्तुस्थिती आहे. मराठा हा मानी असतो. त्याचा मान राखला तर त्याच्यासारखा इमानी मित्र अन्य कुणी सापडणार नाही. शिर्क्यांची मानहानी झाली, ती भरून निघाली तर आपणाला मदत करायला ते तयार होतील-"

"पण ही दिलजमाई कोण घडवून आणील?"

बैठकीत क्षणभर स्तब्धता पसरली. शिर्क्यांकडे शिष्टाईसाठी जाण्यास बैठकीतील एकही मुत्सद्दी पुढे सरसावला नाही. ते पाहून खंडो बल्लाळ म्हणाले,

"शिर्क्यांकडे शिष्टाईसाठी जाण्यास आपणापैकी कुणीही तयार नाही असं दिसतं. तसं असल्यास ही कामगिरी मीच पत्करतो."

"पण तुम्हाला ते जवळ करतील का? तुम्ही त्यांचे वतन घेऊन बसला आहात म्हणून म्हणतो." राजाराम महाराज म्हणाले.

"त्यांचे वतन त्यांना परत हवे असल्यास मी त्यावर आनंदाने पाणी सोडण्यास तयार आहे."

खंडो बल्लाळ यांच्या तोंडून बाहेर पडलेले ते निःस्पृह उद्‌गार ऐकताच सगळ्यांनी त्यांच्याकडे एकदम कौतुकमिश्रित आदराने बघितलं, कारण राज्याच्या कल्याणासाठी राजाकडून मिळालेल्या वतनावर पाणी सोडण्यास तयार झालेले ते पहिलेच मुत्सद्दी होते. राजाराम महाराजांच्या भावना तर एकदम गलबलून आल्या. ते कितीतरी वेळ खंडो बल्लाळांकडे अनिमिष नजरेनं पाहत राहिले.

"तुम्ही शिर्क्यांकडे आमच्यासाठी जाऊ नका, ते कदाचित तुम्हाला पकडून

झुल्फिकारखानाच्या ताब्यात देतील.'' राजाराम महाराज दाटलेल्या स्वरात म्हणाले.

''त्याची आपण काळजी करू नये महाराज. शिर्के अशी दगलबाजी करणार नाहीत, याची मला खात्री आहे. दगलबाजी करणाऱ्यांची जात वेगळी असते.''

''पण तुम्ही त्यांच्या गोटात कसे जाणार?''

''त्याचा मी नंतर विचार करतो.'' खंडोजी बल्लाळ म्हणाले. तेवढ्यावर बैठक बरखास्त झाली.

खंडोजी बल्लाळ त्याच रात्री पाळण्यात बसून किल्ल्याच्या तटावरून खाली उतरले. ते लगेच गणोजी शिर्के व राणोजी शिर्के यांच्या भेटीस गेले. त्या दोघांनी त्यांचं गंभीर नजरेनं स्वागत केलं.

''कशाला आलात?'' गणोजी शिर्के यांनी शुष्क स्वरात विचारलं.

''माझे स्वामी राजाराम महाराज यांचा निरोप घेऊन.''

''राजाराम महाराजांना आमची बरी आठवण झाली?'' गणोजीच्या स्वरात उपरोध होता.

''इतके दिवसही त्यांना आठवण होत होती.''

''मग इतके दिवस कुणी कसं आलं नाही?''

''त्याबद्दल आपण उदार मनानं महाराजांना क्षमा करावी.''

''क्षमा! हं! राजाराम महाराजांना आमची आता आठवण झाली. आमचं वतन तुम्हाला देतेवेळी त्यांना आमची आठवण झाली नाही!'' राणोजी शिर्के कडवट स्वरात उद्‌गारले.

''महाराजांनी आम्हांला दिलेलं वतन संभाजी महाराजांनी अमानत केलेल्या दाभोळच्या देशमुखीत मोडत होतं हे मला आणि महाराजांनाही पुष्कळ दिवस माहीत नव्हतं.'' खंडो बल्लाळ सारवासारव करीत म्हणाले.

''कशाला काढता त्या चांडाळाचं नाव आमच्यासमोर! ज्यानं आमचा सत्यानाश केला.'' गणोजी शिर्के एकदम संतप्त होत म्हणाले, ''त्यानं आमचं शिरकाण केलं. भोसल्यांचा निर्वंश झाल्यास चिंता नाही. हे फार चांगले होते आहे.''

''आपण शांत व्हा.'' खंडोजी बल्लाळ शांतपणाने म्हणाले, ''या समयी आपण असं बोलणं योग्य नव्हे. आपलं दुःख ते आमचंही दुःख आहे. आमचे तीन कर्ते पुरुष हत्तीच्या पायाखाली मेले, मी पोरका झालो; पण मराठी दौलतीसाठी मी ते सारं विसरलो. माझ्या सारखे आणखीही आहेत. ज्यास जसा प्रसंग पडेल तसे ते झटतच आहेत आणि तुम्ही तर 'आफ शरीख' आहात-''

खंडोजी बल्लाळ यांच्या तोंडून निघालेले ते कळकळीचे आणि तळमळीचे उद्‌गार ऐकून गणोजी शिर्के आणि राणोजी शिर्के तटस्थ झाले. ते गंभीर नजरेनं शून्यात बघत राहिले.

“महाराजांना इतके दिवस आपली आठवण झाली नाही, हा त्यांच्या हातून घडलेला मोठाच प्रमाद आहे. तो आपण पोटात घालावा. काही झालं तरी ते आपले भाचेच आहेत. या समयी त्यांना कुटुंबसुद्धा पार करून दिल्यास आपली कीर्ती होईल.”

गणोजी शिर्के यांनी काही वेळानं एक दीर्घ उसासा सोडला, त्यांनी अर्थपूर्ण नजरेनं राणोजी शिर्के यांच्याकडे पाहिलं. ते घसा साफ करीत म्हणाले,

“मराठी दौलतीची वृद्धी व्हावी ही आमचीही इच्छा होती; पण आम्ही आप्त असूनही आमचं कुणाला स्मरण झालं नाही. आता तुम्ही आलात.”

“होय, मी आलो आहे. दोन घराण्यांचं वैरत्व निघून जावं आणि महाराजांच्या आणि स्वराज्याच्या रक्षणासाठी आपली मदत व्हावी, यास्तव शिष्टाई करण्यासाठी मी आलो आहे.”

“पण ज्यावरून हे महाभारत निर्माण झालं तो प्रश्न सुटल्याखेरीज आम्हांला पुढचं पाऊल टाकता येणार नाही.” गणोजी शिर्के निश्चयी स्वरात म्हणाले.

“तो प्रश्न म्हणजे दाभोळच्या देशमुखीचा असंच ना?”

“होय.”

“थोरल्या महाराजांनी राज्यातील वतने अमानत केली; परंतु आमच्या भावना लक्षात घेऊन त्यांनी दाभोळची देशमुखी राजकुंवर बाईंना मुलगा झाल्यास परत करण्याचं लेखी वचन दिलं होतं. महाराजांच्या त्या लेखी पुराव्याची जोपासना आम्ही केली. राजकुंवर बाईंना मुलगा झाला; पण दाभोळचं वतन राजाराम महाराजांनी तुम्हाला दिलं. हा अपमान कसा सहन करायचा?”

“दाभोळच्या वतनाचा इतिहास आम्हांला माहीत नव्हता हे मी आपणाला नुकतंच सांगितलं. आपलं हे वतन आपणाला परत करण्याची शिफारस मी महाराजांना करतो.”

“तसं असेल तर आमची जप्त झालेली गावेही आम्हास परत करावयास राजाराम महाराजांना सांगा.” राणोजी शिर्के म्हणाले.

“ती कोणती गावे?”

“भोर तालुक्यात तीन आणि रत्नागिरी तालुक्यात पाच गावे आम्हांला होती.”

“ठीक आहे. ती गावे आपणाला परत करण्याची शिफारस महाराजांना करतो.”

“मग या राजकारणातून मोहित्यांना का वगळता? त्यांनाही त्यात घेतले पाहिजे.” गणोजी शिर्के म्हणाले.

“त्यांनाही भेटतो.”

“पण आमच्याप्रमाणे त्यांचीही तक्रार आहे. त्यांचाही अपमान झालेला आहे.”

गणोजी शिर्के म्हणाले.

"त्यांचंही काही वतन जप्त झालंय का?"

"होय, रत्नागिरी तालुक्यातील 'कुटरी' हे त्यांचं वडिलार्जित गाव. ते जप्त झालं होतं. ते परत करण्याची शिफारस राजाराम महाराजांना करा. तसं झालं की, आम्ही दोघे मिळून महाराजांच्या कबिल्याचं रक्षण करू. त्यांनी कबिला मागे ठेवून निःशंक मनानं किल्ल्यातून निसटून जावं."

आपली शिष्टाई यशस्वी झाली म्हणून खंडो बल्लाळांना फार आनंद झाला. गणोजी शिर्के आणि राणोजी शिर्के या दोघांचे आभार मानून ते पाळण्यात बसून गडावर गेले.

राजाराम महाराज व त्यांच्या राजमंडळाचे सदस्य खंडो बल्लाळ यांची मार्गप्रतीक्षा करीत बसले होते. त्यांनी जेव्हा येऊन सांगितले की, शिष्टाई यशस्वी झाली, तेव्हा सगळ्यांनी एकदम सुटकेचा श्वास सोडला. राजाराम महाराजांनी शिर्के व मोहिते यांची वतने परत करण्यास तत्काळ संमती दिली. खंडो बल्लाळांनी वतनाच्या सनदाही त्याच बैठकीत तयार करून घेतल्या आणि त्या दुमाला झाल्याची राजाराम महाराजांची सही घेऊन ते अंताजी मंगाजी वाकनीस यांस बरोबर घेऊन पाळण्यात बसून खाली उतरले. ते शिर्क्यांच्या गोटात गेले, तेव्हा गणोजी शिर्के व राणोजी शिर्के हे दोघे त्यांची वाट पाहत असल्याचे त्यांना आढळून आले. या वेळी त्यांचे शिर्क्यांच्या गोटात घरच्या माणसासारखे स्वागत झाले. त्या स्वागताने खंडो बल्लाळ आणि अंताजी मंगाजी वाकनीस आनंदित झाले. शिर्के मंडळी राजाराम महाराज आणि त्यांच्या कुटुंबातील माणसे यांचे प्राणपणाने रक्षण करतील याबद्दल त्यांना आता शंका उरली नाही.

खंडो बल्लाळांनी दाभोळच्या देशमुखीची सनद राणोजी शिर्के व गणोजी शिर्के यांच्या हवाली केली, तेव्हा दोघांच्या चर्येवर कृतकृत्य झाल्याचे भाव दृग्गोचर झाल्याचे खंडो बल्लाळ व अंताजी मंगाजी यांच्या निदर्शनास आले. ज्या देशमुखीसाठी तीन छत्रपतींशी कित्येक वर्षे लढा दिला, तो शेवटी आपण जिंकला म्हणून त्यांना धन्यता वाटणे स्वाभाविक होते. यापुढे त्या दोन्ही मातब्बर घराण्यांमध्ये वैर राहण्याचे कारण नव्हते.

"तुमची देशमुखी तुम्हाला परत मिळाली. आता जुने वैर विसरा आणि स्वराज्याच्या कामास लागा." खंडो बल्लाळ गंभीर होत म्हणाले.

"होय, आता आमच्यासमोर तेच ध्येय आहे." गणोजी शिर्के म्हणाले.

"मग महाराजांनी तुमच्या गोटात यावं असंच ना?"

"होय, महाराजांनी निःशंक मनानं आमच्या गोटात यावं. आम्ही त्यांचं आणि त्यांच्या कबिल्याचं प्राणपणानं रक्षण करू."

“पण...”

“तुम्हाला शंका वाटते का?” गणोजी शिर्के म्यानातून तलवार बाहेर काढीत म्हणाले, “तलवारीची शपथ घेऊन मी असं वचन देतो की, ‘शिर्क्यांच्या अंगात रक्ताचा थेंब असेतोवर राजाराम महाराज व त्यांच्या कुटुंबातील माणसे यांचं रक्षण केलं जाईल.’ आमच्या पथकात जिवाला जीव देणारे सात हजार सैनिक आहेत. मोहित्यांच्याही पथकात इतकेच सैन्य आहे. जिवावर उदार झालेले चौदा-पंधरा हजार मराठे लाख मोगलांना भारी आहेत.”

गणोजी शिर्के यांची ती शपथ ऐकून खंडो बल्लाळ आणि अंताजी मंगाजी हे दोघे राजाराम महाराजांच्या सुरक्षिततेबद्दल निश्चिंत झाले. नंतर त्यांनी गणोजी शिर्के आणि राणोजी शिर्के या दोघांशी राजाराम महाराजांनी जिंजीतून कसे निसटावे यासंबंधी खल केला.

ती सल्लामसलत करून खंडो बल्लाळ व अंताजी मंगाजी हे दोघे पाळण्यात बसून गडावर गेले. राजाराम महाराजांनी आपल्या राजमंडळाची शेवटची बैठक बोलाविली. त्यात गडावरून निसटण्याचा निर्णय कायम करण्यात आला. राजाराम महाराज व राज्यमंडळातील मुत्सद्दी यांनी वेष पालटून पालखीत बसून खाली उतरून शिर्क्यांच्या गोटात जावे असे ठरले. गड लढविण्याची कामगिरी स्वर्गवासी हरजीराजे महाडिक यांचे पुत्र दुर्गोजीराजे महाडिक यांच्याकडे सोपविण्यात आली. राजाराम महाराजांच्या जिंजीतील वास्तव्यात दुर्गोजींची काही वर्षे कारावासात गेली होती. प्रल्हाद निराजींच्या निधनानंतर त्यांची मुक्तता झाली होती; परंतु तो अपमान विसरून दुर्गोजीराजे यांनी जिंजीचा किल्ला लढविण्याची महत्त्वाची कामगिरी त्या आणीबाणीच्या प्रसंगी पत्करली.

राजमंडळाच्या बैठकीतून राजाराम महाराज थेट ताराराणीच्या महालात गेले. बाल शिवाजीच्या बारशाच्या दिवशी जो प्रसंग उद्‌भवला, तेव्हापासून राजाराम महाराजांचे व ताराराणींचे संबंध दुरावले होते.

“आम्ही गडावरून निसटून स्वदेशी जावं असं राजमंडळाचं मत आहे.” राजाराम महाराज ताराराणींना म्हणाले, “परंतु आपणाला बरोबर नेता येणार नाही.”

“आपल्यामागं आम्ही झुल्फिकारखानास शरण जावं असंच ना?” ताराराणी गंभीर होत म्हणाल्या.

“नाही, आपणाला शरण जावं लागणार नाही. आपल्या रक्षणाची व्यवस्था आम्ही केली आहे. दुर्गोजीराजे आपल्या रक्षणासाठी मागे आहेत.”

“शेवटी दुर्गोजींचे पाय धरण्याची पाळी आली हा दैवानं उगविलेला मोठाच सूड आहे!” ताराराणी उपहासाने उद्‌गारल्या.

“होय, तसं म्हणणं क्रमप्राप्त आहे. माणसाच्या हातून चुका होतात. त्यांचं

फळ त्याला भोगावं लागतं. आमच्याकडून दुर्गोजीराजे व आमच्या भगिनी यांची उपेक्षा झाली, त्याचं फळ आम्हांला पुरेपूर भोगावं लागलं; पण ते राजकारण होतं आणि त्याबद्दल पश्चात्ताप करण्याची ही वेळ नव्हे.''

''पण शत्रूशी दोन हात करण्याची ताकद दुर्गोजीराजे यांच्या अंगी आहे का? की त्यांनाही तुम्ही तुमच्या सुटकेसाठी बळी देणार?''

''दुर्गोजीराजे त्यांचे पिता हरजीराजे यांच्यासारखे शूर आहेत. ते लढता येईल तितका वेळ लढतील आणि मग हत्यार खाली ठेवतील.''

''मग आमचं कसं होणार?''

''शिर्के आणि मोहिते मंडळी मागं आहेत.''

''शेवटी रक्ताचं नातं घट्ट आहे तर!'' ताराराणी उपरोधानं उद्गारल्या, ''हक्काच्या माणसांची इतके दिवस उपेक्षा केलीत; पण प्रसंगाला तीच पावली.''

राजाराम महाराज काही वेळ निरुत्तर झाले. ते म्हणाले,

''तुझं म्हणणं खरं आहे. त्यांची उपेक्षा झाली.''

''आता तरी सल्लागारांचा नाद सोडा आणि स्वतःच्या मनानं निर्णय घ्या.''

राजाराम महाराजांनी प्रत्युत्तर केलं नाही. ताराराणींच्या वक्रोक्तीनं ते पुरते घायाळ झाले होते. अलीकडे त्या दोघांचे कोणत्या ना कोणत्या कारणावरून वारंवार खटके उडत असत. सल्लागारांच्या सल्ल्याने वागून राज्यकारभाराचं वाटोळं केलं, जवळच्या नात्यातील माणसांची उपेक्षा केली, संताजी आणि धनाजी यांच्यावर जरब ठेवता न आल्याने ते दोघे शिरजोर झाले म्हणून ताराराणी राजाराम महाराजांना दोष देत असत; त्यामुळे त्या दोघांचे संबंध पुष्कळच दुरावले होते. शेवटी राजाराम महाराज म्हणाले,

''आम्ही निघतो. तुम्ही जपून राहा.''

''आमची काळजी आम्ही घेतो. तुम्ही मात्र तुमच्या प्रकृतीला जपा.'' ताराराणी राजाराम महाराजांना निरोप देत म्हणाल्या.

ठरल्याप्रमाणे राजाराम महाराज व त्यांच्या परिवारातील मंडळी वेष पालटून गडावरून पाळण्यात बसून खाली उतरली. शिर्के व मोहिते मंडळी त्यांच्या स्वागतासाठी तिष्ठत उभी होती. ते खाली उतरताच ते त्यांना घेऊन शिर्क्यांच्या गोटात गेले. गणोजी शिर्के आणि राणोजी शिर्के यांनी राजाराम महाराजांचे 'या' म्हणून स्वागत केले.

''झालं गेलं विसरून जाऊ या.'' राजाराम महाराज शिर्क्यांच्या स्वागतानं सद्गदित होत म्हणाले.

''आम्ही विसरलो आहोत राजे.'' राणोजी शिर्के म्हणाले; पण त्यांची ढब पूर्वीसारखी होती. तोच ताठा आणि तोच मानीपणा.

गणोजी शिर्के यांच्या वागणुकीतही बदल झाला नव्हता. छत्रपतींकडून चुका झाल्या व त्यामुळे आपणाला मोगलांकडे जावं लागलं असं शिर्के मंडळी आपल्या बोलण्या-चालण्यातून सुचवीत होती. राजाराम महाराज व त्यांच्या परिवारातील मुत्सद्दी यांच्या नजरेतून ती गोष्ट सुटली नाही. रात्री शिर्के, मोहिते व राजाराम महाराज या तिघांची पुढची दिशा ठरविण्यासाठी गुप्त बैठक भरली. शिर्के व मोहिते यांनी शिकारीच्या मिषाने राजाराम महाराजांना घेऊन मोगलांच्या गोटातून बाहेर पडावं असं ठरलं. त्याप्रमाणे जिंजीबाहेर वावरणाऱ्या धनाजी जाधव, घोरपडे, दाभाडे वगैरे सरदारांना राजाराम महाराजांच्या स्वागतासाठी जय्यत तयार राहण्याचे गुप्त संदेश धाडण्यात आले.

शिर्के आणि मोहिते मंडळी नेहमीच शिकारीस जात असत; त्यामुळे त्या दिवशी ती मंडळी राजाराम महाराज व त्यांचा परिवार यांना घेऊन शिकारीच्या मिषाने गोटाबाहेर पडताच त्यांच्याविषयी कुणालाच संशय आला नाही.

राजाराम महाराजांच्या संदेशानुसार धनाजी जाधव, बहिर्जी घोरपडे, खंडेराव दाभाडे वगैरे सरदार आपल्या सैन्यासह पाच-सहा कोसांवर राजाराम महाराजांची मार्गप्रतीक्षा करीत होते. शिर्के व मोहिते यांनी राजाराम महाराजांना त्यांच्या हवाली केले आणि त्यांचा प्रवास विनासंकट पार पडावा अशी इच्छा व्यक्त करून ती मंडळी माघारी परतली.

राजाराम महाराजांनी विषण्ण मनाने आपल्या नेकजात सरदारांच्या पहाऱ्यात स्वदेशाचा प्रवास सुरू केला. त्यांच्या मनात विचारांचे एकच काहूर उठले होते. जिंजीतील सात-आठ वर्षांच्या वास्तव्यात आपल्या हातून म्हणण्यासारखे काहीच घडले नाही, म्हणून त्यांच्या मनाला खंत वाटत होती. प्रल्हाद निराजींसारख्या स्वार्थी आणि महत्त्वाकांक्षी सल्लागारांच्या नादी लागून राज्यकारभारात घोटाळे निर्माण केले व सरदारांत दुफळी माजविली, डोईजड सरदारांना दुबळेपणाने शासन न केल्याने सैन्यात बेशिस्त माजली, हा जो धडधडीत आरोप ताराराणींनी त्यांच्यावर केला होता, तो त्यांच्या मनाला फार लागला होता. आपणाऐवजी राज्याची सूत्रे दुसऱ्या कुणाच्या हाती असती तर त्याने काय केले असते, याचा ते राहून राहून विचार करीत होते. आपली कारकीर्द अपयशी ठरली का हाही प्रश्न त्यांच्या मनात उभा राहिला होता. या सर्व बऱ्या-वाईट विचारांनी ते बेचैन झाले होते आणि नंतर त्यांना वाटले होते की, येसूवहिनींनी राज्यसूत्रे आपल्या हाती सुपूर्द करायला नको होती. आपणाला तोफेच्या तोंडी देऊन त्या मात्र खुशाल बादशहाच्या कारावासात जाऊन बसल्या.

राजाराम महाराज किल्ला सोडून जाणार असल्याची गंधवार्ता जिंजीच्या किल्ल्यातील बहुसंख्य सरदारांना आणि सैनिकांना नव्हती. दुसऱ्या दिवशी जेव्हा त्यांना ती वार्ता

कळली, तेव्हा त्यांना धक्काच बसला. महाराज आपला जीव वाचवण्यासाठी आपली बायका-मुलेदेखील मागे टाकून पळून गेले म्हणून ते त्यांना दूषण देऊ लागले; परंतु दुर्गोजीराजे महाडिक यांनी त्यांना सर्व परिस्थिती समजावून सांगितली. त्यांची गणवेश परिधान केलेली मूर्ती पाहून त्यांना शंकराजीराजे महाडिक यांचे स्मरण झाले. त्यांनीही आणीबाणीच्या वेळी असेच जिंजीच्या किल्ल्यातील शिबंदीचे नेतृत्व पत्करून मोगलांचा प्राणपणाने प्रतिकार केला होता.

राजाराम महाराजांनी आपल्या सल्लागारांच्या कारवायांना बळी पडून दुर्गोजीराजे व त्यांच्या मातोश्री अंबिकाबाई यांना कारावासात टाकले होते; परंतु ती कडवट स्मृती ते विसरून गेले होते. ते किल्ल्यातील सैनिकांना उद्देशून म्हणाले की, "राजाराम महाराज स्वदेशी निघून गेले आहेत. त्यांच्या कबिल्याचं आणि किल्ल्याचं रक्षण आपण आता केलं पाहिजे. आपण यापूर्वी गनिमांना पाणी पाजलं आहे. ते शौर्य आणि ती जिद्द प्रकट करण्याची वेळ आज आली आहे. असे प्रसंग सैनिक आणि सेनानी यांच्या आयुष्यात क्वचितच येत असतात आणि त्याच वेळी त्यांच्या शौर्याची आणि धैर्याची कसोटी लागत असते. महाराज आणि त्यांचे मोठे सरदार येथे नाहीत म्हणून तुम्ही हतवीर्य होण्याचे कारण नाही. आपण सगळेच सैनिक आणि सेनानी आहोत. आमचे आजोबा शिवाजी महाराज यांनी साध्याभोळ्या आणि सामान्य मावळ्यांना लढण्याचे शिक्षण देऊन त्यांच्यातून श्रेष्ठ दर्जाचे सैनिक निर्माण केले. त्याचे आपणाला विस्मरण होता कामा नये. गड आपण जितके दिवस लढविता येईल तितके दिवस लढवू या आणि मग शस्त्रे खाली ठेवू या."

दुर्गोजीराजे महाडिक यांच्या आवेशपूर्ण भाषणाचा किल्ल्यातील शिबंदीवर व्हायचा तोच परिणाम झाला. त्यांनी शेवटच्या क्षणापर्यंत निर्धाराने किल्ला लढविण्याचे ठरविले.

शरणागतीची मुदत टळताच झुल्फिकारखानाने जिंजीच्या किल्ल्यावर रोखलेल्या तोफांना बत्ती देण्याचा हुकूम आपल्या तोफखान्याच्या सरदारास दिला. पहाटेपूर्वीच्या घनदाट काळोखात जिंजीच्या तटाबाहेर अजस्र मोगली तोफांचे अग्निनृत्य सुरू झाले. त्यांच्या कराल दाढांतून बाहेर पडणारे लाल गोळे जिंजीच्या तटास धडका देऊ लागले.

मोगली तोफा सुरू होताच दुर्गोजी राजे यांनीही आपल्या गोलंदाजांना किल्ल्यातील तोफांना बत्ती देण्याची आज्ञा केली. बेरड बंदूकधारी तटाच्या माऱ्याच्या भोकातून मोगलांवर गोळ्यांचा पाऊस पाडू लागले. अधूनमधून एखादा पक्ष्यांचा थवा शेतातून पिकांवर तुटून पडावा त्याप्रमाणे मोगल सैनिकांवर गडावरून बाणांचा वर्षाव होऊ लागला.

पौष महिन्यातील तो अरुणोदय जिंजीच्या किल्ल्यातील भीषण रणकंदनाचा

साक्षीदार उरला. मोगल आणि मराठे दोघेही हट्टास पेटले होते. किल्ल्याच्या तटाबाहेर प्रेतांचा खच पडला होता. रक्ताचे पाट वाहत होते. मरणोन्मुख जखमी सैनिकांच्या आर्त किंकाळ्या हृदयाचा ठाव घेत होत्या; पण झुल्फिकारखानाला त्या मृत्यूच्या थैमानाची क्षिती नव्हती. किल्ला पडलाच पाहिजे या बादशहाच्या आदेशाची त्याला पदोपदी आठवण होत होती. पहिल्या हल्ल्यात भाग घेतलेल्या सैन्यास मराठ्यांनी कापून काढले. मोगल सैनिक पार थकून गेले होते, त्यांचा जोर ओसरला होता. ते पाहताच झुल्फिकारखानाने आपला हुकमी रजपूत सरदार राव दलपत बुंदेला याला त्याच्या कडव्या रजपूत सैन्यासह तटास भिडण्याचा हुकूम केला.

पोलादी शिरस्त्राणे आणि जाळीचे कवच घातलेले रजपूत सैनिक शिड्या घेऊन निर्भयपणे तटाकडे सरसावले. त्यांच्या मनात भीतीचा लवलेशही नव्हता. मराठ्यांनी त्यांच्यावर बंदुकांचा आणि बाणांचा भयंकर मारा केला. त्यांच्या अजस्र शिड्या त्यांनी फेकून देऊन मोडून टाकल्या; पण रजपूत मागे हटले नाहीत. ते चिकाटीने तटास भिडू लागले. ती जिवाची बेपर्वाई पाहून मराठ्यांनी थक्क होऊन तोंडात बोटे घातली. रजपुतांची अतोनात प्राणहानी झाली; परंतु त्यांच्या चिकाटीचा जय झाला. ते तटावर चढण्यात यशस्वी झाले. 'जय एकलिंगजी' ही गगनभेदी रणगर्जना करून ते मराठ्यांवर तुटून पडले. तलवारीचा एकच खणखणाट झाला. थकलेल्या मराठ्यांचे पाऊल मागे पडू लागले. रजपुतांनी जिंजीच्या किल्ल्याची पहिली तटबंदी भयंकर प्राणहानी सोसून सर केली. मराठ्यांनी दुसऱ्या तटबंदीचा-काळ्या कोटांचा-आश्रय घेतला; पण पहिली तटबंदी शत्रूने सर केल्याने त्यांचा आत्मविश्वास डळमळला होता. त्याच्या उलट शत्रूचा जोर दुणावला होता. त्याने मोठ्या आवेशाने काळा कोटावर हल्ले चढविण्यास प्रारंभ केला. एकदा किल्ल्यात प्रवेश मिळाल्यावर शत्रुसैन्याच्या झुंडीच्या झुंडी आत शिरू लागल्या होत्या. त्यांना आवरणे मुश्कील झाल्याने मराठे काळा कोट खाली करून तिसऱ्या 'रामगड' कोटात गेले. मोगलांचे नेतृत्व आता राव दलपत बुंदेला व झुल्फिकारखान या दोघांनी स्वीकारले होते. रामगड बालेकिल्ल्यावर हल्ला करण्याकरिता ते जातीने किल्ल्यात हजर होते. त्यांच्या आगमनामुळे मोगल आणि रजपूत सैनिकांना चेव आला. त्यांनी भयंकर त्वेषाने रामगड तटबंदीवर हल्ले चढविण्यास प्रारंभ केला. मोगल सेनापती व त्याचा दुय्यम या दोघांनी हल्ल्याचे नेतृत्व जातीने स्वीकारताच मराठ्यांचा धीर खचला. त्यातच ते लढून लढून भयंकर थकून गेले होते. तरीही त्यांना स्वतःच्या प्राणाची पर्वा वाटत नव्हती. त्यांना काळजी पडली होती ती राजाराम महाराज यांच्या राणीवशाची व सरदारांच्या बायका-मुलांच्या सुरक्षिततेची. काळा कोट खाली करताना त्यांनी किल्ल्यातील सर्व बायका-मुलांना रामगड बालेकिल्ल्यात आणले होते. त्यांना

किल्ल्यातून कसे बाहेर काढायचे हा प्रश्न जिंजीच्या किल्ल्यातील मराठा शिबंदीचे सेनापती दुर्गोजी राजे महाडिक यांच्यासमोर उभा राहिला.

त्यादरम्यान मराठे व मोगल यांची भयंकर धुमश्चक्री चालू होती. अखेर मोगल सरदार रामसिंग हाडा याने पराक्रमांची शिकस्त करून मराठ्यांची फळी काबीज केली. आता प्रतिकार व्यर्थ होता. प्राणहानी टाळण्यासाठी दुर्गोजी राजे महाडिक यांनी आपल्या सैन्यास लढाई थांबविण्याचा आदेश दिला.

त्यांनी रामसिंग हाडामार्फत झुल्फिकारखानाशी तहाची बोलणी सुरू केली. किल्ल्यातील बायका-मुलांना आणि सैनिकांना सुरक्षितपणे बाहेर जाऊ द्यावे अशी विनंती त्यांनी झुल्फिकारखानास केली. हा प्रस्ताव खानास पसंत पडेना. तो म्हणाला की, "आमच्या सैन्याने किल्ला घेतलाच आहे, तेव्हा आम्ही आमच्या हाती पडणाऱ्या लोकांची कत्तल करणार. आमच्या सैन्याची भयंकर प्राणहानी झाली आहे, त्याची भरपाई आम्ही मराठी माणसांची कत्तल करून करणार."

या वेळी खानाबरोबर शिर्के, मोहिते आदी मराठा सरदार होते. ते खानास म्हणाले की, "मराठ्यांनी तहाची बोलणी सुरू केली आहेत, तेव्हा आपणासारख्या सेनापतीच्या तोंडी कत्तलीची भाषा शोभत नाही. आपण बादशहाची वागणूक लक्षात आणावी. त्यांनी सातारा, परळी वगैरे किल्ले घेतले, तेव्हा किल्लेदारांनी तहाची बोलणी सुरू करताच बादशहाने किल्ल्यातील लोकांना सुरक्षितपणे बाहेर जाऊ दिले होते." नंतर ते किंचित गंभीर होत म्हणाले, "आमचा सल्ला न मानता जर तुम्ही कत्तलीस प्रवृत्त झाला, तर ते आम्हास मुळीच खपणार नाही. आमच्या समशेरी किल्ल्यातील लोकांच्या रक्षणार्थ पुढे येतील. आम्ही मूळ 'शिवाई' चाकर. आमच्याप्रमाणेच आपल्या सैन्यात आणखीही पुष्कळ शिवाई चाकर आहेत. आमचे सगेसोयरे येथे आहेत. आमच्या डोळ्यांदेखत आम्ही त्यांची हत्या होऊ देणार नाही."

मराठा सरदारांचा निर्धार पाहून झुल्फिकारखान वरमला. तो म्हणाला, "बादशहाने शरणागतांना सोडले असेल; पण तेथे खासा राजाराम नव्हता. येथे खासा आहे. त्याला आम्ही धरणार."

हे ऐकून शिर्के व मोहिते यांना आतून हास्याच्या उकळ्या फुटू लागल्या. राजाराम महाराज व त्यांचे मुत्सद्दी जिंजीच्या किल्ल्यातून निसटल्याची खानास गंधवार्ताही नसलेली पाहून त्यांना आश्चर्य वाटले. ते म्हणाले,

"खानसाहेब, राजाराम महाराज किल्ल्यात आहेत की नाही त्याची एकदा शहानिशा करून घ्या."

"म्हणजे राजाराम महाराज किल्ल्यातून निसटले म्हणता?" झुल्फिकारखान आश्चर्य व्यक्त करीत म्हणाला.

"होय. आम्हांला तसे वाटते."

“तर मग किल्ल्यातील लोकांची कत्तल करण्याच्या निश्चयापासून आम्ही मागे सरणार नाही. राजारामास अद्दल घडविली पाहिजे, त्यांच्या बायका-मुलांना पकडून आम्ही गुलाम करणार.”

“नाही.” गणोजी शिर्के निश्चयी स्वरात म्हणाले, “राजारामाच्या राण्या या आमच्या बहिणी आहेत. त्यांच्या केसालाही आम्ही धक्का पोहोचू देणार नाही. खान साहेबांनी कृपावंत होऊन त्यांना सगळ्यांना किल्ल्यातून बाहेर जाऊ द्यावे. राजारामांनी आपल्या सरदारांच्या विरोधाला न जुमानता खानसाहेबांना व त्यांच्या वृद्ध पिताजींना जिंजीहून वांदिवाशला सुरक्षितपणे जाऊ दिले होते ते उपकार त्यांनी या वेळी स्मरावे अशी आमची त्यांना विनंती आहे.”

“नाही. आम्हांला ही विनंती मान्य नाही. राजारामांनी आम्हांला फसविले. गेली आठ वर्षे ते आम्हांला हुलकावण्या देत आहेत. त्यांना जिवंत पकडण्याचा किंवा ठार करण्याचा बादशहानी आम्हांला हुकूम दिला आहे. त्यांनी आमच्या हातावर तुरी दिल्या असतील; पण त्यांची बायका-मुलं आमच्या हातात सापडली आहेत. त्यांना आम्ही सोडून दिले, तर आमच्यासारखे मूर्ख आम्हीच ठरू.”

झुल्फिकारखानाचे निर्वाणीचे उद्‍गार ऐकून खानाशेजारी उभे असलेले मोगल सरदार दाऊदखान पण्णी व सर्जाखान या दोघांच्या हृदयाचा भीतीने नुसता थरकाप उडाला. एक रक्तलांछित हत्याकांड नुकतेच कुठे थांबले होते. मृतांचे शेकडो मुडदे अजून गोळा करावयाचे होते. जखमी सैनिकांचे आर्त विव्हळणे हृदयाचा ठाव घेत होते. त्यांच्या जखमांवर अजून मलमपट्टी करावयाची होती. अशा स्थितीत खान आपल्या अविवेकी वर्तनाने नवीन हत्याकांडास पाचारण करीत होता. शिर्के आणि मोहिते हे काही लेचेपेचे सरदार नव्हते. राजाराम महाराजांच्या राण्या या त्यांच्या बहिणी आहेत, हे सगळ्यांना ठाऊक होते. खानाने त्यांची अब्रू घेण्याचा प्रयत्न केल्यास त्याचे हात कलम झाल्याशिवाय राहणार नव्हते. खानाचे बोलणे ऐकून गणोजी शिर्के यांच्या डोळ्यांत निर्माण झालेली धग त्यांचा निर्धार सुचवीत होती. दाऊदखान पण्णीस शिर्क्यांचे पाणी माहीत होते. त्यांची तलवार खानाच्या तलवारीला भिडल्यास ते प्रकरण तेवढ्यावर थांबणार नव्हते. इतर मराठा सरदारही त्या रणधुमाळीत उतरण्याचा धोका होता. आपल्या आया-बहिणींच्या अब्रूच्या रक्षणासाठी डोळ्यांत खून चढून लढणाऱ्या मराठ्यांना आवरणे ही कठीण गोष्ट होती. जिवावर उदार झालेले दहा-पंधरा हजार मराठा सैनिक पन्नास हजार मोगलांना भारी होते. अशा वेळी रजपूत सैनिक मोगलांच्या मदतीला येण्याची शाश्वती नव्हती. त्यांनाही स्त्रियांच्या अब्रूची चाड होती.

दाऊदखान पण्णी व सर्जाखान या दोघांना परिस्थितीच्या गांभीर्याची तत्काळ कल्पना आली. ते खानास म्हणाले,

"सरदार बोलतात ते ऐकावे."

आपल्या सरदारांच्या सूचक उद्‌गारांनी झुल्फिकारखान शुद्धीवर आला. नंतर दाऊदखान पण्णी व सर्जाखान या दोघांनी त्याला परिस्थितीची कल्पना करून दिली. खान मुकाट्याने तहास तयार झाला.

किल्ल्यात सुमारे चार-पाच हजार माणसे होती. त्यात बायका-मुलांचा भरणा अधिक होता. शिर्क्यांनी राजाराम महाराजांच्या तिघी राण्या, त्यांच्या दासदासी व आपल्या इष्टमित्रांच्या बायका-मुलांना आपल्या गोटात नेले.

बंद्यांना मुक्त करण्याचे काम झुल्फिकारखानाच्या खास देखरेखीखाली सुरू झाले. तो किल्ल्याच्या प्रवेशद्वारावर 'बिचोबा' (छोटा तंबू) घालून बसला होता. सर्व माणसांची जातीने चौकशी करून त्याने त्यांची मुक्तता केली; पण काही माणसांना त्याने सोडले नाही. शिर्के व मोहिते यांनी आपल्या आप्तांना सोडवून नेल्याने ते इतरांच्या मुक्ततेसाठी थांबले नाहीत. खानाने तहाचा भंग करून काही कैद्यांना कंठस्नान घालण्याचा हुकूम केला आणि अशा रीतीने आपली कत्तलीची लालसा त्याने पूर्ण केली.

किल्ल्यातील बंद्यांचा प्रश्न निकालात काढल्यावर झुल्फिकारखानाची नजर जिंजी शहरातील राजाराम महाराजांशी स्नेहाने वागणाऱ्या नागरिकांकडे वळली. शहरातील एका फितुराने त्याला त्या लोकांची नावे दिली. वास्तविक या लोकांच्या वाटेला जाऊ नये असे खानास वाटत होते; परंतु त्याच्या सरदारांपैकी काही सरदारांचे आतून बादशहाशी सूत होते, मराठ्यांना अनुकूल असलेल्या नागरिकांना सोडले तर हे सरदार आपल्याविरुद्ध बादशहाकडे चुगली करतील या भीतीने त्याने त्या लोकांना पकडून आणले आणि त्यांच्याकडून मोठ्या रकमा वसूल करून त्यांची मालमत्ता जप्त केली.

जिंजीच्या किल्ल्यात अमाप मालमत्ता होती. राजाराम महाराजांनी आपणाबरोबर जडजवाहीर नेले होते; पण नेता न येण्यासारख्या अगणित मौल्यवान वस्तू मागे होत्या. त्या झुल्फिकारखानाने लुटल्या. ही लूट कित्येक दिवस चालू होती. गाड्यांच्या गाड्या भरून ही लूट त्याने आपल्या छावणीत नेली. शिवाय हत्ती, घोडे वगैरे जनावरेही त्याने नेली.

राजाराम महाराज जिंजीहून निसटल्याची बातमी झुल्फिकारखानास कळल्यावर त्याने त्यांचा पाठलाग करण्यासाठी सैन्य रवाना केले होते; परंतु राजाराम महाराज आपल्या सैन्याचे दोन विभाग करून प्रवास करीत होते. हेतू हा की, मोगलांना आपण कुठल्या विभागात आहोत ते कळू नये. या क्लृप्तीचा योग्य तोच फायदा झाला. मराठे दोन टोळ्यांनी निघाले असल्याचे त्यांचा पाठलाग करणाऱ्या मोगल सरदारांना कळले, तेव्हा राजाराम महाराज कुठल्या टोळीत आहेत त्याचा त्यांना

अंदाज करता येईना. त्यांनी दोन्ही टोळ्यांचा पाठलाग सुरू केला. एक टोळी मागे होती. तिला मोगलांनी गाठले, परंतु त्यात राजाराम महाराज नसल्याने त्यांची घोर निराशा झाली. या निराशेत त्यांच्या पराभवाची भर पडली. मराठ्यांनी त्यांच्याशी लढाई देऊन त्यांना माघारी पिटाळून लावले. राजाराम महाराज सुखरूपपणे विशाळगडास येऊन पोहोचले. त्यांच्या मागे शिर्के व मोहिते यांनी त्यांच्या राण्या व नाटकशाळा यांनाही विशाळगडाला पोहोचते केले. शाही फौजांतील मराठा सरदारांच्या सैन्याच्या पहाऱ्यात प्रवास चालू असल्याने वाटेत त्यांना मोगलांकडून कोणत्याच प्रकारचा उपद्रव झाला नाही.

शिर्के व मोहिते हे आपले दुरावलेले आप्त शेवटी प्रसंगास पावले म्हणून राजाराम महाराजांचे अंतःकरण कृतज्ञतेने भरून आले. जिंजीस त्यांनी त्यांची इनामे परत केली होती, विशाळगडास पोहोचल्यावर त्यांनी दुमाला केली आणि त्यांना आणखी इनामे देऊन त्यांचा गौरव केला.

२७

मोगलांना गुंगारा देऊन राजाराज महाराज सुखरूपपणे विशाळगडास येऊन पोहोचले, तेव्हा रामचंद्रपंत, परशुराम त्र्यंबक, शंकराजी नारायण वगैरे मुत्सद्द्यांनी सुटकेचा श्वास सोडला, कारण महाराज स्वदेशी निघाल्याची वार्ता विशाळगडाला येऊन थडकली, तेव्हा गडावर चिंतेचे वातावरण पसरले होते. ते सुखरूपपणे येऊन पोहोचावेत म्हणून सगळ्यांनी भवानी मातेला साकडे घातले होते. शेवटी तिने कृपा केली होती; महाराजांना आणि त्यांच्या राण्यांना तिने सुखरूपपणे स्वदेशी आणले होते.

दुसऱ्या दिवशी रामचंद्रपंत आणि दादो मल्हार हे दोघे राजाराम महाराजांच्या भेटीस गेले. ती भेट कित्येक दिवसांनी होत असल्याने महाराजांनी त्या दोघांचे आनंदाने स्वागत केले. महाराज प्रवासामुळे जरी थकले असले तरी त्यांची चर्या उत्साही वाटत होती.

"पंत, परिस्थिती कशी आहे?" राजाराम महाराज रामचंद्रपंतांकडे दृष्टिक्षेप करीत म्हणाले.

"परिस्थिती विशेष चांगली नाही महाराज." रामचंद्रपंतांनी काही वेळाने जबाब

दिला.

"म्हणजे काय?" राजाराम महाराजांनी जरा त्रासिक स्वरात पृच्छा केली. रामचंद्रपंतांच्या जबाबातील निराशेचा सूर त्यांना आवडला नव्हता.

"गनिमाचा जोर अजून सगळीकडेच आहे. द्रव्यटंचाई तर पाचवीलाच पूजलेली, सरदार एकोप्यानं वागत नाहीत. संताजीरावांचे पुत्र राणोजी घोरपडे धनसिंगरावांशी फटकून वागत आहेत. त्यांनी कर्नाटकात सवता सुभा स्थापन केल्याचं आपल्या कानी आलंच असेल."

"होय, ते आमच्या कानी आलं आहे. सरदार एकोप्यानं वागत नाहीत म्हणून आम्हांला अपयश आलं; पण मुत्सद्दी मंडळींची चित्तशुद्धी आहे ना पंत?"

राजाराम महाराजांनी एकदम वर्मावरच बोट ठेवल्याने रामचंद्रपंत चपापले. त्या प्रश्नाची त्यांनी अपेक्षा केली नव्हती. त्या प्रश्नातील खोच पाहून आता राजाराम महाराज आठ वर्षामागचे राहिलेले नाहीत हे त्यांनी ताडले. व्यवहारात टक्केटोणपे खाल्ल्याने ते बरेच अनुभवी बनले होते. या आठ वर्षांत ते वयानं वाढले, तसेच अनुभवानंही वाढले हे रामचंद्रपंतांच्या ध्यानी येण्यास विलंब लागला नाही.

"मुत्सद्द्यांची चित्तशुद्धी... आहे आणि नाहीही." पंत उद्‌गारले.

"म्हणजे काय पंत?"

"म्हणजे सरदार जसे एक घाव दोन तुकडे या धोरणानं वागतात तसे मुत्सद्दी वागत नाहीत."

"म्हणजे हातचे राखून वागतात. वरकरणी एकमेकांशी गोड गोड बोलतात आणि आतून कारस्थाने करतात, असेच ना पंत?"

"होय महाराज." रामचंद्रपंत उपरण्याच्या पदरानं तोंडावरचा घाम पुसत म्हणाले.

"मुत्सद्द्यांचा आपमतलबीपणा हेच सरदारांमधील फुटीरपणाचं कारण आहे असं नाही का वाटत तुम्हाला पंत?"

रामचंद्रपंतांनी प्रत्युत्तर केलं नाही.

"मुत्सद्द्यांनी सवते सुभे निर्माण केले आणि एकेका मुत्सद्द्यानं एकेका मातब्बर सरदाराला हाताशी धरलं."

"होय महाराज."

"शंकराजी नारायणांनी आपले हुकूम खुशाल धाब्यावर बसवावेत आणि तुम्ही ते नुसतं बघत राहावं याला काय म्हणावं पंत?"

"मातुश्री ताराऊंनी शंकराजी नारायणांना समज दिली होती."

"त्याचा त्यांच्यावर काय परिणाम झाला? त्या चंदीला गेल्यावर शंकराजींनी पुन्हा आपली हडेलहप्पी सुरू केली, त्यांना तुम्ही शासन का केलं नाही पंत?

तुमच्या हातात सत्ता होती. गुन्हेगारांना शासन करण्याचे अधिकार आम्ही तुम्हाला दिले होते.''

''होय महाराज, तसे अधिकार आमच्या हाती होते; पण शंकराजी नारायणांची स्वामिसेवा आणि स्वराज्यसेवा लक्षात घेऊन त्यांची आम्ही गय केली.''

''तेच भोवलं आम्हांला पंत. शंकराजींच्या पावलावर पाऊल टाकून इतर मुत्सद्दीही वागले. संताजी घोरपडे यांच्या शिरजोरीला कोण कारणीभूत आहे पंत?'' रामचंद्रपंतांनी प्रत्युत्तर केलं नाही.

''ज्यांना तुम्ही पुढं आणलं, त्यांनीच तुमच्यावर कुरघोडी केली. तुमचं वर्चस्व त्यांना सहन झालं नाही. त्यांनी संताजी घोरपडेंना तुमच्यापासून आणि आमच्यापासून फोडलं आणि आमच्यामध्ये दुफळी माजविली, होय ना पंत?''

''होय महाराज.'' रामचंद्रपंत काही वेळानं म्हणाले. त्यांच्या अंतश्चक्षूंसमोर शंकराजी नारायण आणि परशुराम त्र्यंबक हे दोघे उभे राहिले. त्या दोघांना त्यांनीच पुढं आणलं होतं; पण त्यांना प्राप्त झालेल्या अमर्याद अधिकारामुळे ते त्यांचा मत्सर करू लागले होते.

''या माणसांना वेळीच लगाम घालायला हवा होता. आता त्यांचं प्रस्थ एवढं बळावलं आहे की, त्यांच्या वाटेला जाण्याची आमचीही प्राज्ञा नाही.''

राजाराम महाराजांच्या म्हणण्यात तथ्य होतं. शंकराजी नारायण व परशुराम त्र्यंबक या दोघांनी राज्यकारभारात स्वतःचं असं स्वतंत्र स्थान निर्माण केलं होतं. त्यांना तिथून हलविणे भयंकर दुरापास्त होते. तसा प्रयत्न झाल्यास मराठ्यांमधील दुफळीच्या भेगा अधिक रुंदावत जाणार होत्या.

''पंत, परिस्थितीवर काहीतरी तोडगा काढला पाहिजे. पीछेहाट थांबविली पाहिजे.''

''होय महाराज; पण आमचे प्रयत्न थिटे पडू लागले आहेत. द्रव्यटंचाईमुळे आम्ही हैराण झालो आहोत. लष्करी हालचालीमुळे मुलूख वैराण बनला आहे. प्रजा हवालदिल झाली, पिके बुडाल्याने करभरणा होईनासा झाला आहे-''

''पंत, आमच्या मनात एक विचार सुरू आहे-''

''तो कोणता महाराज?'' रामचंद्रपंतांनी उत्कंठित होऊन पृच्छा केली.

''बादशहाशी तह करण्याचा. त्याशिवाय दुसरा इलाज नाही. या ढासळत्या परिस्थितीला तोंड देणं आम्हांला अशक्य झालं आहे. सतत आठ वर्षे आम्ही उलट्या प्रवाहाशी झुंज देत आहोत.''

''होय महाराज, आपण प्रवाहाला बांध घालण्याची शिकस्त करताहात हे खरं आहे.'' रामचंद्रपंत सहानुभूतीच्या स्वरात म्हणाले, ''पण बादशहा आपणाशी तह करण्यास तयार होईल का महाराज?''

"तो तहाला तयार होईल न होईल हा पुढचा प्रश्न आहे; पण आम्ही तहाचा प्रस्ताव त्याला सादर केला, तर त्याच्या लष्करी हालचाली मंदावतील; त्यामुळे आपणाला थोडी उसंत मिळेल."

"त्यापेक्षा आपण कर्नाटकात परत गेलात तर!" रामचंद्रपंत विचार करीत म्हणाले.

"कर्नाटकात आम्ही कुठं जाणार? कोण आश्रय देईल आम्हांला? चंदी तर पडलीच." राजाराम महाराज उसासा सोडीत म्हणाले, "आबासाहेबांनी तिकडे दूर ते आश्रयस्थान निर्माण करून ठेवलं म्हणून तर आमचं इतके दिवस रक्षण झालं. शेवटी तेही आम्हांला हाती ठेवता आलं नाही. मोठ्या नामुष्कीची गोष्ट आहे."

"महाराजांनी मनाला असे आत्मक्लेष करून घेऊ नयेत. परिस्थिती अगदीच हाताबाहेर गेलेली नाही. आपले किल्लेदार अजून शत्रूशी झुंज देत आहेत." रामचंद्रपंत राजाराम महाराजांना धीर देत म्हणाले.

"पण बादशहाला तहाचा प्रस्ताव सादर करण्याचा आमचा विचार कायम झालाय पंत."

"प्रयत्न जरूर करावा, यश देण्यास परमेश्वर समर्थ आहे."

त्यानंतर तहाच्या अटी काय असाव्यात, त्या अटी घेऊन बादशहाकडे कुणाला पाठवावे तत्संबंधीचा खल बैठकीत झाला.

औरंगजेबाचा मुक्काम त्या वेळी कृष्णेच्या काठी ब्रह्मपुरी येथे होता. त्या ठिकाणी राहावयास जाऊन त्याला चार वर्षे झाली होती. एका विस्तीर्ण प्रदेशात लाख-दोन लाख वस्तीची ती एक नगरीच वसलेली होती.

बादशहाची छावणी म्हटली की, तेथे सरकारी कचेऱ्या आल्या. मोठमोठे अधिकारी, सरदार, मानकरी आले. बादशहाने आपले कायमचे वास्तव्य ब्रह्मपुरीलाच करण्याचे ठरविले असल्याने त्या लोकांनी तेथे सुंदर सुंदर निवासस्थाने बांधली होती. त्यामुळे या नगरीला अवर्णनीय शोभा प्राप्त झाली होती. नगराभोवती संरक्षणासाठी एक मजबूत दगडी तट उभारण्यात आला होता. त्याला अनेक फाटके ठेवण्यात आली असून त्यांवर हत्यारबंद पहारेकरी अहोरात्र पहारा करीत उभे असलेले दिसत. या नगरीत देशी आणि परदेशी लोकांची मोठी वर्दळ असायची. वेगवेगळ्या पेशाचे आणि व्यवसायाचे लोक आपल्या कामधामाच्या निमित्ताने ब्रह्मपुरीला येत असत आणि दुनियेचा स्वामी म्हणवून घेणारा औरंगजेब बादशहा त्या ठिकाणी राहून आपल्या अफाट साम्राज्याचा राज्यकारभार हाकीत होता. राजाराम महाराजांचे वकील तहाचा प्रस्ताव घेऊन ब्रह्मपुरीला येऊन पोहोचले, तेव्हा तेथे मोठा जुलूस चालू होता. अख्खी छावणी आनंदोत्सवात सामील झाली होती.

ठिकठिकाणी अर्धचंद्रांकित हिरवे ध्वज फडकत असलेले दिसत होते. गुढ्या-पताका, तोरणांनी छावणी शृंगारण्यात आली होती.

राजाराम महाराजांच्या वकिलांना कळले की, चंदीचा पाडाव करणारा विजयी सेनापती झुल्फिकारखान याचे बादशहाच्या दर्शनासाठी ब्रह्मपुरीस नुकतेच आगमन झाले असून, त्याच्या स्वागतासाठी गुढ्या-तोरणांची आरास करण्याचा बादशहाने हुकूम केला होता. रायगडानंतर मराठ्यांची दुसरी राजधानी जिंजी पडली म्हणून बादशहाने सात दिवसांपर्यंत आनंदोत्सव साजरा करण्याचे फर्मान काढले होते. आणि बादशहाने आनंदोत्सव का साजरा करू नये तसेच आपल्या विजयी सेनापतीचे स्वागत थाटाने का करू नये? मराठ्यांची पहिली राजधानी काबीज करण्याचा पराक्रम झुल्फिकारखानाच्या हातून पार पडला म्हणून जिंजी घेण्यासाठीही त्याने त्याची नेमणूक केली नव्हती का? या कामी त्याला सात-आठ वर्षे लागली ती गोष्ट अलाहिदा! परंतु त्याने कामगिरी फत्ते केली होती. मराठ्यांच्या दुसऱ्या राजधानीचाही पाडाव त्याच्या हातून झाला होता. मात्र, दोन्ही राजधान्यांच्या पाडावाच्या वेळी मराठ्यांचा राजा त्याच्या हातून निसटला होता, हे खरे असले, तरी बादशहाने त्या गोष्टीकडे दुर्लक्ष केलं होतं. मराठे सहसा कधी हातास लागत नाहीत; संभाजी पकडला गेला, तो केवळ अपवाद! हे बादशहास माहीत होते व म्हणून राजाराम महाराज जिंजीहून निसटले म्हणून औरंगजेब झुल्फिकारखानास रागे भरला नव्हता. उलट खानाने गाडेच्या गाडे भरून जिंजीची जी अपरंपार लूट आणली, ती पाहून बादशहा खानावर निहायत खूश झाला होता. खानाने लुटीबरोबरच दावणीला बांधून आणलेल्या साठ बंद्यांची त्याने जातीने पाहणी केली होती. ते राजाराम महाराजांचे आप्त आहेत असे जरी खानाने बादशहास खोटेच सांगितले, तरी त्यावर त्याचा विश्वास बसला होता आणि मग आपली रक्तलालसा शमन करण्यासाठी भर चौकात त्यांचा शिरच्छेद करण्याचा हुकूम त्याने दिला होता.

जिंजीच्या पाडावाचा सोहळा समाप्त झाल्यावर कित्येक दिवसांनी राजाराम महाराजांच्या वकिलांना मोठ्या मुश्किलीने बादशहाची मुलाखत मिळाली. ही मुलाखत चुकीच्या वेळी घडली, कारण जिंजीच्या पाडावाने बादशहा तोऱ्यात होता. मराठ्यांना नेस्तनाबूत करण्याच्या त्याच्या आशेला पालवी फुटली होती. जिंजीचा पाडाव हा त्याच्या मंदिलातील एक मोठा तुरा होता; त्यामुळे राजाराम महाराजांच्या वकिलांना त्याने तुच्छतेने वागवावे आणि त्यांना मुलाखत लवकर देऊ नये हे स्वाभाविक होते. एके दिवशी त्याने राजाराम महाराजांच्या वकिलांना दरबारात मुलाखतीसाठी बोलाविले. राजारामाचे वकील शरणागतीचा प्रस्ताव घेऊन आले आहेत हे आपल्या उमरावांच्या निदर्शनास आणून त्यांच्यावर आपल्या दिमाखाचा प्रभाव त्याला पाडावयाचा होता. राजाराम महाराजांचा तहाचा अर्ज भर दरबारात

वाचून दाखविण्याचा हुकूम त्याने आपल्या मुन्शीला केला. बादशहाने आपले सर्व अपराध पोटात घालून आपणास मनसबदारी द्यावी अशी विनंती राजाराम महाराजांनी तहाच्या अर्जात केली होती. औरंगजेबाने एका क्षणात तो अर्ज फेटाळून लावला. तो राजाराम महाराजांच्या वकिलांना म्हणाला की, राजारामाने संपूर्ण शरणागती पत्करली, तरच त्याला दया दाखविण्याचा विचार नंतर करता येईल.

तहाची आशा फोल ठरली. राजाराम महाराजांचे वकील निराश होऊन खिन्न मनाने माघारी परतले. ती वार्ता विशाळगडावर पसरली, तेव्हा सगळ्यांचे चेहरे चिंतेने काळवंडून गेले. राजाराम महाराजांच्या निराशेला तर पारावारच उरला नाही; परंतु त्यांनी सपशेल शरणागती पत्करायची नाही हा आपला निर्धार कायम केला.

देशात अत्यंत वाईट परिस्थिती आहे, असे राजाराम महाराजांना वारंवार विदित करण्यात येत होते; परंतु परिस्थिती वाईट म्हणजे नेमकी किती वाईट आहे ते स्वतःच्या डोळ्यांनी बघितल्यावाचून कळणे कठीण होते. म्हणून राजाराम महाराजांनी स्वदेशातून एक दौरा काढण्याचा बेत केला. त्यांचे आरोग्य चांगले नव्हते, तरी त्यांनी या दौऱ्यास प्रारंभ केला; परंतु आश्चर्याची गोष्ट अशी की, त्यांनी ज्या ज्या किल्ल्यांना भेटी दिल्या, त्या त्या किल्ल्यातून शिबंदीचे धैर्य कायम असल्याचे त्यांना आढळून आले आणि त्यांनी जेव्हा आपल्या किल्लेदारांना व त्यांच्या शिबंदीच्या लोकांना सांगितले की, शत्रूशी प्राणपणाने लढा असे सांगण्यासाठी मी हा दौरा आरंभिला आहे, तेव्हा त्यांना शपथपूर्वक सैनिकांनी वचन दिले की, शत्रूशी लढल्याखेरीज आम्ही किल्ले खाली करणार नाही. ते ऐकून राजाराम महाराजांचा उत्साह दुणावला आणि त्यांनी किल्ल्यांना भेटी दिल्यामुळे किल्लेदारांना व शिबंद्यांना शत्रूशी लढण्यास हुरूप आला. या दौऱ्यात राजाराम महाराजांना आणखी एक गोष्ट आढळून आली ती अशी की, बादशहाचे सैन्य आता लढाईस कंटाळले आहे. हे सैन्य सतत वीस वर्षे लढत राहिल्याने त्याच्या नैतिक धैर्यावर दख्खनमधील प्रदीर्घ वास्तव्याचा प्रतिकूल परिणाम झाला आहे. वीस वर्षांमागे दख्खनमध्ये आलेले पुष्कळसे सैनिक युद्धात ठार झाले आहेत अथवा वृद्धापकाळामुळे मृत्युमुखी पडले आहेत. नवीन पिढी छावण्यांमध्ये जन्मलेली, तिला युद्ध नको आहे.

सुमारे तीन-साडेतीन महिने राजाराम महाराज आपल्या राज्याच्या दौऱ्यावर होते. प्रतापगडी कुलस्वामिनी भवानीमातेचे दर्शन घेऊन ते माघारी परतत होते, तोच हेळवाक येथे त्यांना बातमी कळली की, त्यांची दुसरी राणी राजसबाई या विशाळगडी सुखरूपपणे प्रसूत होऊन त्यांना पुत्ररत्न झाले आहे. ही शुभवार्ता ऐकून त्यांना आनंद झाला. त्यांचा प्रवासाचा शीण कुठच्या कुठे पळाला आणि पुत्रमुख बघण्यासाठी ते तातडीने विशाळगडाला निघाले.

राणी राजसबाई यांना चंदी येथे दिवस गेले होते. शिर्के व मोहिते यांच्या निर्धारामुळे महाराजांच्या तिघाही राण्यांना झुल्फिकारखानाने स्वदेशी जाऊ दिले होते. त्या मग विशाळगडावर राहावयास आल्या होत्या. राजाराम महाराजांनी आपल्या द्वितीय पुत्राचे नाव संभाजी ठेवले. ताराराणीच्या पुत्राप्रमाणे आपल्या पुत्राचे बारसे थाटाने झाले पाहिजे असा हट्ट राजसबाईंनी धरला. तो महाराजांनी पूर्ण केला. या प्रसंगी त्यांनी राजसबाईंच्या विनंतीवरून त्यांना व त्यांच्या सवतींना वेळूरहून सुखरूपपणे स्वदेशी आणणारे एक साहसी वीर गिरजोजी यादव यांना औंध व तारगावची देशमुखी दिली. ही देशमुखी मूळ त्यांचीच होती; पण ती विजापूरच्या बादशहाने अमानत केली होती.

विशाळगड येथे काही दिवस मुक्काम केल्यावर राजाराम महाराज आपल्या नवीन राजधानीस - साताऱ्यास परतले. त्यांनी जिंजीस प्रयाण केले, तेव्हा मोगलांच्या भयाने त्यांनी आपली स्वदेशीची राजधानी तात्पुरती विशाळगडी ठेविली होती; परंतु आता त्यांचे स्वदेशी आगमन झाल्याने त्यांना मध्यवर्ती ठिकाणी राजधानी ठेवणे भाग पडले होते, त्यासाठी त्यांनी साताऱ्याची पसंती केली होती.

राज्यातून दौरा काढल्यावर राजाराम महाराजांना आशादायक परिस्थिती आढळून आली होती. सर्व किल्ल्यांतील शिबंदी शत्रूशी प्राणपणाने लढण्यास तयार होती. किल्लेदारांनी दाणागोट्याची व दारूगोळ्याची बेगमीही भरपूर करून ठेविली होती. त्यामुळे काही दिवस तरी द्रव्याची विवंचना मिटली होती. त्यातच पुत्रजन्माच्या आनंदाची भर पडली होती. म्हणून त्यांनी आपणाला संकटप्रसंगी जे लोक देहाची तमा न बाळगता उपयोगी पडले, त्यांची सर्फराजी करण्याचे ठरविले.

धनाजी जाधव अद्याप कर्नाटकात होते. राजाराम महाराजांचा पाठलाग करणाऱ्या मोगल सैन्याला थोपवून धरण्याची कामगिरी ते बजावीत होते. त्यांची स्वराज्यसेवा आणि स्वामिसेवा देदीप्यमान होती. बिकट परिस्थितीतही ते शत्रूला निधड्या छातीने तोंड देत होते. म्हणून राजाराम महाराजांनी त्यांचे सेनापतिपद कायम केले.

निळो मोरेश्वर पिंगळे यांचीही कामगिरी तेजस्वी होती. ते संभाजी महाराजांपासून आजतागायत मोगलांशी लढत होते. प्रल्हाद निराजींनी कान फुंकल्यामुळे राजाराम महाराजांचे त्यांच्याकडे काही दिवस दुर्लक्ष झाले होते; परंतु प्रल्हाद निराजींच्या मृत्यूनंतर त्यांचे संबंध पुन्हा सुधारले होते. त्यांच्याकडील पेशवेपद कायम करण्यात आले.

जिंजी येथे जनार्दनपंत हणमंते यांच्याकडे अमात्यपद होते. ते वारल्यावर ते रामचंद्र पंतांकडे सुपूर्द करण्यात आले होते, ते त्यांच्याकडेच कायम करण्यात आले.

प्रतिनिधिपद रिकामे पडले होते. तिमाजी रघुनाथ हणमंते यांचा त्याग पाहून

राजाराम महाराजांनी ते त्यांना दिले. वास्तविक हे पद प्रल्हाद निराजी यांचे. त्यांच्या मृत्यूनंतर ते त्यांचा मुलगा नारो प्रल्हाद यास देण्यात आले होते; परंतु त्याला ते न झेपल्याने त्याच्याकडून ते काढून घेण्यात आले. सचिवपद शंकराजी मल्हार यांचे होते; परंतु त्यांच्या मनात पारमार्थिक विचार येऊन ते सर्वसंग त्यजून काशीयात्रेस गेल्याने त्यांच्या जागी सचिव म्हणून शंकराजी नारायण यांची नेमणूक केली होती. या पदात राजाराम महाराजांनी घालमेल केली नाही.

आरमारप्रमुख सिदोजी गुजर हे होते. ते राजाराम महाराजांबरोबर जिंजीस निघाले, तेव्हा त्यांच्या सल्ल्याने हे पद त्यांचे मदतनीस कान्होजी आंग्रे यांच्याकडे देऊन राजाराम महाराजांनी त्यांना सुवर्णदुर्ग येथे ठेविले होते. त्यांनी जंजिरा प्रांत हस्तगत करून मोगलांची बरीच ठाणी घेतल्याने राजाराम महाराज त्यांच्यावर निहायत खूश झाले व त्यांनी त्यांना 'सरखेल' हा किताब देऊन त्यांना आरमारप्रमुख केले आणि त्यांच्या विनंतीवरून कुलाबा व सुवर्णदुर्ग येथे आरमारी ठाणी स्थापन करण्यास त्यांना सांगितले. चिटणीस खंडो बल्लाळ यांचा त्याग पराकोटीचा होता. संभाजी महाराजांनी त्यांचा बाप, भाऊ आणि चुलता यांना हत्तीच्या पायी देऊन ठार मारले होते. तरीही ती कटू स्मृती विसरून जाऊन खंडो बल्लाळ स्वामिसेवेस हजर झाले होते. राजाराम महाराजांबरोबर ते जिंजीस गेले होते; परंतु बेंगळूर येथे त्यांना मोगलांनी पकडून कैदेत टाकले होते. तेथून बुरुजावरून उडी मारून पळाले होते. या धाडसात दुखापत होऊन त्यांचे अंग अधू झाले होते. त्यांनी शिर्क्यांकडे शिष्टाई केल्याने राजाराम महाराजांना जिंजीच्या वेढ्यातून निसटता आले होते; पण राजाराम महाराजांनी त्यांना दाभोळ येथे जे पंचवीस हजाराचे वतन दिले होते, त्यावर त्यांना पाणी सोडावे लागले होते. हा त्यांचा त्याग ध्यानी आणून राजाराम महाराजांनी त्यांना चौल प्रांती वीस हजाराची देशमुखी आणि नाडगौडकी दिली.

या लोकांप्रमाणेच राजाराम महाराजांनी अंताजी मंगाजी वाकनीस, निळो पारसनीस, परशुराम त्र्यंबक आणि आटोळे, दाभाडे, बंडगर, पवार, पाटणकर वगैरे सरदारांचीही सर्फराजी केली.

घोरपडे मंडळी संताजीच्या मृत्यूपासून राजाराम महाराजांशी फटकून वागत होती. संताजीचे पुत्र राणोजी घोरपडे व धनाजी यांचा समेट घडवून आणण्याचा प्रयत्न राजाराम महाराजांच्या प्रेरणेने झाला तरी राणोजी घोरपडे यांनी समेटास नकार दिल्याने तो सफल झाला नव्हता. स्वराज्याचे आधारस्तंभ म्हणून गणल्या गेलेल्या या दोन मातब्बर सरदारांत दुही माजल्याने मराठ्यांच्या प्रतिकारावर त्या दुहीचा अनिष्ट परिणाम झाला होता; परंतु घोरपडे मंडळी समेटास तयार नसल्याचे पाहून राजाराम महाराजांनी त्यांची वास्तपुस्त सोडून दिली.

अखेर रामचंद्रपंत यांनी हुकूमतपन्हा म्हणून जी सेवा केली तिचेही चीज करणे

अगत्याचे होते. त्यांनी चिकाटी न सोडता आणि निराश न होता सरदारांकडून व मुत्सद्द्यांकडून कार्य करून घेतले होते. त्यांच्याकडून राजाराम महाराज अशाच कार्याची अपेक्षा करीत होते, म्हणून त्यांनी पंतांकडे राज्याची अखत्यारी सोपविली.

अशा रीतीने आपल्या उपयोगी पडलेल्या सर्व लोकांची ज्याच्या त्याच्या योग्यतेप्रमाणे सरबराई केल्याने राजाराम महाराजांना मोठे आत्मिक समाधान लाभले. औरंगजेबाने तहाचा प्रस्ताव धुडकावला ही एक इष्टापत्तीच असे मानून त्यांनी स्वातंत्र्ययुद्ध नेटाने चालू ठेवण्याचा निर्धार केला.

२८

रायगड पडला, जिंजी पडली, राजारामाने तहाचा प्रस्ताव धाडला; आपण तो फेटाळून लावून संपूर्ण शरणागतीची मागणी केली. पण तदनंतर राजारामाने तहाच्या वाटाघाटींबाबत कोणतीच हालचाल न करता तो राज्याच्या दौऱ्यावर निघाल्याचे कळताच औरंगजेबाच्या तळपायाची आग मस्तकाला जाऊन भिडली. तो आपला वृद्ध वजीर आसदखान यास बोलावून घेऊन म्हणाला,

"राजाराम शरण येण्याची चिन्हे दिसत नाहीत, उलट तो किल्ल्याची डागडुजी करीत आपल्या राज्यातून दौरा करीत आहे. आमच्याशी दीर्घकाळ लढा देण्याचा त्याचा बेत दिसतो. न झाल्यास त्याने किल्ल्यांची डागडुजी करून अन्नधान्याची आणि दारूगोळ्याची बेगमी करण्यास सुरुवात केली नसती. आता आमची ठाम समजूत झाली आहे की, राजारामाचे किल्ले घेण्याची मोहीम आम्ही जातीने सुरू केल्याशिवाय त्याला नेस्तनाबूत करण्याची ही दीर्घ मोहीम संपणार नाही. या दुष्ट जमातीचे निवासस्थान म्हणजे त्यांचे किल्ले, ते घेतल्यावाचून या जमातीची पाळेमुळे खणून काढता येणार नाहीत. तुमचे काय म्हणणे आहे वजीरसाहेब?"

बादशहा दख्खनच्या स्वारीवर येऊन उणीपुरी वीस वर्षे होत आली होती. या प्रदीर्घ कालावधीत त्याने विजापूर आणि गोवळकोंडा ही दोन मोठी मुसलमानी राज्ये आणि काही लहान हिंदू संस्थाने घेतली होती; परंतु ही कामगिरी काही विशेष उल्लेखनीय नव्हती. त्याचा एखादा प्रथम श्रेणीचा सरदार हे काम पार पाडू शकला असता; परंतु गोवळकोंडा आणि विजापूर घेणे हा बादशहाचा दक्षिणेत येण्याचा अंतिम हेतू नव्हता. गोवळकोंडा आणि विजापूर घेण्याचा आभास निर्माण करून

त्याला मराठ्यांना चिरडून टाकायचे होते; पण ते त्याला शक्य झाले नव्हते. मराठा ही हिरवळीसारखी चिवट जमात होती. तिची पाळेमुळे उखडून काढणे ही अशक्यप्राय गोष्ट होती. बादशहाला त्याची प्रचिती आली होती; परंतु पराभव पत्करून दिल्लीत माघारी परतण्यास तो तयार नव्हता. त्याचे कारण हे की, आपण जवळजवळ अर्धशतकापर्यंत आलमगीर म्हणून मिरवलो, आता आयुष्याच्या उत्तरकाळी मराठ्यांसारख्या एका अज्ञात जमातीचा पराभव करणे अशक्य होऊन आपण माघारी परतलो तर आपला 'आलमगीर' हा किताब रसातळास जाऊन नामुष्की पदरात पडेल अशी भीती त्याला वाटत होती आणि म्हणून तो मराठ्यांचे किल्ले घेण्याच्या मोहिमेवर जातीने जाण्याचा विचार करीत होता.

औरंगजेबाचा वृद्ध वजीर आसदखान याला त्याचा हट्टी स्वभाव माहीत होता. जे अशक्य ते शक्य करून दाखविणे ही त्याची जिद्द होती. म्हणून त्याला कुणी सल्ला किंवा उपदेश करण्याच्या भानगडीत पडत नसे. तरीही आता जेव्हा बादशहाने वजिरास विचारले की, ''या जमातीची पाळेमुळे खणून काढण्याचा मी बेत केला आहे, तरी तुमचे मत काय आहे.'' तेव्हा वजीर त्या प्रश्नाचा धागा पकडून धीर करीत म्हणाला, ''हजरतपन्हा! आपण विचारले म्हणून सांगतो. आज पंधरा-सोळा वर्षे झाली आपण मराठ्यांशी लढत आहोत. ते आपणाशी लपंडावाचे युद्ध खेळ खेळत आहेत. हे लोक 'कजाखी' फार. 'नेकजात', 'एकदिल' ज्यांचे निमक खातील, त्याची चाकरी 'हलाल' करतील. खुदावंत त्यांची 'खात्री' करतात; परंतु ते मोडत नाहीत. तरीही ते हजरतपन्हापाशी तहाचा प्रस्ताव घेऊन आले; पण आपण त्यांना झिडकारले. आता आपण आमचे मत विचारता. आपला वृद्धापकाळ झाला आहे. आपण सतत पन्नास वर्षे तलवार मारून प्रचंड साम्राज्य निर्माण केले. दुनियेचा सम्राट म्हणून आपण धारण केलेली बिरुदावली सार्थ नाही असे कोण म्हणेल? पण माणूस म्हणजे काही यंत्र नव्हे. यंत्रेही फार दिवस काम देत नाहीत. आपले शरीर थकले आहे, त्याला विश्रांतीची जरुरी आहे. आपणाप्रमाणे माझ्यासारखे आपले उमरावही थकले आहेत. आम्ही आपणाबरोबर अनेक यशस्वी मोहिमांत भाग घेतला. मध्य आशियातील पामीरच्या पठारापासून सेतुबंधापर्यंतच्या सहस्त्रावधी योजनांच्या क्षेत्रात आम्ही आपणाबरोबर घोडदौडी केल्या, तलवार मारली; पण आमची गात्रे आता शिथिल झाली आहेत. जहापन्हा, आमच्या बायका, आमची मुले त्या भ्रमंतीच्या जीवनाला कंटाळली आहेत. आमच्या नातवंडांना तर दिल्लीचे आणि आमच्या घरादारांचे अद्याप दर्शनही घडलेले नाही. ती केविलवाण्या नजरेने आम्हांला विचारतात, 'अब्बाजान, कधी जायचे आपल्या मुलुखाला?' त्यांना आम्ही काय उत्तर देणार? आमच्याप्रमाणेच आपले लहानमोठे सरदार आणि सामान्य सैनिकही लढाईला विटले आहेत. त्यांच्यामध्ये वैफल्याची लाट पसरली आहे. तरी

जहापन्हा, आपण मराठ्यांशी तह करावा आणि उत्तरेला परत जावे. मराठे एकदिल आहेत. ते निमकहराम होणार नाहीत. त्यांना चाकरीत घ्यावे. त्यांना कर्नाटकाचा बंदोबस्त सांगावा. आपल्या सुभेदारांप्रमाणेच त्यांनाही सुभ्यांचे काम सांगावे.''

वजीर आसदखान याच्या भावना ऐकून औरंगजेब उत्तरोत्तर गंभीर होत होता. अखेर तो म्हणाला,

''तुम्ही फार चांगले बोललात; पण आमच्या मनात हे नाही असं का तुम्हास वाटतं? शिवाजीपासून आम्ही मराठ्यांना हेच सांगत आलो की, तुम्ही स्वतंत्र होण्याचा उद्योग सोडून आमच्या चाकरीत या; पण ते चाकर म्हणून आमच्या नोकरीत येण्यास तयार नाहीत. म्हणून त्यांना बुडविण्याची ही शेवटची मोहीम हाती घेण्याचा आम्ही बेत केला आहे.''

वजीर आसदखानास मराठ्यांचा स्वभाव पुरेपूर माहीत होता. आपल्या स्वातंत्र्याला तिलांजली देऊन, बादशहाचे नोकर म्हणून राहण्यास ते कदापि तयार होणार नाहीत हे तो जाणून होता; पण बादशहा तर त्यांच्याकडून संपूर्ण शरणागतीची अपेक्षा करीत होता. तो आपल्या हट्टापासून तसूभरही माघार घेण्यास तयार नव्हता; त्यामुळे बादशहाला आणखी उपदेश करण्यात अर्थ नाही याची खूणगाठ बांधून आसदखान स्वस्थ बसला. त्याने बादशहाचे हुकूम मुकाट्याने अमलात आणण्याचे ठरविले.

मोहिमेची तयारी करण्याचा हुकूम निघताच बादशहाच्या छावणीत एकच गडबड उडाली. बादशहा जाहीर करीत होता की, ही शेवटची मोहीम आहे. ही पूर्ण झाली की, आपण दिल्लीस माघारी परतणार. तरी ती यशस्वी करण्याची सगळ्यांनी पराकाष्ठा करावी.

बादशहाच्या या आवाहनाचे त्याच्या सरदारांनी स्वागत केले. त्यांनी मोहीम यशस्वी करून दाखविण्याचा निर्धार केला. या वेळी त्यांनी शाही हुकुमावरून आपली बायका-मुले बरोबर घेतली नाहीत. कारण, बायका-मुले बरोबर असली की, मोहीम रेंगाळते असा अनुभव होता. सरदारांनी आपली बायका-मुले ब्रह्मपुरीच्या छावणीतच ठेविली. बादशहाने आपलाही कबिला मागे ठेवण्याचा निर्णय घेतला होता. वृद्ध वजीर आसदखानास मोहिमेचे काम झेपण्यासारखे नव्हते, म्हणून बादशहाने त्याला छावणीचा मुख्याधिकारी नेमले. बादशहाने पुन्हा ताकीद दिली की, ''तमाम अमीर उमराव आणि मनसबदार यांनी आपली बायकामाणसे आणि अनावश्यक सामान छावणीत ठेवावे. कोणीही बायका बरोबर घेऊ नयेत.''

परंतु बादशहाची सक्त ताकीद असूनदेखील उमरावांनी चोरून बायका बरोबर घेतल्याच, कारण त्यांना बायकांशिवाय चैन पडत नसे. दुसरी गोष्ट म्हणजे बड्या अमीरउमरावांना आज्ञाभंगाबद्दल क्वचितच शिक्षा होत असल्याने आज्ञाभंग करण्याकडे त्यांची प्रवृत्ती असे.

अखेर सर्व तयारी पूर्ण झाल्यावर बादशहा आपल्या सर्व सैन्यासह पावसाळ्याअखेर कार्तिक महिन्यात मराठ्यांना चिरडून टाकण्याच्या त्या संस्मरणीय मोहिमेवर जातीने ब्रह्मपुरीहून निघाला. वीस दिवसांनी तो मुर्तजाबाद म्हणजे मिरजेस येऊन पोहोचला. तेथे त्याने आपली प्रवासी छावणी ठोकली. शाहजादा महमद अज्जम हा पेडगाव बहादूरगड येथे तळ ठोकून होता, त्याला त्याने आपणाकडे बोलावून घेतले.

बादशहा ब्रह्मपुरीहून मराठ्यांना नेस्तनाबूत करण्याच्या शेवटच्या मोहिमेवर निघाला, तेव्हा राजाराम महाराज कोकणचा दौरा आटोपून साताऱ्यास परतत होते. त्यांच्या गुप्तहेरांनी त्यांना वाटेतच बादशहाच्या लष्करी हालचालींची वार्ता विदित केली. त्या बातमीने ते भयंकर चिंताक्रांत झाले. ते लगबगीने साताऱ्यास आले, तोच त्यांना कळले की, देवगडचा गोंड राजा बख्त बुलुंद याचे वकील आपली मार्गप्रतीक्षा करीत आहेत.

बख्त बुलुंद हा गोंड राजा औरंगजेबाच्या चिथावणीने मुसलमान झाला होता. एका मुसलमान सरदाराने त्याला आपली मुलगी दिली होती; परंतु खऱ्या अर्थाने मुसलमान होऊनदेखील औरंगजेबाचे सरदार त्याला उपद्रव देतच होते; त्यामुळे चिडून जाऊन तो मराठ्यांच्या साहाय्याने मोगलांशी दोन हात करण्याची उमेद बाळगून होता.

राजाराम महाराजांनी आपला कबिला खेळण्यास पाठवून दिला आणि ते साताऱ्यापासून आठ मैलांवर मुक्कामास राहिले. तेथे त्यांनी बख्त बुलुंदच्या वकिलांना मुलाखत दिली. बख्त बुलुंद राजाराम महाराजांना पाठवलेल्या पत्रात म्हणत होता की, मराठे व गोंड यांनी संयुक्तपणे बादशहाच्या उत्तरेकडील मुलुखावर स्वारी करावी. बुलुंद बख्तची ही योजना राजाराम महाराजांना उपयुक्त वाटली. कर्नाटकातील बेरड हे मराठ्यांशी पुष्कळ वर्षांपासून दोस्ती करून होते, आता गोंड राजा त्यांच्या दोस्तीची अपेक्षा करीत होता. बादशहाच्या स्वारीचे संकट राजाराम महाराजांच्या नवीन राजधानीच्या - साताऱ्याच्या - वेशीवर घिरट्या घालीत होते, तरीही महाराज डगमगले नाहीत. त्यांनी रामचंद्रपंतांशी व धनाजी जाधवांशी सल्लामसलत केली. धनाजी जाधव म्हणाले,

"चंदी पडल्याने झुल्फिकारखान आता कर्नाटकाहून इकडे येण्यास मोकळा झाला आहे. आपले बेरड दोस्त त्याला विरोध करण्यास असमर्थ आहेत. अशा वेळी गोंडराजाने आपणाकडे मदतीची मागणी केली, ही दैवी कृपाच म्हटली पाहिजे. गोंड लोक आपल्या बेरड दोस्तांसारखेच शूर आहेत. त्यांना जर आपण मदत केली, तर बादशहाचे बरेच मोठे सैन्य ते उत्तरेकडे गुंतवून ठेवतील. तरी महाराजांनी गोंड राजास कळवावे की, आम्ही त्याच्या मदतीला येण्यास तयार आहोत. यापूर्वी थोरल्या महाराजांनी आणि शंभू राजे यांनी गोंडवनात सैन्य धाडले होते; त्यामुळे तो

मुलूख आपल्या सैनिकांच्या माहितीचा आहे.''

धनाजी जाधवांचा सल्ला राजाराम महाराजांना पसंत पडला. त्यांनी गोंड राजा बुलुंद बख्त याला प्रत्युत्तर धाडले की, बादशहाच्या उत्तरेकडील मुलुखावर मराठे व गोंड यांनी संयुक्तपणे स्वारी करण्याची आपली योजना नामी आहे. आम्ही या योजनेनुसार गोंडवनात सैन्य धाडण्याची तयारी करीत आहोत.

नंतर गोंड राजाच्या वकिलांची योग्य ती सरबराई करून राजाराम महाराजांनी त्यांना रजा दिली.

राजाराम महाराज साताऱ्याहून बाहेर पडून आठ मैलांवर येऊन मुक्कामास राहिले, तेव्हा एके दिवशी त्यांच्या ध्यानात आले की, आपला कलगीतुरा साताऱ्यास विसरला. तो आणण्यासाठी त्यांनी आपला एक नोकर तिकडे रवाना केला. तो कलगीतुरा घेऊन येत असता वाटेत कुणीतरी त्याचा खून करून कलगीतुरा पळविला. ही वार्ता राजाराम महाराजांना कळताच त्यांना फार वाईट वाटले. हे एक दुश्चिन्हच म्हणून ते अस्वस्थ झाले. आपण आपली राजधानी सोडायला नको होती असे त्यांना वाटले आणि ते लगेच साताऱ्यास परतले; परंतु त्याच रात्री अचानकपणे गडावरील काही घरांना गूढ रीतीने आग लागून ती भस्मसात झाली. हे आणखी एक दुश्चिन्ह होते. त्या घटनांनी राजाराम महाराजांना धक्काच बसला. भावी संकटपरंपरेची ही चाहूल तर नाही ना, असा एक भयसूचक विचार त्यांच्या मनात चमकून गेला. त्यांनी लगेच सातारा सोडण्याचा निर्णय घेतला.

आपल्या मुक्कामावर आल्यावर राजाराम महाराजांनी आपल्या सरदारांची एक बैठक बोलाविली. आता स्वस्थ न बसता मोगलांच्या प्रतिकाराची मोहीम सुरू करण्याचा त्यांनी बेत केला होता. नेमाजी शिंदे यांच्यासारखे अनुभवी सरदार व खंडेराव दाभाडे, परसोजी भोसले, हैबतराव निंबाळकर यांच्यासारखे तडफदार तरुण सरदार या बैठकीला उपस्थित होते. सेनापती धनाजी जाधव हे महाराजांच्या उजव्या बाजूस बसले होते. महाराजांनी आपल्या सरदारांना सर्व परिस्थिती समजावून सांगितली. ते म्हणाले की, ''आम्ही ही मोहीम जातीने सुरू करण्याचा बेत केला आहे. चंदनवंदनपासून सुरुवात करावी म्हणतो. आमच्याबरोबर सेनापती धनसिंगराव जाधव, खंडेराव दाभाडे, परसोजी भोसले आणि हैबतराव निंबाळकर हे तिघे सरदार आणि रामचंद्रपंत व दादो मल्हार हे दोघे असतील. नेमाजीराव शिंदे यांनी खानदेशात शिरावे व तिकडील मोगल ठाण्यांवर हल्ले करून चौथाई वसूल करावी. राणोजीराव घोरपडे साताऱ्याच्या रक्षणासाठी चार हजार सैन्यासह मागे राहतील.''

राजाराम महाराजांची ही योजना त्यांच्या सरदारांना आणि मुत्सद्द्यांना एकदम पसंत पडली. आतापर्यंत मराठे बचावाचे युद्ध खेळत आले होते. यापुढे ते चढाईचे युद्ध सुरू करणार होते.

भाद्रपद महिन्यात नेमाजी शिंदे मोठे सैन्य घेऊन वऱ्हाड-खानदेशात शिरले. त्यांचा प्रतिकार करण्यासाठी हुसेन अलीखान हा मोगल सुभेदार थालनेरहून मोठे सैन्य घेऊन आला. थालनेरपासून दोन कोसांवर उभय सैन्यांची गाठ पडून लढाई झाली. हुसेन अलीखान व त्याचे सरदार जिवावर उदार होऊन लढले. त्याचे तीनशे घोडेस्वार व पुष्कळ पायदळ ठार होऊन तो स्वतः जखमी होऊन नेमाजी शिंदे यांच्या हातास लागला. सेनापती पडताच मोगल सैन्याचा धीर खचला व त्याने रणांगणातून पळ काढला. मराठ्यांनी त्यांचा पाठलाग करून त्यांची पुष्कळ प्राणहानी केली. त्यांनी हुसेन खानाचा गोट लुटून पुष्कळ लूट नेली.

मोगल सरदार लढाईत कैद झाले, तर त्यांना बंदिवासात ठेवण्यासाठी पुष्कळ खर्च येतो म्हणून मोठी युद्धखंडणी घेऊन त्यांची मुक्तता करण्याचे धोरण मराठ्यांनी पूर्वीपासून अवलंबिले होते. तदनुसार नेमाजी शिंदे यांनी हुसेन अलीखानास सांगितले की, तुम्ही दोन लक्ष रुपये युद्धखंडणी भरत असल्यास आम्ही तुमची मुक्तता करू. मोगल सरदारांना मराठ्यांच्या कैदेत राहणे ही नामुष्कीची गोष्ट वाटे, म्हणून हुसेन अलीखानाने दोन लक्ष रुपये भरून आपली मुक्तता करून घेण्याचे ठरविले. आपल्या जहागिरीतून त्याने काही रक्कम उभी केली. थालनेरमध्ये त्याची काही मालमत्ता होती ती गहाण टाकली आणि काही जडजवाहीरही विकले. तरी रक्कम भरेना, एकूण एक लक्ष आठ हजार रुपये जमले. उरलेली रक्कम तुम्ही भरा अशी विनंती त्याने नंदूरबार शहरातील सराफांना केली.

नंदूरबारचे व्यापारी हे सारे एकजात लुच्चे होते. ते मराठ्यांना चौथाई कधीच भरत नसत. चौथाई मागितली तर फौजदाराला पुढे करीत; त्यामुळे मराठे त्यांच्यावर भयंकर चिडून होते. आता जेव्हा ते संकटकाळी आपणास मदत करण्यास तयार नाहीत हे हुसेन अलीखानाने पाहिले, तेव्हा तोही भयंकर संतप्त झाला. त्याने त्यांना चांगलीच अद्दल घडविण्याचा बेत केला. त्याने मराठ्यांना गुप्तपणे कळविले की, तुम्ही नंदूरबार शहरास वेढा घालण्याचा बहाणा करा. शहराचा फौजदार तुमच्याशी लुटूपुटूची लढाई करील. मग तो आवई उठवील की, 'मराठ्यांचा जोर झाल्याने आपणास माघार घ्यावी लागत आहे. तो तुम्हाला शहराचे दरवाजे उघडे करील. तुम्ही शहरात शिरून व्यापाऱ्यांना लुटा; पण गरीब प्रजेच्या वाटेला जाऊ नका.'

हुसेनखानाने सुचविलेली युक्ती नेमाजी शिंदे यांना पसंत पडली. त्यांनी नंदूरबार शहरास वेढा घालण्याचा बहाणा केला. मोगलांनी मराठ्यांशी लढण्याचे सोंग केले. नंतर फौजदाराने जाहीर केले की, शत्रूचा जोर झाल्याने आपले सैन्य हटत आहे. इतके होईस्तोवर शहराची दारे उघडली गेल्याने मराठ्यांच्या झुंडी शहरात घुसल्या.

नंदूरबार शहरातील व्यापारी शहराच्या फौजदाराच्या सामर्थ्यावर विसंबून राहून निश्चिंत होते, कारण यापूर्वी मराठे शहरात कधीच घुसले नव्हते; त्यामुळे या वेळी ते मराठ्यांना गाफील स्थितीत सापडले. त्यांनी त्यांना पकडून त्यांच्याकडून दामदुप्पट दंड वसूल केला. एकूण एक लक्ष चाळीस हजार रुपये वसूल झाले. उरलेली रक्कम भरून हुसेन खानाने आपली मुक्तता करून घेतली. नंतर मराठे निघून गेले. हुसेन अलीखानाचा पाडाव होऊन नंदूरबार शहर मराठ्यांनी लुटल्याची वार्ता औरंगजेबास कळली, तेव्हा तो भयंकर संतप्त झाला; परंतु तो नेमाजी शिंदे यांच्या पारिपत्यास जाऊ शकत नव्हता. त्याला चरफडत गप्प बसावे लागले.

नेमाजी शिंदे खानदेश - वऱ्हाडात मोगल ठाणी मारीत चौथाई वसूल करीत होते, तेव्हा राजाराम महाराज व त्यांचे सेनापती धनाजी जाधव हे दुसऱ्या मोहिमेची तयारी करीत होते. औरंगजेबास त्याची गंधवार्ताही नव्हती.

मोहिमेची सर्व तयारी पूर्ण झाल्यावर राजाराम महाराजांनी दसऱ्याच्या सुमुहूर्तावर प्रस्थान काढले. त्यांनी आपल्या फौजांची विभागणी करून आपल्या सरदारांना वेगवेगळ्या वाटांनी धाडले. धनाजी जाधवांनी पंढरपूरचा मार्ग धरला. शंकराजी नारायण पुण्याच्या रोखाने निघाले, तर राजाराम महाराजांनी सुरतेच्या दिशेने चाल केली. ही वार्ता औरंगजेबास कळताच त्याने आपला हुकमी सरदार झुल्फिकारखान यास मराठ्यांच्या पाठलागास जाण्याचा हुकूम धाडला. जिंजीच्या पाडावासारखी महान कामगिरी आपण पार पाडल्याने आपणास बादशहा वर्ष-सहा महिने तरी विश्रांती दिल्यावाचून राहणार नाही या भ्रमात झुल्फिकारखान होता. तोच बादशहाचा हुकूम त्याच्या हातात पडला. त्याने लगबगीने सैन्याची तयारी करून आपल्या सरदारांना मराठ्यांच्या पाठलागास पाठविले. सर्जाखान शंकराजी नारायण यांच्या पाठलागास निघाला होता. त्या दोघांची पुण्यानजीक गाठ पडून शंकराजींनी खानाची बरीच हानी केली. याच वेळी चिंकिलिचखान व परशुराम त्र्यंबक या दोघांची यादवाड येथे लढाई होऊन त्यात खानाचा पराजय झाला. झुल्फिकारखान धनाजी जाधवांचा पाठलाग करीत होता. त्या दोघांची पंढरपूरनजीक गाठ पडून झुल्फिकारखान पराभूत झाला. यापूर्वी मराठा व मोगल यांच्या अशा समोरासमोर लढाया फारशा झाल्या नव्हत्या; परंतु या लढाया समोरासमोर होऊन त्यात मोगल हरले. या विजयांनी मराठ्यांचा कल्पनातीत फायदा झाला. आपण मोगलांना समोरासमोर लढाई देऊन त्यांचा पराभव करू शकतो, असा आत्मविश्वास त्यांच्यामध्ये निर्माण झाला.

झुल्फिकारखान राजाराम महाराजांच्या सरदारांचा पाठलाग करीत होता, तेव्हा शाहजादा बेदरबख्त हा बादशहाच्या हुकुमावरून राजाराम महाराजांच्या पाठलागास निघाला होता. त्याने नासरजंग व चिंकिलिचखान या दोघांना आपल्या मदतीस

बोलाविले; परंतु ते मराठ्यांशी इतरत्र लढण्यात गुंतले असल्याने त्याच्या मदतीस जाऊ शकले नाहीत. तरीही त्याने राजाराम महाराजांचा अहोरात्र पाठलाग सुरू केला. अखेर परेंडाच्या किल्ल्यापासून चार मैलांवर त्याला राजाराम महाराजांच्या फौजा दिसल्या. बेदरबख्त हल्ल्याची तयारी करतो आहे, तोच राजाराम महाराजांना त्याच्या पाठलागाची बातमी कळल्याने त्यांनी सुरतेचा रोख सोडून अहमदनगरच्या दिशेने माघार घेतली. या गडबडीत त्यांचा एक सरदार कृष्णराव सावंत हा मोगलांना बगल देऊन पुढे निघाला. त्याने नर्मदा ओलांडण्यात यश संपादन केले.

कृष्णराव सावंत हा नर्मदा ओलांडणारा पहिलाच मराठा सरदार होता. ते भाग्य तत्पूर्वी अन्य कुठल्याही मराठा सरदाराच्या वाट्यास आले नव्हते. कृष्णराव सावंताने नर्मदेच्या पलीकडे जाऊन अनेक सधन शहरे लुटली. यापूर्वी त्या भागात मराठ्यांचा शिरकाव झाला नसल्याने मोगल ठाण्यांकडून कृष्णराव सावंत यास विशेष प्रतिकार झाला नाही.

शाहजादा बेदरबख्तचा पाठलाग चुकविण्यासाठी राजाराम महाराज सुरतेचा नाद सोडून अहमदनगरकडे वळले होते. नंतर त्यांनी पन्हाळ्याचा रस्ता धरला.

याच वेळी राणोजी घोरपडे व मोगल सरदार हमिदुद्दीनखान या दोघांच्या कुराराबाद व सांगोला येथे दोन मोठ्या लढाया झाल्या. दुसऱ्या लढाईत खानाचा पराभव होऊन त्याने मसूरच्या रोखाने पळ काढला. मराठ्यांनी मोठा विजय मिळविला; पण दुसऱ्या बाजूने त्यांना एक मोठा हिरा गमवावा लागला. सांगोल्याच्या लढाईत दादो मल्हार हे कामास आले. त्यांच्यासारखा कुशल खड्गबहाद्दर मुत्सद्दी ठार होणे ही मराठ्यांची मोठीच हानी होती.

राजाराम महाराजांची मोहीम कल्पनातीत यशस्वी झाली. त्यांच्या सरदारांनी मोगलांवर सर्व ठिकाणी विजय संपादन केले होते. पन्हाळ्याला आल्यावर त्यांनी दरबार भरवून विजयी सरदारांचा मानसन्मान केला. अनेक दिवसांनी भरलेला तो मोठा दरबार होता. पर्जन्यकालात अभ्रपटल निर्माण झाल्याने वातावरण विषण्ण वाटावे; पण अकस्मात आकाश निरभ्र होऊन सूर्यदर्शन घडावे तशा स्वरूपाचा तो प्रसंग होता. राजाराम महाराज जिंजीच्या पाडावाने खचून गेले होते. आता आपल्याला तरणोपाय नाही असे वाटून ते निराशेच्या अंधारात बुडून गेले होते; पण अकस्मात चमत्कार घडला होता. त्यांच्या सरदारांनी अनेक ठिकाणी विजय मिळविल्याने निराशेचा अंधकार दूर होऊन आशेचा सूर्य तळपला होता. राजाराम महाराजांना आता मोठाच हुरूप आला. त्यांनी बादशहाविरुद्ध अधिक व्यापक चढाई करण्याचा बेत आखला. आपल्या सरदारांना ते म्हणाले,

"मोगलांशी आमच्या अनेक झटापटी झाल्या. आम्ही त्या जिंकल्या. आता

बादशहाच्या छावणीवर हल्ला करून शिवाजी राजे आणि येसूवहिनी यांची मुक्तता करण्याचा बेत आम्ही केला आहे. तेथे जातीने लढाई करावी, बादशहास कळावे ही शिवशाही फौज आहे त्यात राजाराम आहे हेही त्यास मालूम व्हावे. खाशास पक्के समजावे मराठी फौज हयात आहे.''

राजाराम महाराजांची ही योजना अत्यंत धाडसी होती; पण ती कशी तडीस जाणार हा महत्त्वाचा प्रश्न होता. यापूर्वी संताजी घोरपडे यांनी बादशहाच्या छावणीवर छापा घालून त्याच्या डेऱ्याचे सोन्याचे कळस कापून आणले होते; परंतु त्या हल्ल्यापासून बादशहा आपल्या छावणीच्या रक्षणाबाबत अत्यंत जागरूक होता. अशा स्थितीत त्याच्या छावणीवर हल्ला करणे म्हणजे खरोखरच जिवावरचे धाडस होते; परंतु बैठकीस उपस्थित असलेल्या सरदारांनी त्या योजनेस विरोध केला नाही. त्यांनी राजाराम महाराजांची ती योजना यशस्वी करण्यासाठी कंबर कसली.

बादशहाच्या छावणीवर हल्ला करण्याची तयारी पूर्ण झाल्यावर राजाराम महाराज पन्नास हजार सैन्य घेऊन निघाले. तत्पूर्वी त्यांनी शाही सैन्यातील मराठा सरदारांशी संधान जुळविले होते. शिवाय कुमक म्हणून त्यांनी शंकराजी नारायण व परशुराम त्र्यंबक या दोघांना आपणास येऊन मिळण्याचा हुकूम धाडला होता. त्या दोघांचा मुक्काम अद्याप पुण्यालाच असून पंचवीस हजार सैन्य त्यांच्या हाताखाली होते. राजाराम महाराज राहुरी-बोरीवरून पुणतांब्यास आले व तेथे त्यांनी भीमा नदी ओलांडली.

औरंगजेबाची छावणी अत्यंत सुरक्षित होती. छावणीभोवती कोट उभारण्यात आला होता आणि प्रत्येक प्रवेशद्वारावर हत्यारी सैनिकांची गस्त सुरू होती.

छावणीतील मराठा सरदारांशी राजाराम महाराजांनी अगोदर संधान साधले होते. तुम्ही छबिन्यासाठी तुमचे सैन्य छावणीबाहेर धाडा, त्यात आमचे काही सैनिक मिसळतील. नंतर त्यांनी छावणीत प्रवेश केल्यावर ते बादशहाच्या गस्ती सैनिकांवर हल्ला करून त्यांना कापून काढून आमची वाट मोकळी करतील, असे त्यांनी मराठा सरदारांना सुचविले होते. त्याप्रमाणे सर्व बेत जुळून आला.

बादशहाच्या छावणीत बिनीलाच त्याचा विश्वासू सरदार शास्ता ऊर्फ तर्बियतखान याचे लष्कर होते. या सैन्यातील मराठ्यांनी राजाराम महाराजांशी झालेल्या संगनमतानुसार छबिन्याचे लोक म्हणून राजाराम महाराजांच्या सैनिकांना आत घेतले. त्यांनी छावणीच्या प्रवेशद्वारावरील गस्ती सैनिकांवर अचानक हल्ला करून त्यांना कापून काढले व शिंगे फुंकून जवळपास दबा धरून बसलेल्या घोडदळाच्या तुकड्यांना छावणीवर हल्ला करण्याची इशारत दिली. ती इशारत मिळताच मराठे घोडेस्वार वायुवेगाने पळत आले आणि त्यांनी छावणीत घुसून हाणामारीस सुरुवात केली. तत्पूर्वी प्रवेशद्वारावरील मोगल सैनिकांवर हल्ले झाल्याने छावणीत पुरताच गोंधळ माजला

होता, त्याचा फायदा मराठा शिलेदारांनी घेतला; परंतु या वेळीही बादशहा मराठ्यांच्या हातास लागला नाही. त्याच्या तंबूभोवती मोगल सैनिकांनी कडे केल्याने मराठ्यांना त्याचा भेद करून आत प्रवेश करता आला नाही.

बादशहाच्या डेऱ्यात शिरून शाहूराजे व महाराणी येसूबाई यांची मुक्तता करण्याचा राजाराम महाराजांचा डाव फसला. मराठे शिलेदार त्यामुळे भयंकर चिडून गेले. ते छावणीतील तोफांच्या साखळ्या तोडून पसार झाले.

बादशहाला तो प्रकार एखाद्या झंझावातासारखा वाटला. मराठे नामोहरम झाले नसून ते अद्याप जिवंत असल्याचा तो पुरावा होता; परंतु त्या धाडसी हल्ल्यामुळे बादशहा भयंकर चिडीस गेला. मराठ्यांचे किल्ले घेऊन त्यांना जमीनदोस्त करण्याचा त्याचा निर्धार आता कायम झाला. मराठ्यांच्या तावडीतून बचावल्याबद्दल त्याने परवरदिगार अल्लाचे कृतज्ञतेने आभार मानले आणि तो पुढच्या तयारीस लागला; परंतु त्याला लवकरच आणखी एक धक्का बसायचा होता.

शाही छावणीतून बालराजे शाहू व महाराणी येसूबाई यांची मुक्तता करण्याचा प्रयत्न जरी असफल झाला असला, तरी राजाराम महाराज त्यामुळे नाउमेद झाले नाहीत. ते आपल्या सरदारांना म्हणाले की, आपण इतके दूर आलोच आहोत. इथून जवळच जालन्याची बाजारपेठ आहे, ती लुटून फस्त करू या. बादशहाच्या छावणीला तेथूनच मालाचा पुरवठा होतो. ती कल्पना महाराजांच्या सरदारांना पसंत पडली.

जालना शहराच्या बाजारपेठेतून बादशहाच्या छावणीला जरी सर्व प्रकारच्या वस्तूंचा पुरवठा होत असला, तरी तिच्या रक्षणाची पुरेशी तयारी मोगलांनी केलेली नव्हती. ही बाजारपेठ शाही साम्राज्याच्या अंतर्गत भागात असल्याने तिच्यावर हल्ला करण्याचे धाडस तोपर्यंत कुणाला झाले नसल्याने मराठे त्यावर हल्ला करतील हे त्यांनी स्वप्नातही आणले नव्हते; त्यामुळे ते गैरसावध होते. राजाराम महाराजांनी अचानकपणे जाऊन त्या पेठेवर हल्ला करून ती मनमुराद लुटली; परंतु तेवढ्याने त्यांचे समाधान झाले नाही. त्यांनी आंबडे, बीड, पैठण वगैरे शहरांवरही धाड घालून ती लुटून फस्त केली आणि त्या भागातून खंडण्या वसूल केल्या.

औरंगजेबास जालन्याच्या लुटालुटीची व जाळपोळीची बातमी कळली, तेव्हा त्याला भयंकर धक्का बसला. आता मात्र त्यांच्या तोंडून उद्‌गार बाहेर पडले की, 'मराठे खरोखरच हैवान आहेत.'

राजाराम महाराज जालना लुटून पुण्यास येत असल्याची वार्ता शंकराजी नारायण व परशुराम त्र्यंबक या दोघांना कळली, तेव्हा त्यांनी त्यांचे भव्य स्वागत करण्याचे ठरविले. महाराजांनी त्या दोघांना कुमकेसाठी जय्यत तयार राहण्याची आज्ञा धाडली असली, तरी त्यांनी आपणास येऊन मिळण्यासाठी पाचारण केले

नव्हते. ते दोघे महाराजांस सामोरे गेले व त्यांना म्हणाले,

"महाराज, आपल्या पराक्रमाला तोड नाही. आपण प्रत्यक्ष बादशहाच्या छावणीवर हल्ला करून त्याला डिवचलेत आणि त्याच्या नाकावर टिच्चून जालना शहर लुटलेत. सिंहाच्या गुहेत शिरून त्याची आयाळ पकडण्यासारखा हा प्रकार आहे."

त्यावर राजाराम महाराजांच्या तोंडून एवढेच उद्‌गार बाहेर पडले, "श्रमांत ईश्वर साहाय्य होतो. इच्छा त्याची!"

२१

जालन्याच्या बाजारपेठेवर हल्ला करून राजाराम महाराजांनी ती लुटून फस्त केल्याची वार्ता औरंगजेबास कळली, तेव्हा त्याच्या तोंडून उद्‌गार निघाले, "मराठे खरोखरच सैतान आहेत." परंतु औरंगजेब हा सैतानाला दबणारा बादशहा नव्हता. आपल्या पन्नास-साठ वर्षांच्या कारकिर्दीत त्याने कुणाचीच कदर केली नव्हती. तसे असते तर त्याच्या हातून अफाट मोगल साम्राज्याचा डोलारा उभा केला गेला नसता. तो खुदाशिवाय कुणालाच भीत नव्हता आणि केवळ आपली आसुरी महत्त्वाकांक्षा फलद्रुप व्हावी म्हणून तो खुदाची आळवणी करायचा. मराठ्यांना त्याने सैतान म्हणून संबोधिले; परंतु ते विशेषण आदरवाचक नव्हते. सैतानाचा काटा काढला पाहिज ही ईर्षा त्याच्या मनात होतीच. तदनुसार तो सैन्य घेऊन सैतानास नेस्तनाबूत करण्याच्या मोहिमेवर निघाला. मराठ्यांचे किल्ले घेतल्यावाचून ते नष्ट होणार नाहीत हे सूतोवाच त्याने अगोदरच करून ठेवले होते. या कामी आपल्या मार्गात केवढ्या अडचणी आहेत, याचीही कल्पना त्याला होती. त्याच्या सरदारांनी आणि मुत्सद्द्यांनी त्याची कल्पना त्याला दिलीच होती; परंतु त्या अडचणींची त्याला भीती नव्हती. त्याने छावणी मोडून मराठ्यांची नवीन राजधानी साताऱ्याच्या रोखाने चाल केली.

साताऱ्याच्या वाटेवर वसंतगड होता. तो घेतल्याशिवाय पुढे पाऊल टाकायचे नाही असा हुकूम औरंगजेबाने आपल्या सरदारांना केला. त्या हुकुमाप्रमाणे मोगलांनी वसंतगडात मोर्चे लावले. जितके दिवस किल्ला लढविता येईल तितके दिवस लढवायचा आणि मग तो खाली करून चोरवाटांनी पसार व्हायचे, अशा सूचना राजाराम महाराजांनी सर्व किल्लेदारांना अगोदरच देऊन ठेवल्या होत्या. त्या हुकुमाप्रमाणे

वसंतगडाच्या किल्लेदाराने किल्ला लढविण्यात कसूर केली नाही. औरंगजेब वसंतगडापासून तीन कोसांवर मसूर येथे तळ देऊन राहिला होता. त्याच्या तोफखान्याचा मीर आतिश तर्बियतखान याने वसंतगडास चोहोबाजूंनी मोर्चे लावून तोफांचा धूमधडाका सुरू केला. किल्ल्यातील शिबंदीने उंच जागेवरून वेढा घालणाऱ्या सैन्यावर तोफांचा आणि इतर अस्त्रांचा भडिमार सुरू केला; परंतु मोगलांचा जोर यत्किंचितही कमी झाला नाही. ते पाहून वसंतगडाच्या किल्लेदाराने किल्ला खाली करण्याचा निर्णय घेतला. त्याने औरंगजेबास निरोप धाडला की, तुम्ही जर आम्हांला किल्ल्यातून सुरक्षितपणे बाहेर पडू दिले, तर मी किल्ला तुमच्या हवाली करण्यास तयार आहे. ती विनंती औरंगजेबाने त्वरित मान्य केली. त्याने वसंतगडास वेढा घालून बसलेल्या आपल्या अधिकाऱ्यांना हुकूम धाडला की, किल्ल्यातील लोकांची हत्यारे काढून घेऊन त्यांच्या जीविताला अपाय न करता त्यांना किल्ल्याबाहेर जाऊ द्यावे. या हुकुमाप्रमाणे वसंतगडाचा किल्लेदार व त्याची शिबंदी यांना मोगलांनी सुरक्षितपणे किल्ल्याबाहेर जाऊ दिले. त्या दरम्यान औरंगजेबाचा हुकूम येताच वेढा घालणाऱ्या मोगल सैन्याने हल्ले थांबविताच वसंतगडाचा किल्लेदार व त्याचे सहकारी यांनी आपल्या बायका-मुलांना किल्ल्यातून गुप्तपणे बाहेर काढले होते.

वसंतगड खाली करण्यात आल्याचे कळताच औरंगजेबास मोठा आनंद झाला. त्याच्या मोहिमेची सुरुवात चांगली झाली होती. त्याने शहाजणी वाजवून वसंतगडाचा विजय साजरा करण्याचे फर्मान काढले. त्याच्या अमीर-उमरावांनी त्याचे अभिनंदन केले. तो त्यांना उद्देशून म्हणाला की, ही मोहीम मी केवळ जिहाद करण्याच्या इच्छेने काढली आहे. या सेवेने पैगंबर आणि खुदा संतुष्ट होवोत.

औरंगजेबाने वसंतगडाचे नाव 'कलिदे फत्तह' (यशाची किल्ली) असे ठेवले. वसंतगड पडल्यावर औरंगजेबाने आपली छावणी मोडून साताऱ्याकडे कूच केले.

औरंगजेब आपले किल्ले घेण्याच्या मोहिमेवर निघाल्याची वार्ता राजाराम महाराजांना कळली, त्याच दिवशी त्यांनी आपला मुक्काम साताऱ्याहून हलविला होता. आपला कबिला खेळण्यास धाडून ते साताऱ्यापासून आठ मैलांवर येऊन राहिले होते. मागे फक्त रामचंद्रपंत अमात्य आणि काही सैन्य राजधानी लढविण्यासाठी राहिले होते.

औरंगजेब सैन्य घेऊन जातीने साताऱ्यास चालून येत असल्याचे कळताच रामचंद्रपंतांना काळजी उत्पन्न झाली. राजाराम महाराज जालन्याच्या मोहिमेवर गेले असल्याने गड कसा लढवावा हे त्यांना कळेना. त्यांनी औरंगजेबाच्या तोफखान्याचा प्रमुख तर्बियतखान याच्यामार्फत औरंगजेबाशी तहाच्या वाटाघाटी सुरू केल्या.

रामचंद्रपंतांसारखा एक अव्वल मुत्सद्दी तहाच्या वाटाघाटी सुरू करतो आहे हे पाहताच औरंगजेब गर्वाने भयंकर फुगून गेला. त्याने रामचंद्रपंतांस पुढील उत्तर

पाठविले.

"रामचंद्र, माझा सरदार तर्बियतखान याला तू जे पत्र लिहिलेस ते त्याने मला सादर केले. तुला कळविण्यात येत आहे की, तुझ्या सर्व मागण्या मान्य केल्या आहेत... तू भटक्या राजारामाचा नाद सोडून देऊन मला सामील हो. तुझ्यावर शाही देणग्यांची खैरात होऊन तुला मोठा दर्जा दिला जाईल... इस्लामचे पाईक तुझ्या राजास कैद करतील व त्याच्या नरकातील भावाप्रमाणे त्याचीही वासलात लावतील. तू जर तुझ्या शब्दास जागला नाहीस, तर तुला कैद करण्यात येऊन तुझी बायका-मुले व कुटुंबातील माणसे यांच्यासह तुला कंठस्नान घालण्यात येईल."

रामचंद्रपंत व औरंगजेब यांच्यातील पत्रव्यवहाराची फलश्रुती काय त्याची वाच्यता उभय पक्षांकडून झाली नाही; परंतु औरंगजेबाने आपली साताऱ्याची चाल खंडित केली नाही. तो दरमजल करीत साताऱ्यास येऊन दाखल झाला. किल्ल्यापासून दीड कोसावर त्याने आपली छावणी ठोकली. तिचा घेर अडीच कोस आणि पंचवीस साखळ्या एवढा होता. तिच्याभोवती त्याने काटेरी कुंपण आणि भिंती उभारण्याचा हुकूम आपल्या मनसबदारांना केला. यापूर्वी मराठ्यांनी त्याच्या छावणीत शिरून दोनदा हाणामारी केल्याने तो आता खबरदारीने वागत होता. हजारी मनसबदाराने पाच साखळ्या लांबीची व पाचशेच्या मनसबदाराने अडीच साखळ्या लांबीची भिंत घालावी, असा हुकूम त्याने केला. छावणीभोवती बरकंदाजांचा सतत पहारा ठेवण्यात आला. सुमारे सहा महिन्यांपर्यंत औरंगजेबाचा तळ या छावणीत होता.

साताराचा किल्ला जवळजवळ चारशे-साडेचारशे हात उंचीचा, त्याचे टोक त्रिकोणासारखे असलेले, किल्ल्यात मुबलक दाणागोटा आणि शिबंदीही भरपूर होती; त्यामुळे तो लवकर पडण्याची चिन्हे दिसेनात. किल्ल्यापासून दीड कोसावरील कारंजा येथील आपल्या छावणीतून औरंगजेब वेढ्याची सूत्रे हलवीत होता. त्या ठिकाणी आपले वास्तव्य झाले म्हणून त्याने त्याचे नाव 'बादशहापूर' ठेवले होते; तर परळीच्या रस्त्यावर शाहजादा आझम याची छावणी होती, म्हणून त्या जागेस शहापूर हे नाव देण्यात आले होते. तोफखान्याचा मीर अतिश तर्बियतखान बादशहाच्या तळापासून उत्तरेस होता, तर रुहुल्लाखान दक्षिण बाजू सांभाळीत होता. शाहजादा आलम आणि शास्ताखानाचा मुलगा खुदाबंदाखान या दोघांकडे परळी व यवतेश्वर या दरम्यानचा टापू देण्यात आला होता. औरंगजेबाचा आणखी एक अव्वल दर्जाचा सरदार सर्जाखान साताऱ्याच्या दक्षिणेस तळ ठोकून राहिला होता. त्याने चांभार टेकडीच्या खाली एक टेकडी फोडून खिंड बनविण्याचे काम आरंभिले होते. या कामी त्याला यश येऊन खिंड तयार झाली. तिला 'सरजा' खिंड हे नाव देण्यात आले.

अखेर हल्ल्याची सर्व तयारी पूर्ण झाल्यावर औरंगजेबाने आपला तोफखान्याचा

सरदार तर्बियतखान त्याला खंदक खणण्याचे व मोर्चे उभारण्याचे काम सांगितले. त्याची छावणी मंगळाई दरवाजासमोर होती. त्याने बेलदारांचा प्रमुख हिराचंद व कहारांचा (मजूर) प्रमुख दुलाचंद या दोघांकडे खंदक खणण्याचे काम सोपविले. नंतर तो तोफांचे मोर्चे उभारण्याच्या जागांची पाहणी करू लागला. जमीन खडकाळ असल्याने खंदक खणण्याचे काम भयंकर अवघड बनले होते. त्या दरम्यान मोगल सैन्य सर्व बाजूंनी समुद्राच्या लाटांप्रमाणे साताऱ्याच्या किल्ल्याकडे लोटत होते. त्याने वेढा पूर्ण करून किल्ल्याची रसद बंद पाडली; परंतु किल्ल्यात अन्नाची व दारूगोळ्याची बेगमी मुबलक होती. किल्ल्यातील पाण्याचे झरे उन्हाळ्यातदेखील आटत नसल्याने पाणीही भरपूर होते. कसलेले खंदे वीर किल्ल्याचे रक्षण करीत होते. त्यांना बलिदान म्हणजे कःपदार्थ वाटत होते. जमीन खडकाळ असल्याने खंदक खणण्याचे काम अतिशय मंदगतीने चालले होते. ते जलद व्हावे म्हणून तर्बियतखानाने चढाओढ लावली. ती यशस्वी होऊन बक्षिसे पटकावण्यासाठी मजूर झपाझप काम करू लागले.

अखेर एकदाचे खंदक खणून तयार झाले. तर्बियतखानाने उंच 'दमदमे' उभारून त्यावर प्रचंड अशा अक्राळविक्राळ तोफा चढविल्या. त्यांचा आवाज मेघगर्जनेपेक्षाही मोठा होता. त्यांना बत्ती देण्यात आली, तेव्हा भूकंपाप्रमाणे सबंध आसमंत हादरून गेले; परंतु किल्ल्याच्या तटावर मात्र त्या काडीचाही परिणाम करू शकल्या नाहीत. किल्ला म्हणजे सरळ डोंगरच! त्याचे तट सहा गज उंचीचे असून ते प्रचंड खडकांचे मिळून बनविण्यात आले होते. त्यांवर तर्बियतखानाच्या तोफांचे गोळे जाऊन आपटू लागले, तेव्हा ते चेंडूप्रमाणे उडू लागले.

मोगल तोफखान्याची सरबत्ती सुरू होताच किल्ल्यातील तोफाही धडधडू लागल्या. तोफांच्या गोळ्यांप्रमाणेच मराठ्यांनी मोगल सैन्यावर अग्निबाणांचा, बंदुकीच्या गोळ्यांचा आणि बाणांचा वर्षाव सुरू केला. किल्ल्यातून अग्निबाण सुटू लागले, तेव्हा मोगलांना अंतराळ अग्नीच्या चादरीने झाकोळून गेल्याचा भास झाला आणि अग्नीचे हे तांडवनृत्य कमी वाटले म्हणून की काय, मराठ्यांनी किल्ल्याच्या तटावरून मोगलांवर प्रचंड शिळा लोटण्यास प्रारंभ केला. त्याच्या खाली माणसे आणि जनावरे चिरडून मरण पावू लागली.

बादशहाच्या कल्पनेप्रमाणे वेढा यशस्वी झाला नाही. वेढा घालणाऱ्या मोगल सैन्यावर किल्ल्यातील शिबंदीने तोफांचा, बंदुकीचा, अग्निबाणांचा व दगडांचा वर्षाव केल्याने ते भयंकर जेरीस आले. त्यातच साताऱ्याच्या परिसरात वावरणाऱ्या मराठा गनिमी टोळ्यांनी मोगल छावणीवर छापे घालण्यास प्रारंभ केल्याने मोगलांची स्थिती अतिशय केविलवाणी झाली. मोगलांना रसद घेऊन येणाऱ्या लमाणांच्या तांड्यावर हल्ले करून, ते लुटण्याचा सपाटा मराठा टोळ्यांनी सुरू केला. एखादा

झंझावात सुटावा त्याप्रमाणे ते कुठूनतरी वायुवेगाने दौडत येत आणि निमिषार्धात बैलांचे तांडे लुटून पसार होत. तांड्याबरोबर संरक्षणासाठी मोगल सैन्याच्या तुकड्या असत; परंतु मराठे त्यांना प्रतिकार करण्याचादेखील अवसर देत नसत. डोळ्यांचे पाते लवते न लवते तोच हल्ला करून ते पसार होत. अशा रीतीने त्यांनी अवघ्याच दिवसांत साताऱ्याच्या आजूबाजूचा वीस कोसांचा टापू जाळून बेचिराख केला; त्यामुळे गवताचा व चाऱ्याचा तुटवडा पडून मोगल सैन्यातील जनावरे भुकेने तडफडून मरण पावू लागली; परंतु औरंगजेबास त्यांची दया आली नाही.

साताऱ्याच्या किल्ल्यास वेढा घालणाऱ्या मोगलांची स्थिती आता वेढ्यात सापडल्यागत झाली. धनाजी जाधव, शंकराजी नारायण वगैरे मराठा सरदारांनी मोगलांची 'भीक नको पण कुत्रा आवर' अशी स्थिती करून सोडली. धनाजी जाधवांनी कऱ्हाडचा फौजदार घारोरखान याच्यावर अचानक हल्ला करून त्याला कैद केले. या प्रसंगी झालेल्या लढाईत उभय पक्षांची अतोनात हानी झाली. अखेर हमिदुद्दीनखानाच्या मध्यस्थीने घारोरखानाची मुक्तता झाली. मोगल सरदार इखलासखान हा एके दिवशी टेहळणीस गेला असता मोगलांच्या पाळतीवर असलेल्या हनुमंतराव निंबाळकरांनी त्याच्यावर अचानकपणे हल्ला केला. त्यात खान व त्याचा मुलगा दोघेही ठार झाले. तद्नंतर पंधरा दिवसांनी झुल्फिकारखान, ब्रह्मानंद व हमिदुद्दीन खान या तिघा मोगल सरदारांची धनाजी जाधव व हनुमंतराव निंबाळकर या दोघांशी गाठ पडून घनघोर लढाई झाली. झुल्फिकारखान ऊर्फ नसरतजंग व हमिदुद्दीन खान हे दोघे कसलेले सरदार असल्याने त्यांनी मराठ्यांना दाद दिली नाही. त्यांनी मोठा पराक्रम गाजवून मराठ्यांचा हल्ला परतवून लावला. या लढाईत जे मराठा वीर ठार झाले, त्यांची मुंडकी छाटून त्यांनी आपणाबरोबर बादशहाला नजर करण्यासाठी नेली. त्याने आपल्या छावणीसमोर त्यांचा एक मनोरा रचण्याचा हुकूम केला. हेतू हा की, तो मुंडक्यांचा ढीग पाहून मराठ्यांना दहशत बसावी; परंतु तशी दहशत खाण्याइतके मराठे कच्च्या दिलाचे नव्हते. तद्नंतर दहा-बारा दिवसांनीच धनाजी जाधवांनी खानापूरच्या मोगल ठाण्यावर छापा घालून तिथल्या ठाणेदारास कैद केले.

अशा रीतीने मराठ्यांनी मोगल सैन्यावर चोहो बाजूंनी गनिमी हल्ले चढवून त्यांना सळो की पळो करून सोडले. त्यांनी त्यांची रसद मारल्याने त्यांच्या छावणीत फाके पडू लागले. सर्व प्रकारच्या जीवनोपयोगी वस्तू महाग आणि दुर्मिळ होऊ लागल्या. कडब्याअभावी जनावरे पाय झाडून मरण पावू लागली; परंतु बादशहाला त्या मुक्या प्राण्यांची दया आली नाही. त्याला आपल्या सैन्याच्या व जनावरांच्या हालअपेष्टांची क्षिती वाटली नव्हती. त्याने तर्बियतखानास निक्षून सांगितले की, किल्ला पडला पाहिजे. त्या हुकुमाप्रमाणे खानाने किल्ल्याच्या प्रवेशद्वारासमोर अठ्ठेचाळीस हात उंचीचा एक अजस्त्र दमदमा उभारण्यास प्रारंभ केला. धान्याची

आठ हजार रिकामी पोती माती भरून दमदम्याभोवती रचण्यात आली. दमदम्याखाली लागणारे लाकूड आणण्याचे काम तीनशे बैल कित्येक दिवसांपासून करीत होते. सातारच्या पंचक्रोशीतील एकही झाड मोगलांनी शिल्लक ठेवले नाही; परंतु किल्ल्यातील मराठे सैनिक बघ्यांचे काम करीत नव्हते. त्यांनी तोफांचा व दगडांचा मारा करून दमदम्याच्या कामात व्यत्यय आणण्यास आरंभ केला.

धान्याची आठ हजार पोती अपुरी पडली. आता रिकामी पोती शिल्लक नव्हती. ते पाहून तर्बियतखान विवंचनेत पडला; पण त्या अडचणीवर मात करण्याची शक्कल त्याला सुचली. त्याने सावकारांकडून व सरकारी खजिन्यातून नाणी भरण्याच्या रिकाम्या पेट्या गोळा करून त्यात माती भरली आणि त्या दमदम्याभोवती रचण्याचा हुकूम सोडला. मराठी शिबंदीकडून दमदम्यास अग्निबाणांचा व पेटत्या मशालींचा गोफणीतून मारा होत होता. ती आग शमवण्यासाठी दोनशे पखालीवाले अहोरात्र खपत होते.

अखेर मराठ्यांच्या मारास न जुमानता तर्बियतखानाने हा प्रचंड दमदमा पूर्ण केला आणि त्यावर 'कडक बिजली' ही अक्राळविक्राळ तोफ चढविण्यात यश संपादन केले. परंतु या राक्षसिणीच्या कराल दाढेतून जे गोळे बाहेर पडू लागले, ते काही केल्या नेम साधेनात, ते भलतीकडेच पडू लागले. त्यातील काही गोळे तर शाहजादा आझमच्या छावणीजवळ पडल्याने मोठाच गोंधळ माजला. औरंगजेब व त्याच्या तोफखान्याचा प्रमुख तर्बियतखान दोघांची ती फटफजिती पाहून किल्ल्यातील मराठे पोट धरून हसले. त्यांनी मोगलांना वाकुल्या दाखवून त्यांची हुर्यो केली. आता त्यांनी मोगलांना आपल्या नेमबाजीची करामत दाखविण्यास प्रारंभ केला. त्यांच्या तोफांचे गोळे मोगल छावणीत पडून ते त्यांची फार हानी करू लागले. एक गोळा तर त्यांनी आझमच्या छावणीवर अलगद टाकला; पण तो फुटला नाही. ते जेव्हा औरंगजेबास कळले, तेव्हा त्याने तो गोळा तपासण्याची इच्छा दर्शविली. मराठ्यांचे गोलंदाज अचूक नेम साधतात आणि त्यांचे गोळे आपल्या तोफांच्या गोळ्यांहून अधिक प्रभावी असतात असे कळल्यावरून औरंगजेबास त्या गोळ्याविषयी कुतूहल वाटत होते. आझमच्या छावणीत पडलेला गोळा तपासल्यावर तो आपल्या गोळ्याहून प्रभावी असल्याची त्याची खात्री झाली व त्याने तशा प्रकारचे स्फोटक गोळे बनविण्याचा हुकूम आपल्या कारखान्याच्या प्रमुखास केला.

कैक दिवसांच्या दीर्घ परिश्रमांनंतर सहस्रावधी रुपये खर्च करून, उभारण्यात आलेल्या प्रचंड दमदम्यावर उभारण्यात आलेली 'कडक बिजली' ही राक्षसी तोफ साताऱ्याच्या किल्ल्याच्या अजस्र तटांना एकदेखील भोक पाडू शकली नाही. औरंगजेबाच्या जागी दुसरा एखादा सेनापती असता तर त्या अपयशाने नामोहरम झाला असता; परंतु औरंगजेबास अपयश हा शब्द माहीत नसल्याने त्याने तर्बियतखानास

हुकूम केला की, तोफ जर काम देत नसेल तर सुरुंग पेरण्याच्या तयारीस लागा. त्या हुकुमानुसार तर्बियतखान सुरुंग पेरण्याच्या कामास लागला.

औरंगजेबाने वसंतगड घेऊन साताऱ्याच्या किल्ल्यास वेढा घातल्याची वार्ता राजाराम महाराजांना पुणे मुक्कामी कळली. त्या अशुभ बातमीने ते भयंकर दुःखी झाले. त्यांच्या प्रकृतीवर त्या बातमीचा अनिष्ट परिणाम झाल्यावाचून राहिला नाही. आधीच त्यांची प्रकृती तोळामासा, त्यातच आठ-दहा वर्षांच्या भ्रमंतीच्या आणि धकाधकीच्या जीवनामुळे त्यांची प्रकृती फारच खंगली होती, त्याच स्थितीत त्यांनी कोकणची आणि जालन्याची अशा दोन खडतर मोहिमा पार पाडल्या होत्या. विशेषतः जालन्याच्या मोहिमेत त्यांनी जी बेफाम घोडदौड केली, ती त्यांच्या कमकुवत फुप्फुसांना अतिशय मारक ठरली. पुण्याच्या वाटेवर असतानाच त्यांना आजाराची चाहूल लागली. त्यांच्या थुंकीतून रक्त पडू लागले. ते पाहून त्यांच्या सरदारांना आणि मुत्सद्द्यांना त्यांच्या आरोग्याविषयी चिंता वाटू लागली. थुंकीतून रक्त पडणे म्हणजे गंभीर आजाराचे लक्षण होते. त्यांनी महाराजांना सिंहगडावर जाऊन विश्रांती घेण्याची विनंती केली. त्या विनंतीचा त्यांनी अव्हेर केला नाही, कारण आजाराचे गांभीर्य त्यांच्याही लक्षात आले होते. ते आपल्या परिवारासह सिंहगडावर रवाना झाले.

शिशिर ऋतू आपले उदास रूप घेऊन नुकताच प्रकट झाला होता. उत्तरायणातील सूर्य निळ्या आकाशात आपली प्रखरता कलाकलाने वाढवीत होता. वनराई निष्पर्ण झाल्याने सृष्टी निराधार स्त्रीसारखी बापुडी वाटत होती. तिचे डोळे वसंताकडे लागले होते. राजाराम महाराज सिंहगडावरून विहंगमावलोकन करीत, तेव्हा आजूबाजूच्या उघड्याबोडक्या टेकड्या व शिशिर ऋतूतील दमट हवेने मातट पडलेली राने पाहून त्यांचे मन खिन्न आणि अस्वस्थ होई. आपण या रोगातून जगत नाही म्हणून त्यांचे मन निराशेने अंधारून येई. अनेक धन्वंतरी त्यांच्यावर अहर्निश उपचार करत होते; परंतु प्रकृतीला आराम पडत नव्हता. खोकला थांबत नव्हता आणि थुंकीतून रक्त पडण्याचे बंद होत नव्हते. बारीक ताप शरीर आणि आत्मा पोखरीत होता. झोपेत भयानक स्वप्ने पडून जीव घाबरा होत होता.

महाराजांची प्रकृती सुधारण्याऐवजी दिवसेंदिवस खालावत चाललेली पाहून सरदार व मुत्सद्दी यांचे चेहरे चिंतेने काळवंडून गेले. त्यांनी महाराजांना भीतभीतच विचारलं,

"राण्यांना बोलावून घ्यायचं का?" महाराजांनी नकारार्थी मान हलवली. मग रामचंद्रपंतांना साताऱ्याहून बोलावून घेण्यास सांगितले.

राजाराम महाराज सिंहगडावर आजारी होते, तेव्हा सातारचं युद्ध ऐन रंगात आलं होतं. कुणी कुणाला हटत नव्हतं. औरंगजेबाचे किल्ला घेण्याचे सर्व प्रयत्न

साताऱ्याच्या किल्ल्यातील शिबंदीने हाणून पाडले होते. ते पाहून औरंगजेब भयंकर हट्टास पेटला होता. त्याने आपल्या तोफखान्याचा मीर अतिश तर्बियतखान याला हुकूम केला होता की, कितीही प्राणहानी झाली तरी बेहत्तर! परंतु हा किल्ला पडला पाहिजे.

अशी रणधुमाळी चालू असता रामचंद्रपंतांना सिंहगडावरून राजाराम महाराजांचा निरोप आला. मग किल्लेदार सुभानजी व प्रयागजी प्रभू यांना नेटाने किल्ला लढविण्याची आज्ञा देऊन ते तातडीने सिंहगडाला रवाना झाले.

राजाराम महाराजांचा अस्थिपंजर देह पाहून रामचंद्रपंतांच्या हृदयाचे पाणी पाणी झाले. एके काळचा तो सुकोमल, सुंदर चेहरा पांढरा फटफटीत पडला होता. गालांची हाडे वर आली होती आणि डोळे खोल गेले होते. पांघरुणातून बाहेर डोकावणारे लांबसडक हात आणि सुंदर बोटे सुरकुतली होती. रामचंद्रपंतांना महाराजांची अवस्था बघवेना. महाराज आता फार थोड्या दिवसांचे सोबती आहेत हे त्यांच्या ध्यानी आले आणि ते भयंकर दुःखी झाले.

"महाराज, आम्ही आलो आहोत." रामचंद्रपंत राजाराम महाराजांच्या पुढ्यात जात दुःखातिशयाने आवंढा गिळीत म्हणाले.

ते ऐकताच महाराजांनी आपले खोल डोळे किलकिले करून रामचंद्रपंतांकडे दृष्टिक्षेप करीत खोल आवाजात म्हटले,

"आलात तुम्ही पंत, सातारची काय हालहवाल आहे?"

"महाराजांनी सातारची काळजी करू नये. ती काळजी वाहण्यास आम्ही समर्थ आहोत." रामचंद्रपंत गंभीर होत म्हणाले.

"ती काळजी वाहण्यास तुम्ही सगळे समर्थ आहात याची प्रचिती आम्हांला आहे; पण मन चिंताक्रांत होते-"

"होय महाराज, आपलं मन चिंताक्रांत होणं स्वाभाविक आहे."

"आमचा समय जवळ आलाय पंत-"

"महाराजांनी धीर सोडू नये." रामचंद्रपंत आपल्या भावना आवरीत म्हणाले, "भवानी मातेच्या कृपेने आपण या दुखण्यातून बरे व्हाल."

"नाही पंत. हे दुखणे बरे होण्यासारखे नाही. आमच्या आयुष्याचीच दोरी तुटल्यास भवानी माता काय करील?"

रामचंद्रपंतांनी प्रत्युत्तर केलं नाही.

"पंत, आम्ही तुम्हाला बोलावणं पाठविलं. कारण, आमचं हृद्गत तुम्हाला विदित करायचं होतं. तुम्ही राज्याचे हुकुमतपन्हा. आम्ही चंदी-चंदावरला गेलो, तेव्हा तुम्ही आमच्यामागे राज्याचा गाडा यथामति हाकलात. तो प्रसंग फिरून आला आहे. गनीम अजून आहे तिथेच आहे. आपणास नेस्तनाबूत करण्याचा तो चंग

बांधून आहे-''

"त्याची आम्हांला जाणीव आहे महाराज. आपण असं बोलून आम्हांला गर्भगळित करू नये.''

"आबासाहेबांची पुण्याई मोठी आहे. तेच आपल्या अदृश्य शक्तीने हे युद्ध चालवीत आहेत. आम्ही नुसते निमित्तमात्र आहोत-''

"होय महाराज, राज्याचा गाडा थोरल्या महाराजांच्या पुण्याईने चालू आहे हे आम्हास मान्य आहे-''

"पण आपण गाफील राहता कामा नये. गनीम कपटी आहे. त्याच्या कपटकारस्थानांना आपण बळी पडता कामा नये.''

"गनिमाला आम्ही ओळखून आहोत. त्याचा स्वभाव आम्हांला आता परिचित झाला आहे.''

"पण पंत-''

"महाराज-''

"आमच्या कानावर एक गोष्ट येऊन गेली-''

"ती कोणती महाराज?'' रामचंद्रपंतांनी उत्कंठित होऊन पृच्छा केली.

"तुम्ही तर्बियतखानाशी संधान लावलं म्हणून कळलं-''

ते शब्द कानी पडताच रामचंद्रपंत एकदम चपापले.

"होय महाराज.'' रामचंद्रपंत घसा साफ करीत म्हणाले.

"आम्हांला यातलं काही कळू दिलं नाहीत!'' राजाराम महाराज गंभीर होत म्हणाले, "आपलं इमान कायम आहे असं आम्ही समजत होतो.''

"इमान कायम आहे महाराज. आमच्या इमानाविषयी महाराजांनी मनात आशंका बाळगू नये.''

"तर मग हे असं कसं घडलं? इतर फुटीर मुत्सद्द्यांची आणि सरदारांची गोष्ट वेगळी. आपण राज्याचे हुकुमतपन्हा. आमच्या खालोखाल राज्यात आपला अधिकार.''

रामचंद्रपंतांनी प्रत्युत्तर केलं नाही.

"आपण तर्बियतखानामार्फत बादशहाशी संदर्भ लावल्याचे कळताच आम्हांला धक्का बसला. वाटलं, आता खेळ संपला.'' राजाराम महाराज उसासा सोडीत म्हणाले.

"बादशहाने काय जबाब पाठविला?'' राजाराम महाराजांनी थोडा वेळ थांबून प्रश्न केला.

रामचंद्रपंत दालनाच्या खिडकीतून बाहेर पाहत होते. त्यांची चर्या अपराधी वाटत होती.

"हात दाखवून अवलक्षण करून घेतलंत तुम्ही पंत. बादशहा उन्मत्त आहे हे

तुम्हाला समजायला हवं होतं. त्याचा पीळ अजून कायम आहे. आम्हांला चिरडून टाकण्याची त्याची ईर्ष्या अद्याप कमी झालेली नाही-''

रामचंद्रपंतांना आत जाऊन बराच वेळ झाला होता. वैद्यांनी राजाराम महाराजांना फार वेळ न बोलण्याचा सल्ला दिला होता; त्यामुळे ते रामचंद्रपंतांशी बराच वेळ बोलत राहिलेले पाहून त्यांच्या हुजऱ्यांना काळजी वाटू लागली. त्यातच त्यांच्या औषधाचीही वेळ झाली होती. म्हणून एक हुजऱ्या भीतभीतच आत गेला. राजाराम महाराजांनी आपल्या कृश हाताने त्याला दूर होण्याची खूण केली. नंतर ते रामचंद्रपंतांना उद्देशून म्हणाले,

''तुमच्याकडून आम्हांला वचन हवंय पंत. तुम्ही डळमळलात तर राज्य टिकणार नाही. आम्ही दिलं त्याहून तुम्हाला अधिक काही हवंय का पंत?''

''आम्हांला क्षमा करा महाराज. आमच्या हातून होऊ नये ते घडलं.'' रामचंद्रपंत दाटलेल्या स्वरात म्हणाले.

''म्हणून तुमच्याकडून आम्हांला वचन हवंय पंत. तुमचा अपराध आम्ही तुम्हाला माफ केलाय.''

रामचंद्रपंतांनी राजाराम महाराजांना निष्ठेचं वचन पुन्हा दिलं नाही आणि राजाराम महाराजांनी ते त्यांच्याकडून घेतलंही नाही. पंत वयोवृद्ध होते, इतकी वर्षे त्यांनी राज्याची निष्ठेने सेवा केली होती, म्हणून राजाराम महाराजांनी त्यांना तो अपराध उदार अंतःकरणानं माफ केला. त्यांच्या हातून पुन्हा असं काही घडणार नाही याची त्यांना खात्री होती.

दिवस निघून जात होते; परंतु राजाराम महाराजांच्या प्रकृतीला आराम पडत नव्हता. अनेक धन्वंतरी त्यांच्यावर उपचार करीत होते. नाणावलेले ज्योतिषी महाराजांची कुंडली मांडून बसले होते. जपजाप्य आणि अनुष्ठानेही चालू होती. ग्रहशांती, तुला होत होत्या. प्रतापगडावरील पुजारी भवानी मातेला साकडे घालून बसले होते; परंतु तिच्याकडून अनुकूल कौल मिळत नव्हता.

कृष्ण पक्षातील क्षयी चंद्राप्रमाणे राजाराम महाराजांची प्रकृती दिवसेंदिवस ढासळत होती. त्यांचा अस्थिपंजर देह बिछान्यावर दिसतही नव्हता, इतका तो कृश झाला होता. आता ते बोलतही नव्हते. फक्त त्यांचं श्वसन तेवढं चालू होतं.

हुताशनी पौर्णिमा आली आणि गेली; परंतु तिच्या आगमनाचं किंवा गमनाचं कुणालाच महत्त्व पडून गेलं नव्हतं. सगळेजण दुःखात चूर होऊन गेले होते. त्यांनी महाराजांच्या बिछान्याभोवती जागता पहारा ठेवला होता.

अखेर महाराजांना मृत्यूची चाहूल लागली. त्यांनी सरदार व मुत्सद्दी यांना बोलावून घेतलं. ते खोल आवाजात त्यांना म्हणाले,

''आम्ही निघालो. तुम्ही सगळ्यांनी आम्हांला अंतःकरण दिलंत, संकटसमयी

आमची साथ केलीत त्याबद्दल आम्ही कृतज्ञ आहोत. तुम्ही थोरल्या महाराजांपासून राज्याचे साधनास श्रम साहस करीत आलात. यापुढेही हल्ली करता तसे सर्वत्र मिळोन करावे. आम्ही गेलो म्हणून श्रमी होऊ नये. शिवाजीराजे सुटोन येत ते करावे. त्यांचे ठायी लक्ष असू द्यावे, म्हणजे त्यांस यश येईल. यापेक्षा फार काय सांगू?"

तो निरोपाचा प्रसंग अतिशय हृदयस्पर्शी होता. रणांगणावर कठोर अंतःकरणाने शत्रूवर तलवार चालविणारे सरदारदेखील राजाराम महाराजांच्या त्या अखेरच्या शब्दांनी विरघळले. त्यांच्या डोळ्यांतून अश्रुधारा वाहू लागल्या. ते मूक रुदन कितीतरी वेळ चालू होते.

फाल्गुन वद्य अष्टमीची काळरात्र होती ती. सगळेजण महाराजांच्या बिछान्याभोवती बसून होते; परंतु यमराजाच्या आगमनाची चाहूल कुणालाच लागली नाही. सगळ्यांना गाफील ठेवून तो महाराजांचे प्राण हरण करून निघून गेला.

वयाच्या अवघ्या तिसाव्या वर्षी राजाराम महाराजांनी आपले अवतारकार्य समाप्त केले. औरंगजेबाशी चालू असलेला स्वराज्य-मुक्तीचा लढा सरदारांवर आणि मुत्सद्द्यांवर सोपवून ते परलोकी निघून गेले.

ते मोठे राजे नसले तरी सामान्यही नव्हते. ज्या परिस्थितीत त्यांनी राज्य केले त्या परिस्थितीत त्यांच्यासारख्या राजाला अधिक काही करता आले नसते. बालपणातच माता-पित्याचे छत्र वंचित झालेले. शैशवावस्था थोरल्या बंधूंच्या कारावासात गेलेली; त्यामुळे एकदम राज्यसूत्रे हाती येताच ते भांबावून गेले असल्यास नवल नव्हते. राज्यावर बलाढ्य शत्रू चालून आलेला होता. थोरल्या बंधूंची त्याने निर्घृण हत्या केली होती; परंतु महाराजांनी धीर न सोडता राज्यकारभार हाकला होता. शत्रूला निधड्या छातीने तोंड दिले होते. तारुण्याच्या ऐन उमेदीतील वर्षे त्यांना जिंजीसारख्या दूरच्या ठिकाणी घालवावी लागली होती. तेथे स्वार्थी आणि आपमतलबी माणसांच्या मायाजालात सापडून ते व्यसनाधीन बनले, याबद्दल त्यांना दोष देता येत नव्हता, कारण ते अननुभवी होते; त्यामुळे त्यांची दुष्कीर्ती होऊन त्यांना स्त्रैण, उधळ्या, गांजेकस या विशेषणांचे धनी व्हावे लागले; परंतु जिंजीहून परतल्यावर त्यांच्या हातून जे दोन पराक्रम घडले, त्यामुळे ते त्यांच्या प्रजेच्या आणि सरदारांच्या कौतुकास पात्र ठरले. बादशहाच्या छावणीवर बेधडक छापा घालून आणि जालन्यासारखी समृद्ध बाजारपेठ लुटून आपले पराक्रमी पिता शिवाजी महाराज व आपले ज्येष्ठ बंधू नरशार्दूल छत्रपती संभाजी महाराज यांच्याहून आपण कमी नाही हे त्यांनी जगाच्या निदर्शनास आणून दिले होते. त्यांची ही दोन्ही धाडसे म्हणजे त्यांच्या मंदिलातील पराक्रमाचा शिरपेचच होती; परंतु त्यासाठी त्यांना तशीच जबर किंमतही द्यावी लागली. त्यांच्या व्यक्तिमत्त्वाचा हा भव्य आविष्कार म्हणजे विझण्यापूर्वी मोठी

झालेली ज्योत होती.

सतत आठ-दहा वर्षे त्यांना धावपळीचे आणि धकाधकीचे जीवन घालवावे लागल्याने त्यांची प्रकृती खालावली होती. त्यातच सरदार व मुत्सद्दी यांच्यातील हेव्यादाव्यांनी ते भयंकर संत्रस्त होऊन गेले होते. संताजी घोरपडे यांच्याकडून झालेला अधिक्षेप त्यांच्या हळव्या मनाला फार लागला होता. खर्चाची आणि उत्पन्नाची तोंडमिळवणी करता करता त्यांचा जीव मेटाकुटीस आला होता. जिंजीहून स्वदेशी परतल्यावर त्यांना विश्रांतीची फार आवश्यकता होती; परंतु परिस्थितीमुळे विश्रांती घेणे त्यांना कठीण झाले होते. त्यातच जालन्याच्या मोहिमेत त्यांनी जी घोडदौड केली, तिचा त्यांच्या कमकुवत फुप्फुसांवर अनिष्ट परिणाम झाला. पुण्याच्या वाटेवरच त्यांना असाध्य आजाराची चाहूल लागली.

राजाराम महाराजांच्या मृत्यूची वार्ता विशाळगडावर येऊन धडकली, तेव्हा राणीवशात एकच आकांत उडाला. त्यांचे सांत्वन करण्यास गडावर ज्येष्ठ आणि वयोवृद्ध माणसे कुणीच नव्हती. सगळेजण सिंहगडावर गोळा झाले होते. राजाराम महाराजांचे और्ध्वदेहिक सिंहगडावर विठोजी राजे भोसले यांच्या घराण्यातील शिवाजीराव भोसले यांनी पार पाडल्याने, सती जाण्याचा प्रश्न मिटला होता. त्यातच महाराणी ताराबाई आणि राजसबाई या लेकुरवाळ्या असल्याने त्यांना सती जाता येत नव्हते; परंतु तिसऱ्या राणी अंबिकाबाई या सती जाण्याचा हट्ट धरून बसल्या. गडावरील अधिकाऱ्यांनी त्यांची समजूत घालण्याचा पुष्कळ प्रयत्न केला.

"महाराजांचा अंत्यविधी पार पडला, आता कशाला सती जाता?" गडकरी म्हणाले; त्यावर बाईंनी प्रत्युत्तर केलं,

"आपणाला कळला तोच मुख्य दिवस. तुम्ही कुणी मनात संशय धरू नका. सहगमनाचे साहित्य लवकर करा. अनमान कराल तर महाराजांची शपथ."

त्यावर हवालदार म्हणाले,

"दिवस थोडा राहिला. मलकापूरहून साहित्य येण्यास रात्र होईल. गलबलीचे दिवस. सूर्यास्त झाला आणि किल्ल्याचे दरवाजे लागले की, मग ते उघडता येणार नाहीत."

"स्वार पाठवून जलदीने साहित्य आणवावे." बाईंनी आज्ञा केली.

"आज्ञेप्रमाणे स्वार पाठवितो. अस्तमान झाल्यास दरवाजे लावीन. साहेबी रागे भरू नये." हवालदार अजिजीच्या स्वरात म्हणाला.

"अस्तमान झाल्यास शिरस्त्याप्रमाणे दरवाजे लावा. आम्ही रागे भरणार नाही." बाईंनी आश्वासन दिले.

हवालदारांनी सहगमनाचे साहित्य आणण्यासाठी स्वार मलकापुरी रवाना केले. सूर्यास्त झाला की, त्यांना नियमाप्रमाणे किल्ल्याचे दरवाजे लावणे भाग होते. नंतर

ते उघडता येणार नव्हते; त्यामुळे ते भयंकर बेचैन होते. सूर्यास्तापूर्वी स्वारांचे आगमन झाले नसल्यास किल्ल्याचे दरवाजे लावले जाणार होते; त्यामुळे सहगमनाचा विधी तहकूब होणार होता. त्याचे उत्तरदायित्व आपणाकडे येईल म्हणून हवालदारास चिंता वाटत होती.

परंतु सूर्यास्तापूर्वीच स्वार मलकापुराहून आले. गडावरील लोकांना तो चमत्कारच वाटला. सतीच्या पातिव्रत्याचा तो प्रताप असे लोक बोलू लागले.

सहगमनाची सिद्धता झाली. चिता रचण्यात आली. अंबिकाबाईंनी आपल्या सखींना व नोकरचाकरांना निरोप दिला. त्याबरोबर वाड्यात एकच आक्रोश सुरू झाला. बाईंनी त्यांचे सांत्वन करून त्यांना धीराचे चार शब्द सांगितले.

सहगमनाच्या जागी गडावरील झाडून सारे रहिवासी गोळा झाले होते. चिता धडधडली. तिच्या पीत ज्वाला संधिप्रकाशात भेसूर वाटू लागल्या. तिला प्रदक्षिणा घालून आपल्या पतीच्या पागोट्यासह अंबिकाबाई तिच्यावर चढल्या.

३०

राजाराम महाराजांच्या मृत्यूची वार्ता औरंगजेबास कळली, तेव्हा त्याला मोठाच आनंद झाला. 'दुश्मन उमदा गया' असा सहजोद्गार त्याच्या तोंडून बाहेर पडला. त्याने लगेच छावणीत द्वाही फिरवून आनंदोत्सव साजरा करण्याचा हुकूम काढला. नंतर तो दरबारात सरदारांना म्हणाला, "दुष्ट राजाराम मरण पावला आहे. त्याचे राज्य बुडविण्यास ही संधी नामी आहे. तरी सैन्याची तयारी करा. आता सातारा लवकर पडेल."

औरंगजेबाच्या छावणीत महाराणी येसूबाई आणि शाहूराजे होते. त्यांना राजाराम महाराजांच्या मृत्यूची बातमी कळताच त्यांनी पुष्कळ शोक केला. शाहूराजे यांना वाटले की, आता राज्य बुडाले. दुःख अनावर होऊन ते म्हणाले,

"बादशहा आम्हास मुसलमान करणार होता; परंतु काकांचे मेहुणे खंडेराव गुजर हे आमच्याऐवजी मुसलमान झाल्याने आमच्यावरील मुसलमान होण्याचे संकट टळले. नंतरही बादशहा आम्हास बाटविणार होता; परंतु बेगमने आम्हास वाचविले आणि आता काकांच्या मृत्यूने आम्हास ईश्वराने निराधार केले."

महाराणी येसूबाई व शाहूराजे हे जरी बादशहाच्या डेऱ्यालगत असले तरी

औरंगजेबाचे गुप्तहेर त्यांच्या तंबूवर सदैव हेरगिरी करीत. त्या दिवशी छावणीत राजाराम महाराजांच्या मृत्यूची वार्ता जाहीर होताच शाहूराजे यांना ती बातमी ऐकून दुःख झाले की काय ते हेरण्याकरिता औरंगजेब जातीने त्यांचे सांत्वन करण्याच्या मिषाने त्यांच्या भेटीस गेला. चाणाक्ष शाहूराजे यांना औरंगजेबाच्या ढोंगाची त्वरित कल्पना आली. डोळे पुसून त्यांनी औरंगजेबाचे हसतमुखाने स्वागत केले.

"तुमचे काका मरण पावल्याने तुम्हास दुःख होणे स्वाभाविक आहे." असे जेव्हा औरंगजेब शाहूराजे यांना म्हणाला, तेव्हा त्यांनी प्रत्युत्तर केलं,

"आमच्या काकांनी आमचे राज्य बळकावून आम्हास निराधार केले हे आपणाला माहीत आहे जहापन्हा, तेव्हा अशा माणसाच्या मृत्यूबद्दल आम्हांला दुःख होण्याचे काय कारण? आम्ही जगत आहोत ते आपल्या कृपेने; आपली कृपा हाच आमचा आधार आहे. आपण आमचे राज्य आम्हास मिळवून दिल्यावाचून राहणार नाही, ही आशा आम्ही मनात बाळगून आहोत."

बादशहासमोर ज्या ज्या वेळी राजाराम महाराजांचे नाव निघे, त्या त्या वेळी शाहू राजे यांना असे सोंग करावे लागे.

शाहूराजे यांच्या निष्ठेची कसोटी बघण्यासाठी एकदा बादशहाने हूल उठविली होती की, राजारामाने आपणाकडे शाहूची मागणी केली आहे. नंतर शाहू राजे यांना बोलावून घेऊन तो म्हणाला होता,

"तुमच्या काकांनी तुम्हाला आपणाकडे पाठवून देण्याची विनंती आम्हांला केली आहे. तुम्ही जाणार ना?"

ते ऐकताच शाहूराजे चर्येवर खोटी चिंता आणून म्हणाले होते,

"आम्हांला आमच्या काकांकडे नका पाठवू जहापन्हा. आम्हांला कैदेत ठेवून राज्य बळकावण्याचा त्यांचा हा डाव आहे. त्यांना जर खरोखर आमच्याविषयी प्रेम असते, तर त्यांनी आम्हांला रायगडी मागे ठेवून जिंजीला प्रयाण केले असते का? तुम्ही त्यांचे पारिपत्य करून आम्हांला मुक्त कराल तेव्हाच आम्ही जाऊ."

तथापि, शाहूराजे यांच्या बोलण्यावर बादशहाचा विश्वास बसला नव्हता. त्याने आणखी दोन वेळा शाहूराजे यांच्या निष्ठेची कसोटी बघितली होती. संधी मिळाली तर ते आपल्या छावणीतून पळून जातात की काय हे बघण्यासाठी त्याने त्यांच्या तंबूवरील पहारा ढिला केला होता; परंतु बादशहाचा हा धूर्त डाव शाहूराजे यांना आकलन झाल्याने ते त्यास बळी पडले नव्हते.

अशा रीतीने वारंवार त्यांच्या निष्ठेची कसोटी बघितल्यावर त्यांच्यावर बादशहाचा विश्वास बसत चालला होता. त्याने त्यांची दोन लग्ने करून देऊन त्यांना अक्कलकोट, इंदापूर, सुपे, बारामती आणि नेवासे या पाच परगण्यांची जहागीर दिली होती. त्याला एक वर्ष लोटते न लोटते तोच राजाराम महाराजांचे देहावसान

होऊन शाहूराजे पुन्हा उघडे पडले होते.

राजाराम महाराजांच्या मृत्यूबद्दल शाहूराजे यांचे खोटे सांत्वन करण्याच्या मिषाने त्यांची सत्त्वपरीक्षा बघण्यासाठी आलेला औरंगजेब बादशहा समाधान पावून निघून गेल्यावर शाहूराजे यांच्या दुःखाचा बंधारा फुटला आणि त्यांनी अश्रूंना वाट मोकळी करून दिली. कितीतरी दिवस ते दुःखात चूर होते.

राजाराम महाराजांच्या मृत्यूने औरंगजेब व त्याचे सरदार यांना चेव आला. आता मराठे नेस्तनाबूत होण्यास विलंब लागणार नाही असा विचार करून त्यांनी दुप्पट वेगाने सातारा घेण्याची मोहीम सुरू केली. कडक बिजली तोफ अपयशी ठरताच तर्बियतखान किल्ल्याच्या तटाखाली सुरुंग पेरण्याच्या कामात गुंतला होता. त्याने अविश्रांत उद्योग करून किल्ल्याच्या मंगळाबाई बुरुजापर्यंत अठ्ठेचाळीस हात लांबीचा सुरुंग पेरला. त्या कामी लक्षावधी रुपये खर्च झाले. जमीन खडकाळ असल्याने चर खणण्यात व्यत्यय येत होता. त्यातच गडकऱ्यांच्या माऱ्याने सुरुंगाचे काम करणारे मजूर हैराण होत होते. माती खणण्यास मजूर मिळेनासे झाल्याने रोज एक मोहर रोजमुरा देऊन तर्बियतखानाने मजूर आणविले. अखेर एकदाचा सुरुंग तयार झाला. गडकऱ्यांना तो उडविण्याचा सुगावा लागू नये म्हणून कमालीची गुप्तता राखण्यात आली. बुरुजाखाली दारूचे बुधले पुरण्यात येऊन मोर्चे हुशार राखण्यात आले. सुरुंगाचा स्फोट झाला की, दोन हजार मावळ्यांनी आणि इतर सैन्याने खिंडारातून आत घुसावे म्हणून कितीतरी दिवसांपासून रंगीत तालीम सुरू होती. मावळ्यांकडून चढाईत कुचराई होऊ नये म्हणून त्यांना तीन वर्षांचा मुशाहिरा आगाऊ देण्यात आला होता. किल्ला चढून जाण्यासाठी त्यांना दोरांच्या शिड्या, कातडी पोशाख आणि इतर आवश्यक ते सामानही पुरविण्यात आले होते. सुरुंग पेरण्यात तज्ज्ञ असलेले लोक सुरुंगाच्या कामावर रात्रंदिवस देखरेख करीत होते; परंतु त्यांना काम मनपसंत न वाटल्याने त्यांनी तर्बियतखानास सुरुंगाला बत्ती देण्याची घाई करू नका असा सल्ला दिला; पण त्याने तो सल्ला मानला नाही, कारण बादशहाकडून त्याला रोज डिवचण्या मिळत होत्या.

अखेर सुरुंगास बत्ती देण्यात आली. कानठळ्या बसविणारा प्रचंड स्फोट होऊन सर्वत्र धुरळा व धूर झाला. त्याचबरोबर हल्ल्यासाठी जय्यत तयार असलेले मावळे आणि इतर सैनिक पुढे सरसावले; परंतु गडकरी जागरूक असल्याने त्यांनी वरून बंदुकीचा व दगडांचा मारा करून मावळ्यांना पिटाळून लावले.

हल्ला फसलेला पाहताच तर्बियतखान भयंकर चिडून गेला. आता तो हट्टास पेटला होता. त्याने रुहुल्लाखानास आणखी एक सुरुंग तयार करण्याचा हुकूम केला. त्या हुकुमाप्रमाणे त्याने फतेउल्लाखानाच्या मदतीने दुसऱ्या सुरुंगाचे काम हाती घेतले. त्या दरम्यान तर्बियतखानाने कुशल गवंडी व पाथरवट कामास लावून

किल्ल्याच्या कडेला चार गज लांब आणि दहा गज रुंद अशा ओवऱ्या बांधून घेतल्या. त्या ओवऱ्यांमध्ये दारू भरून नंतर त्या उडवून द्यायच्या होत्या.

तर्बियतखान हा तोफखान्याचा मीर अतिश असल्याने किल्ला घेण्याचे श्रेय आपणास मिळावे ही त्याची इच्छा होती. म्हणून तो इतर सरदारांच्या कामात लुडबूड करीत होता.

औरंगजेबास साताऱ्यास येऊन चार महिने झाले होते; परंतु अद्याप किल्ला न पडल्याने तो भयंकर संतप्त झाला होता. त्याची बोचणी सरदारांना असह्य झाल्याने तेही चिडून गेले होते आणि म्हणून ते किल्ल्यावर निकराचा हल्ला करण्याची घाई करीत होते.

अखेर शेवटच्या हल्ल्याची तयारी पूर्ण होताच औरंगजेब बादशहाकडून दिवस मुक्रर करण्यात आला. सुरुंग कसा उडतो ते बघण्यासाठी बादशहाने एक उंच मचाण बांधण्याचा हुकूम केला. मचाणावर एक तख्त ठेवून त्यावर तो बसणार होता. त्यामागे त्याचा आणखी एक उद्देश होता अन् तो म्हणजे किल्ल्यातील लोकांनी आपणाला बघण्यासाठी तटावर गोळा व्हावे आणि त्यामुळे हल्ला करणाऱ्यांना त्यांच्याकडून प्रतिकार होऊ नये.

ठरलेल्या दिवशी पहाटेस औरंगजेब मचाणावर जाऊन बसताच किल्ल्यातील लोकांना मोठेच कुतूहल वाटले. बादशहा त्या मचाणावर कशासाठी येऊन बसलाय ते त्यांना कळेना. ते त्याला बघण्यासाठी तटावर गोळा झाले. ते पाहताच तर्बियतखानाने सुरुंगांना बत्ती देण्याचा हुकूम केला. एका सुरुंगाचा स्फोट होऊन बुरुजाची सोंड शे-दोनशे हात वर उडाली आणि तिच्याखाली सापडून शे-दोनशे माणसे गतप्राण झाली.

सैनिक हल्ल्याच्या तयारीने उभे होते. सुरुंगाचा स्फोट होताच त्यांची अधीरता शिगेला पोहोचली. ते एकदम पुढे सरसावले. इतक्यात सुरुंगाचा दुसरा स्फोट होऊन त्यात ते सापडले. एका निमिषार्धात, हां हां म्हणता दोन हजार जिवंत माणसे दगड-मातीच्या ढिगाऱ्याखाली गाडली गेली. तो स्फोट एवढा भयंकर होता की, एखाद्या भूकंपाच्या धक्क्याप्रमाणे आजूबाजूचे डोंगर व दऱ्या त्यामुळे हादरून गेल्या. सुरुंगाचे स्फोट होताच किल्ल्यात सर्वत्र धुरळा पसरला होता. तो निवळल्यावर किल्ल्यातील लोकांना खरा प्रकार कळला. त्यांनी तुतारी फुंकून लढाईची इशारत दिली. त्याबरोबर किल्ल्यातील तोफा एकदम धडधडल्या. सैनिकांनी तटावरून मोठमोठ्या शिळा खाली सोडण्यास प्रारंभ केला.

सुरुंगाच्या दोन्ही स्फोटांनी तटास चाळीस हात रुंदीचे भगदाड पडले होते; परंतु त्यांनी जो दोन हजार सैनिकांचा बळी घेतला; त्यामुळे मोगल सरदार पार दिङ्मूढ होऊन गेले होते. त्यांना हल्ल्याचे भानही उरले नव्हते. ते पाहताच जतचे

सटवोजी डफळे पुढे सरसावले आणि ते आपल्या हाताखालच्या सैनिकांना म्हणाले, ''चला, आत घुसा.'' पण कुणीच पुढे आले नाही. दोन हजार सैनिक डोळ्यांदेखत भूमीत गडप झालेले पाहून त्यांची गात्रे भीतीने पार थिजून गेली होती.

तर्बियतखानाने लक्षावधी रुपये खर्च करून उभारलेला प्रचंड दमदमा सुरुंगाच्या स्फोटांनी जमीनदोस्त झाल्याने त्याच्यावर चढविण्यात आलेल्या तोफा मृत जनावराप्रमाणे तोंड आ वासून पडल्या होत्या, तर चढण्यात तरबेज असलेल्या दोन हजार मावळ्यांपैकी पाचशे मावळे ढिगाऱ्यात सापडून ठार अथवा जखमी झाले होते. उरलेले तो अनर्थ पाहून भीतीने थरथरा कापत होते.

किल्ल्यास भगदाड पडताच काही मोगल सैनिक आत घुसले होते. त्यांना मराठ्यांनी कापून काढले. त्यांना कुमक न आल्याने ते आयतेच मराठ्यांच्या तावडीत सापडले. पहिला स्फोट झाला, तेव्हा सुभेदार प्रयागजी प्रभू मंगळाई बुरुज़ानजीक एका झाडाखाली बसले होते. त्यांच्यावर दगडधोंडे व माती येऊन पडल्याने ते त्याखाली गाडले गेले; परंतु त्यांना कोणतीच इजा झाली नाही. ते बेपत्ता होताच त्यांच्या हाताखालच्या लोकांनी एकच आरोळी ठोकून त्यांच्यावरील ढिगारा उपसण्यास प्रारंभ केला. त्यांना त्यांच्या झग्याचा पदर दिसला. तेवढ्यात प्रयागजीने ओरडून सांगितले की, मी जिवंत आहे. त्याबरोबर लोकांनी भराभर माती व दगड उपसून त्यांना सुरक्षितपणे बाहेर काढले. नंतर त्यांनी वाद्ये वाजवून किल्लेदार जिवंत असल्याबद्दलचा आनंद साजरा केला. दोन्ही सुरुंग निष्फळ झालेले पाहून औरंगजेब भयंकर चिडून गेला. तो घोड्यावर स्वार होऊन किल्ल्यासमोर आला व आपल्या सरदारांना हुकूम करीत म्हणाला,

''प्रेतांच्या भिंती रचून त्यांचा ढालीसारखा उपयोग करा. हिंमत धरून कमरा कसा आणि हल्ला करा.'' आणि इतके सांगून तो एकटाच किल्ल्याच्या तटाकडे जाऊ लागला. ते पाहताच त्याच्या सरदारांच्या हृदयाचा भीतीने एकच थरकाप उडाला. किल्ल्यावरील एखाद्या गडकऱ्याने बंदुकीचा किंवा बाणाचा नेम साधला तर... सरदार एकदम पुढे धावले व औरंगजेबासमोर अजिजीने म्हणाले, ''खाविंद, असा अविचार करू नका. गनीम गडावरून आपणाकडे बघतो आहे.'' परंतु औरंगजेब पुरताच बेहोष झाला होता. तो म्हणाला,

''तुम्ही भेकड आहात. शत्रूची तुम्हाला भीती वाटते, म्हणून तुम्ही भागुबाईसारखे हात पांघरून आहात. शत्रू काही तुमच्यावर चालून आलेला नाही. ज्यांना मृत्यू आला ते शहीद झाले. धर्मनिष्ठांची तीच अंतिम इच्छा असते. जिहादखेरीज सद्‌गती प्राप्त होत नाही. तुम्हीसुद्धा जिहादसाठी तयार असले पाहिजे. तुमच्या शरीरात प्राण असेतोवर तुम्ही लढले पाहिजे.'' नंतर बादशहा सर्फराजखानास म्हणाला,

''लोकांना बरोबर घ्या, सामानसुमान जमवा, बहरामंद खानाची माणसे घ्या.

तर्बियतखानाची मदत घ्या आणि पुन्हा मोर्चे बांधण्याच्या उद्योगास लागा.'' आणि हा हुकूम फर्मावून बादशहा निघून गेला.

सगळे मोगल वीर हताश झाले होते, त्यांचे अवसान गळाले होते. ते शोक करीत होते, ''अफसोस, हजार अफसोस, इतके शूर शिपाई आणि योद्धे; पण मातीखाली सापडून व्यर्थ प्राणास मुकले. त्यांच्या सोबतीला दगडधोंडे राहावेत ना! कित्येक लाख रुपये खर्च करून केलेली मेहनत मातीत मिसळून गेली. याचा शेवट काय होणार कळत नाही!''

मोगलांनी गडास वेढा घातल्याने गडकऱ्यांना बाहेरच्या घटना कळत नव्हत्या; त्यामुळे त्यांना राजाराम महाराजांच्या मृत्यूची बातमी लवकर कळू शकली नाही. परंतु ही बातमी गडावर आली, तेव्हा एकदम त्यांचा धीर खचला. आता कुणासाठी हे बलिदान करायचे असा संभ्रम पडून ते किंकर्तव्यमूढ बनले; परंतु लगेच त्यांना ताराराणींचा निरोप आला की, प्रतिकार सोडून देऊ नका. पराक्रमाची शिकस्त करून शत्रूला गुंतवून ठेवा. ताराराणींचा हा आदेश मिळताच गडकऱ्यांना धीर आला, कारण ताराराणींनी शूर, शहाण्या आणि कुशल संघटक म्हणून अल्पवयातच लौकिक संपादन केला होता. राजाराम महाराज जिंजीला गेले, तेव्हा त्यांच्या मागे त्यांनी रामचंद्रपंतांच्या मदतीने स्वराज्याचा लढा धैर्याने चालू ठेवला होता.

''शहीद होऊन मुक्ती मिळवा. जिहादसाठी तयार व्हा.'' हा आदेश देऊन बादशहा निघून गेला; परंतु शहीद होणे हे काही सोपे काम नव्हते. प्रत्येकाला आपला जीव प्यारा होता; त्यामुळे बादशहाचा आदेश कसा अमलात आणायचा ते सरदारांना कळेना. सगळेजण चिंताक्रांत होऊन कपाळाला हात लावून बसलेले; परंतु त्यांच्यामध्ये शाहजादा आझम तेवढा शहाणा होता. सातारचा अजिंक्य किल्ला कितीही बलिदान केले, तरी हस्तगत होणे कठीण आहे हे त्याने ताडले होते. तो औरंगजेबापाशी जाऊन म्हणाला,

''अब्बाजान, तुम्ही सातारचा किल्ला पडत नाही म्हणून त्रागा करू नका. मी किल्ला घेऊन दाखवितो; परंतु त्यासाठी मी ज्या मार्गाचा अवलंब करीन तो तुम्ही मान्य केला पाहिजे.''

आझमची अट मान्य करण्याखेरीज बादशहास गत्यंतर उरले नाही. त्याने त्याला वचन दिले की, किल्ला घेण्यासाठी तू जे उपाय अमलात आणशील ते मी मान्य करीन.

ते आश्वासन मिळताच आझम पुढच्या तयारीस लागला. त्याने सातारचा किल्लेदार सुभानजी याच्याशी गुप्तपणे संधान लावले. ''कृपा करून किल्ला खाली करा आणि उभय बाजूंची प्राणहानी टाळा.'' अशी विनंती त्याने किल्लेदाराला केली. पडत्या फळाची आज्ञा घेऊन सुभानजीने ती विनंती मान्य करण्याचे ठरविले, कारण

सुरुंगाच्या स्फोटाने किल्ल्याचा बराच मोठा भाग उद्ध्वस्त झाला होता. अतोनात प्राणहानी झाली होती. बादशहा हट्टी असल्याने तो किल्ला घेतल्यावाचून राहणार नाही हे सुभानजी जाणून होता. म्हणून त्याने शाहजादा आझमची विनंती मान्य करून मानाने किल्ला खाली करण्याचा निर्णय घेऊन आझमला तसे कळविले. मात्र, त्याने एक अट घातली, ती म्हणजे किल्ल्यातील सर्व स्त्री-पुरुषांना सुरक्षितपणे बाहेर जाऊ देण्याची. औरंगजेबाने ती अट मान्य केली.

मराठ्यांनी ठरल्याप्रमाणे किल्ला खाली केला. शाहजादा आझमने किल्ल्यातील सर्व लोकांना सुखरूपपणे बाहेर जाऊ दिले. तीन हजारांहून अधिक स्त्री-पुरुषांनी किल्ल्यातून अन्यत्र गमन केले. किल्लेदार सुभानजीस बादशहासमोर नेऊन हजर करण्यात आले, तेव्हा त्याने त्याला शाही सैन्यात पंच हजारी व दोन हजारांची मनसब देऊन हत्ती, घोडे, जडावाचा खंजीर, ध्वज, नौबतीचा मान आणि वीस हजार रुपये बक्षीस दिले.

शाहजादा आझमने किल्ला घेऊन दिला म्हणून बादशहाने किल्ल्यास 'आझमतारा' हे नाव दिले.

३१

राजाराम महाराजांचा मृत्यू आणि साताऱ्याचा पाडाव ही मराठ्यांवर कोसळलेली दोन मोठी गंडांतरे होती; परंतु ती संकटपरंपरा तेवढ्यावर संपली नाही. संकटे सुरू झाली की, ती एकामागून एक येतात. मराठा सरदारांमधील हेवेदावे आणि वारसाचा प्रश्न ही मराठ्यांमध्ये दुफळी माजविणारी आणखी दोन मोठी कारणे होती.

संताजी घोरपडे यांच्या निर्घृण हत्येनंतर त्यांचे पुत्र राणोजी घोरपडे व बंधू बहिर्जी घोरपडे हे दोघे धनाजी जाधवांचा सूड घेण्याची भाषा बोलत होते. उभय पक्षांच्या एक-दोन झटापटीही झाल्या होत्या. त्यात घोरपडे मंडळींचा जरी पराभव झाला असला तरी त्यांच्या मनातील सूडाचा वडवानल विझला नव्हता. याच्या उलट धनाजी जाधव हे उदार मनाने जुने वैर विसरून घोरपडे मंडळींशी सलोख्याचे संबंध जुळविण्याचा प्रयत्न करीत होते. त्यांच्या विनंतीवरून या कामी कृष्णाजी मल्हार व दादो मल्हार हे दोघे मुत्सद्दी राणोजी व बहिर्जी या दोघांशी समेटाच्या वाटाघाटी करीत होते. कृष्णाजी मल्हार व दादो मल्हार हे दोघे स्वराज्याचे आणि

छत्रपतींच्या सिंहासनाचे निष्ठावंत पाईक होते. धनाजी जाधव व घोरपडे मंडळी यांच्यातील वन्ही धुमसत राहिला, तर त्याची झळ स्वराज्याला पोहोचल्यावाचून राहणार नाही या जाणिवेने त्या दोघांनी उभय पक्षांमध्ये समेट घडवून आणण्याचा प्रयत्न केला होता.

गुलबर्ग्यापासून वीस मैलांवर फिरोजाबाद येथे कृष्णाजी व दादोजी या दोघांनी राणोजी, बहिर्जी व धनाजी या तिघांची भेट घडवून आणली होती. या प्रसंगी धनाजी जाधवांनी राणोजी व बहिर्जी या दोघांना आवाहन केलं होतं की, तुम्ही जुने वैर विसरून जाऊन स्वराज्याच्या कार्यास लागा. ते त्यांना म्हणाले होते की, संताजीच्या मृत्यूला मी जबाबदार नाही. सेनापती या नात्याने राजाराम महाराजांनी माझ्यावर संताजीची खोड मोडण्याची कामगिरी सोपविल्याने मला ती कामगिरी हाती घ्यावी लागली. संताजींनी प्रथम माझा पराभव केला; परंतु मी त्यांच्याविषयी माझ्या मनात सूडभावनेला थारा दिला नाही. त्यांची हत्या झाली ती एका स्त्रीच्या सूडातून!

परंतु धनाजी जाधव यांच्या आवाहनाचा घोरपडे मंडळींवर काडीचाही परिणाम झाला नव्हता. त्यांनी समेटाची विनंती धुडकावून लावली होती. राणोजी व बहिर्जी या दोघांप्रमाणेच नेमाजी शिंदे हेही सेनापती धनाजी जाधव आणि राजमंडळ यांच्याशी फटकून वागत होते. ते एक पराक्रमी सरदार असून त्यांनी मोगलांना आपल्या तलवारीचे पाणी आणि भाल्याची चुणूक अनेकदा दाखवली होती, तेव्हा अशा मातब्बर सरदाराला वठणीवर आणण्यासाठी शस्त्रबळाचा उपयोग करणे म्हणजे उघडउघड यादवी युद्धच होते. तो धोका पत्करण्यास राजमंडळ व धनाजी जाधवही तयार नव्हते. दुर्दैवाची गोष्ट अशी की, घोरपडे मंडळी आणि नेमाजी शिंदे यांच्याप्रमाणे सेनापती धनाजी जाधव यांच्या मनातही विकल्प निर्माण झाला होता. राजाराम महाराज कालवश झालेले, सरदार मन मानेल तसे वागत असलेले, राण्या विशाळगडी अज्ञातवासात दिवस कंठीत असलेल्या आणि राजमंडळाला कुणी जुमानेनासे झालेले. ही संधी साधून धनाजी जाधवांनी राजा कर्ण याच्या वारशाचे खूळ उभे करून सत्ता बळकावण्याचा घाट घातला. त्यांनी जाहीर केले की, राजाराम महाराजांनी चंदी मुक्कामी राजा कर्ण हा आपला वारस असल्याचे सांगितले होते. त्यांची इच्छा फलद्रूप व्हावी म्हणून राजा कर्णास गादीवर बसविण्याचा माझा मनोदय आहे.

धनाजी जाधव हे राज्याचे सेनापती आणि मातब्बर सरदार; त्यामुळे त्यांना विरोध करण्याचा हिय्या रामचंद्रपंत अमात्य यांनी केला नाही. रामचंद्रपंत गप्प बसल्याने राजमंडळाचे सदस्य आणि सरदारही मूग गिळून बसले. वास्तविक राजाराम महाराजांनी भावनेच्या भरात जरी राजा कर्ण हा आपला वारस असल्याचे जाहीर केले असले, तरी त्यांचा हा निर्णय राजमंडळाने मानला नव्हता; परंतु धनाजी

जाधवांनी सत्तालोभाने प्रेरित होऊन राजमंडळाचा विरोध मोडून काढून राजा कर्णास गादीवर आणण्याची तयारी सुरू केली; पण राजा कर्णाला पुढे करून सत्ता बळकावण्याची त्यांची महत्त्वाकांक्षा अमूर्तच राहिली. राजा कर्ण अचानकपणे देवी येऊन आजारी पडला व त्यातच त्याचे निधन झाले.

राजा कर्ण कालवश झाल्याने धनाजी जाधवांचे सत्तेवर येण्याचे स्वप्न विरले. त्यांनी वारसाच्या राजकारणातून अंग काढून घेतले; त्यामुळे रामचंद्रपंतांना त्या प्रश्नात लक्ष घालणे भाग पडले; परंतु ते जरी राज्याचे हुकुमतपन्हा असले तरी ताराराणी या राजमंडळाच्या अध्यक्षा आणि राज्याच्या मुखत्यार होत्या. राजाराम महाराजांनी जिंजीला निघतेसमयी त्यांच्याकडे ते अधिकार सुपूर्द केले होते. त्यांच्या मृत्यूनंतर आता ताराराणींकडे ते अधिकार पुन्हा येणे स्वाभाविक होते. त्यांच्या सल्ला-मसलतीविना रामचंद्रपंतांना वारसाच्या प्रश्नासारखे महत्त्वाचे प्रश्न सोडविता येत नव्हते, म्हणून त्यांनी विशाळगडास जाऊन ताराराणींची भेट घेण्याचे ठरविले. तथापि, विशाळगडास निघण्यापूर्वी त्यांनी राजमंडळाच्या सदस्यांची व सरदारांची बैठक घेऊन सगळ्यांना आपला विशाळगडास जाण्याचा मनोदय विदित केला आणि आपण जो निर्णय घेऊ त्याला सगळ्यांनी मान्यता दर्शवावी अशी विनंती केली. ती विनंती सगळ्यांनी मान्य केली. राजा कर्णाच्या वारसहक्कावरून धनाजी जाधवांचा व रामचंद्रपंतांचा बेबनाव झाला होता; त्यामुळे धनाजी जाधव या बैठकीस हजर राहिले नाहीत. ते वगळता परसोजी भोसले, सेनासाहेब सुभा, खंडेराव दाभाडे सेनाधुरंदर, सिदोजीराव निंबाळकर सरलष्कर, आटोळे, पांढरे वगैरे मोठे सरदार या बैठकीला उपस्थित होते. त्यांना उद्देशून रामचंद्रपंत म्हणाले की, परिस्थिती बिकट आहे. धनसिंगराव सेनापतींनी राजमंडळाला धाब्यावर बसविले आहे. नेमाजी शिंदे यांनीही सवता सुभा निर्माण केला आहे. मोगल सेनेने आमचे किल्ले घेण्याचा धडाका सुरू केला आहे; त्यामुळे परिस्थिती अत्यंत बिकट आहे. अशा परिस्थितीत मातुश्री ताराऊ यांच्याशी सल्ला-मसलत करून पुढचा निर्णय घेण्यासाठी मी विशाळगडाला जात आहे. मातुश्री ताराऊ या राजमंडळाच्या अध्यक्षा आणि राज्याच्या मुखत्यार आहेत. स्वर्गस्थ राजेश्रींनी चंदीस निघतेसमयी त्यांना हे अधिकार बहाल केले होते. त्या विशाळगडी अज्ञातवासात आहेत; परंतु त्यांनी अधिकारसूत्रे ग्रहण केल्याखेरीज सरदारांमधील दुफळी व राज्यातील ही बजबजपुरी बंद पडणार नाही. तरी माझा हा निर्णय आपण सगळ्यांनी मान्य करावा.

धनाजी जाधवांच्या अलीकडच्या बेताल वागणुकीमुळे सरदार त्यांच्यावर बिथरले होते. त्यांना धडा शिकविण्यासाठी ते उत्सुक होते; परंतु त्या कामी कुणीतरी जबरदस्त व्यक्तीने पुढाकार घेणे अगत्याचे होते. संताजी घोरपडे कर्नाटकात असताना वरचढ झाले, तेव्हा त्यांना वठणीवर आणण्याचा सल्ला ताराराणींनीच

राजाराम महाराजांना दिल्याचे सरदारांना माहीत होते, तेव्हा या वेळीही त्यांनी राज्यसूत्रे हाती घेतली तर त्या धनाजी जाधव व नेमाजी शिंदे यांना शासन करून बंडखोर सरदारांना वठणीवर आणतील असा विचार करून सरदार व मुत्सद्दी यांनी रामचंद्रपंतांचा निर्णय मंजूर केला.

ताराराणी व राजसबाई या दोघी आपल्या पुत्रांसमवेत विशाळगडी अज्ञातवासात दिवस कंठीत होत्या. राजाराम महाराजांच्या निधनानंतर त्यांची कुणीही वास्तपुस्त केली नव्हती. त्यांच्या शोकसमाचारासही कुणी गेलं नव्हतं. साताऱ्याचा पाडाव व धनाजी जाधवांनी उभे केलेले राजा कर्णाच्या वारसाचे खूळ यासंबंधीच्या वार्ता त्यांना परस्परच कळल्या होत्या; त्यामुळे रामचंद्रपंतांचे विशाळगडी आगमन झाले, तेव्हा ताराराणी घुश्शातच होत्या. राजमंडळाने आणि रामचंद्रपंतांनी त्यांच्याविषयी आतापर्यंत जी उदासीनता दर्शविली होती, ती त्यांच्या मानी मनाला फार लागली असल्याने त्यांनी रामचंद्रपंतांच्या आगमनाची विशेष दखल न घेणे स्वाभाविक होते. पंतांनी लौकिकदृष्ट्या त्यांच्या भेटीस जाऊन शोक प्रकट केला, तेव्हा त्या निश्चल होत्या. रामचंद्रपंतांना त्यांच्या वागणुकीतील हा फरक जाणवल्यावाचून राहिला नाही. राजाराम महाराजांच्या मृत्यूनंतर आपण त्यांच्या भेटीस त्वरित जाणे अगत्याचे होते हे त्यांना आता उमगल्यावाचून राहिले नाही. आपली चूक लक्षात घेऊन ते गप्प बसले. तथापि, ते अधूनमधून ताराराणींच्या भेटीस जातच राहिले. त्यांना तसे करणे भागच होते.

औपचारिक गोष्टीविना रामचंद्रपंत राज्यकारभाराविषयी काहीच बोलेनात ते पाहून एके दिवशी ताराराणींनी स्वतः होऊन राज्यकारभाराचा प्रश्न काढला. त्या म्हणाल्या,

"पंत, तुम्हाला इकडे येऊन बरेच दिवस झाले; परंतु राज्यात काय हालहवाल आहे ते तुम्ही आम्हांला विदित केले नाही! आम्ही तुमच्याकडून तो वृत्तान्त ऐकण्यास उत्सुक आहोत."

"आपल्या भेटीस येण्याचा आमचा तोही एक उद्देश होता." रामचंद्रपंत घसा साफ करीत म्हणाले, "राज्याची परिस्थिती चांगली नाही. सरदार आम्हांला जुमानीत नाहीत. ते आमची अवज्ञा करतात. मुत्सद्यांचीही तीच तऱ्हा. शत्रूने आमचे किल्ले घेण्याचा धूमधडाका सुरू केला आहे; त्यामुळे आपण कारभारात लक्ष घातल्यावाचून ही बजबजपुरी थांबणार नाही, हे आपल्या कानी घालण्यासाठीच आम्ही आलो आहोत."

ताराराणींनी क्षणभर प्रत्युत्तर केले नाही. त्यांची चर्या नेहमीप्रमाणे गंभीर होती. परिस्थिती हाताबाहेर जात आहे हे पाहून कारभार हाती घेण्याचा सल्ला देण्यासाठी पंत आले आहेत हे ताराराणींनी केव्हाच ताडले होते. त्या म्हणाल्या,

"मग इतके दिवस आपण आम्हांला ही परिस्थिती कळविली नाही?"

"आपण स्वर्गस्थ राजेश्रींच्या वियोगामुळे दुःखात चूर होता म्हणून आम्ही गप्प बसलो."

"ते सर्व ठीक आहे पंत; परंतु राजेश्री गेल्याने आमचा प्रपंच थांबला का? माणसे येतात आणि जातात; परंतु जगाचे रहाटगाडगे थांबत नाही. तुमच्यासारख्या अनुभवी आणि वयोवृद्ध माणसांनी असं बोलावं याचं आम्हांला नवल वाटतं. आम्ही राज्यकारभारात लक्ष घालू; पण सिंहासन रिकामे ठेवता येत नाही. इतके दिवस ते रिकामे राहिले, ही खंत आमच्या मनाला लागली होती. आता वेळ न गमावता युवराजांच्या मौंजीबंधनाच्या व राज्याभिषेकाच्या तयारीला लागा."

ताराराणींची ती सूचना म्हणजे आज्ञाच होती. त्या सूचनेतील निर्धाराची धार रामचंद्रपंतांना जाणवल्यावाचून राहिली नाही. ते चपापले, स्तंभित झाले. ताराराणींच्या मनात आपला मुलगा शिवाजी याला गादीवर बसवायचे आहे हे न सांगता कळण्यासारखे होते. तरीही ते हिय्या करून म्हणाले,

"मातुश्रींच्या बोलण्याचा मतलब आमच्या ध्यानी आला नाही."

"हे काय बोलणं? राज्याभिषेक आणखी कुणाचा करायचा. अर्थात शिवाजीराजे यांचा!" ताराराणी म्हणाल्या.

"पण शाहूराजे बादशहाच्या कारावासात असता शिवाजीराजे यांचे मौंजीबंधन कसे करायचे? शाहूराजे यांची मुक्तता झाल्यावर दोघांचेही मौंजीबंधन बरोबरच करता येईल."

"पंत, हे तुम्ही काय बोलता?" ताराराणींच्या स्वरात रोषाची छटा होती.

"शाहूराजे यांच्या मौंजीबंधनाचा शिवाजीराजे यांच्या राज्याभिषेकाशी काय संबंध?"

"शाहूराजे राज्याचे वारस आहेत असं आम्ही समजत आलो. स्वर्गस्थ राजेश्रींनी मृत्युसमयी आमच्याकडून त्यांच्या मुक्ततेच्या प्रयत्नांची शपथ घेतली होती."

"होय? तर मग धनसिंगरावांनी राजा कर्णाचं खूळ उभं केलं, तेव्हा तुम्ही सगळे बरे गप्प बसलात?"

त्या खोचक प्रश्नाचे उत्तर रामचंद्रपंतांना देता आले नाही. ते निरुत्तर झाले. ते पाहून ताराराणी म्हणाल्या,

"धनसिंगरावांनी राजा कर्णास गादीवर बसविण्याचा मनोदय जाहीर केला, तेव्हा तुम्ही ज्या अर्थी त्यांना विरोध केला नाही, त्या अर्थी त्या राज्यारोहणाला तुमची संमती असावी असा आम्ही कयास केला."

ताराराणींच्या बोलण्यातली वक्रोक्ती रामचंद्रपंतांना जाणवल्यावाचून राहिली नाही. त्यांनी राजा कर्णाच्या राज्यारोहणास विरोध केला नाही हे खरं होतं, तरी ते म्हणाले,

"मातुश्रींनी आमच्या हेतूबद्दल गैरसमज करून घेऊ नये. राजा कर्णाच्या राज्यारोहणाला आमची संमती नव्हती. धनसिंगरावांनी राजा कर्णाच्या राज्यारोहणाबाबत आमच्याशी सल्लामसलत केली नव्हती."

"तर मग तुम्ही का गप्प बसलात?"

"धनसिंगराव राज्याचे मातब्बर सरदार, सेनापती. त्यांच्याशी दोन हात करण्याची आमची ताकद नव्हती." रामचंद्रपंत बेचैन होत म्हणाले.

"सांप्रत राज्यकारभार कोण चालवितं? तुम्ही की धनसिंगराव?"

त्या खोचक प्रश्नाचं समर्पक प्रत्युत्तर रामचंद्रपंतांना सुचेना. राज्यकारभार तेच चालवीत होते. पंतांचा चेहरा घामाने डबडबून आला. एका पंचवीस वर्षांच्या विधवेने आपणाला निरुत्तर केलेले पाहून पंत कमालीचे दुःखी झाले. ताराराणी पुढं म्हणाल्या,

"आपण विरोध केला तर धनसिंगराव राज्यकारभारातून आपली उचलबांगडी करतील, अशी तुम्हाला भीती वाटली का पंत? की तुमच्या मुग्धतेमागे आणखी कोणता हेतू होता? राज्याचे हुकूमतपन्हा तुम्ही! स्वर्गस्थ राजेश्रींनी तुमच्या हाती हा सर्वोच्च अधिकार दिला. बंडखोर सरदारांना वठणीवर आणण्याचे सामर्थ्य त्या अधिकारात होते. संताजीराव म्हणजे कर्दनकाळ. त्यांचे नाव निघताच शत्रूला कापरे भरायचे; पण स्वर्गस्थ राजेश्रींनी अखेर त्यांची खोड मोडली. त्यांच्याहून धनसिंगराव काही मोठे नाहीत. ते शूर असले, तरी इतर सरदार काही दुबळे नाहीत. त्यांच्याहून पराक्रमात कमी नसलेले सरदार आमच्याकडे आहेत. प्रसंगी त्यांनीही शत्रूला आपल्या तलवारीचे पाणी दाखविले आहे. धनसिंगरावांचे पारिपत्य करण्याची आज्ञा तुम्ही त्यांना केली असती, तर त्यांनी आज्ञाभंग केला असता असे आम्हांला वाटत नाही आणि तुम्हाला आत्मविश्वास वाटत नसल्यास तुम्ही आम्हांला कळवायला नको होते का पंत? आम्ही राज्याचे मुखत्यार आहोत हे तुम्ही विसरलात!"

शेवटचे शब्द उच्चारताना ताराराणींच्या आवाजात कंप निर्माण झाला, तो रामचंद्रपंतांना जाणवल्यावाचून राहिला नाही.

"आपण राज्याच्या मुखत्यार आहात याची आम्हांला विस्मृती पडलेली नाही मातुश्री-" पंत लगबगीने म्हणाले.

"होय पंत. तुम्हाला आमची विस्मृती पडली. राजेश्री गेले आणि त्यांच्या मागे त्यांच्या विधवांचाही अधिकार संपुष्टात आला अशी तुम्हा सगळ्यांची समजूत झाली. नाहीतर इतके दिवस आमची वास्तपुस्त झाल्याशिवाय राहिली नसती."

"कसूर माफ असावी." रामचंद्रपंत दिलगिरी व्यक्त करीत म्हणाले.

"आणि पंत-" ताराराणी आपल्या मनावर ताबा मिळवीत म्हणाल्या.

"तुमच्याविषयी आमच्या कानी एक गोष्ट आली-"

"ती कोणती मातुश्री?" पंतांनी उत्सुकतेने पृच्छा केली.

"बादशहाशी तुम्ही संधान लावल्याचं कळलं."

रामचंद्रपंतांनी लगेच प्रत्युत्तर केलं नाही. तथापि, ती वार्ता विशाळगडी आल्याचं पाहून ते कमालीचे आश्चर्यचकित झाले. ताराराणी अज्ञातवासात असल्या तरी त्यांनी राज्यातील घडामोडी आपणास कळाव्या म्हणून एक गुप्तहेर खाते निर्माण केले आहे हे त्यांच्या ध्यानी येण्यास उशीर लागला नाही.

"म्हणजे ती बातमी खोटी नव्हती तर-" पंत गप्प बसलेले पाहून ताराराणी उद्गारल्या.

"होय मातुश्री, ती बातमी खोटी नाही. बादशहाशी संधान लावलं हे खरं आहे."

"तुम्हाला काय कमी पडलं म्हणून तुम्ही हे केलंत?"

"बादशहाशी संधान लावण्याचा आमचा हेतू दगलबाजीचा नव्हता. बादशहाला वाटाघाटींत गुंतवून ठेवावं आणि आतून युद्धाची जोरदार तयारी करावी म्हणून तो खटाटोप केला."

पंतांचं समर्थन ताराराणींना पटलं नाही. तरीही त्या म्हणाल्या,

"पण वाटाघाटी करण्याआधी राजमंडळाला विचारलंत का?"

"नाही." पंत म्हणाले.

रामचंद्रपंतांना त्या बाबतीत अधिक छेडणं हिताचं नाही हे जाणून ताराराणींनी तो विषय तेवढ्यावरच बंद केला.

"तुमच्या इच्छेप्रमाणे आम्ही राज्यकारभारात लक्ष घालायचं ठरविलंय; पण आम्ही कुणाचाच मुलाहिजा बाळगणार नाही. आम्ही बंडखोरांचं आणि फितुरांचं पारिपात्य करू." ताराराणी म्हणाल्या, "थोरल्या महाराजांनी जो पायंडा घालून दिला, तो आम्ही चोखाळू. त्यांनी जशी कुणाची गय केली नाही तशी आम्हीही कुणाची गय करणार नाही."

ते ऐकताच पंत स्तंभित झाले. आता त्यांना आपल्या भवितव्याची चिंता वाटू लागली. ते विचारमग्न झाले. ते पाहून ताराराणी म्हणाल्या,

"तुमच्या मनात आमच्याविषयी आशंका निर्माण झालीय पंत."

"नाही मातुश्री." रामचंद्रपंत दचकून भानावर येत म्हणाले.

"आम्ही राज्यकारभार हाती घेतल्याखेरीज ही बजबजपुरी थांबणार नाही. सरदारांचं आणि मुत्सद्यांचं प्रस्थ मोडून काढणं हे आमचं पहिलं काम राहील; पण शिवाजीराजे यांचा राज्याभिषेक झाल्याखेरीज आम्हांला कुणी पुसणार नाही. स्वराज्याचा लढा पुढे चालू ठेवण्यासाठीही त्याची आवश्यकता आहे." ताराराणी रामचंद्रपंतांच्या चर्येचं सखोल निरीक्षण करीत म्हणाल्या; परंतु पंतांची चर्या कमालीची गोंधळलेली

दिसत होती. त्यांच्या अंतर्यामी सुरू झालेल्या वादळाचं प्रतिबिंब त्यांच्या चर्येवर दृग्गोचर झालं होतं.

"पंत, आमचे विचार तुम्हाला पटलेले दिसत नाहीत. आमचं काही चुकतंय काय? तुमचं प्रांजल मत ऐकून घेण्यास आम्ही उत्सुक आहोत." ताराराणी म्हणाल्या.

"नाही मातुश्री, कृपा करून गैरसमज करून घेऊ नका. तुम्ही राज्यकारभार हाती घेतल्याखेरीज राज्यातील अंदाधुंदी थांबणार नाही हे खरं आहे पण-"

"पण काय?" ताराराणींनी गंभीर चर्येनं पृच्छा केली.

"शिवाजीराजे यांचा राज्याभिषेक करणे लोकापवादाच्या दृष्टीने इष्ट होणार नाही असे आम्हांला वाटते. राजेश्री मरणसमयी बोलले ते सर्वांस ठाऊक आहे-"

"राजेश्री मरणसमयी काय बोलले ते आम्हांला ठाऊक नाही." ताराराणी गंभीर होत म्हणाल्या, "आपल्या मागे शाहू राजे यांनी राज्यावर बसावे असे राजेश्री आम्हांला कधी बोलले नाहीत आणि शाहूराजे यांची सुटका होईपर्यंत सिंहासन विमुक्त ठेवणं कितपत इष्ट आहे?"

रामचंद्रपंतांनी प्रत्युत्तर केलं नाही. ते पाहून ताराराणी पुढे म्हणाल्या,

"शाहूराजे यांच्या सुटकेची तळमळ स्वर्गस्थ राजेश्रींप्रमाणे आम्हांलाही आहे; पण त्यांनी राज्यावर येणे आम्हांला मान्य नाही, कारण राज्यावर त्यांचा काडीचाही अधिकार नाही. पंत, तुम्हाला माहीत असेलच की, थोरल्या महाराजांच्या मनात राज्य स्वर्गस्थ भावोजींना द्यायचं नव्हतं. त्यांनी त्यांना चंदीचा सुभा सांभाळण्यास सांगितलं होतं. ते त्याला राजी झाले नाहीत. तिथूनच पुढचं भारत निर्माण झालं." ताराराणी रामचंद्रपंतांच्या चर्येवर दृष्टी खिळवीत म्हणाल्या; पण पंत मूक राहिले.

"भावोजींच्या राज्यावर बादशहानं स्वारी केली. त्यांची हत्या झाली! राज्य रसातळास जात होते ते स्वर्गस्थ राजेश्रींनी सांभाळून ठेवलं. राज्यापायी त्यांनी हालअपेष्टा भोगल्या, जिवाची तमा बाळगली नाही. त्यांच्या मागे राज्याचा धनी कोण? त्यांच्या पुत्राखेरीज राज्य कुणाकडे जाणार?"

परंतु ताराराणींचा युक्तिवाद रामचंद्रपंतांना मान्य होईना. ते गंभीर चर्येनं शून्यात दृष्टी लावून बसले. ते पाहून ताराराणी चिडल्या आणि त्या भरात त्या म्हणाल्या,

"शिवाजीराजे यांनी राज्यावर येऊ नये असंच मत तुमचं दिसतंय पंत."

"नाही मातुश्री. आपण राज्याच्या मुखत्यार आहात. आपल्या इच्छेआड आम्ही येणार नाही."

आणि इतके बोलून रामचंद्रपंतांनी बैठकीतून उठून जाण्याची परवानगी मागितली.

रामचंद्रपंत बैठकीतून उठून गेल्यावर ताराराणींनी परशुराम त्र्यंबक व शंकराजी नारायण या दोघांना बोलावणे पाठविले. ते दोघे आल्यावर त्या त्यांना म्हणाल्या,

“पंत अमात्यांची आणि आमची दीर्घ मुलाखत झाली-”

“ते आम्हांला कळलं आईसाहेब.” शंकराजी नारायण म्हणाले.

“सिंहासन रिकामे आहे. शिवाजीराजे यांचे मौंजीबंधन करून राज्याभिषेकाच्या तयारीला लागा, असं आम्ही अमात्यांना सांगितलं.”

“त्यावर अमात्य काय म्हणाले?” परशुराम त्र्यंबकनी पृच्छा केली.

“त्यांच्या मनात शिवाजीराजे यांना राज्यावर आणायचं नाही.” ताराराणींनी प्रत्युत्तर केलं.

“मग कुणाला आणायचंय?” शंकराजी नारायण यांनी प्रश्न केला.

“शाहूराजे यांना.”

“शाहूराजे यांची मुक्तता होईपर्यंत सिंहासन रिकामं ठेवायचं?” परशुराम त्र्यंबक आश्चर्य व्यक्त करीत म्हणाले.

“अमात्यांचा तसा विचार दिसतो.”

“तुमचं काय मत आहे?” ताराराणींनी परशुराम त्र्यंबक व शंकराजी नारायण या दोघांचं मत अजमावलं.

“सिंहासन रिकामं ठेवता येत नाही हे आपलं मत आम्हांला मान्य आहे, आईसाहेब.” ते दोघे म्हणाले.

“तर मग तुम्ही दोघांनी एक कामगिरी पार पाडली पाहिजे.”

“ती कोणती?” परशुराम त्र्यंबक आणि शंकराजी नारायण या दोघांनी एकदमच विचारलं.

“पंत अमात्यांची समजूत घालण्याची. सिंहासन रिकामं ठेवणं राज्याच्या दृष्टीने कसं हितकारक नाही, ते पंत अमात्यांना तुम्ही पटवून द्या.”

परशुराम त्र्यंबक व शंकराजी नारायण हे दोघे रामचंद्रपंतांचे चेले होते. त्या दोघांना त्यांनी जरी पुढं आणलं असलं आणि नंतर त्यांच्याशी त्यांचा बेबनाव झाला असला, तरी महाराणी ताराबाई यांच्याशीही त्यांचे विशेष सलोख्याचं संबंध नव्हतेच. विशेषतः शंकराजी नारायण तर ताराराणींना डोळ्यांसमोरही नको असत. तथापि, असे असूनही त्या दोघांना राजसिंहासन रिकामे ठेवता येत नाही हे ताराराणीचे म्हणणे मान्य होते. त्यांनी रामचंद्रपंतांकडे शिष्टाईला जाण्याची ताराराणींची सूचना त्वरित स्वीकारली.

रामचंद्रपंतांनी भावनेच्या भरात जरी ताराराणींच्या इच्छेनुरूप वागण्यास मान्यता दर्शविली नसली, तरी नंतर मुक्कामाला गेल्यावर त्यांनी परिस्थितीचा शांतपणे विचार केला. सिंहासन रिकामे ठेवता येत नाही, हे ताराराणींचे म्हणणे त्यांना आता पटले. ताराराणींचा निग्रही आणि आग्रही स्वभाव त्यांना माहीत होता. शिवाजीराजे यांना राज्यावर आणण्याचा जो विचार त्यांनी मनात पक्का केला होता, तो कृतीत

आणल्याशिवाय त्या स्वस्थ बसणार नव्हत्या. त्यांना या कामी बऱ्याच सरदारांचे आणि मुत्सद्द्यांचे पाठबळ मिळण्याचाही संभव होता. अशा परिस्थितीत आपण जर शाहूराजे यांचा पक्ष धरून राहिलो, तर एकाकी पडू अशी भीती रामचंद्रपंतांना वाटली आणि त्यांनी ताराराणींशी तडजोड करण्याचा बेत केला.

अशा रीतीने रामचंद्रपंतांच्या विचारात परिवर्तन होते न होते तोच त्यांच्याकडे परशुराम त्र्यंबक व शंकराजी नारायण या दोघांचे आगमन झाले. ते त्यांना म्हणाले, "देश धोक्यात आहे. सिंहासन रिकामे ठेवता येत नाही. शाहूराजे यांच्यासाठी आग्रह धरू नये. शाहूराजे यांची मुक्तता कधी होईल, तेव्हा होईल. तोपर्यंत सिंहासन रिकामे ठेवता येणार नाही. धन्याची मर्जी, त्यास रुकार द्यावा."

ताराराणींशी मिळते घेण्याचा रामचंद्रपंतांचा विचार झालाच होता. ते परशुराम त्र्यंबक व शंकराजी नारायण यांना म्हणाले,

"तुमच्या सर्वांच्या मर्जीस असल्यास मी काही नको म्हणणार नाही."

ते ऐकताच परशुराम त्र्यंबक व शंकराजी नारायण या दोघांना आनंद झाला. त्यांनी रामचंद्रपंतांचा रुकार ताराराणींना त्वरित जाऊन कळविला.

रामचंद्रपंत आपणास अनुकूल नाहीत म्हणून ताराराणींची त्यांच्यावर खप्पा मर्जी झाली. तथापि, त्यांनी त्यांना कारभारातून काढून टाकले नाही. मात्र, परशुराम त्र्यंबक व शंकराजी नारायण या दोघांना त्यांनी बढती देण्याचा बेत केला.

राजमंडळाने धाकटे शिवाजी यांना राज्यावर आणण्याचा आपला संकल्प जाहीर करून राज्यात सर्वत्र दवंडी पिटवली.

त्याच वर्षी चैत्र महिन्यात धाकटे शिवाजीराजे यांचा उपनयनविधी व राज्यारोहण समारंभ पार पडला. समारंभ फार थाटाने झाला नसला, तरी राज्यातील सगळे सरदार, मानकरी, मुत्सद्दी आणि सेवकवर्ग त्याला उपस्थित होते. या प्रसंगी नवीन मंत्रिमंडळ बनविताना ताराबाईंनी थोडा बदल केला. रामचंद्रपंतांनी धाकटे शिवाजीराजे यांच्या राज्याभिषेकास जरी मान्यता दर्शविली असली, तरी त्यांची निष्ठा पूर्णपणे आपणाकडे नाही याची जाणीव ताराबाईंना असल्याने त्यांनी त्यांचे हुकूमतपन्हापद त्यांच्याकडे नाममात्र ठेवून त्यांचे इतर अधिकार काढून घेतले. परशुराम त्र्यंबक व शंकराजी नारायण या दोघांनी राज्यारोहण समारंभ घडवून आणण्यासाठी पुष्कळ खटपट केली होती; शिवाय रामचंद्रपंतांचे मन वळविण्यासाठीही त्यांनी शिष्टाई केली होती म्हणून ताराबाईंनी त्या दोघांना बढती दिली. तिमाजीपंत हणमंते यांचे प्रतिनिधिपद त्यांनी परशुराम त्र्यंबक यांना दिले व शंकराजी मल्हार यांचे सचिवपद शंकराजी नारायण यांना बहाल केले. धाकटे शिवाजी यांचा राज्याभिषेक झाला, तेव्हा त्यांचे वय अवघे चार वर्षांचे होते; त्यामुळे राज्यसूत्रे साहजिकच ताराराणींच्या हाती आली. त्यांनी जुन्या मंत्रिमंडळातील मंत्र्यांना जरी अर्धचंद्र दिला नसला तरी

त्यांच्या निष्ठेविषयी त्या साशंक असल्याने त्यांनी सर्व सत्ता आपल्या हाती केंद्रित केली. परशुराम त्र्यंबक प्रतिनिधी व शंकराजी नारायण हे दोघे त्यांच्या खास विश्वासातले मंत्री असल्याने त्या त्यांचाच सल्ला मानू लागल्या; परंतु त्यांच्यापेक्षा मंत्रिपद न भूषविणारा असा त्यांचा आणखी एक सल्लागार होता. त्याचे नाव गिरजोजी यादव. गिरजोजी यादवांनी शिवाजी महाराज, संभाजी महाराज व राजाराम महाराज या तिन्ही छत्रपतींच्या कारकिर्दीत महत्त्वाची कामे बजावली होती. राजाराम महाराज रायगडाहून पन्हाळ्यास आले, तेव्हा गिरजोजी यादव यांनी महाराजांचे जडजवाहीर मोठ्या शिताफीने रायगडाहून पन्हाळ्यास आणले होते. नंतर त्यांनी हे जडजवाहीर जिंजीला पोहोचते करण्याची जोखीमही पत्करली होती. राजाराम महाराज जिंजीहून स्वदेशी परतले, तेव्हा त्यांच्या राण्यांना स्वदेशी आणण्याची कामगिरी गिरजोजी यादवांनी पार पाडली होती. अशी महत्त्वाची आणि जबाबदारीची कामे त्यांनी पार पाडल्याने ते ताराराणींच्या विश्वासास पात्र झाले होते. ताराराणी त्यांचा सल्ला घेतल्यावाचून कोणताही निर्णय घेत नसत.

राज्यकारभारात मंत्र्यांवर जसा ताराराणींचा विश्वास नव्हता, तसाच लष्कराच्या बाबतीतही सेनापती धनाजी जाधव यांच्यावरही त्यांचा विश्वास नव्हता. संताजी घोरपडे व धनाजी जाधव या दोघांचे राजाराम महाराजांनी प्रस्थ वाढविले; त्यामुळे ते डोईजड झाले व त्यांच्यामध्ये स्पर्धा निर्माण होऊन त्याची परिणती यादवी युद्धात झाली आणि स्वराज्याचा लढा कमजोर झाला अशी ताराराणींची ठाम समजूत होती. संताजी घोरपडे यांच्याप्रमाणेच त्या धनाजी जाधवांचाही तिरस्कार करीत होत्या. त्यातच धनाजीचा शाहू राजे यांच्याकडे कल असल्याने ते त्यांच्या मर्जीतून उतरले होते. त्यांनी त्यांचे सेनापतिपद काढून घेतले नाही; पण त्यांना जबाबदारीच्या लष्करी मोहिमा सांगण्याचेही त्यांनी बंद केले. सरदारांना मोहिमांचे हुकूम स्वतःच देण्याचा नवीन उपक्रम त्यांनी सुरू केला.

राजाराम महाराजांच्या मृत्यूनंतर मराठ्यांचा प्रतिकार कोलमडून पडून त्यांच्या राण्या शरण येतील असा औरंगजेबाचा कयास होता; परंतु पूर्वी दोनदा जसा त्याचा भ्रमनिरास झाला, तसाच या वेळीही झाला. राजांच्या मृत्यूमुळे मराठे शरण आले नाहीत. त्यांचा प्रतिकार कोलमडून न पडता पूर्वीसारखाच चालू राहिला. त्यांचे नीतिधैर्यही खचले नाही. उलट ताराराणींनी आपल्या मुलास राज्यावर बसवून राज्याची सर्व सूत्रे आपल्या हाती घेतली आहेत हे जेव्हा औरंगजेबास कळले, तेव्हा त्याचा अहंकार भयंकर दुखावला गेला. मराठ्यांच्या राणीचा प्रतिकार मोडून काढून तिला शरणागती पत्करण्यास भाग पाडण्याचा त्याने निर्धार केला.

३२

सातारचा किल्ला पडल्यावर औरंगजेबाने आपली छावणी मोडून परळीच्या किल्ल्याकडे आपला मोहरा वळविला होता. रामदासस्वामींच्या समाधीचे हे स्थान. परशुराम त्र्यंबक प्रतिनिधी या किल्ल्याचे जातीने रक्षण करीत होते. धाकट्या शिवाजीचा पन्हाळ्यावर राज्याभिषेक झाल्याची वार्ता औरंगजेबाच्या कानी गेल्याने त्याने चिडून जाऊन मराठ्यांचे सर्व किल्ले घेण्याचा निर्धार केला होता. तत्पूर्वी त्याने परशुराम त्र्यंबक यांना फितविण्याचा प्रयत्न केला होता. त्याने त्यांना पत्र लिहून आपणास सामील होण्याचे आवाहन केले होते. 'सर्व मराठे किल्लेदार मला येऊन मिळण्याच्या बेतात आहेत, तेव्हा तूही मला सामील हो. तू माझ्या सेवेत हजर झालास तर तुझ्यावर शाही देणग्यांचा वर्षाव होऊन तुला मोठ्या पदास पोहोचविण्यात येईल. नाही तर तुझ्या ताब्यात असलेला बलाढ्य किल्ला (पन्हाळा) काबीज करून तुला कैदेत खितपत पाडण्यात येईल. तुझ्या बायका-मुलांची आणि कुटुंबातील इतर माणसांचीदेखील तुझ्यासारखीच गत होईल...' औरंगजेब परशुराम त्र्यंबक यांना धमकी देत होता; परंतु परशुराम त्र्यंबक औरंगजेबाच्या प्रलोभनांना बळी पडले नाहीत की त्याच्या धमकीलाही त्यांनी भीक घातली नाही. ताराराणींना परशुराम त्र्यंबक यांच्या निष्ठेची प्रचिती आल्याने त्यांच्या मर्जीस ते पात्र झाले.

साताऱ्याहून मजलदरमजल करीत औरंगजेब परळीस येऊन दाखल झाला आणि किल्ल्यासमोरील मैदानात येऊन त्याने आपली छावणी ठोकली. त्याच्या तंबूशेजारीच शाहजादा शाह आलम याचा तंबू होता.

या वेळी रुहुल्लाखान यास 'मीर मोर्चाल' (वेढ्याचा सेनापती) नेमण्यात आले. मोगल सेनासागर किल्ल्यासभोवताली अनेक कोस पसरला होता. परळीचा किल्ला साताऱ्याच्या किल्ल्याहून उंच असल्याने त्याला मोर्चा लावणे फार कठीण काम होते. रुहुल्लाखानाने मजूर लावून टेकड्यांवर तोफा नेण्यासाठी रस्ते तयार केले. या कामी त्याला सहस्रावधी रुपये खर्च करावे लागले. खान टेकड्यांवर तोफा चढवितो न चढवितो, तोच एके दिवशी आकस्मिकपणे धुवाधार पाऊस सुरू झाला. सबंध प्रदेश जलमय होऊन रस्ते बंद पडले. कैक घरांची पडझड झाली. मोगल छावणीही पावसाच्या पाण्याने जलमय झाली. रस्ते बंद झाल्याने मोगलांना रसद मिळाली नाही. सरपणाच्या अभावी छावणीत चुलीदेखील पेटल्या नाहीत. शाहूराजे यांचा डेरा बादशहाच्या डेऱ्याशेजारीच होता. त्यांचा हुजऱ्या जोत्याजी केसरकर याने तेलात काकडे भिजवून त्यावर भात शिजवून शाहूराजे यांना जेवावयास वाढले. सतत तीन दिवस मुसळधार पाऊस पडला. छावणीतील जनावरे त्या

पर्जन्यवृष्टीने फुप्फुसांच्या रोगाला आजारी पडली. कित्येक हत्ती, घोडे, उंट त्या रोगाने मृत्युमुखी पडले.

ज्येष्ठ महिन्याच्या सुरुवातीला अवेळी सुरू झालेला पाऊस काही केल्या धार तोडीना. सतत पाच महिने त्याने मोगलांना 'भीक नको पण कुत्रा आवर' करून सोडले; परंतु कर्तव्यकठोर बादशहाला आपल्या सरदारांची वा सैन्याची रतिमात्रही दया आली नाही. त्याने मीर मोर्चाल रुहुल्लाखानास सक्त ताकीद दिली की, पावसापायी वेढ्याच्या कामात खंड पडता कामा नये. तो हुकूम अमलात आणण्यावाचून त्याला गत्यंतर नव्हते. भर पावसात काम करावे लागल्याने सैनिक व मजूर आजारी पडत होते; परंतु मोर्च्यांचे काम चालूच राहिले.

अखेर मोर्चे बांधून तयार झाले. बादशहाने हल्ल्याचा दिवस मुक्रर केला. रुहुल्लाखानाने हल्ल्यात भाग घेणाऱ्या सैन्यास आदल्या दिवशीच पहाटे जय्यत तयार राहण्याचा आदेश दिला. मोगल छावणीत एकच गडबड उडाली. जो तो हल्ल्याची तयारी करू लागला.

ठरल्याप्रमाणे हल्ल्याच्या दिवशी पहाटे मोगल सैनिक शिड्या घेऊन सज्ज झाले. रुहुल्लाखानाने किल्ल्याच्या तटापर्यंत जाण्याकरता एक भुयार खोदले होते. त्या भुयारातून तो टेकडी चढून वर गेला. मराठा सैनिकांना या भुयाराचा सुगावा न लागल्याने ते गाफील होते. ती जागा सुरक्षित असल्याची त्यांची समजूत असल्याने त्यांनी त्या ठिकाणी संरक्षणाची फारशी तयारी केली नव्हती; परंतु मोगल सैन्याची हालचाल दिसताच ते सावध झाले. इतर ठिकाणी त्यांनी सुरुंग पेरून ठेवले होते. मोगल सैन्य भुयारातून वर येताच त्यांची वाट पाहत दबा धरून बसलेल्या मराठा सैनिकांनी सुरुंगांना एकदम बत्ती दिली. लागोपाठ कानठळ्या बसविणारे अनेक स्फोट झाले. दगड-मातीबरोबर अनेक मोगल सैनिक वर आले. सुमारे सत्तर मोगल सैनिकांचा त्या सुरुंगांनी बळी घेतला. त्यात मीर मोर्चाल रुहुल्लाखानाचा नातू फकीरउल्लाखान एक होता. सुरुंगाच्या आकस्मिक स्फोटात जबरदस्त प्राणहानी होताच मोगल सैनिक हबकून गेले. त्यांनी लगेच माघार घेतली.

नातवाच्या मृत्यूमुळे रुहुल्लाखानाच्या उत्साहावर पाणी पडले. तो भयंकर दुःखी झाला; परंतु निर्दयी बादशहाला फकीरउल्लाखानाच्या मृत्यूचे कोडेच पडून गेले होते. दखखनमधील त्याच्या उण्यापुऱ्या वीस-बावीस वर्षांच्या कारकिर्दीत त्याच्या फौजेतील थोडेथोडके का मोहरे बळी पडले होते! रुहुल्लाखानाचा नातू हा त्यातलाच एक! पहिला हल्ला फसताच बादशहाने दुसऱ्या हल्ल्याची तयारी करण्याचा आदेश रुहुल्लाखानास केला.

त्या दरम्यान मराठ्यांनी मोगलांना सतावण्याचे सत्र सुरू केले होते. ते प्रचंड संख्येने मोगल छावणीभोवती घिरट्या घालीत होते. छावणीभोवतालचा अनेक

कोसांचा टापू त्यांनी उद्ध्वस्त करून टाकला होता. त्यांनी मोगलांची रसद मारल्याने मोगल छावणीत उपासमार सुरू झाली. कडबा न मिळाल्याने जनावरे अस्थिपंजर झाली. पैसा इतका दुर्मिळ झाला की, मोगल छावणीत जर कुणी अमृत विकावयास आणले असते, तर ते घेण्याची ऐपतदेखील मी मी म्हणणाऱ्या मोगल सरदारांना नव्हती. अन्नाअभावी गरीब माणसे म्हणजे हाडांचे सापळे बनले होते.

परळीचा किल्ला उंच ठिकाणी दुर्गम टेकडीवर असलेला. हल्ला करून तो जिंकणे अशक्यप्राय असल्याची जाणीव रुहुल्लाखान व शाहजादा शाह आझम या दोघांना अगोदरच झाली होती. केवळ बादशहाच्या हुकुमावरून त्यांनी मोर्चे लावले होते. दोन्ही हल्ले अयशस्वी होताच त्यांनी किल्लेदार परशुराम त्र्यंबक यांच्याशी संधान साधण्याचा विचार केला; परंतु त्यासाठी त्यांना बादशहाची संमती हवी होती. सातारचा किल्लादेखील त्यांनी किल्लेदार सुभानजी यास वश करून घेतला होता.

मीर मोर्चाल रुहुल्लाखान व शाहजादा आझम हे दोघे बादशहाच्या भेटीस गेले. किल्ला घेण्याचे दोन्हीही हल्ले अयशस्वी झाल्याने बादशहा भयंकर संतप्त होता. मराठ्यांच्या किल्ल्यासमोर आपले शाही सामर्थ्य कुचकामी ठरलेले पाहून त्याच्या अंगाचा रागाने नुसता तिळपापड झाला होता. रुहुल्लाखान व शाहजादा आझम यांच्यावर त्याने नुसती आग पाखडली. त्यांच्या नेतृत्वाची मनसोक्त निर्भर्त्सना केली. त्या दोघांनी माना खाली घालून सर्व निमूटपणे ऐकून घेतले. शेवटी बादशहाचा राग थोडाबहुत शांत झाल्यावर शाहजादा भीतभीतच म्हणाला,

''आब्बाजान, हल्ला करून हा किल्ला घेणे अशक्यप्राय आहे. मराठ्यांचे गड अशा काही दुर्गम ठिकाणी आहेत की, ते समोरासमोर हल्ला करून घेणे दुनियेतील कुठल्याही अजिंक्य सेनापतीलादेखील शक्य होणार नाही. त्यांच्या स्थापत्य विशारदांचे आपण या बाबतीत कौतुक करायला हवे. यापुढे वेढा अधिक वेळ चालू ठेवणे म्हणजे नामुष्की पदरात घेणे आहे-''

''मग काय करायचे म्हणतोस?'' बादशहाने पृच्छा केली.

''आपण यापूर्वी ज्या मार्गाने मराठ्यांचे किल्ले घेतले, त्याच मार्गाचा अवलंब या वेळीही केला पाहिजे.''

''मग लाच चारून किल्ला घेणे ही काय नामुष्की नाही?'' बादशहा उपरोधाने म्हणाला.

''नामुष्की आहे खरी; परंतु लौकिकदृष्ट्या तो आपला विजयच आहे. ज्या ठिकाणी शस्त्रसामर्थ्य कमी पडते, त्या ठिकाणी भेदनीतीचा अवलंब केला, म्हणून काही बिघडत नाही.'' शाहजादा आझम - तो शांत डोक्याचा धोरणी राजपुत्र म्हणाला.

''ठीक आहे. तुझ्या धोरणाआड मी येणार नाही.'' बादशहा नाइलाजाने म्हणाला.

बादशहाची अनुमती मिळताच आझम व रुहुल्लाखान या दोघांना आनंद झाला.

ते बादशहाचा निरोप घेऊन आपल्या डेऱ्याकडे वळले.

शाहजादा आझमने दुसऱ्याच दिवशी किल्ला ताब्यात देण्याची विनंती करून परशुराम त्र्यंबक यांना पत्र पाठविले- ''तुम्ही किल्ला खाली केलात, तर तुम्हास पैसा मिळेल, मानमरातब मिळेल, वाहन मिळेल.'' वगैरे प्रलोभने आझमने परशुराम त्र्यंबक यांना दाखविली होती.

परशुराम त्र्यंबक यांनी बादशहाचा मानमरातब किंवा वतनदारी स्वीकारली नाही. तथापि, द्रव्य मात्र त्यांनी स्वीकारले. एखादा किल्ला जितके दिवस लढविता येईल तितके दिवस लढवून नंतर तो बादशहाकडून मोठी रक्कम घेऊन सोडून द्यावा या मराठ्यांच्या जुन्या धोरणाचा अवलंब करून परशुराम त्र्यंबक यांनी किल्ला शाहजादा आझमच्या ताब्यात देण्याचा निर्णय घेतला. गडावर रामदासस्वामींची समाधी होती. त्यात ज्या सोन्याच्या मूर्ती होत्या, त्यांच्या जागी त्यांनी दगडाच्या मूर्ती बसविल्या व सोन्याच्या मूर्ती आणि गडावरील मौल्यवान सामान बरोबर घेऊन त्यांनी वासोट्याच्या किल्ल्याकडे प्रयाण केले. त्यांच्यामागे गडकरी आपली बायका-मुले, चीजवस्तू घेऊन गड सोडून निघून गेले.

मराठ्यांनी परळीचा किल्ला खाली केल्याची वार्ता औरंगजेबास कळताच त्याने छावणीत फर्मान फिरवून आनंद साजरा करण्याचा हुकूम केला. त्याप्रमाणे सैनिकांनी शहाजणी वाजवून मोठा जल्लोष केला. नंतर सर्व अमीर-उमराव गडावर गेले. औरंगजेबाने परळीच्या किल्ल्यास 'नौरसतारा' हे नाव दिले. परळी पडल्यावर औरंगजेबाने भूषणगडाकडे कूच केले.

सातारा व परळी या दोन्ही किल्ल्यांच्या वेढ्यात मोगलांची अतोनात हानी झाली होती. पुष्कळ माणसे, घोडे व भारवाहक जनावरे मेली होती. मोर्चे बांधण्यात अपरिमित पैसा खर्च झाल्याने खजिना रिकामा पडला होता. सैन्याचा मुशाहिरा थकल्याने ते बिथरले होते. त्यातच दाणापाण्याची व इतर जीवनोपयोगी वस्तूंची टंचाई निर्माण झाली होती. निसर्ग तर हात धुऊन त्यांच्या पाठीस लागला होता. पावसाने त्यांना तब्बल पाच महिने झोडपले होते. त्यात उंटासारखी भारवाहक जनावरे पुरती गारद झाली होती. त्या वर्षीचा मुसळधार पाऊस उंटांना मानवणारा नव्हता; त्यामुळे सर्दी होऊन सर्व उंट मरण पावले होते. चारा व दाणापाणी नसल्याने बाकीची जनावरेही अस्थिपंजर झाली होती; त्यामुळे सामान कसे न्यावे हा प्रश्न सरदारांना पडला. अखेर जी काही मरतुकडी जनावरे शिल्लक होती त्यांच्यावर बादशहाचे व उमरावांचे सामान लादण्यात आले. काही सामान किल्लेदारांकडे ठेवण्यात आले, तर उरलेले सामान वेठबिगारीच्या माणसांवर लादून नेण्यात आले. बादशहाच्या छावणीतील अन्नछत्रात पुष्कळ माणसे फुकटचे अन्न खाऊन सारा वेळ आराम करायची. त्यांना पकडून सामानास जुंपण्यात आले. पुष्कळसे अवजड

सामान जाळून टाकण्यात आले.

सैनिकांपाशी सामानही नव्हते आणि खाद्योपयोगी जिन्नसही नव्हते; त्यामुळे त्यांनी आपली बिऱ्हाडे पाठीवर लादून कूच केले. पुष्कळ उमरावांना भर पावसात पायीच प्रवास करावा लागला.

सैन्याचा प्रवास मुंगीच्या पावलाने चालला होता, कारण भारवाहू जनावरे वाटेत मरून पडल्याने त्यांच्यावर लादलेले सामान कसे न्यायचे हा प्रश्न उपस्थित होत होता. त्यातच जनावरे मरून पडल्याने रस्त्यात अडथळा निर्माण होत होता. अखेर अनेक संकटांना तोंड देत बादशहा कसाबसा कृष्णा नदीपर्यंत येऊन पोहोचला; परंतु पुराच्या पाण्याने तुडुंब भरलेली कृष्णा अक्राळविक्राळ रूप धारण करून बादशहाच्या मार्गात उभी होती. तिच्या पृष्ठभागावर उसळणाऱ्या राक्षसी लाटा छातीत धडकी भरवीत होत्या. ती ओलांडून पैलतीर गाठणे हे कठीण काम होते. नदीवर मोडक्यातोडक्या सात नावा होत्या. बादशहाचे प्रचंड सैन्य त्या पलीकडे नेऊ शकत नव्हत्या; त्यामुळे बादशहास नाइलाजाने कृष्णेच्या तीरावर मुक्काम करावा लागला. कृष्णेचे ते रौद्र रूप पाहून पुष्कळांच्या निराशेला पारावारच उरला नाही. काही माणसे तर आपणांस नदी ओलांडता येणार नाही म्हणून निराशेचा धक्का बसून गतप्राण झाली. अखेर त्या भयानक परिस्थितीतच बादशहाने सैन्यास नदी पार करण्याचा हुकूम केला; पण आता रेटारेटी सुरू झाल्याने सैन्य वाहतुकीत अडथळा येऊ लागला. धटिंगण लोक पुंडाई करू लागले. ते दुर्बलांना मागे सारून पुढे जाऊ लागले. काही तुराणी सैनिकांनी तलवारी उपसून नौका ताब्यात घेतल्या आणि सोन्याची एक अश्रफी भाडे घेऊन ते माणसांची वाहतूक करू लागले. वास्तविक एक रुपया असा दर होता; पण तुराणी सैनिक त्या भाड्यात कबूल होईनात.

तुराणी सैनिकांच्या जुलमामुळे सर्वसामान्य सैनिक हैराण होऊन त्यांनी बादशहाकडे तक्रार केली. त्याने वाहतुकीवर देखरेख ठेवण्यासाठी 'गुर्जबरदार' (बादशहाचे दंडधारी) नेमले; पण सोन्याच्या अश्रफींना सोकावलेले तुराणी धटिंगण त्यांनाही जुमानेनात; ते त्यांच्याशी मारामारी करू लागले.

अशा रीतीने रोज हाणामाऱ्या आणि रक्तपात होऊ लागला. मारामारीत माणसे मेली नाहीत किंवा जखमी झाली नाहीत असा एकही दिवस जाईना. रोज एक सरदार आणि एक उमराव आपल्या लवाजम्यानिशी नदी पार करायचा; परंतु ही व्यवस्था नंतर टिकली नाही. उमराव आणि सरदार यांनाही धीर धरवेना. तेही पैलतीरास जाण्याची घाई करू लागले.

गरीब लोकांपाशी नावांचे भाडे नसल्याने ते ऐलतीरालाच राहिले; परंतु त्यांना खाण्यास भाकरी न मिळाल्याने हजारो गरीब लोक उपासमारीने मरण पावले. काही

जिवावर उदार झालेल्या लोकांनी नदी पोहून जाण्याचा प्रयत्न केला, परंतु फारच थोड्यांनी पैलतीर गाठला. बहुसंख्य बुडून मेले.

भावनाप्रधान माणसांना शाही सैन्याची ही दुर्दशा बघवेना. काहीजणांनी तर हृदयाचा ठावच सोडला. एक कवी उद्गारला-

"खिजर (परमेश्वरी वाटाड्या) वाट चुकला आहे आणि इसा गाढवावर घोड्याच्या काळजीत सापडला आहे."

अशा कठीण अवस्थेत प्रवास करीत बादशहा एकदाचा भूषणगडाच्या पायथ्याशी येऊन पोहोचला. पंचेचाळीस मैलांचे अंतर तोडण्यास त्याला पस्तीस दिवस लागले. भूषणगडानजीक एक महिना मुक्काम करण्याचा निर्णय जाहीर करून त्याने आपल्या अमीर-उमरावांना सुट्टीवर जाण्याची अनुज्ञा दिली. बादशहाबरोबर कैक दिवस वास्तव्य केल्याने त्यांना उबग आला होता. काही दिवस मौजमजा केल्याने ते ताजेतवाने होतील असा विचार करून बादशहाने त्यांना रजेवर जाण्यास सांगितले. काही अमीर-उमराव विजापूर - गोवळकोंड्याकडे निघून गेले, तर शाहजादा आझम खानदेशी निघाला. अनेक सरदारांचे सामानसुमान नष्ट झाले होते. त्यांना बादशहाने हुकूम केला की, तुम्ही तुमच्या जहागिरीत जाऊन नवीन सामान घेऊन या. ज्या सरदारांच्या जहागिरी बादशहाच्या छावणीपासून दहा-बारा दिवसांच्या अंतरावर होत्या, त्यांनाच केवळ हा हुकूम करण्यात आला. सातारा आणि परळीच्या लढाईत बरेच सैन्य कामास आले होते, तर उरलेले सैन्य थकून गेले होते. हे सैन्य बदलण्यासाठी बादशहाने आपल्या सुभेदारांना ताज्या दमाचे सैन्य पाठविण्याचा हुकूम धाडला.

शाहजादा बेदरबख्तला ब्रह्मपुरी येथील काही छावणीच्या रक्षणासाठी ठेवण्यात आले होते. त्याचे सैन्य ताज्या दमाचे असल्याने नवीन मोहिमेसाठी ते सैन्य उपयोगी पडेल असा विचार करून बादशहाने बेदरबख्तला खलिता धाडला की, तू तुझे सैन्य घेऊन पन्हाळ्याच्या मोहिमेवर जा. बेदरबख्तच्या मदतीला बादशहाने नस्रतजंगला धाडले; पण तो कमी पडेल असे वाटून त्याने तर्बियतखानासही त्याच्या तोफखान्यासह पन्हाळ्यास रवाना केले. ही सर्व व्यवस्था केल्यावर बादशहा विश्रांतीसाठी खवासपूरला रवाना झाला. तो प्रदेश फळझाडे व धान्य यांनी समृद्ध असल्याने आपल्या सैन्याला भरपूर खायला-प्यायला मिळेल असा विचार करून बादशहाने तिकडे कूच केले.

खवासपूर हे गाव एका ओढ्याच्या काठी वसलेले होते. नुकताच भाद्रपद महिना संपून आश्विन सुरू झाला होता. पावसाळा ओसरला होता. अधूनमधून वळवाच्या सरी पडत असल्या तरी त्यांची तीव्रता विशेष मोठी नव्हती. थोड्याच दिवसांनी हिवाळा सुरू होणार म्हणून बादशहाने आपल्या सैन्यास ओढ्याच्या वाळवंटात छावणी ठोकण्याचा हुकूम केला. त्या निसर्गरम्य प्रदेशात काही दिवस

विश्रांती घेतल्यावर आपण ताजेतवाने होऊ असे गोड मांडे बादशहा मनात रचीत होता; परंतु काळ झोपून नव्हता. दुनियेतील यच्चयावत् गोष्टी कस्पटासमान मानणारा हा तऱ्हेवाईक आणि गर्विष्ठ सम्राट निसर्गाच्या मर्जीतून उतरला होता. मानव केवढाही बलाढ्य असला तरी तो आपल्याहून श्रेष्ठ नाही हे बादशहास पटवून देण्याचा निसर्गाने जणू निर्धारच केला होता. यापूर्वी त्याने त्याला एक-दोन तडाखे लगावले होते; परंतु त्यांनी तो शुद्धीवर आला नव्हता. त्याने त्याला आणखी एक तडाखा देण्याचा बेत केला.

खवासपूरच्या छावणीत आता नेहमीची वर्दळ सुरू झाली होती. बादशहाने आपल्या दूरदूरच्या सुभेदारांना सैन्य आणि द्रव्य पाठविण्याचे हुकूम सोडले होते. शाहजादा बेदरबख्त पन्हाळ्याच्या वाटेवर होता. त्याला मदत करण्यासाठी नस्रतजंगला तिकडे धाडण्यात आले होते. मराठ्यांचे इतर किल्ले घेण्याचे मनसुबेही बादशहाच्या दरबारात रचले जात होते.

अकस्मात एके दिवशी ध्यानीमनी नसताना आभाळात ढग जमा होऊन विजांचा कडकडाट सुरू झाला. आगामी संकटाचा तो इशारा होता; परंतु जगाकडे तुच्छतेने बघणाऱ्या बलाढ्य बादशहाने त्याची दखल घेतली नाही. सैन्याला खबरदारीचा इशारा न मिळाल्याने ते गाफील राहिले. लोक जेवणखाण आटोपून झोपी गेले. पाऊस थोडा थोडा पडत असल्याने लवकरच तो ओसरेल या भ्रमात ते राहिले; परंतु पहाडी प्रदेशात मुसळधार पर्जन्यवृष्टी झाल्याने सारा प्रदेश जलमय झाला. त्याचा लोंढा ओढ्यात शिरून तो जलद गतीने सखल प्रदेशात घोंगावत सुटला. लोंढा कसला, प्राणसंकटच ते! बादशहाच्या छावणीतील लोक मध्यरात्री जागे झाले, तेव्हा छावणीत कमरेपर्यंत पाणी झाले होते. त्याबरोबर सर्वत्र एकच हलकल्लोळ माजला. रात्र अंधारी. डोळ्यांत बोट खुपसले तरी दिसत नव्हते; इतक्या निबिड अंधारात छावणी बुडाली होती. छावणीतील लोकांच्या आक्रोशाने सारे आसमंत जागे झाले. जो तो छावणीतून पळत सुटला; परंतु अंधारामुळे कुणीही संकटग्रस्तांना मदत करू शकत नव्हता. जीव बचावण्यासाठी लोक सैरावैरा पळत सुटले. पुष्कळजण तंबूत अडकून बुडून मरण पावले. काहीजण पुराच्या लोंढ्याबरोबर वाहून गेले. पुराचा लोंढा आल्याने लोकांचा गलका सुरू झाला, तेव्हा बादशहा शौचकुपात होता. त्याला वाटले, मराठा गनिमांनी छावणीवर हल्ला केला. तो गडबडीने शौचकुपाबाहेर पडत होता, तोच पाय घसरून खाली पडून त्याच्या गुडघ्याची वाटी निसटली. तरीही तो लंगडत लंगडत अंतःपुरात गेला व आपल्या बेगमांना त्याने सुरक्षित ठिकाणी जाण्याचा इशारा दिला. इतके होईस्तोवर पूर ओसरू लागला आणि नंतर झुंजूमुंजू होऊन दिशा उजळल्या.

या पुराने बादशहाचे मोठमोठे अमीर-उमराव निराधार बनले. त्यांना आणि

त्यांच्या बायका-मुलांना नेसत्या वस्त्रानिशी छावणीतून बाहेर पडावे लागले. ज्या स्त्रियांचे कुणाला कधी नखही दिसले नाही, त्या स्त्रियांना थंडीने कुडकुडत उघड्यावर राहावे लागले. सगळे सामान भिजले होते अथवा पुराबरोबर वाहून गेले होते. जनावरे बांधल्या ठिकाणीच गतप्राण झाली होती. जी दाव्यापासून मुक्त झाली होती ती वाहून गेली होती. तरी दैवाने मोठी खैरात केली. पूर लवकर ओसरला. नाहीतर केवढी प्रचंड प्राणहानी झाली असती त्याची कल्पनाच केलेली बरी.

पूर ओसरल्यावर बादशहाने जवळपासच्या ठाणेदारांकडे राऊत पिटाळून धान्य आणि कपडे मागविले.

बादशहाच्या छावणीची अतोनात हानी करून ओढ्याचा पूर ओसरला; परंतु त्याहून संस्मरणीय गोष्ट अशी की, औरंगजेबाच्या शत्रूंना त्याला इजा करणे कधीच शक्य झाले नाही, ते या पुराने - त्याच्या निसर्गशत्रूने केले; त्याला जन्माचा लंगडा करून सोडले.

छावणीमध्ये सर्वत्र चिखलाचा राडा साचला होता. माणसे खिन्न आणि बापुडी होऊन शोक करीत होती. त्यांचे होते नव्हते ते सर्वस्व गेले होते. पुष्कळजण संसारास मुकले होते. काहींची बायका-मुले वाहून गेली होती. त्यांचा आक्रोश काळजाला घरे पाडीत होता; परंतु पाषाणहृदयी औरंगजेब बादशहाचे अंतःकरण तिळमात्रही द्रवले नाही. पूर ओसरल्यावर त्याने आपल्या हाताखालच्या लोकांना आपल्या डेऱ्यातील राड काढून टाकून दरबाराची तयारी करण्याचा हुकूम केला. जणू काही घडलेच नाही, अशा बेपर्वा वृत्तीने तो वागला. त्याचा महान शत्रू जो निसर्ग त्याने जायबंदी करून त्याला जन्माची अद्दल घडविली; पण त्याबद्दल त्याच्या तोंडून एक शिवीदेखील बाहेर पडली नाही, कारण निसर्गाने आपला पराभव केला हे मानण्यास तो तयार नव्हता आणि ज्या वेळी तो लंगडत लंगडत दरबारात आला, तेव्हा त्याचे उमराव उपरोधाने म्हणाले,

"जहापन्हा, पुराने आपणास आपला पूर्वज तैमूरलंग याच्याप्रमाणे अजरामर केले. तैमूरलंग लंगडा म्हणून इतिहासात अमर झाला, तसे आपणही यापुढे इतिहासात लंगडे आलमगीर म्हणून अजरामर व्हाल.''

पण हा विनोद औरंगजेबाने खरा मानला. कारण, जगज्जेता लंगड्या तैमूरलंगाचा वंशज म्हणवून घेण्यास त्याला अभिमान वाटत असे. तो आपल्या उमरावांना म्हणाला, "तुम्ही म्हणता ते खरे आहे. माझ्या पूर्वजाप्रमाणे मीही लंगडा व्हावे ही खुदाची इच्छा असावी.''

नंतर त्याने त्या दिवसाच्या कामकाजास सुरुवात केली. तो म्हणाला की, "पुरामुळे आपल्या छावणीची वाताहत झाली म्हणून आपल्या शत्रूच्या मनात आनंदाच्या उकळ्या फुटल्या असतील; पण आपण त्याला हा आनंद उपभोगू देता

कामा नये. पुरामुळे आपण नाउमेद झालो हे शत्रूच्या निदर्शनास जर यायचे नसेल तर आपण उद्याच त्याच्यावर चालून जाण्याची तयारी केली पाहिजे. कदाचित आपण या ठिकाणी फार वेळ आराम करू असे वाटल्याने निसर्गानेच आपणाला मुक्काम हलविण्यासाठी हा पुराचा तडाखा दिला असेल.''

औरंगजेबाच्या उमरावांना हा युक्तिवाद पटो वा न पटो; पण त्यांनी लगेच छावणी मोडण्यास मान्यता दर्शविली. औरंगजेबाने हिंदुस्थानातील आपल्या सुभेदारांना खलिते पाठवून सैन्य आणि द्रव्य पाठविण्याचा हुकूम केला. काबूलच्या सुभेदारास त्याने घोडे पाठविण्याबद्दल लिहिले. आपल्या उमरावांनाही त्याने स्थानिक बाजारपेठांतून घोडे खरेदी करावयास सांगितले.

३३

धाकट्या शिवाजीच्या राज्यारोहणानंतर ताराराणींनी राज्याची सूत्रे आपल्या हाती घेतली होती. त्यांचा आता कुणावरच विश्वास नव्हता. रामचंद्रपंतांचा ओढा शाहूकडे असल्याचे सिद्ध झाल्याने व त्यांनी तर्बियतखानामार्फत बादशहाशी सूत जुळविण्याचा कट उघडकीस आल्याने ते ताराराणींच्या अविश्वासास पात्र ठरले होते. धनाजी जाधवांनी राजा कर्णाचे खूळ उभे केल्याने तेही ताराराणींच्या मर्जीतून उतरले होते. राज्याचे हे दोन मोठे आधारस्तंभ अशा रीतीने बेभरवशाचे निघाल्यावर राज्यकारभार हाकण्यासाठी कुणाच्या तोंडाकडे बघायचे अशी चिंता ताराराणींना पडली होती. सुदैवाने धनाजी जाधवांचा आणि त्यांचा बेबनाव झाल्यावर घोरपडे मंडळी त्यांच्या निकटवर्ती आली होती आणि धनाजी जाधवही स्वराज्याचे कार्य मन लावून करीत होते. त्यांच्या स्वराज्यनिष्ठेबद्दल संशय घेता येत नव्हता. तरीही ताराराणी त्यांच्यावर विश्वास टाकण्यास तयार नव्हत्या. परशुराम त्र्यंबक प्रतिनिधी आणि शंकराजी नारायण सचिव हेच दोघे काय ते त्यांच्या विश्वासातले होते. तथापि, त्या दोघांवर कारभाराची जबाबदारी टाकण्यास ताराराणी तयार नव्हत्या. त्याचे कारण हे की, परशुराम त्र्यंबक प्रतिनिधी हे रामचंद्रपंतांना मागे सारून नुकतेच कुठे पुढे येत होते आणि शंकराजी नारायण हे जरी शूर आणि मुत्सद्दी असले तरी राजाराम महाराजांच्या कारकिर्दीत प्रजेवर जुलूम, जबरदस्ती केल्यामुळे ते बदनाम झाल्याने अशा माणसावर राज्यकारभाराची धुरा टाकली तर प्रजेमध्ये आपण अप्रिय

होऊ अशी भीती ताराराणींना वाटत होती. म्हणून त्यांनी कुणावरच विश्वास न टाकता राज्यकारभार स्वतःच हाकण्याचे धोरण अवलंबिले होते. आता त्या घोड्यावर स्वार होऊन लष्करी ठाण्यांना भेटी देत आणि प्रजेच्या परिस्थितीचे अवलोकन करीत राज्यातून दौरा करू लागल्या होत्या. छत्रपती शिवाजी महाराजांच्या कारकिर्दीनंतर संभाजी महाराज आणि राजाराम महाराज या दोघांची बहुतेक सर्व कारकीर्द बादशहाशी झुंज देण्यात खर्च झाल्याने प्रजेच्या सुख-दुःखांकडे लक्ष देण्यास त्यांना सवड झाली नव्हती. आता ताराराणींना त्याची निकड भासली; त्याचे कारण असे की, राज्यात अंदाधुंदी माजल्याने प्रजा भयंकर हवालदिल झाल्याच्या वार्ता त्यांच्या कानावर सतत येऊ लागल्या होत्या; म्हणून परिस्थितीचे जातीने निरीक्षण करण्यासाठी त्यांनी तो गुप्त दौरा काढला होता. त्यांनी कित्येक लष्करी ठाण्यांना भेटी दिल्या, सैनिकांबरोबर त्यांनी न्याहरी घेतली. आकाशाच्या उघड्या छताखाली झोपण्याचाही त्यांनी अनुभव घेतला. सैनिकांच्या अडी-अडचणींची त्यांनी जातीने चौकशी केली. गरीब प्रजेच्या झोपड्यांत प्रवेश करून त्यांनी तिथले दैन्य अवलोकन केले आणि प्रजेची पिळवणूक करून टोलेजंग वाडे बांधणाऱ्या जुलमी सत्ताधाऱ्यांचे ऐश्वर्यही त्यांच्या नजरेतून सुटले नाही. त्या सर्व परिस्थितीचे निरीक्षण केल्यावर त्यांची खात्री पटली की, तळहातावर शिर ठेवून शत्रूशी निधड्या छातीने लढणाऱ्या सामान्य सैनिकांची काळजी घेतल्याखेरीज आणि सरकारी खजिन्यात कर भरणाऱ्या शेतकऱ्याला जुलमी सत्ताधाऱ्यांपासून संरक्षण मिळाल्याखेरीज स्वराज्याचा लढा प्रखर होणे कठीण आहे. सामान्य शिपाई आणि गरीब शेतकरी हाच स्वराज्याचा खरा आधारस्तंभ आहे, हे त्यांना मनोमन पटले आणि या दोघांच्या कल्याणार्थ झटण्याचा निर्धार त्यांनी केला. या प्रदीर्घ दौऱ्यावरून परतल्यावर त्यांनी सरदारांची आणि मुत्सद्द्यांची बैठक बोलाविली. त्या म्हणाल्या,

"राज्यात शासनसंस्था जागेवर नाही. सत्ताधारी लोक गरिबांची नाडवणूक करीत आहेत. त्यांना कुणी वाली उरलेला नाही. आमच्या कानावर तक्रारी आल्या आहेत की, आमचेच शिलेदार आमच्या शेतकऱ्यांच्या शेतात घोडी घालून पिकांची नासधूस करीत आहेत-"

"शत्रूच्या मुलखातील शेतांची घोडी घालून नासधूस करण्याची प्रथा फार जुनी आहे, त्याबद्दल मातुश्रींनी आमच्या शिलेदारांना ठपका देऊ नये." एक सरदार म्हणाला.

"प्रथा जुनी म्हणून ती चांगली असे कुणी मानू नये." ताराराणी गंभीर होत म्हणाल्या, "शेतकरी शत्रू प्रदेशात असला तरी तो आपलाच आहे. त्याला शत्रू मानणे चूक आहे. उद्या हा मुलूख आपण घेतल्यावर आपण या शेतकऱ्यांना शत्रू मानायचे का?"

"पण काही शेतकरी शत्रूला अनुकूल असतात." दुसरा एक सरदार म्हणाला.

"ते आम्हांला माहीत आहे; पण हे शेतकरी शत्रूला अनुकूल का असतात त्याचा आपण विचार केला पाहिजे. शत्रूचे सगळेच वाईट ही विचारसरणी त्याज्य मानली पाहिजे. शेतकऱ्यांच्या वाटेला जाऊ नका. त्यांच्या पिकांची नासाडी करू नका, अशी बादशहाची आपल्या सरदारांना ताकीद असते. म्हणून शत्रूचे शिलेदार शक्यतो शेताची नासाडी करीत नाहीत. शेतकरी शत्रूला अनुकूल असतो त्याचे कारण हे आहे."

"पण मातुश्रींनी एक गोष्ट ध्यानात ठेवावी की, पिके चांगली पिकली तर मोगलांना शेतकऱ्यांकडून धान्य मिळते."

"आपल्या मुलुखातील शेतकऱ्यांकडून आपणाला धान्य मिळत नाही का?" ताराराणींनी पृच्छा केली.

"बादशहा सधन आहे. तो आपल्या जनावरांना बाहेरून चारा आणून पोसू शकतो, आपली तशी ऐपत नाही."

"ऐपत नाही कोण म्हणतो?" ताराराणी संतप्त होत म्हणाल्या, "जनावरांना चारा विकत घेऊन पोसले पाहिजे याचा आपण कधी विचार केलाच नाही. जनावरे पोसण्यासाठी शेतांची नासाडी करणे हा शुद्ध अत्याचार आहे. तो ताबडतोब थांबला पाहिजे. आमचा तसा हुकूम आहे. यापुढे जे शिलेदार उभ्या पिकात घोडी घालतील त्यांना कडक शासन केले जाईल."

बैठकीतील उपस्थितांनी ताराराणींची आज्ञा निमूटपणे ऐकली. कुणीही त्याविरुद्ध मतप्रदर्शन केले नाही. नंतर काही वेळाने ताराराणी म्हणाल्या,

"शेतकऱ्यांकडून करभरणी होईनाशी झाल्याने सरकारी खजिना रिता झाला आहे; त्यामुळे सरकारी नोकरांचा मुशाहिरा थकला आहे. मुशाहिरा न मिळाल्याने सरकारी नोकर काम करीत नाहीत. त्यांना उपार्जनासाठी प्रजेची पिळवणूक करावी लागते, हे थांबले पाहिजे. सरकारी नोकरांना मुशाहिरा वेळेवर मिळाला पाहिजे. आमच्या सैन्याचीही अवस्था अशीच चिंताजनक आहे. साठ-सत्तर हजार आपले सैन्य, शिवाय लहानसहान सरदारांचे पंधरा-वीस हजार सैन्य. या सैन्यात आम्ही वास्तव्य केले आहे. त्यांची चटणी-भाकर आम्ही खाल्ली आहे; परंतु या सैन्याला तंबू-राहुट्या नाहीत. झाडाचा आडोसा हा आमच्या शिपायांचा निवारा. थंडी-पावसापासून रक्षण करायला त्याला भरपूर कपडेही मिळत नाहीत. रात्री तो आकाशाच्या छताखाली उघडा झोपतो-"

"पण हे थोरल्या महाराजांपासून चालत आले आहे-" एक सरदार.

"ते आम्हांला माहीत आहे. थोरल्या महाराजांच्या वेळी आपला सैनिक गनिमी युद्ध खेळत होता. आता युद्धतंत्र बदलले आहे. आपण आता शत्रूशी समोरासमोर

लढतो. आपल्या सैनिकांना तंबू-राहुट्या मिळायला पाहिजेत. शत्रू सैनिकांसारख्या सुखसोयी त्याला मिळायला हव्यात-''

''मग आम्हांला का गाळता? मोगल सरदारांचा जामानिमा आमच्यापाशी कुठे आहे?'' एक सरदार मनाचा हिय्या करून धिटाईने म्हणाला.

''तुम्हालाही या सुखसोयी उपलब्ध होतील-'' ताराराणी आश्वासन देत म्हणाल्या, ''तुमचा रुबाब शत्रू-सरदाराहून कोणत्याही बाबतीत कमी असता कामा नये.''

''सैन्याला या सुखसोयी प्राप्त झाल्या, तर आपल्या युद्धतंत्रात आणि शस्त्रास्त्रांतही बदल करावा लागेल-'' एक परंपराप्रिय सरदार गंभीर नजरेने उद्‌गारला, ''डेरे, तंबू, राहुट्या बाळगायच्या म्हणजे तळाच्या रक्षणासाठी सैन्याबरोबर भारी तोफखाना हवा, बरकंदाजांच्या तुकड्या हव्यात. ढाल-तलवार-भाले कुचकामी ठरणार-''

''त्याची आम्हांला जाणीव आहे-'' ताराराणी गंभीर होत म्हणाल्या.

''केवळ तोफखाना आणि इतर भारी हत्यारे बाळगून चालणार नाही. तोफखाना ओढून नेण्यासाठी बैल हवेत, छावणीचे सामान वाहून नेण्यासाठी हत्ती, उंट, घोडे ही जनावरे हवीत-''

''पण हा सरंजाम बाळगण्यासाठी किती पैसा खर्च करावा लागेल?''

''पैसा खर्च करावा लागणार यात संदेह नाही; परंतु पैसा नाही, म्हणून आपण सैन्यात सुधारणा केली नाही, तर शत्रूला आमच्याविषयी दरारा वाटणार नाही. आमच्याविषयी त्याच्या मनात आदराची भावना निर्माण होणार नाही. त्याने आम्हांला समान पातळीवरून वागविले पाहिजे म्हणून आपण हे सर्व केले पाहिजे-''

ताराराणींची ही सैन्यसुधारणेची योजना परंपरावादी, कर्मठ सरदारांना आणि मुत्सद्द्यांना जरी पसंत पडली नसली तरी सामान्य सैनिकांना आणि तरुण अधिकाऱ्यांना ती पसंत पडल्याने त्यांच्यामध्ये ताराराणी कमालीच्या लोकप्रिय झाल्या. सैन्यसुधारणेसाठी योजनेप्रमाणेच ताराराणींनी राज्यात सुव्यवस्था आणि सुरक्षितता प्रस्थापित करण्याचीही एक योजना जाहीर केली. स्वकीय आणि शत्रुसैन्याच्या आक्रमणामुळे प्रजा हवालदिल झाली होती. शेतकऱ्यांची शेते ओस पडून त्यांनी सुरक्षित प्रदेशात स्थलांतर केले होते. सैनिकांप्रमाणेच चोर-दरोडेखोरांचा उपद्रवही वाढला होता. पांथस्थांना निर्भयपणे प्रवास करणे कठीण झाले होते. शेतकऱ्यांना व पांथस्थांना संरक्षण मिळावे म्हणून ताराराणींनी आपल्या सरदारांना ठिकठिकाणी हत्यारी रहदारांची नाकी बसविण्याचा हुकूम केला. नंतर त्यांनी परागंदा झालेल्या प्रजेला आपापल्या गावी येऊन वास्तव्य करण्याची अभयपत्रे धाडली. त्या आवाहनाचा इष्ट तोच परिणाम होऊन स्थलांतरित लोक आपापल्या गावी येऊन स्थायिक होऊ लागले. पळून गेलेल्या शेतकऱ्यांनी परत येऊन शेते पेरण्यास प्रारंभ केला. आता हत्यारी 'रहदार' त्यांच्या शेतांची

राखण करू लागले. चोर-दरोडेखोरांपासून सडका निर्भय झाल्याने लमाणांचे तांडे धान्याची व इतर जीवनोपयोगी मालाची वाहतूक करू लागले. त्या चोख व्यवस्थेमुळे खेड्यापाड्यांत सुरक्षितता आणि सुव्यवस्था निर्माण झाल्याने सर्वसामान्य प्रजेमध्ये ताराराणींविषयी आदरभावना निर्माण झाली.

ताराराणींनी आपल्या ताब्यात असलेल्या मुलुखाची प्रांत, परगणे व तरफा यांच्यामध्ये फेरविभागणी केली आणि त्यावर सुभेदार, कमाविसदार वगैरे अधिकाऱ्यांची नेमणूक केली. ही व्यवस्था अस्तित्वात आल्यावर राज्यकारभार कार्यक्षम झाला. जुलमी व लाचखाऊ सरकारी नोकरांकडून प्रजेची जी पिळवणूक होत होती तिला आळा बसला; त्यामुळे साहजिकच सरकारी खजिन्यात अधिक करभरणा होऊ लागला. पूर्वी सुभेदारांपाशी सैन्य नसायचे. आता त्याच्या दिमतीला सैन्य देण्यात आल्याने त्यांना सुव्यवस्थेचे रक्षण करणे शक्य होऊ लागले. चौथाई वसूल करणे व शत्रूच्या तांड्यावर छापे घालणे ही कामे त्यांच्याकडे देण्यात आली. एखादा स्थानिक जमीनदार चौथाई वसूल करण्याच्या कामी अडथळा आणू लागला तर सैन्य धाडून त्याच्या मुसक्या आवळण्याचा अधिकार सुभेदारास देण्यात आला.

प्रत्येक परगण्यात एक किंवा दोन गढ्या बांधून त्यात सैन्याच्या शिबंद्या ठेवण्यात आल्या. या शिबंद्यांवर सुभेदाराचे नियंत्रण असे. व्यापाऱ्यांना मालाची ने-आण करण्यास भीती वाटली तर त्यांना संरक्षण मिळण्याची व्यवस्था करण्यात आली. त्यांना 'रहदारा'चे संरक्षण देण्याचा अधिकार सुभेदारांना बहाल करण्यात आला. मात्र, रहदारांचा मुशाहिरा व्यापाऱ्यांनी द्यावा असे ठरविण्यात आले. पूर्वी गावचे मुकादम स्वयंभू असत. आता गाव मुकादम नेमण्याचा अधिकार सुभेदाराकडे आला. ही सर्व व्यवस्था ताराराणींनी आपल्या देखरेखीखाली अमलात आणल्याने स्वराज्यात सुरक्षिततेची भावना निर्माण झाली. प्रजा निर्भय बनली आणि ती मोगल सैनिकांना दाद देईनाशी झाली. इतकेच नव्हे तर अल्पावधीतच ग्रामीण भागातून मोगली सत्तेचे पार उच्चाटन झाले.

ताराराणींनी आपल्या लष्करी डावपेचातही बदल केले. बादशहाने मराठ्यांचे किल्ले घेण्यासाठी आपले सारे बळ महाराष्ट्रात एकवटले होते. मराठ्यांचे बळ त्यांच्या किल्ल्यांमध्ये आहे; तेव्हा त्यांचे किल्ले घेतले की, त्यांचे उच्चाटन होईल, या समजुतीने बादशहाने त्यांच्या किल्ल्यांवर हल्ले करण्याचा धडाका सुरू केला होता. बादशहाचा हा डाव हाणून पाडण्यासाठी ताराराणींनी खानदेश, माळवा, गुजरात वगैरे मोगली सुभ्यांत आपले सैन्य धाडून तिकडील मोगल ठाण्यांवर हल्ले करण्याचा सपाटा सुरू केला. लष्करी ठाण्यांबरोबरच त्या भागातील बाजारपेठा लुटून फस्त करण्याचेही तंत्र मराठा सरदारांनी अवलंबिले.

वऱ्हाडात सर्जाखान हा मोगल सरदार सुभेदारीवर होता. औरंगजेबाने त्याला

रुस्तमखान ही उच्च पदवी बहाल केली होती. एके दिवशी मराठ्यांनी वऱ्हाडात शिरून सर्वत्र धुमाकूळ सुरू केला. मराठ्यांची स्वारी अनपेक्षित असल्याने सर्जाखानाची पुरती त्रेधातिरपीट उडाली. तरीही त्याने मराठ्यांशी दोन हात करण्याचा प्रयत्न केला; परंतु त्यात तो पराभूत होऊन मराठ्यांचा कैदी बनला. मराठ्यांनी त्याच्याकडून तीन लक्ष रुपयांची खंडणी घेऊन त्याची मुक्तता केली.

मराठा सरदारांनी स्वराज्याबाहेर मुलुखगिरी करून मोगल ठाणी मारण्याचा धडाका सुरू केल्याने, ताराराणी खूश होत्या; परंतु तेवढ्याने त्यांचे समाधान झाले नाही. बादशहाचे युद्धप्रयत्न शिथिल व्हावेत म्हणून त्या युक्त्या-प्रयुक्त्या लढवू लागल्या. एके दिवशी परशुराम त्र्यंबक प्रतिनिधी यांना त्यांनी मुलाखतीस पाचारण केले. त्या त्यांना म्हणाल्या,

"पंत, बादशहाशी तहाच्या वाटाघाटी सुरू कराव्यात, असा आमचा विचार आहे."

ताराराणींची तहाची योजना ऐकून परशुराम त्र्यंबक एकदम स्तंभित झाले. आपल्या सैन्याची कुठेच पीछेहाट झाली नसता ताराराणींनी बादशहाशी तहाची बोलणी का सुरू करावीत हे त्यांना समजेना. त्यांनी आपली शंका व्यक्त केली. ते म्हणाले, "आपले किल्लेदार बादशहाशी प्राणपणाने लढत आहेत. आपला एकेक किल्ला घेण्यासाठी बादशहास लक्षावधी रुपये खर्च करावे लागत आहेत. त्याचे शेकडो सैनिक दररोज कामास येत आहेत. आपल्या सरदारांनी मोगल प्रदेशात धुमाकूळ घालून ठाणी मारण्याचे आणि बाजारपेठा लुटण्याचे सत्र सुरू केले आहे. असे असताना मातुश्रींनी बादशहाशी तहाच्या वाटाघाटी का सुरू कराव्यात ते आम्हांला कळत नाही."

त्यावर ताराराणी म्हणाल्या, "पंत, तुम्ही म्हणता ते खरे आहे. आमचे सैन्य बादशहाला भारी होऊन राहिले आहे यात संदेह नाही; परंतु आपले सामर्थ्य मर्यादित आहे. बादशहा बलाढ्य आहे. त्याच्या साम्राज्यातून दख्खनमध्ये पैशाचा आणि सैन्याचा ओघ वाहतो आहे. गेली वीस-बावीस वर्षे तो दख्खनमध्ये युद्ध खेळतो आहे; परंतु त्यात खंड पडलेला दिसत नाही. त्याची चिकाटी, त्याचा दीर्घोद्योग वाखाणण्यासारखा आहे-"

"पण आपणही त्याच्याशी गेली वीस-बावीस वर्षे शौर्याने लढतोच आहोत. आपणही त्याला हटलेलो नाही." परशुराम त्र्यंबक आत्मविश्वासाने म्हणाले.

"ते आम्ही अमान्य करीत नाही; परंतु आपण सर्व दृष्टींनी थकलो आहोत. आपणाला उसंत हवी आहे. आपल्या सैनिकांना विश्रांती हवी आहे. त्यांची धावपळ आम्हांला बघवत नाही. त्यांच्यासाठी काय करू आणि काय नको असं आम्हांला होऊन जातं. म्हणून बादशहाशी तहाच्या वाटाघाटी करून काही दिवस युद्ध बंद

झाले तर आपणाला विश्रांती आणि उसंत मिळेल असे आम्हांला वाटते. आपणाला काही दिवसांची उसंत मिळाली तर आपणास नेटाने युद्धाची तयारी करता येईल आणि आपले सैनिकही विश्रांती मिळाल्याने ताजेतवाने होतील आणि बादशहा जर आम्हांला मानाने वागविण्यास तयार झाला तर त्याच्याशी आपण तह का करू नये?''

''आम्ही आपल्या इच्छेविरुद्ध नाही. ज्यात स्वराज्याचे हित आहे, त्याला आम्ही केव्हाही राजी आहोत.'' परशुराम त्र्यंबक म्हणाले.

''पण तहाची योजना बादशहाकडे कुणामार्फत धाडावी तेच आम्हांला कळत नाही.''

''आपली इच्छा असेल तर आम्ही प्रयत्न करू. बादशहाचे सरदार रुहुल्लाखान हे या कामी पुढाकार घेतील. हे प्रदीर्घ युद्ध बंद होऊन वित्तहानी आणि प्राणहानी थांबावी असं त्यांना वाटतं.''

''तर मग रुहुल्लाखानाशी संधान जुळवा. त्यांना आमची विनंती कळवा.''

''ठीक आहे.'' परशुराम त्र्यंबक म्हणाले. नंतर ताराराणींनी त्यांना निरोप दिला.

ताराराणींच्या सूचनेनुसार परशुराम त्र्यंबक यांनी रुहुल्लाखानाशी त्वरित तहाचा संदर्भ लावला. ताराराणी स्वेच्छेने बादशहाचे मांडलिकत्व पत्करण्यास तयार झाल्याचे पाहून रुहुल्लाखानास मोठा आनंद झाला, कारण बादशहाच्या बहुतेक सर्व सरदारांप्रमाणे दख्खनमधील युद्ध थांबावे असे त्यालाही वाटत होते. त्याने ताराराणींना कळविले की, तुम्ही बादशहाला उद्देशून एक तहाचे विनंतीपत्र माझ्याकडे धाडावे. म्हणजे मी जातीने ते बादशहास सादर करीन आणि बादशहाचे मत तुम्हास कळवीन. रुहुल्लाखानाच्या सूचनेनुसार ताराराणींनी बादशहास विनंतीपत्र लिहिले. त्याचा आशय असा होता.

'तुम्ही मोठे बादशहा. तुमच्याशी युद्ध करून आम्ही सर्व प्रकारे थकलो आहोत. गेली कित्येक वर्षे आम्ही हे युद्ध खेळत आहोत. त्यात आमची अपरिमित वित्तहानी आणि प्राणहानी झाली आहे. ती भरून येण्यास कित्येक वर्षे लागतील. हे युद्ध असेच चालू राहिले तर आमचा सर्वनाश अटळ आहे. आमची गरीब प्रजा या युद्धापायी सर्वस्वास मुकली आहे. तिचे दैन्य पाहून आमचे मन तिळतिळ तुटते. आमची चांगली चांगली तरुण माणसे धारातीर्थी पतन पावल्याने कित्येक घराणी निर्वंश झाली आहेत. आमच्या प्रजेचा सर्वनाश पाहून आम्हांला खाणे-पिणे रुचत नाही. आमचे कशातच लक्ष लागत नाही. म्हणून हे संहारक युद्ध थांबविण्यासाठी कोणत्याही प्रकारचा त्याग करण्याचा आमचा निर्धार झाला आहे; परंतु आमची इच्छा एकतर्फी आहे. आपण ती मान्य केल्यावाचून युद्ध थांबणार नाही. आपण मोठे बादशहा, दुनियेचे सम्राट! आपले मनुष्यबळ अफाट, आपली साधनसंपत्ती अमर्याद.

आपण आम्हास चिरडून टाकण्यासाठी इकडे आला आहात. ज्या अर्थी आपण इकडे गेली कित्येक वर्षे ठाण मांडून राहिला आहात त्याअर्थी हेतू साध्य झाल्याखेरीज आपण स्वदेशी परतणार नाही हे स्पष्टच आहे. तरी आपण दयावंत होऊन आमचा अर्ज मंजूर करावा व हे प्रदीर्घ सर्वसंहारक युद्ध थांबवून माझ्या राज्याचा नाश आणि माझ्या प्रजेची हत्या थांबवावी अशी आमची आपणापाशी प्रार्थना आहे.

'आपण जर आमचा तहाचा अर्ज मंजूर केलात, तर माझे पुत्र शिवाजीराजे यांना आपल्या सैन्यात मनसबदार म्हणून ठेवण्यास आम्ही तयार आहोत. आपण त्यांना दसहजारी मनसब व दख्खनची देशमुखी बहाल करावी. ते पाच हजार सैन्य घेऊन दख्खनचे सुभेदार म्हणून आपली सेवा करतील.'

ताराराणींनी बादशहास सादर केलेला तहाचा प्रस्ताव रुहुल्लाखानास पसंत पडला. बादशहालाही तो पसंत पडेल आणि तो युद्धबंदी जारी करून हिंदुस्थानास परतेल या आशेने रुहुल्लाखान मोठ्या उमेदीने औरंगजेबाच्या भेटीस गेला. त्याने त्याला अर्ज केला की, मराठ्यांची राणी जेरीस आली आहे. ती आपला सर्वनाश टाळण्यासाठी आपणास शरण येण्यास तयार आहे आणि म्हणून तिने तहाचा हा प्रस्ताव आपणास सादर केला आहे; परंतु बादशहाने ताराराणींच्या तहाच्या प्रस्तावाबाबत मुळीच उत्साह दाखविला नाही. त्याने आपल्या नेहमीच्या थंड आणि संशयी स्वभावानुसार आपल्या मुन्शीस ताराराणींचा अर्ज वाचण्याचा हुकूम केला. अर्जाचे वाचन चालू असताना त्याची चर्या वारंवार पालटत होती. त्याला वाटले की, मराठे युद्धापायी खरोखरच डबघाईला आले असतील. तसे असेल, तर त्यांना दाती तृण धरून शरण आणण्यास हीच संधी नामी आहे. तो रुहुल्लाखानाकडे वळून म्हणाला,

"राजारामाच्या राणीला कळवा की, आम्ही यापूर्वीच मराठ्यांना शरण येण्याची आज्ञा केली होती. ती आज्ञा धाब्यावर बसवून त्यांनी हे युद्ध चालू ठेवले आहे. त्यांना जर शरण यायचे असेल तर त्याला आम्ही राजी आहोत; पण त्यांनी संपूर्ण आणि बिनशर्त शरणागती पत्करली पाहिजे. ते शरण आले की, राजारामाच्या मुलास मनसबदारी द्यायची की नाही त्याचा आम्ही नंतर विचार करू."

बादशहाचा जबाब ऐकून रुहुल्लाखानाच्या उत्साहावर एकदम पाणी पडले. त्याला माहीत होते की, बादशहाने सुचविलेला अपमानास्पद तह ताराराणी मान्य करणार नाही, कारण राजाराम महाराजांनी बादशहाची बिनशर्त शरणागतीची अट पूर्वीच धुडकावून लावल्याचे त्याला माहीत होते. त्याने बादशहाचा जबाब ताराराणींना त्वरित कळविण्याची व्यवस्था केली.

रुहुल्लाखानाचा खलिता घेऊन परशुराम त्र्यंबक ताराराणीच्या मुलाखतीस गेले. खलित्याच्या वाचनाने ताराराणींना बिलकूल आश्चर्य वाटले नाही. त्या म्हणाल्या,

"बादशहा हेकेखोर आहे. तो अजून आपल्या गुर्मीत आहे; परंतु आमची विनंती त्याने झिडकारली असली तरी आमचे तहाचे प्रयत्न बिलकूल निष्फळ होणार नाहीत. आमची तहाची सूचना बादशहाने झिडकारली हे जेव्हा बादशहाच्या सरदारांना कळेल, तेव्हा ते चिडून गेल्याशिवाय राहणार नाहीत, कारण या प्रदीर्घ युद्धाला ते कंटाळले आहेत. बादशहाच्या सरदारांप्रमाणेच आपल्याही सरदारांना हे युद्ध नको आहे. आमचा तहाचा प्रस्ताव बादशहाने झिडकारला हे त्यांना कळले पाहिजे. त्यासाठी आम्ही राजमंडळाची सभा बोलावणार आहोत."

परशुराम त्र्यंबक यांना सांगितल्याप्रमाणे ताराराणींनी त्वरित राजमंडळाची सभा बोलाविली. सर्व सरदार आणि मुत्सद्दी या सभेस हजर होते. आपण बादशहाकडे रुहुल्लाखानामार्फत तहाचा प्रस्ताव कसा धाडला आणि संपूर्ण शरणागतीशिवाय आपण सशर्त शरणागती पत्करणार नाही हा जबाब बादशहाकडून कसा आला, ते ताराराणींनी सभेत उपस्थित असलेल्या लोकांना विदित केले. त्या म्हणाल्या, "आमचे काही सरदार आणि मुत्सद्दी युद्धास कंटाळले आहेत याची आम्हाला जाणीव झाल्याने आम्ही बादशहाशी तह करावा अशी इच्छा मनात धरून तहाची सूचना त्याच्याकडे धाडली; पण त्याला आमच्याकडून बिनशर्त शरणागती हवी आहे. त्याला आमच्याशी तह करायचा नाही तर आम्हास शरण येण्यास भाग पाडून नंतर आम्हास बुडवायचे आहे. त्याची दगलबाजी मशहूरच आहे. त्याने आत्तापर्यंत शरण आलेल्या आपल्या कुठल्याही शत्रूला मुक्त सोडलेले नाही. आम्ही जर त्याला शरण गेलो तर आमच्या कपाळी आजन्म कारावासाशिवाय अन्य काही नाही, याची आम्हांला जाणीव झाल्याने बादशहाला शरण न जाता युद्ध चालू ठेवण्याचा आम्ही निर्धार केला आहे; परंतु आपल्या पाठबळाशिवाय आम्हांला युद्ध चालू ठेवता येणार नाही, हेही आम्ही जाणून आहोत. म्हणून आमची आपणाला विनंती आहे की, आपण पूर्वीप्रमाणेच तळमळीने आणि नेटाने युद्धकार्य चालू ठेवावे."

ताराराणींचे भाषण राजमंडळाच्या सभासदांनी शांतपणे श्रवण केले. बादशहा बिनशर्त शरणागतीशिवाय अन्य कुठल्याही प्रकारचा तह करण्यास तयार नसल्याचे पाहून बहुतेक सर्व सभासद प्रक्षुब्ध झाले; परंतु बिनशर्त शरणागती पत्करली, तर कारावास आणि मृत्यू याशिवाय आपल्या नशिबी अन्य काही नाही याचीही जाणीव सगळ्यांना झाली. ते म्हणाले की, आपला स्वाभिमान विकून बादशहास शरण जाणे म्हणजे सर्वनाश ओढवून घेण्यासारखे आहे. आपण इतकी वर्षे लढतोच आहोत, तेव्हा आणखी काही वर्षे युद्ध असेच चालू ठेवू या.

युद्ध चालू ठेवण्यास राजमंडळाने मान्यता दर्शविल्याने ताराराणींनी सुटकेचा श्वास सोडला. त्या लगेच रामचंद्रपंतांना म्हणाल्या,

"पंत, आपले दोस्त बुंदेलखंडाचे राजे छत्रसाल, गोंडवनाचे राजे बख्त बुलुंद

आणि वागिनगेऱ्याचे राजे पिडनायक यांना खलिते पाठविण्याची व्यवस्था करा. स्वर्गीय राजेश्रींच्या वेळी त्यांचे वकील आपणाकडे आले होते असे आम्ही ऐकून आहोत.''

''होय मातुश्री. स्वर्गीय राजेश्रींच्या वेळी राजे छत्रसाल आणि राजे बख्त बुलुंद या दोघांचे वकील सातारा मुक्कामी राजेश्रींच्या भेटीस आले होते; परंतु राजेश्रींच्या निधनानंतर आपला आणि राजे छत्रसाल व राजे बख्त बुलुंद यांचा संबंध तुटला.'' रामचंद्रपंत म्हणाले.

''त्यांना कळवा की, स्वर्गीय राजेश्रींच्या अचानक निधनामुळे आम्ही संकटकाळात सापडलो आणि त्यामुळे त्यांना सैन्याची कुमक पाठविता आली नाही. आता ती त्वरेने पाठविण्याची व्यवस्था करीत आहोत. तरी शाही प्रदेशावर चढाई करण्याची सिद्धता करावी.''

''आपल्या आज्ञेबरहुकूम राजे छत्रसाल व राजे बख्त बुलुंद यांना त्वरित खलिते रवाना करतो.''

''वागिनगेऱ्याचे राजे पिडनायक यांना आमच्याकडून सैन्याची कुमक हवी असेल असे आम्हास वाटत नाही. त्यांच्यापाशी मुबलक सैन्य आहे.''

''तरीही त्यांना कुमक धाडली पाहिजे.'' राणोजी घोरपडे म्हणाले.

बेरडांचे आणि घोरपडे मंडळींचे विशेष सख्य असल्याने पिडनायकाच्या अडचणीची राणोजी घोरपडे यांना कल्पना असेल हे लक्षात आणून ताराराणी म्हणाल्या,

''राणोजीरावांची सूचना आम्हांला मंजूर आहे. बेरडांना जर आमची कुमक हवी असेल तर ती पाठविलीच पाहिजे. आम्हांला असे वाटते की, राजे पिडनायक यांचा आणि राणोजीरावांचा विशेष घरोबा असल्याने बेरडांच्या कुमकेला त्यांनी जातीनेच गेलेले बरे!''

''आपल्या आज्ञेबरहुकूम आम्ही वागिनगेऱ्यास त्वरित कूच करतो.'' राणोजी घोरपडे म्हणाले.

सरदारांना कामे सांगून झाल्यावर ताराराणींनी सभेसमोर एक महत्त्वाचा प्रश्न उपस्थित केला. त्या म्हणाल्या,

''अलीकडे शत्रूकडील बातम्या आम्हास पूर्वीसारख्या कळत नाहीत. आपले गुप्तहेर पूर्वीसारखे काम करीत नाही असा आम्हास संशय येतो. थोरल्या महाराजांनी चांगली माणसे या कामगिरीवर नेमली होती. त्यांच्यापैकी बरेचजण कालवश झाले आहेत, तर काहीजण शत्रूकडून ठार झाले आहेत. तेव्हा-''

''हे काम सेनापतींचे आहे-'' कुणीतरी मध्येच म्हटले.

''सेनापती या सभेस हजर नाहीत; त्यामुळे त्यांना आम्हास जाब विचारता येत नाही.'' ताराराणी उद्गारल्या.

"आपल्या हेरांची फार हेळसांड झाली आहे. अलीकडे त्यांच्या कामगिरीचे चीज होईनासे झाले आहे-" एक सरदार म्हणाला.

"तसे असेल तर हेरखात्याची ऊर्जितावस्था झाली पाहिजे. सेनापतींना या खात्याकडे लक्ष देण्यास सवड नाही, म्हणून आम्ही हे खाते आमच्याकडे घेतो." ताराराणी म्हणाल्या.

अशा रीतीने अनेक महत्त्वाचे निर्णय घेतल्यावर ताराराणींनी राजमंडळाची ही महत्त्वपूर्ण सभा बरखास्त केली.

रामचंद्रपंतांनी दुसऱ्या दिवशी ताराराणींच्या हुकुमावरून राजा छत्रसाल, बख्त बुलंद व पिडनायक यांच्याकडे खास दूताकरवी खलिते रवाना केले. ताराराणींनीही राजमंडळाच्या बैठकीत निर्णय घेतल्याप्रमाणे गुप्तहेर खात्याची सुधारणा करण्याचे काम त्वरित हाती घेतले. अल्पावधीतच त्यांनी शत्रूच्या हालचालीची बित्तंबातमी काढण्याकरिता दूरदूरच्या ठिकाणी अनेक हुशार गुप्तहेर रवाना केले.

ताराराणींच्या आज्ञेनुसार राणोजी घोरपडे सैन्य घेऊन बेरडांच्या मदतीला रवाना झाले होते. त्यांनी विजापूर प्रांत लुटून फस्त केला. विजापूर शहरापासून तीस मैलांवर त्यांनी बागेवाडी येथील मोगल ठाण्यावर हल्ला करून ठाणेदारास ठार केले. नंतर त्यांनी ईडीचे मोगल ठाणेही लुटले. बेरड व मराठे यांनी विजापूर प्रांतात धुमाकूळ घातल्याच्या वार्ता बादशहाच्या छावणीत येऊन धडकू लागल्या; परंतु या बातम्यांनी स्थितप्रज्ञ बादशहाच्या दाढीचा एक केसदेखील हलला नाही, कारण तो पूर्णपणे जाणून होता की, मराठ्यांना नेस्तनाबूत केल्याशिवाय बेरडांसारखे त्यांचे दोस्त स्वस्थ बसणार नाहीत. त्याने आपल्या सरदारांना छावणी सोडून मिरजेकडे कूच करण्याचा हुकूम केला. तत्पूर्वी त्याने आपल्या सुभेदारांना आपण मिरजेस निघणार असल्याची पत्रे पाठवून सैन्य, पैसा आणि इतर वस्तू तिकडे धाडण्याची सूचना त्यांना केली होती. तदनुसार बादशहाच्या आगमनाचा प्रवास निर्विघ्नपणे पार पडला. मात्र, एकच हानिकारक घटना घडली. बादशहाचा बक्षी मुखलीसखान हा वाटेत आजारी पडला. तो मिरजेस येऊन दाखल होतो न होतो तोच निधन पावला. मिरजेतील शमसुद्दीनच्या दर्ग्यात त्याला मूठमाती देण्यात आली.

बरेच दिवस बादशहाचा मिरजेस मुक्काम होता. त्या वर्षीची रमजान ईद त्याने मिरजेला साजरी केली. नंतर त्याने आपला तळ पावनगडला हलविला. पन्हाळ्याच्या मोहिमेवर गेलेल्या शाहजादा बेदरबख्तला मदत करणे हा औरंगजेबाचा पावनगडला तळ ठोकण्यामागील मुख्य हेतू होता. तेथील नदीकाठी त्याने आपली छावणी उभारली.

पन्हाळा आणि पावनगड या दोन्ही किल्ल्यांचा परीघ सात कोसांचा, या दोन्हीही किल्ल्यांना एकदमच वेढा घालण्याचा हुकूम औरंगजेबाने शाहजादा बेदरबख्तला

केला होता. त्या हुकुमाप्रमाणे शाही तोफखान्याचा प्रमुख तर्बियतखान याने तोफांचे मोर्चे उभारण्याचे व सुरुंग पेरण्याचे काम अव्याहतपणे सुरू केले. त्याने मोठमोठ्या प्रलयंकारी तोफा पन्हाळ्याच्या तटासमोर आणून उभ्या केल्या. नंतर आस्ते आस्ते त्या दमदम्यावर चढविण्याचे अत्यंत जिकिरीचे काम सुरू केले.

तर्बियतखान तोफांचे मोर्चे उभारीत होता, तेव्हा मराठेही स्वस्थ बसून नव्हते. त्यांच्या टोळ्या मोगलांची रसद मारण्याचे काम करीत होत्या. मराठ्यांचे हल्ले तीव्र होऊ लागले, तेव्हा पन्हाळ्याच्या कोकणी दरवाजासमोर ठाण मांडून बसलेल्या नसरतजंगास औरंगजेबाने मराठ्यांच्या बंदोबस्ताचे काम सांगितले.

सातारा-परळीच्या वेढ्यात मोर्चे उभारताना तर्बियतखानाच्या हातून ज्या गफलती झाल्या, त्यांचे फळ मोगलांना पुरेपूर भोगावे लागल्याने या वेळी तर्बियतखानाने तोफांचे मोर्चे व सुरुंग पेरण्याचे काम काळजीपूर्वक केले होते. त्याच्या अजस्र तोफा पन्हाळ्याच्या तटाकडे आपल्या कराल दाढा वासून दमदम्यावर बत्ती देण्याची वाट पाहत होत्या. एका भल्या पहाटे त्या पन्हाळ्याच्या तटावर आग ओकू लागल्या. पहाटेच्या काळोखात एखाद्या दारूकामाच्या आलोकाप्रमाणे त्या तोफांतून निघणाऱ्या अग्निशलाकांच्या दीप्तीने सारे आकाश उजळून गेले.

त्या राक्षसी धुडांनी अचूक नेम साधून पन्हाळ्याचे पाच बुरुज अर्धेअधिक खाली पाडले. त्या यशाने तर्बियतखानास व त्याच्या हाताखालच्या लोकांना भयंकर चेव आला. त्यानंतर खानाने सुरुंगांना बत्ती देण्याचा हुकूम केला. सुरुंग पेरण्यात तज्ज्ञ असलेल्या गवंड्यांकरवी व पाथरवटांकरवी तर्बियतखानाने पन्हाळ्याच्या किल्ल्याखाली तीन हत्यारी माणसे चालत जाऊ शकतील अशी भुयारे खोदून घेऊन त्यात सुरुंग पुरले होते. एक बोगदा इतका मोठा होता की, त्यात वीस माणसे ऐसपैस बसू शकली असती आणि सुरुंगाचा स्फोट झाला तरी त्यांना इजा न पोहोचता ती तेथे सुरक्षित राहू शकली असती. या गुप्त भुयारातून किल्ल्यातील लोकांवर बंदुकांचा मारा करण्याची व्यवस्था करण्यात आली होती; परंतु तोफा, सुरुंग किंवा बंदुका यांच्या हल्ल्यांना दाद न देता गडावरील मराठे मोगलांचा धिम्या वृत्तीने प्रतिकार करीत राहिले. पहिल्या हल्ल्यात भाग घेणाऱ्या मोगलांचा आवेशही मावळत गेला. पहिल्या हल्ल्यात गड काबीज करण्यात अपयश आल्याने पूर्वीचा अनुभव आठवून मोगलांनी अशी समजूत करून घेतली की, हल्ला करून गड घेणे अशक्य आहे; त्यामुळे लढाई रेंगाळत चालली.

दोन-अडीच महिने निघून गेले आणि मृगाचा पाऊस धो-धो सुरू झाला. भोवतालच्या टेकड्यांवरून पाण्याचे ओहोळ वाहू लागले. पावसाने तर्बियतखानाचे तोफांचे मोर्चे आणि सुरुंगाचे खंदक पार निकामी करून टाकले.

तर्बियतखानास अपयश येताच बादशहा चिडून गेला. त्याने आपल्या जहागिरीत

रजेवर असलेल्या फतेउल्लाखानास तातडीने पन्हाळ्यास निघण्याचा हुकूम धाडला. बादशहाच्या हुकुमाप्रमाणे फतेउल्लाखान क्षणभरही विलंब न लावता पन्हाळ्यास निघाला. त्याने बादशहाची भेट घेतली, तेव्हा तो त्याला म्हणाला की, तुझ्या गैरहजेरीमुळे हल्ला अयशस्वी झाला. वेढ्याची मोहीम तू हाती घे, तुझ्या दिमतीला मुनिमखानास देतो.

बादशहाची आज्ञा शिरसावंद्य मानून फतेउल्लाखानाने फिरून तोफांचे मोर्चे उभारण्यास प्रारंभ केला. मुनिमखानाने त्याला चांगली साथ केली. दोघांनी अविश्रांत प्रयत्न करून सुरुंग पेरण्याचे काम पूर्ण केले; पण मराठे स्वस्थ बसून नव्हते. त्यांनी मोगलांवर दगडांचा आणि बंदुकीचा मारा करून त्यांना पिटाळून लावले. मागचा अनुभव लक्षात घेऊन मोगल सैनिक भीतभीतच लढत होते. साताऱ्याच्या वेढ्यात सुरुंगाचा स्फोट होऊन जी प्राणहानी झाली, माणसांच्या ज्या चिंध्या उडाल्या आणि रक्तामांसाचा जो चिखल झाला, ते भेसूर दृश्य मोगलांच्या अंतश्चक्षूंसमोर अद्याप तरळत होते. त्या भयानक प्राणहानीचा त्यांनी भयंकर धसका घेतला होता. त्यातच पन्हाळ्याचा किल्ला साताऱ्याच्या किल्ल्याहून बलाढ्य असल्याने तो आपणास हल्ला करून घेता येणार नाही, या निराशेने मोगल सैनिकांना पछाडले होते. त्यांचे नैतिक धैर्य पार खचून गेले होते.

मराठ्यांच्या हल्ल्यांना तोंड देत फतेउल्लाखान व तर्बियतखान या दोघांनी दुसऱ्या हल्ल्याची तयारी केली, सैन्य हल्ल्यासाठी तयार झाले; सुरुंगांना बत्ती देण्यात आली. सुरुंगाच्या स्फोटांनी सारे आसमंत हादरले. मोगल सरदार 'अल्ला हो अकबर'च्या आरोळ्या ठोकून तटाकडे धावले; पण काय आश्चर्य? सैन्य जागच्या जागी उभे. कुणीतरी जादू केल्याप्रमाणे ते जागच्या जागी खिळून राहिले.

बादशहाने तोफांचे मोर्चे उभारण्यासाठी व सुरुंग पेरण्यासाठी जे लक्षावधी रुपये खर्च केले होते, ते पाण्यात गेले. दोन्ही हल्ले अयशस्वी झाल्याने तो भयंकर हताश झाला आणि मग त्याने लाचलुचपतीचा अवलंब करून किल्ला ताब्यात घेण्याची खटपट सुरू केली. त्याशिवाय दुसरा इलाजच नव्हता. शाहजादा कामबक्ष व तर्बियतखान या दोघांना बोलावून घेऊन तो म्हणाला की, गडकरी त्र्यंबकराव याच्याशी संधान जुळवा. तो मागेल ती लाच देऊन किल्ला ताब्यात घ्या.

बादशहाच्या आज्ञेप्रमाणे तर्बियतखान व कामबक्ष या दोघांनी त्र्यंबकराव यांच्याशी गुप्तपणे संधान जुळविले. त्र्यंबकराव मोठी लाच घेऊन पन्हाळा व पावनगड हे दोन्ही किल्ले बादशहाच्या हवाली करण्यास तयार झाला.

३४

पन्हाळ्याचा पाडाव ही स्वराज्याची मोठीच हानी होती. मराठ्यांच्या लष्करी प्रतिष्ठेवर तो मोठाच आघात होता. ताराराणींना पन्हाळा गेल्याने मोठे दुःख झाले. त्यांनी मोगल सैन्याची दमछाक करण्याचे अनेक उपाय अमलात आणले होते; परंतु ते कमी पडले होते. शाही परगण्यात सैन्य धाडून त्यांनी तेथील ठाण्यावर हल्ले करण्याची व बाजारपेठा लुटण्याची मोहीम सुरू केली होती. बुंदेलखंडाचा राजा छत्रसाल, गोंडवनचा राजा बख्त बुलुंद आणि वागिनगेऱ्याचा बेरड राजा पिडनायक या तिघांना त्यांनी बादशहाविरुद्ध उठाव करण्याची चिथावणी दिली होती. त्यांना मराठे सरदार मदत करीत होते; परंतु अनेक ठिकाणी अशा आघाड्या उघडूनही मोगलांचे स्वराज्यावरील दडपण कमी होत नव्हते; त्यामुळे ताराराणी चिंतातुर झाल्या होत्या, किंकर्तव्यमूढ बनल्या होत्या. बादशहाला कसे तोंड द्यायचे, किल्ल्याचे रक्षण कसे करायचे या विवंचनेशिवाय त्यांना आणखी काहीच सुचत नव्हते.

आणि मग त्यांच्या डोक्यात एक धाडसी विचार आला. मोगल सैन्यात दुफळी माजविण्याचा. राजाराम महाराजांनी जिंजीत असताना तो उपाय अमलात आणला होता. त्यांनी शाही सैन्यातील मराठा सरदारांना स्वराज्यात आणण्यात यश संपादन केले होते. काही दख्खनी सरदारांनाही त्यांनी बादशहाविरुद्ध चिथावणी देऊन त्यांना बंड करण्यास प्रवृत्त केले होते; परंतु जिंजीचा पाडाव झाल्यावर बादशहाने बंडखोर दख्खनी सरदारांचा बंदोबस्त केला होता. औरंगजेबाच्या सैन्यातील हे दख्खनी सरदार विजापूर गोवळकोंडा या भूतपूर्व राज्यांच्या सैन्यातले होते. लाचलुचपतीचा व भेदनीतीचा अवलंब करून औरंगजेबाने त्यांना फितूर केले होते; परंतु वरील दोन्ही शाह्यांचा पाडाव झाल्यावर या दगलबाज सरदारांना मोगल सैन्यात स्थान उरले नव्हते. आपले उद्दिष्ट साध्य करण्यासाठी औरंगजेब जरी शत्रूच्या सरदारांना फितूर करून घेत असला, तरी नंतर त्यांना तो तुच्छतेने वागवीत असे. फितुरांना मानाने वागविण्याची त्याची प्रथा नव्हती. विजापूर गोवळकोंड्याच्या फितूर सरदारांच्या नशिबी आता अवहेलनेचे जीवन आले होते. आपल्या कृत कर्मांची फळे त्यांना पुरेपूर भोगावी लागली होती. बादशहाकडून तुच्छतेची वागणूक मिळाल्याने मोगल सरदार आणि सामान्य सैनिकही त्यांचा तिरस्कार करीत होते. ते उपेक्षित जिणे त्यांना असह्य झाले असल्यास नवल नव्हते.

शाही सैन्यात दुफळी माजविण्याकरिता या असंतुष्ट दख्खनी सरदारांना हाताशी धरणे हा एकच उपाय होता; पण त्यांच्याशी संधान कसे साधायचे हा प्रश्न होता. त्या बाबतीत सल्ला देणारी एकच व्यक्ती होती आणि ती म्हणजे पंत अमात्य.

धाकट्या शिवाजीच्या राज्याभिषेकावरून रामचंद्रपंतांचे आणि ताराराणींचे जरी बिनसले असले, तरी त्यांच्यासारखा राजकारणधुरंधर मुत्सद्दी राज्यात दुसरा कुणी नव्हता. इतर मुत्सद्द्यांचा अनुभव विशेष स्पृहणीय नसल्याने ताराराणींनी अलीकडे पंत अमात्यांशी तडजोड केली होती. शाही सैन्यातील दख्खनी सरदारांमध्ये फंदफितुरी माजविण्याचा एखादा उपाय पंत अमात्य सुचवितील असा विचार मनात येऊन ताराराणींनी त्यांना आपल्या भेटीस बोलाविले. त्या पंतांना म्हणाल्या,

"पंत, पन्हाळा पडल्याने परिस्थिती कठीण झाली आहे. बादशहा आपला मोहरा आता खेळण्याकडे वळवील."

"शाही सैन्य इकडे निघाल्याचे कळले तर मातुश्रींनी सिंहगडास जावे." रामचंद्रपंत म्हणाले.

"सिंहगडास गेल्याने आपला पाठलाग थांबणार नाही. बादशहा सिंहगडावर सैन्य पाठविणार नाही असे थोडेच आहे?"

"मग काय करायचे म्हणता?" रामचंद्रपंत विचार करीत म्हणाले.

"शाही सैन्याला प्रतिबंध करण्याचा कोणतातरी परिणामकारक उपाय अमलात आणला पाहिजे-"

"उपाय तर चालूच आहे. आपले सरदार शाही प्रदेशात शिरून मोगल ठाण्यावर हल्ले चढवीत आहेत. आपले दोस्त राजा छत्रसाल, बख्त बुलुंद आणि पिडनायक हेही शाही सैन्याशी लढत आहेत. पिडनायकाच्या पराक्रमी बेरड सैन्याने मोगलांची त्रेधातिरपीट उडवून दिली आहे. धनसिंग जाधवांसारख्या आपल्या सरदारांची धावपळ तर आपण बघताच आहात-"

"ते सर्व ठीक आहे पंत. पण या सर्व प्रयत्नांची गोळाबेरीज काय? बादशहा जेरीस आला का? त्याचा जोर अद्याप कायमच आहे."

रामचंद्रपंतांनी प्रत्युत्तर केले नाही. बादशहास जेरीस आणण्याचा परिणाकारक इलाज त्यांना सुचत नव्हता.

"पंत, माझ्या मनात एक विचार घोळतो आहे." ताराराणी म्हणाल्या.

"तो कोणता मातुश्री?" पंतांनी पृच्छा केली.

"शाही सैन्यातील दख्खनी सरदारांस बादशहाविरुद्ध चिथावणी दिली तर?"

"स्वर्गस्थ राजेश्रींनी बादशहाच्या दख्खनी सरदारांना फोडण्याचा प्रयत्न केला होता; पण झुल्फिकारखानाने या बंडखोर सरदारांचा मोड केला." रामचंद्रपंत म्हणाले.

"पण सगळेच दख्खनी सरदार बंडात सामील झाले नव्हते. गोवळकोंड्याचे सरदार बादशहाशी इमानी होते. त्यांना फोडता आले तर हे बंड यशस्वी होईल." ताराराणी म्हणाल्या, "गोवळकोंड्याचा पदभ्रष्ट सुलतान हसन कुतुबशहा याच्याशी

संधान जुळविले पाहिजे-''

"ते कसं शक्य आहे? हसन कुतुबशहा कडेकोट बंदोबस्तात असतो. बादशहाच्या डेऱ्याशेजारीच त्याचा डेरा असतो म्हणतात."

"अलीकडे औरंगजेबाकडून त्याची फार अवहेलना होऊ लागल्याने त्याचे सरदार दुःखी आहेत, असे आम्ही ऐकतो."

"पण सुलतानाशी सूत जमविणं ही कठीण गोष्ट आहे. त्याच्या डेऱ्यावर कडक पहारा असणार." पंत अमात्य शंका व्यक्त करीत म्हणाले.

"सुलतानाशी संधान साधण्याची आवश्यकता आहे, असं आम्हांला वाटत नाही."

"मग कुतुबशाही सैन्यात फितुरी माजविण्याची आपली योजना कशी तडीस जाणार?" रामचंद्रपंत ताराराणींकडे गोंधळलेल्या नजरेने पाहत म्हणाले.

"सांगते, ऐका. आपले गुप्तहेर बादशहाच्या छावणीत धाडून अफवा उठवून द्यायची की, हसन कुतुबशहा बादशहाच्या छावणीत युद्धबंद्याचे लाजिरवाणे जीवन जगत आहे, आम्ही त्याची मुक्तता करून त्याला गोवळकोंड्याच्या गादीवर बसविणार आहोत."

"पण हसन कुतुबशहाची मुक्तता करणे आपणाला शक्य आहे का?" रामचंद्रपंतांनी शंका व्यक्त केली.

"हा शक्याशक्यतेचा प्रश्न नाही पंत, आपला हेतू कुतुबशाही सैन्यात फितुरी माजविणे हा आहे." ताराराणी उत्साहाने म्हणाल्या.

"पण या अफवांमुळे बिचाऱ्या हसन कुतुबशहाच्या छळात आणखी भर पडणार नाही का? तो आम्हांला सामील झाला म्हणून बादशहा त्याचे हालहाल करील." रामचंद्रपंतांच्या चर्येवर करुण भाव दृग्गोचर झाले.

"तसं झालं तर सोन्याहून पिवळं. औरंगजेबाने सुलतानाचा छळ सुरू केला तर त्याचं सैन्य एकदम औरंगजेबाविरुद्ध उठाव करील."

"बिचाऱ्या सुलतानाच्या हालांना पारावार उरणार नाही-''

"त्याची काळजी आपणाला नको. त्याची काळजी वाहण्यास त्याचे सरदार समर्थ आहेत."

"ठीक आहे. आपली इच्छा असेल तर हा उपाय अमलात आणण्यास हरकत नाही." रामचंद्रपंत म्हणाले.

"तर मग बादशहाच्या छावणीत बेधडकपणे प्रवेश करून कुतुबशाही सैन्यात अफवा पसरू शकणारी काही निधड्या छातीची माणसं निवडली पाहिजेत."

"त्याची व्यवस्था करतो." रामचंद्रपंत बैठकीतून उठत म्हणाले.

ताराराणींच्या आज्ञेप्रमाणे काही मराठा गुप्तहेर वेष पालटून बादशहाच्या

छावणीत पाठविण्यात आले. त्यांनी अफवा उठविली की, गोवळकोंड्याचा सुलतान हसन कुतुबशहा हा मराठ्यांचा एकेकाळचा दोस्त. बादशहाच्या छावणीत तो युद्धकैद्याचे अपमानास्पद जीवन जगत असल्याचे कानी आल्याने त्याची मुक्तता करून, गोवळकोंड्याच्या गादीवर त्याची पुन्हा स्थापना करण्याचा बेत मराठ्यांनी केला आहे.

या अफवेने मोगल सैन्यात प्रचंड खळबळ माजली. आपल्या सुलतानाची बादशहाकडून अवहेलना चालू असल्याची वार्ता कुतुबशाही सैनिकांमध्ये पसरताच त्यांच्यामध्ये संतापाची एकच लाट पसरली. त्याचबरोबर मराठे त्याची मुक्तता करून गोवळकोंड्याच्या गादीवर त्याची फिरून स्थापना करणार म्हणून ते आनंदाने हुरळून गेले; परंतु दुसऱ्याच क्षणी त्यांची घोर निराशा झाली. रामचंद्रपंतांच्या कल्पनेप्रमाणे कुतुबशहा मराठ्यांशी संधान जुळवितो आहे या संशयाने बादशहा भयंकर संतप्त झाला. त्या भरात त्याने हुकूम सोडला की, हसन कुतुबशहास त्वरित ग्वाल्हेरच्या किल्ल्यात नेऊन अंधारकोठडीत ठेवा. ग्वाल्हेरचा किल्ला म्हणजे यमराजाचे निवासस्थान! त्या किल्ल्यात गेलेला माणूस जिवंत बाहेर पडत नसे. आपल्या शत्रूचा काटा काढण्यासाठी औरंगजेबाने ते मृत्युगृह निर्माण केले होते. त्याच्या अनेक नातेवाइकांचा आणि शत्रूचा त्याने आपल्या हस्तकांकरवी तेथे काटा काढला होता.

बिचारा हसन कुतुबशहा! औरंगजेबाच्या आज्ञेवरून त्याची त्वरित ग्वाल्हेरच्या किल्ल्यात रवानगी झाली; परंतु औरंगजेबाने जरी त्याला मृत्युगृहात पाठविले असले तरी, कुतुबशाही सैन्याचे बंड त्याला मोडून काढता आले नाही. आपल्या सुलतानास औरंगजेबाने ग्वाल्हेरच्या किल्ल्यात अंधारकोठडीची सजा दिलेली पाहून कुतुबशाही सैन्य एकदम बिथरले. ताराराणी त्याचीच वाट पाहत होत्या. त्यांनी आपल्या गुप्तहेरांमार्फत कुतुबशाही सैन्यात हूल उठविली की, मराठे कुतुबशहाची मुक्तता करणार आहेत. त्यांनी कुतुबशाही सरदारांना चिथावणी दिली की, तुम्ही जर मराठ्यांना जाऊन मिळालात, तर ते औरंगजेबाचा पराभव करून तुमच्या सुलतानास पुन्हा गोवळकोंड्याच्या गादीवर बसवतील. त्या चिथावणीचा योग्य तोच परिणाम झाला. औरंगजेबाच्या सैन्यात लाचारीचे आणि मानहानीचे जीवन जगण्यापेक्षा मराठ्यांना सामील होऊन आपल्या सुलतानासाठी मोगलांशी लढता लढता रणांगणावर देह ठेवलेला काय वाईट, असा विचार करून दख्खनी सैन्य बंड पुकारून मराठ्यांना येऊन मिळाले.

दख्खनी सैन्याचे नेतृत्व कुतुबशाही सरदार बहादूरखान करीत होता. ताराराणींच्या गुप्तहेरांनी त्याच्याशी संधान जुळवून दख्खनी सैन्यात फंदफितुरी माजविल्याचा सुगावा औरंगजेबास लागला. औरंगजेबाचा क्रोध म्हणजे यमराजाची सजा. बहादूरखानाची

गत त्याच्या सुलतानासारखीच झाली. औरंगजेबाने त्याची गठडी आवळून त्याला तुरुंगातच टाकले; पण तरीही दख्खनी सैन्याची बंडखोरी थांबली नाही.

औरंगजेबाने बहादूरखानास कैद केल्याची वार्ता ताराराणींना कळली, तेव्हा त्यांना फार वाईट वाटले. त्यांनी आपल्या गुप्तहेरांना आणि सरदारांना आज्ञा केली की, बिचारा बहादूरखान आपल्यामुळे बादशहाच्या रोषास बळी पडला आहे; आपण त्याची मुक्तता केली पाहिजे. बादशहाच्या छावणीत त्याला कोठे ठेवले आहे त्याचा छडा लावा आणि संधी सापडताच त्याची तेथून मुक्तता करा. ताराराणींच्या हुकुमावरून त्यांचे गुप्तहेर बहादूरखानाच्या शोधार्थ बादशहाच्या छावणीत हिंडू लागले.

पन्हाळा पडल्यावर औरंगजेबाने आपला मुक्काम तेथून हलविण्याचा बेत केला. आता पावसाळा जवळ आला होता. पन्हाळा भागातील पर्जन्यवृष्टी मोगल सैन्याला मानवणारी नव्हती. त्याची प्रचिती औरंगजेबास पूर्वी आली होती. म्हणून त्याने छावणी मोडून खटावकडे प्रयाण केले; पण खटावला जाऊन मोगल सैन्य सामान टाकते न टाकते तोच पावसाची चिन्हे दिसू लागली. आकाशात वादळी ढग जमा होऊन विजा चमकू लागल्या आणि मग जन्मात कधी न पाहिलेला असा वळवाचा धुवाधार पाऊस सुरू झाला. त्या वादळी पावसाने मोगलांना पुरतेच झोडपले. काही भाविक सैनिकांची तर समजूत झाली की, हा दैवी प्रकोप आहे. त्या तुफानी झंझावातात जमिनीत खोल पुरलेल्या तंबूच्या पहारा वर उखडून कागदी पतंगाप्रमाणे तंबू आकाशात उडाले. काही जबरदस्त तणाव झंझावातास दाद न देता जागच्या जागी उभे होते; परंतु झंझावाताचा वेगच इतका मोठा होता की, त्यात तणाव फाटून त्यांच्या पार चिंध्या झाल्या.

मोगल छावणीत एकच हाहाकार उडाला. जो तो डोक्यावर हात ठेवून परमेश्वराची करुणा भाकू लागली की, "परमेश्वरा, आमचे रक्षण कर." पडदानशीन स्त्रियांच्या विटंबनेला तर पारावरच उरला नाही. त्या अक्षरशः उघड्या पडल्या. विषयसुखास हपापलेल्या सामान्य सैनिकांनी त्या अर्धनग्न स्त्रियांच्या अंगप्रत्यंगाचे मनसोक्त निरीक्षण करून नेत्रसुख अनुभवले.

अशा रीतीने मोगल छावणीवर निसर्गप्रकोप होऊन मोगल सैनिक त्याचे निवारण व्हावे म्हणून ईश्वराची करुणा भाकीत असता मोगलांमध्ये मिसळलेले मराठ्यांचे गुप्तहेर कुतुबशाही सरदार बहादूरखान याचा शोध घेण्यात गुंतले होते. औरंगजेबाने आपली छावणी पन्हाळ्याहून हलवली, तेव्हा हे गुप्तहेर मोगल सैन्यात सामील झाले होते. त्याचप्रमाणे मोगल छावणीवर छापा घालणाऱ्या मराठा घोडदळाच्या तुकड्याही खटावच्या आसपास घिरट्या घालीत होत्या. मध्यरात्रीच्या सुमारास या तुकड्या दौडत आल्या व ज्या ठिकाणी बहादूरखानास कैदेत ठेवण्यात आले होते,

त्या ठिकाणी हल्ला करून त्यांनी बहादूरखानास मुक्त केले आणि हा हा म्हणता ते पसार झाले.

मोगल सैनिकांना जणू ती भुताटकीच वाटली. वादळाची संधी साधून मराठे आपल्या छावणीवर हल्ला करतील याची त्यांनी स्वप्नातदेखील कल्पना केली नव्हती. मराठ्यांनी मोगल छावणीवर यापूर्वी जे छापे घातले होते, त्याची त्यांना विस्मृती पडली असावी. त्या आकस्मिक हल्ल्याने व भीतीने ते इतके थिजून गेले की, मराठ्यांचा पाठलाग करण्याचेदेखील त्यांना धाडस झाले नाही.

मराठ्यांनी जीव धोक्यात घालून आपली मुक्तता केल्याबद्दल बहादूरखानाचे अंतःकरण कृतज्ञतेने भरून आले. त्याने पुढे इमाने इतबारे स्वराज्याची सेवा केली.

३५

बादशहा मोठा सेनासंभार घेऊन विशाळगडाच्या रोखाने येत असल्याची वार्ता गुप्तहेरांनी आणली, तेव्हा विशाळगडावर चिंतेचे साम्राज्य पसरले. प्रत्येकाला आपल्या भवितव्याची काळजी लागली, कारण बादशहाच्या हाती न पडलेला असा तो स्वराज्यातील बलाढ्य असा एकुलता एक मोठा किल्ला होता. तो औरंगजेबाने घेतला की, मराठ्यांचा प्रदीर्घ प्रतिकार संपुष्टात येणार होता.

खटावच्या मुक्कामी औरंगजेबास प्रचंड झंझावाताने झोडपले. ती संधी साधून मराठा गनिमांनी त्याच्या छावणीवर अचानकपणे हल्ला करून त्याने कैद करून ठेवलेला दखनी सरदार बहादूरखान यास मुक्त करून ते हा हा म्हणता पसार झाले. सगळ्यांना तो एक चमत्कारच वाटला. मराठा गनीम कुठून येतो आणि कसा हल्ला करतो हे मोगल सरदारांना समजेना; परंतु औरंगजेबास मात्र त्या छाप्याचे काहीच वाटले नाही. दुनियेचा सम्राट म्हणवून घेणाऱ्या त्या वयोवृद्ध बादशहाचा दिमाख आणि गर्व त्या हल्ल्याने रतिमात्रही खाली आला नाही. सर्व संकटांना कस्पटासमान लेखण्याची त्याची निर्भय आणि बेरड वृत्ती; मराठ्यांच्या हल्ल्यांनी तो थोडाच दबणार? तो म्हणाला की, असे व्हायचेच. शत्रू म्हटला की, तो हल्ले चढविणारच, मग ते चोरटे असोत किंवा उघड असोत.

तो सर्वच पावसाळा बादशहाने खटाव येथे घालविला व दिवाळीच्या सुमारास विशाळगडाच्या रोखाने कूच केले.

विशाळगडचा किल्ला सह्याद्रीच्या गिरिशिखरामध्ये दीड हजार हात उंचीवर असलेला. हा सबंध प्रदेश घनदाट जंगलांनी व्यापलेला. इथली हवा पावसाळ्यात अतिशय सर्द; पण जमीन अतिशय सुपीक. चिंचोळ्या अरुंद जमीनपट्टीने सह्याद्रीच्या शिखरांना जोडलेल्या वाटेने या दुर्गम किल्ल्याकडे जायचे होते. ही वाट भयंकर दुर्लंघ्य होती. या अरुंद वाटेशिवाय विशाळगडाकडे जाणारी दुसरी वाटच नव्हती.

बादशहा विशाळगडाकडे चालून येत असल्याची वार्ता ऐकून महाराणी ताराबाई काळजीत पडल्या; पण त्यांनी धीर सोडला नाही. संकटांना निधड्या छातीने तोंड देण्याचा त्यांचा मूळचा स्वभाव असल्याने आपली धिमी वृत्ती त्यांनी सोडली नाही. त्यांनी त्वरित राजमंडळाची सभा बोलाविली. त्या म्हणाल्या, ‘‘बादशहा गडावर हल्ला करण्यासाठी मोठे सैन्य आणि भारी तोफखाना घेऊन येत आहे. गडास वेढा घालण्यात तो यशस्वी होईल यात संदेह नाही; पण आपण डगमगून जाता कामा नये. गडावर अन्नधान्याची आणि दारूगोळ्याची बेगमी मुबलक आहे. शिबंदीही चांगली आहे; त्यामुळे आपण किमान एक वर्ष तरी शत्रूस तोंड देऊ शकू.’’

पण राजमंडळाच्या सदस्यांना राणी व बाळराजे यांनी गडावर राहू नये असे वाटत होते. ते म्हणाले, ‘‘मातुश्रींनी बाळराजांना घेऊन रांगण्यास निघून जावे. आम्ही किल्ला लढवितो; त्याबद्दल मातुश्रींनी निःशंक असावे.’’ ताराराणींनी हा सल्ला मानला नाही. त्या म्हणाल्या की, ‘‘इतके दिवस सर्व किल्ले किल्लेदारांनी लढविले; पण ते लवकर पडले. विशाळगड किती दिवस लढतोय ते आम्हांला बघायचे आहे. आम्ही जातीने लढाईचे नेतृत्व करणार आहोत.’’

ताराराणींच्या तोंडून निघणारा शब्द म्हणजे जवळजवळ वेदवाक्यच! त्यांच्या धोरणात आणि निर्णयात बदल होत नसे. विशाळगडाचा वेढा आपण जातीने लढविणार असे त्यांनी जाहीर करताच राजमंडळाच्या सदस्यांना तो निर्णय मुकाट्याने मान्य करणे भाग पडले. त्या निर्धाराबद्दल त्यांच्यामध्ये सुटकेचे वातावरण पसरले. ताराराणींनी वेढा जातीने लढविला, तर तो लढवणारे सैनिक हुरूपाने आणि त्वेषाने लढणार होते.

औरंगजेब आठवडाभर मलकापुरास राहिला, कारण पुढचा रस्ता अतिशय खराब होता. घनदाट अरण्ये आणि दुर्गम टेकड्यांतून हा रस्ता जात होता. अरण्यात विषारी झाडे आणि सापा-किरडांचा सुळसुळाट व सर्वत्र वेलींच्या आणि काटेरी झुडपांच्या जाळ्या विखुरलेल्या. हवा कुंद आणि सर्द. झाडांच्या फांद्या एकमेकांत गुंतलेल्या असल्याने मुंगी शिरायलादेखील जागा नव्हती. भर दुपारी त्या जंगलात घनदाट काळोख व्यापून राहिलेला असायचा. अशा प्रदेशातून मोगलांना वाट काढायची होती.

दऱ्या-खोऱ्यांनी आणि घनदाट जंगलांनी व्यापलेल्या त्या दुर्गम प्रदेशातून

अवजड लष्करी सामान वाहून नेणे ही एक बिकट कामगिरी होती; परंतु हे सामान गडाकडे नेल्याशिवाय वेढा परिणामकारक होऊ शकत नव्हता. म्हणून बादशहाने सामान वाहून नेण्यासाठी रस्ता तयार करण्याचा बेत जाहीर केला. ते काम त्याने आपला हुकमी सरदार फतेउल्लाखान याच्याकडे सुपूर्द केले. त्याने हजारो सैनिक लावून प्रथम झाडी तोडून टाकली व मग मोठमोठाले खडक रस्त्यातून दूर केले अथवा ते सुरुंग लावून फोडले. या कामावर तो जातीने देखरेख करीत होता. त्याने आठ दिवस अहोरात्र खपून रस्ता तयार केला. बादशहाने त्याला या कामाबद्दल शाबासकी दिली आणि मग सैन्यास पुढे जाण्याचा आदेश दिला; परंतु मराठ्यांच्या गनिमी टोळ्यांनी त्यांना सुखेनैव पुढे जाऊ दिले नाही. सुमारे पाच हजार मराठे गनिमी सैनिक त्या निबिड जंगलात दबा धरून बसले होते. मोगल सैनिकांना गाठून त्यांनी त्यांच्यावर बाणांचा व बंदुकांच्या गोळ्यांचा एकच वर्षाव केला.

ते हल्ले परतवून लावल्याशिवाय पुढचा मार्ग आक्रमण करता येत नव्हता. त्यातच रस्ताही अरुंद होता. एके वेळी शंभर स्वार जाण्याइतका तो रस्ता अरुंद होता; त्यामुळे मोगलांना कापून काढणे मराठ्यांना शक्य झाले; परंतु फतेउल्लाखानाने मराठ्यांना मोठ्या धैर्याने तोंड देत मोगल सैन्य विशाळगडाच्या पायथ्यापर्यंत नेण्यात यश संपादन केले. त्या स्पृहणीय कामगिरीबद्दल बादशहाने खूश होऊन त्याचा मानसन्मान केला. त्याच्याबरोबरच जुम्दतुल्लमुल्क आसदखान, हमिदुद्दिनखान, मुनिमखान व राजा जयसिंग यांचाही औरंगजेबाने सत्कार केला. खटावहून निघाल्यावर सुमारे दोन-अडीच महिन्यांनी मोगलांचे बिनीचे सैन्य विशाळगडाच्या पायथ्याशी येऊन दाखल झाले. खटाव ते विशाळगड हा तीस-पस्तीस मैलांचा प्रवास करण्यास इतका कालावधी लागला; परंतु सह्याद्रीच्या एका उत्तुंग शिखरावर राजमुकुटाप्रमाणे उभ्या ठाकलेल्या त्या प्रचंड किल्ल्याचे मोगल सैनिकांना दर्शन घडले, तेव्हा त्यांचे प्राण भयंकर कासावीस झाले. या दुर्गम किल्ल्यासमोर जगज्जेत्या बादशहाचे सामर्थ्य कःपदार्थ आहे, असे वाटून त्यांना भयंकर निराशेने पछाडले; पण करणार काय? त्यांना त्या किल्ल्यासमोर बलिदान केल्यावाचून गत्यंतर नव्हते. खविस बादशहा पराभव पत्करून तेथून माघारी परतणे कालत्रयीही शक्य नव्हते. ज्या बादशहाला अशक्य हा शब्द माहीत नव्हता, तो विशाळगड घेतल्याशिवाय माघारी परतणे शक्य होते का?

मोगल सैन्याचा विशाळगडाकडे प्रवास ही एक महान शोकांतिका होती. मराठ्यांच्या गनिमी हल्ल्यात माणसे ठार होत होतीच; पण अरुंद रस्त्याने सामान घेऊन जाताना माणसे पाय घसरून खाली दरीत कोसळून प्राणास मुकत होती; परंतु माणसांच्या मुडद्यावरून चालण्याइतक्या पाषाणहृदयी बादशहाच्या अंतःकरणाला सैनिकांच्या आर्त स्वरांनी थोडाच पाझर फुटणार? कारण तो एकाच वेडाने भारावून

गेला होता- मराठ्यांचा नाश करणे, त्यांचे समूळ उच्चाटन करणे. त्या वेडासमोर त्याला आपल्या सैनिकांच्या जीविताची क्षिती नव्हती.

बिनीचे मोगल सैन्य विशाळगडासमोर येऊन दाखल झाल्यावर तीन आठवड्यांनी विशाळगडाच्या पायथ्याशी बादशहाचे आगमन झाले. त्याने गडापासून एक मैलावर आपली छावणी ठोकली.

छत्रपतींच्या राजमुकुटातील देदीप्यमान हिऱ्यासमान शोभणारा विशाळगडासारखा बलाढ्य किल्ला घेण्याची कामगिरी बादशहास तशाच वजनदार आणि मोठ्या उमरावाकडे सोपवायची होती. तो मान आपला वयोवृद्ध आणि अनुभवी वजीर आसदखान याला मिळावा असे त्याला वाटले. त्याने दरबार भरवून आसदखानास विचारले की, तुम्ही विशाळगड घेण्याचा विडा उचलण्यास तयार आहात का? औरंगजेबाहून एक-दोन वर्षांनी लहान असलेल्या वृद्ध वजिराला औरंगजेबाने दिलेले ते एक आव्हानच होते. त्याला ते स्वीकारणे भाग पडले. त्याने विडा उचलताच औरंगजेब फार खूश झाला. त्याने त्याला रत्नजडित खंजीर व चार हजार अश्रफी देऊन त्याचा मानसन्मान केला आणि त्याची मोहीम यशस्वी व्हावी म्हणून सदिच्छा व्यक्त केली. नंतर हल्ल्यात भाग घेणाऱ्या सरदारांना त्याने आवाहन केले की, त्यांनी तनमन लावून वजिरास सर्व प्रकारची मदत करावी.

बादशहाचा निरोप घेऊन वजीर आसदखान विशाळगडास वेढा घालण्याच्या मोहिमेवर निघाला. फतेउल्लाखान, हमिदुद्दीनखान, मुनिमखान वगैरे खंदे वीर त्याच्या दिमतीला होते.

आसदखान विशाळगडास वेढा घालण्यासाठी निघाल्याचे जंगलात दबा धरून बसलेल्या मराठ्यांना कळताच त्यांनी खानाचा मार्ग रोखण्याचा बेत केला. एखादे आग्यामोहोळ खवळून उठावे त्याप्रमाणे मराठे मोगलांवर अचानकपणे जंगलातून येऊन तुटून पडले. त्यांनी दगडांचा व बंदुकीचा मारा करून अनेक मोगल सैनिक ठार किंवा जखमी केले; परंतु फतेउल्लाखानाने मराठ्यांना मोठ्या निकराने तोंड दिले. त्याने आपल्या हाताखालच्या सैनिकांना जंगलात शिरून मराठ्यांचा पाठलाग करण्याचा हुकूम केला.

अखेर मोगलांचा जोर झाल्याने मराठ्यांना पळ काढावा लागला. कित्येक मराठे मोगलांच्या हातास लागले, तर कित्येक पळतापळता कड्यावरून खाली पडून ठार झाले.

फतेउल्लाखानाच्या विजयाची वार्ता बादशहास कळताच त्याला मोठा आनंद झाला. त्याने नवीन ध्वज व जडावाचा खंजीर पाठवून त्याच्या मनसबीत दोनशे स्वारांची बढती केली. त्याच्या आप्तेष्टांनाही औरंगजेबाने बिरादरी दिल्या.

मराठ्यांचा प्रतिकार मोडून काढून फतेउल्लाखान विशाळगडाच्या तटासमोर

येऊन दाखल झाला; परंतु गडावरील मराठे कित्येक दिवसांपासून मोगलांच्या स्वागताची तयारी करीत होते. दोनशे मण वजनाच्या प्रचंड शिळा गोफणाच्या तोफातून फेकून आणि तोफांचा मारा करून त्यांनी मोगलांना सलामी दिली.

विशाळगड आणि बादशहा यांच्यातील भीषण रणकंदनास तोंड फुटले. फतेउल्लाखानाने तोफांचे मोर्चे उभारून गडावर सरबत्ती करण्याचा आपल्या गोलंदाजांना हुकूम केला; परंतु मराठ्यांच्या माऱ्यासमोर मोगलांची मात्रा चालेना. गडावरून सुटणाऱ्या तोफांच्या गोळ्यांनी आणि अजस्त्र शिळांच्या माऱ्याने मोगल सैनिकांचा चेंदामेंदा होऊ लागला; परंतु फतेउल्लाखान माघार घेण्यास तयार नव्हता. मराठ्यांच्या दगडांच्या माऱ्यापासून बचाव करण्यासाठी त्याने पोलादाच्या पत्र्याच्या आणि लाकडी फळ्यांच्या प्रचंड ढाली बनवून घेतल्या. या ढाली म्हणजे फिरते तटच; त्यांच्या आडोशाला राहून मोगल सैनिक तटाकडे सरकू लागले. त्यांनी तटांना शिड्या लावण्यात यश संपादन केले; परंतु मराठ्यांनी तटावरून त्या सर्व शिड्या फेकून दिल्या. त्या दरम्यान फतेउल्लाखानाच्या तोफा अविरतपणे तटावर गोळे टाकण्याचे काम करीत होत्या; पण तटाचा एखादा चिरादेखील त्या माऱ्याने निखळला नाही.

मोगलांनी तटासमोर खंदक खणले होते. रात्रीच्या अंधाराचा फायदा घेऊन मराठे यमदूतासारखे किल्ल्याच्या भुयारातून बाहेर पडत आणि खंदकातील मोगल सैनिकांवर हल्ले करून पसार होत. अंधारात मोगल सैनिक त्यांचा पाठलाग करू शकत नसत. तरीही मोगलांनी तटावर हल्ले करण्याचे काम सोडले नाही. त्या दरम्यान फतेउल्लाखान गडाच्या खाली सुरुंग पेरण्याचे काम करण्यात गुंतला होता. त्याने जमिनीखाली एक बंदिस्त बोळ बांधून काढला. ती एक सुंदर अशी इमारतच होती. हा बोळ बांधण्यास त्याला तब्बल एक महिना लागला. या बंदिस्त बोळात हवा येण्यासाठी काही गवाक्ष ठेवण्यात आले होते. शिवाय माऱ्याचे झरोकेही त्याला होते. त्यातून बंदुका झाडता येत असत.

मोगलांच्या हातून जे मराठा सैनिक ठार झाले होते, त्यांची मुंडकी त्यांनी गवताच्या पेंढ्या भरून ठेवली होती. मराठे सैनिक पकडले गेले की, त्या मुंडक्यांच्या माळा ते त्यांच्या गळ्यात माळांप्रमाणे लटकवीत. फतेउल्लाखानाच्या त्या अमानुष क्रौर्याने मराठ्यांचे धैर्य ओसरू लागले, तरीही त्यांनी मोगलांना दाद दिली नाही.

फतेउल्लाखान विशाळगडाच्या तटाशी द्वंद्वयुद्ध खेळत होता, तेव्हा औरंगजेबाचा मुक्काम विशाळगडापासून सात मैलांवर होता. बरेच दिवस झाले तरी फतेउल्लाखानाची गडासमोर डाळ शिजेना, तेव्हा औरंगजेबाने जातीने जाऊन मोर्च्याची पाहणी करण्याचा बेत केला. त्याला मोर्च्याचे काम समाधानकारक वाटले; परंतु आपण

युद्धक्षेत्राच्या जवळ असलो, तर आपल्या सैन्यास लढण्यास हुरूप येईल म्हणून त्याने आपली छावणी गडापासून अर्ध्या कोसावर आणण्याचे ठरविले. त्याने छावणी सोडून गडावर प्रयाण केले, तेव्हा जवळपासच्या जंगलात संचार करणाऱ्या मराठा गनिमांनी या सैन्यावर एका अडचणीच्या ठिकाणी अचानक हल्ला करून त्यांची दाणादाण उडवून दिली. या अनपेक्षित हल्ल्याने मोगल सैन्यात भयंकर घबराट माजून त्याने सैरावैरा पळ काढला. या पळापळीत अनेक माणसे व जनावरे चेंगरून ठार झाली; पण पिछाडीच्या सैन्याने मराठा गनिमांना यशस्वीपणे तोंड देऊन त्यांना हाकलून लावले. तथापि, मराठा गनीम आणखी हल्ले करील या भीतीने मोगल सैनिक सावकाश मार्ग आक्रमू लागले; त्यामुळे तो सात मैलांचा प्रवास करण्यासाठी त्यांना तब्बल दहा दिवस लागले.

मराठा गनिमांनी मोगलांच्या प्रवासात वारंवार व्यत्यय आणला; त्यामुळे सामानाची फार हानी झाली. किमान अर्धेअधिक सामान त्या धोक्याच्या प्रवासात नष्ट झाले. मराठ्यांनी हातास लागेल ते सामान लंपास केले. असंख्य नवीन व जुने तंबू तळावर आणणे मोगलांना कठीण झाले, कारण ते सामान आणणारी जनावरे मृत्युमुखी पडली होती अथवा जखमी होऊन वाटेत पडली होती. ते सामान मराठ्यांच्या हाती लागू नये म्हणून जाळून टाकण्यात आले.

अखेर मोगल सैन्य त्या खडतर प्रवासातून कसेबसे मुख्य तळावर येऊन दाखल झाले; परंतु सैन्य आल्याने संकटे संपली नव्हती. सैन्याला सुरळीत रसद पोहोचल्याशिवाय ते लढू शकत नव्हते. मराठ्यांकडून या सैन्याची नाकेबंदी केली जाण्याचा धोका होता. म्हणून औरंगजेबाने शाहजादा बेदरबख्त याला पन्हाळ्याकडे जाण्याचा हुकूम धाडला. त्याचप्रमाणे महमद अमीनखान नावाच्या सरदाराकडे मराठ्यांची रसद मारण्याची व मोगलांना रसद घेऊन येणाऱ्या वंजाऱ्याच्या तांड्यांना संरक्षण देण्याची कामगिरी सोपविण्यात आली. बादशहाच्या हुकुमाप्रमाणे महमद अमीनखानाने विशाळगडाच्या कोकणी दरवाजापर्यंतचा सर्व मुलुख जाळून बेचिराख केला. त्याने मराठ्यांची गुरे-ढोरे ठार केली अथवा ती आपल्या ताब्यात घेतली. जिंजीचा सिद्दी याकुतखान मोगलांना सर्व प्रकारची मदत करीत होता. त्याने वेढ्यासाठी लागणारे सर्व सामान आणि दोन हजार पायदळ पुरविले होते.

महमद अमीनखानाने मराठ्यांची रसद तोडण्याची कामगिरी उत्कृष्टपणे पार पाडली, म्हणून औरंगजेबाने त्याच्या मनसबीत दोनशे स्वारांची वाढ करून त्याला एक घोडा व एक हत्ती बक्षीस दिला. त्याच्या हाताखालच्या अधिकाऱ्यांचीही त्याने बक्षिसे देऊन सरबराई केली; परंतु मोगल सरदारांनी मराठ्यांची रसद मारून किंवा त्यांचा प्रदेश जाळून बेचिराख करूनदेखील ते मोगलांना बिलकूल हटले नाहीत. तब्बल पाच महिनेपर्यंत त्यांनी मोगलांची नुसती दमछाक करून टाकली.

मराठ्यांची गनिमी पथके दख्खनमध्ये सहा हजार मैलांच्या टापूत अव्याहतपणे संचार करून मोगल ठाण्यांवर हल्ले करण्याचे व त्याची रसद मारण्याचे काम करीत होती. एका खानदेशातच मराठ्यांचे साठ हजार सैन्य लढत होते. त्याला तोंड देण्याची कामगिरी औरंगजेबाने आपला हुकमी सरदार नस्त्रतजंग याच्याकडे सोपविली होती; परंतु लपंडावाचा खेळ खेळण्यात प्रवीण असलेल्या मराठ्यांचा पाठलाग करता करता नस्त्रतजंगाची नुसती पुरेवाट झाली. तो बादशहाच्या छावणीतून खानदेशाच्या मोहिमेवर निघाला, तेव्हा त्याच्यापाशी साठ हजार सैन्य होते; परंतु या प्रचंड सैन्यापैकी अवघे अडीच हजार सैन्य कसेबसे जिवंत राहिले होते. परंडा, चारठाणा, एलिचपूर, नांदेड, मालोनी, कौलस, बीदर, मुद्गल वगैरे ठिकाणी मराठ्यांशी नस्त्रतजंगाच्या ज्या घनघोर लढाया झाल्या, त्यात त्याच्या सैन्याचा फडशा पडला होता. आठ महिन्यांच्या या मोहिमेत माणसांप्रमाणेच अगणित जनावरेही ठार झाली. शेवटी शेवटी तर घोडे मरण पावल्याने मोगल शिलेदारांना मराठ्यांच्या पायदळ सैनिकांबरोबर लढावे लागले. हत्ती लंगडे झाले, तर उंट मरून गेले. माणसांची दुर्दशा तर विचारायलाच नको. कित्येक सैनिकांना वेड लागले, तर कित्येक अन्न-पाण्याअभावी तडफडून मरण पावले. नस्त्रतजंगाला आपल्या सैन्याची दुर्दशा बघवेना; परंतु तो काहीच करू शकत नव्हता. बादशहाला कुणाचीच दया येत नव्हती. त्याचे हृदय दगडासारखे कठोर होते. मराठ्यांना चिरडून टाकणे हा त्याचा निदिध्यास! तो पूर्ण झाल्याखेरीज माणसांचा आणि मुक्या प्राण्यांचा संहार थांबणार नव्हता.

त्या दरम्यान विशाळगडाचा वेढा चालूच होता; पण तो यशस्वी होण्याची चिन्हे दिसत नव्हती. त्यातच वेढ्याचा सूत्रधार फतेउल्लाखान हा एके दिवशी जखमी झाल्याने वेढ्याचे काम रेंगाळले. खान नेहमीप्रमाणे वेढ्याच्या कामावर देखरेख करीत असता, गडावरून खाली लोटण्यात आलेला एक प्रचंड गडगा फळीच्या ढालीवर येऊन आपटला. त्या आघाताने ढालीच्या फळीचा एक ढलपा उडून तो फतेउल्लाखानाच्या डोक्यास लागून भली मोठी खोक पडली व अति रक्तस्त्रावामुळे खान बेशुद्ध पडला. त्याच स्थितीत त्याला छावणीत हलविण्यात आले. तब्बल एक महिना तो बिछान्यावर पडून होता. फतेउल्लाखान हा विशाळगडाच्या वेढ्याचा खराखुरा सूत्रधार होता. मध्य आशियातील एका खानदानी तुराणी कुटुंबात त्याचा जन्म झाला होता. तो औरंगजेबाचा समवयीन असून त्याच्यासारखाच धाडसी आणि शूर होता. औरंगजेबाच्या अनेक संस्मरणीय मोहिमांत त्याने भाग घेतला होता. त्याने गाजविलेल्या पराक्रमाने औरंगजेब दिपून गेला होता आणि म्हणून त्याच्यावर त्याचा विशेष लोभ जडला होता. औरंगजेबावरही फतेउल्लाखानाची भक्ती होती; परंतु त्याने एवढ्या उतारवयात आपल्या महत्त्वाकांक्षेला बळी पडून

दख्खनमधील मोहीम लांबविल्याने इतर उमरावांप्रमाणेच तोही त्याला विटला होता. तो त्याचा मनातून द्वेष करीत होता. फतेउल्लाखान जखमी होऊन बिछान्यावर पडून असल्याची बातमी औरंगजेबास कळताच त्याला फार वाईट वाटले. त्याने त्याच्या समाचारास आपला एक विश्वासू खोजा त्वरित रवाना केला. त्याने खानास निरोप धाडला की, एवढ्या वृद्धापकाळात तुम्ही लढाईत बेदरकारपणा व जिवाविषयी बेपर्वाई दाखविलेली पाहून मला फार वाईट वाटले. ती मानभावी कानउघाडणी ऐकून आजारी फतेउल्लाखानाच्या भावना उमाळून आल्या. त्याने औरंगजेबास पुढील प्रत्युत्तर धाडले. 'एखादा मनुष्य जेव्हा आपली ऐंशी किंवा नव्वदी गाठतो, तेव्हा त्याच्या संवेदना अचेतन बनत असतात. त्यात मी तर पडलो शिपाईगडी. मी सर्वसामान्य मनुष्याहून मागासलेला आहे. मी माझ्या जन्मापासून खुळा होतो; आजही तसाच आहे.'

फतेउल्लाखानाच्या जबाबाचे मर्म आकलन न होण्याइतका औरंगजेब मूर्ख नव्हता. आपणासारख्या वयाची ऐंशी गाठलेल्या वृद्ध सेनानीस लढावयास लावणे यासारखे दुसरे कौर्य कुठले नाही, हे त्या प्रत्युत्तरातून फतेउल्लाखान ध्वनित करीत होता; पण औरंगजेब स्वतःही त्या वयात लढत होता, तर मग त्याने आपल्या सेनापतीच्या वयाची कदर का करावी?

फतेउल्लाखान एक महिन्याने बरा झाला आणि त्याने वेढ्याची सूत्रे पुन्हा हाती घेतली. त्याने सुरुंग पेरण्याचे व दमदमे उभारण्याचे अपुरे राहिलेले काम नव्या जोमाने पुन्हा सुरू केले. मात्र, शेवटच्या हल्ल्यात त्याने भाग घेतला नाही, ते काम त्याला झेपण्यासारखे नव्हते. निकराच्या, अखेरच्या हल्ल्याची तयारी झाल्यावर औरंगजेबाने पन्हाळ्याकडे रसदेचे रक्षण करीत असलेल्या शाहजादा बेदरबख्तला विशाळगडावर बोलावून घेतले; पण हल्ल्याचे सेनापतिपद त्याने त्याच्याकडे दिले नाही. अंबरचा तरुण राजा सवाई जयसिंग याला आपल्या डेऱ्यात बोलावून घेऊन औरंगजेब त्याला म्हणाला, ''खेळण्यावरील अखेरच्या हल्ल्याचे नेतृत्व मी तुझ्याकडे देत आहे. तू तरुण आहेस, शूर आहेस; तुला पुढे येण्यास संधी मिळावी म्हणून मी ही महत्त्वाची कामगिरी तुझ्याकडे देण्याचा बेत केला. तू जर ही कामगिरी यशस्वी केलीस तर तुला बढती मिळाल्यावाचून राहणार नाही. तुझ्या नेतृत्वाचे निरीक्षण करण्यासाठी मी हल्ल्याच्या ठिकाणी जातीने हजर राहणार आहे.''

खेळण्यावरील शेवटच्या हल्ल्याचे नेतृत्व बादशहाने आपल्या कुठल्याही वृद्ध आणि अनुभवी सरदारांकडे न देता आपल्यासारख्या दुय्यम सेनापतीकडे दिल्याचे पाहून तरुण राजा सवाई जयसिंग मनातून पार हरखून गेला. त्याची छाती अभिमानाने भरून आली. एवढ्या तरुण वयात त्याला मिळालेला हा मान खरोखर अभिमानास्पद होता यात संदेह नव्हता. त्याने विडा उचलून बादशहास मुजरा केला आणि मग तो

दरबारातून बाहेर पडला.

बादशहाने गडावरील शेवटच्या हल्ल्याची कडेकोट तयारी केली असून, हल्ल्याचे नेतृत्व त्याने रजपूत राजा सवाई जयसिंग याच्याकडे दिले असल्याची वार्ता मराठ्यांना कळताच सर्वत्र एकच गडबड उडाली. सर्वांचे चेहरे चिंतेने काळवंडून गेले. विशेषतः ताराराणी व बालराजे शिवाजी हे दोघे गडावर असल्याने त्यांच्या रक्षणाची जोखीम मोठी होती. ती कशी पार पाडायची हीच चिंता सरदारांना आणि मुत्सद्द्यांना लागली होती. पंत अमात्यांनी त्वरित राजमंडळाची सभा बोलाविली. ते ताराराणी व सरदार यांना उद्देशून म्हणाले की, परिस्थिती आणीबाणीची आहे. बादशहाने हल्ल्याचे नेतृत्व आपल्या मोगल सरदाराकडे न देता रजपुतांकडे दिले असल्याने हल्ला निर्णायक ठरणार यात संदेह नाही. रजपुतांचे सैन्य कडवे आहे. त्यांच्या पराक्रमाला आव्हान देण्यासाठीच बादशहाने त्यांच्याकडे हल्ल्याचे नेतृत्व दिले आहे हे स्पष्ट आहे. रजपूत हल्ला यशस्वी करण्याची शिकस्त केल्यावाचून राहणार नाहीत. आपण आपल्या किल्ल्यांच्या पाडावाचा आढावा घेतला, तर प्रत्येक अटीतटीच्या लढाईत बादशहाने रजपूत सैन्याचाच उपयोग केल्याचे दिसून येते. आम्ही रजपुतांना प्राणपणाने तोंड देऊ; परंतु बालराजे व मातुश्री यांचे कसे होणार या चिंतेने आमची मने द्विधा होणार म्हणून मातुश्रींना आमची विनंती आहे की, त्यांनी हल्ला सुरू होण्यापूर्वीच बालराजे व काही सरदार आणि मुत्सद्दी यांच्यासह रांगण्याकडे कूच करावे.

पंत अमात्यांच्या भाषणानंतर सभास्थानी क्षणभर गाढ स्तब्धता पसरली. सगळ्यांचे चेहरे भीती आणि उत्कंठा यांनी झाकोळून गेले होते. अखेर ताराराणींनी त्या स्तब्धतेचा भंग केला. त्या म्हणाल्या,

"आमच्या उपस्थितीमुळे गडकऱ्यांच्या अंगात लढताना वीरश्री संचारेल म्हणून आम्ही इकडे राहिलो. गेले पाच महिने आमचे वास्तव्य इकडे आहे. या काळात आमच्या शूर सैनिकांनी शत्रूंचे सर्व हल्ले परतवून लावले. आता आणीबाणीचा प्रसंग आला असता त्यांना सोडून जाणे आमच्या जिवावर येते. आम्हांला आशा वाटते की, शत्रूचा हा शेवटचा हल्लाही आपण मोडून काढू."

"मातुश्रींनी दैवावर हवाला टाकून इकडे राहण्याचे धाडस करणे इष्ट नाही." परशुराम त्र्यंबक म्हणाले, "पंत अमात्यांनी सुचविल्याप्रमाणे त्यांनी बालराजांसह रांगण्यास कूच केलेले बरे! गड पडला तरी फिकीर नाही. बादशहाने गड घ्यावे आणि त्याच्या मागे आम्ही ते फिरून घ्यावे असे आत्तापर्यंत चालत आले आहे."

पंत अमात्य व परशुराम त्र्यंबक यांच्या म्हणण्याला राजमंडळाच्या बहुतेक सर्व सभासदांनी पाठिंबा दिला; त्यामुळे ताराराणींचा नाइलाज झाला. त्या बालराजे शिवाजी, राजमंडळाचे सदस्य आणि मुत्सद्दी यांच्यासह रांगण्यास जाण्यास तयार

झाल्या; पण त्यांच्या मागे लढाईचे नेतृत्व कुणी स्वीकारावे हा प्रश्न उपस्थित झाला. त्यावर रामचंद्रपंत अमात्य म्हणाले की, लढाईचे नेतृत्व आम्ही स्वतः करतो. मातुश्रींनी निर्धास्त मनाने रांगण्यास निघून जावे.

त्याच रात्री ताराराणी बालराजे शिवाजी, राजमंडळाचे सभासद आणि मुत्सद्दी यांच्यासह विशाळगडाहून गुप्तद्वाराने बाहेर पडल्या. रामचंद्रपंतांनी त्यांना भारावलेल्या मनाने निरोप दिला.

राजा सवाई जयसिंग याला सांगितल्याप्रमाणे हल्ल्याच्या आदल्या रात्री औरंगजेब आपल्या सरदारांच्या छावणीत येऊन मुक्कामास राहिला. सवाई जयसिंगाने हल्ल्याची सर्व तयारी करून ठेवली होती. त्याने पहाटेस गोलंदाजांना तोफांस बत्ती देण्याचा हुकूम केला. पहाटेपूर्वीच्या निबिड अंधारात चिडीचिप असलेले विशाळगडाचे आसमंत तोफांच्या धडधडाटाने एकदम खडबडून जागे झाले. तोफांच्या पहिल्या धडाक्याचा आवाज वातावरणात अंतर्धान पावतो न पावतो तोच सुरुंगाच्या स्फोटांनी विशाळगडाच्या सबंध खोऱ्यास हादरा बसला. तो आवाज हवेत विरतो न विरतो तोच जयसिंगाने शाहजादा बेदरबख्त याच्या पथकांना गडावर चाल करण्याचा हुकूम केला. पोलादी शिरस्त्राण व जाळीचे चिलखत घातलेले रजपूत आणि मोगल सैनिक पोलादी ढालींच्या आडोशाने शिड्या घेऊन धिम्या गतीने गडाच्या तटाकडे सरसावले. त्यांच्या चर्येवर भीतीचा लवलेशही नव्हता. जणू काही ते यांत्रिक पुतळेच होते. गडकरी त्यांचे स्वागत करण्यास तयारच होते. त्यांनी त्यांच्यावर दगडांचा, बंदुकांचा आणि अग्निबाणांचा एकच वर्षाव केला; परंतु रजपूत मागे हटले नाहीत. ते धिमेपणाने सारखे पुढे जातच राहिले. मराठ्यांच्या माऱ्याने अगणित मोगल सैनिक ठार किंवा घायाळ झाले; पण त्यांनी मागे कच खाल्ली नाही. त्यांनी गडाच्या रोखाने बुरुजावर झेप घेतली. त्यांचा पराक्रम पाहून मराठ्यांनी अचंब्याने तोंडात बोटे घातली.

रेवानी बुरुजावर घनघोर रणधुमाळी झाली, पराक्रमाची शिकस्त करून रजपुतांनी रेवानी बुरुज सर केला. ती वार्ता औरंगजेबास कळताच त्याच्या तोंडून सहजोद्गार बाहेर पडला, ''वारे वाऽऽ!'' फतेउल्लाखानास पाच महिन्यांत जे शक्य झाले नाही ते एका तरुण रजपुताने एका प्रहरामध्ये शक्य करून दाखविले होते. सवाई जयसिंग वास्तविक पंधराशेचा मनसबदार होता. त्याच्या पराक्रमावर फिदा होऊन बादशहाने त्याच्या मनसबीत पाचशेची वाढ करून, त्याला मदत चांगली केली म्हणून शाहजादा बेदरबख्त याला जडावाचा शिरपेच बक्षीस दिला.

परंतु रेवानी बुरुज काबीज करणे म्हणजे गड घेणे नव्हते. ती नुसती सुरुवात होती. गड काबीज करण्याची मोठी मोहीम पुढेच होती. त्याची आठवण होताच मोगल सैनिकांना भीतीचे कापरे भरले. त्यांचा आत्मविश्वास डळमळू लागला.

आपण आता मरणार म्हणून ते रडू लागले; परंतु पावसाळा त्यांच्या मदतीस धावून आला. भर मे महिन्यात कोकणात धुवाधार पाऊस सुरू झाला. तो त्रासदायक होता खरा; परंतु आजचे मरण उद्यावर ढकलणारा होता, म्हणून मोगलांनी त्याचे स्वागत केले. लढाईचे काम थांबल्याने सैनिकांना भरपूर विश्रांती मिळाली.

इकडे रजपुतांनी रेवानी बुरुज काबीज करण्यात यश संपादन केल्याने गडावरील मराठे अस्वस्थ झाले, कारण रजपुतांचा आवेश आणि त्यांची चिकाटी मोगलांहून वेगळी होती. त्यांच्या पराक्रमाची चुणूक मराठ्यांनी यापूर्वी बघितली होती. त्यातच लढाईचे नेतृत्व बादशहा जातीने करीत होता. तो गड घेतल्याशिवाय राहणार नाही हे स्पष्टच होते. रामचंद्रपंतांनी विचार केला की, रक्त सांडणे व्यर्थ आहे. त्यांनी शाहजादा बेदरबख्तकडे गुप्त जासूद पाठवून त्याच्याकडे तहाची बोलणी सुरू केली. त्यांनी त्याला कळविले की, बादशहा जर सन्मानपूर्वक तह करण्यास तयार असेल, तर मी गड खाली करण्यास तयार आहे.

रामचंद्रपंतांची माणसे बेदरबख्तशी खलबत करीत असल्याचा सुगावा औरंगजेबाच्या इतर मोठ्या सरदारांना लागताच गड घेण्याचे श्रेय बेदरबख्तला मिळणार म्हणून त्यांना त्याची असूया वाटू लागला, कारण यापूर्वी अनेक किल्ले घेण्याचे श्रेय त्याला मिळाले होते. या वेळी तो मान त्याला मिळू नये म्हणून त्यांनी रामचंद्रपंतांशी संधान जुळविले. बक्षी रुहुल्लाखान, कारखान्याचा प्रमुख फजायलखान वगैरे उमरावांनी गडावर जाऊन रामचंद्रपंतांची समक्ष भेट घेऊन त्यांच्याशीच तहाच्या वाटाघाटी सुरू केल्या; परंतु शाहजादा बेदरबख्त हा त्या सगळ्यांहून अधिक समंजस असल्याचा आतापर्यंतचा लौकिक असल्याने रामचंद्रपंतांनी गड त्याच्याच हवाली करण्याचे ठरविले. आपली सर्व माणसे गडावरून सुखरूपपणे बाहेर जाऊ द्यावी ही अट पंतांनी बेदरबख्तला घातली होती. ती त्याने मान्य केली.

औरंगजेबाचे सहा हजार सैनिक आणि अनेक मनसबदार पाच महिन्यांमध्ये पन्हाळ्याच्या वेढ्यात ठार झाले होते. ती हानी चिंताजनक होती. बादशहाने फार खळखळ न करता बेदरबख्तचा तहाचा प्रस्ताव मान्य केला. तीन दिवसांच्या मुदतीत मराठ्यांनी आपल्या बायका-मुलांसह गड खाली केला. त्यांना कुणीही अटकाव केला नाही.

३६

शहाजणी आणि नौबती वाजवून मोगलांनी विशाळगडावर आपला अर्धचंद्रांकित हिरवा ध्वज फडकावला. छावणीत सर्वत्र आनंदीआनंद पसरला. औरंगजेबाने गुडघे टेकून खुदाचे आभार मानले. लाच चारून का होईना पण विशाळगडासारखा बलाढ्य किल्ला त्याच्या हातात पडला होता. त्याबद्दल खुदाशी कृतज्ञता व्यक्त करणे हे आपले पवित्र कर्तव्य असे तो मानीत होता. नंतर त्याने कुराण वाचण्यास सुरुवात केली. अकस्मात त्याला 'सखरलना' (धन्यता परमेश्वराची की, ज्याने हा विजय मिळवून दिला) हा शब्द आढळला. त्याने आपल्या हुजऱ्यास बोलावून घेऊन सांगितले की, विशाळगडाला 'सखरलना' हे नाव देण्याचा माझा हुकूम आहे, असे माझ्या उमरावांना सांग. ती आज्ञा त्वरित अमलात आणण्यात आली. विशाळगडाला 'सखरलना' हे नाव ठेवण्यात आल्याची द्वाही छावणीत फिरविण्यात आली.

औरंगजेब विशाळगडास आला तो एका विशिष्ट धुंदीत. विशाळगड घेणे याशिवाय त्याच्या मनात दुसरा विचार घोळत नव्हता. विशाळगडाच्या वाटेवरदेखील त्याच्या मनात विशाळगड कसा घेता येईल या विचाराशिवाय अन्य कोणत्याही विचाराला थारा नव्हता; त्यामुळे त्याने आजूबाजूस दृष्टिक्षेप केला नव्हता; परंतु आता गड पडल्यावर त्याने विशाळगडाच्या खोऱ्याकडे दृष्टिक्षेप केला, तेव्हा त्या खोऱ्यातील आल्हाददायक सृष्टिसौंदर्य पाहून त्याच्या चित्तवृत्ती उल्हसित झाल्या. सगळीकडे हिरवीगार वनराई पसरलेली होती. त्या घनदाट जंगलातील नैसर्गिक संपत्ती आणि वनस्पती अमाप होती. जिकडेतिकडे सुंदर आणि सुवासिक फुले फुलली होती. औरंगजेबाने त्या नयनमनोहर सृष्टिसौंदर्याचे कितीतरी वेळ विहंगमावलोकन केले आणि अशा निसर्गसंपन्न प्रदेशात आपणाला यायला मिळाले म्हणून त्याने खुदाचे आभार मानले.

विशाळगड पडल्याने औरंगजेबास तेथे वास्तव्य करण्याचे आता प्रयोजन नव्हते. त्यातच त्या भागात भयंकर पाऊस असतो म्हणून कळले होते. तो पाऊस सुरू झाला की, सह्याद्रीचा तो पहाडी मुलूख जगापासून अलग पडतो ही माहितीही त्याला सादर करण्यात आली होती. म्हणून त्याने आपला तळ हलविण्याचा बेत केला. त्याने जाबिताखान नावाच्या आपल्या सरदारास विशाळगडाचा किल्लेदार म्हणून नेमले आणि मृग नक्षत्र सुरू झाल्यावर तीन दिवसांनी पावसाळ्याच्या भर सुरुवातीला माघारी कूच केले. मृगाचा मुसळधार पाऊस धो-धो वर्षत होता. आकाशाला शिशाचा गडद रंग चढला होता. सूर्य कधी उगवला आणि कधी मावळला हे कळणेदेखील दुरापास्त झाले होते. सर्वत्र कुंद आणि खिन्न वातावरण

व्यापून राहिले होते; परंतु औरंगजेबाने निसर्गाच्या त्या रौद्र रूपाची पर्वा केली नाही. संतत आणि धुवाधार जलधारांखाली मोगल सैन्य मार्ग आक्रमू लागले. सुरुवातीला वाटचालीचा वेग चांगला होता; पण अंबा घाट लागताच वेग मंदावला. अंबा घाटाची दरी तीन कोसांची. उन्हाळ्यामध्ये ही दरी पार करण्यास मोगलांना दहा दिवस लागले होते. त्यात प्रचंड प्राणहानी झाली होती. ती आठवण मोगल सैनिकांना असल्याने आता त्या दरीत प्रवेश करताना त्यांना मृत्यूच्या दरीत प्रवेश करीत असल्याचा भास झाला. एकट्या-दुकट्या माणसाला त्या भयाण दरीतून प्रवास करणे कठीण होते, म्हणून मोगल सैनिक गटागटांनी एकमेकांना धीर देऊन मार्ग आक्रमू लागले; परंतु मध्येच एखादे जनावर-उंट किंवा हत्ती-चालणे अशक्य झाल्याने वाटेत बसले की, प्रवासात व्यत्यय येई. अनेक दिवस सोबत केलेल्या त्या आजारी व थकलेल्या जनावरास तेथे सोडून जाणे सैनिकांना बरे वाटत नसे, कारण त्या जनावरावर त्यांचा लोभ जडलेला असे. त्याची करुण नजर पाहून त्यांचे मन कळवळे. त्यातच त्या जनावराच्या पाठीवर लादलेले सामान कसे न्यायचे हाही प्रश्न उपस्थित होई, कारण आता हमालही फारच थोडे होते. वाटेत अकस्मात एखादा धो धो वाहणारा ओढा लागे. तो ओलांडताना सैनिक वाहून जात किंवा पाण्यात बुडून मरत. असे तीन ओढे मोगलांना अंबा घाटात लागले. पुष्कळ सैनिक पावसात भिजल्याने फुप्फुसाच्या आजाराने मरण पावले. केवळ सैनिकांनाच नव्हे, तर काही शाहजाद्यांना आणि सरदारांनाही आसरा मिळाला नाही, कारण तंबूचे सामान नष्ट झाले होते. शेवटी शेवटी तर मोगलांपाशी इतके कमी सामान उरले की, ते त्यांना कोंबड्यावरदेखील लादून नेता आले असते!

एके दिवशी वजीर आसदखान यास एक नाला ओलांडल्यावर तंबू उभारण्यासाठी कुठेच कोणती जागा मिळाली नाही. अखेर एक छोटी राहुटी उभारून त्याच्या नोकरांनी रात्र काढली; पण रात्री अकस्मात वाऱ्याने दोनदा राहुटी उडून ती वजिराच्या डोक्यावर कोसळली. शेवटी नोकरांना उजाडेपर्यंत ती धरून ठेवावी लागली. अशा रीतीने मोठे सरदार, अमीर उमराव आणि साधे सैनिक यांच्यामध्ये फरक उरला नाही. स्त्रियांच्या हालांना तर पारावरच उरला नाही. त्यांची संख्या काही हजार होती. सरदारांच्या जनानखान्यातील या परदानशीन स्त्रिया हत्तीवरून किंवा घोड्यावरून प्रवास करायच्या; परंतु बहुतेक सर्व भारवाहू जनावरे मरण पावल्याने त्यांच्या नशिबी पायी प्रवास करणे आले होते. आता त्यांना बुरख्याला फाटा देणे भाग पडले होते; त्यांचे गोरेपान शरीर अनावृत्त झाल्याने सैनिकांच्या बुभुक्षित नजरा त्यांच्या अवयवांचे निरीक्षण करीत. काही वेळा तर या स्त्रियांचे पाय चिखलात रुतल्याने त्यांना वर काढण्याचे काम सैनिकांना करावे लागे. त्या कामाबद्दल ते रुपयाऐवजी एक अश्रफी घेत. काही वेळा तर स्त्रियांच्या अंगावरचा एखादा

दागिनाही मागण्यास ते कमी करीत नसत.

पावसाबरोबरच गारठा हाही मोगलांचा दुसरा शत्रू होता. ओल्या जमिनीत शेकोटी पेटवण्याची सोय नव्हती. त्यातच धान्यटंचाईची भर पडल्याने फाके पडत असत. एके दिवशी एका ओढ्यास अकस्मात पूर आला. सैन्याचा एक भाग पुरापूर्वी पुढे गेला होता; त्यामुळे दुसरा भाग मागे राहिला. अनेक सैनिक पुराच्या लोंढ्याबरोबरच वाहून गेले. ओढा पार करणारे हत्ती हे एकच वाहन होते. श्रीमंत आणि पैसेवाले लोक माहुतांना पैसे देऊन ओढा ओलांडू शकले; परंतु गरीब लोकांना मागे राहावे लागले. त्यांच्या विनवण्यांनी माहुतांच्या अंतःकरणाला पाझर फुटला नाही. श्रीमंतांनाही गरिबांची दया आली नाही. काही सुज्ञ आणि विचारवंतांना ती इष्टापत्तीच वाटली. ते म्हणू लागले की, पापी लोकांना शासन करण्यासाठी आणि श्रीमंतांचे गर्वहरण करण्यासाठी खुदाने ही आपत्ती धाडली. स्वार्थी, ऐतखाऊ आणि अप्पलपोट्या लोकांना केवळ संकटप्रसंगीच खुदाची आठवण होते. त्यांना परमेश्वर कसा पावणार? त्यांची अब्रू आणि त्यांचे वित्त हरण केल्याशिवाय तो कसा राहील? परंतु गर्विष्ठ आणि आढ्यताखोर बादशहाला आपल्या सैन्याच्या हालअपेष्टांची पर्वा नव्हती. माणसे हळहळत असलेली पाहून तो उद्‌गारला, "थोडा पाऊस पडतो आहे, थोडा वारा वाहतो म्हणून का माणसांनी हातपाय गाळावे?" नंतर त्याने कुराणातील एक उतारा उद्‌धृत केला. "आम्ही निःसंशयपणे भय, भूक, हानी इत्यादी प्रकारांनी तुमची सत्त्वपरीक्षा बघणार आहो. संकटे आली की, लोक म्हणतात, 'खुदा आमचा त्राता आहे. आम्ही त्याला शरण आहोत.' हे महंमद, अशांना तू माझा शुभ संदेश नेऊन पोहोचव."

विशाळगड सोडल्यापासून कित्येक दिवसापर्यंत मोगलांना सूर्यदर्शन घडले नव्हते. अंबा घाट उतरल्यावर पाऊस थांबला. आकाशाचा शिशाचा रंगही बदलला आणि मग चमत्कार घडला. त्या दिवशी पहाटेस पूर्व दिशेस गुलाल फासला गेला, अरुणाची स्वारी क्षितिजावर दृग्गोचर झाली. सूर्योदयाच्या सोनेरी किरणांनी सृष्टी न्हाऊन निघाली. सूर्यदर्शन घडताच मोगल सैनिकांनी हर्षोन्मादाने एकच आरोळी ठोकली. 'सूर्यदर्शन झाले'. एका शीघ्र कवीच्या काव्यसागराला भरती आली.

'सदर चूं खुत्सवे खावर अलम बर कुहसारान जर बदस्ते मरहत यासब देर उम्मार्द वारान जद.'

(प्रभातकाळी सूर्याने आपले ध्वज पूर्वांचलावर रोवले. जणू काही परमेश्वरच याचकाची दारे कृपेच्या काठीने ठोठावतो असे वाटले.)

सूर्यनारायणाने आपल्या तेजस्वी मुखमंडलाचे सगळ्यांना दर्शन घडविले. उदास झालेली सृष्टी ताजीतवानी वाटू लागली. अर्धमेल्यांच्या जिवात जीव आला. मोलमजुरी करणारे हात-पाय हलवू लागले. साधनाची आसक्ती आणि हौस

उफाळून उठली. सगळ्यांची खिन्नता दूर झाली. सामान वाहून नेणारे मजूर आणि कामकरी माणसे चोहोकडून गोळा झाली. फौजेचे काही लोक मागे राहिले होते; त्यांची स्थिती फारच वाईट होती. त्यांच्यापैकी काही दुखणाईत तर काही अपंग होते त्यांच्याही अंगात तरतरी आली.

मोगल सैन्याने मलकापुराहून पुन्हा प्रवासास सुरुवात केली. अखेर ते पन्हाळ्यास येऊन पोहोचले. विशाळगडापासून पन्हाळ्यापर्यंतचा तीस-चाळीस मैलांचा प्रवास करण्यास त्यांना अडतीस दिवस लागले. पन्हाळ्यास पाच दिवस मुक्काम केल्यावर बादशहाने वडगावला कूच केले. तिकडे त्याने एक महिना आणि आठ दिवस घालविले. सैनिकांना भरपूर विश्रांती मिळावी हा त्या मुक्कामामागील त्याचा हेतू होता. तो पूर्णपणे सफल झाला. एक महिन्याच्या विश्रांतीमुळे आणि खायला-प्यायला भरपूर मिळाल्याने सैन्य ताजेतवाने झाले; परंतु बादशहाने आपणाला महिन्याची विश्रांती देऊन खायला-प्यायला चांगले घातले, ते आपल्या मायेपोटी नसून पुढच्या मोहिमेच्या तयारीसाठी, हे जेव्हा बादशहाच्या मुक्काम हलविण्याच्या फर्मानाच्या वेळी सैनिकांच्या ध्यानी आले, तेव्हा त्यांच्या छातीत धडकी भरल्यावाचून राहिली नाही, कारण कूच करण्याचे बादशहाचे फर्मान म्हणजे मृत्यूचे आमंत्रण हे आतापर्यंतच्या अनुभवाने सिद्ध झाले होते. 'मर्गे ताजा गुजरा गुदाज' (नक्षत्र वितळून जावे असे भयंकर मरण) असे उद्‌गार मोगल सैनिक काढीत; परंतु बादशहाच्या हुकुमाप्रमाणे वागण्याशिवाय दुसरा इलाज नव्हता.

मिरजेनजीक कृष्णा नदी पार करण्याचा औरंगजेबाने निर्णय जाहीर केला. पावसाळा अद्याप संपलेला नव्हता आणि कृष्णेचा पूरही ओसरलेला नव्हता. पुरामुळे नदी पार करणे अशक्य आहे असे हरकाऱ्यांनी बादशहाला येऊन सांगितले; परंतु निर्णय तहकूब केला तर तो औरंगजेब कसला? त्याने ठरल्याप्रमाणे छावणी मोडून आपल्या सरदारांना कृष्णेकडे कूच करण्याचा हुकूम केला.

अविरत पावसाने रस्त्यात दलदल माजली होती; त्यामुळे अठरा मैलांचे अंतर तोडण्यास मोगलांना सोळा दिवस लागले. भारवाहक जनावरे विशाळगडाच्या मोहिमेत मरण पावली होती. वडगावच्या मुक्कामी ती नव्याने गोळा करण्यात आली होती. त्यासाठी वारेमाप पैसा खर्च झाला होता; पण या वेळी ती दलदलीत रुतून बसली. जनावरांप्रमाणेच काही माणसेही दलदलीत सापडून मृत्युमुखी पडली. कृष्णा नदी एक कोसावर असताना असंख्य जनावरे आणि माणसे त्या निसर्गनिर्मित कबरीत गारद झाली. ती कायमची संकटमुक्त झाली. त्यांच्या नशिबातला चिरकालीन प्रवास टळला. दुबळे आणि थकलेले असे तीस-चाळीस हत्ती दलदलीत गाढवाप्रमाणे रुतून बसले. त्या अवजड जनावरांना कोणतीच हालचाल करता येईना. जी माणसे दलदलीतून सुखरूप बाहेर पडली, ती आपला पुनर्जन्म झाला म्हणून कृतज्ञतेने

अल्लाचे आभार मानू लागली.

त्या मृत्यूच्या सापळ्यातून मोगल सैन्य एकदाचे बाहेर पडले आणि मजल दरमजल करीत कृष्णेच्या काठी येऊन पोहोचले; पण कृष्णेने उग्र स्वरूप धारण केले होते. तिच्या पृष्ठभागावर उसळणाऱ्या लाल पाण्याच्या लाटा, रक्ताच्या लाटांसमान भासत होत्या. एक एक लाट म्हणजे प्राणसंकटच! मोगलांना नदीवर उतार सापडेना. नदीवर फारच थोड्या नावा होत्या. त्यात काही मोडक्या होत्या. मागच्या वेळी ज्याप्रमाणे काही बलदंड आणि जुलमी लोकांनी नावा बळकावून लोकांना लुबाडले होते, या वेळीही त्याचीच पुनरावृत्ती झाली. बलदंड लोकांनी नावा बळकावून लोकांकडून नदी ओलांडण्यासाठी दामदुप्पट भाडे वसूल करण्यास प्रारंभ केला. त्यांच्यामध्ये लोकांना लुबाडण्याची जणू चढाओढच लागली. त्याची परिणती भांडणात आणि मारामाऱ्यांत होणे अपरिहार्य होते.

धटिंगण लोक नावा बळकावून लोकांची पिळवणूक करीत असल्याची वार्ता औरंगजेबाच्या कानी गेली, तेव्हा त्याच्या क्रोधाचा पारा एकदम वर चढला. त्याने नौका ताब्यात घेऊन लोकांचा छळ करणाऱ्या धटिंगणांना आसुडाचे फटके देण्याचा हुकूम आपल्या सरदारांना केला. तो हुकूम त्वरित अमलात आला. लष्कराने नौका ताब्यात घेऊन लोकांना नदीपार करण्यास सुरुवात केली; पण काम संथ गतीने चालले. नदी पार करावयास तब्बल अठरा दिवस लागले. तोपर्यंत काही लोकांना धीर धरवला नाही. काहीजणांनी पोहून नदी पार करण्यासाठी नदीत उड्या टाकल्या; पण त्यातील फारच थोडे पैलतीर गाठू शकले. बहुसंख्य लोक नदीतील भोवऱ्यात सापडून किंवा थकवा आल्याने बुडून मेले.

कृष्णा नदी पार केल्यावर मोगल सैन्याने काही दिवस मिरजेला मुक्काम केला. तेथून ते डफळापूर, भाळवणी, अकलूज, इंदापूर असे मुक्काम करीत कार्तिक महिन्यात भीमा नदीच्या काठी पेडगाव ऊर्फ बहादूरगड येथे येऊन दाखल झाले. त्या ठिकाणी बादशहाने महिनाभर मुक्काम केला. सैनिकांना आणि सरदारांना वाटले की, ज्या अर्थी बादशहा आपल्या मुख्य तळावर आला आहे, त्या अर्थी तो येथे पुष्कळ दिवस मुक्काम करील. विशाळगडाची नरकतुल्य मोहीम आपण पार पाडल्याने तो आपणास वर्ष-सहा महिने तरी विश्रांती दिल्यावाचून राहणार नाही. या गोड कल्पनेत रममाण होऊन ते आपला वेळ निष्काळजीपणाने घालवू लागले. खाल्लेले अन्न अंगाला लागू लागले. धमन्यामंध्ये रक्त मुक्तपणे संचार करू लागले; पण अकस्मात एके दिवशी त्यांच्या भ्रमाचा भोपळा फुटला. बादशहाने फर्मान काढून सैन्यात द्वाही फिरवली की, कोंडाण्याकडे निघण्याची तयारी करा. तो हुकूम म्हणजे आकाशाची कुऱ्हाड होती. बळी देणाऱ्या पशूंना खाऊपिऊ घालून धष्टपुष्ट बनवितात तद्वत बादशहाने आपणास महिना-सव्वा महिना मौजमजा करावयास

लावली हे त्या अजापुत्रांच्या ध्यानी येण्यास विलंब लागला नाही; त्यामुळे ते भयंकर चिंताक्रांत झाले. आपल्यावर दुःखाचा कडाच कोसळत असल्याचा त्यांना भास झाला; परंतु त्या संकटाला तोंड दिल्याशिवाय गत्यंतर नव्हते.

पौष महिनाअखेर मोगल सैन्य सिंहगडाच्या पायथ्याशी येऊन दाखल झाले. जुन्या नाटकाचा नवीन प्रयोग पुन्हा सुरू झाला. तोफखान्याचा मीर अतीश तर्बियतखान याने बादशहाच्या हुकुमावरून किल्ल्यासमोर तोफांचे दमदमे उभारले, मोर्चे बांधले आणि सुरुंग पेरण्यासाठी खंदक खणले; परंतु मराठेही स्वस्थ बसून नव्हते. त्यांच्या गनिमी टोळ्यांनी मोगलांवर चोरटे हल्ले चढवून त्यांना हैराण करून सोडले. त्या हल्ल्यात रोज पुष्कळ मोगल सैनिक ठार अथवा जखमी होऊ लागले. त्या दरम्यान शाही तोफखान्याचा प्रमुख तर्बियतखान याने धूमधडाक्याने गडावर तोफांची सरबत्ती चालविली होती; परंतु गडकऱ्यांनी त्या सरबत्तीला मुळीच दाद दिली नाही. त्यांनीही गडावरून तोफांचा, बंदुकांचा आणि बाणांचा मारा करून मोगलांना जेर केले.

तीन महिने झाले तरी गड पडण्याची चिन्हे दिसेनात. मोगल सैन्य हवालदिल झाले, सरदार रडकुंडीस आले. पुणे प्रांताचे सर सुभेदार बाळाजी विश्वनाथ व धनाजी जाधव या दोघांनी सिंहगड लढविण्याची अगदी पराकाष्ठा केली. अखेर तर्बियतखानाने तहाची बोलणी सुरू करून किल्ला ताब्यात घेण्याचा मार्ग पत्करला. त्याने गोमाजीपंत पुरंदरे यांच्यामार्फत सिंहगडाच्या किल्लेदारांशी बोलणी सुरू केली. तो बहुधा त्याचीच वाट पाहत असावा, कारण इतर किल्लेदारांनी भरपूर लाच घेऊन किल्ले मोगलांच्या ताब्यात दिल्याचे त्याला माहीत होते. त्याने गोमाजीपंत पुरंदरे यांना अट घातली की, पन्नास हजार रुपये मिळाले आणि माझ्या शिबंदीला त्यांच्या बायका-माणसांसह सुखरूपपणे बाहेर जाऊ दिले तरच मी किल्ला सोडून देण्यास तयार आहे. बादशहाने ती अट मान्य केली.

बादशहाकडून पन्नास हजार रुपये घेऊन सिंहगडाच्या किल्लेदाराने सिंहगड खाली केला. किल्ला पडला म्हणून बादशहास आनंद झाला. त्याने शहाजणी व नौबती वाजवून विजय साजरा करण्याचा हुकूम आपल्या सैनिकांना केला, सिंहगडाला त्याने 'बाक्षिंदाबक्ष' हे नाव दिले.

चैत्र महिन्याचे दिवस होते ते. पावसाळा आता डोक्यावर आला होता; त्यामुळे दूरची मोहीम हाती घेणे अशक्य होते. म्हणून औरंगजेबाने पावसाळ्यासाठी पुण्यास मुक्काम करण्याचा बेत केला. वैशाख महिन्याच्या सुरुवातीला तो सिंहगडाहून पुण्यास येऊन दाखल झाला. पुण्याची स्मृती अविस्मरणीय होती. शिवाजी महाराजांनी स्वराज्याचे तोरण उभारले, तेव्हा त्यांचा तळ पुण्याला होता. त्यांनीच पुणे वसविले होते. औरंगजेबाचा मामा शाहिस्तेखान याचा पुण्यात मुक्काम असता शिवाजीमहाराजांनी त्याच्यावर आकस्मिकपणे छापा घालून त्याच्या हाताची बोटे तोडली होती. त्याची

ही फटफजिती औरंगजेबाच्या पक्की ध्यानात असल्याने पुण्याची स्मृती त्याच्या अंतःपटलावर कायमची कोरली गेली होती. त्याने पुण्यास मुक्काम करण्याचा निर्णय घेतला खरा; परंतु आपल्या सुरक्षिततेबद्दल त्याने सर्व प्रकारची खबरदारी घेतली.

औरंगजेबाचा मुक्काम पुण्यात सहा-सात महिने होता; परंतु तो सुखाचा गेला नाही. आदल्या वर्षी अति पर्जन्यवृष्टीमुळे ओला दुष्काळ पडला, तर त्या वर्षी पावसाअभावी कोरडा दुष्काळ पडला. त्यातच पटकीच्या साथीची भर पडली. या दोन्ही दैवी आपत्तींनी जवळजवळ वीस लक्ष लोकांचा बळी घेतला. गावेच्या गावे ओस पडली. मृत माणसांना मूठमाती देण्यास जवळचा कुणी नसल्याने त्यांची प्रेते तशीच पडून राहिली. पटकीची साथ ओसरते न ओसरते तोच अवर्षणामुळे भूकबळी पडू लागले. पावसाअभावी पिके वाळून गेली होतीच; त्यात हिव पडून रब्बीच्या फसलीत गव्हाचे पीक बुडाले.

लोकांची आता पक्की समजूत झाली होती की, एखाद्या ठिकाणी औरंगजेबाची छावणी पडणे म्हणजे अवदसेचे आगमन होणे आहे. औरंगजेब म्हणजे पांढऱ्या पायाची अवलक्षणी स्त्री असे लोक बोलत असत आणि हा लोकभ्रम खोटा नव्हता; कारण औरंगजेबाची छावणी ज्या ज्या प्रदेशात पडली तो तो प्रदेश ग्रहदशेच्या फेऱ्यात सापडून रसातळास गेला होता; परंतु औरंगजेबाला मात्र या लोकापवादाची भीती नव्हती. तो आपल्याच तोऱ्यात होता.

ಌ

३७

ताराराणींनी बोलाविलेल्या त्या बैठकीला राजमंडळाचे सदस्य आणि बहुतेक सर्व सरदार उपस्थित होते. धनाजी जाधव, सेनापती राणोजी घोरपडे, हिंदुराव घोरपडे, नेमाजी शिंदे, संताजी पांढरे, परसोजी भोसले हे सरदार वेगवेगळ्या रणक्षेत्रांवरून ताराराणींच्या निमंत्रणावरून आले होते. रामचंद्रपंत अमात्य हे ताराराणींच्या सान्निध्यात होते. परशुराम त्र्यंबक प्रतिनिधी, शंकराजी नारायण सचिव वगैरे राजमंडळाचे सदस्य सैन्य घेऊन मोगलांना हैराण करण्याची शिकस्त करीत होते.

“बादशहाने आपले सर्व बलाढ्य किल्ले घेतले. राजगडावर चाल करण्याचा त्याचा मनसुबा आहे. तो किल्ला घेतला की, त्याची किल्ले घेण्याची मोहीम समाप्त होईल.” ताराराणी सचिंत मुद्रेने म्हणाल्या. बैठकीचे वातावरण गंभीर होते.

स्वराज्यातील बहुतेक सर्व बलाढ्य किल्ले बादशहाच्या ताब्यात गेल्याने सगळ्यांनाच काळजी वाटणे स्वाभाविक होते.

''मातुश्रींनी धीर सोडू नये. बादशहाने आपले मोठे किल्ले घेतले हे खरं असलं तरी ते किल्ले आम्ही परत घेण्याची मोहीम सुरू केली आहे.'' सेनापती धनाजी जाधव आत्मविश्वासाने म्हणाले.

''येत्या काही महिन्यांतच मावळातील सर्व किल्ले आम्ही घेऊन दाखवू.'' शंकराजी नारायणांनी धनाजी जाधवांची री ओढीत छातीठोकपणे सांगितले.

''कर्नाटकातील परिस्थिती विशेष काळजी करण्यासारखी नाही.'' हिंदुराव घोरपडे म्हणाले, ''कर्नाटकात आमची चांगली पकड आहे.''

''पण कर्नाटकातील संस्थानिकांकडून गेल्या काही वर्षांत खंडणीचा एक पैसाही आलेला नाही!'' ताराराणी म्हणाल्या.

''होय, कर्नाटकातील संस्थानिकांकडून अलीकडे नियमितपणे खंडणी येत नाही हे मातुश्रींचे म्हणणे आम्हांला कबूल आहे; परंतु त्या नाठाळ संस्थानिकांना आणि पाळेगारांना शासन करण्याचे काम आम्ही सुरू केले आहे. आता हा लिंगाप्पा देसाईच बघाना...''

''कोण हा लिंगाप्पा देसाई?'' ताराराणींनी पृच्छा केली.

''हा मामले तोरगलचा जमीनदार-''

''त्यानं काय केलं?''

''त्याला मोगलांची फूस असल्याने तो सरकारशी फटकून वागत होता. त्याला आम्ही जरब बसविली. त्याची देशमुखी काढून घेऊन आम्ही ती त्याच्या सुनेच्या हवाली केली.'' या बाबतीत आम्ही जी कारवाई केली त्याचा हा दस्तऐवज; बहिर्जी हिंदुराव घोरपडे आपल्या कारकुनाकडून एक कागद घेऊन तो ताराराणींना सादर करीत म्हणाले, ''याचे दुमालपत्र आम्ही सरकारला योग्य वेळी पाठविणार होतो; परंतु तत्पूर्वीच मातुश्रींचे दर्शनास येण्याचे पत्र आम्हांला गेले.'' ताराराणींनी तो कागद रामचंद्रपंतांच्या हातात दिला. तो त्यांनी वाचण्यास सुरुवात केली.

राजश्री केचणगौडा देसाई प।। लखमेश्वर गोसावी यांसी अखंडित लक्ष्मी आलंकृत राजमान्य-श्ने।। हिंदुराव घोरपडे ममलकतमदार सु।।अर्बा मया अलफ लिंगापा देसाई मामले तोरगल याणे स्वामी कार्याचे ठाई एकरूपता न धरता टोगाई करून वर्तो लागला; त्यामुळे देशाची किर्दी मामुरी न होता विलायेती खराब पडोन मुकासियासी टका पैका न पावे. स्वामिकार्य काहीच होईना येसा अर्थ जाला. त्यावरून स्वारी करून त्यास नतीजा पाविला आणि देशमुखाच्या कार्यभागास त्याची सून होती तीस आणून देशमुखीचे वतन तिच्या हाते घ्यावयाचा निर्वाह करून लिंगापा देसाई यासी तुमचे स्वाधीन केले असे. तरी तुम्ही त्याची निघा जवळ

कोठे वलवल करू न देता आपणाजवळी एके ठिकाणी ठेवून जतन करणे. त्याच्या जिवास दावा दरवाडियाच्या योगे करून कोण्ही घातपात केला म्हणजे तो शब्द तुम्हावरील येईल...!

रामचंद्रपंतांनी पत्र वाचून खाली ठेवले. त्यांच्या चर्येवर समाधान झळकले. बहिर्जी हिंदुरावांसारखे स्वराज्याचे जुने पाईक तळमळीने आणि कळकळीने स्वराज्यसेवा करीत आहेत हे पाहून त्यांना समाधान वाटले. ताराराणींनीही हिंदुरावांच्या कार्याबद्दल गौरवोद्गार काढले.

"आम्ही हुबळीचा किल्ला मोगलांकडून गतवर्षी घेतला, ती हकिकत मातुश्रींना विदित आहेच-" हिंदुराव म्हणाले.

"नाही, आमच्या स्मरणात ती हकिकत नाही." ताराराणी दिलगिरीच्या स्वरात म्हणाल्या.

"गतसाली रामदऱ्यानजीक शत्रूने आमच्यावर छापा घालून आम्हास कैद केले-"

"हो, ते आमच्या कानी आलं होतं." ताराराणी म्हणाल्या.

"हुबळीच्या जमीनदाराच्या मदतीने आमचे सरदार बहिरराव, केदारजी सूर्यवंशी, भानजी रघुनाथ, आप्पाजी सुरी, जिवाजी शिंदे, सर्जाराव, भालेराव, विठोजी सलगर, जिवाजी मकाव, बालप्रभू वगैरेंनी हुबळीच्या किल्ल्यास वेढा घातला. वेढा तीन महिने चालला. अखेर आमच्या शूर सरदारांनी हल्ला करून तो किल्ला घेतला." हिंदुराव घोरपडे विजयी मुद्रेने म्हणाले, "हा किल्ला मोक्याच्या जागी असल्याने बऱ्याच मोठ्या प्रदेशावर आम्ही डोळा ठेवू शकतो."

हिंदुराव घोरपडे यांच्या सैन्याने मिळविलेल्या या मोठ्या विजयाची वार्ता ताराराणींप्रमाणेच बऱ्याच सरदारांना नव्हती. आता ती त्यांना विदित होताच ते हिंदुरावांकडे कौतुकमिश्रित आदराने बघू लागले.

"हिंदुरावांनी कर्नाटकात स्वराज्याचा जम बसविलेला पाहून आमची छाती अभिमानाने भरून आली आहे." ताराराणी आपल्या उचंबळून आलेल्या भावना व्यक्त करीत म्हणाल्या. "शत्रूच्या दडपणामुळे आम्हांला आमच्या सरदारांचे खलिते नियमितपणे मिळत नाहीत. त्याबद्दल आमचे त्यांच्याकडे दुर्लक्ष होत आहे, अशी समजूत त्यांनी करून घेऊ नये. हिंदुराव जातीने इकडे आले म्हणून कर्नाटकातील घडामोडींची साद्यंत हकिकत आम्हांला त्यांच्या तोंडून कळली. आता त्यांनी सोंधेच्या नायकासारख्या नाठाळ संस्थानिकांना वठणीवर आणण्याची कामगिरी पार पाडावी. हा संस्थानिक गेल्या कित्येक वर्षांपासून खंडणी भरण्यात हलगर्जीपणा करीत आहे. स्वर्गस्थ राजेश्री गेल्यापासून त्याने एक कपर्दिकही पाठवलेली नाही-"

"त्याला वठणीवर आणण्यास आम्हांला उशीर लागणार नाही." हिंदुराव

आवेशाने म्हणाले.

नंतर ताराराणी राणोजी घोरपडे यांच्याकडे वळून म्हणाल्या,

"वागिनगेऱ्याचे पिडनायक हे आपले सच्चे दोस्त आहेत. त्यांच्या मदतीने आपणाला विजापूर गोवळकोंडा भागात बस्तान बसवायचे आहे. ते काम आपण करीतच आहात."

"होय मातुश्री, ते काम आम्ही करीत आहोत. सेनापती धनसिंगरावांचीही आम्हांला मदत होत आहे." राणोजी घोरपडे म्हणाले.

अलीकडे धनाजी जाधव स्वराज्याचे कार्य अतिशय जोमाने आणि चिकाटीने करीत होते. संताजी-धनाजीचे जुग एकत्र असताना ज्याप्रमाणे ते सगळीकडे संचार करीत होते, तद्वतच ते आता राणोजीसह सर्वत्र भराऱ्या मारीत होते; परंतु ताराराणींची आणि त्यांची चित्तशुद्धी झाली नसल्याने जुनी अढी कायम होती.

"पिडनायकांची आम्हांला बहुमोल मदत होत आहे. ते आपले इतके विश्वासू दोस्त आहेत की, आमचे कबिले आम्ही त्यांच्या राजधानीत निःशंकपणे ठेवतो." धनाजी जाधव म्हणाले, "पण बादशहाचा डोळा पिडनायकावर आहे. तो त्याच्यावर हल्ला केल्यावाचून राहणार नाही." धनाजी जाधवांनी चिंता व्यक्त केली.

"तसे असेल तर पिडनायकाच्या रक्षणार्थ आपण गेलं पाहिजे. राणोजीरावांनी आणि तुम्ही वागिनगेऱ्याच्या जवळपास असावे." ताराराणी धनाजी जाधवांना उद्देशून म्हणाल्या.

"पण आपले दोस्त बुंदेलखंडाचे राजे छत्रसाल आणि गोंडवनचे राजे बख्त बुलुंद हेही संकटात आहेत. त्यांचे पारिपत्य करण्यासाठी बादशहाने त्या भागात शाहजादा बेदरबख्तची नेमणूक केली आहे. तो बुंदेलखंडात चालून जाण्याची वाट पाहत आहे." धनाजी जाधव म्हणाले.

"आपले सैन्य माळव्यात संचार करीत आहे. ते राजा छत्रसाल आणि बख्त बुलुंद यांच्या मदतीला जाऊ शकणार नाही का?" ताराराणींनी पृच्छा केली.

"नाही. शाहजादा बेदरबख्तच्या ताज्या दमाच्या सैन्यासमोर वऱ्हाड-माळव्यात वावरत असलेल्या आपल्या छोट्या तुकड्यांचा निभाव लागणार नाही. राजा छत्रसाल आणि बख्त बुलुंद यांच्या फौजा बेदरबख्तच्या फौजांच्या मानाने लहान आहेत. त्यांच्या रक्षणासाठी आपणाला मोठे सैन्य पाठवावे लागेल." धनाजी जाधव म्हणाले.

ताराराणी विचार करू लागल्या. स्वदेशी मोगलांचा झपाटा चालू असता दूरच्या ठिकाणी मोठे सैन्य कसे पाठवायचे हा प्रश्न त्यांच्यासमोर उपस्थित होणे स्वाभाविक होते; परंतु बेदरबख्त, राजा छत्रसाल व बख्त बुलुंद यांना नेस्तनाबूत करण्यात यशस्वी झाल्यास मोगल सैन्य त्या प्रदेशातून निष्कंटक होऊन पुन्हा

स्वदेशात परतणार होते. तो दूरचा विचार करून ताराराणींनी धनाजी जाधवांना माळव्यात मोठे सैन्य पाठविण्याची सूचना मान्य केली. त्या म्हणाल्या,

"नेमाजीराव शिंदे यांना वऱ्हाड-माळव्याचा टापू परिचित आहे. यापूर्वी त्यांनी त्या भागात स्वाऱ्या केल्या आहेत, म्हणून त्यांनी पन्नास हजार सैन्य घेऊन त्वरित वऱ्हाडाकडे निघावे."

नेमाजी शिंदे यांनी ताराराणींचा हुकूम त्वरित मान्य केला. ते पन्नास हजार सैन्य घेऊन वऱ्हाडकडे जाण्यास तयार झाले.

शेवटी ताराराणी धनाजी जाधवांकडे वळून म्हणाल्या,

"गुजरातेत तुम्ही गेला होता. आताही तुम्ही तिकडे जावे असे आम्हास वाटते."

"गुजरातेत जाण्यास आम्ही तयार आहोत; पण मोठी तयारी करायला हवी. शाहजादा बेदरबख्तला तिकडे सुभेदार म्हणून पाठविण्याचा विचार बादशहा करीत आहे, असे आम्ही ऐकतो."

३८

एखादा मुनी घनदाट जंगलात तपःसाधनेसाठी ध्यानस्थ बसावा, तद्वत राजगडाचा किल्ला सह्याद्रीच्या एका गगनभेदी उत्तुंग शिखरावर विराजमान झाला होता. या दुर्गम किल्ल्याकडे जाण्यास रस्ता सोडाच; पण साध्या पायवाटाही नव्हत्या; त्यामुळे त्याच्या जवळपास चिटपाखरूही फिरकत नसे. गडावर गडकरी आणि शिबंदी असायची; पण तिला रसद पोहोचविणारे लोक गिरिकंदरामध्ये वास्तव्य करणारे कोळी, कातकरी वगैरे वन्य जमातींपैकी होते. मराठे गडकरीही अधूनमधून डोईवरून सामान वाहून नेत असत. घोडे किंवा बैल गडावर जाऊ शकत नसत.

राजगडाचे मूळ नाव मुरुमदेव. पुण्यापासून चार कोसांवर हा किल्ला सह्याद्रीच्या एका कपारीत होता. शिवाजी महाराजांनी स्वराज्याचे तोरण उभारले, तेव्हा त्यांनी आपली पहिली राजधानी या दुर्गम किल्ल्यावर स्थापन केली होती, कारण शत्रूच्या हल्ल्यापासून त्यांना या ठिकाणी सुरक्षितता वाटली होती. महाराजांनी नंतर या किल्ल्याचा विस्तार केला होता. वास्तुशास्त्राच्या नियमाप्रमाणे त्यांनी प्रथम पूर्वेच्या बाजूस बांधकाम सुरू करून त्याला 'सुवेळा' तट हे नाव दिले होते. नंतर दक्षिणेचा तट बांधत असताना किल्ल्यातील दारूच्या कोठारास अचानकपणे आग लागली

असता किल्ल्याचा हवालदार स्फोटात वर उडाला होता; परंतु त्याला काही इजा न होता तो अलगद जमिनीवर उतरल्याने दक्षिणेकडच्या या माचीस 'संजीवनी' हे नाव देण्यात आले होते. ही माची बांधून झाल्यावर महाराजांनी आपल्या सदरेची 'पद्मावती' माची बांधावयास घेतली होती. अफझलखानाची हत्या झाली, तेव्हा या माचीचे बांधकाम चालू होते.

पुण्यात औरंगजेबाचा मुक्काम चार-सहा महिने होता. मराठ्यांचे बहुतेक सर्व बलाढ्य किल्ले त्याने घेतल्याने आता त्याची लष्करी मोहीम जवळजवळ संपुष्टात आली होती. त्याच्या सरदारांना आणि सामान्य सैनिकांनाही वाटत होते की, बादशहा आपला पुण्याचा मुक्काम वाढवील अथवा हिंदुस्थानला तरी तो परत जाईल. परंतु, एके दिवशी औरंगजेबाने नेहमीप्रमाणे त्यांना धक्का दिला. त्याने दरबारात घोषणा केली की, पुण्यापासून चार कोसांवर असलेला राजगड किल्ला आपणास घ्यायचा आहे. तरी हा किल्ला घेण्याच्या मोहिमेची तयारी करा.

बादशहाची ही अनपेक्षित घोषणा ऐकून सरदारांच्या उत्साहावर एकदम विरजण पडले. सगळ्यांचे चेहरे चिंतेने काळवंडून गेले. शाही तोफखान्याचा मीर अतीश तर्बियतखान धीर करून बादशहास म्हणाला,

''खाविंद, राजगड किल्ला दुर्लंघ्य प्रदेशात आहे. तिकडे कुठल्याच प्रकारची वाहने आणि जनावरेही जाऊ शकत नाहीत. या किल्ल्याकडे जाण्यास साध्या पायवाटाही नाहीत. या किल्ल्याच्या पायथ्याशी घनदाट जंगल असून त्यात गनीम दबा धरून बसलेला असतो आणि जहापन्हा, या किल्ल्याला तसे महत्त्वही नाही.''

तर्बियतखानाचे बोलणे औरंगजेबाने शांतपणे ऐकून घेतले; परंतु मुखवटा धारण केल्यासारख्या वाटणाऱ्या त्याच्या निर्विकार चेहऱ्याची एक रेषाही हलली नाही. तो आपली बर्फासारखी थंड नजर तर्बियतखानाकडे वळवीत म्हणाला,

''आमच्या मीर अतीशनी राजगडाचे आता जे वर्णन केले ते आम्हांला माहीत नाही, असे का त्यांना वाटते? शिवाच्या सगळ्या किल्ल्यांची खडान्खडा माहिती आमच्यापाशी आहे, याची विस्मृती त्यांना पडली असावी. राजगडाला आता लष्करी महत्त्व नाही हे आम्ही जाणतो. तरीही हा किल्ला आपण घेतला पाहिजे, कारण शिवाने या किल्ल्यावर आपली पहिली राजधानी स्थापन केली होती. मरगठ्ठे लोकांच्या मनात या किल्ल्याविषयी आदरभावना वसत आहे. यामुळे हा किल्ला घेतल्याशिवाय त्यांच्या अंतःकरणातील स्वातंत्र्याची ज्योत मालवणार नाही. तसं पाहिलं, तर हाच किल्ला आपण प्रथम घ्यायला हवा होता; त्यामुळे गनिमांचे धैर्य खचून जाऊन त्यांचा प्रतिकार बोथट झाला असता. आता वेळ गेली खरी, तरी आपण हा किल्ला घेऊ या.''

बादशहाच्या आज्ञेप्रमाणे त्याचे सरदार राजगडाच्या मोहिमेच्या तयारीस लागले.

नंतर ठरल्या दिवशी त्यांनी छावणी मोडून राजगडाच्या रोखाने मार्ग आक्रमण करण्यास प्रारंभ केला. रस्ता घनदाट जंगलातून आणि दऱ्याखोऱ्यांतून जात असल्याने तो तयार करण्यास त्यांना तब्बल दोन महिने लागले. एक हजार गवंडी, बेलदार आणि कामदार रात्रंदिवस रस्ता बांधणीचे काम करीत होते. तरीही भारी तोफा या रस्त्याने वर जाऊ शकल्या नाहीत. त्या घाटाखाली टाकून देण्यात आल्या. स्त्रिया रथांतून, बैलगाड्यांतून, उंटांवरून व बैलांवरून प्रवास करीत होत्या; परंतु चढ सुरू होताच सर्व वाहने प्रवासास निरुपयोगी ठरली. सगळ्यांना पायउतार होऊन रस्ता आक्रमावा लागला. सामान हमाल वाहून नेत होते; परंतु काही सामान दरीत पडून निरुपयोगी ठरले. पुष्कळ माणसे हिंस्र श्वापदांच्या भक्ष्यस्थानी पडून किंवा विषारी प्राणी चावून मृत्युमुखी पडली.

दीड कोसाचा प्रवास करण्यास मोगलांना दोन आठवडे लागले आणि ज्या वेळी मोगलांना राजगडाच्या गिरिशिखरांचे दर्शन घडले, तेव्हा त्यांचे प्राण कासावीस झाले. एक कवी उद्गारला : "हा पर्वत नाही; कारण पर्वत जमिनीवर असतो. हा आकाशात आहे, अंतराळात आहे."

राजगडाचा घेर बारा कोसांचा. उंचीची तर मोजदादही करता येत नव्हती; त्यामुळे या गगनचुंबी किल्ल्याकडे पाहून मोगलांना झीट आल्यास नवल नव्हते. त्याला वेढा कसा घालायचा हा मोगलांना प्रश्न पडला. तीन बलाढ्य बुरुजांचा मिळून बनलेला हा किल्ला म्हणजे गिरिशिखरांची एक रांगच होती. या रांगांमधून किल्ल्याकडे जाणाऱ्या चोरवाटा बंद करणे ही कठीण कामगिरी होती; परंतु किल्ला घेतल्याखेरीज मुक्ती नव्हती. सगळे सैन्य या कामी गारद झाले तरी, औरंगजेबाला भीती नव्हती. तो विचार करून तोफखान्याचा मीर अतीश तर्बियतखान, हमिदुद्दीनखान वगैरे सरदार कामास लागले.

कित्येक दिवस खपून तर्बियतखानाने तोफांचे दमदमे उभारले. नंतर त्यावर तोफा चढवून गडाच्या बुरुजांवर सरबत्ती सुरू करण्यात आली. गडकरी मोगलांचे स्वागत करण्याच्या तयारीतच होते. त्यांनीही गडावरून तोफांनी उत्तर दिले. त्यांनी मोठमोठे गडगे खाली लोटून व बंदुका झाडून मोगलांची अतोनात हानी केली. वास्तविक गडावर हल्ला करणे म्हणजे कपाळमोक्ष करून घेण्यासारखे होते; परंतु औरंगजेबाच्या दुराग्रहापुढे कुणाचाच इलाज चालत नव्हता; त्यामुळे जबरदस्त प्राणहानी सोसून मोगल सरदारांना वेढा चालू ठेवावा लागला.

सतत दोन महिने मोगलांनी राजगडावर हल्ले केले. अखेर दीर्घोद्योगास फळ येते या म्हणीस अनुसरून मोगलांना आशेचा किरण दिसला. किल्ल्याच्या पहिल्या तटबंदीचा दरवाजा सर करण्यात त्यांना यश आले. किल्लेदार फिरंगोजी व हणमाजी यांनी प्रतिकाराची अगदी शिकस्त केली; परंतु मोगलांच्या झुंडीच्या झुंडी

वर येऊ लागल्याने त्यांचा नाइलाज झाला. त्यांनी पहिला तट सोडून देऊन दुसऱ्या तटाचा आश्रय घेतला. तब्बल बारा दिवसपर्यंत त्यांनी दुसरी तटबंदी प्राणपणाने लढविली; परंतु पहिली तटबंदी पडल्याने दुसऱ्या तटबंदीचा निभाव लागणे कठीण होते, कारण गडाच्या चोरवाटा मोगलांनी बंद केल्याने गडावर धान्य आणि दारूगोळा येण्याचे बंद झाले होते; त्यामुळे लढतालढता मरण पत्करणे अथवा शरणागती पत्करणे हे दोनच पर्याय किल्लेदारासमोर होते.

इकडे मोगल छावणीतही अन्नधान्याचा आणि कडब्याचा तुटवडा पडला होता. ते फिरंगोजी व हणमाजी या दोघांना कळताच त्यांनी रुहुल्लाखानाकडे तहाची बोलणी सुरू केली. त्यांनी खानास कळविले की, तुम्ही जर आम्हास मानाने किल्ल्यातून जाऊ दिले तर आम्ही किल्ला खाली करण्यास तयार आहोत. ती अट रुहुल्लाखानाने बादशहास विदित केली. त्याने खानास सांगितले की, गडकऱ्यांना किल्ल्यातून बिनशर्त जाऊ द्या आणि किल्ला ताब्यात घ्या.

दोन महिने कडवा प्रतिकार करून व त्यांची अतोनात हानी करून किल्लेदार फिरंगोजी व हणमाजी यांनी भरपूर लाच घेऊन राजगड किल्ला खाली केला. रात्रीच्या अंधारातून ते भुतासारखे अदृश्य झाले. ते कुणालाच दिसले नाहीत.

राजगड हाती आल्यावर बादशहाने विजय साजरा करण्याचे फर्मान काढले. मोगलांनी शहाजणी व नौबती वाजवून जल्लोष केला. औरंगजेबाने राजगडास 'बनीशहागड' हे नाव ठेवले. राजगड घेतल्यावर बादशहाने गडाच्या पायथ्याशी आठवडाभर मुक्काम करून सैन्यास विश्रांती दिली. आठवडाअखेर दरबार भरवून तो सरदारांना म्हणाला की, आपण या भागात आलोच आहोत, तेव्हा इथून जवळच असलेला तोरणा किल्ला घेऊन शिवाचे सर्व किल्ले घेण्याचे श्रेय पदरात पाडून घेऊ या. बादशहाला विरोध करण्याची कुणाचीच छाती नव्हती. घाण्यास जुंपलेल्या बैलाप्रमाणे मोगल सरदारांनी बादशहाचा हुकूम मान्य केला; परंतु सैन्यात आता लढण्याचा उत्साह नव्हता. त्यातच सामान वाहून नेण्यास भारवाहक जनावरेही नव्हती; त्यामुळे विंचवाचे बिऱ्हाड त्याच्या पाठीवर या म्हणीप्रमाणे सैनिकांनी छावणीचे सामान आपल्या डोईवर किंवा पाठीवर लादून तोरण्याकडे कूच केले. फक्त मोठे सरदार आणि उमराव यांचे सामान हत्तीवर लादण्यात आले.

राजगड ते तोरणा या चार कोसांच्या मार्गात मोगलांनी दोन ठिकाणी मुक्काम केला. अखेर ते एकदाचे तोरण्याच्या पायथ्याशी जाऊन पोहोचले. नेहमीप्रमाणे येथेही वेढ्याची जुनी पुनरावृत्ती सुरू झाली. तोफखान्याचा मीर अतीश तर्बियतखान याने तोफांचे दमदमे उभारून त्यावर तोफा चढविल्या, तर हमिदुद्दीनखानाने खंदक खणून सुरुंग पेरण्याची कामगिरी पार पाडली. आणखी एक सरदार महमद अमीनखान याने गडाच्या वाटा रोखून गडाकडे जाणारी रसद तोडण्याचे काम

बजावले. गडकऱ्यांनी मोगलांवर तोफा, बंदुका व दगड यांचा मारा करून त्यांची पुष्कळ प्राणहानी केली; परंतु त्यांनी माघार घेतली नाही. त्यांनी धिम्या वृत्तीने वेढा आवळीत आणला. सुलतान हुसेन नावाच्या सरदाराच्या पथकाने चांगलीच मर्दुमकी गाजविली. त्याबद्दल औरंगजेबाने दरबार भरवून त्याचा मानसन्मान केला. वास्तविक तो तीनशे सैनिकांचा साधा मनसबदार; परंतु बादशहाने त्याला पाचशेची बढती दिली.

मोगल सैन्यात अमानुल्लाखान नावाचा एक धाडसी सरदार होता. औरंगजेबाचा एकोणनव्वदावा वाढदिवस जवळ आला होता. त्या दिवशी एखादी मोठी कामगिरी बजावून बादशहाकडून शाबासकी मिळविण्याचा मनोदय त्याने जाहीर केला. त्याने बारकाईने तोरण्याचे तट हेरण्यास प्रारंभ केला. कर्मधर्मसंयोगाने त्याला एके ठिकाणी तटाची एक कमकुवत जागा आढळली. त्याने त्या जागेवरून तट चढण्याचे ठरविले. मोगल सैन्यात काही मावळे लढत होते. मोगल सरदार त्यांचा उपयोग तट चढण्यासाठी करीत असत. अमानुल्लाखानाने त्यांच्यापैकी काहींना हाताशी धरून तोरण्याचा किल्ला काबीज करण्याचा धाडसी बेत केला. तो त्यांना म्हणाला की, तुम्ही जर तट चढून गडावर जाऊन खाली दोरखंड टाकलेत, तर तुमच्या पाठोपाठ मी तटावर चढून गड घेईन आणि तुम्हास मोठे बक्षीस देईन. मावळ्यांना बक्षिसाचा मोह होऊन त्यांनी तोरण्याचा तट चढून वर जाण्यात यश संपादन केले आणि मन थक्क करून टाकणारी करामत त्यांनी अंधाऱ्या रात्री यत्किंचितही आवाज न करता केली.

मावळ्यांनी तटावर गेल्यावर खालून वर नेलेल्या भरभक्कम दोरखंडाचे टोक एका दगडास बांधून खाली टाकले. अमानुल्लाखान त्या प्रसंगी हजर होता. तो मावळ्यांच्या करामतीचे मोठ्या उत्कंठेने निरीक्षण करीत होता. दोरखंड तुटून खाली पडणार नाही याची खात्री करून घेतल्यावर त्याने आणखी पंचवीस मावळ्यांना गुपचूप वर पाठविले.

मध्यरात्रीचा समय होता तो. सर्वत्र गुडूप अंधार पसरला होता. मोगल फौजांचे सर्व हल्ले गडकऱ्यांनी दिवसा परतवून लावल्याने रात्रीच्या वेळी कुणी गडाचे तट चढून वर येण्याचे धाडस करणार नाही, या कल्पनेने ते गाफील राहिले. अंधाऱ्या रात्री गडाचे तट चढण्याचे धाडस कुणी करील याची त्यांनी स्वप्नातदेखील कल्पना केली नव्हती; पण दुर्दैवाने दावा साधला. पंचवीस मावळे वर चढून गेल्यावर अमानुल्लाखान व त्याचा भाऊ हे दोघे आणखी काही सैनिकांसह वर चढले. त्यांनी बिगुल वाजवून अचानकपणे गडकऱ्यांवर हल्ला चढविला. गडावर हाणामारी सुरू होताच मोगल सेनापती हमिदुद्दीनखान कमरेस दोरखंड बांधून तटावर चढला आणि त्याने लढाईची सूत्रे आपल्या हाती घेतली.

गडावर रात्री हल्ला होणार नाही, अशी गडकऱ्यांची समजूत असल्याने ते

निर्धास्तपणे झोपी गेले होते. एखादा-दुसरा पहारेकरी तटावर पहारा करीत असेल तेवढाच! अशा परिस्थितीत अमानुल्लाखानाने त्या गाफील पहारेकऱ्यांची गठडी वळून अचानकपणे हल्ला करताच गडकऱ्यांची पुरतीच त्रेधातिरपीट उडाली. त्यांनी मोगलांचा प्रतिकार करण्याचा प्रयत्न केला; पण मोगलांची अगोदरच सरशी झाल्याने त्यांचा प्रतिकार निष्फळ ठरला. मोगलांच्या झुंडीच्या झुंडी आत घुसू लागल्या होत्या. त्यांना थोपवून धरणे गडकऱ्यांना अशक्य झाले. अनेक गडकरी मोगलांशी लढता लढता कामास आले. अखेर मोगलांचा हल्ला परतवून लावणे कठीण असल्याची खात्री पटताच तोरण्याच्या किल्लेदाराने शरणागती पत्करली.

लाच न देता मराठ्यांकडून मोगलांनी घेतलेला तोरणा हा पहिलाच किल्ला. मर्दुमकी गाजवून किल्ला घेतल्याबद्दल औरंगजेबाने आपल्या सरदारांचा गौरव केला; पण गडकऱ्यांनाही त्याने कोणताच अडथळा न आणता गडाबाहेर जाऊ दिले. तोरण्यास औरंगजेबाने 'फतुहुल्गैबे (दैवी विजय)' हे नाव दिले.

आता पावसाळा जवळ आला होता. कोकणातील पावसाळ्याची औरंगजेब आणि त्याचे सरदार यांना चांगलीच प्रचिती होती. पावसाळ्यात कोकणामध्ये मुक्काम करणे म्हणजे मृत्यूशी खेळ खेळणे, हे औरंगजेबास माहीत होते. तो जुना अनुभव लक्षात घेऊन त्याने तोरण्याहून त्वरित जुन्नरकडे कूच केले. जुन्नरहून तो खेडला गेला. तेथे त्याचा तब्बल साडेसात महिने मुक्काम होता. खेडला त्याने 'मसुराबाद' हे नाव दिले.

३९

विशाळगडाहून रांगण्याला राजधानी हलविल्याला पुष्कळ दिवस होऊन गेले होते. त्या दरम्यान मोगलांची चौफेर घोडदौड चालू होती. विशाळगड पडला होता आणि त्यानंतर सिंहगड, राजगड आणि तोरणा हे सर्व किल्ले घेऊन बादशहा खेड येथे जाऊन मुक्कामास राहिला होता. मोगल फौजांच्या विजयाच्या व आपल्या सरदारांच्या तीव्र प्रतिकाराच्या बातम्या ताराराणींना त्यांच्या तात्पुरत्या राजधानीत वरचेवर कळत होत्या. राज्यात घडणाऱ्या बारीकसारीक घडामोडी आपणास त्वरित कळाव्यात म्हणून त्यांनी सगळीकडे विश्वासू हरकारे नेमले होते. ते त्यांना हव्या असलेल्या बातम्या कळविण्यास बिलकूल कसूर करीत नसत.

रांगण्याचा किल्ला जगाच्या धबडग्यापासून फार दूर होता. अशा दुर्गम देशात

वास्तव्य करणे म्हणजे वनवासच! परंतु गेली कित्येक वर्षे ताराराणी असे वनवासी जीवन जगत असल्याने, आता हे जीवन त्यांच्या अंगवळणी पडले होते. तथापि, त्या जरी युद्ध क्षेत्रापासून दूर असल्या तरी युद्धाची सूत्रे त्या स्वतःच हलवीत होत्या. सरदारांना योग्य वेळी, योग्य त्या सूचना पाठविण्याची दक्षता त्या घेत होत्या. तोरण्याचा किल्ला घेतल्यावर बादशहा खेड येथे मुक्कामास गेल्यावर मराठ्यांच्या गनिमी टोळ्यांनी मोगलांची लांडगेतोड करण्याची मोहीम नेहमीप्रमाणे नेटाने चालू ठेविली होती. मोगलांची ठाणी मारणे आणि त्यांची रसद लुटणे ही कामे ते अत्यंत शिताफीने करीत होते. त्यांच्या गनिमी हल्ल्यांना तोंड देता देता मोगल सैन्य हैराण झाले होते. केवळ महत्त्वाची अशी मोठी ठाणी धरून ठेवल्याखेरीज बाकीचा सर्व ग्रामीण मुलूख मराठ्यांच्या कब्जात आला होता.

असे दिवस जात असता एके दिवशी बेरडांचा राजा पिडनायक याचे जासूद रांगण्यात येऊन दाखल झाले. त्यांनी जो खलिता आणला होता त्यात बादशहा जातीने आपणावर चालून येत असल्याने आपली स्थिती आणीबाणीची झाली आहे; तरी आपणास तातडीने कुमक पाठवावी, अशी विनंती पिडनायकाने ताराराणींना केली होती. पिडनायकाचा खलिता हाती पडताच ताराराणींनी यत्किंचितही विलंब न लावता आपल्या सरदारांना राजधानीत पाचारण केले. त्या निरोपाप्रमाणे ते सगळे रांगण्यास गोळा झाले. ताराराणींनी राजमंडळाची सभा बोलाविली. सरदारांना आणि मुत्सद्द्यांना त्या म्हणाल्या,

"बादशहा पिडनायकाच्या मोहिमेवर निघाल्याची बातमी आहे. पिडनायकांनाही ती वार्ता कळली असावी, म्हणून त्यांनी आमच्याकडे जासुदामार्फत पत्र पाठवून मदतीची याचना केली आहे. बादशहाने आमचे बहुतेक सर्व किल्ले घेतले आहेत आणि रांगण्याकडे त्याची वक्रदृष्टी केव्हा वळेल ते सांगता येत नाही. तरीसुद्धा पिडनायक हे आपले जुने दोस्त असल्याने त्यांना आपण मदत पाठविली पाहिजे, कारण त्यांनी स्वतः संकटात असता आपणाला मदत केलेली आहे. हिंदुराव घोरपडे यांचे वास्तव्य सांप्रत कर्नाटकात आहे. त्यांनी आणि धनसिंगरावांनी दोघांनी मिळून पिडनायकाच्या कुमकेत जावे, असे आम्हांला वाटते."

"मातुश्रींची आज्ञा आम्हांला शिरसावंद्य आहे. आम्ही पिडनायकाच्या कुमकेस जाण्यास तयार आहो." हिंदुराव घोरपडे ताराराणींच्या आवाहनास प्रतिसाद देत म्हणाले, "बादशहा वागिनगेऱ्याच्या मोहिमेवर निघाल्याची वार्ता आम्हांलाही कळली आहे. खेड मुक्कामी त्याने विजापूरचा सुभेदार चिनकिलिचखान याला पाचारण करून त्याला लढाईची तयारी करण्याची आज्ञा दिली होती. बेरडांच्या उपद्रवाने चिनकिलिचखान हैराण होऊन गेला होता. बादशहा बेरडांच्या मोहिमेवर निघत असल्याचे कळताच त्याला हायसे वाटले आणि त्याने बादशहाच्या भेटीहून

विजापूरला परतल्यावर युद्धाची तयारी केली.''

''चिनकिलिचखान बादशहाच्या आज्ञेने विजापूर येथे युद्धाची सिद्धता करीत आहे हे आम्हांला हिंदुरावांच्या तोंडून आताच कळले.'' धनाजी जाधव म्हणाले, ''आम्हांला अशीही बातमी कळली आहे की, बादशहाचा हुकमी सरदार नस्रतजंग हाही बादशहाच्या आज्ञेवरून वागिनगेऱ्याच्या वाटेवर आहे. तो सांप्रत औरंगाबाद येथे होता हे मातुश्रींना माहीत आहेच.''

ते ऐकताच ताराराणींची चर्या चिंताक्रांत झाली. त्या म्हणाल्या, ''अशा जंगी तयारीने जर बादशहा पिडनायकावर चालून गेला, तर नायकाचा तरणोपाय नाही. भवानीमाता त्यांचे रक्षण करो.''

पिडनायकाच्या कुमकेस धनाजी जाधव व हिंदुराव घोरपडे हे दोघे जाण्यास तयार होताच ताराराणींनी सुटकेचा श्वास सोडला.

बेरडांचा राजा पिडनायक याची वागिनगेरा ही राजधानी एका टेकडीवर वसलेली होती. तिच्या सभोवताली प्रचंड शिळांचे तट बांधण्यात आले असल्याने परचक्रापासून ती सुरक्षित होती; परंतु पिडनायकाला मोगल हल्ल्याची सदैव भीती वाटत होती, म्हणून त्याने दारूगोळ्याचे आणि अन्नधान्याचे पुष्कळ साठे करून ठेवले होते. मोगलांनी राजधानीस वेढा घातला तर किमान एक वर्ष तरी आपण त्याच्याशी लढू असा त्याला आत्मविश्वास होता. कडवे बेरड सैन्य राजधानीचे रक्षण करीत होते. त्यांना मराठे, दख्खनी मुसलमान आणि कर्नाटकातील अन्य काही लढाऊ जमातींचे सैन्य मदत करीत होते. पिडनायकाच्या झेंड्याखाली गोळा झालेले हे सर्व लोक असंतुष्ट होते. आपणास उपद्रव देणाऱ्या जुलमी मोगल सत्तेचे कर्नाटकातून उच्चाटन करणे या भावनेने प्रेरित होऊन ते लढत होते.

औरंगजेबाने खेड मुक्कामी पिडनायकावर स्वारी करण्याची तयारी केली आणि मग छावणी मोडून तो वागिनगेऱ्याच्या रोखाने निघाला. मोगल सैन्याला आता लढण्यास मुळीच उत्साह वाटत नसल्याने ते मुंगीच्या पावलाने चालत होते. त्यातच बेरडांच्या व दख्खनी मुसलमान सैनिकांच्या गनिमी टोळ्या त्यांच्यावर अधूनमधून चोरटे हल्ले चढवू लागल्याने त्यांच्या चालीत व्यत्यय येत होता. अखेर हे सैन्य एकदाचे वागिनगेऱ्यास येऊन दाखल झाले. छावणीची मांडामांड झाल्यावर बादशहाने दरबार भरवून आपल्या सरदारांना वागिनगेऱ्याच्या वेढ्याची कामे नेमून दिली. शाही तोफखान्याचा मीर अतीश तर्बियतखान याला तोफांचे मोर्चे उभारण्याचा हुकूम झाला. त्याच्या दिमतीला महमद अमीनखान या कसलेल्या सरदारास देण्यात आले; परंतु सरदारांना कामे नेमून देऊनही बादशहाचे समाधान होईना. त्याने वेढ्याची मोहीम स्वतःच्या हाती घेतली. वागिनगेऱ्यापासून एक कोसावर तळ ठोकून तो सरदारांना आणि सैनिकांना मार्गदर्शन करू लागला.

तर्बियतखानाने अविश्रांत खपून तोफांचे दमदमे उभारले व त्यांच्यावर प्रचंड तोफा उभारल्या. त्याचबरोबर सुरुंगही तयार झाले. दुसऱ्या दिवशी पहाटेपासून वागिनगेऱ्याचे प्रचंड तट व बादशहाच्या राक्षसी तोफा यांच्यामध्ये सामना सुरू झाला.

बेरड सैनिक तिरंदाज म्हणून ख्यातनाम पावलेले. तर्बियतखानाच्या तोफा राजधानीच्या तटावर आग ओकू लागताच त्यांनी आपल्याही तोफांची सरबत्ती सुरू केली. त्यांच्या तोफा लांब पल्ल्याच्या असून प्रभावी होत्या. त्यातून सुटणारे गोळे अचूकपणे लक्ष्य गाठून मोगलांचा संहार करू लागल्या. तर्बियतखानाच्या तोफा अजस्र असल्या तरी त्यांच्यातून सुटणारे गोळे क्वचितच नेम साधत असत; त्यामुळे त्या बेरडांची फारशी हानी करू शकल्या नाहीत. याउलट बेरडांच्या तोफांनी मोगल तटबंदी उद्ध्वस्त करून, त्यांची भयंकर प्राणहानी केल्याने मोगल छावणीत चिंतेचे वातावरण पसरले. तरीही त्यांनी धीर सोडला नाही. बेरडांशी समोरासमोर लढून यश येत नाही, हे पाहून ते अन्य मार्गांनी बेरडांवर मात करण्याच्या युक्ती लढवू लागले.

एके दिवशी सकाळी चिनकिलिचखान, महंमद अमीनखान, तर्बियतखान, अजिजखान रोहिला आणि इखलासखान मियाना हे सर्व सरदार पिडनायकाच्या तटबंदीची टेहळणी करण्यासाठी निघाले. त्यांना जवळच एक टेकडी दिसली. अकस्मात एखादी वीज चमकावी त्याप्रमाणे त्यांच्या निदर्शनास आले की, वागिनगेऱ्याच्या बलाढ्य तटबंदीच्या जवळ असलेल्या या मोक्याच्या टेकडीवर तटबंदीची कोणतीच व्यवस्था बेरडांनी केलेली नाही. फक्त काही बर्कंदाज तेवढे त्या टेकडीवर टेहळणीसाठी ठेवण्यात आले आहेत. मोगल सरदारांनी विचार केला की, ती लाल टेकडी जर आपल्या हाती आली, तर तिथून वागिनगेऱ्याच्या मुख्य तटबंदीवर हल्ला करणे सोपे जाईल, म्हणून त्यांनी यत्किंचितही विलंब न लावता त्या टेकडीवर चाल केली. बेरड बर्कंदाजांनी त्यांना चांगलेच तोंड दिले; परंतु मोगलांसमोर निभाव न लागल्याने अखेर त्यांना माघार घ्यावी लागली. विशेष प्राणहानी न होता मोगल सरदारांनी लाल टेकडी सर केली. आता त्या टेकडीवर काही तोफा आणाव्यात असा विचार ते करताहेत तोच बेरड सैनिक मुख्य तटबंदीतून बाहेर पडले आणि त्यांनी टेकडीवर चाल केली. त्यांनी दगडांचा व बंदुकीच्या गोळ्यांचा वर्षाव करून मोगलांना लाल टेकडीवरून हुसकून लावले.

लाल टेकडी सर केल्याची वार्ता बादशहास त्वरित कळविण्याची व्यवस्था मोगल सरदारांनी केली होती; पण आता ती गमावण्याचा प्रसंग येताच त्यांनी बादशहाकडे तातडीने कुमक मागविली. बादशहाने कामबक्षला हुकूम धाडला की, हाताशी असेल ते सैन्य घेऊन सरदारांच्या कुमकेस जा. त्या आज्ञेनुसार कामबक्ष

आणि अमिरुल उमग हे दोघे सैन्य घेऊन लाल टेकडीकडे निघाले. त्यांच्या आगमनापूर्वी चिनकिलिचखानाने व इतर सरदारांनी बेरडांवर फेरहल्ला चढवून टेकडी पुन्हा काबीज करण्याची शिकस्त केली; पण बेरडांनी त्यांचा हा प्रयत्न हाणून पाडला. त्यांनी दगडांचा व बंदुकांचा चौफेर मारा करून हल्ला पुरता मोडून काढला. आता मोगलांनी लाल टेकडी सर करण्याचा प्रयत्न सोडून दिला.

एके दिवशी अकस्मात आकाशात धुळीचा एक प्रचंड ढग दृग्गोचर झाला. मोगल सैनिक टेकड्यांवरील आपल्या ठाण्यातून त्या ढगाकडे विस्मयाने पाहत राहिले. काही अनुभवी सैनिकांच्या मनात भीतीची एक लकेर चमकून गेली. मग हरकाऱ्यांनी दौडत येऊन सांगितले की, मराठ्यांचे एक प्रचंड घोडदळ बेरडांच्या मदतीला येत आहे. ती बातमी कानी पडताच मोगलांच्या छातीत एकदम धडकीच भरली, कारण वायुवेगाने येणाऱ्या मराठा घोडदळाची झडप आपणावर पडणार म्हणून त्यांना भीती वाटणे स्वाभाविक होते.

धुरळ्याचा ढग हवेत विरतो न विरतो तोच मराठा घोडदळाची बिनीची तुकडी क्षितिजावर दृग्गोचर झाली. नंतर बातमी आली की, सेनापती धनाजी जाधव व हिंदुराव घोरपडे हे दोघे नऊ हजार घोडदळासह बेरडांच्या मदतीला धावून आले आहेत.

मराठे मदतीला येताच बेरडांच्या आनंदाला पारावारच उरला नाही. त्यांनी त्या भरात किल्ल्यातून तोफांची जोरदार सरबत्ती करून मोगलांना अगदी त्राही भगवान करून सोडले.

मराठे आणि बेरड मोगलांशी निकराने लढू लागले. पिडनायकाजवळ अन्नधान्याची आणि दारूगोळ्याची मुबलक बेगमी होती. आणखी काही दिवस मोगलांशी लढण्याचा आत्मविश्वास तो मनात बाळगून होता. त्याच्या शूर सैनिकांनी अगणित मोगलांना यमसदनास पाठविले होते; पण मराठ्यांचा नूर काही वेगळाच होता. त्यांना वाटेना की, पिडनायक बादशहाचा पराभव करील किंवा बादशहा स्वेच्छेने वेढा उठवून निघून जाईल, कारण यापूर्वी असे कधी घडले नव्हते. आपला एकेक किल्ला घेण्याकरिता त्याने प्रसंगी एकेक वर्ष घालविल्याचे मराठा सरदारांना माहीत होते. त्यांनी आपली ही शंका पिडनायकापाशी व्यक्त केली. ते पिडनायकास म्हणाले की, बादशहा हट्टी आहे. त्याची चिकाटी अदमनीय आहे. त्याला पराभव किंवा माघार घेणे माहीत नाही. तुम्ही आमच्या धोरणाचा अवलंब करा. आम्ही आमचे सर्व किल्ले लढविता येतील तितके दिवस लढविले. अखेर आम्हांला ते खाली करावे लागले.

बादशहा हट्टी आहे. त्याला आपल्या सामर्थ्याचा मोठा गर्व आहे. पराभव हा शब्द त्याला माहीत नाही. तुम्ही मोगल सैन्याची पुष्कळ हानी केली आहे. बादशहाला तुमचा पराक्रम माहीत आहे. अशा प्रसंगी तुम्ही जर तहाचा प्रस्ताव

त्याला सादर केलात, तर तो मान्य केल्यावाचून राहणार नाही, कारण कशाही रीतीने तुम्हास शरणागती पत्करावयास लावणे हा त्याचा अंतिम हेतू आहे. तुम्ही शरणागती पत्करून तुमचा नाश टाळा. मांडलिक म्हणून राहण्याची तयारी दाखवा; नंतर संधी सापडताच तुम्हाला तुमचे स्वातंत्र्य पुन्हा प्रस्थापित करता येईल.

मराठा सरदारांचा सल्ला पिडनायकास पसंत पडला. बादशहा बलाढ्य असून त्याच्यासमोर आपण टिकाव धरू शकणार नाही, हे त्याला उमगले; परंतु संपूर्ण शरणागती पत्करण्यास त्याचे मन तयार होईना. तथापि, त्याच्या डोक्यात एका वेगळ्याच कृतीचा प्रादुर्भाव झाला.

मोगल फौजेत अब्दुल गनी नावाचा एक काश्मिरी व्यापारी होता. तो जरी मोगल छावणीत व्यापार करीत असला, तरी त्याचे धेडपुरीतील बेरडांशीही मैत्रीचे संबंध होते. पिडनायकाने त्याला हाताशी धरले. त्याने त्याच्यामार्फत बादशहास पत्र पाठविले की, मला पश्चात्ताप झाला असून मी तुमच्याशी तह करण्यास तयार आहे. तरी आपण कृपावंत होऊन, माझे सर्व अपराध पोटात घालून मला क्षमा करावी. मी तुमच्या सर्व अटींचे पालन करण्यास तयार आहे.

अब्दुल गनीने ते पत्र बादशहाला देण्यासाठी बादशहाचा एक वाकनीस हिदायत कैश याच्याकडे नेऊन दिले. तो त्याला म्हणाला की, मी नमाज पढण्यासाठी म्हणून धेडपुरीनजीकच्या मशिदीत गेलो असता, बेरडांनी अचानकपणे येऊन मला पकडले. त्यांनी मला किल्ल्यात नेऊन त्यांच्या नायकांसमोर उभे केले. मी फार घाबरून गेलो होतो; त्यामुळे नायकाने विचारलेल्या प्रश्नांची उत्तरे मला द्यावी लागली. नंतर त्याने माझी मुक्तता केली आणि हे पत्र बादशहांना पोहोचते करण्याची मला विनंती केली.

अब्दुल गनी काश्मिरीच्या त्या बनावट कथेवर हिदायत कैशचा विश्वास बसला. त्याने पिडनायकाचे पत्र बादशहासमोर ठेवले; पण त्या पत्रातील मजकुरावर बादशहाचा काही केल्या विश्वास बसेना, कारण बेरडांचा जोर भयंकर होता. त्यातच त्यांना मराठ्यांचीही कुमक आली होती. तथापि, तो हिदायत कैशला म्हणाला की, बेरडांच्या नायकाला जर तह करायचा असेल, तर त्याला शाहजादा कामबक्षशी बोलणी सुरू करण्याचा निरोप धाडा.

बादशहाच्या आज्ञेप्रमाणे हिदायत कैशने पिडनायकास कळविले की, तुम्हास जर तह करायचा असेल, तर शाहजादा कामबक्षना तशी विनंती करावी. त्या निरोपाप्रमाणे पिडनायकाने कामबक्षला तहाचा वेगळा अर्ज धाडला. त्यात त्याने म्हटले होते की, ''माझा भाऊ सोमशंकर याला मी बादशहाच्या सेवेत रुजू करीत आहे. तरी त्याला मनसब, खिलतीचा पोशाख, जडजवाहीर आणि घोडा वगैरे मानमरातब द्यावा.'' पिडनायकाची ही अट त्वरित मान्य करण्यात आली. त्याचा

भाऊ सोमशंकर याला मनसब देण्यात आली.

त्या वेळी शेख मीरखान नावाच्या सरदाराचा मुलगा मुहताशीमखान हा बेरोजगारीचे दिवस कंठीत होता. तो अब्दुल गनीचे बरेच देणे लागत होता. अब्दुल गनीच्या शिफारसीनुसार त्याची वागिनगेऱ्याचा किल्लेदार म्हणून नेमणूक करण्यात आली. तो किल्ल्यात गेल्यावर पिडनायकाने सांगितले की, आम्ही एक आठवड्याच्या आत किल्ला खाली करतो व किल्ल्यावर बादशहाचे निशाण फडकावतो.

अब्दुल गनी व हिदायत कैश या दोघांनी पिडनायकाचा आणि कामबक्षचा तह घडवून आणल्याबद्दल त्या दोघांचा बक्षीस देऊन गौरव करण्यात आला. अब्दुल गनीला तीनशेची मनसब मिळाली, तर हिदायत कैशला 'हादीखान' हा किताब बहाल करण्यात आला. बेरड शरण आले म्हणून मोगल छावणीमध्ये शहाजणी व नौबती वाजवून विजय साजरा करण्यात आला. सरदारांनी बादशहाची भेट घेऊन त्याचे अभिनंदनही केले; परंतु अद्याप पिडनायकाची आणि बादशहाची भेट व्हायची होती.

बेरडांनी किल्ला खाली करण्यास प्रारंभ केला. म्हातारीकोतारी व आजारी माणसे किल्ल्यातून बाहेर पडली. सामानसुमानही बाहेर आणण्यात आले. त्या दिवशी पिडनायक बादशहाच्या भेटीस येणार होता. त्याप्रमाणे बादशहा आणि त्याचे सरदार त्याची वाट पाहत होते. अकस्मात पिडनायकाचा भाऊ सोमशंकर याने सांगितले की, माझा भाऊ तापाने आजारी असल्याची बातमी किल्ल्यातून आली आहे. तसे असल्यास आजारी स्थितीत तो बादशहाच्या भेटीस येणे अशक्य आहे. दुसऱ्या दिवशी बातमी आली की, ताप मस्तकात जाऊन भिडल्याने पिडनायकास भ्रम झाला आहे. तिसऱ्या दिवशी जी बातमी आली ती सगळ्यांचाच भ्रम उतरविणारी होती. पिडनायकास वेडाचा झटका आल्याने तो किल्ल्यातून पळून गेला असल्याची ती बातमी होती. या बातमीला दुजोरा म्हणून आणखी बातमी आली की, आपला मुलगा वेडाच्या भरात आत्महत्या तर करणार नाही ना, अशी भीती पिडनायकाच्या आईला पडल्याने ती आक्रोश करीत आहे. तिने बादशहास निरोप धाडला की, माझा मुलगा परत आला की, त्याला मी त्वरित तुमच्या भेटीस पाठविते. तोपर्यंत तुम्ही माझा धाकटा मुलगा सोमशंकर याला जमीनदारीची सनद देऊन किल्ल्यात पाठवावे. त्या निरोपाप्रमाणे बादशहाने सोमशंकरला वागिनगेऱ्याच्या जमीनदारीची सनद बहाल करून त्याला किल्ल्यात पाठवून दिले. पिडनायकाची आई कपटकारस्थान करील असा त्याला चुकूनही संशय आला नाही.

परंतु बादशहाचा भ्रमाचा भोपळा फुटण्यास उशीर लागला नाही. सोमशंकर जो किल्ल्यात गेला, तो तिकडेच गडप झाला. त्याने किल्ला आज खाली करतो, उद्या खाली करतो अशी थाप मारून कालहरणाचा डाव खेळण्यास प्रारंभ केला. नंतर

त्याने मोगल सैनिकांना किल्ल्यात येण्यासही मज्जाव केला. बादशहाने नेमलेला किल्लेदार मुहताशीमखान आणि त्याचे सोबती यांना त्याने कैदेत ठेवल्याप्रमाणे वागविण्यास प्रारंभ केला.

पिडनायकाने आपणास फसविले. आपणास लष्करी तयारी करण्यास उसंत मिळावी म्हणून त्याने हे कटकारस्थान रचले हे औरंगजेबाच्या ध्यानी येण्यास विलंब लागला नाही; परंतु त्याने वरकरणी मात्र तसे दाखविले नाही, कारण बेरडांकडून आपली फटफजिती झाली हे बेरडांच्या आणि आपल्या सरदारांच्या निदर्शनास आणणे त्याला नको होते; त्यामुळे पिडनायकाला बादशहास फसविल्याचे श्रेय मिळणार होते. औरंगजेबाचा हुकमी सरदार झुल्फिकारखान नस्रतजंग हा मराठ्यांच्या बंदोबस्तासाठी बऱ्हाणपूर भागात होता. त्याला त्याने त्वरित वागिनगेऱ्यास पाचारण केले. तत्पूर्वी जिंजीच्या सुभ्याचा कारभार पाहणारा दुसरा एक अनुभवी सरदार दाऊदखान पणी हा बादशहाच्या आज्ञेनुसार मोठे सैन्य घेऊन वागिनगेऱ्याकडे निघाला होता. इतर सरदारांना जी कामगिरी शक्य होत नसे, ती झुल्फिकारखानाकडे सोपविणे हा औरंगजेबाचा जणू नित्यक्रमच होऊन बसला होता. बादशहाचा खलिता हाती पडताच झुल्फिकारखान आपले रजपूत सरदार, राव दलपत बुंदेला व रामसिंग हाडा यांच्यासह मोठा खजिना घेऊन द्रुतगतीने वागिनगेऱ्याकडे निघाला. तो मोठमोठ्या मजला करीत बादशहाच्या छावणीत येऊन दाखल झाला, तेव्हा बादशहा आपलीच वाट पाहत असल्याचे त्याला आढळून आले. तो जेव्हा बादशहाच्या मुलाखतीसाठी त्याच्या डेऱ्यात गेला, तेव्हा त्याने त्याला आज्ञा फर्माविली की, बेरडांचा निःपात झाला पाहिजे आणि त्याच कामगिरीसाठी तुला पाचारण करण्यात आले आहे. त्या दरम्यान बादशहाच्या वाइटावर टपून बसलेले, त्याचे असंतुष्ट सरदार त्याची कुत्सित निंदा करण्यात मश्गूल झाले होते. पिडनायकासारख्या एका बेरड जमातीच्या नायकाकडून बादशहाची फटफजिती झालेली पाहून त्यांना मनातून आनंदाच्या उकळ्या फुटत होत्या. बादशहाचा पराक्रम, त्याचा धोरणीपणा आणि त्याची बुद्धी त्याच्या वयाबरोबर लयास गेली अशी कुजबूज सरदारांच्या खासगी बैठकीत होत होती.

परंतु बादशहाची पंचेंद्रिये आणि त्याची बुद्धी पूर्वीसारखीच प्रखर होती. झुल्फिकारखानाने बादशहाच्या हुकमाप्रमाणे क्षणाचीही विश्रांती न घेता हल्ल्याची तयारी सुरू केली. दाऊदखान पणी, जमशिदखान विजापुरी, बहादूरखान, कमरनगरचा किल्लेदार युसुफखान, गुलबर्ग्याचा किल्लेदार कामजाबखान, राव दलपत बुंदेला व रामसिंग हाडा त्याचप्रमाणे आणखी बरेच फौजदार त्याच्या दिमतीस होते.

महंमद अमीनखान व सुलतान हुसेन हे दोघे धेडपूर पेठसमोरच्या टेकडीवर मोर्चे बांधून होते; परंतु बेरड शिपायांच्या अचूक माऱ्यामुळे त्यांची डाळ शिजत

नव्हती. झुल्फिकारखान व त्याच्या सरदारांनी याच बाजूने चढाई सुरू केली. बेरड फौजांनी त्यांचे हल्ले मोठ्या शर्थीने परतवून लावले. त्यात त्यांची जबरदस्त हानी झाली; पण त्यांनी माघार घेतली नाही. त्या दिवशी झालेल्या लढाईत राव दलपत बुंदेला याचे बरेच सैनिक बेरड सैनिकांच्या गोळ्यांना आणि तोफांना बळी पडले. जमशिदखान विजापुरी हा निर्भयतेचा आव आणून सर्वांसमोर लढत होता. एका बेरड गोलंदाजाने अचूक नेम साधून त्याला यमसदनास पाठविले. नस्रतजंगला त्या दिवशी बेरडांच्या पराक्रमाचा खरा साक्षात्कार घडला. त्या शूर जमातीचा मोगल साम्राज्याच्या रक्षणासाठी उपयोग करून घेण्याऐवजी तिला नेस्तनाबूत करण्याचा पण बादशहाने करावा याचे त्याला मनस्वी दुःख झाले; परंतु तो हुकुमाचा ताबेदार होता. बादशहाला आपल्या मोगली रक्ताचा आणि मोगलांच्या पराक्रमाचा एवढा गर्व होता की, तो कुणाचाच पराक्रम मान्य करण्यास तयार नव्हता. वागिनगेऱ्याच्या टेकड्यांवर चार-पाच दिवस घनघोर लढाई चालली. बेरड शिपायांनी पराक्रमाची अगदी शिकस्त केली. असंख्य मोगल सैनिकांना आणि नावाजलेल्या मोगल सरदारांना त्यांनी रणांगणात लोळवून आपले रणकौशल्य आणि बहादुरी प्रकट केली. नस्रतजंगला मोठी चिंता पडली. त्याच्यावर कपाळाला हात लावण्याची पाळी आली. बेरडांचे दमन करणे ही कठीण गोष्ट आहे याची त्याला जाणीव झाली होती. अकस्मात एके दिवशी खानाच्या हरकाऱ्यांनी बातमी आणली की, हवेत धुळीचे लोट उठत आहेत व धरणीला धडका बसत आहेत. एक प्रचंड घोडदळ वागिनगेऱ्याच्या रोखाने चालून येत असल्याच्या त्या खुणा होत्या. नस्रतजंगच्या ध्यानी येण्यास उशीर लागला नाही की, ते घोडदळ मराठ्यांचे आहे. ते ताज्या दमाचे मराठ्यांचे सैन्य बेरडांना येऊन मिळाले, तर बेरडांचा पाडाव होणे दूरच; पण आपणावरही कदाचित त्यांच्याकडून पराभूत होण्याची पाळी येईल. हे त्या धोरणी आणि अनुभवी सरदाराने ताडले, कारण मराठ्यांच्या लष्करी डावपेचांचा त्याच्याशिवाय अन्य कुठल्याही मोगल सरदारास अधिक अनुभव नव्हता. त्याने परिस्थितीचे गांभीर्य लक्षात आणून मराठ्यांना रोखण्यासाठी आपल्या घोडदळाच्या काही तुकड्या रवाना केल्या आणि धेडपूरच्या गढीवर शेवटचा निर्णायक हल्ला करण्याच्या इराद्याने तो रणवेष परिधान करून आपल्या डेऱ्यातून बाहेर पडला.

दाऊदखान पणी व त्याचे बंधू, हमिदुद्दीनखान व तोफखान्याचा मीर अतीश तर्बियतखान हे सर्व नाणावलेले सरदार आपल्या फौजांसह पुढे सरसावले. नंतर त्यांच्या ध्यानात आले की, एकोणनव्वद वर्षांचा वृद्ध बादशहा रणवेष परिधान करून मोगल व बेरड यांच्यामधील शेवटच्या सामन्याचे अवलोकन करण्यासाठी घोड्यावर स्वार होऊन रणमैदानात दाखल झाला आहे. वागिनगेऱ्याचा पाडाव होण्यासाठी तो इतका हट्टास पेटला होता की, प्रत्यक्ष रणांगणावर देहत्याग

करण्याचीही त्याच्या मनाची तयारी झाली होती.

गढीच्या तटाकडे धीमेपणाने पुढे सरकणाऱ्या मोगल सैन्यावर बेरडांच्या तोफा व बंदुका आग ओकू लागल्या. बेरड सैनिकांच्या अंगात रणदेवतेने संचार केल्याने ते बेहोष होऊन लढत होते. सर्वत्र प्रेतांचा खच पडलेला दिसू लागला. त्या भयंकर रणधुमाळीत जखमी सैनिकांचे विव्हळणे पार विरून गेले. त्या दरम्यान मोगलांना बगल देऊन काही मराठा सैन्य बेरडांना येऊन मिळण्यात यशस्वी झाले होते. ही कुमक आल्याने बेरडांना भयंकर चेव आला. तथापि, मोगल सरदारही जिद्दीला पेटले होते. सर्व शस्त्रांनी सुसज्ज असलेले प्रचंड मोगल सैन्य प्राणहानीची पर्वा न करता पुढे सरकत होते. धेडपूरसभोवतालच्या टेकड्यांवरील बेरड ठाणी त्यांनी काबीज केली होती. बेरड व मराठे लढतालढता माघार घेत गढीच्या प्रवेशद्वारापर्यंत आले. आता गढीत प्रवेश केल्यावाचून त्यांना तरणोपाय नव्हता.

पिडनायकाने विचार केला की, गढी लढविणे निष्फळ आहे. हट्टास पेटलेले मोगल सरदार ती घेतल्यावाचून राहणार नाहीत, याबद्दल त्याला शंका उरली नाही. तीन हजार कडव्या बंदूकधारी सैनिकांना मोगलांचा प्रतिकार करण्यासाठी मागे ठेवून त्याने आपल्या मराठा मित्रांसह पलायन केले.

इकडे गढीचे रक्षण करणाऱ्या बेरडांनीही आतील बायका-मुलांना सुरक्षितपणे बाहेर काढून व घरादारांना आग लावून आपल्या नायकाचा मार्ग चोखाळला.

किल्ल्यातून उठलेले आगीचे व धुराचे प्रचंड लोळ पाहून मोगलांनी तर्क केला की, बेरडांनी गढी खाली करून पलायन केले आहे. आता बंदुकांचे व तोफांचे आवाजही ऐकू येत नव्हते. दाऊदखान पणी, मन्सूरखान व आणखी काही सरदार गढीत घुसले; पण त्यांना कुठेच मानवी अस्तित्व जाणवले नाही. सर्वत्र पेटत असलेल्या इमारती तेवढ्या दिसत होत्या. मोगल सरदार लगबगीने किल्लेदार मुहमशमखान याच्या घराकडे धावले, कारण पुष्कळ दिवसांपासून त्याची बातमी नव्हती. पिडनायकाने त्याला ठार मारले असेल किंवा तो आगीत सापडला असेल अशी त्यांची समजूत होती; परंतु तसे काही घडले नव्हते. मुहमशमखानाचे घर शाबूत होते. मात्र, त्याला कैद करून ठेवण्यात आले होते. मोगल सरदारांनी घराचे दार फोडून त्याला मुक्त केले.

गढी सर झाल्याची वार्ता बादशहास कळविण्यात आली. तो उत्कंठित मनाने बऱ्या-वाईट बातमीची मार्गप्रतीक्षा करीत होता. गढी सर झाल्याची वार्ता कानी पडताच तो सद्‌गदित झाला. त्याने अल्लाचे कृतज्ञतेने आभार मानले व शहाजणी आणि नौबती वाजवून विजय साजरा करण्याचे फर्मान काढले.

विजयी झुल्फिकारखान नस्रतजंग आपल्या सरदारांसह बादशहाच्या भेटीस गेला. बादशहा त्याच्या आगमनाचीच वाट पाहत होता. दख्खनमध्ये अनेक मोठे

विजय संपादन केलेला तो पराक्रमी सरदार असल्याने बादशहा त्याला मानीत होता; त्याच्या शब्दाची कदर करीत होता. बेरडांचा पाडाव करून दख्खनमधील आपला शेवटचा जबरदस्त शत्रू नष्ट केल्याबद्दल बादशहाने झुल्फिकारखानाला धन्यवाद दिले. त्याच्या मनसबीत एक हजार स्वारांची वाढ करून हिरेजडित तलवार, सोनेरी साज असलेला एक घोडा आणि चांदीची अंबारी त्याला बक्षीस दिली. राव दलपत बुंदेला याच्या रजपुतांनी मोठीच बहादुरी गाजविली होती. त्याबद्दल त्यांना बढती देण्यात आली. रामसिंग हाडाच्या मनसबीत पाचशे स्वारांची वाढ करण्यात आली. त्याचप्रमाणे हमिदुद्दीनखान, दाऊदखान पणी, तर्बियतखान, अमानुल्लाखान वगैरे सरदारांच्या मनसबीतही वाढ करण्यात येऊन बादशहाने त्यांना वेगवेगळ्या प्रकारची बक्षिसे दिली.

चिनकिलिचखान आपल्या सैन्यासह बेरड व मराठे यांच्या पाठलागास निघाला होता. तो परत आल्यावर त्याच्या मनसबीत एक हजार स्वारांची वाढ करून एक हिरेजडित तलवार त्याला बक्षीस देण्यात आली.

अशा रीतीने औरंगजेबाने बेरडांवर मिळविलेला हा विजय मोठ्या थाटाने साजरा केला. त्याने किल्ल्याचे नाव 'रहमानबक्ष' असे ठेवले. बेरडांचा पराभव होऊन ते पळून गेल्याने औरंगजेबास वागिनगेरा येथे वास्तव्य करण्याचे प्रयोजन नव्हते. त्यातच पावसाळाही डोक्यावर आला होता. वागिनगेरा हा पहाडी मुलूख असल्याने पावसाळ्यात तेथे वास्तव्य करणे धोक्याचे होते. म्हणून औरंगजेबाने बेरडांच्या प्रदेशात व्यवस्था प्रस्थापित करण्याची कामगिरी चिनकिलीचखानावर सोपवून पावसाळ्यासाठी वागिनगेरापासून तीन-चार कोसांवर असलेल्या देवापूर या गावी कूच केले. हे गाव हवापाण्याच्या दृष्टीने चांगले व रमणीय असल्याने पावसाळ्यात तेथे आपणास निवांतपणे कालक्रमण करता येईल असे बादशहास वाटले.

ஐ

४०

माणूस संकल्प करतो; परंतु त्याची सिद्धी त्याच्या शक्तिसामर्थ्यावर अवलंबून नसते. संकल्प आणि सिद्धी यांच्या मार्गात एका अदृश्य शक्तीचा हात असतो. अशी शक्ती की, जी सृष्टीतील घडामोडींचे नियमन करते.

औरंगजेब बादशहाला आपल्या लष्करी प्रतिभेचा, आपल्या बुद्धिमत्तेचा आणि

आपल्या लष्करी सामर्थ्याचा भयंकर गर्व होता आणि तो का असू नये? त्याने असे एक प्रचंड साम्राज्य निर्माण केले नव्हते का की, तोपर्यंत होऊन गेलेल्या कोणाही जगज्जेत्याने संपादन केलेल्या साम्राज्याहून ते मोठे होते? मध्य आशियापासून दक्षिणेस सेतुबंध रामेश्वरपर्यंत पसरलेल्या अवाढव्य साम्राज्याचा तो सार्वभौम सत्ताधीश नव्हता का? आणि म्हणून त्याने पृथ्वीपती अथवा आलमगीर हा किताब धारण केला होता! परंतु अलीकडे त्याला वाटू लागले होते की, आपण एवढे मोठे साम्राज्य निर्माण केले खरे, परंतु ते मजबूत नाही. त्याचा पाया ठिसूळ आहे. त्यातच या साम्राज्यात पैगंबराच्या पवित्र धर्माचा प्रसार करण्याचा आपला जो अंतिम हेतू, तोही साध्य झालेला नाही. सक्तीने दीक्षा दिल्याखेरीज कुणीही या धर्माचा स्वखुशीने स्वीकार केला नव्हता. ती रुखरुख त्याच्या मनाला फार लागून राहिली होती. वागिनगेऱ्याहून देवापूरपर्यंतचा प्रवास करीत असता, औरंगजेबाच्या मनात हेच विचारचक्र चालू होते. आपला अंतःकाल समीप आल्याची चाहूल त्याला लागली होती. वार्धक्याने त्याच्या कायेवर संपूर्ण कब्जा मिळविला होता, गात्रे शिथिल पडली होती; पंचेंद्रिये काम करीनाशी झाली होती. दूर क्षितिजावर मृत्यूची अदृश्य छाया दृग्गोचर होऊ लागली होती.

त्या विचारमग्न स्थितीतच बादशहा देवापूरला येऊन दाखल झाला. तो स्थिरस्थावर होतो न होतो तोच स्मशानात वावरणाऱ्या भुतावळीप्रमाणे त्याच्याकडे मराठ्यांच्या लष्करी हालचालींच्या बातम्या येऊ लागल्या. वागिनगेऱ्याहून निसटलेला बेरड राजा पिडनायक व हिंदुराव घोरपडे या दोघांनी कर्नाटकात धुमाकूळ घातला होता. पेन्नूकोंडाच्या मोगल किल्लेदाराची नाकेबंदी करून ते त्याला शरण येण्यास प्रवृत्त करीत होते. पेन्नूकोंडा हा मोक्याच्या ठिकाणी असलेला किल्ला गेला तर कर्नाटकातील मोगल सत्ता विस्कळीत होणार होती; त्यातच विजापूर सुभ्यात एक वर्षापासून सुरू असलेली मराठ्यांची धामधूम अद्याप चालूच होती. बेरडांचा पराजय करण्यासाठी नस्रतजंगला बऱ्हाणपूरहून पाचारण करण्यात आले होते; परंतु त्याची पाठ फिरते न फिरते तोच मराठ्यांनी त्या भागात उचल खाल्ली होती. मराठे त्यापूर्वीच उज्जैनपर्यंत पोहोचले होते. मराठ्यांनी वऱ्हाड प्रांतात शिरून तेथील मोगल सरदार सर्जाखान याच्यावर अचानकपणे हल्ला करून त्यास कैद केले होते; पण खानाने मोठी रक्कम भरून आपली मुक्तता करून घेतली होती.

नंतर मराठे होशंगाबादकडे निघून गेले होते. मराठ्यांचा एक सेनाविभाग मंडूकडे निघाला होता, तर दुसरा नर्मदा ओलांडून सिरोजवर चाल करून गेला होता. या विभागाचे नेतृत्व कुशल सेनापती नेमाजी शिंदे यांच्याकडे होते. त्यांनी अनेक ठिकाणी लुटालूट आणि जाळपोळ करून मोगलांना जर्जर करून सोडले होते. सिरोजचा वेढा फिरोजजंग उठवितो न उठवितो तोच मराठे कालबागच्या

रोखाने निघाले होते. त्यांचा पाठलाग करता करता फिरोजजंगची अगदी दमछाक होऊन गेली होती. अखेर मराठ्यांना धामणीच्या जंगलात गाठण्यात त्याला यश आले होते; परंतु मोगल सेना ही लढाई जिंकणार असे पाहताच मराठ्यांनी तेथून माघार घेऊन हा हा म्हणता ते अदृश्य झाले. नंतर त्यांचा वऱ्हाडात सगळीकडेच संचार सुरू झाला होता. ते आज इकडे आहेत, तर उद्या तिकडे अशा बातम्या येऊन मोगलांमध्ये गोंधळ निर्माण झाला होता.

आणि नंतर ती धक्का देणारी बातमी आली होती. जो किल्ला प्रत्यक्ष बादशहाच्या मार्गदर्शनाखाली घेण्यात आला होता आणि तो घेताना शेकडो मोगल सैनिक आणि मनसबदार कामास आले होते, तो 'बक्षिंदाबक्ष' ऊर्फ कोंडाणा किल्ला मराठ्यांनी परत घेतला होता. तत्पूर्वी वसंतगड पडल्याची बातमीही आली होती. कोंडाण्यासारखा बलाढ्य किल्ला फिरून मराठ्यांच्या हातात जाणे म्हणजे पुणे सुभा निसटून जाण्यासारखे होते. ती बातमी ऐकून औरंगजेबास भयंकर दुःख झाले. आपल्या सैनिकांचे आणि मनसबदारांचे बलिदान व्यर्थ ठरल्याची जाचणी त्याच्या मनाला लागली.

थकलेल्या देहाला थोडी विश्रांती द्यावी, ईश्वरचिंतनात काही काळ घालवावा, साम्राज्याच्या व्यवस्थेची आखणी करावी म्हणून बादशहा देवापूरसारख्या रम्य ठिकाणी आला होता; परंतु त्याच्या विवंचना संपलेल्या नव्हत्या. मराठ्यांच्या भुताटकीने त्याला संत्रस्त करून सोडले होते. त्यांचा निःपात कसा करावा हाच प्रश्न त्याला आता सतावीत होता. गेले पाव शतक त्याने मराठ्यांच्या मोहिमेखेरीज अन्य काही केले नव्हते.

उन्हाळा संपला आणि पावसाळा सुरू झाला. कोंडाण्यानंतर पन्हाळा आणि आणखी काही लहानसहान किल्ले पडल्याची बातमी देवापूरला आली. त्या बातम्यांनी बादशहा चिंतातुर झाला. त्याची झोप उडाली. तो मानसिक ताण त्याला सहन न झाल्याने तो आजारी पडला. त्याला ताप येऊ लागला; परंतु मराठ्यांच्या विजयाच्या बातम्यांनी धक्का बसून आपण आजारी पडलो, असे आपल्या छावणीतील लोकांना वाटून त्यांच्या मनात घबराट माजू नये म्हणून तो आजारी स्थितीतही दरबारात येत राहिला. त्याने झुल्फिकारखानास बोलावणे पाठविले. त्याच्याशिवाय आणखी कुणावरच त्याचा आता विश्वास नव्हता. खान बादशहाच्या दर्शनास त्याच्या डेऱ्यात गेला, तेव्हा बादशहाची विकलांग अवस्था पाहून त्याच्या हृदयाचे पाणी पाणी होऊन गेले. बादशहा खोल आवाजात त्याला म्हणाला, "मराठा गनीम पुन्हा शिरजोर झाला आहे. त्याच्या संगनमताने बेरडांनी पुन्हा उठाव केला. त्यांनी बक्षिंदाबक्ष किल्ला पुन्हा घेतल्याने मी बेचैन झालो आहे. मराठा गनिमाच्या या विजयाने आमचे सैन्य अस्वस्थ होणे स्वाभाविक आहे-"

"बक्षिंदाबक्षच्या किल्लेदाराने दगलबाजी केली. मराठ्यांकडून लाच घेऊन त्याने किल्ला त्यांच्या हवाली केला. त्याबद्दल खाविंदांनी श्रमी होऊ नये. आम्ही बक्षिंदाबक्ष किल्ला पुन्हा घेऊन दाखवितो." झुल्फिकारखान आत्मविश्वासाने म्हणाला.

"तीच कामगिरी सांगण्यासाठी मी तुला बोलावून घेतले. माझा सारा भरवसा सुरुवातीपासून तुझ्यावर होता, तो आताही आहे." औरंगजेब आपल्या भावना दाबीत म्हणाला.

ते उद्गार ऐकून झुल्फिकारखान सद्गदित झाला. तो म्हणाला,

"खाविंदांचा विश्वास आमच्यावर आहे हे ऐकून आम्हास धन्यता वाटते. आमची सेवा खाविंदांच्या चरणी सदैव रुजू आहे."

"माझे पुत्र आणि माझे उमराव स्वार्थी आहेत. ते माझ्या मृत्यूकडे डोळे लावून बसले आहेत. माझ्या साम्राज्यावर त्यांचा डोळा आहे. माझे काही सरदार दख्खनमध्ये स्थायिक होण्याच्या कारवाया करीत आहेत, असे मी ऐकतो-"

"कोण आहेत ते सरदार खाविंद?" झुल्फिकारखानाने निर्विकार चेहऱ्याने पृच्छा केली.

बादशहाने झुल्फिकारखानाच्या चेहऱ्याचे थोडा वेळ निरीक्षण केले आणि मग तो म्हणाला,

"दाऊदखान पण्णी-"

दाऊदखानाच्या दावणीत बादशहाने आपणास न गोवलेले पाहून झुल्फिकारखानाने मनातल्या मनात सुटकेचा श्वास सोडला. दख्खनमध्ये भूतपूर्व गोवळकोंडा व आदिलशाही राज्यांची एक स्वतंत्र सुलतानशाही स्थापन करण्याची महत्त्वाकांक्षा झुल्फिकारखानाच्या मनात पुष्कळ दिवसांपासून होती. त्या महत्त्वाकांक्षेचा बादशहाला एकदा संशय येऊन त्याने आपल्या बापास-आसदखानास छेडल्याचेही त्याला माहीत होते, तेव्हापासून त्याने दख्खनमध्ये स्वतंत्र सुलतानशाही स्थापण्याचा विचार सोडून दिला होता; परंतु दाऊदखान पण्णीसारख्या महत्त्वाकांक्षी सरदाराच्या मनात दख्खनमध्ये स्वतंत्र राज्य स्थापन करण्याचे विचार सुरू झाल्याने त्याचीही महत्त्वाकांक्षा पुन्हा डोके वर काढू लागली होती. तो बादशहास म्हणाला,

"जहापन्हा, दाऊदखान पण्णीच्या मनात काय आहे ते मी सांगू शकत नाही. परंतु..."

"परंतु काय?" झुल्फिकारखान मध्येच थांबलेला पाहून बादशहाने उत्कंठेने पृच्छा केली.

"आपला एक मातब्बर सरदार दख्खनमध्ये लागेबांधे निर्माण करण्याचा प्रयत्न करीत आहे-"

"तो कोण सरदार?"

"चिनकिलीचखान."

"चिनकिलीचखान?"

"होय जहापन्हा; त्यांनी आपल्या आज्ञेवरून बेरडांना आणि मराठ्यांना हाकलून देण्याची मोहीम सुरू केली; परंतु त्यांच्या हस्तकांच्या आणि गनिमांच्या गुप्त गाठीभेटी होतात अशी बातमी आमच्या कानी आली आहे-"

झुल्फिकारखानाच्या तोंडची ती बातमी ऐकून बादशहा एकदम स्तब्ध झाला. तो बराच वेळ गप्प होता. नंतर तो म्हणाला,

"आता मी कुणावर विश्वास ठेवू? माझे हे विश्वासू सरदार जर माझ्याविरुद्ध गुप्त कारस्थाने करू लागले, तर मी कुणाच्या तोंडाकडे बघावे? म्हणून मी मघाशी म्हटले की, माझा आता कुणावरच विश्वास उरलेला नाही."

"जहापन्हा, आपण फिकीर करू नये. आमच्या अंगात रक्ताचा शेवटचा थेंब असेतोवर आम्ही साम्राज्याचे रक्षण करू. आपल्या कारस्थानी सरदारांचे पारिपत्य करण्याचा हुकूम आपण आम्हांला करावा." झुल्फिकारखान आवेशाने म्हणाला.

परंतु झुल्फिकारखानाकडे तसा अधिकार सुपूर्द करण्यास बादशहा तयार नव्हता. झुल्फिकारखानाच्या सामर्थ्याविषयी त्याला शंका नव्हती; परंतु बंडखोर सरदारांचा मोड केल्यावर सगळी सत्ता आपल्या हाती घेऊन तो आपणालाच डोईजड होईल अशी भीती त्याला वाटत होती. तो म्हणाला,

"ते काम कधीतरी तुझ्याकडे येईलच. तोपर्यंत दाऊदखान पण्णी आणि चिनकिलिचखान यांच्या हालचालींकडे बारीक लक्ष ठेव. त्यांच्या कारवायांचा पुरावा गोळा कर, कारण कुणाही सरदाराला किंवा अधिकाऱ्याला त्याच्या गुन्ह्याचा पुरावा हाती आल्यावाचून शासन करण्याची माझी आतापर्यंतची प्रथा नाही."

"होय जहापन्हा; आपल्या न्यायनिष्ठुरतेची सर्वत्र ख्याती आहे. आपण हवेतील वावड्यांवर विश्वास ठेवीत नाही, हे सगळ्यांना ठाऊक आहे." झुल्फिकारखान म्हणाला.

"काय होते ते आपण बघावे आणि पुरावा हाती आल्यावर शिस्तभंगाची उपाययोजना करावी. तोपर्यंत गनिमांचा बंदोबस्त करण्याची कामगिरी मी तुझ्यावर सोपवितो आहे. तू प्रथम बक्षिंदाबक्ष घे आणि गनिमांना हाकलून लाव. जाताना शाहूला बरोबर घेऊन जा. तुझ्या छावणीत शाहू आहे हे कळताच मराठ्यांचा प्रतिकार थंडावेल. शाहूला दख्खनची सुभेदारी देण्याचा माझा विचार आहे; परंतु त्याच्या निष्ठेची मला अजून परीक्षा घ्यायची आहे. आतापर्यंत तो माझ्याशी निष्ठेने वागत आला आहे; पण तो मरगठ्ठा आहे म्हणून त्याच्याविषयी माझ्या मनात अजून शंका आहे. माझ्या प्रकृतीला आराम पडला की, मी त्वरित बहादूरवाडीला मुक्काम

हलविणार आहे.'' बादशहाने झुल्फिकारखानास निरोप देत म्हटले.

बादशहाला मुजरा करून झुल्फिकारखान त्याच्या डेऱ्यातून बाहेर पडला.

झुल्फिकारखान बादशहाच्या आज्ञेवरून त्याच्या मुलाखतीस देवापूरला गेल्याची वार्ता शाहजादा कामबक्ष व चिनकिलिचखान या दोघांना कळली, तेव्हा तो आपणाविरुद्ध बादशहाचे कान तर फुंकणार नाही ना अशी चिंता त्यांच्या मनात निर्माण झाली. म्हणून ते दोघे यत्किंचितही विलंब न लावता बादशहाच्या समाचाराच्या निमित्ताने देवापूरला निघाले.

चिनकिलिचखान आपणाविरुद्ध कारस्थान करतो आहे, हे बादशहास झुल्फिकारखानाकडून कळल्याने तो त्याच्यावर संतप्त झाला होता. त्याने त्याच्या भेटासाठी अर्ज केला, तेव्हा त्याने त्याला मुलाखत न देता त्वरित विजापूरला निघून जाण्याची परस्पर आज्ञा धाडली. शाहजादा कामबक्ष मात्र मागे राहिला.

बादशहा दोन आठवड्यांनी बरा झाला. आता पावसाळा ओसरला असल्याने त्याने छावणी मोडून अहमदनगरला प्रयाण करण्याचा बेत केला. शाहजादा कामबक्ष त्याच्या मुलाखतीसाठी तिष्ठत होता. त्याच्याविषयी त्याचे मन जरी साफ नसले, तरीही त्याला मुलाखत द्यावी असे त्याला वाटले.

बादशहाच्या डेऱ्याला रुग्णालयाचे स्वरूप प्राप्त झाले होते. सगळीकडे औषधांचा दरवळ व्यापून राहिला होता. बादशहा बरा झाला, तरी हकीम आणि वैद्य यांची वर्दळ त्याच्या डेऱ्यात चालूच होती. शाही हकीम हाजिकखान याचा मुक्काम बादशहाच्या डेऱ्यात अहोरात्र असायचा. त्याच्या उपचाराने आपला पुनर्जन्म झाला या भावनेने बादशहाने आपली सुवर्णतुला करून ते सोने आणि एक शिरपेच हाजिकखानास अर्पण केला होता. शिवाय 'हकीम उल्मुल्क' ही पदवीही त्याने त्याला बहाल केली होती.

शाहजादा कामबक्षला बादशहाने भेटीस येण्याची परवानगी देताच तो त्वरित भेटीस गेला. त्याने दिवाणखान्यात प्रवेश केला, तेव्हा बादशहा जपमाळ घेऊन बिछान्यावर जप करीत बसला होता. कामबक्षने त्याला लवून मुजरा केला, तेव्हा त्याने खुणेनेच त्याला आसनस्थ होण्यास सांगितले. जपमाळेचे मणी ओढीत असता बादशहा कलिमाचे शब्द पुटपुटत होता.

कामबक्षची नजर आपल्या बापाच्या कायेवरून फिरत होती. बादशहा विकलांग झाला होता. आसनावर बसल्या बसल्या त्याच्या छातीवर रुळणारी पांढरी सफेद दाढी तेवढी नजरेत भरत होती. बाकी सगळा देह अस्थिपंजर झाला होता. त्याच्या अंगात जो मलमलचा तलम अंगरखा होता, त्यात तो एखाद्या बुजगावण्यासारखा वाटत होता. आधीच त्याची शरीरयष्टी सडपातळ, त्यात नव्वद वर्षांच्या वार्धक्यामुळे आणि प्रदीर्घ आजारामुळे तो कमालीचा कृश झाला होता. डोळे खोल गेले होते व

गालांची हाडे वर आली होती; त्यामुळे त्याचा चेहरा एखाद्या कवठासारखा भयानक वाटत होता. बादशहा आता काही दिवसांचा सोबती असल्याची जाणीव झाल्याने प्रौढावस्था संपवून वृद्धापकालाचा उंबरठा ओलांडणाऱ्या शाहजादा कामबक्षच्या अंतःकरणात कालवाकालव सुरू झाली.

"काय काम होतं बेटा?" अखेर बादशहाने पृच्छा केली.

"आपण आजारी असल्याची बातमी कळल्याने समाचारास आलो अब्बाजान." कामबक्षने प्रत्युत्तर केलं.

"पावसाळ्याचे दिवस आहेत, थोडं थंडी-पडसं झालं; वार्धक्यात तब्येत कमी-जास्त व्हायचीच." बादशहाच्या बोलण्यात बेफिकीरपणा होता. आपल्या प्रकृतीविषयी आपणास काळजी वाटत नाही, हे त्याला कामबक्षच्या निदर्शनास आणायचं होतं. "तुझ्या सुभ्यात बरं चाललंय ना?"

"होय अब्बाजान. खुदाच्या व आपल्या कृपेनं चांगलं चाललंय." कामबक्षने प्रत्युत्तर केलं. "नस्रतजंगना 'बक्षिदाबक्ष' घेण्यासाठी पाठविणार, असं कानी आलं."

"होय, हमिदुद्दीन खानास गनिमांनी दाद दिली नाही, म्हणून नस्रतजंगला पाठवावे असा बेत केला."

"त्यांच्याबरोबर शाहूलाही पाठविण्यात येणार अशी बातमी आहे." बादशहाकडे एक स्थिर दृष्टिक्षेप करीत कामबक्ष म्हणाला.

"होय, शाहूला नस्रतजंगबरोबर पाठविण्याचं ठरलं आहे. राजारामाच्या राण्यांमध्ये राज्यासाठी कलह सुरू झाल्याची बातमी आम्हांला कळली. आम्ही फार दिवसांपासून या कलहाची अपेक्षा करीत होतो."

"दोन वर्षांमागे आम्ही आपणाला शाहूस राजारामाचे राज्यपद देण्याची अर्जी केली होती, अब्बाजान-"

"तुझी ती सूचना अजून माझ्या लक्षात आहे बेटा," बादशहा आपल्या मुलाकडे पाहत म्हणाला, "मराठ्यांचं राज्य नष्ट करण्यासाठी तर मी गेली तेवीस वर्षे इकडे मुक्काम करून राहिलो. शाहूला राजा करणं हे माझ्या धोरणात बसत नाही. तरीही तो अंतिम उपाय आहे. राजारामाच्या बायकांमध्ये यादवी युद्ध सुरू झालं, तर मराठ्यांचा आपोआप नाश होऊन माझा हेतू साध्य होईल आणि मग शाहूला मराठ्यांचा राजा करून त्याच्या गादीला कायदेशीर मान्यता देण्याचा प्रश्न उद्भवणार नाही."

कामबक्षला तो दोन वर्षांपूर्वीचा प्रसंग आठवला. मराठे काही केल्या हटेनात ते पाहून त्याने बादशहास सुचविले होते की, शाहूस मराठ्यांचा राजा करून ताराबाईकडील सरदारांमध्ये दुफळी माजवावी. बादशहाने शाहूस राजा म्हणून

कायदेशीर मान्यता दिली, तर धनाजी जाधवांसारखे शाहूकडे ओढा असलेले सरदार ताराबाईचा पक्ष सोडून नवीन पक्षास येऊन मिळतील व त्यामुळे मराठ्यांचा प्रतिकार थंडावेल असा कामबक्षचा होरा होता. ती योजना बादशहास पसंत पडली होती व शाहूच्या वतीने धनाजी जाधवांशी त्याने वाटाघाटी सुरू केल्या होत्या. कामबक्षचे वकील धनाजी जाधवांना भेटले होते. उभय पक्षांच्या पुष्कळ वाटाघाटी झाल्यावर धनाजी जाधवांनी मागणी केली होती की, दक्षिणेतील सहा सुभ्यांच्या देशमुखीचा हक्क बादशहाने मराठ्यांना बहाल करून या सुभ्यांच्या बंदोबस्ताचे काम मराठ्यांकडे द्यावे. तसेच जे मराठा सरदार ताराबाईंचा पक्ष सोडून शाहूच्या झेंड्याखाली येतील त्यांना बादशहाकडून खलतीचा पोशाख मिळावा. अखेर मोठ्या नाखुशीने बादशहाने ही मागणी मान्य केली होती; परंतु मराठे मोठ्या जमावाने बादशहाच्या छावणीच्या आसपास आपापल्या सैन्यासह गोळा होऊ लागले, तेव्हा ते दगलबाजीने आपल्या छावणीवर हल्ला करून शाहूस पळवून नेतील या भीतीने त्याने तहाच्या वाटाघाटी बंद केल्या होत्या आणि आता बादशहाने ताराबाई व त्यांची सवत राजसबाई यांच्यातील कलहाच्या बातम्यांवर विश्वास ठेवून मराठ्यांमध्ये यादवी युद्ध माजेल, या आशेवर शाहूला झुल्फिकारखानाबरोबर सिंहगडास पाठविले होते.

"राजारामाच्या बायकांमधील सवतीमत्सर फार जुना आहे अब्बाजान. राजारामाच्या हयातीतच तो चालू होता. त्यातून यादवी युद्धासारखा प्रसंग उद्‌भवेल असं मला वाटत नाही. राजारामाची थोरली बायको तारा ही मोठी धोरणी आणि कजाग स्त्री आहे. राज्यकारभारावर आणि सैन्यावर तिची चांगली पकड आहे. सरदारांच्या फाटाफुटीची पर्वा करणारी ती स्त्री नाही. जोपर्यंत शाहूला आपण मराठ्यांचा राजा म्हणून जाहीरपणे मान्यता देणार नाही, तोपर्यंत मराठ्यांमध्ये दुफळी माजणे कठीण आहे." कामबक्ष म्हणाला.

"राजारामाच्या बायकांमध्ये कलह माजला आहे, हे माझ्या कानी आले आहे. त्याचे पर्यवसान यादवी युद्धामध्ये झाल्यावाचून राहणार नाही हे मी जाणून आहे; परंतु तसे जर घडले नाही तर मी शाहूला मुक्त करून मराठ्यांचा राजा म्हणून द्वाही फिरवीन; परंतु त्याला अजून अवकाश आहे आणि आता तू तुझ्या सुभ्यास परत जा बेटा. तू माझ्या भेटीस आल्याचे तुझ्या भावांना कळले, तर तुझ्या आकसाने तेही मग इकडे येतील-"

शाहजादा कामबक्ष हा औरंगजेबाचा लाडका पुत्र होता. त्याच्या हातून कितीही प्रमाद घडले, तरी तो त्याला त्याबद्दल रागे भरत नसे. त्याला त्याने अशा रीतीने डोईवर चढविल्याने तो सगळ्यांचा उपमर्द करीत असे. आपल्या बापाच्या मोठमोठ्या सरदार-उमरावांशी तो उर्मटपणे वागला होता आणि त्यामुळे त्याने त्यांचे शत्रुत्व

ओढवून घेतले होते; परंतु औरंगजेबाचा लाडका पुत्र असूनदेखील तो त्याला फार काळ आपल्या सान्निध्यात ठेवून घेत नसे. त्याचे कारण असे की, त्याला आपण अधिक प्रेमाने वागवितो हे जर आपले दुसरे दोघे पुत्र आझम आणि मोआझम या दोघांना कळले, तर ते आपणाविरुद्ध बिथरतील आणि बंडास प्रवृत्त होतील अशी त्याला भीती वाटायची. आपला बाप शहाजहान याला त्याने ज्या रीतीने वागविले ती स्मृती एखाद्या ससेमिऱ्याप्रमाणे त्याला सतावीत होती.

औरंगजेबाने आपल्या भावांना दगलबाजीने ठार करून आपल्या पित्याचा - शहाजहानचा जो छळ केला, ते तो विसरू शकत नव्हता; त्यामुळे आपल्या वृद्धापकाळात आपल्या मुलांमध्ये यादवीयुद्ध पेटून कुणीतरी गादी बळकावील आणि मग आपणास कारावासात टाकील म्हणून त्याला सदैव चिंता वाटत असे. त्यासाठीच तो आपल्या पुत्रांना आपल्या जवळपास फिरकू देत नसे.

आपल्या बापाच्या आज्ञेप्रमाणे शाहजादा कामबक्ष आपल्या सुभ्यास विजापूरला जाण्यास तयार झाला; परंतु औरंगजेबही आपली देवापूरची छावणी मोडून अहमदनगरला जाणार होता म्हणून आपल्या बापास निघण्याचा निरोप देण्यासाठी तो थांबला. त्याला बहादूरगडापर्यंत सोबत करण्याची इच्छा त्याने दर्शविली असता त्याने ती मंजूर केली.

कार्तिक महिनाअखेर औरंगजेबाने देवापूरहून बहादूरगडला कूच केले. त्याने हा प्रवास पालखीतून केला. पावसाळा ओसरला असल्याने सगळीकडे प्रसन्न वातावरण पसरले होते; त्यामुळे त्याच्या चित्तवृत्ती उल्हसित झाल्या. आजूबाजूच्या रमणीय सृष्टिसौंदर्याचे अवलोकन करण्यात मग्न झाल्याने तो आपली दुःखे आणि विवंचना क्षणभर विसरून गेला. नव्वद वर्षांचे प्रदीर्घ आयुष्य त्याच्या वाट्याला आले होते. इतकी वर्षे एकही मोगल सम्राट जगला नव्हता; परंतु अलीकडची काही वर्षे औरंगजेबास अडगळीसारखी वाटू लागली होती. मराठ्यांचा पुरता बीमोड करण्यात तो अयशस्वी ठरला होता, हे तर खरेच; परंतु त्याच्या नात्यातील बहुतेक सर्व माणसे परलोकी निघून गेल्याने त्याला कमालीचा एकटेपणा भासू लागल्याने त्याच्या विषण्णतेत भर पडली होती. त्याची एक कन्या झिनतुन्निसा आणि पत्नी बेगम उदीपुरी या दोघी हयात होत्या आणि त्या दोघी त्याची काळजी घेत होत्या, म्हणून त्याचे जीवन थोडे सुसह्य झाले होते.

देवापूर ते बहादूरगड हा प्रवास करण्यास बादशहास जवळजवळ दीड महिना लागला.

बहादूरगडला बादशहाचा चाळीस दिवस मुक्काम होता. रमजानचा सबंध महिना त्याने तेथे घालविला. नमाज, उपवास, कुराण पठण वगैरे धार्मिक विधी त्याने सालाबादप्रमाणे या वर्षीही पार पाडले. रमजान संपल्यावर त्याने दरबार

भरवून सरदारांचा सत्कार केला व त्यांना कामे वाटून दिली. झुल्फिकारखान नस्रतजंगला कोंडाणा घेण्याची कामगिरी आधीच सांगितली असल्याने तो शाहूराजे यांना घेऊन कोंडाण्याकडे रवाना झाला. त्या दिवशी पहिल्या प्रथम शाहूराजे बादशहाच्या छावणीतून बाहेर पडले. त्यांचे वास्तव्य बादशहाच्या 'गुलाल बार'मध्ये असायचे. मराठे त्यांना पळवून नेतील या भीतीने बादशहा त्यांना आपल्या डेऱ्याशेजारी ठेवीत असे. नस्रतजंगाबरोबर निघण्यापूर्वी बादशहाने शाहूराजे यांना खिलत देऊन त्यांचा मानसन्मान केला. तसेच नस्रतजंगाला मदत करण्यासाठी शाही तोफखान्याचा मीर अतीश तर्बियतखान यालाही कोंडाण्याकडे जाण्याचा हुकूम केला.

चाळीस दिवसांच्या मुक्कामानंतर बादशहाने बहादूरगडाहून अहमदनगरला कूच केले. तब्बल बावीस वर्षांनी तो पुन्हा अहमदनगरला येत होता. बावीस वर्षांपूर्वी त्याने नगरहून दख्खनची मोहीम सुरू केली होती.

मोगल सैन्य अहमदनगर येथे छावणी ठोकते न ठोकते तोच दिल्लीहून बातमी आली की, बादशहाची बहीण गौहर-आरा बेगम निधन पावली. आधीच प्रदीर्घ आजाराने संवेदना तरल बनलेल्या बादशहाला ती बातमी कळविण्यात आली, तेव्हा तो क्षणभर सुन्न झाल्यावाचून राहिला नाही. त्याचे अंतःकरण गलबलून आले. तो पुटपुटला, ''शहाजहानच्या मुलांपैकी ती आणि मी दोघे तेवढे जिवंत होतो. आता तीही गेली.''

त्यानंतर काही दिवसांनी बादशहाची मुलगी मिहरुन्निसा व जावई इझिदबक्ष हे दोघे दिल्ली येथे मरण पावल्याची बातमी आली. त्या बातमीने बादशहाच्या दुःखात भयंकर भर पडली. तो खिन्न झाला. आपल्या आयुष्यात त्याने जवळच्या नात्यातील किती माणसांचे मृत्यू बघितले होते! त्याच्या उमरावांपैकी आसदखान हाच तेवढा जिवंत होता. तो बादशहाहून पाच वर्षांनी लहान होता. त्याच्या वयाचे आणि त्याच्याहून लहान असे कितीतरी उमराव मरण पावले होते. बादशहा आपल्या मृत नातेवाइकांची आणि आपल्या उमरावांची नावे आठवू लागला, तेव्हा त्या व्यक्ती त्याच्या अंतश्चक्षूंसमोरून जाताच तो भयंकर बेचैन झाला. आपण कशासाठी मागे राहिलो आणि अल्लाने आपणास इतके उदंड आयुष्य का दिले तेच त्याला कळेना. आणि या प्रदीर्घ आयुष्याची फलश्रुती तरी काय? आपल्या पराक्रमी पूर्वजांहून अधिक काहीतरी करून दाखविणे ही त्याची आकांक्षा होती. ती बहुतांशी फलद्रूप झाली होती; परंतु त्यासाठी किती वित्तहानी आणि प्राणहानी झाली होती? त्याच्या आसुरी आकांक्षेपायी अब्जावधी रुपयांचा चुराडा झाला होता. नऊ लक्ष शाही सैन्यापैकी जेमतेम लक्ष-दोन लक्ष सैन्य आता कसेबसे जिवंत होते. किती भारवाहक जनावरे

मृत्युमुखी पडली, त्यांची तर गणतीच नव्हती. शिवाय ज्या प्रदेशात त्याच्या सैन्याच्या हालचाली झाल्या, त्या प्रदेशात माणसे भुकेने आणि रोगराईने मेली. त्यांची संख्याही दहा-वीस लाखांच्या घरात होती. एखादी टोळधाड येऊन क्षणार्धात प्रदेश उजाड व्हावा, तद्वत शाही सैन्याने तुडविलेल्या प्रदेशाची गत झाली होती. वीस-वीस कोसांच्या टापूत एखादे झुडूप किंवा शेतकऱ्याची चंद्रमौळी झोपडीही आढळायची नाही. सगळीकडे मृत जनावरांचे सांगाडे आणि माणसांची हाडे दृष्टोत्पत्तीस यायची आणि हा सगळा नाश त्याच्या हट्टापायी झाला नव्हता का? पण तो हट्ट तरी पुरा झाला होता का? त्याचे सैन्य मराठ्यांचे किल्ले घेत चालले होते, तर तिकडे हिंदुस्थानात सर्वत्र बंडाळी सुरू झाली होती. त्याच्या सुभेदारांना आणि फौजदारांना कुणी जुमानीत नव्हते. प्रत्यक्ष दिल्ली शहरातील अकबराची कबर फोडून उद्ध्वस्त करण्यात आली होती. राज्यकारभाराचीही तीच गत होती. अधिकाऱ्यांमध्ये लाचलुचपत बोकाळली होती. ते स्थानिक जमीनदारांच्या ओंजळीने पाणी पीत होते किंवा जमीनदार त्यांना धाब्यावर बसवीत होते.

आग्रा प्रांतात तर मोगली सत्तेचे जवळजवळ उच्चाटन झाले होते. जाटांची बंडाळी मोडून काढण्यात मोगल अधिकारी असमर्थ ठरले होते. जी कथा राज्यकारभाराची तीच कथा सामाजिक आणि बौद्धिक जीवनाचीही होती. ललित कलांना प्रोत्साहन द्यायचे नाही हे त्याचे धोरण असल्याने त्या जवळजवळ मृत झाल्या होत्या. विद्वान लोकांनी आणि ग्रंथकारांनी ग्रंथलेखन करण्याचे कधीच सोडून दिले होते, कारण त्यांना दरबारात राजमान्यता मिळत नव्हती. काही ग्रंथकार पोट भरण्यासाठी म्हणून कुराणाच्या नकला करण्याचे काम तेवढे करीत होते. जी ललित कलांची अवस्था तीच स्थापत्य कलेचीही होती. मोगल सम्राट स्थापत्यकलेचे भोक्ते होते. कित्येक वैभवशाली इमारती आणि नयनमनोहर उद्याने त्यांनी अमाप द्रव्य खर्च करून बांधली होती; पण आता या कलेला अवकळा आली होती. एकही उल्लेखनीय इमारत किंवा उद्यान त्याच्या काळात निर्माण झाले नव्हते.

दख्खनमधील शाही छावणीतून साम्राज्यातील सरकारी अधिकाऱ्यांना फक्त पैसा आणि सैनिक पाठविण्याची फर्माने तेवढी जात होती. त्या आज्ञेबरहुकूम पैशाचा प्रवाह दख्खनकडे सुरू झाला होता; परंतु तोही आता आटत चालला होता. महसूल वसुली बंद पडल्याने सरकारी अधिकारी शाही मागण्या पुऱ्या करण्यास असमर्थ ठरले होते. फक्त बंगालचा सुभेदार मुर्शिद कुलीखान हा तेवढा आपल्या बडग्याखाली रयतेची पिळवणूक करून दख्खनमध्ये नियमितपणे पैसा पाठवीत होता; परंतु हा पैसा सैन्याच्या गरजा भागविण्यास अपुरा पडल्याने सैन्यामध्ये

असंतोष माजला होता. मुशाहिरा वेळेवर न मिळाल्याने सैनिक बंडाळीस प्रवृत्त होत होते. त्याचा परिणाम सबंध सैन्याच्या नैतिक धैर्यावर झाला होता. आता सैन्य युद्धाला कंटाळले होते, ते धरसोडीने वागत होते. मराठे त्यांच्यावर अचानक हल्ले करीत, सामान पळवीत; परंतु ते मन लावून त्याचा प्रतिकार करीत नव्हते. अहमदनगरच्या वास्तव्यात बादशहाला या कठोर वस्तुस्थितीची जाणीव झाली होती; पण आता तो काहीच करू शकत नव्हता. परिस्थिती काबूत ठेवण्याचे सामर्थ्य त्याच्या अंगी आता उरले नव्हते. त्याचे सरदार आणि उमराव त्याचे हुकूम गंभीरपणे अमलात आणीत नव्हते.

आता बादशहा सारखा पुटपुटत होता, ''मी हे प्रदीर्घ युद्ध ओढवून घ्यायला नको होते. याची फलश्रुती काय? नाश, नाश, सर्वनाश!''

४१

बादशहाने झुल्फिकारखान नस्रतजंगला शाहू राजे यांना बरोबर देऊन सिंहगड घेण्याकरिता पाठविले होते. त्याने लढाई न करता लाचलुचपतीचा अवलंब करून सिंहगड आपल्या ताब्यात घेतला. ती वार्ता नगरला आली, तेव्हा बादशहाला कोण आनंद झाला! पुन्हा एकदा झुल्फिकारखानाने चमत्कार केला होता. त्याने चुटकीसरशी सिंहगड घेतला होता; परंतु ज्या हेतूने शाहू राजे यांना नस्रतजंगाबरोबर पाठविण्यात आले होते तो हेतू मात्र सफल झाला नव्हता. शाहू राजे नस्रतजंगाबरोबर पुण्याकडे निघाले, तेव्हा त्यांच्या सहीची मराठा सरदारांना पत्रे गेली होती की, तुम्ही मला सिंहगडाच्या पायथ्याशी नस्रतजंगाच्या छावणीत येऊन भेटावे; परंतु बादशहाचा हा डाव यशस्वी झाला नव्हता, कारण शाहू राजे यांची मुक्तता करण्याचा बादशहाचा विचार नसून, शाहू राजे यांना पुढे करून मराठ्यांमध्ये दुफळी माजविण्याचा त्याचा हा धूर्त डाव आहे हे मराठा सरदारांच्या पुरते ध्यानी आले होते. नस्रतजंगाबरोबर शाहू राजे यांना पाठविण्यात आले असून, नस्रतजंगाच्या छावणीत शाहू राजे यांचा डेरा स्वतंत्र असल्याचीही माहिती त्यांना कळली होती; परंतु त्यांच्याशी वाटाघाटी करण्यासाठी एकही मराठा सरदार पुढे आला नाही.

शाहू राजे यांनीही मराठा सरदारांशी संपर्क साधण्याचा मनापासून प्रयत्न केला नाही, कारण आपणावर नस्रतजंगाच्या हस्तकांची नजर आहे हे त्यांना माहीत होते. नस्रतजंगाने त्यांना पळून जाण्याचीही संधी दिली होती; पण त्यांनी तिचा उपयोग

केला नाही.

ही सर्व हकिकत नस्रतजंगाकडून बादशहाला कळविण्यात आली. आपल्या क्लृप्त्यांना मराठे आता बळी पडेनासे झालेले पाहून बादशहाला चिंता वाटली. त्यातच मराठ्यांच्या हालचालींच्या वार्तांनी त्याच्या निराशेत आणखी भर पडली. सगळीकडे मराठ्यांचा धुमाकूळ चालू होता. धनाजी जाधवांच्या हाताखाली मराठ्यांचे एक मोठे सैन्य गुजरातेत सर्वत्र लुटालूट करीत होते. या सैन्याने बडोद्यासारखी समृद्ध बाजारपेठ दोन दिवस लुटली होती. बडोद्याचा फौजदार नाझर अली याने धनाजी जाधवांचा प्रतिकार करण्याचा यशस्वी प्रयत्न केला होता; परंतु मराठ्यांच्या तुफानी हल्ल्यात त्याची वाताहात होऊन तो कैद झाला होता. ती वार्ता अहमदाबादला कळताच तिथून मोगल सैन्य मराठ्यांच्या समाचारास पाठविण्यात आले होते. त्या सैन्याची आणि मराठ्यांची गाठ राजपिपळनजीक रतनपूर येथे पडून मोगलांचा पुरता धुव्वा उडाला होता. मराठ्यांनी मोगलांचा गोट लुटून फस्त केला होता. खुद्द गुजरातचा उपसुभेदार अब्दुल हमीदखान याचादेखील मराठ्यांनी पराभव करून त्याला कैद केले होते. या वार्ता बादशहाच्या काळजीत अधिकाधिक भर घालणाऱ्या होत्या आणि त्याची नगरची छावणी तरी सुरक्षित होती का? मराठ्यांच्या गनिमी टोळ्या त्याच्या छावणीच्या आसपास घिरट्या घालून छावणीची रसद मारीत होत्या. त्यांना हुसकून लावण्यास मोगल सरदार असमर्थ ठरले होते. फक्त झुल्फिकारखान तेवढा इकडून तिकडे आणि तिकडून इकडे धावपळ करीत होता. कोंडाणा घेतल्यावर तो औरंगाबादमध्ये मराठ्यांच्या समाचारास गेला होता; परंतु त्याच्यामागे शंकराजी नारायण यांनी मोगल शिबंदीचा पराभव करून फिरून कोंडाणा घेतला होता. तत्पूर्वी मराठ्यांनी राजमाची आणि लोहगड दोन्ही किल्ले घेतले होते. तिकडे बेरडांनीही मोगलांवर फेरहल्ले करून आपला गेलेला मुलूख पुन्हा जिंकला होता. बेरड राजा पिडनायक याला हिंदुराव घोरपडे मदत करीत होते.

या सर्व बातम्या बादशहाकडे सारख्या येत होत्या. पूर्वी त्याला त्या बातम्या ऐकून काही वाटत नसे. त्याची निश्चल मनोवृत्ती कधीही विचलित होत नसे; परंतु आता आजारामुळे त्याच्या संवेदना दुर्बल झाल्याने आपल्या सैन्याच्या पीछेहाटीच्या बातम्या ऐकून तो भयंकर निराश होत होता. तो मानसिक ताण सहन न झाल्याने त्याच्या आजाराने पुन्हा उचल खाल्ली. आता मात्र त्याची पूर्ण खात्री झाली की, या आजारातून काही आपण उठत नाही.

बादशहा आजारी पडल्याची बातमी शाहजादा कामबक्ष व आझम या दोघांना कळताच ते दोघेही सैन्यासह आपल्या बापाच्या समाचारास निघाले. आझम गुजरातच्या सुभ्यावर होता, तर कामबक्ष विजापूरचा सुभा सांभाळीत होता. सर्वांत थोरला पुत्र शहाआलम हा काबूलचा सुभेदार होता. आपण जसे आपला बाप शहाजहान याला

कैदेत टाकून त्याचे राज्य बळकावले आणि आपल्या भावांचा काटा काढला, तद्वतच आपल्या मुलांपैकी कुणीतरी आपणास पकडून कैदेत टाकील आणि आपली गादी बळकावून आपल्या भावांचा नाश करील, या भीतीने बादशहाला पछाडले होते; त्यामुळे तो आपल्या पुत्रांपैकी कुणालाही आपल्या जवळपास फिरकू देत नसे. तो देवापूरला आजारी पडल्याची बातमी आझमला अहमदाबाद येथे कळताच त्याने काळजी व्यक्त करून त्यास पत्र लिहिले होते व भेटीस येण्याची परवानगी मागितली होती. आपणाला गुजरातचे हवापाणी मानवत नाही, तरी आपली दुसरीकडे बदली करावी, अशीही विनंती त्याने पत्रात केली होती; परंतु बादशहाला आझमविषयी संशय वाटत असल्याने त्याने त्याला प्रत्युत्तर धाडले की, "आमचे वडील शहाजहान आजारी पडले, तेव्हा आम्हीही त्यांना अशाच आशयाचे पत्र लिहून भेटीस येण्याची परवानगी मागितली होती. त्यांनी आम्हांला प्रत्युत्तर पाठविले होते की, कोणत्याही ठिकाणचे हवापाणी अनुकूल असू शकते; फक्त स्वार्थाची हवा मात्र वाईट असते."

हे उत्तर मिळाल्यावर आझमने पुन्हा बापाच्या भेटीस जाण्याची गोष्ट काढली नव्हती. बादशहाने त्याची माळव्यात बदली केली होती; पण तो तिकडे गेला नव्हता. कदाचित आपण आजारी पडल्याने आझम खरोखरच मनातून हळहळला असेल आणि आपल्या भेटीसाठी आतुर झाल्याने तो इकडे येण्याची परवानगी मागत असेल, असे वाटून बादशहाने त्याला भेटीस येण्याबद्दल कळविले होते. ते पत्र हाती पडताच आझम यत्किंचितही विलंब न लावता लांब लांब मजल मारीत नगरला येऊन दाखल झाला होता.

कामबक्ष हा बादशहाचा लाडका मुलगा असल्याने त्याला भेटीस येण्याची परवानगी त्वरित देण्यात आली होती; परंतु आझमला ते सहन झाले नाही, कारण त्या दोघांचे परस्परांशी कधीच पटत नव्हते. कामबक्षवर आपल्या बापाचे विशेष प्रेम असून त्यालाच तो कदाचित गादी देईल असा संशय आझमला वाटत असल्याने तो कामबक्षचा भयंकर मत्सर करीत असे. आझम हा स्वभावाने जसा मत्सरी होता, तसाच तो गर्विष्ठ आणि स्वार्थी होता. तो सधन असल्याने आणि आपण पराक्रमी आहोत हा त्याचा भ्रम असल्याने आपला ज्येष्ठ बंधू शहाआलम व कनिष्ठ बंधू कामबक्ष या दोघांना तो कःपदार्थ मानीत असे. नगरला आल्यावर आझमने पैशाच्या बळावर बादशहाच्या उमरावांना आपल्या बाजूने वळविण्याचा प्रयत्न सुरू केला. वजीर आसदखानदेखील आझमच्या पैशाच्या चकाकीने दिपून गेल्यावाचून राहिला नाही. सर्व उमरावांना हाताशी धरून बादशहाच्या मृत्यूनंतर गादी बळकावण्याचे कारस्थान आझम रचीत आहे हे न कळण्याइतका कामबक्षही दुधखुळा नव्हता. तो आझमइतका श्रीमंत आणि पराक्रमी नसला,

तरी त्याच्याहून तो पुष्कळ विद्वान आणि सुसंस्कृत होता. कुराण तर त्याला अगदी मुखोद्‌गत होते. आझमला त्याचा मत्सर वाटत असल्याने तो त्याचा पाणउतारा करण्याची एकही संधी दवडीत नसे.

बादशहा आजारी असल्याने त्याच्या मुलांच्या या कटकटी कोणी त्याच्या कानावर घालीत नसे; पण त्याच्या प्रकृतीला आराम पडून तो दुसऱ्यांच्या मदतीने दरबारात येऊ लागला, तेव्हा त्याला या गोष्टी विदित झाल्यावाचून राहिल्या नाहीत. त्याला वाटू लागले की, यदाकदाचित आपले बरे-वाईट झाले तर आझम कामबक्षचा काटा काढल्यावाचून राहणार नाही. म्हणून त्याचे रक्षण व्हावे या हेतूने त्याने सुलतान हसन ऊर्फ मीर मलंग नावाच्या तडफदार आणि पराक्रमी सरदाराची कामबक्षचा बक्षी म्हणून नेमणूक करून त्याचे हर प्रकारे रक्षण करण्यास त्याला सांगितले. बादशहाच्या आज्ञेप्रमाणे मीर मलंगने कामबक्षच्या संरक्षणाची काळजी घेण्यास प्रारंभ केला. कामबक्ष दरबारात येई, तेव्हा त्याच्या बरोबर विश्वासू आणि हत्यारी माणसे असत.

कामबक्षला मिळालेले हे संरक्षण आपणाविषयी आपल्या बापास गैरविश्वास वाटल्याने मिळालेले आहे, हे आझमच्या ध्यानी आल्यावाचून राहिले नाही. त्याला तो आपला मोठाच अपमान वाटला. त्याने त्याबद्दल बादशहाकडे तक्रार केली; पण त्याला उत्तर मिळाले नाही. ते पाहून त्याने आपली बहीण झेबुन्निसा हिच्याकडे तक्रार केली. तिने जेव्हा ते बादशहास विदित केले, तेव्हा त्याने आझमला स्वदस्तुर पत्र पाठविले की, ''हसनखानाचे कामबक्षला संरक्षण मिळाले तर, तुला का वाईट वाटावे? तुला त्याची भीती वाटते का? तसे असल्यास मी कामबक्षला येथून निघून जाण्यास सांगतो.'' बादशहाचे उपरोधिक पत्र वाचून आझमचा आणखी अपमान झाला. क्रोधाने त्याच्या सर्वांगाची नुसती लाही लाही झाली; पण तो राग मुकाट्याने गिळण्यापलीकडे तो अन्य काही करू शकत नव्हता.

आझमचा बेमुर्वतखोरपणा दिवसेंदिवस वाढतच होता. आपल्या मृत्युक्षणी तो मनात डूख धरून बसलेल्या बिबळ्या वाघाप्रमाणे कामबक्षवर झडप घातल्यावाचून राहणार नाही, हे भविष्य बादशहाने केले. तो कामबक्षला बोलावून घेऊन म्हणाला, ''बेटा, तू त्वरित विजापूरला निघून जा. तुझी जी काय सर्फराजी करायची त्याची व्यवस्था मी केली आहे. विजापूर आणि गोवळकोंडा मी तुला देत आहे. तू निःशंक मनाने निघून जा.''

आपल्या वृद्ध आणि आजारी बापाला सोडून जाण्यास कामबक्षचे मन तयार होईना. तो काही दिवसांचा सोबती आहे हे त्याने ताडले होते. म्हणून त्याच्या अंतकालापर्यंत त्याच्या सहवासात राहायची त्याची उत्कट इच्छा होती; पण त्याला नगर सोडून जाण्याचा हुकूम झाला होता. तो त्याला मोडता आला नाही. त्याने

नाइलाजाने बादशहाचा निरोप घेतला.

कामबक्ष शाही छावणीतून निघाला, तेव्हा नौबती झडू लागल्या. तो दिसेनासा होईतोवर नौबती झडाव्यात असा हुकूम बादशहाने केला होता. तो आपणास पुन्हा दिसणार नाही म्हणून बादशहा भयंकर अस्वस्थ झाला; पण आपल्या निग्रही स्वभावाप्रमाणे त्याने आपला विरह दाबून टाकला.

बादशहाने नौबती वाजवून कामबक्षची सन्मानपूर्वक बोळवण केलेली पाहून आझम भयंकर चिडला. आपल्या जखमेवर बादशहाने मीठ चोळले असेच जणू त्याला वाटले. याचा सूड तर उगवीनच उगवीन असा पण त्याने मनात केला. त्यातल्या त्यात कामबक्ष निघून गेला म्हणूनही त्याला समाधान वाटले. आता तो बादशहा होण्याची सुखस्वप्ने मनात रचू लागला; पण दुसऱ्याच दिवशी त्याची घोर निराशा झाली. बादशहाने त्याला त्वरित माळव्यात निघण्याचा हुकूम केला. त्या हुकुमाप्रमाणे आझमला आपले चंबुगबाळे आवरणे भाग पडले, कारण त्याने पाहिले होते की, सैन्यावर अजून बादशहाची हुकुमत आहे. आपण काही हालचाल केली, तर आपल्या मुसक्या आवळल्या जातील, हे भविष्य करून आझमने मुकाट्याने बादशहाची छावणी सोडली.

दोन्ही शाहजाद्यांना निरोप दिल्यावर बादशहाला छावणी ओकीबोकी वाटू लागली. आझम निघून गेला म्हणून त्याला दुःख झाले नाही, त्याला दुःख झाले ते कामबक्षच्या प्रयाणाबद्दल. शहाआलम आणि आझम या दोघांविषयी त्याला काळजी वाटत नव्हती. त्या दोघांशी कामबक्षचा संघर्ष सुरू झाला, तर त्याचा निभाव लागणार नाही म्हणून तो मनातून चिंता करीत होता.

आता बादशहाची प्रकृती अधिकच बिघडली. तो आपले दैनंदिन धार्मिक विधी कष्टाने पार पाडीत होता. त्याला दरबारात धरून आणावे लागत असे. त्यादरम्यान हकीम, धन्वंतरी यांचे उपचार चालूच होते. त्यात भरीला ज्योतिषी आणि भविष्यवक्ते यांचीही वर्दळ बादशहाच्या डेऱ्यात चालू होती. एके दिवशी हमिदुद्दीन खानाने बादशहास अर्ज केला की, खाविंदांनी हत्ती आणि एक मौल्यवान रत्न दान दिले तर खाविंदांच्या प्रकृतीस आराम पडेल, असे भाकित ज्योतिषांनी केले आहे. ज्या बादशहाने हिंदू धर्म आणि हिंदू यांचा जन्मभर द्वेष केला, शेकडो हिंदू मंदिरे मोडून ज्याने त्यांच्या मशिदी बनविल्या, ज्याने हिंदू उत्सवांवर बंदी घातली व हिंदूंवर झिजिया कर लादला, त्या हिंदूधर्मद्वेष्ट्या बादशहाने आपले आयुष्य वाढावे म्हणून ग्रहशांती करावी हा नियतीचा मोठा सूड होता. केवळ आयुष्य वाढावे म्हणून हिंदुधर्म पद्धतीने दानधर्म करण्यास बादशहाचे मन तयार होईना; परंतु त्याला आपण आणखी काही दिवस जगावे असे वाटत होते. आपल्या जिवावर त्याचे प्रेम होते. त्याने हमिदुद्दीन खानाच्या अर्जावर शेरा मारला, ''ग्रहशांतीसाठी दानधर्म करणे ही

चाल हिंदूंची आणि ग्रहांच्या उपासकांची आहे. तथापि, मी दानधर्म करावा अशीच जर तुमची इच्छा असेल, तर हत्तीची चार हजार रुपये किंमत काजीकडे पाठवून ती गोरगरिबांना वाटण्यात यावी.''

बादशहा आता मृत्युशय्येवर पडला होता; तरीही आता आपल्या मुलांचे काय होणार ही काळजी त्याला सोडीत नव्हती. त्याने आझम व कामबक्ष या दोघांना हृदयस्पर्शी पत्रे लिहून दोघांना बंधुप्रेमाने वागण्याचा कळकळीचा उपदेश केला. त्याने आपले मृत्युपत्रही तयार करून तीन पुत्रांमध्ये आपल्या साम्राज्याची विभागणी व्हावी अशी इच्छा दर्शविली. मात्र, आपली गादी त्याने आपला थोरला पुत्र शहाआलम यालाच दिली.

बादशहाने आपल्या महानिर्वाणाची तयारी केली. त्याला मृत्यूचा साक्षात्कार झाला. तो मन घट्ट करू लागला; पण हे सुंदर जग सोडून जाण्यास त्याचे मन तयार होईना. ते आक्रोश करू लागले. जगास मुकावे लागणार म्हणून त्याची तडफड सुरू झाली; पण जग सुंदर असले तरी मर्त्य मानवाला कधीतरी ते सोडून जाणे भागच होते! तो स्वतःच नाही का म्हणाला होता की, माणसाला जग सोडून जाणे भाग आहे म्हणून! तसे असल्यास त्याच्या मनाने हा आकांत का चालविला होता? एखाद्या माणसाच्या वाट्याला क्वचितच येणारे नव्वद वर्षांचे प्रदीर्घ जीवन त्याने अनुभविले होते. एका प्रचंड साम्राज्याचा निर्माता म्हणून तो अजरामर होणार होता. असे असता आणखी जीवन जगण्याची आसक्ती का म्हणून?

आपल्या विशाल साम्राज्याची विभागणी औरंगजेबाने आपल्या तिघा पुत्रांमध्ये करून ठेविली होती. त्याने आपले मृत्युपत्र तयार केले होते. आता मृत्यू समीप आल्याची चाहूल लागताच त्याने आपल्या उमरावांना आणि नात्यातील माणसांना जवळ बोलावून सांगितले की, माझ्या निधनानंतर माझा नश्वर देह खुल्दाबाद येथील माझे गुरू 'शेख झैनुद्दीन' यांच्या कबरीशेजारी मी बांधून ठेवलेल्या कबरीत दफन करा.

बादशहाच्या बिछान्याभोवती गोळा झालेल्या त्याच्या नातेवाइकांनी आणि उमरावांनी गुदमरलेल्या हुंदक्यांनी त्याची आज्ञा अमलात आणण्याचे कबूल केले.

शाही छावणीत गंभीर स्तब्धता पसरली होती. सगळी दैनंदिन कामे यत्किंचितही आवाज न होता चूपचाप पार पडत होती. तब्बल पन्नास वर्षांनी प्रथमच साम्राज्यातून येणाऱ्या सुभेदारांच्या व इतर अधिकाऱ्यांच्या पत्रांना उत्तरे जाण्याचे थांबले होते. बादशहाच्या डेऱ्यात सर्वत्र स्तब्धता होती. त्याचा विकलांग देह बिछान्यावर पडलेला होता. तो अर्धवट गुंगीत आणि अर्धवट शुद्धीत होता. त्याच्या हातात जपमाळ होती आणि शुद्धीत असताना तो कलिमाचे शब्द पुटपुटत होता. प्रदीर्घ आयुष्यात त्याच्या हातून घडलेल्या बऱ्या-वाईट कृत्यांचा झाडा त्याला द्यायचा होता. त्याच्या डोळ्यांवर

झापड येऊ लागली होती. ती जीवनातील शेवटची झापड होती. दोन देवदूत आपले शुभ्र पंख फडफडून त्याच्या समोर येऊन उभे राहिले. ते आपणास शेवटचा कबुलीजबाब देण्याची आज्ञा करीत आहेत असा त्याला भास झाला. कबुलीजबाब? आणि तो का द्यायचा? त्याचे मन कचरू लागले. ते पाहून देवदूत म्हणाले, "तुला कबुलीजबाब द्यायलाच पाहिजे, तो चुकणार नाही-"

"पण मी पैगंबराचा सच्चा पाईक आहे. त्याने घालून दिलेल्या नियमाप्रमाणे मी आचरण केले. माझे जीवन, माझी कर्तबगारी हा त्याचाच कृपाप्रसाद आहे-"

"तरीही तुला कबुलीजबाब दिला पाहिजे, त्याशिवाय तुला गती मिळणार नाही. तू पैगंबराच्या धर्माने वागलास हे सर्वश्रुतच आहे; पण तुझ्या दुष्कृत्यांची जबानी तू दिली पाहिजेस. बोल, तुझ्या पायापाशी बसलेली ही स्त्री कोण?"

"ही उदीपुरी... माझी हृदयस्वामिनी, माझी जन्माची सोबतीण-"

"पण विवाहाच्या पवित्र बंधनांनी तुझ्याशी निगडित झालेली ही तुझी धर्मपत्नी नव्हे-"

"होय... ते खरं आहे. ती माझी धर्मपत्नी नाही हे खरं आहे."

"मग ती कोण?"

"माझा ज्येष्ठ बंधू दाराशुकोह याची ती राख. ती मूळ जॉर्जिया देशातली. धर्माने इसाई. गुलाम म्हणून हिंदुस्थानात आली. तिच्या सौंदर्यावर बेहद्द खूश होऊन माझा बंधू दारा याने तिला विकत घेतली. तो विलासी, रंगेल आणि सुंदर ललनांचा भोक्ता होता."

"पण ती तुझ्या जनानखान्यात कशी आली?"

"दाराच्या मृत्यूनंतर त्याच्या बायकांवर माझी कबज आली-"

"असे पैगंबराच्या पवित्र धर्मात आहे?"

"नाही; पण आमची मोगल परंपरा तशी आहे. माझ्या मोगल परंपरेचा मी अभिमानी-"

"पण ही परंपरा पैगंबराच्या धर्मतत्त्वांशी सुसंगत आहे?"

"नाही... पण मानवधर्माला धरून आहे. एखादा राजा युद्धात मरण पावला आणि त्याचे राज्य शत्रूने घेतले, तर त्याच्या जनानखान्याने कुठे जावे?"

"पण जेत्यांना जितांच्या बायकांचे त्यांच्या इच्छेविरुद्ध अपहरण करता येते का? तू सांगतोस ते सर्व खोटे आहे. उदीपुरीवर तुझी वाईट नजर होती. ती तुला वश झाली; पण ही तुला वश झाली नाही. बघ, डोळे उघडून बघ. हिला ओळखतोस तू?"

औरंगजेबाच्या अंतश्चक्षूंसमोर एक सुंदर स्त्री उभी राहिली.

"हिला मी ओळखतो. हिला मी कालत्रयीही विसरणे शक्य नाही. ही माझा बाप

शहाजहान बादशहाच्या दरबारातील हिंदू नर्तकी. हिच्या सौंदर्यावर माझा थोरला भाऊ दारा फिदा झाला आणि हिच्याशी निका लावणार म्हणून माझ्या बापापाशी हट्ट धरून बसला. हिचेही दारावर प्रेम होते. या प्रेमप्रकरणामुळे दरबारात केवढा गहजब निर्माण झाला! शाही राजपुत्राने एका यःकश्चित नर्तिकेशी विवाह करणे ही शाही प्रतिष्ठेला बट्टा लावणारी गोष्ट होती; पण दाराशुकोह हा माझ्या बापाचा लाडका पुत्र होता ना! त्याच्या हट्टासमोर माझ्या बापास मान तुकवावी लागली आणि ही नर्तकी शाही बेगम बनली.''

''पण हिच्या मृत्यूला कारणीभूत कोण?''

''मला माहीत नाही. दाराच्या मृत्यूनंतर मी हिला सांगितले की, तुझ्यावर आता माझा हक्क प्रस्थापित झाला आहे, तेव्हा तू मुकाट्याने माझ्या जनानखान्यात ये; पण ही माझ्याशी हुज्जत घालायला लागली. म्हणाली की, मी माझ्या स्वामीच्या स्मृतीशी एकनिष्ठ आहे. मी त्यांचे नाव आठवीत जीवन कंठीन. हा वितंडवाद मला पसंत नव्हता. मी म्हटले की, तू मुकाट्याने माझ्या जनानखान्यात आलीस तर ठीक, नाहीतर मी तुला बळजबरीने आणीन. त्यावर हिने वस्तऱ्याने आपला सुंदर चेहरा विद्रूप करून ते रक्त एका तबकात धरून ते मला भेट म्हणून पाठवून दिले. नंतर मी हिचा नाद सोडून दिला.''

''वा वाऽऽ! मोठी निष्ठावान स्त्री! एका स्त्रीवर तिच्या इच्छेविरुद्ध तुझ्या जनानखान्यात येण्याची सक्ती करणे हा कुठला मानवधर्म? हा तर ढळढळीत अधर्म आहे! बरं हिला ओळखतोस?''

एखादी हिरकणी झळकावी तद्वत एका सुंदर स्त्रीचा चेहरा बादशहाच्या डोळ्यांसमोर झळकून गेला. त्याबरोबर तो केवढ्याने तरी दचकला.

''ही नूरमहाल बेगम. दाराची थोरली बेगम. शाहजादा परवेजची ही लाडकी कन्या. हिने... हिने हिरकणी खाऊन आत्महत्या केली.''

''हिरकणी खाऊन आत्महत्या करण्याचा प्रसंग हिच्यावर का आला?''

''मला माहीत नाही.''

''म्हणजे दाराच्या मृत्यूनंतर हिलाही तू तुझ्या जनानखान्यात येण्याची सक्ती केली असशील, होय ना?''

''नाही; पण हिने माझ्या जनानखान्यात यावं अशी माझी इच्छा होती. मला वाटतं, हिने आत्महत्या केली त्याचं कारण वेगळं असावं.''

''ते कोणतं?''

''असं म्हणतात की, जीवनखान पठाणाच्या भयाने हिने आत्महत्या केली.''

''कोण हा जीवनखान पठाण?''

''दारा, आपल्या बायका-मुलांसह सिंधमधून इराणला पलायन करीत असता

वाटेत एका अफगाण संस्थानिकाकडे मुक्कामास होता. जीवनखान पठाण हाच तो पठाण संस्थानिक.''

''जीवनखान पठाणाशी संधान साधून तू दाराला दगलबाजीने पकडावयास लावलेस, होय ना?''

''होय, ते खरं आहे; पण त्यात माझं चुकलं असं मला वाटत नाही. दारा माझा शत्रू होता. तो इराणला सुखरूप पोहोचला असता तर त्याने इराणच्या बादशहाच्या मदतीने हिंदुस्थानावर स्वारी केली असती. अशा स्थितीत त्याला मी जीवनखानाकडून गिरफदार केलं यात माझं काही चुकलं असं मला वाटत नाही.''

''तू खोलात शिरतो आहेस. दाराचा पक्ष न्यायाचा होता. तू दगलबाजीने गादी बळकावलीस. गादी कायद्याने आणि धर्मानेही दाराकडे जात होती; पण तू अधर्माने आणि अन्यायाने ती हस्तगत केलीस. अशा स्थितीत दाराने इराणच्या बादशहाच्या मदतीने तुझा पराभव केला असता, तर त्याला कुणी दोष दिला नसता; पण प्रश्न तो नाही. प्रश्न आहे तो नूरमहाल बेगमच्या मृत्यूचा. तिच्या आत्महत्येची जबाबदारी तुझ्यावर येते. ती जिवंत राहिली असती तर तू तिला तुझ्या जनानखान्यात खेचली असतीस. तू दगलबाजीने दाराला जीवनखान पठाणाकडून गिरफदार केलंस. जीवनखानाची विषयांध नजर तिच्यावर होती. तो आपली अब्रू घेईल या भीतीने तिने हिरकणी खाऊन आत्महत्या केली.''

''जीवनखानाने नूरमहाल बेगमची अब्रू लुटली असती तर मी त्याला जिवंत ठेवला नसता. तरीही मी त्याला शाही माणसांचा त्याच्याकडून जो अपमान झाला त्याबद्दल शासन केलं.''

''शासन केलं त्यात वावगं काही नाही. जीवनखान कृतघ्न होता. शहाजहान बादशहाने त्याला हत्तीच्या पायी देण्याची सजा ठोठावली होती; पण दाराला त्याची दया येऊन त्याने शहाजहान बादशहाकडे रदबदली करून त्याची मुक्तता केली होती. त्या उपकाराचे पांग त्याने दगलबाजीने फेडले आणि अशा दिलदार दाराची आणि त्याच्या कुटुंबाची वाताहत झाली! तू त्याला पकडून आणून त्याचा भयंकर छळ केलास. तू त्याला तुरुंगात मारेकरी घालून ठार केलंस.''

''शत्रूचा छळ करण्यात पाप आहे असं मला वाटत नाही.''

''दारा तुझा शत्रू होता? तुझा सख्खा भाऊ तुझा शत्रू?''

''सख्खा भाऊ शत्रू होऊ शकत नाही की काय?''

''पण हे शत्रुत्व कशापायी निर्माण झाले? तुझ्या राज्यतृष्णेमुळेच ना?''

''राजा होण्याची महत्त्वाकांक्षा असणं हा गुन्हा आहे का?''

''गुन्हा नाही; पण राज्यावर तुझा हक्क नव्हता. तुझ्या मृत्यूपश्चात तू तुझी गादी तुझ्या थोरल्या मुलाला दिली आहेस, ती का?''

"माझे पिता शहाजहान बादशहा यांनी दाराला युवराजपद बहाल केलं ते आम्हा तिघाही बंधूंना आणि सच्चा मुसलमानांना पसंत नव्हतं. दारा पाखंडी होता. तो काफिरांच्या देवांचा उपासक होता. त्याचे बहुतेक दोस्त काफीर मंडळी होती."

"खोटं, तू खोटं बोलतोस. दारा पाखंडीही नव्हता आणि काफिरांच्या धर्माचा उपासकही नव्हता. तो जसा मनाने उदार होता तशीच त्याची दृष्टीही विशाल होती. आपली बहुसंख्य प्रजा हिंदू असल्याने त्यांच्या धर्माचा आपण आदर केला पाहिजे असं त्याला वाटत होतं. दारा बादशहा झाला असता तर मोगल साम्राज्य टिकून राहिलं असतं!"

"म्हणजे मोगल साम्राज्य आता अस्तित्वात नाही?"

"मोगल साम्राज्य अस्तित्वात आहे की नाही ते तू तुझ्या मनालाच विचार. तुझ्या धर्मवेडापायी आणि एककल्ली स्वभावापायी मोगल साम्राज्याची शकले व्हायला आली आहेत, हे का तुला माहीत नाही? घाण्याच्या बैलाप्रमाणे तू तुझ्या डोळ्यांवर झापडे बांधली आहेस. तुझं साम्राज्य रसातळाला जाण्याच्या पंथाला लागलं आहे, हे तू पाहतोच आहेस. गेली सत्तावीस वर्षे तू दख्खनमध्ये लष्करी मोहिमा केल्यास; पण त्याची फलश्रुती काय? मराठ्यांना नेस्तनाबूत करण्याचा विडा तू उचललास; पण तुझा पण खरा झाला का? तू असंख्य माणसांचे बळी देऊन मराठ्यांचे किल्ले घेतलेस; पण ते तुझ्या हातात आहेत का? तू मराठ्यांचे किल्ले घ्यावेस आणि त्यांनी ते फिरून काबीज करावेत हे लपंडावाचे युद्ध गेली कित्येक वर्षे चालू आहे. हे न संपणारे प्रदीर्घ युद्ध आता समाप्त व्हायला आले आहे. या रक्तलांच्छित युद्धापायी लक्षावधी लोक प्राणास मुकले. लक्षावधी लोकांची वाताहत झाली. अब्जावधी रुपयांची मालमत्ता नष्ट झाली. करोडो रुपयांचा चुराडा झाला. किती शहरे आणि खेडी उद्‌ध्वस्त झाली त्याची गणती नाही. तुझ्या साम्राज्यातील प्रजेच्या हालांना पारावार उरलेला नाही. ती मृत्युपंथास लागली आहे. तिचा तळतळाट बघवत नाही. या असहाय मानवांच्या तोंडून निघणारे उसासे आणि शिव्याशाप तुझं आणि तुझ्या वारसाचं कल्याण करतील असं का तुला वाटतं? पण तो प्रश्न येथे अप्रस्तुत आहे. तुझ्या पाप-पुण्याची गोळाबेरीज करणं हेच आमचं मुख्य काम आहे. आम्ही तुला विचारतो की, दाराची अमानुष हत्या तू का केलीस? दाराला पकडून आणून तू त्याची बेड्या घालून राजधानीच्या रस्त्यातून धिंड काढलीस. त्याने असा काय गुन्हा केला होता म्हणून तू एखाद्या गुन्हेगाराप्रमाणे त्याला राजधानीच्या हमरस्त्यांतून फिरवलंस? अख्खी राजधानी ओक्साबोक्शी रडली दाराला पाहून त्या दिवशी. त्या दिवशी कुणाच्याही घरात चूल पेटली नाही. दारा लोकप्रिय नसता तर राजधानीतील प्रजाजनांनी असा शोक केला असता का? एका फकिराने तर दाराला त्या स्थितीत पाहून भर रस्त्यात दंगा केला. जो दारा

भिकाऱ्यांना आणि फकिरांना ओंजळी भरून द्रव्यदान करायचा, त्या उदारहृदयी दाराची दिल्लीच्या राजरस्त्यांतून गुन्हेगार म्हणून धिंड काढण्यात आलेली पाहून तो फकीर बेभान होऊन दाराला म्हणाला होता, 'दारा, तुम्ही दिल्लीचे स्वामी होता, तेव्हा आम्हांला ओंजळीने द्रव्यदान करीत होता; पण आज तुमची ही काय स्थिती! या अल्ला! परवर दिगार!' ते शब्द कानी पडताच दाराचं अंतःकरण गहिवरून आलं होतं आणि मग त्यानं आपल्या अंगावरची एकुलती एक शाल काढून त्या फकिराच्या दिशेने फेकली होती; पण त्याच्यावर पहारा करणाऱ्या बहादूरखान नावाच्या तुझ्या सरदाराला ते सहन झालं नाही. धन्यापेक्षा नोकराचं मोठं! बहादूरखान दारावर वसकन ओरडून म्हणाला होता, 'घ्या ती शाल परत मागून. तुम्ही युद्धबंदी आहात, तुम्हाला आता दान करण्याचा अधिकार नाही.' ते ऐकून फकीर क्रोधाविष्ट होऊन त्याने शाप दिला होता-''

''फकिराचा शाप! हं! कावळ्याच्या शापाने ढोर थोडंच मरतं! फकीर, संन्याशी हे ऐतखाऊ लोक. त्यांना मी कधीच जवळ केलं नाही, म्हणून ते माझा द्वेष करीत असत. फकिरांच्या शापांना भीक घालण्याइतका मी मनाने दुबळा कधीच नव्हतो.''

''ते आम्हांला माहीत आहे; पण तू म्हणालास की, दारा पाखंडी आणि काफिरांच्या धर्माचा चाहता होता म्हणून. तसे असते तर तो फकिरांमध्ये लोकप्रिय झाला असता का?''

''दाराचा स्वभाव माझ्यापेक्षा आणखी कुणाला अधिक माहीत असणार! तो ढोंगी आणि नाटकी होता. 'पानी तेरा रंग कैसा, जिसमें मिलाया वैसा!' असा त्याचा स्वभाव. तो केवळ लोकप्रियतेच्या मागे लागला होता. त्यासाठी त्याने सार्वजनिक पैशाची किती उधळपट्टी केली! सरकारी पैशाच्या दानधर्मानं त्यानं लोकप्रियता मिळविली. मला त्याच्याप्रमाणे वागता आलं नसतं असं का तुम्हाला वाटतं? मी तसं केलं नाही, कारण मला श्रमाची किंमत कळत होती. साधू-संन्यासी, फकीर हे ऐतखाऊ लोक समाजाला लागलेली जळू आहे-''

''असू दे. तुझं म्हणणं बरोबर आहे असं आम्ही धरून चालू; परंतु तो प्रश्न वेगळा आहे. येथे प्रश्न आहे तो तुझ्या पाप-पुण्याचा. तू दाराचा तुरुंगात मारेकरी घालून का खून केलास, हे आम्हांला जाणून घ्यायचं आहे.''

''दाराच्या हत्येची जबाबदारी माझ्यावर येत नाही. त्याला देहान्त प्रायश्चित्त द्यावे, असा उमराव-सभेने निवाडा दिला होता-''

''उमराव-सभा! हाऽऽ हाऽऽ! दाराला देहान्त प्रायश्चित्त द्यावं असा निवाडा देणारे हे उमराव म्हणजे तुझे बगलबच्चेच ना? तुझ्या ताटाखालची मांजरे!''

''ते माझे बगलबच्चे असं तुम्ही कसं म्हणता? त्यांना न्यायनिवाडा करण्याचं पूर्ण स्वातंत्र्य आहे.''

"ते आम्हांला कबूल; परंतु तुझी ही उमराव-सभा तुझ्याच तंत्राने चालणारी! लौकिकदृष्ट्या ती स्वतंत्र असेल; परंतु प्रत्यक्षात ती तुझ्या इच्छेविरुद्ध कोणताही निर्णय घेऊ शकत नाही. दाराची हत्या करू नये असं मत जर काही उमरावांनी व्यक्त केली असती, तर दाराबरोबर आपणालाही प्राणास मुकावं लागेल हे त्यांना माहीत होतं; म्हणून त्यांनी या भीतीच्या दडपणाखाली तुला हवा तसा निकाल दिला. दाराला ठार करण्याचा तुझा बेत त्यांना माहीत होता. उमराव-सभेने दाराला देहान्ताची सजा द्यावी अशी जर तुझी मनोमन इच्छा नसती, तर ती सजा तू त्वरित अमलात आणली नसतीस. दारा आपला भाऊ आहे हे लक्षात आणून त्याला ठार करण्याची आज्ञा मारेकऱ्यांना देताना तुझं मन यत्किंचितही चलबिचल झालं नाही. तुझी आज्ञा घेऊन मारेकरी दाराकडे निघून गेले आणि त्यांची मार्गप्रतीक्षा करीत तू तुझ्या उद्यानात तिष्ठत बसून राहिलास. मारेकऱ्यांनी रक्तानं माखलेलं दाराचं शिर तुझ्यासमोर हजर केलं, तरी तुझ्या संशयी मनाची खात्री पटेना की, ते दाराचेच शिर आहे. तू दिवा आणवून दाराच्या तोंडावरील जन्मखुणा न्याहाळून बघितल्यास आणि ते दाराचंच असल्याची खात्री पटल्यावर तू त्या शिरावर तलवारीचे तीन वार केलेस. त्या वेळी तू त्वेषाने पुटपुटला होतास, 'त्याचे हे शिर की, जो मोगल साम्राज्याचा बादशहा होणार होता.' केवढे हे अमानुष कौर्य! मेलेल्या माणसाच्या शिरावर पुन्हा वार करणे! या कौर्याला कुणीच क्षमा करणार नाही आणि हा बघ तुझा दुसरा बंधू शहा शुजा. तुझा बाप शहाजहान बादशहा याने शुजाला बंगालची सुभेदारी दिली होती. दाराचा आणि त्याच्या कुटुंबीयांचा नाश केल्यावर तू तुझ्या उरलेल्या दोघा भावांचा काटा काढण्याचा अघोरी विचार मनात आणलास. तुझा दगलबाज सरदार दिलेरखान याला मोठे सैन्य आणि भारी तोफखाना देऊन तू शुजावर पाठविलेस. तत्पूर्वी दगलबाज मीर जुम्मला शुजाच्या पाठलागास निघाला होता. मीर जुम्मलासारखा उलट्या काळजाचा तुझा हस्तक की, ज्याने गोवळकोंड्याच्या शहा हुसेनचा - आपल्या सुलतानाचा विश्वासघात केला. तो पाठलागास निघालेला पाहताच आधीच तुझ्याशी झालेल्या लढाईत पराभूत झालेल्या शुजाची पाचावर धारण बसली. त्याने आपल्या कुटुंबातील माणसांना घेऊन आराकानसारख्या दुर्गम प्रदेशाचा आश्रय घेण्याचं ठरविलं. आराकानच्या माघ राजाने त्याला आश्रय देण्याचे आश्वासन दिले होते; परंतु त्या खडतर प्रवासात त्याचे कोण हाल झाले! आराकानच्या किनाऱ्यावर चाचेगिरी करून उदरभरण करणाऱ्या बदमाश पोर्तुगीज चाच्यांच्या शब्दावर विश्वास ठेवून जिवावर उदार झालेल्या शुजाने हा खडतर प्रवास करण्याचे ठरविले; पण आपल्या अघोरी कृत्यांनी मानवतेस काळिमा फासणारे हे आराकानचे पोर्तुगीज चाचे आपल्या वळणावर गेले. कावळा दुधात न्हाला म्हणून पांढरा थोडाच होतो? या उलट्या काळजाच्या युरोपियन नावाड्यांची शुजाच्या जनानखान्यावर

आणि त्याच्या खजिन्यावर अधाशी नजर होती. जन्मात कधी ज्यांचे नख परपुरुषांना दिसले नाही, त्या शे-सव्वाशे खूबसूरत स्त्रिया नौकांवर चढण्याकरिता ढाक्याच्या बंदरात उतरल्या, तेव्हा पोर्तुगीज चाच्यांच्या वखवखलेल्या नजरा त्यांच्या अंग-प्रत्यंगावरून फिरू लागल्या. दुर्दैवी शुजाला भावी संकटाची चाहूल लागली. हे क्रूर पोर्तुगीज नावाडी आपला जनानखाना लुटणार म्हणून त्याचे अंतःकरण शहारले आणि मग त्याने आपली बेगम व मुले वगळता बाकीच्या स्त्रिया असलेल्या नौका समुद्रात बुडवून सगळ्यांना जलसमाधी दिली.

"शुजाचा खजिना आणि जडजवाहीर असलेल्या नौकेवर पोर्तुगीज नावाड्यांचा सुरुवातीपासून डोळा होता. ती नौका त्यांनी मुद्दाम अपघात घडवून आराकानच्या किनाऱ्यावर बुडवून टाकली. बिचारा शुजा कफल्लक स्थितीत बायका-मुलांसह आराकानच्या राज्यात शिरला; परंतु आराकानच्या माघ राजाचे आणि त्याचे पटले नाही, कारण हा राजा भयंकर जंगली होता. शुजा याचा तिटकारा करू लागला."

"पण ज्या माणसाने आपणास आश्रय दिला त्याचा पाहुणचार घेऊन, त्याचा तिटकारा करणे ही कुठली नीती?"

"ते नीतिधर्मात बसत नसेल; पण तो प्रकृतिधर्म आहे. शुजा सुसंस्कृत होता. मात्र, राजाचा जंगलीपणा पाहून त्याला त्याची शिसारी आली असेल-"

"म्हणून का त्याने स्थानिक मुसलमानांना हाताशी धरून आराकानचे राज्य घशात घालण्याचे कारस्थान रचावे?"

"काही झाले तरी तो तुझाच भाऊ ना? तू जसे शहाजहानचे राज्य कपटाने घेतलेस तसेच आराकानचे राज्य कपटाने घ्यावे असे शुजाला वाटले असेल; परंतु यातील खरे-खोटे कुणाला माहीत आहे? या सर्व ऐकीव गोष्टी, हवेतील वावड्या. ते काहीही असो; पण वस्तुस्थिती अशी की, शुजाची व त्याच्या बायका-मुलांची वाताहत झाली. त्याची जिम्मेदारी तुझ्यावर येते. तुझ्या दोन भावांचा हिंदुस्थानच्या दोन टोकांना शोचनीय अवस्थेत त्यांच्या बायका-मुलांसह नाश झाला आणि तिसरा भाऊ मुरादबक्ष? तुझ्याकडून झालेल्या त्याच्या विश्वासघाताचा झाडा, तुलाच द्यायचा ना?

"मुरादबक्ष शूर पण खुळा. तुला बादशहा करतो, तख्त देतो आणि मी तुझा सरदार होतो अशी प्रलोभने दाखवून तू त्याला तुझ्या पक्षात ओढलेस. 'सामुगड'च्या लढाईत तुला मुरादची मदत झाली नसती, तर तू ती लढाई जिंकली नसतीस. तू दाराला नाटक्या म्हणालास; पण तुझ्यासारखा अस्सल नट अजून जन्माला यायचा आहे. तुझ्या मायावी अभिनयाला ज्या ठिकाणी मी मी म्हणणारे कसलेले मुत्सद्दी आणि सेनानी बळी पडले, तेथे भोळ्या मुरादचा काय पाड? पैगंबराच्या पवित्र

धर्माचा प्रसार करण्याचे कंकण बांधून तू एका हाती तलवार आणि दुसऱ्या हाती कुराण घेतलेस; त्या कुराणाची शपथ घेऊन तू मुरादबक्षला बादशहा करण्याचे वचन दिले होतेस; परंतु तुझ्या वचनांना किंमत नसते हे माहीत असलेल्या अनुभवी लोकांनी मुरादला परोपरीने सांगितले की, तुझ्या वचनावर विसंबून तुझ्या जाळ्यात अडकू नकोस; परंतु मुरादची तुझ्यावर जी भक्ती होती तिला सीमा नव्हती. त्या अंधभक्तीने त्याचा घात केला!

''मुरादच्या राज्यारोहणाचा समारंभ करण्याची आवई उठवून तू त्याला पकडण्याचे कपटकारस्थान रचलेस. राज्यारोहणाचा दिवस मुक्रर करून तू त्याला तुझ्या छावणीत पाचारण केलेस. तुझा निरोप मिळताच मुरादबक्ष हुरळून गेला. त्याच्या मित्रांनी कपाळावर हात मारून घेतला. तुझ्या छावणीत एकटा न जाण्याबद्दल त्याची मनधरणी केली; पण व्यर्थ! तो म्हणाला की, माझा भाऊ प्रामाणिक आहे. तो मला दगाफटका करणार नाही आणि मग आपला विश्वासू खोजा 'शहाबाज' याला घेऊन तो तुझ्या यमुनेच्या तीरावरील - मथुरेच्या रम्य परिसरातील छावणीमध्ये गेला.

''तू त्याचे शाही स्वागत केलेस. त्याच्यावर चवऱ्या ढाळून तू त्याला विरघळून टाकलेस. मद्याचे पेले झोकता झोकता त्याला नशा चढली आणि मग तो बरळू लागला की, भाऊ असावा तर तो तुझ्यासारखा! उत्तान शृंगार केलेल्या आणि तारुण्याने मुसमुसलेल्या मादक सौंदर्याच्या भाडोत्री ललना तू त्याच्या सेवेला सादर केल्यास. मदिरा आणि मदिराक्षीची बेहोषी चढल्यावर कुणाच्याही गळ्याला फास लावणे सोपे असते. खुद्द तुझ्यासारखा प्रेमळ भाऊ ज्या ठिकाणी त्याचे मद्याचे पेले भरत होता आणि वाढप्याचे काम करीत होता, तेथे मुरादसारख्या शाहजाद्याच्या डोक्याला भावी बादशाहीचा कैफ चढल्यास आश्चर्य ते कसले! त्या धुंदीत मुरादला राज्यारोहणाच्या मुहूर्ताचे विस्मरण झाले आणि मग तो गाढ झोपी गेला.

''तू त्याचीच वाट पाहत होतास. खोजा शहाबाज आपल्या धन्यावर सक्त पहारा करीत होता. तू त्याचा काटा काढण्याचा बेत केलास. तुझे दोन हस्तक दोन बाजूंनी आले आणि डोळ्यांचे पाते लवते न लवते तोच त्यांनी शहाबाजवर झडप घातली. गुदमरलेला श्वासदेखील त्याच्या तोंडातून बाहेर पडला नाही. शहाबाजचं काय झालं ते कुणाला नंतर कळलंदेखील नाही. इतकं झालं तरी मुराद दारूच्या नशेत खुशाल घोरत पडला होता. आपल्या इमानी खोजाला तू यमसदनास पाठविलंस याची त्याला गंधवार्ताही नव्हती. त्याची शोकांतिका आता ऐन रंगात आली होती. तुझा पुत्र शाहजादा आझम याला तू खेळण्याचं आमिष दाखवून मुरादच्या खोलीत पाठवलंस. त्याला पढविलंस की, तू जर तुझ्या काकाच्या कमरेची तलवार आणि खंजीर काढून आणलास तर मी तुला एक मजेदार खेळणे बक्षीस देईन. तू त्याला सांगितलंस की, हे कृत्य करताना

मुराद जागा झाला तर त्याला सांगायचं की, मी तुमच्या तलवारीशी खेळत होतो. त्या वेळी आझम अवघा सात वर्षांचा होता. तुझ्या आमिषाला तो बळी पडला आणि त्याने मोठ्या शिताफीने मुरादच्या कमरेची तलवार आणि खंजीर काढून आणून तो तुझ्या हवाली केला.

"मुराद वाघासारखा शूर होता. त्याच्याशी समोरासमोर द्वंद्वयुद्ध खेळण्याचे सामर्थ्य तुझ्या अंगी नव्हते म्हणून तू अशा रीतीने, दगलबाजीने त्याला निःशस्त्र केलेस. नंतरची हकिकत काय वर्णावी! मुराद निःशस्त्र झाल्यावर तू तुझे हस्तक त्याला गिरफदार करण्यासाठी पाठविलेस. ते त्याच्या हातापायांना बेड्या चढवीत असताना तो जागा झाला. त्याचा हात प्रथम आपल्या तलवारीकडे गेला. तो मनातून चरकला. कमरेला तलवार नव्हती.

"मुरादच्या मुसक्या आवळून तू त्याची सलिमगडच्या किल्ल्यात रवानगी केलीस आणि त्याच्या बायका-मुलांना दिल्लीच्या किल्ल्यात कैद करून ठेवलंस. अशा रीतीने तिघाही भावांचा आणि त्यांच्या कुटुंबीयांचा पुरता बंदोबस्त केल्यावर तू तख्तावर चढलास. तुझ्या दगलबाजीच्या कथा आणखी किती वर्णाव्यात आणि तू वर म्हणतोस की, मी धर्माने राज्य केलं-"

"होय, मी वाममार्गाने तख्तावर आलो हे खरं आहे. ते कबूल करण्यास मला दिक्कत वाटत नाही. मी मघाशी सांगितलंच आहे की, मी शहाजहान बादशहाचा तिसरा पुत्र. मला गादी मिळण्याची सुतराम आशा नव्हती. मला बादशहा व्हायचं होतं म्हणून मला कपटकारस्थानं करावी लागली आणि मला वाटते की, अशा रीतीने राज्य संपादन करणारा मी पहिलाच बादशहा नाही. वाममार्गाने राज्य संपादन करणारे बादशहा यापूर्वी होऊन गेले आहेत. मला माहीत होते की, ज्याला दुसऱ्यांचा हक्क डावलून राजा व्हायचं असतं त्याला मुडदे पाडूनच राजसिंहासन हस्तगत करायचं असतं. ते मी केलं याबद्दल मला बिलकूल पश्चात्ताप होत नाही."

"पण कपटकारस्थानांनी राज्य मिळविल्यावरदेखील तुझा पाताळयंत्रीपणा बंद पडला नाही. नंतर तुला त्याची चटकच लागली. तुझ्या सर्व शत्रूंचा नाश तू कपटकारस्थानांनीच केलास."

"असेल; मी नाही म्हणत नाही; परंतु शत्रूचा नाश जर सुलभ रीतीने होत असेल, तर त्याबद्दल कुणी खंत का बाळगावी?"

"तर मग धर्माचा बकवास करू नकोस. तू स्वतःला पैगंबराचा सच्चा अनुयायी म्हणवतोस; पण कुठलाही धर्म कपटकारस्थाने करावयास सांगत नाही आणि तू म्हणतोस की, तू तुझ्या शत्रूंचा सुलभ रीतीने नाश केलास. तसं असेल तर तुझ्या लष्करी मोहिमांमध्ये लक्षावधी माणसे मृत्युमुखी पडली त्याची जिम्मेदारी कुणाकडे जाते? गेल्या चार वर्षांमध्ये दख्खनमध्ये पटकीची साथ पसरून जवळजवळ वीस

लक्ष माणसे मृत्युमुखी पडली. ही साथ तुझ्या सैन्याने आणली असा आक्रोश मयतांच्या नातेवाइकांनी केला. त्याला तुझं काय उत्तर आहे? असो. आता तुझी घटका भरत आली आहे. अजून तुझ्या दुष्कृत्यांचे पाढे वाचायचे उरले आहेत. तरीही तुझ्या जमेला काही चांगल्या गोष्टी आहेत. तू सुन्नी पंथाच्या तत्त्वांचं काटेकोरपणे आचरण केलंस. तुला कधी अल्लाचं विस्मरण झालं नाही. मक्केची यात्रा तू कधी केली नाहीस, कारण यात्रेपायी सार्वजनिक पैशाची उधळपट्टी करण्याची तुझी इच्छा नव्हती. तू मनोनिग्रही होतास. दाराचा जनानखाना तू घेतलास; परंतु अन्य स्त्रियांकडे तू वाकड्या नजरेनं पाहिलं नाहीस. हिंदूंचा तू छळ केलास, त्यांची सहस्रावधी मंदिरे तू उद्ध्वस्त केलीस, अनेकांचे मशिदीत रूपांतर केलंस; परंतु कुठल्याही हिंदूला तू न्याय नाकारला नाहीस. तू ऐशआराम केला नाहीस. मौल्यवान कपड्यांची, दागदागिन्यांची आणि हिरेमाणकांची अभिलाषा बाळगली नाहीस. सोन्या-चांदीची पात्रे तू भोजनासाठी कधी वापरली नाहीस. सगळ्यांविषयी संशयाने वागलास, पण चहाडीचुगली करणाऱ्यांना कधी जवळ केलं नाहीस. सार्वजनिक ठिकाणी मद्यपान करण्यास मनाई करून आणि वेश्या व्यवसायावर बंदी घालून तू सद्वर्तनाला उत्तेजन दिलंस.

''तुझी दुष्कृत्ये आणि सत्कृत्ये तराजूत जोखली असता दुष्कृत्यांचे पारडे खाली जाते. तरीही तुझ्या इच्छेप्रमाणे तुला शुक्रवारी मृत्यू यावा अशी खुदाची इच्छा आहे.''

आणि इतके सांगून औरंगजेबाच्या पाप-पुण्याची झडती घेणारे देवदूत त्याच्या अंतश्चक्षूंसमोरून अदृश्य झाले.

औरंगजेबाची आयुर्मर्यादा संपली होती. हातात जपमाळ असताना आणि कलिमाचे शब्द पुटपुटत असताना त्याचा आत्मा अनंतात विलीन झाला.

४२

नगरहून दोन शिलेदार दौडगतीने पन्हाळ्याकडे निघाले होते. औरंगजेब बादशहा निधन पावल्याची वार्ता महाराणी ताराबाई यांना विदित करण्याकरिता ते निघाले होते.

पन्हाळा मराठ्यांनी फिरून जिंकल्यावर महाराणी ताराबाई यांनी आपला मुक्काम तिकडे हलविला होता आणि आता तेथूनच त्या लढाईची सूत्रे हलवीत होत्या.

नगरहून खलिता घेऊन जासूद आल्याची वार्ता त्यांना कळविण्यात येताच त्या मोठ्या उत्कंठेने त्वरित सदरेवर आल्या. बादशहा अत्यवस्थ असून आता तो जगणे मुश्कील असल्याची वार्ता दोन दिवसांपूर्वीच नगरहून आली असल्याने नगरहून आलेले जासूद कोणती बातमी घेऊन आले आहेत ते जाणून घेण्याची उत्कंठा ताराराणींच्या मनात निर्माण होणे स्वाभाविक होते. जासुदांनी मुजरा करून खलिता त्यांच्यासमोर ठेवताच त्यांनी तो चिटणिसांच्या हवाली केला. खलिता बादशहाच्या छावणीतील मराठा सरदारांनी पाठविला होता. 'बादशहाचे काल प्राणोत्क्रमण झाले. त्याचा नश्वर देह दफनासाठी उद्या खुल्दाबादला नेण्यात येणार आहे.' असे खलित्यात म्हटले होते.

"संपले, एक महापर्व संपले." बादशहा मरण पावल्याचे कळताच ताराराणी उद्गारल्या. त्यांनी खलिता घेऊन आलेल्या जासुदांची सरबराई करण्याचा हुकूम करून रामचंद्रपंतांना भेटीस येण्याचा निरोप धाडला. पन्हाळ्यावर आता मुत्सद्द्यांपैकी रामचंद्रपंत हेच तेवढे होते. बाकीचे सर्व मुत्सद्दी आणि सरदार मोहिमांमध्ये गुंतले होते. ताराराणींचा निरोप मिळताच रामचंद्रपंत घाईघाईने सदरेवर आले.

"पंत, नगरहून जासूद खलिता घेऊन आले आहेत." रामचंद्रपंतांनी सदरेवर पाऊल टाकताक्षणी ताराराणी गंभीर चर्येनं म्हणाल्या.

गडावर जासूद आल्याची वार्ता रामचंद्रपंतांना कळली असल्याने, ताराराणींनी आपणास भेटून जाण्याचा निरोप त्याच संबंधाने धाडला असेल हे मनात आणून पंत घाईघाईने आले होते.

"काय बातमी आहे?" रामचंद्रपंतांनी उत्कंठित मनाने पृच्छा केली.

"बादशहाचा देहान्त झाला!" चिटणिसांनी प्रत्युत्तर दिलं.

"जासूद हीच बातमी घेऊन आले असावेत असा आम्ही कयास केला होता." रामचंद्रपंत उद्गारले.

"एक महापर्व समाप्त झालं." ताराराणी उद्गारल्या.

"होय, एक महापर्व समाप्त झालं यात संदेह नाही." रामचंद्रपंत सुटकेचा श्वास सोडीत म्हणाले.

"पंत, आपणाला आता पुढची तयारी करायला हवी. एक पर्व संपलं खरं; परंतु नवीन पर्व लवकरच सुरू होणार आहे. त्याचा विचार करण्यासाठी राजमंडळाची सभा बोलवा."

"त्याची व्यवस्था करतो."

"आपल्या सरदारांच्या व मुत्सद्द्यांच्या कामगिरीचा आढावा घ्यायला हवा."

"आपल्या सरदारांच्या आणि मुत्सद्द्यांच्या कामगिरीचा अहवाल आम्ही आपणाला वेळोवेळी सादर करीत आलोच आहोत. त्याची उजळणी करायचीच तर पुन्हा

करतो. मावळातील आपले सगळे किल्ले आपल्या हाती परत आले आहेत. सातारा, पावनगड, वसंतगड, परळी हे किल्लेही आपण घेतले आहेत. या कामी सचिवांनी बहादुरी गाजविली ती अद्वितीय आहे-''

"सचिव शूर आहेत. त्यांच्या पराक्रमाने आम्ही वेळोवेळी स्तिमित झालो आहोत.''

"होय मातुश्री, शंकराजी नारायणांची कामगिरी तशीच अलौकिक आहे.''

"आणि आपले इतर सरदार?''

"हिंदुराव कर्नाटकात वावरत आहेत. बेरड आपले दोस्त, आपल्या भरवशावर त्यांनी बादशहाशी झुंज दिली. मोगलांचा जोर होताच आपण त्यांना त्यांची राजधानी वागिनगेरा सोडून देण्याचा सल्ला दिला होता. त्याप्रमाणे ते वागले; त्यामुळे त्यांची राजधानी त्यांना परत घेऊन देण्याची नैतिक जबाबदारी आपणावर होती. बेरड राजा पिडनायक वनवास भोगीत होता. अखेर हिंदुरावांच्या मदतीने त्याने आपली राजधानी परत घेतली-''

"हो, ती वार्ता आमच्या कानी परवाच आली-'' ताराराणी म्हणाल्या.

"हिंदुराव आता आपल्या मांडलिक संस्थानिकांकडून खंडणी वसूल करण्याचे काम करीत आहेत. मोगल सरदारांची फूस मिळाल्याने ते खंडणी भरत नव्हते-''

"होय, तो सोंध्याचा राजा या कामी फारच चालढकल करतो आहे असे आमच्या कानी आले आहे. त्याचा एकदा खरपूस समाचार घेतला पाहिजे. त्याशिवाय तो वठणीवर यायचा नाही.''

"आपण हिंदुरावांना या आशयाचा खलिता धाडावा.'' रामचंद्रपंत म्हणाले.

"कर्नाटकाचा मामला हिंदुरावांच्या अखत्यारीत आहे. त्यांचे काम ते योग्य प्रकारे बजावीत आहेत असे आम्हास वाटते. ते कर्नाटकातील नाठाळ संस्थानिकांना वठणीवर आणल्यावाचून राहणार नाहीत याची आम्हांला खात्री आहे. बरं, आपले सेनापती कुठं आहेत?''

"सेनापती नगर-औरंगाबाद भागात वावरत आहेत-''

"रायभानजी काका शाहूराजे व झुल्फिकारखान यांच्या वतीने धनसिंगरावांशी वाटाघाटी करीत आहेत असं आमच्या कानी आलं-''

"ती हकिकत जुनी आहे, मातुश्री.'' रामचंद्रपंत काही वेळानं म्हणाले.

"धनसिंगरावांना आम्ही ओळखून आहोत. आमच्याविषयी त्यांची अजून चित्तशुद्धी झालेली नाही आणि ती होईल असं आम्हांला वाटत नाही. एखाद्या दुखावलेल्या नागाप्रमाणे ते मनात डूख धरून बसले आहेत.'' ताराराणी गंभीर चर्येनं म्हणाल्या. "नगर-औरंगाबाद भागात ते का वावरत आहेत त्याची काही तुम्हाला कल्पना आहे का पंत?''

रामचंद्रपंतांनी प्रत्युत्तर केलं नाही.

"शाहूराजे व नस्त्रतजंग झुल्फिकारखान या दोघांशी संधान जुळविणं सोपं जावं म्हणून ते तिकडे वावरत आहेत. आमच्या कानी त्यांच्या हालचालींच्या बातम्या येत आहेत आणि नेमाजी शिंदे कुठं आहेत पंत?"

"नेमाजी शिंदे माळव्यात वावरत आहेत मातुश्री." रामचंद्रपंत दचकून भानावर येत म्हणाले.

"नस्त्रतजंगाच्या हस्तकांच्या आणि नेमाजी शिंदे यांच्या गाठीभेटी होतात अशी बातमी आहे-" ताराराणी रामचंद्रपंतांच्या चर्येकडे दृष्टिक्षेप करीत म्हणाल्या; परंतु पंतांनी प्रत्युत्तर केलं नाही.

"पंत, हे आमचे सरदार असं का बरं वागताहेत? त्यांना काय हवंय ते आम्हांला एकदा कळलं तर बरं."

परंतु पंत बोलले नाहीत. ते पाहून ताराराणी म्हणाल्या.

"पंत, तुम्ही गप्प का? तुमच्याही मनात काही द्वैत नाही ना? बादशहा मरण पावला आहे. आता झुल्फिकारखान हाच खरा सूत्रधार आहे. बादशहाचे शाहजादे एकमेकांच्या माना मुरगळण्यासाठी टपून बसले आहेत. त्यांच्यामधील अंतःकलह पेटणे आता दूर नाही. या कलहामध्ये झुल्फिकारखान जो पक्ष धरील तो पक्ष विजयी होणार आहे. तो जसा शूर आहे, तसाच मुत्सद्दीही आहे. बादशहा धोरणी असल्याने त्याच्यासमोर त्याची मात्रा चालली नाही; पण बादशहा मरण पावल्याने त्याला आता रान मोकळं होणार आहे. आमच्या सरदारांना आणि मुत्सद्द्यांना फोडण्याचा प्रयत्न केल्यावाचून तो राहणार नाही, हे आम्ही जाणून आहोत. वेळ आणीबाणीची आहे, म्हणून बादशहा मरण पावला तरी आम्हांला आनंद झालेला नाही. बादशहाशी लढणं सोपं होतं, तितकं सोपं काम आता नाही; म्हणून पंत तुमच्यावर आता आमची सारी भिस्त आहे. तुमच्या मुत्सद्देगिरीच्या कसोटीची वेळ आहे. तुम्ही अढळ राहिलात तर झुल्फिकारखानाचा पाडाव आम्ही करू. तुमचं चित्त ढळलं, तर मात्र परिस्थिती कठीण आहे."

पंतांनी प्रत्युत्तर केलं नाही. ते गंभीर चर्येनं शून्यात दृष्टी लावून राहिले होते.